I0261356

मुलांना वाचून दाखवा
आणि
त्यांचे आयुष्य घडवा

जिम ट्रिलीज

अनुवाद : डॉ. राजेंद्र कुंभार

डायमंड पब्लिकेशन्स

मुलांना वाचून दाखवा आणि त्यांचे आयुष्य घडवा
जिम ट्रिलीज, अनुवाद : डॉ. राजेंद्र कुंभार

Mulana Vachun Dakhava ani Tyanche Aayushya Ghadava
Jim Trelease, Translation : Dr. Rajendra Kumbhar

प्रथम आवृत्ती : फेब्रुवारी, २०१७

ISBN : 978-81-8483-694-3

Copyright © 1982 by Jim Trelease

मुखपृष्ठ
संदिप देशपांडे

अक्षरजुळणी
मानसी घाणेकर

प्रकाशक
डायमंड पब्लिकेशन्स
२६४/३ शनिवार पेठ, ३०२ अनुग्रह अपार्टमेंट
ओंकारेश्वर मंदिराजवळ, पुणे-४११ ०३०
☎ ०२०-२४४५२३८७, २४४६६६४२
info@diamondbookspune.com

ऑनलाईन पुस्तक खरेदीसाठी भेट द्या
www.diamondbookspune.com

प्रमुख वितरक
डायमंड बुक डेपो
६६१ नारायण पेठ, अप्पा बळवंत चौक
पुणे-४११ ०३० ☎ ०२०-२४४८०६७७

या पुस्तकातील कोणत्याही भागाचे पुनर्निर्माण अथवा वापर इलेक्ट्रॉनिक अथवा यांत्रिकी साधनांनी- फोटोकॉपिंग, रेकॉर्डिंग किंवा कोणत्याही प्रकारे माहिती साठवणुकीच्या तंत्रज्ञानातून प्रकाशकाच्या आणि लेखकाच्या लेखी परवानगीशिवाय करता येणार नाही. सर्व हक्क राखून ठेवले आहेत.

वाचून दाखवू इच्छिणाऱ्या ज्येष्ठांना अपेक्षित असे सर्वोत्कृष्ट श्रोते असलेल्या
माझ्या कॉनर, टायलर, किअरनन, टेस आणि अडीसिन या माझ्या नातवांना
आणि
'तुमचे मूल बुद्धिमान आहे' असे आपल्या एका विद्यार्थ्याच्या पालकांना लिहून
कळविण्यासाठी पन्नास वर्षांपूर्वी वेळ काढणाऱ्या न्यू जर्सी येथील शाळेत
९व्या इयत्तेला इंग्रजी शिकवणाऱ्या ऑल्विन आर. श्मिड्ट या माझ्या शिक्षकांना.
हे शिक्षक आणि त्यांनी माझ्यावर दर्शविलेला विश्वास
माझ्या सदैव स्मरणात आहे.

लहान मुलांचा सुरुवातीचा वाचनानुभव दुःखदायक नसेल याची आपण काळजी घेतली पाहिजे. सुरुवातीचा वाचनानुभव सुखकारक असेल, तर ते आनंदाने वाचन करायला लागतील व आजन्म वाचत राहतील. परंतु जर त्यांना वाचनाचा दुःखदायक अनुभव यायला लागला, तर मात्र आजन्म वाचकांऐवजी केवळ परीक्षार्थी वाचक निर्माण होतील.

ऋणनिर्देश

माझे असंख्य मित्र, सहकारी, शेजारी, लहान मुले, शिक्षक, संपादक इत्यादींच्या मदतीशिवाय आणि सहकार्याशिवाय हे पुस्तक लिहिणे शक्य झाले नसते. स्प्रिंगफिल्ड (मॅसॅचुसेट्स) येथील स्व. मेरी ए. ड्रायडेन यांचे मला विशेष ऋण व्यक्त करायचे आहेत. ड्रायडेन यांनी पंचेचाळीस वर्षांपूर्वी त्यांच्या शाळेतील विद्यार्थ्यांना भेटण्यासाठी मला प्रवृत्त करून 'वाचून दाखवणे' ही संकल्पना माझ्या मनात रुजवली. ड्रायडेन कार्यरत असलेल्या शाळेला आता त्यांचे नाव देऊन त्यांचा सन्मान करण्यात आला आहे.

शालेय विद्यार्थ्यांबाबत सदैव दक्ष असलेल्या स्प्रिंगफिल्ड डेली न्यूज वर्तमानपत्राचे तत्कालीन संपादक आणि माझे सहकारी यांचाही मी मनापासून आभारी आहे. यांनीच सुरुवातीला मला विद्यार्थ्यांच्या वाचनविषयक सवयींचा अनुभव घेण्यास प्रोत्साहित केले. माझा परम मित्र आणि अत्यंत बुद्धिमान संपादक जेन मरोनी यांनी या पुस्तकाची सुरुवातीची रूपरेषा तयार करण्यासाठी मला मदत केली त्याबद्दल मी त्यांचा विशेष आभारी आहे.

शेकडो व्यक्तींनी गेली तीन दशकं मुद्दाम वेळ काढून मुलांच्या वाचनाबाबतचे त्यांचे स्वत:चे अनुभव मला सांगितले आहेत. या सर्वांचा मी मनापासून कृतज्ञ आहे. एका आवृत्तीमध्ये या शेकडो व्यक्तींचे ऋणनिर्देश करणे अशक्य आहे; म्हणून विविध आवृत्त्यांमध्ये त्यातील काही व्यक्तींचा ऋणनिर्देश करत आलो आहे. या आवृत्तीमध्ये मी विशेष करून पुढील व्यक्तींचे आभार मानू इच्छितो. मेलिसा ओलांस अ‍ॅन्टिनॉफ, जिम आणि क्रिस्टेन ब्रोझिना, टॉम कॉर्बेट, बियान्का कॉटन आणि तिचे कुटुंबीय, किंबर्ली डग्लस, हेन्री डचर, ईलि फेर्नान्ड्स, जेनी फिट्झकी, नॅन्सी फुट, लिंडा, जिम आणि इरिन हॅसेट, स्किप जॉनसन, स्टीफन क्रॅशेन, मेरी कुंटसाल, लॅरी लाप्रेज, सिन्डी लोव्हेल, जेड मलॅन्सन, कॅथी नोझोलिलो, माईक ऑलिव्हर, टॉम ओनिल ज्युनिअर, जेनिफर, मार्शिया आणि मार्क थॉमस, मॅसॅचुसेट्स आणि मिस्सिसिपी येथील ट्रिलिज-केलर-रेनॉल्ड्स कुटुंबीय, सुझान, टॅड, ख्रिस्तोफर आणि डेव्हिड विल्यम्स, मार्टी आणि जोआन वुड.

हे पुस्तक पेंग्विन प्रकाशन संस्थेपर्यंत पोहचवण्यामध्ये मोलाची भूमिका बजावणाऱ्या माझ्या शेजारी शर्ली उमान यांचा मी ऋणी आहे. १९७९मध्ये मी स्वत: या पुस्तकाची आवृत्ती प्रकाशित केली होती. उमान यांनी अतिशय कौतुकाने या पुस्तकाची माहिती त्या काळातील उभरते वाङ्मय प्रतिनिधी राफाएल सॅगलिन यांना दिली व सॅगलिन यांनी ती पेंग्विन प्रकाशन संस्थेपर्यंत पोहचवली. तसेच या पुस्तकाच्या सुरुवातीच्या काळात मला प्रोत्साहन देणाऱ्या बी कलिनन यांचाही मी आभारी आहे. गेली तीस वर्षे या पुस्तकावर विश्वास दाखवून पाठिंबा देणारे पेंग्विनमधील माझ्या संपादक रिबेका हंट आणि कॅथरिन कार्टे यांचे आभार.

अर्लिंगन्टन येथील फ्लोरेंस नावाच्या उत्साही महिलेने स्तंभ लेखिका अ‍ॅबे यांना या पुस्तकाबद्दल लिहीलेले पत्र अ‍ॅबे यांनी १९८३मध्ये एका वर्तमानपत्रामध्ये प्रकाशित केले आणि ट्रिलिज कुटुंबीयाचे जीवन बदलले. आमचे नशीब उघडणारे हे पत्र लिहिणाऱ्या फ्लोरेंस यांचा मी खूप आभारी आहे. या पुस्तकाची प्रत्येक आवृत्ती तयार करताना मला सतत कामामध्ये व्यग्र राहावे लागत असे. विशेषतः या आवृत्तीची तयारी करताना तर मी खूपच कार्यमग्न होतो. याच काळात आम्हाला एका वादळालाही सामोरे जावे लागले. सर्वच आवृत्त्यांच्या निर्मिती दरम्यान अतिशय संयम दाखवून मला लेखनासाठी मदत करणारी माझी पत्नी सुझानचेही मला आभार मानलेच पाहिजेत.

शालेय शिक्षणावर अतिशय बारकाईने लक्ष ठेवून अयोग्य घडामोडींबाबत आपल्याला जागृत करणारे अनेक शैक्षणिक ब्लॉगर्स आहेत. त्यांपैकी वॉशिंग्टन पोस्टमधील व्हॅलरी स्ट्रॉस यांचा 'अन्सरशीट' व अ‍ॅटलांटा जर्नल-कॉन्स्टिट्यूशनमधील मॉरीन डाऊनी यांचा 'गेट स्कूल्ड' हे दोन सर्वोत्तम आहेत.

या पुस्तकाची मी लिहिलेली ही शेवटची आवृत्ती आहे. यानंतरची आवृत्ती दुसरे कोणीतरी लिहील अशी मला आशा आहे. या पुस्तकाच्या सातही आवृत्त्यांच्या निर्मितीमध्ये मला अनेकांनी मार्गदर्शन केले आहे. त्या सर्वांचा ऋणनिर्देश करणे येथे जागेअभावी अशक्य आहे. परंतु निवृत्तीची घोषणा करणाऱ्या माझ्या वेबसाईटवरील पत्रामध्ये मात्र मी अनेकांचा ऋणनिर्देश केलेला आहे. (तीस वर्षांतील व्याख्यानांदरम्यान मी अनुभवलेले चांगले आणि वाईट प्रसंगही मी या पत्रामध्ये दिले आहेत). हे पत्र तुम्हाला www.trelease-on-reading.com/trelease-retirement-letter.html या संकेतस्थळावर मिळेल.

अनुवादकाचे मनोगत

पालकांनी हे पुस्तक का वाचावे?

प्रत्येक पालकांची अपेक्षा असते की, आपल्या मुलाने/मुलीने शाळा आणि महाविद्यालयामध्ये उत्कृष्ट अशी कामगिरी करावी. मुलांनी परीक्षेत खूप मार्क्स् मिळवावेत असे सर्वच पालकांना वाटते. पालकांची ही अपेक्षा अगदी रास्त आहे. परंतु बऱ्याचवेळा प्रत्यक्षात मात्र तसे होत नाही. काही मुलं शैक्षणिक कामगिरीत खूप आघाडीवर असतात तर काहींना उत्तीर्ण होण्यासाठी, पुरेसे गुण मिळविण्यासाठी खूप संघर्ष करावा लागतो.

आनंदाने शिक्षण घेण्याचे काही मार्ग नाहीत का? मुले आता ज्या पद्धतीने शिकत आहेत त्यापेक्षा अधिक सहजपणे शिकण्याचे आणखी काही मार्ग नाहीत का? असे प्रश्न बहुतांश पालकांना पडत असतात. हो, असा एक मार्ग आहे आणि तो अत्यंत खात्रीशीर मार्ग आहे. तो मार्ग आहे मुलांना अगदी लहानपणापासून वाचून दाखवणे.

मुले अगदी लहान असताना (म्हणजे जन्मल्यापासून ते साधारणपणे पाच वर्षांची होईपर्यंत) स्वत: वाचन करू शकत नाहीत. परंतु या वयात ते ऐकू शकतात. म्हणून किमान या वयामध्ये पालकांनी आपल्या मुलांना पुस्तकं वाचून दाखवावीत असा विचार या पुस्तकामध्ये मांडलेला आहे. मुलांना का वाचून दाखवावे, काय वाचून दाखवावे, कसे वाचून दाखवावे या सर्व प्रश्नांची उत्तरं तुम्हाला या पुस्तकामध्ये मिळतात. मुलांना वाचून दाखवण्याचे अनेक फायदे या पुस्तकामध्ये उदाहरणांसह स्पष्ट केलेले आहेत. लहान मुलांना वाचून दाखवण्याच्या कृतीला जगभरातून गेल्या अनेक वर्षांपासून समर्थन मिळालेले आहे. अशा समर्थनाचे संशोधनात्मक पुरावे व त्यांचे संदर्भ या पुस्तकामध्ये दिलेले आहेत.

मुलांच्या अभ्यासावर 'नकारात्मक' आणि 'सकारात्मक' परिणाम करणारे अनेक घटक असतात. टि.व्ही., मोबाईलफोन, कॉम्प्यूटर इत्यादींच्या अति वापरामुळे मुलांच्या अभ्यासावर आणि एकाग्रतेवर विपरीत परिणाम होतो. तर मुलांना वाचून दाखवण्याचा, योग्य वयामध्ये त्यांना स्वत: वाचण्यासाठी वेळ देण्याचा, त्यांना घरी

पुरेशी पुस्तकं उपलब्ध करण्याचा त्यांच्या अभ्यासावर आणि एकाग्रतेवर खूप चांगला परिणाम होतो. याबाबतचे सखोल विचार या पुस्तकामध्ये मांडलेले आहेत.

पालक आणि शिक्षक जर मुलांचे वाचनातील आदर्श झाले तर मुले स्वत:हून वाचायला लागतील. वाचून दाखवल्यामुळे मुलांना 'आदर्श वाचक' पाहायला मिळतील. वाचन ही एक आनंददायक कृती आहे हे मुलांना जाणवेल, पटेल आणि मग ते आनंदाने वाचायला लागतील. यामुळे मुलांचा शब्दसंग्रह वाढेल. त्यांचे विविध विषयांचे पार्श्वभूमीत्वक ज्ञान वाढेल. वर्गात शिकवलेले त्यांना अधिक चांगले समजेल. त्यांचे बोलणे आणि लिहिणे अधिक समृद्ध होईल. ते उच्च शिक्षण घेतील, त्यांना नोकरी-व्यवसायाच्या अधिक चांगल्या संधी मिळतील आणि एकंदरीतच त्यांचे आयुष्य अधिक सुखकारक आणि समृद्ध होईल; म्हणून मुलांना वाचून दाखवा.

मी हे पुस्तक का अनुवादित केले?

मी एक शिक्षक आहे. गेली ३० वर्षे मी ग्रंथालय व माहितीशास्त्राच्या विद्यार्थ्यांना शिकवत आहे. नाशिक येथील एच.पी.टी. कॉलेजमध्ये २१ वर्षे अध्यापनाचे कार्य केले व गेली दहा वर्षे मी सावित्रीबाई फुले पुणे विद्यापीठात अध्यापन करत आहे. ग्रंथालय व माहितीशास्त्राचा शिक्षक म्हणून वाचन या विषयामध्ये मला विशेष आवड आहे. २०१४मध्ये इंटरनेटवर ब्राउज करत असताना मला Jim Trelease यांच्या 'The Read - Aloud Handbook' या पुस्तकाचे परीक्षण वाचायला मिळाले. लगेचच ॲमेझानवरून मी हे पुस्तक मागवून घेतले. संध्याकाळी सहा वाजता घरी आल्यावर पुस्तक पाहिले व प्रस्तावना वाचायला सुरुवात केली आणि वाचतच राहिलो. पुस्तकांची विस्तृत अशी प्रस्तावना आहे. परंतु आशय इतका प्रभावी होता की प्रस्तावना रात्रीच वाचून काढली. सकाळी नेहमीप्रमाणे लवकर उठून पुस्तक पुढे वाचायला सुरुवात केले. माझा मुलगा रघुनंदन तेव्हा नववीत शिकत होता. त्याला वाचायला खूप आवडते. त्याच्याशी पुस्तकातील आशयाबाबत सातत्याने बोलत राहिलो; चर्चा करत राहिलो. लवकरच पूर्ण पुस्तक वाचून झाले आणि असे वाटायला लागले या पुस्तकाबद्दल पालकांना सांगितले पाहिजे. पालकांना या पुस्तकाबद्दल काय सांगितले पाहिजे, हे ठरविता यावे यासाठी पुस्तक दुसऱ्यांदा वाचले. पुस्तकामध्ये आवश्यक तेथे खुणा केल्या. पुस्तक दुसऱ्यांदा वाचता-वाचता असे वाटायला लागले की या पुस्तकातील सर्वच्या सर्व माहिती मराठी पालकांपर्यंत पोहचली पाहिजे. यासाठी या पुस्तकाचा अनुवाद केला पाहिजे असे वाटू लागले आणि बस्स! पुढे १५-२० दिवसांनी उन्हाळ्याची ३०-४० दिवसांची सुट्टी लागणार होती. ठरवून टाकले की, या संपूर्ण उन्हाळ्याच्या सुटीतील दररोजचे १५-१६ तास या पुस्तकाचे अनुवाद करण्यात

गुंतवायचे. अनुवादाला सुरुवात केली आणि उन्हाळ्याची सुट्टी संपता-संपता सुमारे ८० टक्क्याहून अधिक पुस्तकाचा अनुवाद झालासुद्धा! राहिलेले काम जुलै ते डिसेंबरपर्यंत पूर्ण केले. हस्तलिखित दोन-तीन वेळा वाचून सुधारणा केल्या. माझी सुविद्य पत्नी सौ. सुरेखा व मुलगा रघुनंदन हे माझ्या या अनुवादित पुस्तकाचे प्रथम वाचक आणि श्रोते होते. प्रत्येक वाक्य आणि प्रकरण त्यांनी अत्यंत चिकित्सकपणे ऐकले व बहुमोल अशा सूचना केल्या. पुस्तक वाचन कौशल्याबाबतचे असल्यामुळे मूळ पुस्तकात अनेक इंग्रजी पुस्तकांचा उल्लेख आलेला आहे. या पुस्तकांची तसेच अनेक अमेरिकन व्यक्तींची नावं देवनागरी लिपीत देताना खूप अडचणी येत होत्या. त्या दूर करून ही नावं अचूकपणे देण्यामध्ये रघुनंदनची खूप मदत झाली. या दोघांनी केलेल्या दैनंदिन मदतीमुळेच मी हे अनुवादाचे कार्य विनाव्यत्यय करू शकलो हे मला विशेषकरून नमूद केले पाहिजे. माझे अभ्यासू मित्र डॉ. नवनाथ तुपे यांनी संपूर्ण हस्तलिखित अत्यंत काळजीपूर्वक वाचून बहुमोल अशा सूचना केल्या. त्याबद्दल मी त्यांचा ऋणी आहे. पुस्तक अत्यंत सुबकपणे छापल्याबद्दल डायमंड पब्लिकेशन्सचे तरुण संचालक श्री. निलेश पाष्टे यांचे आभार.

डॉ. राजेंद्र कुंभार

काम करता-करता सात वर्षे शिक्षण घेण्याची संधी देणाऱ्या आणि बहुमोल मार्गदर्शन, भरघोस मदत व भरीव संस्कारांनी माझे जीवन सर्वाथाने समृद्ध बनविणाऱ्या श्री नानांना (रविवर्मा जोशी, संचालक-वर्मा बुक सेंटर, पुणे) कृतज्ञतापूर्वक अर्पण.

डॉ. राजेंद्र कुंभार

अनुक्रम

- ऋणनिर्देश पाच
- अनुवादकाचे मनोगत सात
- प्रस्तावना तेरा

१. मुलांना का वाचून दाखवावे? १

२. मुलांना वाचून दाखवायला केव्हा सुरू आणि बंद करावे? ३४

३. वाचून दाखवण्यातील पायऱ्या ७०

४. वाचून दाखवताना काय करावे आणि करू नये? ११२

५. स्वयंवाचन : वाचून दाखवण्याचा नैसर्गिक साथीदार १२३

६. घरातील तसेच शाळेतील पुस्तकांची उपलब्धता आणि मुलांची वाचन आवड १६४

७. लहान मुलांचे डिजिटल लर्निंग : फायदे आणि तोटे २०१

८. टेलिव्हिजन आणि ऑडिओ वाचनसाहित्य : शिक्षणाला पूरक आहे की मारक आहे? २१८

९. मुलांमध्ये वाचनाची आवड निर्माण करण्यातील वडिलांची भूमिका २४२

१०. एका अतिउत्साही बालकाचा वाचन प्रवास २५३

- वाचून दाखवण्यासाठी उपयुक्त पुस्तकांची यादी २६७
- टिपा २८९
- संदर्भसूची ३२६
- अनुवादक परिचय ३३३

प्रस्तावना

शिक्षणाची सुविधा उपलब्ध करणे आणि शिकण्याची इच्छा निर्माण करणे हे शिक्षण व्यवस्थेचे मुख्य काम आहे. शिक्षण व्यवस्थेने शिकलेले नाही, तर शिकणारे नागरिक तयार केले पाहिजेत. शिकणाऱ्या समाजालाच मानवी समाज म्हणता येते. अशा समाजात आजी, आजोबा, मुलगा, मुलगी आणि नातवंडे असे सर्व जण एकाच वेळी विद्यार्थी असतात.

एरिक हॉफर

या ग्रंथाची प्रथम आवृत्ती तीस वर्षांपूर्वी प्रकाशित झाली होती. तेव्हापासून ते आतापर्यंतच्या काळात जगातील तसेच अमेरिकेतील शिक्षण व्यवस्थेत आमूलाग्र बदल झाले आहेत. या तीस वर्षांच्या काळात शिक्षण व्यवस्थेत जसे-जसे बदल होत गेले, तस-तशा या ग्रंथाच्या आशयामध्येही सुधारणा केल्या गेल्या आहेत.

या ग्रंथाची प्रथम आवृत्ती १९८२मध्ये निघाली. तेव्हा इंटरनेट आणि ई-मेल या सुविधा उपलब्ध नव्हत्या. त्याचप्रमाणे मोबाईलफोन, डिव्हिडी प्लेअर, आयट्यून्स, आयपॅडस्, ॲमेझॉन, ई-बुक्स, वाय-फाय, फेसबुक, ट्विटर याही गोष्टी त्या काळात उपलब्ध नव्हत्या. आता उपलब्ध असलेली इन्स्टंट मेसेजिंगसारखी तत्काळ दूरसंचाराची सुविधा त्या काळात उपलब्ध नव्हती. आपल्या मुलाला समज देणारे आईच्या चेहऱ्यावरील भाव हेच त्या काळातील इन्स्टंट मेसेजिंग होते. आता टेक्सटिंग आले आहे. टाईपरायटरवर टायपिंग करणे म्हणजे तेव्हाचे टेक्सटिंग होते.

१९३० मध्ये अमेरिकेने आर्थिक महामंदीचे चटके अनुभवले होते. १९८२ मध्ये अमेरिकन अर्थव्यवस्था पुन्हा एकदा आर्थिक मंदीची दाहकता अनुभवत होती. आणि या मंदीसाठी कोणाला किंवा कशाला जबाबदार धरावयाचे याचा अमेरिकन व्यवसायिक शोध घेत होते. योगायोगाने याच वर्षी सॅट या परीक्षेचा निकाल खूप कमी लागला होता. सॅट ही महाविद्यालय प्रवेशासाठीची एक परीक्षा आहे. गेल्या २० वर्षांतील हा सर्वांत कमी निकाल होता. आर्थिक मंदीसाठी कोणालातरी जबाबदार धरण्यासाठी अमेरिकन

व्यावसायिकांना सहजपणे मिळालेले हे एक कारण होते. म्हणून त्यांनी आर्थिक मंदीसाठी इतर कारणांबरोबर शिक्षण व्यवस्थेलाही जबाबदार धरले व सर्व स्तरातील शिक्षण व्यवस्थेत सुधारणा करण्याची मागणी केली. सॅट परीक्षेचा निकाल कमी लागण्याचे खरे कारण मात्र वेगळेच होते. ही परीक्षा पहिल्यांदाच देणाऱ्यांमध्ये शैक्षणिकदृष्ट्या कमकुवत विद्यार्थ्यांची संख्या खूप मोठी असल्यामुळे या परीक्षेचा निकाल खूप कमी लागला होता.परंतु आपल्या अपयशासाठी इतर कशालातरी किंवा कोणालातरी दोषी धरायचे हा दृष्टिकोन व्यावसायिकांच्या मानसिकतेशी मिळताजुळताच होता.[१] जसे की, आपल्या शाळा जपानमधील शाळांसारख्या असत्या, तर आपलीही अर्थव्यवस्था त्यांच्यासारखीच असती![२] व्यावसायिकांच्या या मानसिकतेमुळे शालेय मूल्यमापन आणि सुधारणांचा विचार अमेरिकेत पुढे तीस वर्षे चर्चेत राहिला.

या आर्थिक मंदीच्या काळाचे आणखी एक वैशिष्ट्य होते. ते म्हणजे या काळात महाविद्यालयीन शिक्षण ४०० टक्यांनी महाग झाले होते. ही महागाई वैद्यकीय सेवांमधील महागाईपेक्षाही अधिक होती. एवढेच नाही तर सरासरी कौटुंबिक उत्पन्नापेक्षाही महाविद्यालयीन शिक्षण महाग झाले होते.[३] महाविद्यालयीन शिक्षण एवढे महाग झाल्यामुळे २०११ पर्यंत विद्यार्थ्यांच्या शैक्षणिक कर्जाची रक्कम अमेरिकेच्या क्रेडिट कार्डाच्या कर्जाहून किंवा वाहन उद्योगाच्या कर्जाहून अधिक होण्याची शक्यता निर्माण झाली होती.[४]

व्यावसायिकांच्या मागणीनुसार १९८२ नंतर अमेरिकेतील शालेय परीक्षापद्धतीमध्ये तसेच शालेय शिक्षणाच्या इतर घटकांमध्ये सुधारणा करण्यासाठी नवीन तंत्रज्ञान वापरण्यात आले. व यासाठी कोट्यवधी डॉलर्स खर्च करण्यात आले. परंतु नवीन तंत्रज्ञान वापरून आणि कोट्यवधी डॉलर्स खर्च करूनसुद्धा मुलांच्या शैक्षणिक दर्जामध्येमात्र फार सुधारणा झालेली दिसत नव्हती. उदाहरणार्थ, खालील चार्टमध्ये दर्शवल्याप्रमाणे १९७१ ते २००८ या सदतीस वर्षांमध्ये अमेरिकन मुलांच्या वाचनकौशल्यात केवळ एका गुणाची वाढ झालेली आढळते.

१९७१ ते २००८ चे दरम्यान १७ वर्षे वयाच्या मुलांची वाचनक्षमता

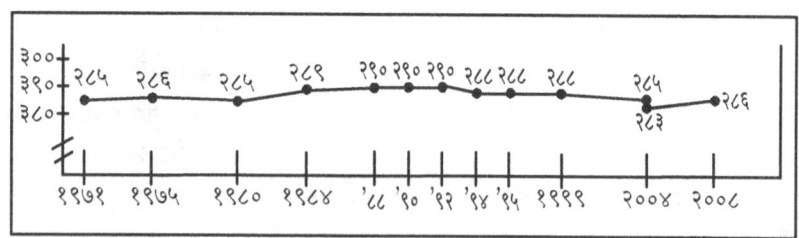

१९७१ ते २००८ चे दरम्यान १७ वर्षे वयाच्या मुलांची वाचनक्षमता

वरील माहिती वाचल्यावर मुलांचे शिक्षण, अभ्यास आणि वाचन याबाबतीत नक्की काय चुकते आहे? व ती चूक सुधारण्यासाठी आपण काय करू शकतो असे प्रश्न कोणत्याही सर्वसामान्य नागरिकाला पडतील. या प्रश्नांची उत्तरे सदर ग्रंथामधून मिळतील अशी मला आशा आहे. कारण मुलांच्या शैक्षणिक विकासासाठी भूतकाळात जे अनेक मार्ग अवलंबले गेले आहेत, त्यापेक्षा अधिक चांगले मार्ग उपलब्ध आहेत अशी माझी खातरी आहे.

गेल्या तीस वर्षांचा विचार केल्यास अमेरिकन शिक्षण व्यवस्थेत आपणाला अनेक त्रुटी दिसून येतात. मुलांचे लक्ष विचलित करणारे शेकडो घटक या व्यवस्थेत आढळतात. जसे की, २०० केबल चॅनल्स, मुलांच्या झोपण्याच्या खोलीत टेलिव्हिजनची उपलब्धता, निम्म्याहून अधिक मुलांकडे असलेले मोबाईल फोन, आणि त्यांचा दिवसभर होणारा वापर, आई किंवा वडील असे एकच पालक सांभाळ करत असणाऱ्या मुलांची मोठी संख्या, प्रत्येक साठ सेकंदाला जन्म देणाऱ्या कुमारी माता, इत्यादी.[५] मुलांचे लक्ष विचलित करणारी अशी ही परिस्थिती विचारात घेता मुलांच्या वाचनक्षमतेत खरे तर दहा किंवा पंधरा गुणांची घट व्हायला पाहिजे होती. परंतु उलट त्यामध्ये एका गुणाची वाढ झाली आहे ही बाब आश्चर्यकारक म्हटली पाहिजे. मुलांच्या वाचनक्षमतेत एका गुणाने का होईना वाढ झालेली आहे, म्हणजेच अशा प्रतिकूल परिस्थितीतही काहीतरी चांगले घडत असणार. हे काहीतरी चांगले काय आहे याचा शोध या ग्रंथामध्ये घेतला जाणार आहे. ही काहीतरी बाब खालीलप्रमाणे आहे:

आदर्श आणि सर्वांत स्वस्त अशी एक शिकवणी योजना

मी तुम्हाला सुझन आणि टॅड विल्यम्स् या कुटुंबाची गोष्ट सांगणार आहे. ही गोष्ट आहे वाचून दाखवण्याच्या यशस्वी उपक्रमाची. विल्यम्स् दाम्पत्यास ख्रिस्तोफर आणि डेव्हिड अशी दोन मुले होती. अमेरिकेत पूर्वी कॉलेज प्रवेशासाठी विद्यार्थ्यांना एसीटी ही परीक्षा द्यावी लागत असे. आता ही परीक्षा 'सॅट' म्हणून ओळखली जाते. २००२ मध्ये चार लाख विद्यार्थ्यांनी एसीटी ही परीक्षा दिली होती. त्यामध्ये ख्रिस्तोफरही होता. त्या वर्षी चार लाखांपैकी केवळ ५८ विद्यार्थी या परीक्षेत पात्र ठरले होते. व ख्रिस्तोफर ५८वा होता. ही परीक्षा उत्तीर्ण होण्यासाठी आवश्यक असलेले ३६ गुण त्याला मिळाले होते. विल्यम्स् हे कुटुंब अमेरिकेतील केन्टकी राज्यातील रसेल या शहराचे रहिवाशी होते. या शहराची लोकसंख्या ३६४५ होती. एसीटी परीक्षेत आवश्यक तेवढे ३६ गुण मिळवून ख्रिस्तोफर कॉलेज प्रवेशासाठी पात्र ठरला आहे ही बातमी शहरात सर्वदूर पसरली. व ख्रिस्तोफरच्या यशाची कारणे जाणून घेण्यासाठी विल्यम्स्

कुटुंबीयांवर प्रश्नांचा भडिमार करण्यात आला. सर्व जण एकच प्रश्न विचारत होते, ख्रिस्तोफरने या परीक्षेची तयारी कशी केली? या परीक्षेच्या तयारीसाठी त्याने कापलान, प्रिन्सटन रिव्ह्यू यापैकी कोणत्या खासगी क्लासला प्रवेश घेतला होता? विल्यम्स् दाम्पत्याच्या उत्तरावरून नागरिकांना समजले की, त्यांनी ख्रिस्तोफरला बालपणापासूनच एका क्लासला घातले होते. विशेष म्हणजे हा क्लास मोफत होता. व तो एवढा उपयुक्त होता की, ज्यासाठी त्याला तासाला २५० डॉलर्स एवढी फी भरावी लागली असती.

विल्यम्स् दाम्पत्यानी ख्रिस्तोफरला कोणत्या मोफत क्लासला घातले होते? शहरातील उत्सुक नागरिकांना आणि *न्यू यॉर्क टाईम्सला*[६] विल्यम्स् दाम्पत्यानी सांगितले, की खरे म्हणजे त्यांनी ख्रिस्तोफरला कोणत्याच क्लासला घातले नव्हते; व या परीक्षेची त्याने विशेष अशी कोणतीच तयारीही केली नव्हती. विल्यम्स् दाम्पत्याचे हे उत्तर अर्थातच १०० टक्के खरे नव्हते. खरे उत्तर हे होते की, ख्रिस्तोफरची आई आणि वडील त्याची व त्याच्या लहान भावाची स्वत:च शिकवणी घेत होते. ही शिकवणी त्या मुलांच्या बालपणापासूनच सुरू झाली होती. आणि ती युवावस्थेपर्यंत सुरूच होती. विल्यम्स् दाम्पत्य रोज रात्री त्यांच्या मुलांना अर्धा तास पुस्तके वाचून दाखवीत असत. हीच विल्यम्स् दाम्पत्याची त्यांच्या मुलांना शिकवणी होती. हे काम ते वर्षानुवर्षे करत होते. मुले स्वत: वाचण्याच्या वयाची झाल्यावरसुद्धा विल्यम्स् दाम्पत्य त्यांच्या मुलांना पुस्तके वाचून दाखवीत होते.

विल्यम्स् कुटुंबीयांच्या घरी खूप पुस्तके होती. त्यांचे घर पुस्तकांनी भरून वाहत होते असे म्हटले तरी अतिशयोक्ती वाटायला नको. परंतु सर्वसमान्यपणे सर्वच कुटुंबात आढळणारे टीव्ही गाईड, गेमक्यूबसारखे व्हिडीओ गेम किंवा हुक्ड ऑन फोनिक्ससारखा कॉम्प्यूटराईज्ड लर्निंग प्रोग्रॅम यापैकी त्यांच्या घरी काहीच नव्हते. मुले शाळेत जाण्याच्या वयाची होईपर्यंत वाचनाबाबतचे कोणतेही औपचारिक शिक्षण न देता हे दाम्पत्य आपल्या मुलांना नियमितपणे पुस्तके वाचून दाखवीत होते. सुझन विल्यम्स् शिक्षिका होत्या. तरीसुद्धा त्यांनी त्यांची मुले शाळेत जायच्या वयाची होईपर्यंत त्यांना वाचायला शिकवले नव्हते. त्याऐवजी त्या स्वत: आणि टॅड विल्यम्स् असे दोघेही मुलांना वाचून दाखवीत असत. वाचून दाखवण्यातूनच त्यांनी मुलांना अक्षरांची, उच्चारांची आणि इतर भाषिक वैशिष्ट्यांची ओळख करून दिली होती. व याद्वारे त्यांनी मुलांमध्ये पुस्तकांबद्दलचे प्रेमही निर्माण केले होते. नियमितपणे वाचून दाखवल्यामुळे विल्यम्स् दाम्पत्याची दोन्ही मुले लहानपणापासूनच सहजपणे वाचन शिकली होती. व त्यांना वाचन आवडू लागले होते. याचा परिणाम म्हणून पुढे विल्यम्स् दाम्पत्याची दोन्ही मुले अधाशासारखी वाचू लागली होती. ग्रंथ वाचून दाखवल्यामुळे विल्यम्स् कुटुंबीयांतील कौटुंबिक ऋणानुबंध

अधिक मजबूत झाले होते. शिवाय भविष्यात येणाऱ्या कोणत्याही शैक्षणिक आव्हानांना तोंड देण्याची क्षमताही या मुलांमध्ये निर्माण झाली होती.

या सर्वांचा परिणाम म्हणून ख्रिस्तोफरचा लहान भाऊ डेव्हिड २०११ मध्ये लुईसविल विद्यापीठातून पदवीधर झाला होता व इंजिनिअर म्हणून कार्यरत होता. तर ख्रिस्तोफर ड्यूक विद्यापीठात बायोकेमिस्ट्रीमध्ये पीएच.डी. करत होता. या विद्यापीठाच्या बास्केटबॉल संघाचा पराभव झाल्याच्या दुसऱ्या दिवशीची ही गोष्ट आहे. दुपारचे जेवण घेताना ख्रिस्तोफर आपल्या मित्रांना म्हणाला की 'मला वाटते आज मडव्हिलमध्ये काहीच आनंद नाही.' हे म्हणत असताना तो अरनेस्ट थायर यांच्या अतिशय नावाजलेल्या क्रीडाविषयक कवितेबाबत बोलत होता हे त्याच्या एकाही मित्राच्या लक्षात आले नाही.[७] विद्यापीठामध्ये बायोकेमिस्ट्रीचे शिक्षण घेत असतानाही त्याचे बालपणातील वाचनाचे अनुभव अशा प्रकारे कधीकधी उफाळून येत असत.

वाचून दाखवण्याचा महाविद्यालय प्रवेश परीक्षेच्या तयारीसाठी विद्यार्थ्यांना फायदा होतो हे मला आधीपासून माहीत होते. त्यामुळे विल्यम्स् कुटुंबीयाच्या अनुभवाचे मला अजिबात आश्चर्य वाटले नाही. वाचून दाखवण्याचे अनेक फायदे असल्यामुळे टॉम पार्कर नेहमीच याची शिफारस करत असतात. टॉम पार्कर हे आता ॲमहर्स्ट कॉलेजमध्ये प्रवेश विभागाचे संचालक आहेत. यापूर्वी ते विल्यम्स् कॉलेजमध्ये प्रवेश विभागाचे संचालक होते. ॲमहर्स्ट आणि विल्यम्स् ही अमेरिकेतील नामांकित महाविद्यालये आहेत. अनेक चिंताग्रस्त पालक आपल्या पाल्याचे सॅट परीक्षेतील गुण कसे सुधारता येतील याबाबत पार्कर यांच्याकडे विचारणा करत असत. या पालकांना पार्कर सांगत असत की "तुमची मुलं लहान असताना तुम्ही त्यांना वाचून दाखवणं हाच सॅट परीक्षेच्या तयारीसाठीचा जगातील सर्वोत्तम मार्ग आहे. आणि एकदा का मुलांना वाचन आवडायला लागले की पुढे ते स्वत: वाचन करू लागतील.[८]" याबाबतीत पार्कर यांनी एकदा मला सांगितले होते की, वाचनाची मनापासून आवड नसलेल्या एकाही विद्यार्थ्याला आतापर्यंत प्रवेशासाठीच्या मौखिक परीक्षेत समाधानकारक गुण मिळालेले नाहीत. त्यांचा असाही अनुभव होता की, वाचनाची आवड असलेल्या बहुतांश मुलांना लहानपणी त्यांच्या पालकांनी वाचून दाखवलेले असते. या मुलांना ते आठवत असते व त्याची जाणीवही असते. एसीटी किंवा एसएटी परीक्षेची तयारी करून घेणारा कोणताच क्लास वाचनाची आवड आणि उत्कटता निर्माण करू शकत नाही. वाचून दाखवण्याच्या उपक्रमातून मात्र वाचनाची आवड आणि उत्कटता निर्माण करता येते हे सुझन आणि टॅड विल्यम्ससारखे पालक त्यांच्या अनुभवाद्वारे दाखवून देतात.

वाचून दाखवण्याचे उपक्रम अगदी निरक्षर व अर्धसाक्षर पालकही राबवू शकतात.

अशा पालकांना आपण या ग्रंथाच्या पुढील भागात भेटणार आहोत. यातील एक पालक तर असे आहेत, की ज्यांनी केवळ गंमत म्हणून आपल्या मुलीला सलग ३२१८ रात्री वाचून दाखवले आहे.

गेल्या दोन दशकांत 'शालेय विद्यार्थ्यांचे वाचन' या विषयावर खूप लिहिले गेले आहे. आणि शालेय विद्यार्थ्यांच्या वाचनक्षमतेचे मूल्यमापन करण्यासाठी खूप मोठी रक्कमही खर्च केली गेली आहे. शिवाय वाचनासंबंधीचे कधी नव्हे एवढे नियम शासनाने शाळांवर लादले आहेत. एवढे प्रयत्न करून आणि एवढा मोठा खर्च करूनसुद्धा गेल्या दोन दशकांत विद्यार्थ्यांच्या वाचनामध्ये खूपच थोडी प्रगती झालेली दिसून येते. किंबहुना काहीच प्रगती झालेली नाही असे म्हटले तरी वावगे ठरणार नाही.[१]

विद्यार्थ्यांमधील वाचनाचे प्रमाण सध्या खूप कमी झालेले दिसून येते. आश्चर्यकारक बाब ही आहे की, श्रीमंत आणि उच्चशिक्षित कुटुंबातील विद्यार्थ्यांचे वाचन खूपच कमी झालेले आढळते. याची अनेक कारणे आहेत. जसे की, चाळीस वर्षांपूर्वी शाळा सुटल्यावर पालक आपल्या मुलांना नृत्याच्या छंद वर्गाला घेऊन जात असत. तर काही पालक त्यांना स्काऊट गाईडच्या मिटिंगला किंवा फुटबॉलच्या सरावासाठी घेऊन जात असत. याउलट एकविसाव्या शतकातील पालक शाळा सुटल्यावर आपल्या मुलांना शालेय विषयांच्या खासगी क्लासला पाठवतात. याचा परिणाम काय झाला आहे, तर उपनगरातील खासगी क्लासेसचा व्यवसाय चारशे कोटी डॉलर्सवर पोहोचला आहे. विशेष म्हणजे खासगी क्लासेस केवळ शाळेत जाण्याच्या वयातील मुलांसाठीच उपलब्ध आहेत असे नाही, तर त्यापेक्षा लहान मुलांसाठीही उपलब्ध आहेत. उदाहरण घ्यायचे, तर सिलव्हॅन लर्निंग या क्लासचे घेता येईल. हा क्लास चार वर्षे वयाच्या विद्यार्थ्यांसाठी आहे. आणि २००५ पर्यंत या क्लासच्या ११०० शाखा उघडल्या गेल्या आहेत. आणखी आश्चर्यकारक बाब ही आहे की, कुमोन हा क्लास तर दोन वर्षे वयाच्या विद्यार्थ्यांना प्रवेश देतो. पूर्वी पालक त्यांच्या मुलांना अशा क्लासेसला केवळ उपचारात्मक कारणांसाठी पाठवत असत. म्हणजेच जी मुले अभ्यासात मागे पडत होती केवळ त्याच मुलांना पालक अशा क्लासेसला पाठवत असत. आता मात्र अर्ध्याहून अधिक पालक त्यांच्या मुलांनी इतरांपेक्षा अधिक गुण मिळवावेत, इतरांपेक्षा सरस ठरावे यासाठी खासगी क्लासेसला पाठवतात. उदाहरणार्थ, एका आईने *वॉल स्ट्रीट जर्नलला* सांगितले, की तिच्या चार वर्षाच्या मुलाचे कात्रणकौशल्य इतर मुलांइतके समाधानकारक नव्हते म्हणून तिने त्याला एका खासगी क्लासमध्ये दाखल केले होते. काही पालक तर बालवाडीतील प्रवेशासाठी घेतल्या जाणाऱ्या मुलाखतीदरम्यान त्यांच्या बालकाने मुख्याध्यापकांच्या डोळ्यात पाहून कसे बोलावे, नेतृत्व गुण कसे दाखवावेत

यासाठी व्यवसायिक मार्गदर्शकाचा सल्ला घेतात. काय म्हणायचे अशा पालकांना?[१०]

आपल्याला माहीत आहे की, काही लोक आपले जीवन अधिक समृद्ध व्हावे यासाठी जीवन प्रशिक्षक नेमतात. याच तत्त्वानुसार श्रीमंत पालक त्यांच्या पाल्याच्या शैक्षणिक प्रवेशासाठी सल्लागारांची मदत घेत आहेत. अशा सल्लागारांची फी ३००० ते ६००० डॉलर्स एवढी असते. प्रवेशासाठी योग्य शाळेची निवड करण्यास मदत करणे आणि आवश्यक त्या कागदपत्रांची वेळेत जुळवाजुळव करणे हे अशा सल्लागारांचे प्रमुख कार्य असते.[११] अशा प्रकारचे सल्लागार नेमणे हाही प्रकार खासगी क्लासेसला प्रवेश घेण्यासारखाच आहे.

वर नमूद केलेल्या विविध मार्गांनी पालक आपल्या मुलांना सतत अभ्यासात गुंतवून ठेवतात; त्यांना सतत अभ्यासाच्या तणावाखाली ठेवतात; त्यांचे बालपण हिरावतात. पालकांची ही मानसिकता अत्यंत घातक आहे असे मानसशास्त्रज्ञ वेंडी मोगेल यांना वाटते. म्हणून त्या इशारा देतात, की ही मुले कदाचित त्यांच्या पालकांवर बालपण हिरावून घेतल्याचा गुन्हासुद्धा दाखल करतील.[१२]

मित्रहो, मुलांवर अभ्यासाच्या बाबतीत वरील प्रकारचे अन्याय आणि बळजबरी करण्यामध्ये पालक एकटे नाहीत. पालकांच्या या उपद्व्यापात शालेय मंडळे आणि इतर अधिकारीही सहभागी आहेत. तसेच वरिष्ठ पातळीवरील राज्यकर्तेही यात सहभागी आहेत. पालक, शालेय मंडळांचे पदाधिकारी आणि राज्यकर्ते या सर्वांचा असा समज झाला आहे की, मुलांचे परीक्षेतील असमाधानकारक गुण हीच खरी शैक्षणिक समस्या आहे. म्हणून एकदा का मुले चांगले गुण मिळवायला लागली की सर्व शैक्षणिक समस्या सुटतील असे या सर्वांना वाटते. या विचाराने अलाबामा राज्यातील गॅड्स्डेन येथील एका शाळेचे पदाधिकारी अत्यंत प्रभावित झाले होते. व या प्रभावामुळे त्यांनी २००३ मध्ये बालवाडीतील मुलांना परीक्षेची तयारी करण्यासाठी अधिक वेळ मिळावा म्हणून या मुलांची दुपारच्या झोपण्याची सुविधा रद्द केली होती.[१३]

गॅड्स्डेन येथील वर उल्लेख केलेल्या शाळेपासून दोन तासाच्या अंतरावर असलेल्या अटलांटा येथील एका शाळेनेही वरीलप्रमाणेच विचार केला व मुलांची मधली सुट्टी रद्द केली. ही सुट्टी रद्द केली तर मुले जास्त अभ्यास करतील असा त्यांचा युक्तिवाद होता. एवढेच नाही तर एखाद्या उत्साही शिक्षकाने चुकून शाळेच्या वेळेत मुलांना मैदानावर नेले, तर मुलांचा वेळ वाया जाईल असेही काही शालेय प्रशासकांना वाटत होते. अशा प्रकारे मुलांचा अभ्यासाचा वेळ वाया जाऊ नये म्हणून अटलांटामध्ये मैदानाशिवाय शाळा स्थापन केल्या जाऊ लागल्या होत्या. याबाबत एका शाळेच्या पर्यवेक्षकाला विचारले असता त्यांनी सांगितले की "मुलांच्या शैक्षणिक क्षमतेमध्ये वाढ करणे हा

आमचा उद्देश आहे. आणि मुलांना माकडासारखे काहीतरी खेळायची संधी उपलब्ध करून तुम्ही त्यांची शैक्षणिक क्षमता वाढवू शकत नाही.''[१४] मधली सुट्टी रद्द करून विद्यार्थ्यांचे गुण वाढत नाहीत हे पुढे खूप वर्षांनी लक्षात आले. हे लक्षात आल्यावर अटलांटामधील एका शालेय पर्यवेक्षकाने विद्यार्थ्यांनी अधिक अभ्यास करावा, त्याचे परीक्षेतील गुण वाढावेत यासाठी त्यांना धमकावणे, वर्गात बोलण्यास मज्जाव करणे असे नवीन मार्ग शोधले. विद्यार्थ्यांची शैक्षणिक गुणवत्ता वाढवण्यासाठीचे हे नवीन मार्ग म्हणजे भीतीचे वातावरण तयार करण्याचा आणि नि:शब्दता अंमलात आणण्याचा कट आहे असे संशोधकांचे मत होते. भीती, दडपण, वर्गात न बोलणे इत्यादी मार्ग अवलंबिल्यामुळे विद्यार्थ्यांच्या परीक्षेतील गुणांमध्ये वाढ झाली असे सांगण्यात आले. एवढेच नाही तर गुणांमध्ये वाढ झाल्याबद्दल प्रोत्साहन म्हणून विद्यार्थ्यांना काही जास्तीचे बोनस गुणही देण्यात आले. परंतु नंतर राज्य पातळीवरील एका चौकशीत उघड झाले की, विद्यार्थ्यांचे गुण प्रत्यक्षात वाढलेले नव्हते तर अतिशय शिस्तबद्ध कट करून विद्यार्थ्यांचे गुण वाढवण्यात आले होते. हा एक घोटाळा होता. अमेरिकेतील हा सर्वांत मोठा शैक्षणिक घोटाळा होता. विशेष म्हणजे या घोटाळ्यामध्ये अमेरिकेतील अडतीस प्राचार्यांसह १७० हून अधिक शिक्षणतज्ज्ञही सहभागी होते.[१५]

बालकांची खेळण्यासाठीची वेळ आणि जागा सातत्याने कमी होत आहे असे दिसते.

शाळेतून मधली सुट्टी आणि खेळ गायब होण्याविषयी डेव्हिड बोर्नस्टेन यांनी ऑनलाईन *न्यू यॉर्क टाईम्स*मध्ये एक निबंध लिहिला होता. सदर निबंधामध्ये त्यांनी आजच्या परीक्षार्थी अभ्यासक्रमाची डिकीन्सच्या *हार्ड टाइम्स* या कादंबरीबरोबर आणि त्यातील अत्यंत संयुक्तिक नाव असलेल्या थॉमस ग्रॅडग्रिंड या मुख्याध्यापकाबरोबर तुलना केली आहे. या निबंधात बोर्नस्टेनने लिहिले आहे की, अमेरिकन मुलांना जेवणाच्या वेळेसह सरासरी केवळ २६ मिनिटाची मधली सुट्टी मिळते– आणि कमी उत्पन्न गटातील मुलांना तर यापेक्षाही कमी मधली सुट्टी मिळते.[१६] याउलट फिनलँडमधील मुलांना ४५

मिनिटाच्या प्रत्येक शालेय तासानंतर १५ मिनिटांची सुट्टी मिळते. आणि तरीसुद्धा ही मुले खूप चांगले गुण मिळवतात. फिनलँडमधील शालेय शिक्षणाबद्दल अधिक माहिती या ग्रंथामध्ये पुढे दिलेली आहे.

वर वर्णन केलेल्या पद्धतीच्या विरुद्ध पद्धतीने म्हणजेच तणावमुक्त पद्धतीने शिक्षण देण्याचा एक आगळावेगळा प्रयोग न्यू इंग्लंड हायस्कूलने केला होता. मॅसॅचुसेट्स राज्यातील निडहॅम येथील ही एक नामांकित शाळा आहे. या शाळेमध्ये एक प्राचार्य नुकतेच रुजू झाले होते. थोड्याच दिवसांत या प्राचार्यांना जाणवले, की आपल्या शाळेतील विद्यार्थी प्रचंड तणावाखाली आहेत. परिस्थितीचे गांभीर्य त्यांच्या लक्षात आले. व त्यावर उपाय शोधण्यासाठी त्यांनी एक समिती नियुक्त केली. तणाव घालवण्यासाठी योगा उपयुक्त आहे व हायस्कूलमधील सर्व विद्यार्थ्यांनी योगा केला पाहिजे असे या समितीने सुचवले. विद्यार्थ्यांचा तणाव कमी करण्याच्या अनुषंगाने या नवीन मुख्याध्यापकांनी आणखी दोन धाडसी निर्णय घेतले. एक म्हणजे स्थानिक वर्तमानपत्रांमध्ये छापली जाणारी गुणवत्ता यादी यापुढे न छापण्याचा निर्णय घेतला गेला. आणि दुसरे म्हणजे मुलांचा होमवर्क कमी केला. अर्थात, हे दोन्ही निर्णय पालकांना आवडले नाहीत. त्यांना या मुख्याध्यापकांचा राग आला. परिणामतः सदर मुख्याध्यापकांना एका वर्षाच्या आत येथील नोकरी सोडून जावे लागले.[१७] विद्यार्थ्यांची शारीरिक आणि मानसिक जडणघडण करण्यासाठी उपयुक्त ठरणारी योगाची प्रथा शाळेत सुरू करणाऱ्या मुख्याध्यापकांना जरी शाळा सोडून जावे लागले, तरी पुढे चार वर्षांनंतरही या शाळेमध्ये योगाचे वर्ग सुरूच होते. विशेष म्हणजे तेथील शिक्षकांनीच योगाचा उपक्रम सुरू ठेवला होता. मुलांचा तणाव घालवणे, काटकता वाढवणे तसेच त्यांची रोगप्रतिकारक क्षमता वाढवण्यासाठी सदर शाळेने योगा सुरू ठेवला होता. तसेच होमवर्कचे प्रमाण कमी करून केवळ सुट्ट्यांमध्येच होमवर्क दिले जाऊ लागले होते. स्थानिक वर्तमानपत्रात गुणवत्ता यादी छापण्याचे बंद करण्यात आले होते. त्याऐवजी गुणवान विद्यार्थ्यांच्या कामगिरीबद्दल पालकांना प्राचार्यांतर्फे पत्राद्वारे कळवले जाऊ लागले होते. अशा प्रकारे या शाळेतील विद्यार्थ्यांना तणावरहित पद्धतीने शिकणे शक्य झाले होते. परंतु याउलट अशाही काही शाळा होत्या की, जेथील विद्यार्थ्यांना वाटायचे की शाळेतील प्रत्येक तासाला आपण असे काहीतरी केले पाहिजे, असे काहीतरी शिकले पाहिजे की ज्याचा कॉलेजच्या प्रवेश अर्जामध्ये तसेच नोकरीच्या अर्जामध्येही उल्लेख करता आला पाहिजे. अन्य कोणत्याही कामामध्ये शाळेतील वेळ वाया जाता कामा नये असे या विद्यार्थ्यांना वाटायचे. त्यामुळे हे विद्यार्थी अभ्यासाव्यतिरिक्त दुसऱ्या कशाकडेही लक्ष देत नसत. अगदी मधल्या सुट्टीतील स्वतःच्या जेवणाकडेही हे विद्यार्थी दुर्लक्ष करत असत. असे

होऊ नये म्हणून या शाळांना जेवणाचा तास अनिवार्य करावा लागला होता.[१८] 'येथे मौज मरणासाठी येते' असे लेबल पूर्वी केवळ शिकॅगो विद्यापीठांसारख्या काही शैक्षणिक संस्थांना लावले जायचे. कारण या संस्था इतर कोणत्याही बाबींपेक्षा केवळ अभ्यासाला महत्त्व देत असत. आता आपण हे लेबल अमेरिकेतील अनेक नामांकित हायस्कूललाही लावू शकतो. कारण आता अनेक नामांकित शाळांमध्ये अभ्यास-एके-अभ्यास असाच मंत्र अवलंबिला जातो.

विद्यार्थ्यांना अभ्यासाचा तणाव आहे. आणि त्यांचा तणाव बघून महाविद्यालयातील प्रवेश विभागाचे अधिकारी आणि प्रवेश सल्लागार यांनाही तणाव येताना दिसत आहे. हारवर्ड हे अमेरिकेतील सर्वांत जुने विद्यापीठ आहे. येथील विद्यार्थ्यांना मोठ्या प्रमाणावर उच्च पदावरील नोकऱ्या मिळतात. अशा या नामांकित विद्यापीठाच्या प्रवेश विभागात काम करण्याचा तीस वर्षांचा प्रदीर्घ अनुभव असणाऱ्या एका अधिकाऱ्यांच्या मतानुसार आजचे विद्यार्थी मिलिटरीमध्ये अत्यंत परिश्रमाचे दीर्घकाळ प्रशिक्षण घेऊन आलेल्या प्रशिक्षणार्थीसारखे थकलेले, कंटाळलेले आणि गोंधळलेले दिसतात. हे सर्व जाणून या अधिकाऱ्याने असा इशारा दिला, की सध्याच्या परिस्थितीत बदल झाला नाही, तर यापैकी बरेच विद्यार्थी आपण गमावणार आहोत. या अधिकाऱ्याने पुढे असेही सांगितले, की अधिकाधिक गुण मिळवण्याच्या हव्यासामुळे विद्यार्थ्यांना तणाव तर येतोच शिवाय यामुळे आपल्या कौटुंबिक जीवनातील एकता, आपुलकी आणि जिव्हाळाही नष्ट होत आहे.[१९] खरे तर न गोंधळलेला, तणावरहित, सक्षम विद्यार्थी आणि वाचक घडवण्यासाठी अनेक मार्ग उपलब्ध आहेत. या पुस्तकामध्ये अशा मार्गांची चर्चा केलेली आहे.

मुलांचा अभ्यास आणि वाचन याबाबत विचार करणारे पालकांचे अनेक प्रकार आढळतात. काही पालकांना वाटते, की सतत अभ्यास केल्यावरच मुले यशस्वी होतात. म्हणून असे पालक आपल्या मुलांवर अभ्यासासाठी सतत दवाब आणत असतात. याउलट काही पालक मुलांचा अभ्यास आणि वाचन याबाबत अजिबात विचार करत नाहीत व तणावही घेत नाहीत. हे पालक आपल्या मुलांनांही अभ्यासाबाबत कसलाही तणाव देत नाहीत. कारण या पालकांच्या मतानुसार मुलांचे शिक्षण ही शिक्षकांची जबाबदारी आहे. या दुसऱ्या प्रकारच्या पालकांची संख्या पहिल्या प्रकारच्या पालकांपेक्षा खूप मोठी आहे. मुलांचे शिक्षण, अभ्यास आणि वाचन ही शिक्षकांची जबाबदारी आहे असे समजणाऱ्या पालकांच्या मानसिकतेमुळे मुलांच्या शिक्षणविषयक समस्या निर्माण होतात. एवढेच नाही, तर त्यामध्ये वाढही होते.

मुलांचे शिक्षण आणि अभ्यासाबाबत चिंता करणाऱ्या, त्यासाठी मुलांना तणाव

देणाऱ्या तसेच स्वत: तणाव घेणाऱ्या आणि मुलांचा अभ्यास ही शिक्षकांची जबाबदारी आहे असे मानणाऱ्या पालकांना मुलांचा अभ्यास आणि वाचनाबाबत अनेक प्रश्न पडतात. मुलांच्या वाचनाच्या बाबतीत पालकांशिवाय शिक्षणतज्ज्ञांनाही अनेक समस्या भेडसावत असतात. पालक आणि शिक्षणतज्ज्ञ या दोनही घटकांनी मुलांच्या वाचनाच्या अनुषंगाने आतापर्यंत मला अनेक प्रश्न विचारले आहेत. या प्रश्नांची उत्तरे देण्याच्या निमित्ताने पुस्तकाच्या यापुढील भागातील चर्चा प्रश्नोतराच्या स्वरूपात केलेली आहे. उदाहरणार्थ, वाचनासाठी कधीही मुलांच्या मागे न लागणाऱ्या पालकांचा खालील प्रश्न पहा:

वाचून दाखवणे ही पालकांची जबाबदारी आहे असे तुम्हाला सुचवायचे आहे का? मला वाटते ती शाळेची जबाबदारी आहे.

लहान मुले प्रौढांच्या वर्तनाचे अवलोकन करतात आणि त्यांच्याप्रमाणेच वागण्याचा प्रयत्न करतात. कसे ते पहा: बियान्सा कॉटन ही एक लहान मुलगी. ती मला २००२ मध्ये भेटली. या वर्षी माझा नातू टायलर याला बालवाडीच्या वर्गात प्रवेश घेतला होता. बालवाडीत शिकणाऱ्या मुलांच्या पालकांचा परस्पर परिचय व्हावा तसेच या वर्गातील मुले सर्व पालकांना माहीत व्हावीत या उद्देशाने शाळेने पहिल्या दिवशी मुलांच्या पालकांनाही शाळेच्या पहिल्या तासाला बोलवले होते. परस्पर परिचयाच्या या कार्यक्रमादरम्यान मी टायलरचे आणि त्याच्या नवीन मित्रांचे फोटो काढण्यात मग्न होतो. तेवढ्यात माझ्यामागे उभे असलेल्या काही पालकांची अत्यंत गंभीर चर्चा कानावर पडल्यामुळे मी मागे वळून पाहिले. तेथे बियान्सा उभी होती. ती खेळण्यातील फोनवर संभाषण करण्याचा अभिनय करत होती. व त्याचबरोबर खेळण्यातील स्टोव्हवर स्वंयपाक करण्याचाही अभिनय करत होती. या पानावर दिलेल्या बियान्साच्या फोटोवरून तुमच्या लक्षात येईल की, बियान्सा स्वंयपाक करण्याचे आणि संभाषण करण्याचे नाटक एकाच वेळेस तंतोतंत वठवत होती. विशेष म्हणजे या दोन्ही कृती ती एकाच वेळेस किती सहजपणे करू शकते हे तिच्या हावभावावरून आणि शारीरिक हलचालींवरून लक्षात येत होते.

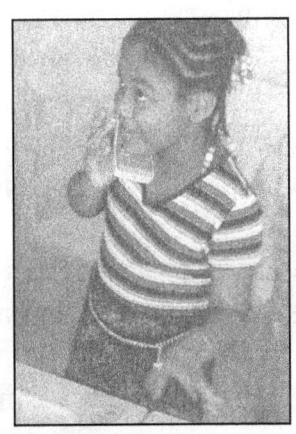

बियान्सा कॉटन

बालवाडीत आणि प्राथमिक शाळेत शिकणारे प्रत्येक मूल हे स्पंजप्रमाणे असते. स्पंज जसा सभोवतालचे पाणी शोषून घेतो, त्याचप्रमाणे लहान मुलेसुद्धा त्यांच्या

सभोवतालच्या लोकांच्या वर्तनाचे अवलोकन करत असतात आणि त्याचा अंगिकारही करत असतात. याचे उदाहरण आहे बियान्सा. जर बियान्साने एखाद्या वडीलधाऱ्या व्यक्तिला स्वंयपाक करताकरता फोनवर बोलताना कधीच पाहिलेले नसते, तर बालवाडीच्या वर्गात खोटा-खोटा स्वंयपाक करताना तिने खोटा-खोटा फोन हातात घेऊन संभाषण करण्याचे नाटक केलेच नसते.

बियान्सासारखेच आणखी एक उदाहरण पहा. *विकली रीडर* हे अमेरिकेतील विद्यार्थ्यांसाठीचे एक राष्ट्रीय नियतकालिक आहे. अमेरिकेच्या राष्ट्रपतीपदाची निवडणूक कोण जिंकेल याबाबत हे नियतकालिक विद्यार्थ्यांचे मतदानपूर्व सर्वेक्षण करत असे. व त्यावरून निवडणूक निकालाबाबत अंदाज वर्तवत असे. १९५६ पासून ते आतापर्यंत *विकली रीडर*एवढे अचूक अंदाज इतर कोणत्याही वर्तमानपत्राने, किंवा न्यूज चॅनलने वर्तवलेले नाहीत. दर चार वर्षांनी अडीच लाख मुले गेली पन्नास वर्षे *विकली रीडर*ने आयोजित केलेल्या अमेरिकन राष्ट्रपतीपदाच्या मतदानपूर्व सर्वेक्षणात भाग घेत आहेत. आश्चर्याची बाब ही आहे की, मुलांनी या नियतकालिकात व्यक्त केलेल्या एकूण १४ पैकी १३ निवडणुकांचे अंदाज अगदी अचूक ठरले आहेत.[२०] स्पंजप्रमाणे येथेसुद्धा ही मुले आपल्या पालकांची मूल्ये आणि विचार स्वंयपाकघर, मोटर कार, वा बैठकीच्या खोलीत ऐकत होती आणि अंगिकारत होती. आणि हेच विचार त्यांनी *विकली रीडर*च्या सर्वेक्षणात व्यक्त केले होते.

लहान मुलांवर पालकांचा की शिक्षकांचा अधिक प्रभाव पडतो याबाबतचे गणित खूप सोपे आहे: कोणतेही मूल वर्षाला ९०० तास शाळेत असते व ७८०० तास शाळेच्या बाहेर असते. म्हणजेच पालकांसोबत असते. मग तुम्ही विचार करा, मुलांवर पालकांचा की शिक्षकांचा अधिक प्रभाव पडेल? मुलांच्या वर्तनात बदल होण्यासाठी शाळेत जास्त वेळ उपलब्ध आहे की घरी? या गणिताचे महत्त्व विचारात घेऊनच ९०० आणि ७८०० या संख्यांचा या ग्रंथामध्ये मी पुन्हापुन्हा उल्लेख करणार आहे.

गेली२२ वर्षे *वॉशिंग्टन पोस्ट* या वर्तमानपत्रामध्ये शिक्षणविषयक सदर लिहणारे जे. मॅथ्यूज सांगतात की, मुलांनी अभ्यासासाठी दिलेला वेळ आणि त्यांची शैक्षणिक प्रगती यामध्ये सकारात्मक सहसंबंध आहे.[२१] दुसऱ्या शब्दात सांगायचे, तर मुले अभ्यासासाठी जेवढा जास्त वेळ देतील, तेवढी त्यांची शैक्षणिक कामगिरी अधिक सुधारेल. मीसुद्धा हीच गोष्ट गेली अनेक वर्षे सांगत आहे. विद्यार्थ्याने अभ्यासासाठी दिलेला वेळ आणि त्याची शैक्षणिक प्रगती यांचा सकारात्मक संबंध विचारात घेता एकतर शाळेची वेळ वाढवली पाहिजे किंवा घरच्या ७८०० तासांचा सदुपयोग तरी केला पाहिजे. यापैकी शाळेची वेळ वाढवण्याचा पर्याय व्यावहारिक नसून तो खूप खर्चीक

ठरू शकतो. म्हणून घरच्या ७८०० तासांचा सदुपयोग करणे हाच पर्याय अधिक योग्य ठरेल. केआयपीपी शार्टर स्कूल्समध्ये या दुसऱ्या पर्यायाचे अवलंबन केलेले आढळते.[२२]

रोनाल्ड एफ. फर्ग्युसन हे कृष्णवर्णीय विद्वान हरर्वड विद्यापीठात शिक्षक आहेत. व गेली अनेक वर्षे ते पब्लिक स्कूलमध्ये शिकणाऱ्या कृष्णवर्णीय आणि श्वेतवर्णीय विद्यार्थ्यांच्या शैक्षणिक कामगिरीचा तुलनात्मक अभ्यास करत आहेत. त्यांना या दोन प्रकारच्या विद्यार्थ्यांच्या शैक्षणिक कामगिरीमध्ये खूप फरक आढळतो. फर्ग्युसन यांच्या मतानुसार हा फरक प्रामुख्याने पालकत्वातील भिन्नतेमुळे आढळतो. पुढे फर्ग्युसन असेही म्हणतात, की हे दोन प्रकारचे पालक वर्षानुवर्षे त्यांच्या मुलांना वेगवेगळ्या पद्धतीने वाढवत आले आहेत. थोडक्यात, त्यांच्या पालकत्वामध्ये फरक आहे आणि पालकत्वातील फरक हेच या मुलांच्या शैक्षणिक कामगिरीतील फरकाचे खरे कारण आहे. हा जरी वादग्रस्त मुद्दा असला, तरी कृष्णवर्णीय आणि श्वेतवर्णीय मुलांच्या शैक्षणिक कामगिरीतील फरकाचे मूळ कारण मात्र हेच आहे. फर्ग्युसन यांच्या मतानुसार कृष्णवर्णीय पालकांना वाटते, की मुलांना शिकवणे हे शिक्षकाचे काम आहे. म्हणून ते त्यांच्या मुलांच्या शिक्षण प्रक्रियेत सहभागी होत नाहीत; त्यांच्या शिक्षणाकडे लक्ष देत नाहीत. याउलट श्वेतवर्णीय पालकांना वाटते, की त्यांच्या मुलांचे शिक्षण ही त्यांची स्वत:ची जबाबदारी आहे म्हणून ते त्यांच्या मुलांच्या शिक्षणाकडे अधिक लक्ष देतात; त्यांच्या शिक्षणामध्ये अधिक प्रमाणात सहभागी होतात; त्यांच्या शिक्षणासाठी जास्तीत जास्त सुविधाही उपलब्ध करतात.[२३]

विद्यार्थ्यांच्या एकंदरीत शैक्षणिक अपयशासाठी सहजपणे शिक्षकांना जबाबदार धरले जाते.[२४] आणि हे नेहमीच होते. परंतु वास्तव हे आहे की, विद्यार्थ्यांच्या यशाची किंवा अपयशाची बीजे ते शाळेत येण्याआधीच पेरली जातात. म्हणजे घरीच पेरली जातात. उदाहरणार्थ, एका अभ्यासकाने विद्यार्थ्यांची ग्रंथ वाचनाची आवड जाणून घेण्यासाठी बालवाडीच्या २१ वर्गातील विद्यार्थ्यांचे सर्वेक्षण केले.[२५] शिवाय या विद्यार्थ्यांच्या वाचनसवयींबाबत अधिक जाणून घेण्यासाठी त्यांच्या घरच्या परिस्थितीचाही सखोल अभ्यास केला. त्याच्या अभ्यासाचे निष्कर्ष खालील तक्त्यामध्ये दिलेले आहेत.

तक्त्यातील आकडेवारीवरून 'जसे झाड तसे सफरचंद' या म्हणीचा प्रत्यय येतो. म्हणून वेगळ्या प्रकारचे सफरचंद हवे असेल, तर झाड बदलणे आवश्यक आहे. दुसऱ्या शब्दांत सांगायचे, तर मुलांची वाचनाची आणि अभ्यासाची सवय बदलायची असेल तर पालकांना आपली वाचनाची, करमणुकीची सवय बदलली पाहिजे. तसेच मुलांना वाचनाची आवड लावण्यासाठी घरी खूप पुस्तके उपलब्ध केली पाहिजेत; मुलांना ग्रंथालयात नेले पाहिजे; आणि सर्वांत महत्त्वाचे म्हणजे त्यांना वाचून दाखवले पाहिजे.

बालवाडीत शिकणाऱ्या मुलांच्या घरचे वाचनासंबंधीचे वातावरण

घरातील वस्तू आणि उपक्रम	ग्रंथांची खूप आवड असणाऱ्या मुलांची टक्केवारी	ग्रंथांची कमी आवड असणाऱ्या मुलांची टक्केवारी
फुरसतीच्या वेळेतील आईचे उपक्रम		
टीव्ही पाहते	३९.३	६३.२
वाचन करते	७८.६	२८.१
आई वर्तमानपत्र वाचते	८०.४	६८.४
आई कथा/कादंबऱ्या वाचते	९५.२	१०.५
फुरसतीच्या वेळेतील वडिलांचे उपक्रम		
टीव्ही पाहतात	३५.१	४८.२
वाचन करतात	६०.७	१५.८
वडील वर्तमानपत्र वाचतात	९१.१	८४.२
वडील कथा/कादंबऱ्या वाचतात	६२.५	८.८
घरामध्ये खूप ग्रंथ आहेत	८०.६	३१.७
मुले ग्रंथालयाचे सदस्य आहेत	३७.५	३.४
पालक मुलांना ग्रंथालयात घेऊन जातात	९८.१	७.१
मुलांना दररोज वाचून दाखवले जाते	७६.८	१.८

संदर्भ : Morrow (1983). Home and school correlates of early interest in literature. Journal of Educational Research.

सर्वसामान्यपणे असे आढळते की, विद्यार्थ्यांच्या शैक्षणिक समस्यांबाबत राजकीय हेतूने अर्थहीन भाष्य केले जाते. तसे न करता वरील प्रकारच्या संशोधनाआधारे विद्यार्थ्यांच्या शैक्षणिक समस्या व्यवस्थितपणे समजून घेतल्या पाहिजेत. परंतु कधी-कधी अशा प्रकारच्या संशोधनाचे निष्कर्ष संबंधितांना पूर्णपणे समजत नाहीत; कंटाळवाणे वाटतात. त्यांना अशी संशोधने व्यवस्थितपणे समजावीत, त्या संशोधनाचे सद्यकालीन संदर्भ लक्षात यावेत, त्या संशोधनाला जिवंतपणा यावा, ते संशोधन अधिक अर्थपूर्ण ठरावे यासाठी मी या ग्रंथात संबंधित संशोधनाचे ठिकठिकाणी उल्लेख केले आहेत. अनेक ठिकाणी माझे स्वत:चे अनुभवही सांगितले आहेत. तसेच आवश्यक तेथे सत्यकथाही सांगितल्या आहेत.

उदाहरणार्थ, लिओनार्ड पिट्स ज्युनियर आणि त्याच्या आईची ही सत्यकथा वाचा. लिओनार्ड त्याच्या आईचे वर्णन करताना सांगतो की ''माझी आई फार शिकलेली नव्हती. ती हायस्कूलपर्यंतही शिकू शकली नव्हती. एका कृष्णवर्णीय महिलेला मिसीसिपीसारख्या मंदीग्रस्त राज्यात शिक्षण घेणं तसंही अवघड होतं. अर्थात शिकलेलं नसणं म्हणजे बुद्धिमान नसणं असं मात्र म्हणता येणार नाही.'' ''त्याची आई एक अत्यंत उत्साही वाचक होती. तिला वाचनाची प्रचंड आवड होती. आणि नवीन ज्ञान आत्मसात करण्याची तिला खूप ओढ होती.'' अशा या आईचा ४६ वर्षांचा मुलगा, की जो स्वत: एक लेखक आहे, तो २००४ मध्ये त्याच्या कॉम्प्युटरवर काय टाईप करतोय पहा:

ही १९६२ किंवा १९६३ ची गोष्ट आहे. तेव्हा आम्ही लॉस एंजेलिसच्या मध्यवर्ती भागात राहत होतो. माझी प्रेमळ आई हीच माझा श्रोता होती. मला साहसी मुलांच्या कल्पनारम्य गोष्टी वाचायला आवडायचे. जो स्वत:ला महाशक्तिशाली समजतो, ज्याला आपण हवेत उडू शकतो असे वाटते आणि ज्याच्याकडे प्रचंड ताकद आहे, अशा प्रकारच्या स्वत:ला महानायक समजणाऱ्या मुलांच्या गोष्टी मला खूप आवडायच्या. म्हणून अशा गोष्टी मी आईला ती जेथे कोठे असेल, तेथे वाचून दाखवत असे. मग ती कपड्यांना इस्त्री करत असेल किंवा स्वंयपाक करत असेल, जेथे असेल तेथे जाऊन मी तिला वाचून दाखवत असे.

मी जे काही वाचून दाखवत असे, ते त्या बिचारीला घरात जिकडे-तिकडे सतत ऐकावे लागत असे. त्यामुळे अशी एक वेळ आली की, माझ्यासारख्या चष्मिश मुलाला वाचायला शिकवल्याबद्दल ती बिचारी मनातल्या मनात दु:ख करायला लागली. मला मात्र तिने तसे कधीच जाणवू दिले नाही. उलट कधी मान डोलावून तर कधी हुंकार देऊन ती माझ्या वाचण्याला जेथे असेल तेथे प्रतिसाद देत असे. आणि गोष्ट वाचून झाल्यानंतरच ती मला माझी रूम व्यवस्थित करण्याचे किंवा जेवणासाठी हात धुण्याचे निमित्त करून तिच्यापासून दूर पाठवत असे.[२६]

कॉम्प्यूटरवर टाईप केलेल्या वरील लेखनाद्वारे लिओनार्ड पिट्स ज्युनियर त्याच्या आईचे आभार मानत होता. त्याच्या आईचे निधन होऊन आता १६ वर्षे झाली आहेत. आणि एवढ्या वर्षांनंतरही तो त्याच्या आईला सांगू इच्छितो, की वाचनासाठी तिने जे प्रोत्साहन दिले, त्याबद्दल तो तिचा किती ऋणी आहे. कारण लिओनार्डच्या आईने त्याचे वर्षातील ७८०० तास त्याला खासगी क्लासला घेऊन जाण्यामध्ये खर्च केले नव्हते तर त्याचे वाचन ऐकण्यासाठी आणि वाचण्यासाठी त्याला प्रोत्साहित करण्यासाठी या सर्व तासांचा सदुपयोग केला होता. जेमतेम आर्थिक परिस्थितीमुळे लिओनार्डची

आई त्याला व्यक्तिमत्व विकासाच्या महागड्या क्लासला पाठवू शकत नव्हती. परंतु लिओनार्ड आठ वर्षांचा असताना त्याच्या आईने त्याला खेळण्यातील एक टाईपरायटरमात्र विकत घेऊन दिला होता. आणि तो १४ वर्षांचा झाल्यावर त्याला एक जुना टाईपरायटर विकत घेऊन दिला होता. स्पायडर मॅन आणि फँटॅस्टिक फोर या कॉमिक्सच्या नवीन आवृत्या घेण्यासाठी मात्र त्याची आई त्याला आवर्जून पैसे देत असे.[२७] लिओनार्डच्या आईने त्याला लहानपणी वाचन-लेखनासाठी दिलेल्या प्रोत्साहनामुळेच पुढे तो खूप चांगला लेखक झाला. त्याला लेखनाच्या क्षेत्रातील नामांकित असे पुलिट्झर पारितोषिक मिळाले. त्याने त्याच्या आईला लिहिलेले वरील ऋणदर्शक पत्र पुलिट्झर पारितोषिक मिळाल्या दिवशी *मीयामि हेरॉल्ड* या वर्तमानपत्रात छापले आहे.

लिओनार्डच्या आईने आणि विल्यम्स् पती-पत्नीने राबवलेले वरील उपक्रम हे अमेरिकेतील शिक्षण व्यवस्थेसाठी महत्त्वाचे धडे आहेत. अमेरिकन शिक्षणातील ती महान व्यापारी गुपिते आहेत असे म्हटले तर ते वावगे ठरणार नाही. अशा या धड्यांकडे किंवा गुपितांकडे दुर्लक्ष करून केवळ परीक्षांवर लक्ष केंद्रित करणे म्हणजे कॅन्सर झालेल्या रुग्णाला डोक्यातील कोंड्यावर लक्ष केंद्रित कर असे सांगण्यासारखे आहे. 'नो चाईल्ड लेफ्ट बिहाईंड' आणि 'रेस टु द टॉप' यासारख्या उपक्रमांद्वारे अमेरिकन शासन मात्र दुर्दैवाने हीच चूक गेली अनेक वर्षे करत आहे.

मुलांच्या वाचनाला प्रोत्साहन देणारे विल्यम्स् आणि पिट्स कुटुंबीयांनी राबवलेले वरील उपक्रम खूप महाग नव्हते. कमी उत्पन्न गटातील कुटुंबाना हे उपक्रम राबवणे कठीण असले, तरी अशक्य मात्र नक्कीच नव्हते. उदाहरणार्थ, अमेरिकेतील २२,००० विद्यार्थ्यांच्या[२८] एका व्यापक सर्वेक्षणात दिसून आले, की बालवाडीतील ५२ टक्के गरीब मुलांना कमी गुण मिळालेत. परंतु गरीब कुटुंबातीलच इतर सहा टक्के मुलांनामात्र अतिशय उत्तम गुण मिळालेत असेही आढळले. गरीब कुटुंबातील सहा टक्के मुलांना मिळालेले गुण अमेरिकेतील अतिश्रीमंत मुलांना मिळालेल्या गुणांएवढेच होते. या सर्वेक्षणात असेही आढळले, की दरवर्षी उच्च पदवी प्राप्त करणाऱ्या एकूण विद्यार्थ्यांमध्ये नऊ टक्के विद्यार्थी गरीब कुटुंबातील होते.[२९] वरील आकडेवारी हेच दर्शवते की, मुलांच्या शिक्षणाच्या बाबतीत पालकांनी योग्य असे निर्णय घेतले, तर कोणत्याही आर्थिक स्तरातील मुलांना चांगले तसेच उत्तम गुण मिळवणे अशक्य नाही. म्हणून विद्यार्थ्यांच्या अपयशाला शिक्षक जबाबदार आहेत असे म्हणण्यापेक्षा पालकांनी मुलांच्या शिक्षणासंबंधी कोणते योग्य निर्णय घेतले पाहिजेत हे त्यांना कोणीतरी सांगितले पाहिजे, दाखवले पाहिजे.[३०]

अमेरिकन कुटुंबातील शैक्षणिक वातावरण आपल्याला खरेच बदलता येईल का?

मुलांच्या शिक्षणासाठी पालकांनी घरी काय करावे; काय करणे शक्य आहे आणि काय केलेच पाहिजे याबाबत आपण राष्ट्रीय पातळीवर एखादी जागरूकता मोहीम का राबवू नये? अर्थात राष्ट्राध्यक्षांच्या पत्नीने पाळणाघरांना भेट देऊन मुलांना वाचून दाखवा असे नम्रपणे आवाहन करणारी मोहीम मला अपेक्षित नसून युद्ध पातळीवर राबवली जाणारी वाचनविषयक जागरूकता मोहीम मला अपेक्षित आहे. यापूर्वी अमेरिकेने एक जागरूकता मोहीम राष्ट्रीय पातळीवर अतिशय यशस्वी करून दाखवली आहे. तर मग आता अशी मोहीम आपण पुन्हा का राबवू नये?

मी वर उल्लेख केलेली मोहीम धूम्रपानविरोधी मोहीम आहे. अमेरिकेत ही मोहीम गेली ५० वर्षे अखंडपणे राबवण्यात येत आहे. धूम्रपानाच्या दुष्परिणामांबाबत नागरिकांची साक्षरता वाढवण्यासाठी या मोहिमेमध्ये तीन घटकांवर भर देण्यात आला आहे. नागरिकांनी धूम्रपान करू नये यासाठी त्यांना (१) धूम्रपानाच्या दुष्परिणामांची माहिती दिली गेली (२) धूम्रपानामुळे होणाऱ्या भयंकर रोगांची भीती दाखवली गेली आणि (३) धूम्रपान ही किती लाजिरवाणी सवय आहे हे सांगितले गेले. धूम्रपानाचा कॅन्सरशी आणि मृत्यूशी कसा जवळचा संबंध आहे याबाबतची आकडेवारी विविध माध्यमांद्वारे नागरिकांपर्यंत पोहचवली गेली. धूम्रपान करणाऱ्यांचे मृत्युशय्येवरील कबुलीजबाब लोकांना दाखवले गेले. धूम्रपान करणाऱ्याचे चुंबन घेणे म्हणजे सिगरेटचे रक्षापात्र चाटण्याएवढी लाजिरवाणी सवय आहे असे फलकांच्या माध्यमातून लोकांना सांगितले गेले.

या मोहिमेमुळे हळूहळू धूम्रपानविरोधी सार्वजनिक मते व्यक्त होऊ लागली तसेच शासकीय धोरणेही ठरवली जाऊ लागली. धूम्रपानविरोधी मते आणि धोरणे विचारात घेऊन घरी तसेच सार्वजनिक ठिकाणी धूम्रपान करण्याला प्रतिबंध करणारे कायदे तयार केले गेले. व या कायद्यांआधारे दोषींवर खटलेही दाखल केले गेले. गेली पन्नास वर्षे ही मोहीम अमेरिकेत राबवण्यात येत आहे. आता या मोहिमेचे सकारात्मक परिणाम दिसत असून अमेरिकेतील धूम्रपान करणाऱ्या नागरिकांचे प्रमाण २३ टक्क्यांपेक्षाही कमी झाले आहे. अशा प्रकारे या मोहिमेमुळे वैद्यकीय खर्चावरील कोट्यवधी डॉलर्स वाचले आहेत आणि अनेक नागरिकांचे जीवही वाचले आहेत.

वरील उदाहरणावरून दिसून येते, की निश्चय केला तर आपण देशातील नागरिकांच्या घातक सवयी बदलू शकतो. या उदाहरणापासून प्रेरणा घेऊन अमेरिकेतील नागरिकांच्या पालकत्वाविषयीच्या सवयीही बदलू शकतो. अर्थात या सवयी आपल्याला एका वर्षात वा एका राष्ट्रपतीच्या कार्यकाळात बदलणे शक्य होणार नाही. परंतु काही

दशकांच्या प्रयत्नानेमात्र आपण नागरिकांच्या पालकत्वाविषयीच्या सवयी निश्चितपणे बदलू शकतो. वेगवेगळ्या व्यक्तींवर बदलाच्या वेगवेगळ्या प्रेरकांचा परिणाम होतो. कोणत्यातरी एकाच प्रेरकामुळे सर्वच व्यक्तींमध्ये बदल होत नाही. ज्याप्रमाणे विशिष्ट एका आकाराचे कपडे कुटुंबातील सर्व सदस्यांना योग्य बसत नाहीत, त्याचप्रमाणे नागरिकांच्या पालकत्वाविषयीच्या सवयी बदलण्यासाठी कोणतातरी एकच उपाय योग्य ठरत नाही. धूम्रपानविरोधी मोहिमेमध्ये जसा तीन कलमी उपक्रम राबवला गेला, तसा बहुप्रेरणात्मक उपक्रम राबवला तरच पालकांच्या पालकत्वाविषयीच्या सवयी बदलणे शक्य आहे. यासाठी सुरुवातीला पालकांना मुलांच्या वाचनाबाबतची आकडेवारी देणे उपयुक्त ठरेल. ही आकडेवारी तुम्हाला या पुस्तकामध्ये आढळेल. या उपक्रमाद्वारे पालकांना माहिती देणे शक्य होईल. मोहिमेतील यानंतरचा उपक्रम म्हणजे मुलांच्या वाचनाबाबत पालकांनी योग्य काळजी घेतली नाही, तर त्यांच्या मुलांचे आणि नातवंडांचे कशा प्रकारचे आणि किती नुकसान होईल याबाबत पालकांना माहिती देणे. मोहिमेतील या उपक्रमाद्वारे पालकांना भीती दाखवणे शक्य होईल. आणि शेवटचा उपक्रम म्हणजे धूम्रपान करणाऱ्यांना जसे लज्जित केले गेले, तसेच मुलांच्या वाचनाची काळजी न घेणाऱ्या कुटुंबांना लज्जित करणारे उपक्रम राबवणे योग्य ठरेल.

आपल्या मुलांच्या वाचनाची योग्य काळजी न घेतल्याबद्दल पालकांना सार्वजनिकरीत्या लज्जित करावे, असे मला म्हणायचे नाही. परंतु अशी काळजी न घेतल्याबद्दल पालकांना व्यक्तिगतरीत्या समज देणे योग्य ठरेल असे मला सांगायचे आहे. आपल्या मुलांसमोर धूम्रपान करणाऱ्या पालकांना नाही का आपण समज दिली? मद्यपान करून वाहन चालवणाऱ्या ड्रायव्हरला नाही का आपण शिक्षा दिली? आपली मुले रात्री १० वाजेर्यंत कोठे आहेत हे माहीत नसणाऱ्या पालकांना नाही का आपण खडसावले? दुर्दैवाने मुलांचे तुटपुंजे वाचन आणि त्यांचे अभ्यासातील अपयश यासाठी राज्यकर्ते पालकांना जबाबदार धरायला तयार नाहीत. कारण तसे केले, तर पालक त्यांना मते देणार नाहीत अशी त्यांना भीती वाटते. आणि तुम्हाला कल्पना आहे, की शिक्षकांपेक्षा पालकांच्या मतांची संख्या खूप मोठी आहे. म्हणून तर मुलांच्या वाचनक्षमतेतील त्रुटीबद्दल राज्यकर्ते पालकांपेक्षा शिक्षकांना जबाबदार धरतात. अशा प्रकारचे स्वार्थी विचार बदलण्यासाठी खूप वेळ लागतो.

मुलांच्या वाचनाबाबत कुटुंबाचे विचार बदलण्यासाठी काय करणे शक्य आहे याचे एक छोटे उदाहरण पाहू या. गेल्या तीन दशकांपासून अमेरिकन सरकार शालेय शिक्षणातील सुधारणांच्या आवश्यकतेचे तुणतुणे वाजवत आहे. परंतु मुलांच्या शैक्षणिक विकासासाठी, त्याचे वाचन सुधारण्यासाठी पालकांनी काय केले पाहिजे हे मात्र पालकांना

कोणीच सांगत नव्हते. म्हणून मी ते सांगायचे ठरवले. यासाठी मी एक छोटा प्रयत्न केला. पालकांनी मुलांना वाचून दाखवण्याबाबत मी जी व्याख्याने दिली आहेत आणि जे लेखन केले आहे, त्यातील काही माहिती एकत्र करून मी एक माहितीपत्रक तयार केले. तीन रकाने असलेले कृष्णधवल स्वरूपातील एका पानाचे हे माहितीपत्रक मी पीडीएफ स्वरूपात माझ्या वेबसाईटवर उपलब्ध केले. शाळा तसेच ग्रंथालये हे माहितीपत्रक पालकांसाठी मोफत डाउनलोड करू शकतात व त्याची प्रिंटही काढू शकतात असे मी माझ्या होमपेजवर लिहिले. बस! एवढेच केले. कसलीही जाहिरात केली नाही. प्रचार केला नाही. प्रकाशकांच्या वेबसाईटवर लिंक दिली नाही. केवळ एक संक्षिप्त माहितीपत्रक मी शाळांना आणि ग्रंथालयांना उपलब्ध केले. मुलांच्या वाचनाच्या समस्येवर उपाय शोधणाऱ्या पालकांना, शाळांना आणि ग्रंथालयांना हे माहितीपत्रक उपलब्ध करावे हा माझा उद्देश होता.

हे माहितीपत्रक कोण डाऊनलोड करत आहे; वापरत आहे हे जाणून घेण्यासाठीमात्र मी उत्सुक होतो. म्हणून हे माहितीपत्रक डाउनलोड करण्याऱ्या शाळेने/ग्रंथालयाने परवानगी मागणारे केवळ एक विनंतीपत्र ई-मेलने माझ्याकडे पाठवावे असे मी माझ्या वेबसाईटवर लिहिले होते. मी येथे आनंदाने सांगू इच्छितो, की तीन वर्षांमध्ये सुमारे दोन हजार शाळांनी मला विनंती करून हे माहितीपत्रक डाउनलोड केले. माहितीपत्रक डाउनलोड करणाऱ्या बहुतांश शाळा अमेरिकन असल्या, तरी जगातील इतर देशांमध्येही हे माहितीपत्रक डाउनलोड केले गेले. अमेरिकेतील लहान गावांपासून ते मोठ्या शहरातील शाळांकडून हे माहितीपत्रक डाउनलोड केले गेले. त्याचप्रमाणे मध्यपूर्वेकडील देश, भारत, कोरिया, जपान, एवढेच नाही तर कझाकस्तान या देशातील शाळांनीही हे माहितीपत्रक डाउनलोड करण्यासाठी मला ई-मेल पाठवले. मुलांचा अभ्यास सुधारण्यासाठी पालकांना काय मदत करता येईल हे शोधत असताना तुमचे माहितीपत्रक अपघाताने इंटरनेटवर सापडले असे मला अनेक ग्रंथपालांनी, मुख्याध्यापकांनी आणि शिक्षकांनी कळवले. याचा अर्थ असा आहे की, मुलांना मदत करण्याविषयी पालकांना मार्गदर्शन हवे असते. म्हणून मुलांमध्ये शैक्षणिक सुधारणा घडवून आणण्यासाठी प्रयत्न, पैसे आणि प्रचार याद्वारे पालकांना कशा प्रकारे मार्गदर्शन करता येईल याचा विचार करा. मुलांच्या शैक्षणिक सुधारणांसाठी पालकांना आणि कुटुंबाना मदत करणे आवश्यक आहे असे वाटल्यावर शासन त्याच्याकडील उपक्रमांद्वारे आणि आर्थिक पाठबळाद्वारे काय करू शकते याची कल्पना करा. कारण शासनाकडे मोठी यंत्रणा असते तसेच आर्थिक साधनेही असतात. एवढेच नाही, तर सुपरबॉल किंवा अमेरिकन आयडॉल या स्पर्धांचा आपण जेवढ्या उत्साहाने प्रचार करतो, तेवढ्याच उत्साहाने पालकत्वाच्या शिक्षणाचाही प्रचार केला, तर ते किती उपयुक्त ठरेल याबाबतही आवश्य विचार करा.

माझ्या लहान मुलाला वाचायला शिकवण्यासाठी हे पुस्तक उपयुक्त ठरेल का?

मुलांना वाचनाचे तंत्र शिकवणे हा या पुस्तकाचा हेतू नाही. मुलांमध्ये वाचनाची इच्छा कशी निर्माण करावी याबाबतचे हे पुस्तक आहे. आपण मुलांना जे शिकण्याची सक्ती करतो, त्यापेक्षा ज्यावर आपण मुलांना प्रेम करायला शिकवतो, ज्याची स्वप्ने पाहायला शिकवतो, ज्याची अपेक्षा करायला शिकवतो ते मुलांना अधिक आवडते; ते त्यांच्या अधिक लक्षात राहते अशा अर्थाची एक प्रसिद्ध पारंपरिक म्हण आहे. मुलांच्या वाचनाबाबत एक सत्य हे आहे की, काही मुले इतरांपेक्षा लवकर वाचायला शिकतात. तर काही इतरांपेक्षा चांगल्या पद्धतीने वाचन करतात. लवकर वाचायला शिकणे आणि चांगल्या पद्धतीने वाचन करणे या दोन वेगवेगळ्या गोष्टी आहेत. फ्लॅशकार्डकडे पाहून आरडाओरडा करत असलेल्या अठरा महिन्याच्या बालकाच्या पालकांना वाटते, की आपले मूल जेवढ्या लवकर वाचायला शिकेल तेवढे चांगले. परंतु मला सांगायचे आहे की हे चांगले नाही. जेवणासाठी ठरलेल्या वेळी येणारे पाहुणे चांगले की एक तास आधीच पोहोचणारे पाहुणे चांगले?

मुलांनी खूप लवकर वाचायला शिकणे चांगले नसले, तरी जी मुले विनाकारण उशिरा वाचायला शिकतात आणि पुढे वर्षानुवर्षे पुस्तकांशी यातनामय संघर्ष करत राहतात अशा मुलांचीमात्र मला काळजी वाटते आणि वाईटही वाटते. कारण उशिरा वाचायला शिकणाऱ्या विद्यार्थ्याला शाळेत शिकवलेले बहुतांश विषय समजत नाहीत. आणि दुसरी गोष्ट म्हणजे, अशा विद्यार्थ्याला वाचन ही एक खूप त्रासदायक प्रक्रिया आहे असे वाटते. व त्याची ही भावना जन्मभर त्याच्या मनात राहते. आपल्या पाल्याला वाचन त्रासदायक वाटू नये यासाठी पालकांनी करावयाचे प्रतिबंधात्मक उपाय या पुस्तकात सांगितले आहेत. अशा प्रतिबंधात्मक उपायांबाबतची काही उदाहरणे या पुस्तकात याआधीच तुम्ही वाचली आहेत. आणखी खूप उदाहरणे तुम्हाला या पुस्तकात पुढे वाचायला मिळणार आहेत.

सहा ते सात वर्षाचे होईपर्यंत मुलांनी स्वत: वाचले नाही, तरी काही बिघडत नाही. त्यासाठी त्याला घाई करू नये. नैसर्गिक विकास प्रक्रिया विचारात घेतली, तर मुलांनी स्वत: वाचायला सुरुवात करण्याचे सहा ते सात वर्षे हे योग्य वय आहे. अर्थात एखादे मूल नैसर्गिकपणे लवकर वाचायला लागले, तर ती बाब चांगलीच म्हणता येईल. (अशा मुलाच्या घरचे वातावरण कसे असते हे पान क्रमांक ४७ वर सांगितले आहे.) स्वत: वाचण्यासाठी मुलांचे सहा–सात वर्ष हेच वय योग्य आहे अशी फिनलँडच्या शासनाची तर खातरीच आहे. म्हणून मुले सात वर्षांची होईपर्यंत त्यांना वाचन शिकवण्याची फिनलँडमध्ये मनाई आहे. त्यांच्या या निर्णयामुळेच मुलांच्या

वाचनक्षमतेमध्ये फिनलँड जगामध्ये प्रथम क्रमांकावर आहे. याबाबत अधिक माहिती पहिल्या प्रकरणात दिली आहे. लहानपणापासूनच मुलांना वाचनाची गोडी लागली, तर मुले त्यांच्या महाविद्यालयीन शिक्षणानंतरही दीर्घ काळ वाचत राहतील; आजन्म वाचत राहतील. म्हणून मुलांमध्ये लहानपणापासूनच वाचनाचे प्रेम निर्माण करणे गरजेचे आहे. मुलांमध्ये लहानपणापासून वाचनाचे प्रेम कसे निर्माण करावे याबाबतचे हे पुस्तक आहे. पालकांच्या इच्छेखातर परीक्षेत चांगले गुण मिळवण्यासाठी वाचू इच्छिणाऱ्या मुलांसाठी हे पुस्तक नाही. तसेच केवळ पदवी मिळवण्यासाठी वाचू इच्छिणाऱ्या मुलांसाठीही हे पुस्तक नाही.

ही आवृत्ती पूर्वीच्या आवृत्त्यांपेक्षा कशी वेगळी आहे?

इतर सर्वच क्षेत्रांप्रमाणे वाचनाच्या आणि शिक्षणाच्या क्षेत्रातसुद्धा सतत नवीन संशोधन होत असते, नवीन माहिती समोर येत असते. अशा संशोधनाचा आणि माहितीचा मी माझ्या प्रत्येक नवीन आवृत्तीत समावेश करत असतो. त्यामुळे माझ्या प्रत्येक नवीन आवृत्तीतील आशय ४० टक्क्यांनी बदलतो. उदाहरणार्थ, या आवृतीमध्ये मी बाबागाडीचे उदाहरण समाविष्ट केले आहे– बाबागाडीतील मुलाचा चेहरा ती गाडी घेऊन जाणाऱ्या व्यक्तिकडे आहे की विरुद्ध दिशेला आहे याचा गाडीतील मुलाच्या भाषिक विकासावर काही परिणाम होतो का? याचे उत्तर आपण पुढे पाहणार आहोत. शिवाय मला माझ्या व्याख्यानांच्या दौऱ्यादरम्यान आलेले नवीन अनुभव, ऐकलेले गमतीदार किस्से आणि गोष्टी या आवृत्तीमध्ये समाविष्ट केल्या आहेत. उदाहरणार्थ, ज्या ग्रंथमालेला शाळेने बंदी घालावी अशी पालक मागणी करत होते, त्याच ग्रंथमालेतील सहाशे ग्रंथ दुसरीत शिकणाऱ्या विद्यार्थ्यांनी वर्गातून विनापरवाना नेले होते. दुसऱ्या इयत्तेच्या विद्यार्थ्यांना शिकवणाऱ्या शिक्षकाने सांगितलेला हा किस्सा मी या आवृत्तीत समाविष्ट केला आहे. आतापर्यंत हे पुस्तक ज्यांनी खरेदी केले आहे, त्यातील निम्मे लोक पालक आहेत. राहिलेल्या निम्म्या खरेदीदारांमध्ये शालेय शिक्षक आणि ग्रंथपालांचा समावेश आहे. विशेष म्हणजे विद्यापीठातील महत्त्वाकांक्षी प्राध्यापकांनीही हे पुस्तक खरेदी केले आहे. या पुस्तकात चर्चिलेल्या उदाहरणांबाबत अधिक माहिती मिळवता यावी म्हणून ठिकठिकाणी संदर्भ दिलेले आहेत. हे संदर्भ वापरायचे किंवा नाही हे तुम्ही ठरवू शकता. परंतु मी मांडलेले सर्व मुद्दे संशोधनावर आधारित आहेत; ते कसलाही विचार न करता मांडलेले नाहीत ही बाब मात्र कृपया लक्षात घ्या.

तुम्ही हे पुस्तक पहिल्यांदाच खरेदी केले असेल, तर मला तुम्हाला सांगायला आनंद होत आहे की, ही आवृत्ती म्हणजे एका पुस्तकात दोन पुस्तके आहेत असे म्हणता

येईल. पुस्तक वाचून दाखवण्याच्या प्रक्रियेचे समर्थन करणारे अनेक पुरावे या पुस्तकाच्या सुरुवातीच्या भागात दिलेले आहेत. मुलांमध्ये वाचनाची आवड निर्माण करण्यासाठी उपयुक्त ठरणारे अनेक मार्ग या भागामध्ये स्पष्ट केले आहेत. तसेच आजीवन किंवा कायम स्वरूपाचा वाचक घडवण्यासाठी ज्या पद्धती आणि मार्ग उपलब्ध आहेत, त्यांचीही माहिती पुस्तकाच्या याच भागात दिली आहे. पुस्तकामध्ये समाविष्ट असलेल्या दुसऱ्या भागाचे नाव 'वाचून दाखवण्यासाठी उपयुक्त पुस्तकांची यादी' असे आहे. नुकत्याच वाचायला लागलेल्या वाचकासाठी उपयुक्त ठरतील अशा पुस्तकांची यादी या भागामध्ये दिलेली आहे. या भागामध्ये चित्रांची, गोष्टीची छोटी आणि मोठी पुस्तके तसेच बालगीतांच्या पुस्तकांचा आणि कथासंग्रहांचा समावेश आहे. दैनंदिन कार्यांमध्ये व्यग्र असलेल्या पालकांना आणि शिक्षकांना वाचून दाखवण्यासाठी ग्रंथ निवडण्यामध्ये मदत व्हावी या हेतूने हा खजिना उपलब्ध केला आहे. ज्या पालकांना आपल्या मुलांना पुस्तके वाचून दाखवण्याची इच्छा आहे, त्यांनी खरे तर बालसाहित्यासंबंधीचा एखादा पदविका अभ्यासक्रम पूर्ण केला पाहिजे. परंतु ज्या पालकांना त्यांच्या व्यग्रतेमुळे असा एखादा अभ्यासक्रम पूर्ण करणे शक्य नाही, त्यांच्यासाठी उपयुक्त ग्रंथाचा खजिना यादी रूपाने या पुस्तकाच्या शेवटच्या भागामध्ये उपलब्ध केला आहे.

स्वयंवाचन, हा वाचून दाखवण्यापेक्षाही अधिक व्यापक विषय आहे आणि मला या विषयामध्ये अधिक रस आहे. म्हणून मी स्वयंवाचन या विषयावर एक स्वतंत्र प्रकरण या पुस्तकात समाविष्ट केले आहे. स्वयंवाचन ही संकल्पना वाचून दाखवणे या संकल्पनेची भागीदार आहे असे म्हणता येईल. स्वयंवाचन आणि वाचून दाखवणे ही दोन जुळी भावंडे आहेत असेही म्हणता येईल. एक अनुभव असा आहे की, ज्या देशांमध्ये आणि राज्यांमध्ये बेसबॉल खेळण्यासाठी जास्त सुविधा आणि संधी उपलब्ध असतात, त्या देशातून आणि राज्यातून बेसबॉलचे जास्तीत जास्त खेळाडू तयार होत असतात. त्याचप्रमाणे ज्या मुलांना जास्तीत जास्त मुद्रित वाचनसाहित्य उपलब्ध असते, त्या मुलांचे वाचण्याचे प्रमाण अधिक असते असे संशोधनाअंती आढळले आहे. मुद्रित वाचनसाहित्याचे एक स्वतंत्र विश्व आहे. या विश्वाची उकल प्रकरण सहामध्ये केली आहे. आजच्या काळात तुम्ही नवीन तंत्रज्ञानाच्या संदर्भाशिवाय पुस्तकांबाबत अर्थपूर्ण भाष्य करू शकत नाही. ई-बुक्स पारंपरिक ग्रंथाची जागा घेतील का? इलेक्ट्रॉनिक वाचन उपकरणांचा मुलांच्या वाचनसवयींवर चांगला की वाईट परिणाम होत आहे? यासारखे प्रश्न तंत्रज्ञानाच्या आगमनामुळे निर्माण झाले आहेत. अशा प्रश्नांची चर्चा प्रकरण सातमध्ये केली आहे. एक पारंपरिक शालेय ग्रंथालय पूर्णपणे डिजिटल माध्यमामध्ये रूपांतरित करण्यात आले. या शालेय ग्रंथालयाला आपण प्रकरण सातमध्ये भेटणार

आहोत. अजूनही लहान मुले खूप वेळ टीव्ही पाहतात. याचा मुलांच्या मेंदूवर काय परिणाम होतो याबाबत आठव्या प्रकरणात चर्चा केली आहे.

हे पुस्तक एखाद्या प्राध्यापकाने लिहिण्याऐवजी एका पालकाने का लिहिले आहे?

माझे काही जिवलग मित्र प्राध्यापक आहेत. प्राध्यापक असल्यामुळे खरे तर ते कोणतेही कार्य उत्कृष्टपणे करू शकतात. मग हे पुस्तक त्यांनी का नाही लिहिले हे तुम्ही त्यांना विचारू शकता. परंतु हे पुस्तक मी का लिहिले हेमात्र मी सांगू शकतो. हे पुस्तक मी का लिहिले हे समजून घेण्यासाठी आपल्याला थोडे भूतकाळात डोकवावे लागेल. ही गोष्ट आहे १९६० ची. तेव्हा मी तरुण होतो. माझे लग्न झाले होते व मला दोन मुले होती. मॅसॅचुसेट्स येथील *स्प्रिंगफिल्ड डेली न्यूज* या वर्तमानपत्रासाठी चित्रकार आणि लेखक म्हणून मी काम करत होतो. त्या काळात मी माझ्या मुलीला आणि मुलाला रोज रात्री पुस्तके वाचून दाखवीत असे. वाचून दाखवल्याचे मुलांना आकलनविषयक किंवा भावनिक काय फायदे होतात हे मला त्या वेळेस माहीत नव्हते. एवढेच नाही तर वाचून दाखवल्यामुळे मुलांच्या शब्दसंग्रहावर, एकाग्रतेवर आणि पुस्तकांबद्दलच्या त्यांच्या आवडीवर काय परिणाम होतात, हेही मला त्या वेळी माहीत नव्हते. आता तुम्हाला प्रश्न पडला असेल, की वाचून दाखवण्याचे काय फायदे होतात हे जर तुम्हाला माहीत नव्हते, तर मग तुम्ही मुलांना का वाचून दाखवत होता? मी माझ्या मुलांना वाचून दाखवत होतो कारण माझ्या लहानपणी माझे वडील मला वाचून दाखवत होते. त्यांचे वाचून दाखवणे मला खूप आवडले होते. दुसऱ्याने वाचलेले ऐकायला छान वाटते हा माझा स्वतःचा अनुभव होता. हा अनुभव मी माझ्या मुलांना देऊ इच्छित होतो. म्हणून मी माझ्या मुलांना दररोज वाचून दाखवत होतो. माझ्या वाचन अनुभवाबद्दलची माहिती प्रकरण १० मध्ये दिली आहे.

दररोज रात्री मी माझ्या मुलांना वाचून दाखवत होतो. चित्रकार आणि लेखक म्हणून मी करत असलेल्या कामाबाबत दर आठवड्याला मी शाळेतील विद्यार्थ्यांना माहिती देत असे. हे काम मी अनेक वर्षे करत होतो. एके दिवशी काही कारणाने मी एका शाळेतील सहाव्या इयत्तेच्या वर्गात गेलो होतो. वर्गातील विद्यार्थ्यांबरोबर सुमारे तासभर गप्पागोष्टी केल्या. व त्यानंतर माझे साहित्य घेऊन मी वर्गाबाहेर जायला निघालो. तेवढ्यात दाराजवळच्या कपाटावर ठेवलेल्या गोष्टीच्या छोट्याशा पुस्तकाकडे माझे लक्ष गेले. मेरिलिन सॅक्स यांचे *द बिअर्स हाऊस* नावाचे ते गोष्टीचे पुस्तक होते. या गोष्टीच्या पुस्तकाकडे माझे लक्ष गेले कारण हे गोष्टीचे पुस्तक मी अलीकडेच माझ्या मुलीला वाचून दाखवले होते.

"*द बिअर्स हाऊस* कोण वाचत आहे?" मी वर्गातील विद्यार्थ्यांना विचारले. उत्तरादाखल अनेक मुलींनी हात वर केले. आणि त्यानंतर कोणताही सराव केलेला नसताना, काहीही पूर्वनियोजन नसतानासुद्धा वर्गात वाचनाबाबत प्रेमोत्सवच सुरू झाला. वर्गातील मुलांना *द बिअर्स हाऊस* या पुस्तकाबद्दल मी अधिक माहिती सांगितली. शिवाय माझ्या मुलांना घरी वाचून दाखवलेल्या इतर अनेक पुस्तकांची माहिती त्यांना सांगितली. तसेच गोष्टीची पुस्तके लिहिणाऱ्या लेखकांचे अनेक गमतीदार किस्सेही विद्यार्थ्यांना ऐकवले. *"मेक वे फॉर डकलिंग्ज या पुस्तकासाठी चित्रं काढताना रॉबर्ट मॅकक्लोस्की या चित्रकाराला काय कठीण प्रसंगातून जावे लागले होते हे तुम्हाला माहीत आहे का? रॉबर्ट मॅकक्लोस्की यांना या पुस्तकासाठी बदकांच्या पिल्लांची चित्रं काढायची होती. उत्तम चित्रं काढता यावीत यासाठी त्यांना बदकाची पिल्लं जवळून पहायची होती. म्हणून त्यांनी बदकाची सहा पिल्लं आणली व ती त्यांच्या बागेत सोडली. परंतु ती पिल्लं सतत इकडे-तिकडे फिरत होती; हालचाल करत होती. त्यामुळे मॅकक्लोस्की यांना पिल्लांची चित्रं नीट काढता येत नव्हती. यावर मॅकक्लोस्की यांनी काय उपाय शोधला तुम्हाला माहीत आहे का? मॅकक्लोस्की यांनी जो उपाय केला त्यावर तुमचा विश्वास बसणार नाही. पण माझ्यावर विश्वास ठेवा. मी जे सांगत आहे ते खरे आहे: बदकाच्या पिल्लांच्या हालचाली कमी करण्यासाठी मॅकक्लोस्की यांनी त्या पिल्लांना चक्क थोडसं मद्य पाजलं!"*

हा किस्सा सांगतासांगता ४५ मिनिटे केव्हा संपली हे कळलेच नाही. नंतर त्या वर्गाच्या शिक्षकाने मला पत्र लिहून कळवले, की वर्गातील मुलांशी मी त्या दिवशी ज्या पुस्तकांबद्दल बोललो होतो, ती पुस्तके मिळवण्यासाठी ग्रंथालयात जाऊ द्यावे अशी विनंती अनेक विद्यार्थ्यांनी शिक्षकांकडे केली होती. हे पत्र मिळाल्यावर मला आश्चर्य वाटत होते की, मी मुलांना असे काय सांगितले होते की ज्यामुळे ती मुले पुस्तकांकडे एवढी आकर्षित झाली होती. मी तर त्यांच्याशी केवळ आमच्या कुटुंबाच्या आवडत्या पुस्तकांबद्दल बोललो होतो, एवढेच. या प्रसंगापासून ते आतापर्यंत मी मुलांना पुस्तकांबद्दल सांगत आलो आहे. २५ वर्षांनंतर ओप्रा विन्फ्री यांनी हेच कार्य केले. खरे तर मी मुलांसमोर पुस्तकाचे परीक्षणच सादर करत होतो. या सादरीकरणाला मी पुस्तकांबद्दलचा अहवाल असे नाव दिले होते. पुढे माझ्या लक्षात आले, की अशा प्रकारचा अहवाल मुलांना खूप उपयुक्त ठरू शकतो. माझ्या रूपाने मुले पहिल्यांदाच एका प्रौढ व्यक्तिला पुस्तकांबद्दल बोलत असताना ऐकत होती. पुस्तकांबद्दल माहिती देण्याद्वारे मी मुलांमध्ये पुस्तकांबद्दल आवड आणि जिज्ञासा निर्माण करत होतो. एक प्रकारे मी पुस्तकांची 'जाहिरातच' करत होतो. या प्रसंगानंतर मी जेव्हा-जेव्हा वर्गात

जात असे, तेव्हा-तेव्हा विद्यार्थ्यांबरोबर वाचनाबद्दल बोलण्यासाठी काही वेळ राखून ठेवत असे. व या वेळेत मी मुलांना विचारत असे की, ‘‘तुम्ही अलीकडच्या काळात काय वाचले आहे? अलीकडच्या काळात तुमच्यापैकी कोणी एखादे मजेदार पुस्तक वाचले आहे का?’’

वरील प्रकारच्या माझ्या प्रश्नांना मुलांकडून मिळणाऱ्या प्रतिसादानेमात्र माझा खूप अपेक्षाभंग होत असे. कारण मुले फारसे वाचत नव्हती. परंतु नंतर हळूहळू माझ्या लक्षात आले की, काही वर्गातील मुले प्रचंड प्रमाणात वाचन करत होती तर इतर काही वर्गातील मुले अजिबात वाचत नव्हती. या अनुभवानेमात्र मी पुरता गोंधळून गेलो होतो. मुलांच्या वाचनवृतीतील असा फरक हे माझ्या दृष्टीने एक कोडे होते. कारण त्या दोन्ही प्रकारच्या वर्गाचे प्राचार्य एकच होते, त्यांच्या शेजारचे वर्गही सारखेच होते आणि ते वापरत असलेली क्रमिक पुस्तकेही सारखीच होती. तरीही दोन गटांमध्ये वाचन सवयीबाबत असा फरक का? हे माझ्यासाठी एक कोडे होते.

हे कोडे सोडवण्याचा मी प्रयत्न करत राहिलो. आणि माझ्या लक्षात आले की फरकाचे कारण माझ्या समोर आहे: ते म्हणजे त्या विद्यार्थ्यांचे शिक्षक. ज्या वर्गातील मुले वाचत होती त्या वर्गाचे शिक्षक नियमितपणे संपूर्ण वर्गाला पुस्तके वाचून दाखवत होते. वाचून दाखवल्यामुळे मुलांचे वाचन, लेखन, संभाषण, श्रवण या कौशल्यांमध्ये सुधारणा होते असे सांगणारे खूप संशोधन मला अध्यापक महाविद्यालयाच्या ग्रंथालयात आढळले. या संशोधनात मला असेही आढळले, की वाचून दाखवल्यामुळे मुलांचा वाचनाबद्दल सकारात्मक दृष्टिकोन तयार होतो. खरे तर हे संशोधन शिक्षकांनी तसेच भावी शिक्षकांनी वाचणे गरजेचे होते. परंतु समस्या ही होती की, हे लोक असे संशोधन वाचत नव्हते. एवढेच नाही तर असे काही संशोधन झाले आहे याची शिक्षकांना, पर्यवेक्षकांना आणि प्राचार्यांना माहितीच नव्हती.

माझ्या असेही निदर्शनास आले, की बऱ्याच शिक्षकांना आणि पालकांना चांगले बालसाहित्य माहीत नाही. खूप पूर्वी म्हणजे १९७० मध्ये मला आढळले होते की, मुलांना कोणती पुस्तके वाचून दाखवावीत याबाबत पालकांसाठी काहीही मार्गदर्शन उपलब्ध नाही. लहान मुलांना वाचून दाखवण्यायोग्य पुस्तकांची साधी यादीही त्या काळात उपलब्ध नव्हती. भाषा विषयाच्या क्रमिक पुस्तकांमध्ये जी यादी दिली जायची, तेवढाच काय तो अपवाद. म्हणून मुलांना वाचून दाखवण्यायोग्य पुस्तकांची यादी मी स्वत: तयार करायचे ठरविले. व त्यानुसार एक अगदी लहानशी यादी तयार केली व स्वत:च ती प्रकाशितही केली. ही यादी छापण्यासाठी तेव्हा मला ६५० डॉलर्स खर्च करावे लागले होते. एका कुटुंबाच्या उन्हाळी सुट्टीसाठी तेव्हा एवढा खर्च येत असे. पुस्तिकेच्या

स्वरूपातील या ग्रंथयादीच्या काही प्रती विक्रीसाठी मी स्थानिक ग्रंथविक्रेत्यांकडे ठेवल्या होत्या. आणि मला सांगायला आनंद होतो की, तीन वर्षांत या ग्रंथयादीच्या २० हजार प्रती विकल्या गेल्या. या प्रती अमेरिकेतील ३० राज्यांसह कॅनडामध्येही खरेदी केल्या गेल्या होत्या. १९८२ मध्ये पेंग्विन प्रकाशन संस्थेच्या एका अधिकाऱ्याने ही यादी पाहिली व ती अद्ययावत करावी, असे मला सुचवले. अद्ययावत केलेली, विस्तारलेली यादी म्हणजेच या पुस्तकाची पहिली आवृत्ती होय. आता तुमच्या हातात असलेल्या या पुस्तकाची ती पहिली आवृत्ती होती.

जेव्हा प्रौढ व्यक्ती लहान मुलांना वाचून दाखवतात, तेव्हा साक्षरतेची, वाचनाची मशाल आपोआपच एका पिढीकडून दुसऱ्या पिढीकडे हस्तांतरित होते. या पुस्तकाचा विस्तार हे त्या मशालीच्या रूपकाचे उदाहरण आहे. या पुस्तकाची पहिली आवृत्ती पेंग्विन या प्रकाशकाने प्रकाशित केली होती. प्रकाशनानंतर अगदी काही महिन्यांतच कोणीतरी एका पदवीधराला तो पालक झाल्याबद्दल या पुस्तकाची एक प्रत भेट दिली. या पदवीधर पालकाने ते पुस्तक व्हर्जिनिया राज्यातील अर्लिंग्टन येथील एका दाम्पत्याला भेट दिले. हे दाम्पत्य लवकरच पालक होणार होते. अर्लिंग्टनमधील या नूतन आईने हे पुस्तक वाचले आणि त्याबद्दलचा एक अभिप्रायात्मक अहवाल स्वत:हून ॲबीगेल वॅन बुरेन नावाच्या स्तंभलेखिकेकडे पाठवला. राष्ट्रीय पातळीवरील या स्तंभलेखिकेने हा अहवाल स्वत:च्या प्रतिसादासह २३ फेब्रुवारी १९८३ रोजी 'डिअर ॲबी' या शीर्षकाखाली एका राष्ट्रीय वर्तमानपत्रात छापला. आणि चमत्कार झाला. एका रात्रीत या पुस्तकाच्या १,२०,००० प्रतींची मागणी पेंग्विनकडे नोंदवली गेली. तेव्हापासून आमच्या घरी २३ फेब्रुवारी हा दिवस 'डिअर डिअर ॲबी डे' म्हणून साजरा केला जातो, हे वेगळे सांगण्याची आवश्यकता नाही.[३२]

माझ्या पतीनेही मुलांना वाचून दाखवले पाहिजे हे मी त्याला कसे पटवून देऊ शकते?

मुलांमध्ये वाचनाची सवय रुजवण्यामध्ये वडिलांची भूमिका किती महत्त्वाची असते याबाबत याआधीच्या आवृत्त्यांमध्ये मी विस्ताराने लिहिले आहे. मुलांच्या वाचनाबाबत लिहीत असताना पूर्वी मला वाटायचे, की मुलांचे वाचन ही एक किरकोळ समस्या आहे. आतामात्र मला तसे वाटत नाही. मुलांचे वाचन ही सध्या खूप गंभीर समस्या आहे. यामुळेच आता प्राथमिक शाळेतील मुलांपासून ते महाविद्यालयातील मुले या सर्वांच्याच वाचनक्षमतेबाबत शंका घेण्यात येत आहेत. सध्याच्या मुलांना काय झाले आहे? असा प्रश्न वाचनाच्या अनुषंगाने विचारला जात आहे. मुलांच्या वाचनाबाबतचे गांभीर्य विचारात घेऊन त्याबाबतचे एक संपूर्ण प्रकरण मी या आवृत्तीमध्ये समाविष्ट केले आहे. मुलांच्या वाचन उपक्रमामध्ये कसे सहभागी होता येते हे माहीत

करून घेण्यासाठी तुमच्या पतीला हे पुस्तक वाचायला सांगा. अर्थात सुरुवातीला त्याने हे संपूर्ण पुस्तक वाचण्याची गरज नाही. त्याने या पुस्तकातील केवळ नववे प्रकरण आणि १० व्या प्रकरणाचा काही भाग वाचला तरी पुरेसे आहे. हे प्रकरण वाचल्यावर त्याच्या लक्षात येईल, की मुलामध्ये वाचनाची आवड निर्माण करण्यामध्ये त्यांची भूमिका किती महत्त्वाची आहे. परंतु नवव्या आणि दहाव्या प्रकरणांच्या वाचनानेही जर तुमच्या पतीला हे महत्त्व पटले नाही, तर मात्र तुमच्या पतीदेवाच्या नावामध्ये मठ्ठ शब्द असण्याची शक्यता आहे असे मला वाटते.

आजच्या व्हिडीओच्या काळातही वाचन महत्त्वाचे आहे का?

वाचन हे अभ्यासप्रक्रियेचे हृदय आहे. वाचनाद्वारेच अभ्यासक्रमातील सर्व विषयांचे ज्ञान मिळते. वाचता आले, तरच गणितातील वर्णनात्मक प्रश्न समजतात. विज्ञान आणि समाजशास्त्राच्या पुस्तकातील प्रकरणे वाचता आली नाहीत, तर तुम्ही प्रकरणांच्या शेवटी विचारलेल्या प्रश्नांची उत्तरे कशी लिहू शकाल?

वाचनामुळे चांगले शिक्षण घेता येते. आणि शिक्षणामुळे दीर्घायुष्य लाभते. रँड कंपनीच्या संशोधकांनी मानवाच्या दीर्घायुष्याच्या कारणांचा शोध घेण्यासाठी वंश, लिंग, भूप्रदेश, शिक्षण, विवाह, आहार, धार्मिकता इत्यादी घटकांचा अभ्यास केला. शिक्षण हा मानवाला दीर्घायुष्य देणारा सर्वांत महत्त्वाचा घटक होता असे या संशोधकांना आढळले. अमेरिकन शासनाने शिक्षण अनिवार्य केल्यापासून मानवाच्या आयुष्यमानामध्ये जी वाढ झाली आहे, त्याचा दुसऱ्या एका संशोधकाने अभ्यास केला. या संशोधकाला आढळले की, शिक्षणासाठी व्यतीत केलेल्या प्रत्येक वर्षामागे संबंधित व्यक्तिला दीड वर्षे अधिक आयुष्य लाभते.[३३] याच विषयावर इतर देशांमध्ये केलेल्या संशोधनांमध्येही यासारखेच निष्कर्ष आढळले आहेत. एवढेच नाही, तर बालपणातील वाचन आणि शब्दसंग्रह हे अल्झायमरच्या रुग्णांसाठी प्रतिकारक ठरतात असेही अलीकडच्या संशोधनात आढळले आहे. याबाबत अधिक माहिती पान क्रमांक ३१ वर दिलेली आहे.

लहान मुलांच्या शिक्षणासंबंधीच्या विविध बाबी आणि वर नमूद केलेले संशोधन विचारात घेता अमेरिकन जीवनामध्ये व्हिडीओपेक्षा वाचन हाच एकमेव महत्त्वाचा घटक आहे. दुसऱ्या शब्दात सांगायचे, तर वाचन महत्त्वाचे आहे; व्हिडीओ महत्त्वाचा नाही. वाचनाचे महत्त्व सांगणारी खालील सूत्रे वाचा. ही सूत्रे खूप साधी आणि सोपी वाटतात. परंतु लक्षात ठेवा, या सर्वांचे पुरावे उपलब्ध आहेत. आणि जरी ही सूत्रे १०० टक्के सिद्ध झाली नाहीत, तरीही ती खूप वास्तव आहेत :

१. तुम्ही जेवढे अधिक वाचन करता, तेवढे तुम्हाला अधिक ज्ञान मिळते.[३४]
२. तुमचे ज्ञान जेवढे जास्त असते, तेवढे तुम्ही अधिक बुद्धिमान होता.[३५]
३. तुम्ही जेवढे अधिक बुद्धिमान असता, तेवढी अधिक वर्षे तुम्ही शिक्षण घेता.[३६]
४. तुम्ही जेवढे अधिक शिक्षण घेता, तेवढ्या तुम्ही अधिक पदव्या मिळवता. व या पदव्यांच्या साहाय्याने तुम्ही खूप वर्षे नोकरी करू शकता. व त्याद्वारे तुम्ही जीवनात अधिक उत्पन्न मिळवू शकता.[३७]
५. तुमच्याकडे जेवढ्या जास्त पदव्या असतात, तेवढे तुमच्या मुलांचे परीक्षेतील गुण जास्त असतात[३८] आणि तुमचे आयुष्यमान तेवढे अधिक असते.[३९]

वरील सूत्रे उलट पद्धतीनेही सिद्ध होतात:

१. तुम्ही कमी वाचन केले, तर तुम्हाला कमी ज्ञान मिळते.
२. तुमचे ज्ञान कमी असल्यामुळे तुमचे शिक्षण लवकर थांबते.[४०]
३. तुमचे शिक्षण जेवढ्या लवकर थांबते, तेवढ्या लवकर तुम्हाला दारिद्र्य येते व ते तेवढे अधिक काळ राहते[४१] आणि तुमची तुरुंगात जाण्याची शक्यता तेवढी अधिक असते.[४२]

निरक्षरतेमुळे दारिद्र्य येते. तसेच निरक्षरतेमुळे निराशा येते आणि गुन्हेगारी वृत्ती वाढते. दुसऱ्या शब्दात सांगायचे, तर निरक्षरता आणि दारिद्र्यामुळे नैराश्य येऊ शकते व त्यामुळे संबंधित व्यक्तिकडून गुन्हे होऊ शकतात व पर्यायाने त्या व्यक्तिला कारावासही होऊ शकतो:

- ७० ते ८२ टक्के कैदी हे मध्येच शाळा सोडलेल्या व्यक्ती असतात.[४३]
- ६० टक्के कैदी हे निरक्षर किंवा अर्धसाक्षर असतात.[४४]
- जास्त शिक्षण, म्हणजे रोजगाराच्या अधिक संधी, म्हणजेच कारावासाची कमी शक्यता.[४५]

विद्यार्थी नापास का होतात? ते मध्येच शाळा का सोडतात? कारण त्यांना व्यवस्थित वाचता येत नाही आणि त्यामुळे ते नीट अभ्यास करू शकत नाहीत. याचा त्यांच्या शैक्षणिक कामगिरीवर विपरीत परिणाम होतो. असे होऊ नये म्हणून मुलांची वाचनक्षमता वाढवा. परिणामी पदवीधरांचे प्रमाण वाढेल आणि तुरुंगातील कैद्यांचे प्रमाण कमी होईल. आणि या दोन्ही बदलांमुळे अमेरिकेतील सामाजिक वातावरण बदलेल.

अर्थव्यवस्थेची आजची ढासळलेली स्थिती आणि वाढती फी विचारात घेता आजचे महाविद्यालयीन शिक्षण एवढा खर्च करण्यायोग्य आहे का?

वरील प्रश्नाच्या उत्तरदाखल ब्रुकिंग्ज इन्स्टीट्यूटच्या अर्थशास्त्रज्ञांनी पुढील प्रश्न विचारला आहे: गुंतवणूक करण्यासाठी तुमच्याकडे १,०२,००० डॉलर्स असतील, तर हे डॉलर्स तुम्ही चांगल्या कॉलेजमधून शिक्षण घेण्यासाठी खर्च कराल की शेअर्स, सोने किंवा घरासारख्या प्रापर्टीमध्ये या डॉलर्सची गुंतवणूक कराल? या दोन्हीपैकी कोणत्या गुंतवणुकीवर तुम्हाला चांगला परतावा मिळेल? गेल्या साठ वर्षातील पदवीधर व्यक्तीचे सरासरी उत्पन्न आणि गुंतवणूक बाजाराच्या स्थितीचा अभ्यास केला, तर दोन्हीच्या दीर्घकालीन परताव्याचे चित्र खालीलप्रमाणे दिसेल.[४६]

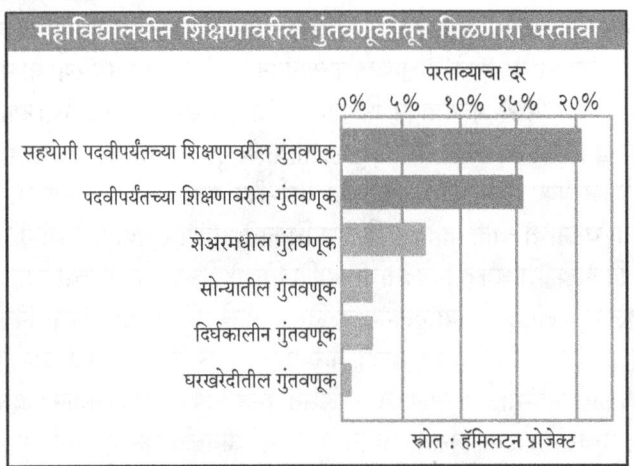

उच्च शिक्षण हाच सर्वात जास्त परतावा देणारा गुंतवणुक पर्याय आहे.

वरील चार्टवरून लक्षात येते, की या परिस्थितीत कोणीही, कॉलेज शिक्षणासाठी पैसे गुंतवणे पसंत करेल. कारण इतर कोणत्याही गुंतवणुकीपेक्षा कॉलेज शिक्षणावरील गुंतवणुकीवर दुप्पट परतावा मिळतो.

आर्थिक महामंदीचा फटका प्रत्येक व्यक्तीला बसला. परंतु जास्त शिकलेल्या लोकांना महामंदीचा कमी त्रास झाला. केवळ हायस्कूलपर्यंत शिक्षण झालेल्या लोकांची बेरोजगार होण्याची शक्यता दुप्पट होती.[४७]

विद्यार्थ्यांच्या दृष्टीने महाविद्यालयीन शिक्षण म्हणजे वेळ आणि पैशाची उत्तम गुंतवणूक असेल, आणि कुशल वाचक असणे हा महाविद्यालयात यशस्वी होण्याचा उत्तम मार्ग असेल, तर कुशल वाचक घडवण्यासाठी मुलांना वेळ देणे आणि परिश्रम

घेणे हीच पालकांची उत्तम गुंतवणूक असेल. एखाद्या मुलाने कॉलेजपर्यंतचे शिक्षण घेतलेले नसेल परंतु तो जर खूप चांगला वाचक असेल, तर वाचनाच्या जोरावर तो त्याच्या व्यक्तिगत जीवनामध्ये किंवा व्यवसायामध्ये योग्य असे निर्णय घेऊ शकेल, माहितीआधारित, सुज्ञपणे मतदान करू शकेल तसेच न्यायमंडळाचा सदस्य म्हणूनही उत्तम योगदान देऊ शकेल. त्याच्या या गुणवैशिष्ट्यांचा संपूर्ण समाजाला फायदा होईल. थोडक्यात, वाचक घडवण्यामध्ये सर्वांचाच फायदा आहे. म्हणून त्यासाठी आपण पुरेसे प्रयत्न केले पाहिजेत.

शैक्षणिक मूल्यमापन आणि शालेय सुधारणांबाबतच्या राष्ट्रीय योजना का यशस्वी होत नाहीत?

या विषयावर अनेक पुस्तके लिहिली गेली आहेत[४८] म्हणून येथे मी त्याची अगदी थोडक्यात चर्चा करणार आहे. शैक्षणिक मूल्यमापन आणि शालेय सुधारणा या नावाखाली गेल्या तीन दशकांमध्ये मूल्यमापन क्षेत्रातल्या खासगी संस्था आणि त्यांच्या सरकारी हस्तकांनी खूप पैसा लांबवला आहे. तुम्हाला याचा पुरावा पाहिजे असेल, तर *न्यू यॉर्क टाईम्सचे* शैक्षणिक स्तंभलेखक मायकल वाईनरिप यांनी २०११ मध्ये सारांशरूपाने लिहिलेल्या घटनांची यादी पाहा.[४९] शिक्षणाधिकारी आणि राजकीय नेत्यांनी गेल्या दहा वर्षांमध्ये दिलेल्या अधिकृत निवेदनांची आणि विद्यार्थ्यांच्या निकालांची वाईनरिप यांनी वर्षवार तुलना केली आहे. या तुलनेमध्ये दिसून आले की, विद्यार्थ्यांच्या निकालामध्ये प्रचंड सुधारणा होतील असा दावा करणाऱ्या मूल्यमापनाच्या नवीन पद्धतींची शिक्षणाधिकारी अभिमानाने घोषणा करत असत. मूल्यमापनाच्या या नवीन पद्धती खासगी कंपन्यांनी तयार केलेल्या असत. नवीन पद्धतीचा अवलंब करून स्थानिक पातळीवर विद्यार्थ्यांचे मूल्यमापन केले जायचे व त्यांना खूप चांगले गुण मिळालेत असे जाहीर केले जायचे. पुढे काही महिन्यानंतर त्याच विद्यार्थ्यांचे राष्ट्रीय पातळीवरील मूल्यमापनाचे निकाल येत असत. तेव्हा मात्र अरेरे! म्हणण्याची वेळ येत असे. कारण विद्यार्थ्यांच्या गुणांमध्ये घट झालेली असे. नवीन मूल्यमापन पद्धतीच्या झटपट यशस्वितेचे शिक्षणाधिकाऱ्यांनी केलेले सर्व अंदाज वारंवार चुकीचे, खोटारडे, दुटप्पीपणाचे, विसंगत, आणि अविश्वसनीय ठरले आहेत. विशेष म्हणजे ही परिस्थिती लुईझियना किंवा कोलंबिया जिल्ह्याची नसून सर्वांत प्रगतीपथावर असलेल्या न्यू यॉर्कची आहे. अशा प्रकारची विसंगत माहिती पुरवणाऱ्या राज्यातील शासकीय सेवकांपासून बचाव करण्यासाठी मुलांना देवाने बळ द्यावे, एवढीच प्रार्थना.

प्रत्येक स्तरावरील शिक्षणाधिकारी मूल्यमापनाचे अलंकारिक भाषेत गुणगान करत राहिले आहेत. मात्र त्यांच्या या गुणगानामध्ये काहीही तथ्य नव्हते किंवा एखादा सखोल विचारही नव्हता. खालील तीन व्यक्तींनीमात्र मूल्यमापनासंबंधी अतिशय तर्कशुद्ध

आणि उपयुक्त विचार मांडले आहेत. परंतु दुर्दैवाने या विचारांकडे आतापर्यंत जगाने पुरेशे लक्ष दिलेले नाही. या व्यक्तींचे विचार तुम्हाला अधिक सखोल चिंतन करायला प्रवृत्त करतील. हे विचार ऑनलाईन उपलब्ध असल्यामुळे येथे त्यांची मी फक्त नावे आणि वेबलिंक्स देणार आहे. तुम्ही हे विचार अवश्य वाचा. मला खातरी आहे तुमचे श्रम वाया जाणार नाहीत.

१. रिक रोच हे द्विपदवीधर आहेत. तसेच ते एक माजी शिक्षक, समुपदेशक, प्रशिक्षक, उद्योगपती आणि १९८८ पासून फ्लोरिडातील ऑरेंज काउंटी शालेय मंडळाचे सदस्यही आहेत. त्यांना फ्लोरिडातील दहावीच्या गणिताच्या आणि वाचनाच्या परीक्षेत डी श्रेणी मिळाली होती. या परीक्षेचे त्यांचे अनुभव तुम्हाला नक्कीच विचार करायला लावतील.[५०]
२. जॉन टेलर हे साऊथ कॅरोलिनातील लँकेस्टर येथील शाळेचे माजी पर्यवेक्षक आहेत. तसेच ते तेथील राज्य शालेय विभागाचे सल्लागारही आहेत. शालेय मूल्यमापनाबाबतच्या राष्ट्रीय वेडेपणाबद्दल त्यांनी 'नो डेन्टिस्ट लेफ्ट बिहाईंड' अशा शीर्षकाचा एक निबंध लिहिला आहे. या निबंधामध्ये त्यांनी दंतवैद्याची शिक्षकांबरोबर आणि परीक्षेतील गुणांची दातातील पोकळीबरोबर तुलना केली आहे. (www.trelease-on-reading.com/no-dentist.html).
३. डेव्हिड रूट हे ओहिओ येथील एका सर्वोत्कृष्ट माध्यमिक शाळेचे अत्यंत अनुभवी प्राचार्य आहेत. २००८ च्या शैक्षणिक वर्षाच्या शेवटी त्यांनी त्यांचे विद्यार्थी आणि समाज यांना उद्देशून एक पत्र लिहिले आहे. हे पत्र दिलगिरी व्यक्त करणारे आहे. तुम्ही कोणीही असलात, तरी आजच्या शालेय समस्यांबाबत त्यांनी व्यक्त केलेली चिंता तुम्हाला अंतर्मुख होऊन विचार करायला लावेल. (www.cleveland.com/brett/blog/index.ssf/2008/07/student_pass_state_test_but_a.html).

मुलांमध्ये वाचनाची आवड निर्माण करण्यासाठी आपण शासनाची प्रतीक्षा करणार असलो, तर मग आपल्याला दीर्घ काळ प्रतीक्षा करावी लागेल. याला पर्याय काय तर मुलांमध्ये वाचनाची आवड निर्माण करण्यासाठी विद्यार्थी, पालक, शिक्षक आणि ग्रंथपाल यांना वैयक्तिकरीत्या प्रयत्न करावे लागतील. मुलांमध्ये वाचनाची आवड निर्माण करण्यासाठी समाजातील हे सर्व घटक काय करू शकतात ते पाहू या चला.

१. मुलांना का वाचून दाखवावे?

बादली पाण्याने भरण्याप्रमाणे मुलांच्या डोक्यामध्ये ज्ञान ओतण्याला शिक्षण म्हणत नाहीत. तर मुलांमध्ये शिकण्याची तीव्र इच्छा निर्माण करण्याला शिक्षण म्हणतात.

विल्यम बटलर यीटस्

न्यू जर्सी राज्यातील यूनियन या गावातील कनेक्टिकट फार्मस एलेमेंटरी स्कूल या शाळेत माझे प्राथमिक शिक्षण झाले. बालवाडीच्या ज्या वर्गात मी शिकलो होतो, त्या वर्गाला खूप वर्षांनंतर म्हणजे १९८० मध्ये मी भेट देत होतो. वर्गामध्ये साधारणपणे पंधरा विद्यार्थी होते. व ते सर्व जण माझ्याकडे कसल्यातरी अपेक्षेने पाहत होते. मी त्यांना विचारले, ''तुमच्यापैकी किती विद्यार्थ्यांना या वर्षी वाचायला शिकायचे आहे?'' क्षणाचाही विलंब न लावता वर्गातील प्रत्येक विद्यार्थ्याने हात वर केला. अनेकांनी तर अत्यंत ऐटीत सांगितले की, ''कसे वाचायचे हे मला माहीत आहे!'' बालवाडीच्या विद्यार्थ्यांना शिकवणाऱ्या अनेक शिक्षकांनी मला सांगितले होते, की शालेय शिक्षणाची सुरुवात करत असताना प्रत्येक लहान मुलाची वाचायला शिकण्याची इच्छा असते. मी भेट देत असलेल्या वर्गातील मुलांचा उत्साह हा बालवाडीच्या शिक्षकांनी मला सांगितलेल्या वरील अनुभवाचीच साक्ष देत होता. दुसऱ्या शब्दांत असे म्हणता येईल, की मुलांचे शालेय शिक्षण सुरू होते, तेव्हा त्यांची वाचायला शिकण्याची १०० टक्के इच्छा असते. आणि या वयात वाचायला शिकण्याचा त्यांचा उत्साहही दांडगा असतो.

१९८० नंतर काही वर्षांनी नॅशनल रीडिंग रिपोर्ट कार्ड[१] या संशोधन प्रकल्पाअंतर्गत विद्यार्थ्यांच्या वाचन सवयींचे सर्वेक्षण केले गेले. तेव्हामात्र वर सांगितलेल्यापेक्षा वेगळे चित्र आढळले. मुले जसे-जशी मोठी होतात, तस-तसा त्यांच्या वाचनविषयक दृष्टिकोनात आणि वर्तनात खूप फरक पडतो असे या सर्वेक्षणात आढळले. या

सर्वेक्षणातील काही ठळक निष्कर्ष पुढीलप्रमाणे होते:

- चवथ्या इयत्तेतील ५४ टक्के विद्यार्थी आनंद मिळवण्यासाठी दररोज काहीतरी वाचतात.
- आठव्या इयत्तेतील केवळ ३० टक्के विद्यार्थी आनंद मिळवण्यासाठी दररोज वाचतात.
- बाराव्या इयत्तेतील केवळ १९ टक्के विद्यार्थी आनंद मिळवण्यासाठी दररोज काहीही वाचतात.
- द कैसर फॅमिली फाउंडेशनने २०१० मध्ये आठ ते १८ वर्षे वयाच्या मुलांचे वाचनविषयक दीर्घकालीन संशोधन केले. या संशोधनात फाउंडेशनला आढळले की, ५३ टक्के मुले एकही पुस्तक वाचत नाहीत, ६५ टक्के मुले एकही मॅगझीन वाचत नाहीत आणि ७७ टक्के मुले वर्तमानपत्र वाचत नाहीत.[२]
- ब्युरो ऑफ लेबर स्टॅटिस्टिक्स या संस्थेने २०१० मध्ये १५ ते १९ या वयोगटातील युवकांच्या वाचन सवयींचे सर्वेक्षण केले होते. हायस्कूल आणि कॉलेजमध्ये या वयातील विद्यार्थ्यांची संख्या सर्वांत जास्त असते. सदर सर्वेक्षणानुसार १५ ते १९ या वयोगटातील मुले दररोज केवळ १२ मिनिटे वाचन करत होते. याउलट टीव्ही पाहण्यामध्येमात्र ते दररोजचे २ तास २३ मिनिटे खर्च करत होते.[३]

विचार करा : बालवाडीत शिकणाऱ्या सर्वच्यासर्व मुलांना वाचनाची इच्छा असते, आवड असते. खरे तर त्यांची ही आवड जन्मभर टिकायला हवी. प्रत्यक्षात मात्र १८ वर्षांचे होईपर्यंत या संभाव्य आजन्म वाचकांमधील तीन चतुर्थांश वाचक आपण गमावतो. कोणताही व्यवसाय एवढ्या मोठ्या संख्येने त्याचे ग्राहक गमावत असेल, तर तो व्यवसाय लवकरच बंद पडणार यात काही शंका नाही. बालपण ते युवावस्था हा काळ सामाजिक आणि भावनिक जडणघडणीच्या दृष्टिकोनातून मानवी जीवनातील सर्वांत व्यग्र काळ असतो. म्हणून या वयातील वाचकांच्या संख्येमध्ये नैसर्गिकरीत्या काही घट होणार हे मान्य करू या. परंतु मुलांना वाचनाची लहानपणी जी गोडी लागली होती, ती गोडी त्यांना परत कधी लागलीच नाही तर काय करायचे? आजन्म वाचत राहणारे वाचक तयार करणे; तसेच पदवीधर झाल्यावरसुद्धा पुढे वाचत राहून स्वयंशिक्षण घेणारे विद्यार्थी तयार करणे हा शालेय शिक्षणाचा उद्देश असतो. परंतु हा उद्देश आजच्या शिक्षण व्यवस्थेला साध्य करता आलेला नाही. हाच तर आजच्या शिक्षण व्यवस्थेवरील प्रमुख आरोप आहे.

मुलांचे बालपणातील वाचनाचे प्रमाण त्यांच्या प्रौढपणात कसे बदलते ते पाहू

या. नॅशनल एंडोमेंट फॉर आर्टस् ही संस्था गेली पंचवीस वर्षे प्रौढांच्या वाचनसवयींचे सर्वेक्षण करत आहे. नुकतेच त्यांनी त्यांच्या अलीकडच्या सर्वेक्षणाचे निष्कर्ष जाहीर केले आहेत. तसेच नॅशनल ॲसेसमेंट ऑफ एज्युकेशनल प्रोग्रेस या उपक्रमांअंतर्गतही तेरा ते सतरा या वयोगटातील मुलांच्या आनंददायक वाचनसवयीचे नुकतेच सर्वेक्षण केले गेले. योगायोगाने या दोन्ही सर्वेक्षणांच्या निष्कर्षांमध्ये कमालीची समानता आहे. नॅशनल एंडोमेंट फॉर आर्टस् या संस्थेच्या सर्वेक्षणात आढळले की, १९८२ च्या तुलनेत सध्याच्या प्रौढांचे ललितसाहित्य वाचनाचे प्रमाण २२ टक्क्यांनी घटले आहे. विशेष म्हणजे सर्व वंशाच्या लोकांमधील, सर्व शैक्षणिक स्तरातील महिला तसेच पुरुष वर्गातील वाचनाचे प्रमाण घटलेले आढळले. या संस्थेच्या २००२ च्या सर्वेक्षणातून आढळले की, आधीच्या वर्षात केवळ ४६.७ टक्के प्रौढांनी एखादी कादंबरी वाचली होती.[४] प्रौढांनी वाचलेल्या साहित्यामध्ये वर्तमानपत्रे, नियतकालिके किंवा इतर प्रकारच्या पुस्तकांसह केलेल्या विस्तारित सर्वेक्षणात प्रौढांच्या वाचनाची टक्केवारी ५० टक्क्यापर्यंत वाढलेली आढळली.[५] थोडक्यात याचा अर्थ असा आहे की, ५० टक्के अमेरिकन नागरिकांना वाचनाची आवड नाही.

या पुस्तकाच्या प्रस्तावनेमध्ये सांगितल्याप्रमाणे १९७१ ते २००८ या दरम्यान सतरा वर्षे वयाच्या वाचकांच्या वाचनकौशल्यात केवळ एका टक्क्याची, आणि तेरा वर्षे वयाच्या वाचकांच्या वाचनकौशल्यात केवळ पाच टक्क्यांची वाढ झालेली आढळली होती.[६] याचा अर्थ एकूण ३७ वर्षांमध्ये मुलांच्या वाचनकौशल्यामध्ये अगदीच किरकोळ वाढ झाली आहे. विशेष म्हणजे या ३७ वर्षांपैकी निम्मी वर्षे राष्ट्रीय आणि राज्य सरकारे अभ्यासक्रम सुधारणा उपक्रम राबवत आहेत. एका बाजूला मुलांच्या वाचनसवयींबाबतची ही अशी दयनीय अवस्था दाखवणारी आकडेवारी आहे, तर दुसऱ्या बाजूला आठ ते अठरा वयोगटातील विद्यार्थी मोबाईल आणि मल्टिमिडीयाचा दररोज साडेसात तास वापर करत आहेत अशी आकडेवारी आहे. या दोन्ही आकडेवारींचा एकत्रित विचार केल्यावर लक्षात येते, की मुलांच्या वाचनामध्ये अडथळे आणणारे आणि मुलांचे वाचन कमी करणारे एक भयंकर वादळ आपल्या अगदी जवळ आले आहे.

लहान मुले जेव्हा फेसबुक, ट्विटस् वापरतात किंवा जेव्हा ऑनलाईन असतात, तेव्हा ते वाचत नाहीत का?

वरील तत्त्वाबाबत आशावाद बाळगणारा विचारवंतांचा एक गट आहे.[७] मीमात्र या विचाराशी सहमत नाही. फेसबुक, ट्विटस् इत्यादींवरील मजकूर हा रेफ्रिजरेटरवर मॅगनेटद्वारे चिकटवलेल्या जाहिरातवजा मजकुरासारखाच असतो. उलट रिफ्रिजरेटरवरील मजकूर हा फेसबुक, ट्विटस् इत्यादींवरील मजकुरापेक्षा चांगला लिहिलेला असतो आणि

यातील वाक्येही मोठी असतात. अलीकडील एका आकडेवारीनुसार अमेरिकन युवक प्रत्येक महिन्याला ३३३९ टेक्स्ट मेसेजेस लिहीत आहेत. विशेष म्हणजे ही संख्या सतत वाढत आहे. किंवा झोपेचे तास सोडून राहिलेल्या प्रत्येक तासाला अमेरिकन युवक सरासरी सहा टेक्स्ट मेसेजेस लिहीत आहेत.[८] मुले जेव्हा टेक्स्ट मेसेजिंग करत असतात, तेव्हा एका वेळेस केवळ १३० ते १६० अक्षरांशीच त्यांचा संपर्क येतो. एवढ्या लहान मजकुराच्या वाचनातून मुलांचे वाचन किंवा विचारकौशल्ये विकसित होण्याची शक्यता फारच कमी आहे. बहुतांशकरून या मजकुरांचे विषय गप्पाटप्पा, कपडे, संगीत, मनोरंजन असेच असतात. त्यामुळे हे मजकूर लिहीत असताना कोणत्याही प्रकारचा सखोल, गंभीर विचार केला जात नाही. विशेषत: जर अशा मेसेजेसला तुम्ही त्वरित म्हणजेच इन्स्टंट प्रतिसाद देत असाल, तर सखोल विचार करण्याची शक्यता आणखी कमी होते. ऑनलाईन वाचनाबाबतचे संशोधन असे सांगते, की भेट दिलेल्या वेबपेजवरील केवळ १८ टक्केच मजकूर उपभोक्ते वाचतात. आणि एक वेबपेज ते सरासरी दहा सेकंद किंवा त्याहीपेक्षा कमी वेळ पाहतात.[९] याबाबत अधिक माहिती प्रकरण सातमध्ये दिलेली आहे.

प्रत्येक शाळेमध्ये काही विद्यार्थी असे असतात, की ज्यांनी संपूर्ण क्रमिक पुस्तक एकदाही वाचलेले नसते आणि तरीही ही मुले उत्तीर्ण होतात. हे खरे आहे. विशेष म्हणजे हे पूर्वी घडत होते आणि आताही घडते. क्रमिक पुस्तक पूर्णपणे न वाचता उत्तीर्ण होणाऱ्या विद्यार्थ्यांची शाळा आणि महाविद्यालयातील संख्या वाढते आहे. याबाबत शिक्षक चिंतेत आहेत. विद्यार्थ्यांच्या वाचनसवयींबाबत शिक्षकांकडून एक तक्रार मी नेहमी ऐकतो : माझ्या एकूण विद्यार्थ्यांपैकी केवळ २५ ते ३० टक्के विद्यार्थ्यांनाच वाचायला खूप आवडते; गेल्या वर्षी अगदी थोड्या विद्यार्थ्यांनी स्वेच्छेने वाचन केलेले असते; त्यांना त्यांचा आवडता लेखक सांगता येत नाही किंवा बालपणातील त्यांचे आवडते पुस्तकही सांगता येत नाही.

वाचनाच्या बाबतीत काही विद्यार्थी कशी हुशारी करतात हे सांगताना एका नामांकित शाळेचे शिक्षक म्हणतात : असे विद्यार्थी क्रमिक पुस्तकातील केवळ महत्त्वाचा भाग वाचतात किंवा महत्त्वाची तेवढी माहिती इंटरनेटवर शोधतात किंवा जी मुले वाचन करतात त्यांना विचारतात किंवा शिक्षक वर्गात वाचत असताना ऐकतात व आपली वाचनाची गरज भागवतात.[१०] वाचनाची अजिबातच आवड नसल्यामुळे असे विद्यार्थी प्रचलित यंत्रणेचा मजाक उडवत वर्गामध्ये चक्क झोप काढतात. या मुलांना वाचन का आवडत नाही? कारण एकतर त्यांच्यामध्ये वाचनाची आवड निर्माण करण्याचा कधी कोणी प्रयत्न केलेला नसतो. किंवा गृहपाठाच्या आणि अभ्यासाच्या तणावामुळे वाचन

आनंददायी असते हे त्यांना कधीच अनुभवायला मिळालेले नसते. थोडक्यात, वाचन आणि आनंद यांच्यातील सहसंबंध त्यांना कधीही जाणवलेला नसतो.

वरील सर्व चर्चेचा अर्थ अमेरिका हे एक निरक्षर राष्ट्र आहे असा नाही. नाही, आपण नक्कीच निरक्षर नाही. कारण सर्वसाधारण अमेरिकन विद्यार्थ्यांना वाचता येते. आणि म्हणूनच तर आपल्या देशातील ६० टक्के तरुण आता उच्च शिक्षण घेत आहेत. १९४० मध्ये हे प्रमाण केवळ २० टक्के होते.

लहानपणी तसेच शालेय शिक्षणादरम्यान फारसे वाचन न केलेले विद्यार्थी जेव्हा महाविद्यालयामध्ये प्रवेश घेतात, तेव्हा त्यांच्यातील वाचनाची कमतरता उघडकीस येते. आणि या कमतरतेचे परिणाम लवकरच दिसायला लागतात. जसे की, महाविद्यालयामध्ये प्रवेश घेतलेल्या एकूण विद्यार्थ्यांपैकी ७४ टक्के विद्यार्थी कधीच त्यांचा पदविका अभ्यासक्रम पूर्ण करत नाहीत. त्याचप्रमाणे महाविद्यालयात प्रवेश घेतलेले ४३ टक्के विद्यार्थी कधीच पदवीपर्यंतचे शिक्षण पूर्ण करत नाहीत.[११] प्रसिद्ध अभिनेता आणि दिग्दर्शक अॅलन वुडी यांच्या मतानुसार कोणत्याही गोष्टीची सुरुवात करणे म्हणजे ८० टक्के यश मिळवण्यासारखे आहे. परंतु महाविद्यालयीन शिक्षणाला हा सुविचार लागू पडत नाही. महाविद्यालयात केवळ प्रवेश घेतला म्हणजे पदवी मिळत नाही. पदवी मिळवण्यासाठी अभ्यास करावाच लागतो.

पदविका अभ्यासक्रमात विद्यार्थी का नापास होतात? न्यू यॉर्क स्टेट कम्युनिटी कॉलेजमध्ये प्रवेश घेतलेल्या तीन चतुर्थांश नवीन विद्यार्थ्यांना वाचन, लेखन, आणि गणित या विषयांसाठी उपचारात्मक शिकवणी आवश्यक असते. अशा उपचारात्मक शिकवणीचा राज्याच्या तिजोरीवर तीन कोटी तीस लाख डॉलर्सचा बोजा पडतो.[१२] उपचारात्मक शिकवणीची गरज भासणारे बहुसंख्य विद्यार्थी हायस्कूलमधून पदवी घेऊन आलेले असतात. असे विद्यार्थी होमस्कूलिंगमधून आलेले नसतात. ही कामगाराची मुले असतात. तसेच ती मुले गरीब कुटुंबातील असतात. बऱ्याच वेळा कॉलेजच्या शिक्षणापर्यंत पोहोचणारे त्यांच्या कुंटुंबातील ते पहिलेच सदस्य असतात. विचारात घेण्यासारखी विशेष महत्त्वाची बाब ही आहे की, ज्या विद्यार्थ्यांना शिक्षणाच्या कोणत्याही स्तरावर फारसे यश मिळत नाही, त्या विद्यार्थ्यांच्या घरी ग्रंथ, नियतकालिके, वर्तमानपत्रे इत्यादी वाचनसाहित्याचा खूप अभाव असतो.[१३] दुसऱ्या शब्दात सांगायचे, तर हे विद्यार्थी वाचनसाहित्याचा अभाव असलेल्या घरातील आणि शाळेतील असतात. वाचनसाहित्य उपलब्ध नसेल, तर या मुलांना खूप वाचणे शक्य होत नाही आणि त्यांना चांगले वाचनसाहित्य वाचायला मिळत नाही. या विषयाबाबात अधिक चर्चा प्रकरण चारमध्ये केलेली आहे.

तर मग विद्यार्थ्यांच्या वाचनाची ही समस्या कशी सोडवायची?

१९८० च्या दशकात अमेरिकन शालेय विद्यार्थ्यांची अभ्यासातील प्रगती अत्यंत चिंतनीय होती. त्यावर उपाय शोधण्यासाठी अमेरिकन शिक्षण विभागाने १९८३ मध्ये कमिशन ऑन रीडिंग नावाचा आयोग नेमला. विद्यार्थ्यांचे सर्वांगीण शैक्षणिक यश हे वाचनक्षमतेवर अवलंबून आहे म्हणून वाचन हेच शैक्षणिक समस्येच्या किंवा उपायांच्या केंद्रस्थानी असले पाहिजे याबाबत आयोगाच्या सदस्यांमध्ये एकमत होते.

मुलांचे वाचन आणि तत्संबंधित विषयावर गेल्या २५ वर्षांत केल्या गेलेल्या हजारो संशोधनांचा सदर आयोगाने दोन वर्षे काळजीपूर्वक अभ्यास केला. व त्यावर आधारित *'बिकमिंग ए नेशन ऑफ रीडिंग'* नावाचा अहवाल शासनाला सादर केला. या आयोगाचे दोन महत्त्वाचे निष्कर्ष खालीलप्रमाणे होते:

- "मुलांना लहानपणापासून वाचून दाखवणे हाच वाचनातील परिपूर्ण यश मिळवण्यासाठीचा एकमेव मार्ग आहे."[१४]
- "सर्व इयत्तांमधील मुलांना वाचून दाखवले पाहिजे."[१५] केवळ घरीच नाही तर शाळेमध्येही मुलांना वाचून दाखवणे उपयुक्त ठरते या विचाराचे समर्थन करणारे भक्कम पुरावे आयोगाला आढळले होते.

"वाचून दाखवणे हाच एकमेव मार्ग आहे" असे नमूद करताना आयोगातील तज्ज्ञांना सांगायचे होते, की कार्यपुस्तिका, गृहपाठ, ग्रंथपरीक्षण, फ्लॅशकार्ड या सर्वांपेक्षा वाचून दाखवणे अधिक महत्त्वाचे आहे. परिणामकारक शिक्षणाचा एक सर्वांत सुलभ, स्वस्त आणि जुना मार्ग म्हणून वाचून दाखवण्याला प्रोत्साहन द्यावे असे या अहवालामध्ये सुचवण्यात आले होते. वाचून दाखवण्याचा उपक्रम घरी तसेच शाळेतही राबवता येतो. विशेष म्हणजे यासाठी तुम्हाला कोणत्याही पदविकेची आवश्यकता नसते.

एखादी व्यक्ती वाचनामध्ये कशी निष्णात होते? ती व्यक्ती चांगले वाचन कधी करू लागते? यासाठीची दोन सुलभ सूत्रे पुढीलप्रमाणे आहेत :

- तुम्ही जेवढे जास्त वाचन करता, तेवढे तुमचे वाचन अधिक चांगले होते; तुमचे वाचन जेवढे चांगले होते, तेवढे तुम्हाला वाचन जास्त आवडायला लागते; आणि जेव्हा वाचन तुम्हाला जास्त आवडायला लागते, तेव्हा तुम्ही जास्त वाचन करता.
- तुमचे वाचन जेवढे जास्त, तेवढे तुमचे ज्ञान जास्त; आणि तुमचे ज्ञान जेवढे जास्त असते, तेवढे तुम्ही अधिक बुद्धिमान होता.[१६]

बहुसंख्य विद्यार्थी चौथ्या इयत्तेत येईपर्यंत वाचायला शिकलेले असतात. परंतु हे विद्यार्थी जेव्हा आठवीमध्ये पोहोचतात, तेव्हा त्यातील २४ टक्के विद्यार्थ्यांच्या वाचनाची

कौशल्यपातळी सर्वसामान्य पातळीपेक्षाही कमी झालेली असते. बेचाळीस टक्के विद्यार्थ्यांच्या वाचनाची कौशल्यपातळी सर्वसामान्य दर्जाची असते; पंचवीस टक्के विद्यार्थ्यांच्या वाचनाची कौशल्यपातळी निष्णात दर्जाची असते आणि केवळ तीन टक्के विद्यार्थ्यांच्या वाचनाची कौशल्यपातळी प्रगत दर्जाची असते.[१७] वाचनकौशल्यामध्ये सर्वसामान्य पातळीपासून निष्णात पातळीपर्यंत आणि तेथून प्रगत पातळीपर्यंत सुधारणा करण्यासाठी विद्यार्थ्यांनी वाचनाचा सराव करणे अत्यंत आवश्यक असते. वाचायला शिकणे हे सायकल चालवायला शिकण्यासारखेच आहे. तुम्ही सायकल जेवढी जास्त चालवता, सायकल शिकत असताना जेवढ्या जास्त वेळा तुम्ही सायकलीवरून पडता, पुन्हा सायकलीवर बसून ती चालवता, तेव्हा तुम्हाला सायकल अधिक चांगली चालवता येते. सायकल वळवताना कोणत्या बाजूला झुकणे आवश्यक असते, सायकल थांबवत असताना पाय जमिनीवर कधी टेकवावा, यासारख्या गोष्टी तुम्हाला सरावानंतरच माहीत होतील. म्हणून मार्गारेट मीक यांनी सरावाला ''व्यक्तिगत धडे'' असे म्हटले आहे.[१८]

सराईतपणे वाचणारे आणि अडखळत वाचणारे यातील फरक चवथ्या इयत्तेत दिसायला लागतो.

तिसऱ्या इयत्तेपर्यंत विद्यार्थ्याने काही वाचनकौशल्ये शिकलेली असतात. चौथ्या इयत्तेत आल्यावर त्याने मागील तीन वर्षांमध्ये शिकलेल्या व्यक्तिगत वाचनकौशल्यांचे उपयोजन करून पुस्तकातील संपूर्ण परिच्छेद आणि पान वाचणे अपेक्षित असते. थोडक्यात त्याच्या वाचनकौशल्यांचा त्याने अवलंब करावा आणि अधिक वाचत राहावे अशी अपेक्षा असते. परंतु नेमक्या याच म्हणजे चौथ्या इयत्तेपासूनच विद्यार्थ्यांचा वाचनाबद्दल नकारात्मक दृष्टिकोन तयार होण्यास सुरुवात होते. म्हणून विद्यार्थ्यांच्या शैक्षणिक जीवनातील हा काळ 'चौथ्या इयत्तेतील आपटी' या वाक्प्रचाराने संबोधला जातो. कै. जीन छाल[१९] यांच्या संशोधनातून हा वाक्प्रचार अस्तित्वात आला आहे. विद्यार्थ्यांच्या जीवनातील हाच काळ आहे, की जेव्हा वाचन क्षमतेच्या वैशिष्ट्यांआधारे विद्यार्थ्यांचे आपल्याला दोन गट दिसायला लागतात. एक म्हणजे वाचनकौशल्ये असणारा गट

आणि दुसरा म्हणजे वाचनकौशल्यांसाठी संघर्ष करणारा गट. या दुसऱ्या गटाला उपचारात्मक उपायांची गरज असते.

परंतु मुलांनी जर मूलभूत वाचनकौशल्ये कंटाळवाण्या आणि वेदनादायक पद्धतीने शिकली असतील किंवा त्यांना वाचन तशा पद्धतीने शिकवले गेले असेल, तर मात्र ते वाचनाचा तिरस्कारच करणार. परिणामी ते शाळेबाहेर कधीच वाचन करणार नाहीत. विद्यार्थी त्यांच्या एकूण वेळेपैकी मोठा वेळ शाळेबाहेर असतात. म्हणून हा वेळ विद्यार्थी कसा वापरतात यावरून ते निष्णात वाचक होणार की वाचनात मागे पडणार हे ठरत असते. विद्यार्थ्यांचे शाळेबाहेरील वाचन आणि त्याला परीक्षेत मिळणारे गुण यांचा सहसंबंध आहेच. म्हणून सांगावे वाटते, की जर शाळेबाहेर केले नाही भरपूर वाचन, तर शाळेत मिळणार नक्कीच खूप कमी गुण.

कमिशन ऑन रीडिंग त्यांच्या अहवालाद्वारे राष्ट्राला उद्देशून अवाहन करत होते, की मुलांना शक्यतो बालपणापासून वाचून दाखवा. आणि मुले थोडी मोठी झाल्यावर तर नक्कीच, शाळेत आणि शाळेबाहेर वाचून दाखवा. वाचन इच्छेचे मुलांमध्ये बीजारोपण करा. केवळ याच उपायांनी विद्यार्थ्यांची वाचनसमस्या सोडवली जाऊ शकते अशी या आयोगाची खातरी होती.

मुलांना वाचून दाखवण्यासारखी अगदी साधी बाब एवढी परिणामकारक कशी ठरू शकते?

ज्याप्रमाणे लाकूड हा इमारत निर्मितीसाठीचा एक अत्यावश्यक घटक आहे, त्याचप्रमाणे शब्द हा शिकण्याच्या प्रक्रियेचा एक अत्यावश्यक घटक आहे. आणि शब्द मेंदूपर्यंत पोहोचण्याचे केवळ दोनच प्रभावी मार्ग आहेत : एक म्हणजे शब्द पाहणे आणि दुसरे म्हणजे शब्द ऐकणे. बाल्यावस्थेपासून ते साधारणपणे पाच-सहा वर्षांचे होईपर्यंत मुले वाचू शकत नाहीत. म्हणजेच या वयातील मुले शब्द मेंदूपर्यंत पाठवण्यासाठी डोळ्यांचा वापर करू शकत नाही. म्हणून बालकाचे कान हेच त्याच्या शब्दसंग्रहणाचे उत्तम साधन ठरतात. केवळ कानच शब्दांना बालकाच्या मेंदूपर्यंत पोहोचवू शकतात. आपण जे शब्द बालकाच्या कानाद्वारे त्याच्या मेंदूकडे पाठवतो, तेच त्याच्या "मेंदू घराचे" आधार होतात. पुढे जेव्हा मूल स्वत: वाचायला शिकत असते, तेव्हा त्याच्या कानातील अर्थपूर्ण आवाज ते वाचत असलेल्या शब्दांचे योग्य अर्थ लावण्यास त्याला मदत करतात.

आपण आपल्या मुलांबरोबर अनेक उद्देशांनी संवाद साधतो. यामध्ये त्यांना आत्मविश्वास मिळवून देणे, त्यांचे मनोरंजन करणे, त्यांच्या आणि आपल्यामधील नाते दृढ करणे, त्यांना विविध विषयाची माहिती देणे किंवा स्पष्टीकरण देणे, त्यांच्यामध्ये

कुतूहल जागवणे, उत्सुकता निर्माण करणे, त्यांना प्रेरणा देणे इत्यादी उद्देशांचा समावेश होतो. ज्याप्रमाणे मुलांबरोबर संवाद साधल्याने हे उद्देश साध्य होतात, त्याचप्रमाणे मुलांना वाचून दाखवल्यानेही हे उद्देश साध्य होतात. याशिवाय वाचून दाखवल्याने पुढील अधिकचे फायदे मिळतात.

- मुलांच्या शब्दसंग्रहामध्ये वाढ होते.
- वाचन आणि आनंद यांचा सहसंबंध जोडण्याची मुलांच्या मेंदूला सवय लागते.
- मुलांना पार्श्वभूमित्वक ज्ञान मिळते.
- मुलांना आदर्श वाचकाचा नमुना पहायला मिळतो.
- मुलांमध्ये वाचनाची आवड निर्माण होते.

प्रौढ व्यक्तींचे मुलांना वाचून दाखवण्याचे प्रमाण दिवसेंदिवस कमी होत आहे. म्हणजेच त्यांच्या वाचून दाखवण्याच्या वेळेमध्ये घट होत आहे. ही घट हेच विद्यार्थ्यांच्या मनोरंजनात्मक वाचनामध्ये झालेल्या घटीचे एक अस्पष्ट किंवा अदृश्य कारण आहे असे मला वाटते. कारण या दोन्हींमध्ये एकाच वेळेस घट झाली आहे. साधारणपणे विद्यार्थी माध्यमिक शाळेत जायला लागले की त्यांना वाचून दाखवण्याचे थांबवले जाते. खरे तर वाचून दाखवण्याद्वारे वाचनातून मिळणाऱ्या आनंदाची जाहिरात केली जाते. या जाहिरातीतील घट विद्यार्थ्यांच्या मनोरंजनात्मक वाचनाच्या घटीमध्ये नैसर्गिकरीत्या प्रतिबिंबित झालेली दिसते. थोडक्यात, वाचून दाखवणे कमी झाले आहे म्हणून वाचण्याचे प्रमाण घटले आहे.

वाचनाविषयीची महत्त्वाची दोन तत्त्वे आहेत :

वाचनविषयक तत्त्व १ : मानव हा आनंदकेंद्री प्राणी आहे.

वाचनविषयक तत्त्व २ : वाचन हे संचयित होणारे कौशल्य आहे.

शैक्षणिक क्षेत्रानेमात्र या तत्त्वांकडे दुर्लक्ष केलेले दिसते. विशेष म्हणजे या दोन तत्त्वांनी एकत्र काम करणे आवश्यक आहे.

पहिल्या तत्त्वाचा विचार केल्यास आपल्या लक्षात येते, की ज्या गोष्टीपासून आनंद मिळतो ती गोष्ट मानव स्वच्छेने पुन्हापुन्हा करतो. म्हणूनच तर आपल्याला आवडणाऱ्या रेस्टॉरंट्समध्ये आपण पुन्हापुन्हा जाणे पसंत करतो; आपल्याला आवडणारे खाद्यपदार्थ आपण वारंवार मागवतो; आपल्याला आवडणारी गाणी लावणारेच रेडिओ स्टेशन आपण नेहमी ऐकतो; आपल्याला आवडणाऱ्या शेजाऱ्यांकडे आपण वारंवार जातो. याउलट आपल्याला न आवडणारे खाद्यपदार्थ आणि गाणी आपण टाळतो; आपल्याला न आवडणाऱ्या शेजाऱ्यांकडे जाणे आपण टळतो. यावरून मला हे सांगायचे आहे, की मानव हा आनंदकेंद्री प्राणी आहे हे केवळ एक तत्त्व नसून ते शरीरविज्ञानविषयक

एक सत्य आहे. त्यामुळेच तर ज्या कोणत्या गोष्टीपासून आपल्याला आनंद मिळतो, समाधान मिळते त्या गोष्टी आपण पुन्हापुन्हा करतो; ती गोष्ट आपण स्वीकारतो. आणि ज्याच्यापासून आपल्याला आनंद मिळत नाही; ज्याच्यापासून वेदना होतात त्या गोष्टींपासून आपण दूर जातो.[२०]

जेव्हा आपण मुलांना पुस्तक वाचून दाखवत असतो, तेव्हा आपण त्यांच्या मेंदूकडे एक सुखद संदेश पाठवत असतो. यातूनच आपण पुस्तके आणि आनंद यांची सांगड घालण्याची मुलांना सवय लावत असतो. वाचून दाखवणे म्हणजे पुस्तक आणि आनंद यांच्या सहसंबंधाबाबतची जाहिरातच असते. दुर्दैवाने विद्यार्थ्यांना वाचनाबाबत आनंदाऐवजी अनेक वेदनादायक अनुभवांना सामोरे जावे लागते. काही मुलांचा शिक्षणाबाबतचा अनुभव कंटाळवाणा, रटाळ, आणि भय निर्माण करणारा असू शकतो. तासन्तास पूर्ण करावे लागणारे वर्कशीटस्, शब्द उच्चाराचे परिश्रमकारक शिक्षण आणि परीक्षेतील असंबंधित प्रश्न यामुळेही बऱ्याच वेळा मुलांना शिक्षण अर्थहीन वाटू शकते. वाचनामुळे लहान मुलाला क्वचितच आनंद मिळत असेल किंवा वाचनाचा अधिकाधिक वेदनामय अनुभव येत असेल, तर वाचनाकडे पाठ फिरवणे ही त्याची नैसर्गिक प्रतिक्रिया असेल.

आता आपण वाचनविषयक दुसऱ्या तत्त्वाचा विचार करू या. वाचन हे संचयित होणारे कौशल्य आहे असे दुसरे तत्त्व सांगते. दुसऱ्या शब्दात सांगायचे, तर सरावाने वाचनामध्ये अधिक पारंगतता प्राप्त करता येते असे हे सूत्र सांगते. वाचन हे सायकल चालवणे किंवा कार चालवणे किंवा शिवणकाम करण्यासारखे आहे. या क्रिया अधिक चांगल्या प्रकारे करता येण्यासाठी तुम्हाला त्या कराव्याच लागतात. याच तत्त्वाने आपल्याला असे म्हणता येते, की तुम्ही जेवढे जास्त वाचन कराल, तेवढे तुम्ही ते अधिक चांगले करू लागाल. हे एक अत्यंत साधे तत्त्व आहे व गेल्या तीस वर्षांतील वाचनविषयक संशोधनाने ते सिद्ध केले आहे.[२१] हे तत्त्व महिला, पुरुष, तसेच सर्व वंश, राष्ट्रीयत्व आणि सामाजिक-आर्थिक पार्श्वभूमीच्या वाचकांना लागू पडते. जे विद्यार्थी अधिकाधिक वाचतात, ते सर्वोत्तम पद्धतीने वाचतात, ते सर्वोत्तम साध्य करतात, आणि ते प्रदीर्घ काळ शिक्षण घेतात. याउलट जे विद्यार्थी खूप वाचत नाहीत, ते अधिक चांगल्या पद्धतीने वाचन करू शकत नाहीत. विद्यार्थी खूप वाचन का करत नाहीत? याचे कारण आहे वाचनविषयक पहिले तत्त्व. पहिले तत्त्व सांगते, की मानव हा आनंदकेंद्री प्राणी आहे. प्रत्यक्षात मात्र विद्यार्थ्यांना त्यांच्या संपूर्ण शालेय जीवनात मोठा यातनामय वाचनानुभव येत असतो. शिवाय घरामध्येही वाचनविषयक सुखाचा अभाव असतो. या दोन करणांमुळे विद्यार्थ्यांना पुस्तकांबद्दल जे काही थोडेफार आकर्षण असते, तेही नाहीसे

होते. ज्याप्रमाणे मांजर गरम शेगडीवर बसण्याचे टाळते, त्याचप्रमाणे यातनामय वाचनानुभव असणारे विद्यार्थी वाचन टाळतात. वरील पूर्वानुमानचे अनेक पुरावे तुम्हाला खालील प्रश्नाच्या उत्तरामध्ये सापडतील.

सर्वोत्तम वाचक कोणत्या देशामध्ये आहेत?

वाचनाबाबतचे एक सर्वांत व्यापक आंतरराष्ट्रीय संशोधन वॉर्विक ईले यांनी केले आहे. हे संशोधन त्यांनी १९९० आणि १९९१ मध्ये इंटरनॅशनल असोसिएशन फॉर द इव्हॅल्युएशन ऑफ एज्युकेशनल अचिव्हमेंट या संस्थेसाठी केले होते. कोणत्या देशातील मुले सर्वोत्तम वाचक आहेत याचा शोध घेणे हा या संशोधनाचा उद्देश होता. यासाठी वॉर्विक ईले यांनी ३२ देशांतील नऊ आणि १४ या वयोगटातील २,१०,००० मुलांचे सर्वेक्षण केले होते.[२२]

नऊ वर्षे वयोगटामध्ये वाचनातील एक ते चार क्रमांकावर असलेले देश पुढील प्रमाणे होते: फिनलँड, अमेरिका, स्वीडन, आणि फ्रान्स. तर १४ वर्षे वयोगटातील मुलांच्या वाचनकौशल्यामध्ये अमेरिका आठव्या स्थानावर होती.

या संशोधनातील आकडेवारी दर्शवते, की नऊ वर्षे वयाची अमेरिकन मुले वाचनामध्ये जगात दुसऱ्या क्रमांकावर आहेत. वाचन हे संचयित होणारे कौशल्य असल्यामुळे या मुलांचे वाचन त्यांच्या वाढत्या वयानुसार वाढायला पाहिजे. परंतु अमेरिकन मुलेमात्र त्यांच्या वाढत्या वयानुसार अधिक वाचन करत नाहीत असे या संशोधनावरून दिसते. व त्यामुळे अमेरिकन मुलांची त्यांच्या वाढत्या वयानुसार वाचनातील कामगिरी खालवताना दिसते. अमेरिकेच्या तुलनेत इतर देशातील मुलेमात्र त्यांच्या वाढत्या वयानुसार अधिकाधिक वाचन करताना आढळतात. आपल्या शाळांमध्ये गरीब मुलांचे प्रमाण खूप आहे. व विशेषकरून या मुलांचे वाचन वाढत्या वयानुसार कमी होताना दिसते.[२३] याबाबतच्या अधिक माहितीसाठी पान क्रमांक १३६ पहा. अलीकडच्या काळात विविध वंशाच्या विद्यार्थ्यांच्या शैक्षणिक गुणवत्तेतील फरक कमी होताना दिसत आहे. परंतु १९६० पासून गरीब आणि श्रीमंत विद्यार्थ्यांच्या शैक्षणिक गुणवत्तेतील फरक मात्र ४० टक्क्यांनी वाढलेला आढळतो.[२४] फ्लोरिडा येथील नोव्हा साऊथ-ईस्टर्न विद्यापीठातील प्राध्यापक सारा रॅन्सडेल यांनी फ्लोरिडातील ब्रोवर्ड भागातील मुलांच्या वाचनकौशल्याचा अभ्यास केला. यामध्ये त्यांनी २५९ शाळांमधील २,७०,००० विद्यार्थ्यांच्या वाचनकौशल्याचे सर्वेक्षण केले. या सर्वेक्षणानुसार विद्यार्थ्यांच्या वाचनकौशल्यातील अपयशाचे एकमेव कारण गरिबी हे होते.[२५] तुमच्या लक्षात आले असेल की, गरिबीत जीवन जगणाऱ्या मुलांबरोबर एकंदरीत खूप कमी बोलले जाते,

त्यांना क्वचितच वाचून दाखवले जाते, त्यांच्या शाळेत तसेच घरी खूप कमी पुस्तके असतात. या सर्व कारणांमुळे या मुलांना वाचनकौशल्य हस्तगत करण्यासाठी खूप संघर्ष करावा लागतो.

फिनलँडमधील मुले अगदी लहानपणापासून वाचनाला सुरुवात करतात का?

नाही. फिनलँडमधील मुले खूप उशिरा वाचायला सुरुवात करतात. काही लोकांना असे वाटते, की मुलांनी अगदी लहानपणापासून वाचायला सुरुवात केली, तर त्यांचे वाचनकौशल्य खूप अधिक विकसित होईल. परंतु फिनलँडमधील मुलांचे उत्तम असे वाचनकौशल्य पाहिले, की मग मात्र या विचाराला पूर्णविराम मिळतो. अर्थात फिनलँडमधील मुले लहानपणी वाचन न करता केवळ बेबी आईनस्टाईनसारखी खेळणी खेळतात असे नाही. तर ते वाचनही करतात. वाचनकौशल्यात अव्वल स्थानावर असलेल्या फिनलँडच्या मुलांच्या वयामध्ये आणि दुसऱ्या क्रमांकावर असलेल्या अमेरिकन मुलांच्या वयामध्ये केवळ तीन महिन्यांचा फरक होता. परंतु एक फरक असा आहे, की अमेरिकन मुलांना पाच वर्षांचे झाल्यावर वाचन शिकवले जाते; तर फिनलँडमधील मुलांना त्यांच्यापेक्षा दोन वर्षे उशिरा म्हणजे सात वर्षांचे झाल्यावर वाचनकौशल्याची ओळख करून दिली जाते. उशिरा वाचायला सुरुवात करूनसुद्धा फिनलँडमधील मुलांनी अमेरिकन मुलांना वाचनकौशल्यात मागे टाकले आहे. विशेष म्हणजे तज्ज्ञांना अमेरिकेत जी सामाजिक आणि शैक्षणिक परिस्थिती आढळते, जवळजवळ त्याच्याविरुद्ध परिस्थिती फिनलँडमध्ये आढळते. जसे की : बहुतांश माता नोकरी/व्यवसायासाठी घराबाहेर पडतात, बहुसंख्य मुले एक वर्षाचे असल्यापासूनच बालसंगोपनालयामध्ये ठेवली जातात, वयाच्या सातव्या वर्षी मुलांना शाळेत घातले जाते आणि शाळा केवळ अर्धा दिवसच असते, वयाच्या सातव्या वर्षापासून ते सोळाव्या वर्षापर्यंत मुले एकाच शाळेत शिकतात, प्रतिभावान विद्यार्थ्यांसाठी स्वतंत्र वर्गाची व्यवस्था नसते, वर्गातील विद्यार्थ्यांची संख्या बहुतेक वेळा ३० पर्यंतच असते; प्रत्येक ४५ मिनिटाच्या तासिकेनंतर १५ मिनिटांची मधली सुट्टी असते, इतर कोणत्याही विकसित देशातील विद्यार्थ्यांपेक्षा फिनलँडमधील मुले वर्गात कमी वेळ असतात, राष्ट्रीय पातळीवरचा अभ्यासक्रम नाही आणि १६ वर्षांपर्यंत कोणतीही प्रमाणीकृत परीक्षा नाही, विद्यार्थ्यांना जेवण आणि विद्यापीठीय शिक्षण मोफत उपलब्ध केले जाते, कौटुंबिक साक्षरतेचे प्रमाण उच्च आहे, मुलांना वाचून दाखवण्यावर खूप भर दिला जातो आणि शिक्षणाला प्रभावी सार्वजनिक ग्रंथालयांचे भक्कम समर्थन आहे.[२६]

फिनलँडमधील पालक वाचनासाठी यांत्रिक साधनांचा मोठ्या प्रमाणावर वापर करतात. ही साधने त्यांच्या मुलांचे खासगी शिक्षक म्हणूनच कार्य करतात. याबाबत

अधिक माहिती प्रकरण ८ मध्ये दिली आहे. ईले यांच्या संशोधनांनतर २० वर्षांनी ऑरगनायझेशन फॉर इकॉनॉमिक कोऑपरेशन अँड डेव्हलपमेंट या संस्थेने केलेल्या संशोधनात आढळले की, वाचन, गणित आणि विज्ञान या विषयाच्या कामगिरीत आंतरराष्ट्रीय क्रमवारीत फिनलँडने आपले प्रथम स्थान अबाधित ठेवले आहे.[२७] अमेरिकेतील सर्व शाळांना शक्य झाले नसले, तरी एका शालेय प्रणालीलामात्र फिनलँडमधील शैक्षणिक वातावरणासारखे प्रभावी वातावरण निर्माण करण्यात यश आलेले आहे. आणि ही बाब आवर्जून दखल घेण्यासारखी आहे. युएस मिलिटरी बेस स्कूल ही ती प्रणाली आहे. मूल्यमापन पद्धती, वर्गातील विद्यार्थ्यांची संख्या, परीक्षेचे नियम याबाबतीत फिनलँडमधील प्रभावी शैक्षणिक वातावरणासारखेच वातावरण निर्माण करण्यात या प्रणालीला यश आले आहे. या प्रणालीने विद्यार्थ्यांची अनिवार्य परीक्षेतून मुक्तता केली आहे. तसेच परीक्षेचे खूळ डोक्यातून काढून टाकलेल्या त्यांच्या सार्वजनिक शाळांचे सहजपणे आऊटसोर्सिंगही केलेले आहे.[२८]

सर्वोत्तम वाचकांमध्ये कोणते समान गुणधर्म असतात?

ईले यांच्या संशोधनानुसार[२९] खालील दोन कारणांमुळे विद्यार्थी अभ्यासात चांगली कामगिरी करतात.

- शिक्षकांची विद्यार्थ्यांना वाचून दाखवण्याची वारंवारिता.
- विद्यार्थ्यांच्या स्वयंवाचनाची वारंवारिता किंवा शाळेतील आनंददायी वाचनाची वारंवारिता. या संशोधनात आढळले, की आठवड्यातून एकदा स्वयंवाचन करणाऱ्या विद्यार्थ्यांपेक्षा दररोज स्वयंवाचन करण्याऱ्या विद्यार्थ्यांना खूप जास्त गुण मिळालेले आहेत.

वरील दोन कारणे आपण आधी चर्चिलेल्या वाचनविषयक दोन तत्त्वांचेच प्रतिनिधित्व करतात. जे मूल स्वत: वाचू इच्छिते, त्या मुलासाठी वाचून दाखवणे हे एक प्रेरक म्हणून कार्य करते. याशिवाय वाचून दाखवण्यामुळे मुलांची श्रवणात्मक आकलनक्षमता विकसित होते. चौथ्या इयत्तेतील १,५०,००० विद्यार्थ्यांच्या एका आंतरराष्ट्रीय संशोधनामध्ये असे आढळले, की ज्या विद्यार्थ्यांना घरी खूप वेळा वाचून दाखवण्यात येत होते, त्या विद्यार्थ्यांना कधीतरी वाचून दाखवण्यात येणाऱ्या विद्यार्थ्यांपेक्षा तीस टक्के अधिक गुण मिळाले होते.[३०] यातील तार्किकता ही आहे की, लहान मुलाला जेवढ्या जास्त वेळा वाचून दाखवले जाते, तेवढे ते मूल जास्त शब्द ऐकते व तेवढे त्याचे आकलन जास्त होते आणि तेवढ्या अधिक प्रमाणात ते वाचनाचा दैनंदिन आनंद-अनुभवाशी सांगड घालते.

या सर्वांचा उच्चारज्ञानाशी काय संबंध?

उच्चारज्ञान, उच्चार अभ्यास, नादविद्या, हे सर्व फोनिक्स या इंग्रजी शब्दाचे समानअर्थी शब्द आहेत. मुलांच्या वाचनामध्ये उच्चारज्ञानाचे काय महत्त्व आहे हे सांगणारे खूप संशोधन सध्या उपलब्ध आहे. ज्या मुलांना वाचनाचे शास्त्र समजलेले असते, ज्या मुलांना शब्द आवाजापासूनच तयार होतात हे समजते, आणि ज्यांना ध्वनिविज्ञान समजते, त्या मुलांना अभ्यासामध्ये इतरांपेक्षा अधिक फायदा होतो हे खालील चार्टवरून लक्षात येते. १९९९ मध्ये अमेरिकेच्या शिक्षण विभागाने अर्लि चाईल्डहूड लाँजिट्युडिनल स्टडी नावाचे एक संशोधन केले होते. हे एक दीर्घकालीन संशोधन होते व ते लहान मुलांचे वाचन आणि अभ्यासाशी संबंधित होते. या संशोधनानुसार ज्या मुलांना आठवड्यातून कमीत कमी तीन वेळा वाचून दाखवण्यात येत होते, ती मुले जेव्हा बालवाडीमध्ये गेली, तेव्हा त्या मुलांमध्ये कमी वेळा वाचून दाखवलेल्या मुलांपेक्षा उच्चारांबाबतचे लक्षणीय अधिक ज्ञान आढळले. तसेच या मुलांना वाचनकौशल्याच्या परीक्षेत वरच्या २५ टक्क्यांमध्ये स्थान मिळवण्याची दुप्पट शक्यता होती.[३१]

याचप्रमाणे ज्या कुटुंबाचे उत्पन्न अधिक असते, किंवा ज्या कुटुंबांचा सामाजिक-आर्थिक दर्जा उच्च असतो त्या कुटुंबातील लहान मुलाला अधिक वाचून दाखवण्यात येते व त्यामुळे या मुलाची बालवाडीत प्रवेश घेत असताना अधिक साक्षरता असते.[३२]

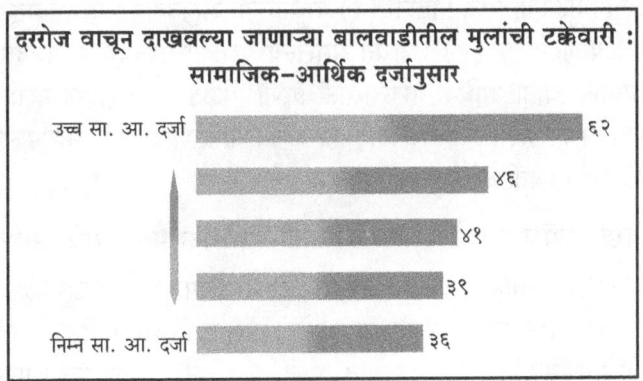

दररोज वाचून दाखवल्या जाणाऱ्या बालवाडीतील मुलांची टक्केवारी : सामाजिक–आर्थिक दर्जानुसार

संदर्भ : कोले, रिचर्ड जे. ॲन अनइक्वन स्टार्ट:इंडिकेटर्स ऑफ इनइक्वालिटी इन स्कूल रेडीनेस. प्रिन्सटन, एन. जे.: पॉलिसी इन्फॉरमेशन सेंटर, इटिएस, २००२.

उच्चारविद्येमध्ये मुलांना प्रेरणा देण्याची क्षमतामात्र नाही. विशिष्ट एक स्वर किंवा स्वरमिश्रण मला आवडते असे काही कोणी सांगत नाही. लहान मुलांना उच्चारविद्या शिकवणे म्हणजे एखाद्या युवा वयातील मुलाला मान कशी घासावी हे शिकवण्यासारखे

आहे. मान स्वच्छ करणे हे वाढत्या वयातील मुलासाठी एक महत्त्वाचे कौशल्य आहे. परंतु मान घासायला शिकवल्यावरही तो मुलगा त्याची मान स्वच्छ ठेवेल याची खातरी देता येत नाही. कारण यामध्ये प्रेरणेचा अभाव आहे. मान कशी घासावी हे एखाद्या मुलाला माहीत असेल परंतु ती घासण्याची त्याची इच्छा नसेल, तर त्याची मान अस्वच्छच राहणार. कालांतराने जेव्हा या मुलाला योग्य अशी तरुणी भेटेल, तेव्हामात्र मान स्वच्छ करण्यासाठी त्याला पुरेशी प्रेरणा मिळेल आणि मग मात्र तो खातरीने मान स्वच्छ ठेवायला लागेल. कोणत्याही कृतीच्या यशस्वितेसाठी ती कृती कशी करावी आणि ती का करावी या दोन्हींचा संयोग आवश्यक असतो.

डॉक्टर्स, क्रीडा प्रशिक्षक, तसेच प्रशिक्षणार्थी अधिकाऱ्यांना जर तुम्ही विचारले, की ज्या लोकाशी तुमचा संपर्क येतो त्याच्यासाठी प्रेरणा किती महत्त्वाची बाब आहे, तर हे सर्व जण हेच सांगतील, की ती फार महत्त्वाची बाब आहे. शिक्षकांच्या वाचनसवयींबाबत एक राष्ट्रीय सर्वेक्षण करण्यात आले होते. या सर्वेक्षणामध्ये त्यांना विचारण्यात आले, की शिक्षणशास्त्रातील कोणता विषय तुमचा सर्वांत आवडता विषय आहे. प्रेरणा हा त्यांचा सर्वांत आवडता विषय होता.[३३] प्रेरणा हा एवढा महत्त्वाचा विषय असतानासुद्धा तो समजून घेण्यासाठी आणि समजून देण्यासाठी वर्गांमध्ये फारसे प्रयत्न होताना दिसत नाहीत.

लहान मुलांना तसेच प्रौढांना (१) वाचनाच्या आनंददायक अनुभवातून अधिक वाचनासाठी प्रेरणा मिळते (२) ते वाचत असलेल्या पुस्तकाचा विषय जर मजेदार असेल, तर त्यापासूनही त्यांना अधिक वाचनासाठी प्रेरणा मिळते. (३) लहान मुलांना आणि प्रौढांना खूप वाचन करणाऱ्या व्यक्तींकडूनही वाचनाची प्रेरणा मिळते. म्हणून लहान मुले तसेच प्रौढ अशा व्यक्तींचे अनुकरण करतात.

वाचून दाखवण्याचे फायदे दर्शवणारे काही संशोधनात्मक पुरावे आहेत का?

गेल्या तीस वर्षांमध्ये वाचून दाखवण्याचे फायदे स्पष्ट करणारे खूप संशोधन केले गेले आहे. या विषयावरील संशोधनाची मोठी संख्या विचारात घेऊन यातील ३३ संशोधनांचे एक महाविश्लेषण करण्यात आले.[३४] वाचून दाखवण्याच्या फायद्यांच्या दाव्यांची सत्यता पडताळणे हा या महाविश्लेषणाचा हेतू होता. वारंवार घरी वाचून दाखवण्याचा बालवाडीत शिकणाऱ्या विद्यार्थ्यांवर काय परिणाम होतो याचा शोध घेणे हे या संशोधनाचे एक उद्दिष्ट होते. मुलांना वाचून दाखवल्यामुळे उच्चारविद्येबाबतची जागरुकता, भाषा विकास आणि प्रारंभिक वाचनकौशल्यांचा विकास हे तीन फायदे मिळतात असे या संशोधनात स्पष्टपणे आढळले. या संशोधनात असेही आढळले, की वाचून दाखवण्याचा गरीब मुलांवर जेवढा सकारात्मक परिणाम होतो, तेवढाच सकारात्मक

परिणाम श्रीमंत मुलांवरही होतो. या संशोधनाचा एक निष्कर्ष असाही होता की, जेवढ्या लवकर किंवा जेवढ्या लहानपणापासून मुलांना वाचून दाखवले जाते, तेवढा त्या मुलांच्या अभ्यासावर अधिक चांगला परिणाम होतो. या संशोधनामध्ये असेही आढळले आहे, की मुले जेव्हा पहिलीच्या वर्गात जातात, तेव्हा तीच-तीच चित्राची पुस्तके पुन्हापुन्हा वाचून दाखवल्यामुळे मुलांचा शब्दसंग्रह १५ ते ४० टक्क्यांनी वाढतो आणि शिकलेल्या गोष्टी तुलनेने त्यांच्या अधिक लक्षात राहतात.[३५] २००१ मध्ये केलेल्या चौथ्या इयत्तेतील १,५०,००० मुलांच्या आंतरराष्ट्रीय संशोधनामध्ये आढळले होते, की ज्या विद्यार्थ्यांना पालक वारंवार वाचून दाखवतात, त्यांच्या गुणांमध्ये सरासरी ३५ टक्क्यांची वाढ होते.[३६]

ओइसीडी ही जगातील औद्योगिक देशांची एक सहकारी संघटना आहे. ही संघटना विविध देशांना शिक्षण आणि इतर क्षेत्रातील विकासासाठी मदत करते. ५० वर्षांपासून कार्यरत असलेली ही संघटना गेली अनेक वर्षे विविध देशातील १५ वर्षे वयाच्या काही लाख विद्यार्थ्यांचे सर्वेक्षण करून शालेय विषयातील त्यांच्या प्रगतीची तुलना करत आहे. २००६ पासून या सर्वेक्षणात भाग घेतलेल्या पाच हजार पालकांच्या या संस्थेने मुलाखती घेतल्या. व मुलाखतीदरम्यान त्यांना विचारले की, तुमचे मूल पहिल्या इयत्तेत शिकत असताना तुम्ही त्याला वाचून दाखवले होते का? आणि वाचून दाखवले असेल तर किती वेळा? मुलाखतीतील या प्रश्नांना पालकांनी दिलेले प्रतिसाद आणि प्रोग्रॅम फॉर इंटरनॅशनल स्टुडंटस् असेसमेंट या संस्थेने मुलांच्या वाचनकौशल्याचे केलेले मूल्यमापन याची तुलना केल्यानंतर ही बाब स्पष्ट झाली की, वाचून दाखवणे आणि मुलांची शैक्षणिक प्रगती या दोन बाबींमध्ये खूप जवळचा संबंध आहे. या दोन बाबींमधील सहसंबंध पुढील प्रकारचा होता : विद्यार्थ्याला पहिल्या इयत्तेत जेवढे जास्त वाचून दाखवले गेले होते, पंधराव्या वर्षी त्याला तेवढे जास्त गुण मिळालेले होते. केवळ पहिल्या इयत्तेत वाचून दाखवल्यामुळे मुलांना जवळपास अर्धा वर्ष शाळेत गेल्यावर जेवढा फायदा होतो, तेवढा फायदा झालेला आढळला. हे निष्कर्ष सर्व उत्पन्न गटातील कुटुंबांना लागू पडणारे होते.[३७]

नॉर्थ कॅलिफोर्निया येथील माझ्या एका व्याख्यानानंतर काही वर्षांनी तेथील एका रहिवाशाचे मला एक पत्र आले होते. तेथील स्थानिक वर्तमानपत्राच्या संपादकांना त्या रहिवाशाने लिहिलेल्या पत्राची ती प्रत होती. टिचर ऑफ द इअर या पुरस्कारासाठी नामांकन मिळालेल्या पाचव्या इयत्तेला शिकवणाऱ्या एका शिक्षकावर एक लेख लिहिला गेला होता. हे पत्र त्या लेखाच्या अनुषंगाने लिहिलेले होते. दुसऱ्या एका शिक्षकाने या सत्कारार्थी शिक्षकाच्या वाचून दाखवण्याच्या उपक्रमाचे गुणगान केल्याचाही उल्लेख या पत्रामध्ये होता. वाचून दाखवण्यासारख्या एका क्षुल्लक उपक्रमाबद्दल शिक्षकाला पुरस्कार

द्यावा हे जिल्ह्यातील एका वडिलांना आवडले नव्हते. उलट त्यांना त्याचा राग आला होता. म्हणून या वडिलांनी लिहले की : ''मुलांना वाचून दाखवण्यामध्ये हे शिक्षक उघड-उघड त्यांच्या वर्गातील मुलांचा वेळ वाया घालवत आहेत हे वाचून मला खूप वाईट वाटले. हे शिक्षक वाचून दाखवत असलेल्या पुस्तकातील पात्रांच्या नकला करण्यात आणि विद्यार्थ्यांचे लक्ष विचलित करण्यात वेळ वाया घालवत आहेत या गोष्टीनेही मी व्यथित झालो आहे. केव्हापासून आपल्या शाळा गोष्टी सांगणारी बालसंगोपन केंद्रे झाली आहेत? माझी मुलगी जेव्हा पाचव्या इयत्तेत जाईल, तेव्हा ती स्वत: वाचायला लागेल अशी मला आशा आहे. जर या शिक्षकाला पुस्तकातील पात्रे जिवंत करण्याची एवढी हौस असेल, तर त्याने एखाद्या स्थानिक नाट्य मंडळात सामील व्हावे.''

मला या वडिलांना सांगायचे आहे, की वाचून दाखवणे हा केवळ 'बालसंगोपन' स्तरावरील उपक्रम नसून त्याला खूप संपन्न असा बौद्धिक इतिहास आहे. उदाहरणार्थ, वडिलांनी आपल्या बालकांना मांडीवर घेऊन वाचून दाखवावे असे आवाहन दोन हजार वर्षांपूर्वी हिब्रूंच्या तलमूड या धर्मग्रंथामध्ये केले गेले आहे. पुढे एक हजार वर्षांनंतरच्या ख्रिश्चन भिक्षूंच्या *'रूल ऑफ सेंट बेनेडिक्ट'* या ग्रंथाच्या ३८ व्या प्रकरणामध्ये असे स्पष्टपणे सांगितले आहे, की रात्रीचे जेवण करताना कोणताही आवाज करू नये. जेवण करणाऱ्यांना वाचून दाखवण्यासाठी नियुक्त केलेल्या भिक्षूला मात्र हा नियम लागू नव्हता. या भिक्षूला बोलण्याची म्हणजेच मोठ्याने वाचून दाखवण्याची परवानगी होती. अशा प्रकारे वाचून दाखवण्याद्वारे त्या अंधकारमय काळात भिक्षूनीं समाजामध्ये आशेची जी ज्योत तेवत ठेवली होती, त्याला आपण भिक्षूचे 'बालसंगोपन' केंद्र म्हणणार का? विशेष म्हणजे बेनेडिक्टेशियन पंथाचे लोक आजही वाचून दाखवण्याच्या या प्रथेचे पालन करतात. दिवसातून एकदा प्रार्थनेच्या वेळेस ते कधी आध्यात्मिक तर कधी एखादा धर्मनिरपेक्ष ग्रंथ वाचून दाखवतात. आणि त्यांच्या वाचून दाखवण्यामध्ये कधीही क्रमिक पुस्तकांचा समावेश नसतो. मला एका तपस्व्याने सांगितले की ''ग्रंथ आणि हस्तलिखितांबरोबर आपला पंधराशे वर्षांचा जुना प्रेमसंबंध आहे.'' एवढेच नाही, तर आतासुद्धा मिन्नेसोटा येथील सेंट जॉन ॲबे कॉलेजविल या चर्चमध्ये फादर हिलरी थिम्मेश यांचा *मार्सेल ब्र्युअर अँड ए कमिटी ऑफ ट्वेल्ह प्लॅन ए चर्च : ए मोनॅस्टिक मेमॉयर* हा ग्रंथ भक्त ऐकत आहेत. ज्या चर्चचा मी येथे उल्लेख केला आहे ती चर्च सेंट जॉन यांची आहे. (ही चर्च एक भव्य वास्तू असून ती वास्तुरचनेचा एक उत्तम नमुना आहे. तिची भव्यता पाहून एकदा आय.एम. पै म्हणाले होते की, जर ही वास्तू न्यू यॉर्क शहरात असती, तर ती जगप्रसिद्ध झाली असती.)[३८]

वाचून दाखवण्याचा इतिहास कामगार वर्गामध्येही आढळतो. एकोणिसाव्या

शतकाच्या मध्यावर अमेरिकेतील सिगरेट उद्योग अत्यंत भरभराटीस आलेला होता. या उद्योगासाठी लागणारी सर्वोत्तम तंबाखू तेव्हा क्यूबामधून आयात केली जायची. नंतर बहुतांश सिगरेट उद्योगाचे टॅम्पा आणि फ्लोरिडामध्ये स्थलांतर झाले.या काळात कामगार सिगरेट हाताने वळत असत. या नाजूक हस्तकलेमध्ये कामगार अत्यंत निष्णात झालेले होते व दररोज उत्कृष्ट दर्जाच्या शेकडो सिगरेटस् ते तयार करत असत. सिगरेट तयार करण्याचे हे काम कौशल्याचे होते. व कारखान्यातील वातावरण समाधानकारक नव्हते. अशा वातावरणात कामगारांना पुनरुक्तियुक्त काम करावे लागत असे. त्यामुळे त्यांना कंटाळा येत असे. कामातील तोचतोचपणा आणि कंटाळा घालवण्यासाठी कामागारांनी एक युक्ती शोधली. ते काम करत असताना दुसऱ्या एखाद्या व्यक्तीने त्यांना वाचून दाखवावे अशी ती युक्ती होती. उद्योगांमध्ये ही संकल्पना *ला लेक्चुरा* म्हणून ओळखली जायची. *ला लेक्चुरा* या स्पॅनिश शब्दाचा इंग्रजी अर्थ रीडिंग असा आहे. कारखान्यातील हा उपक्रम म्हणजे आजच्या ऑडिओ ग्रंथाची पूर्वआवृत्ती होती असे म्हणता येईल.

कामगारांना वाचून दाखवण्यासाठी एक स्वतंत्र व्यक्ती नेमलेली असे. एकट्या टॅम्पा विभागात अशा शेकडो व्यक्ती होत्या. ही व्यक्ती सहसा खोलीच्या मध्य भागातील व्यासपीठावर बसून तासन्तास वाचून दाखवत असे. वाचून दाखवलेल्या साहित्यामध्ये वर्तमानपत्र असायचे. तसेच शेक्सपीयरच्या ग्रंथांसह इतर अनेक अभिजात ग्रंथ वाचून दाखवले जायचे. वाचून दाखवण्याच्या या विविध उपक्रमांमधील एकही उपक्रमक मला बालसंगोपन केंद्रासारखा वाटत नाही.

वाचून दाखवणारी व्यक्ती उंच व्यासपीठावर बसून क्युबा आणि संयुक्त संस्थानातील सिगरेट तयार करणाऱ्या कामगारांना वाचून दाखवत असे व त्याद्वारे त्यांना माहिती देत असे व त्यांची करमणूक करत असे.

अमेरिकेतील कामगारवर्ग पुढे अधिकाधिक संघटित होत गेला. तसेच वाचून दाखवल्यामुळे त्यांना संपूर्ण जगातील पुरोगामी विचारांची माहिती मिळू लागली आणि त्यांचे मनोरंजनही होऊ लागले. वाचून दाखवल्यामुळे कामगारांना ज्ञान मिळत आहे,

त्यांचे प्रबोधन, उद्‌बोधन होत आहे हे लक्षात आल्यावर कारखानदारांनी वाचून दाखवण्याचे उपक्रम थांबवण्याचा प्रयत्न केला.परंतु कामगारांनी त्यांना तीव्र प्रतिकार केला. आश्चर्याची बाब ही होती की, वाचून दाखवणाऱ्या व्यक्तिला प्रत्येक कामगार स्वत:च्या उत्पन्नातून २५ सेंटस् देत होता.

दररोज वाचून दाखवल्यामुळे कारखान्यातील वातावरणामध्ये सुसंस्कृतता आली होती. शिवाय कामगार अधिक बुद्धिमान झाले; त्यांच्या सामान्य ज्ञानामध्ये वाढ झाली. पुढे १९३० च्या आर्थिक महामंदीमुळे सिगरेटच्या विक्रीमध्ये विक्रमी घट झाली. तसेच सिगरेट उद्योगामध्ये येऊ घातलेल्या यांत्रिकीकरणामुळे कामगार संघटनांमधील अस्वस्थता वाढली आणि याचा फायदा घेऊन कारखानदारांनी वाचून दाखवण्याचा उपक्रम बंद पाडला.[३९] याला कामगारांनी विरोध केला परंतु त्याचा फायदा झाला नाही. शेवटी वाचून दाखवणाऱ्यांना आपले काम बंद करावेच लागले. या वाचून दाखवणाऱ्यांची जागा पुढे रेडिओने घेतली. क्यूबामधे मात्र असे झाले नाही.

क्यूबा येथील एक कांदबरीकार मिग्वेल बारनेट यांनी क्यूबातील वाचून दाखवण्याच्या स्थितीचे वर्णन पुढीलप्रमाणे केले आहे : ''आज संपूर्ण क्यूबामध्ये वाचून दाखवण्याची परंपरा व्यवस्थितपणे सुरू आहे. सॅनटियागो पासून ते हावाना ते पिनार डेल रिओ या सर्व ठिकाणच्या कारखान्यांमध्ये वाचून दाखवण्यासाठी स्वतंत्र व्यक्ती नेमलेल्या आहेत. या वाचून दाखवणाऱ्या व्यक्तीला 'वाचक' असे संबोधले जाते. वाचून दाखवण्यासाठी विशिष्ट अशी वेळ निश्चित केलेली आहे. व साधारणपणे त्या दिवशीच्या वर्तमानपत्रातील ठळक बातम्यांनी वाचून दाखवण्याची सुरुवात होते. वर्तमानपत्र वाचून झाल्यावर वाचून दाखवणारी व्यक्ती थोडं थांबते आणि त्यानंतर आधीच्या दिवशी अपूर्ण राहिलेलं पुस्तक पुढे वाचून दाखवायला लागते. वाचून दाखवण्याऱ्या व्यक्तींमध्ये माहिलांची संख्या अधिक आहे.'' क्यूबातील आताच्या कारखान्यांमध्ये पूर्वीच्या तुलनेत वाचून दाखवण्यासाठी कितीतरी अधिक सुविधा उपलब्ध आहेत. यामध्ये आधुनिक प्रकाशयोजना, वातानुकूलनाची व्यवस्था, ॲम्प्लिफायरसह मायक्रोफोनची सुविधा इत्यादींचा समावेश होतो. (येथे मी आवर्जून सांगेन, की ही व्यवस्था अमेरिकेतील अनेक शहरी भागातील शाळा आणि महाविद्यालयातील वर्गांच्या स्थितीपेक्षा कितीतरी चांगली आहे.)[४०]

अमेरिकन शाळांमधील कंटाळवाणे वातावरण आणि कारखान्यांसारख्या दिसणाऱ्या उच्च माध्यमिक शाळा विचारात घेता, येथील शाळा क्यूबाप्रमाणेच वाचून दाखवण्यास योग्य आहेत असे मला वाटते. विशेषत: या पुस्तकात सांगितलेला वाचून दाखवण्याचा इतिहास आणि वाचनापासून मिळणारे शैक्षणिक फायदे लक्षात घेता मला वरील विचार खूप योग्य वाटतो. आणि बालसंगोपन केंद्राबाबत म्हणाल, तर कोणतेही

बालसंगोपन केंद्र मुलांना वाचून दाखवण्याद्वारे वरील उद्दिष्टचे साध्य करत असेल, तर तुमच्यासारख्या पालकांसाठी तो स्वस्तातील सौदा आहे असे म्हटले पाहिजे.

पूर्वी तुम्ही पार्श्वभूमित्मक ज्ञान या शब्दाचा उल्लेख केला होता. ते काय असते?

पार्श्वभूमित्मक ज्ञान म्हणजे काय ते समजून घेण्याचा सर्वांत सुलभ मार्ग म्हणजे खालील दोन परिच्छेद वाचायचे आणि त्यानंतर त्या प्रत्येक परिच्छेदाचे तुमचे आकलन वेगळे आहे का ते तपासायचे.

१. परंतु साबाथिया, ज्याने तीन दिवासांपूर्वीच्या तिसऱ्या गेममध्ये पिच्चिंग केले होते, तो ऑस्टिनच्या बॉलिंगवर बाद झाला होता. त्याने पुढच्या दोन फलंदाजांनासुद्धा बाद केले. त्यानंतर मिग्वेल कब्रेरा फलंदाजी करायला डाव्या बेसवर आला.

२. कॅलिस आणि ऱ्होड्स या दोघांनी मिळून ८४ धावा केल्या. बॉल वळत असल्यामुळे मार्क वॉ याने त्याच्या आठ ओव्हरमध्ये केवळ ३७ धावा दिल्या. अजूनही साऊथ अफ्रिकन संघाला प्रत्येक ओव्हरला सातहून अधिक धावा करायच्या होत्या. विशेष म्हणजे मॅक्ग्राथच्या ओव्हर्स अजून शिल्लक होत्या आणि शेन वॉर्नच्याही दोन ओव्हर्स राहिल्या होत्या. अशा परिस्थितीत ऱ्होड्सने रायफेलचा बॉल बेवनच्या दिशेने टोलवला.

पहिला परिच्छेद हा बेसबॉलसंबंधीचा आहे. व तो बातमीरूपाने २०११ च्या वर्तमानपत्रात छापलेला आहे. तर दुसरा परिच्छेद १९९९ च्या वर्ल्ड क्रिकेट चँपियनशिपच्या एका सामन्याच्या वर्तमानपत्रातील बातमीचे सार आहे. कदाचित तुम्हाला दुसरा परिच्छेद समजून घ्यायला सोपे गेले असेल. याउलट पहिला परिच्छेद मात्र तुम्हाला समजायला अवघड वाटला असेल. कारण ज्या विषयाबाबत तुम्हाला खूप कमी माहिती असते आणि ज्या विषयाचा तुमचा शब्दसंग्रह कमी असतो, अशा विषयाबाबतचा मजकूर वाचताना तुमचा वाचनाचा वेग मंदावतो. व अशा विषयावरील परिच्छेदाचे तुम्हाला सहजपणे आकलन होत नाही. असा विषय तुम्हाला कमी समजतो.[४१] बेसबॉलबद्दलचा परिच्छेद केवळ म्हणून दाखवल्यामुळे तुम्हाला त्यातील फार काही समजले नसते, नाही का?

जी मुले खूप वाचतात, त्यांना पार्श्वभूमित्वक ज्ञान खूप मिळते व पार्श्वभूमित्वक ज्ञानामुळे मुलांना शिक्षकांनी शिकवलेले तसेच क्रमिक पुस्तकातील वाचलेले जास्तीत जास्त समजते. ज्या मुलांना पालक वस्तुसंग्रहालयात आणि प्राणिसंग्रहालयात घेऊन जातात, तसेच ऐतिहासिक स्थळांना भेट देण्यासाठी घेऊन जातात, विदेश यात्रेला आणि दुर्गम भागातील शिबिराला घेऊन जातात, ती मुले कोणताही अभ्यास न करताही खूप पार्श्वभूमित्वक ज्ञान मिळवतात.

पार्श्वभूमित्वक ज्ञान मिळवण्यासाठी पर्यटनासारखा खर्चीक मार्ग अवलंबिणे गरीब

कुटुंबातील मुलांना शक्य नसते. या मुलांनी स्वत: वाचन करणे किंवा इतरांनी त्यांना वाचून दाखवणे हाच त्यांच्यासाठी पार्श्वभूमित्वक ज्ञान मिळवण्याचा सर्वोत्तम मार्ग असतो. अशा मुलांना शैक्षणिक टीव्हीची मदत होऊ शकते हे खरे आहे. परंतु जेमतेम शैक्षणिक कामगिरी असलेल्या मुलांना शैक्षणिक टीव्ही फारसा उपलब्ध होत नाही.

नो चाईल्ड लेफ्ट बिहाईंड या उपक्रमादरम्यान ७१ टक्के जिल्ह्यातील शाळांनी गणित आणि वाचन या दोनच विषयांना अधिक महत्त्व दिले आणि कला, संगीत, विज्ञान, भाषा या विषयांचा अभ्यासक्रम कमी केला.[४२] यामुळे जेमतेम शैक्षणिक कामगिरी असलेल्या मुलांना पार्श्वभूमित्वक ज्ञान मिळवणे आणखी कठीण झाले.

शालेय जीवनाच्या सुरुवातीलाच विद्यार्थ्यांमधील पार्श्वभूमित्मक ज्ञानाचा अभाव लक्षात येतो. बालवाडीतील विद्यार्थ्यांबाबत केलेल्या एका दीर्घकालीन अभ्यासामध्ये आढळले, की कमी शिकलेल्या आणि गरीब कुटुंबातील ५० टक्क्यांहून अधिक मुलांचे पार्श्वभूमित्मक ज्ञान खूपच कमी असते.[४३] यावरून पुन्हा एकदा सिद्ध झाले, की गरिबी हा शिक्षणातील एक प्रमुख अडथळा आहे.

बालवाडीत प्रवेश घेणाऱ्या मुला/मुलींकडे शिक्षणाची तयारी म्हणून किमान कोणती कौशल्ये असली पाहिजेत?

हे मी तुम्हाला एका तुलनात्मक उदाहरणाद्वारे समजावून देणार आहे. ऐकलेले शब्द साठवण्यासाठी मुलांच्या मेंदूमध्ये प्रचंड मोठी जागा असते. या जागेला तुम्ही त्या मुलाचे स्वत:चे पोन्टचारट्रेन सरोवर म्हणू शकता. पोन्टचारट्रेन हे अमेरिकेतील न्यू ऑर्लीन्स भागातील एक प्रसिद्ध सरोवर आहे. कल्पना करा, की कतरीना नावाच्या चक्री वादळामुळे आणि पावसामुळे या सरोवराचे बांध फुटून न्यू ऑर्लीन्सचा बहुतांश भाग संपूर्णपणे जलमय झाला आहे. मुलाच्या मेंदूतील शब्द साठ्यांचेही असेच काहीतरी व्हावे अशी आपली इच्छा असते. थोडक्यात, मुलांच्या मेंदूतील शब्दसाठ्याचा बांध फुटून त्याचा मेंदू शब्दमय व्हावा ही आपली अपेक्षा असते.

मुलाच्या मेंदूतील पहिला बांध म्हणजे त्याचा बोलण्याचा शब्दसंग्रह. तुम्ही मुलाच्या ऐकण्याच्या संग्रहामध्ये शब्दांचा अखंडपणे वर्षाव करत राहिलात, तरच त्याच्या मेंदूतील ऐकलेल्या शब्दांचा साठा भरून वाहायला लागेल. याचा परिणाम म्हणून त्याच्या मेंदूतील बोलण्याच्या शब्दसंग्रहाचे तळे काठोकाठ भरेल. व अंतिमत: तुमचे मूल ऐकलेले शब्द त्याच्या बोलण्यामध्ये वापरायला लागेल. जो शब्द तुम्ही कधीही ऐकलेला नाही, तो शब्द तुम्ही वापरण्याची शक्यता अत्यंत कमी असते. एक अब्जाहून अधिक लोक चिनी भाषा बोलतात. तर मग आपण राहिलेले लोक का नाही चिनी भाषा बोलत? कारण आपण पुरेसे चिनी शब्द ऐकलेले नाहीत. विशेषतः आपल्या बालपणात तर

आपण ते नक्कीच ऐकलेले नाहीत. पुढचा बांध वाचण्याच्या शब्दसंग्रहाचा आहे. जो शब्द तुम्ही कधीही बोललेला / उच्चारलेला नाही असा शब्द तुम्ही पुस्तकात वाचत असाल, तर तो शब्द समजून घेणे जवळजवळ अशक्य असते. शेवटच्या शब्दसंग्रहाचे नाव लिहिण्याचा शब्दसंग्रह असे आहे. जो शब्द तुम्ही कधीच बोललेला / उच्चारलेला नाही आणि वाचलेलाही नाही, तो शब्द तुम्ही कसा लिहू शकाल? ऐकलेल्या शब्दसंग्रहातूनच बोलणे आणि लिहिणे या भाषिक कौशल्यांचा प्रवाह वाहतो. म्हणून या संग्रहामध्ये संबंधित बालकाशिवाय इतर कोणीतरी शब्द भरले पाहिजेत. हे सगळे इतके सोपे आहे.

जेव्हा तुम्ही तुमच्या पाल्याला वाचून दाखवत असता, तेव्हा त्याच्या कानात आणि मेंदूमध्ये शब्द ओतत असता. म्हणजेच शब्दांचे उच्चार, शब्दातील अक्षरे, शब्दांचे शेवट आणि शब्दांचे मिश्रण हे सर्व ओतत असता. वाचनाद्वारे तुम्ही तुमच्या पाल्याच्या कानामध्ये जे शब्द ओतलेले असतात, तेच शब्द त्याला त्याच्या आयुष्यात पुढे केव्हातरी वाचावे लागतात किंवा समजून घ्यावे लागतात. वाचून दाखवण्याद्वारेच तुम्ही तुमच्या पाल्याला त्याच्या आसपास नसणाऱ्या युद्ध, व्हेल, लोकोमोटिव्ह यासारख्या संकल्पना, घटना, प्राणी, वस्तू इत्यादींचे पार्श्वभूमित्मक ज्ञान देऊ शकता.

मुलांकडे असलेल्या शब्दसंग्रहावरूनच त्यांच्या शैक्षणिक यशापयशाबद्दल अंदाज बांधणे शक्य होते. म्हणून मूल जेव्हा बालवाडीत प्रवेश घेते, तेव्हा इतर कोणत्याही कौशल्यांपेक्षा त्याचा शब्दसंग्रह अधिक महत्त्वाचा असतो. हे खरे आहे की, मूल शाळेत शब्द शिकण्यासाठीच जाते. परंतु शिक्षकाने शिकवलेले त्याला किती समजेल हे त्याला आधीपासूनच किती शब्द माहीत आहेत यावरून ठरते. शाळेतील पहिल्या चार वर्षांतील बहुतांश शिक्षण तोंडी स्वरूपात असल्यामुळे ज्या मुलाकडे सर्वांत जास्त शब्दसंग्रह असेल, त्या मुलाला शाळेत शिकवलेले सर्वांत जास्त समजेल आणि ज्या मुलाकडे सर्वांत कमी शब्दसंग्रह असेल, त्या मुलाला सर्वांत कमी समजेल.

पुढच्या प्रत्येक इयत्तेबरोबर शिक्षण अधिकाधिक क्लिष्ट होत जाते. या प्रक्रियेमध्ये मूल जेव्हा स्वत: वाचायला लागते, तेव्हा त्याचा वैयक्तिक शब्दसंग्रह त्याच्या आकलनासाठी मदत करतो किंवा मारक ठरतो. त्याचा स्वत:चा शब्दसंग्रह खूप अधिक असेल, तर वाचलेल्या आशयाच्या आकलनासाठी त्याची त्याला मदत होईल. याउलट जर त्याचा शब्दसंग्रह कमी असेल, तर ती स्थिती त्याच्या आकलनासाठी मारक ठरेल. म्हणूनच तर शाळेतील प्रवेशाच्या वेळी घेतलेल्या शब्दसंग्रहाच्या चाचणीद्वारे संबंधित विद्यार्थ्याच्या यशापयशाबद्दल अचूकपणे अंदाज बांधणे शक्य असते.

काही मुलांचा शब्दसंग्रह बालपणापासूनच कसा काय चांगला असतो?

बहारलेल्या संभाषणरूपी उद्यानातच शब्दरूपी रोपे वाढतात. थोडक्यात, मुलांचा शब्दसंग्रह वाढण्यासाठी त्यांच्याबरोबर जास्तीत जास्त संभाषण केले पाहिजे. परंतु संभाषणाचे प्रमाण प्रत्येक घरानुसार बदलते. युनिव्हर्सिटी ऑफ कानसास येथील डॉ. बेट्टी हॉर्ट आणि डॉ. टॉड रिजले यांनी बालकांच्या जीवनातील दैनंदिन संभाषणाबाबत एक संशोधन केले होते. बालकांचा शब्दसंग्रह वाढण्यासाठी त्यांच्याबरोबर संभाषण केले गेले पाहिजे हे तत्त्व त्यांच्या संशोधनाने अधोरेखित केले आहे. त्यांच्या या संशोधनाचे निष्कर्ष आपल्याला विचार करायला लावणारे आहेत.

हॉर्ट आणि रिजले यांचे हे संशोधन *मीनिंगफुल डिफरन्सेस इन द एव्हरी डे एक्सपीरियन्स ऑफ यंग अमेरिकन चिल्ड्रन*[४] या शीर्षकाखाली प्रकाशित झाले आहे. या संशोधनासाठी हॉर्ट आणि रिजले यांनी चार वर्षे वयाच्या मुलांच्या आकलनाचे विद्यापीठाच्या प्रयोगशाळेत निरीक्षण केले. निरीक्षणात त्यांना आढळले, की आकलनाच्या बाबतीत काही मुले खूप प्रगतीपथावर आहेत तर काही खूपच मागे आहेत. प्रयोगातील या मुलांच्या आकलनाचे ते तिसऱ्या इयत्तेमध्ये गेल्यावर आणि पुन्हा नवव्या इयत्तेमध्ये गेल्यावर चाचणी घेतली गेली. तेव्हाही या मुलांच्या आकलनामध्ये पूर्वीसारखाच फरक आढळून आला. एवढ्या लहानपणामध्ये मुलांच्या आकलनामध्ये फरक पडण्याचे कारण काय? याचे कारण शोधण्यासाठी या संशोधकांनी निम्न, मध्यम आणि उच्च अशा तीन सामाजिक-आर्थिक स्तरातील ४२ कुटुंबांचे सर्वेक्षण केले. संशोधक महिन्याला एक दिवस सर्वेक्षणासाठी निवडलेल्या कुटुंबांच्या घरी जात असत. व कुटुंबातील पालक त्यांच्या मुलांसमोर जे काही संभाषण करायचे, त्याचे हे संशोधक एक तास ध्वनिमुद्रण करत असत. शिवाय पालकांनी मुलांसामोर केलेल्या इतर कृतींची निरीक्षणेही हे संशोधक त्यांच्या डायरीमध्ये नोंदवत असत. सर्वेक्षणातील मुले सात महिन्यांची असताना निरीक्षणाला सुरुवात केली गेली व पुढे अडीच वर्षे निरीक्षणाच्या नोंदी घेतल्या गेल्या.

सर्वेक्षणातील कुटुंबांना या संशोधकांनी एकूण १३०० तास भेट दिली. व पालकांनी मुलांसमोर बोललेले २ कोटी ३० लाख शब्द नोंदवले. नंतर या शब्दांचे नाम, क्रियापद, विशेषण, इत्यादींमध्ये वर्गीकरण केले व निष्कर्ष काढले. या संशोधनाचा आश्चर्यकारक निष्कर्ष हा होता की, तीनही सामाजिक-आर्थिक स्तरातील सर्व ४२ कुटुंबांमध्ये मुलांसमोर केलेल्या संभाषण आणि कृतींमध्ये कमालीचा सारखेपणा होता. यावरून ही बाब सिद्ध होते की, गरीब आणि श्रीमंत अशा दोन्ही प्रकारच्या कुटुंबामध्ये चांगल्या पालकत्वाची मूलभूत अंतःप्रेरणा सारखीच आहे. हे झाले कुटुंबातील समानतेबाबत. आता फरक पाहू या.

पुढे संशोधनाच्या आकडेवारीचे प्रिंटआउटस् मिळाल्यावर या ४२ कुटुंबातील अर्थपूर्ण फरक संशोधकांच्या लक्षात आला. यासाठी तीनही सामाजिक-आर्थिक स्तरातील मुलांसमोर प्रत्यक्ष बोलल्या गेलेल्या शब्दांआधारे चार वर्षांत किती शब्द बोलले जातील याची अंदाजित सरासरी काढण्यात आली. या अंदाजावरून लक्षात आले की उच्च वर्गातील चार वर्ष वयाच्या मुलाला ४ कोटी ५० लाख शब्द ऐकायला मिळाले असते; मध्यम वर्गातील मुलाला २ कोटी ६० लाख, तर दारिद्र्यरेषेखालील मुलाला फक्त १ कोटी तीस लाख शब्द ऐकायला मिळाले असते. या तीनही सामाजिक-आर्थिक स्तरातील मुले बालवाडीत एकाच दिवशी दाखल होतील, परंतु दारिद्र्यरेषेखालील मुलांनी ३ कोटी २० लाख शब्द कमी ऐकलेले असतील. ही ३ कोटी २० लाख शब्दांची तूट एका वर्षात भरून काढून सर्वांत कमी शब्द ऐकलेल्या मुलाला सर्वांत जास्त शब्द ऐकलेल्या मुलाच्या बरोबरीला शिक्षकाने न्यावे अशी राज्यकर्त्यांची अपेक्षा असेल, तर शिक्षकाला दारिद्र्यरेषेखालील मुलाबरोबर दर सेकंदाला १० शब्द नऊशे तास बोलावे लागतील. राज्यकर्ते अशा शिक्षकासाठी जीवनरक्षण सुविधा तयार ठेवतील अशी मला आशा आहे.

सर्वेक्षणातील ४२ मुलांच्या शैक्षणिक कामगिरीत फरक पडणार हे अगदी उघड आहे. कारण त्यांच्याकडे असलेल्या शब्दसंख्येतील फरकामुळे त्यांच्या मेंदूत फरक आहे. या संशोधन नमुन्यातील मुले जेव्हा तीन वर्षांची झाली, तेव्हा उच्च सामाजिक-आर्थिक स्तरातील मुलांकडे ११०० शब्द होते, तर दारिद्र्यरेषेखालील मुलाकडे केवळ ५२५ शब्द होते. हे संशोधन पूर्ण झाले, तेव्हा उच्च सामाजिक-आर्थिक स्तरातील मुलांचा बुध्यांक ११७, तर दारिद्र्यरेषेखालील मुलांचा बुध्यांक ७९ होता.

पालक त्यांच्या मुलांवर किती प्रेम करतात याचा मुलांच्या बौद्धिक क्षमतेशी काहीएक संबंध नाही. सर्व पालकांचे आपल्या मुलांवर प्रेम असते आणि आपल्या मुलांना सर्वोत्कृष्ट ते देण्याची त्यांची इच्छा असते. परंतु हे जे काही सर्वोत्कृष्ट आहे, ते त्यांच्यापर्यंत पोहचवण्यासाठी काय बोलावे आणि करावे याची अधिक चांगली कल्पना फक्त काही पालकांनाच असते. आपल्या मुलांनी अर्थपूर्ण वाक्ये आणि प्रश्नांच्या माध्यमातून वारंवार शब्द ऐकले पाहिजेत हे या पालकांना माहीत असते. त्यांना हेही माहीत असते की, दोन वर्षांच्या मुलाने सलग तीन तास टेलिव्हिजन पाहणे हे फायद्यापेक्षा जास्त नुकसानकारक असते. समाजशास्त्रज्ञ जॉर्ज फारकास आणि कर्ट बेरॉन यांनी तीन ते बारा या वयोगटातील ६,८०० मुलांचे सर्वेक्षण केले. त्यात त्यांना आढळले, की निम्न सामाजिक-आर्थिक स्तरातील मुले अगदी थोड्या शब्दसंग्रहासह शाळेत येण्याची

शक्यता खूप जास्त होती. उच्च सामाजिक-आर्थिक स्तरातील मुलांच्या तुलनेत ही मुले १२ ते १४ महिने मागे होती. आणि वाढत्या वयानुसार क्वचितच ते हे नुकसान भरून काढू शकत होते[४५] उन्हाळ्यातील वाचनाचे नुकसान या संकल्पनेबाबत माहिती मिळविण्यासाठी पान १३७ वरील चार्ट पहा.

अशा प्रकारच्या संशोधनातील संदेश अगदी स्पष्ट असतो : मुलांच्या जडणघडणीवर घरातील खेळण्यांचा नाही तर त्यांच्या डोक्यातील शब्दांचा परिणाम होतो. पालक आपल्या मुलांना आलिंगनाशिवाय सर्वांत स्वस्त आणि मौल्यवान कोणती भेट देऊ शकत असतील तर ती भेट आहे : शब्द. मुलांना ही भेट देण्यासाठी तुम्हाला नोकरी करण्याची किंवा पैसे खर्च करण्याची किंवा एखादा डिप्लोमा करण्याची आवश्यकता नाही. म्हणून सर्वच पालकांनी वाचलेच पाहिजे असे एक संशोधन सांगा असे जर मला कोणी विचारले, तर मी आवर्जून *मिनिंगफुल डिफरन्सेसची* शिफारस करेन. आणि माझी ही शिफारस अगदी व्यवहार्य आहे. कारण या पुस्तकाच्या लेखकांनी त्यांच्या २६८ पानांच्या ग्रंथाचे सहा पानांच्या लेखामध्ये रूपांतर केले आहे व हा लेख अमेरिकन फेडरेशन ऑफ टिचर एज्युकेशन या संस्थेच्या *अमेरिकन एज्युकेटर* या नियतकालिकात छापला आहे. विशेष म्हणजे हा लेख मोफत डाऊनलोड करता येतो.[४६]

अमेरिकेत फारशी प्रसिद्धी न मिळालेली परंतु मुलांच्या भाषिक कौशल्यावर आणि त्यांच्या भावनिक विकासावरसुद्धा प्रभाव टाकणारी सर्वांत स्वस्त आणि अतिशय व्यावहारिक अशी एक गोष्ट मी तुम्हाला सांगणार आहे. कल्पना करा, की तुम्ही एका व्यक्तिबरोबर बोलत आहात परंतु ती व्यक्तीमात्र तुमच्याकडे पाहत नाही. मला खातरी आहे, की तुमचे संभाषण परिणामकारक होणार नाही. आणि ते संभाषण मुंगीच्या पावलाने पुढे सरकेल. मानवी वर्तनाच्या या तत्त्वाचे बाबागाडीतील मुलांवर उपयोजन करून पाहू या. १९६० पर्यंतच्या बहुतांश बाबागाड्यांची रचना अशी असायची की ज्यामध्ये मुलाचा चेहरा पालकांकडे असायचा. आता मुलाचा चेहरा पालकांकडे तसेच उलट दिशेला असण्याची सोय असलेल्या बाबागाड्या निघाल्या आहेत. परंतु आताच्या बहुतांश बाबागाड्यांची रचना त्यातील मुलाचा चेहरा पालकांच्या विरुद्ध दिशेला असेल अशीच असते. यामुळे काही फरक पडतो का? संशोधकांना आढळले आहे, की बाबागाडीतील मुलाचा चेहरा कोणत्या दिशेला आहे याचा पालक आणि मुलामध्ये किती संभाषण होते यावर खूप फरक पडतो. खूप म्हणजे किती, तर जेव्हा मुलाचा चेहरा पालकांकडे असतो, तेव्हा दुप्पट संभाषण होते. एवढेच नाही तर जेव्हा पालक मुलाबरोबर चालतात किंवा त्याला उचलून नेत असतात, तेव्हा त्यांच्यातील संभाषणाचे प्रमाण आणखी

वाढते.४७ अर्थात, मुलाचा चेहरा पालकांकडे असेल आणि पालक पूर्ण वेळ मोबाईलवर बोलत असतील, तर मात्र मुलाचा चेहरा पालकांकडे असण्याचा फारसा फायदा होणार नाही.

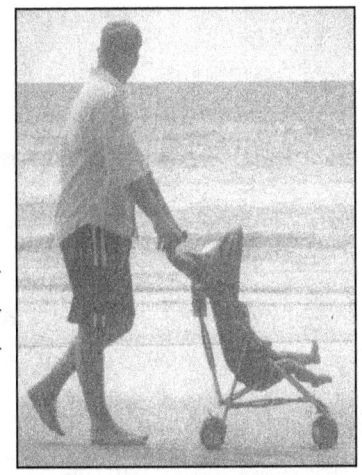

जर बाबागाडीतील बालकाचा चेहरा पालकांकडे असेल तर संभाषण (आणि शिक्षण) दुप्पट होईल. अधिक मजा येईल.

चांगले शब्दसंग्रहण कशातून होते : संभाषणातून की वाचनातून?

प्रौढांमधील तसेच पालक आणि मुलांमधील बहुतांश संभाषण हे साधे आणि सोपे असते. या संभाषणामध्ये आपण नेहमी वापरत असलेल्या पाच हजार शब्दांचा समावेश होतो. या शब्दांना मूलभूत शब्दभांडार असे म्हणतात. मुलांशी सामान्यपणे केलेल्या संभाषणात वापरले जाणारे ८३ टक्के शब्द हे सर्वांत जास्त वापरल्या जाणाऱ्या एक हजार शब्दांपैकी असतात. आणि मुलांचे वय वाढले, तरी शब्दांचे हे प्रमाण बदलत नाही.४८ याशिवाय आणखी पाच हजार शब्द असे असतात, की जे आपण कमी वेळा वापरतो. अशा या एकूण दहा हजार शब्दांना एकत्रितपणे सामान्य शब्दसंग्रह म्हटले जाते. या दहा हजार शब्दांव्यतिरिक्त आपण आणखी काही शब्द वापरतो, त्यांना दुर्मीळ शब्द म्हणतात. आपल्या वाढत्या वयातील वाचनामध्ये हे दुर्मीळ शब्द महत्त्वाची भूमिका बजावतात. दहा हजार सामान्य शब्दांपैकी किती शब्द माहीत आहेत याआधारे एखाद्या व्यक्तिच्या शब्दसामर्थ्याचे अंतिम मूल्यमापन केले जात नाही, तर दुर्मीळ शब्दांपैकी किती शब्द माहीत आहेत याआधारे त्या व्यक्तिच्या शब्दसामर्थ्याचे अंतिम मूल्यमापन केले जाते.

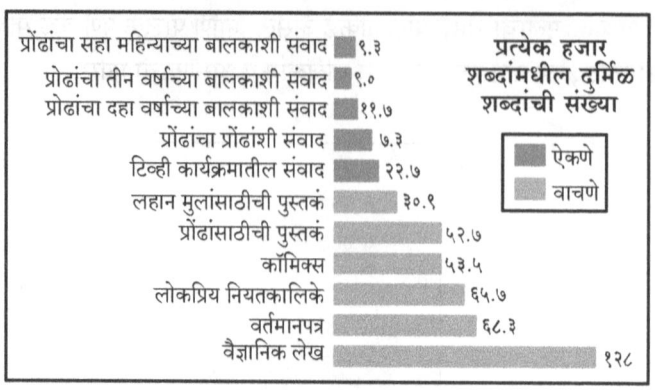

दैनंदिन कौटुंबिक संभाषणातून मुलांना अगदी थोडेच शब्द माहीत होतात. तर पुस्तकं वाचून दाखवल्यामुळे मुलांना औपचारिक शिक्षणासाठी उपयोगी पडणारे दुर्मिळ शब्द माहीत होतात व त्यांना पुस्तकांचा आनंददायक पद्धतीने परिचयही होतो.

आपण संभाषणामध्ये दुर्मीळ शब्द वारंवार वापरत नसलो, तर मग ते शब्द आपल्याला कोठे आढळतील? वर दिलेला चार्ट दर्शवतो, की सर्वांत जास्त दुर्मीळ शब्द मुद्रित पुस्तकांमध्ये असतात. तीन वर्षांच्या मुलाबरोबर बोलताना एक प्रौढ व्यक्ती प्रत्येक हजार शब्दांमागे केवळ नऊ दुर्मीळ शब्द वापरते. याच्या तुलनेत मुलांच्या गोष्टीच्या पुस्तकांमध्ये तीन पट जास्त दुर्मीळ शब्द असतात तर वर्तमानपत्रामध्ये सात पट अधिक दुर्मीळ शब्द असतात. वरील चार्टवरून तुमच्या लक्षात आले असेल, की शब्दसंग्रह विकासासाठी मौखिक संप्रेषणाच्या तुलनेत मुद्रित साधने नि:शंकपणे अधिक उपयोगाची असतात. चार्टमधील माहितीवरून हेही लक्षात येते, की बालसाहित्यापासून ते शास्त्रीय लेखापर्यंतच्या मुद्रित साधनांमध्ये दुर्मीळ शब्दांची संख्या लक्षणीयरीत्या वाढत जाते. जेमतेम शैक्षणिक कामगिरी असलेल्या मुलांना कमी शब्द ऐकायला मिळतात तसेच त्यांच्या घरी कमी पुस्तके असतात. पर्यायाने त्यांना खूप कमी दुर्मीळ शब्द माहीत होतात व त्यामुळे या मुलांना शब्द तुटवड्याच्या गंभीर समस्येला तोंड द्यावे लागते. शब्द तुटवड्यामुळे संपूर्ण शालेय शिक्षणादरम्यान या मुलांच्या वाचनात अडथळे येतात. हा शब्द तुटवडा एवढा मोठा असतो की, तो १२० तासाच्या उन्हाळी वर्गाद्वारे भरून काढणे शक्य होत नाही.[४९] तसेच नादविद्येच्या किंवा उच्चारविद्येच्या अधिकच्या शिक्षणाद्वारेही हा तुटवडा भरून काढणे शक्य होत नाही.

माझ्याकडेच शब्दसंग्रह नसेल, तर मी माझ्या लहान मुलाला शब्द कोठून पुरवू शकेन?

अध्ययनसमस्या असणाऱ्या तसेच इंग्रजी मातृभाषा नसणाऱ्या पालकांकडून मी

हा प्रश्न ऐकला आहे. मुलांचे संगोपन आणि शिक्षणाच्या अनुषंगाने पालकांना अनेक समस्या भेडसावत असतात. त्यातील काही समस्यांसाठी अत्यंत सुलभ उपाय उपलब्ध आहेत. विशेष म्हणजे वरील प्रश्नांच्या उत्तरादाखलसुद्धा अत्यंत सुलभ उपाय उपलब्ध आहे. पालकांना शब्दसामर्थ्य प्राप्त करून देण्यासाठी एक सार्वजनिक एजन्सी मदत करते. विशेष म्हणजे एका शतकाहून अधिक काळ ही एजन्सी लोकांना शब्दसामर्थ्य प्राप्त करण्यासाठी मदत करत आहे. लोकांना उपयुक्त ठरू शकतील अशा शब्दांचे नाम, क्रियापद आणि विशेषण एकत्र करून त्याचे एक पॅकेज ही एजन्सी तयार करते. व ते पॅकेज नागरिकांना मोफत उपलब्ध करते. व हे पॅकेज उपभोक्त्याने काही आठवड्यात आपल्याला परत करावे असे आवाहन ही एजन्सी करते. तुम्ही ओळखले की नाही हे मला माहीत नाही. पण मी अमेरिकेतील मोफत सार्वजनिक ग्रंथालयांबद्दल बोलत आहे. सार्वजनिक ग्रंथालये खऱ्या अर्थाने लोक विद्यापीठे आहेत. विशेष म्हणजे ज्यांना वाचता येत नाही त्यांच्यासाठी आता पुस्तके ध्वनिमुद्रिकांच्या आणि सीडीच्या स्वरूपात उपलब्ध आहेत. चाळीस वर्षांपूर्वी अमेरिकेत ऑडिओ बुक्स हे केवळ दृष्टिहीन व्यक्तींनाच उपलब्ध केले जात होते. आता मात्र ऑडिओ बुक्स कोणालाही उपलब्ध केली जातात. या विषयाबाबत अधिक माहिती प्रकरण ८ मध्ये दिली आहे.

वाचून दाखवणे आणि स्वयंवाचन या दोन उपक्रमांचे जेमतेम कामगिरी असलेल्या शाळांमध्ये कधी कोणी उपयोजन केले आहे का?

कमी उत्पन्न गटातील पालकांना लक्षात आणून द्यावे लागते, की मुलांना वाचून दाखवणे हे अशक्यप्राय काम नाही. कमी उत्पन्नगटातील मुलांच्या शिक्षकांनाही याच गोष्टीची जाणीव करून द्यावी लागते. वाचनातील यश आणि आनंद या दोन बाबी परस्परविरोधी नाहीत. ही बाब थॉमस पी. ओनील ज्युनियर आणि त्यांच्या शिक्षकांनी सिद्ध करून दाखवली आहे. थॉमस पी. ओनील ज्युनियर हे बोस्टनच्या सोलोमोन ल्युवेनबर्ग मिडलस्कूलमध्ये दहा वर्षे प्राचार्य होते. १९५० आणि १९६०च्या दशकात अभिमान वाटावा अशी ही एक नामांकित शाळा होती. पुढे या शाळेला शहरीकरणाचा फटका बसला आणि तिची शैक्षणिक गुणवत्ता खूप घसरली. एवढी घसरली, की बोस्टनमधील शिक्षक या शाळेला ल्युवेनबर्ग न म्हणता लूनी बिन म्हणजेच वेडगळबिन म्हणायला लागले होते. शेवटी १९८४ मध्ये ही शाळा बंद करण्याचे ठरले. परंतु त्याआधी या शाळेला सुधारण्यासाठी एक शेवटची संधी द्यायचे असे बोस्टनच्या अधिकाऱ्यांनी ठरवले.

आणि मग शाळेच्या प्राचार्यपदाची सूत्रे उत्साही ओनील यांच्याकडे देण्यात आली. ओनील हे पूर्वी एका हायस्कूलमध्ये इंग्रजीचे शिक्षक होते. वाचनाचा आनंद

आणि वाचनाचे महत्त्व याची जाहिरात कशी करावी हे ओनिल यांना त्यांच्या पूर्वीच्या अनुभवाने शिकवले होते.

प्राचार्य झाल्यावर ओनील यांनी सर्वांत प्रथम शाळेतील इंटरकॉम यंत्रणा बंद केली. मग त्यांनी शाळेची रचना, नित्यक्रम आणि शिस्त या गोष्टींकडे लक्ष द्यायला सुरुवात केली. खरे म्हणजे ही कामे सोपी होती. परंतु यानंतरचे काम कठीण होते. विद्यार्थ्यांना वाचण्यासाठी प्रोत्साहित करणे हे ते काम होते. खरे तर वाचन हा शिक्षणातील सर्वांत महत्त्वाचा घटक आहे. आयबीएम कंपनी पदवीधरांना कॉम्प्यूटरवर काम करायला शिकवू शकते. परंतु कॉम्प्यूटरचे मॅन्युअल वाचायला तर आपल्यालाच शिकवावे लागते. या शाळेत प्राचार्य झाल्यावर ओनील यांनी त्यांच्या प्राचार्यपदाच्या पहिल्याच वर्षी विद्यार्थ्यांसाठी स्वयंवाचनाचा उपक्रम सुरू केला. या उपक्रमामध्ये सुमारे चारशे मुले आणि शिक्षक शाळेच्या शेवटच्या तासातील शेवटची दहा मिनिटे स्वयंवाचन करत असत. या दहा मिनिटांमध्ये शाळेतील प्रत्येक व्यक्ती आनंद मिळवण्यासाठी वाचन करत असे. स्वयंवाचनाच्या वेळेत प्रत्येक शिक्षकाने आणि प्रशासकीय सेवकाने कोणत्या वर्गावर जायचे हे ठरवून दिलेले असायचे. काही प्रशासकीय सेवकांना मात्र वाटत होते, की शाळेतील ही शेवटची दहा मिनिटे कार्यशाळा किंवा व्यायामशाळा स्वच्छ करण्यासाठी वापरणे अधिक उपयुक्त ठरू शकते. या सेवकांना ओनील यांनी आव्हान दिले, की तुम्ही माझ्यापेक्षा व्यग्र आहात हे सिद्ध करून दाखवा आणि मग मी तुम्हाला स्वच्छतेसाठी स्वतंत्र दहा मिनिटे देईन. हे आव्हान कोणीही स्वीकारले नाही.

स्वयंवाचनाच्या या उपक्रमावर जे लोक सुरुवातीला टीका करत होते, तेच लोक एका वर्षाच्या आत या उपक्रमाचे समर्थक झाले. आणि शाळेच्या शेवटच्या तासातील शेवटची दहा मिनिटे अत्यंत शांततेत व्यतीत केल्याचा सर्व जण आनंद घ्यायला लागले. बरीच मुले शाळेत वाचायला सुरू केलेले पुस्तक बसमध्ये वाचत असत. पूर्वीच्या गोंधळाच्या परिस्थितीच्या अगदी विरुद्ध अशी ही परिस्थिती होती.

सहावी, सातवी आणि आठवीच्या प्रत्येक विद्यार्थ्याला दररोज एकतरी प्रौढ व्यक्ती वाचत असलेली दिसेल अशी व्यवस्था करणे हे ओनील यांच्यासाठी पुढचे आव्हान होते. याशिवाय प्रत्येक विद्यार्थ्याला दररोज वाचलेले ऐकायला मिळेल, याची व्यवस्था करणे हेही त्यांच्यासमोरील एक आव्हान होते. यासाठी त्यांनी प्रत्येक शिक्षकाला वाचून दाखवण्यासाठी एक वर्ग निश्चित करून दिला आणि १० मिनिटे वाचून दाखवण्यानेच शाळेची सुरुवात व्हायला लागली. सकाळी दहा मिनिटे विद्यार्थ्यांना वाचून दाखवणे आणि दिवसाच्या शेवटी विद्यार्थ्यांनी दहा मिनिटे स्वत: वाचन करणे या दोन्ही गोष्टी एकमेकांना पूरक ठरत होत्या. लवकरच असे लक्षात आले, की वर्गात वाचून दाखवल्यामुळे मुलांना नवीन ग्रंथ माहीत होऊ लागले. आणि याचा परिणाम म्हणून

मुलांच्या स्वत:च्या वाचण्यामध्ये नवीन ग्रंथ येऊ लागले. थोडक्यात, ज्याप्रमाणे महान कला महाविद्यालये चित्रे काढण्यासाठी त्यांच्या विद्यार्थ्यांना आदर्श नमुने (मॉडेल्स) उपलब्ध करतात, त्याचप्रमाणे विद्यार्थ्यांना वाचून दाखवून आणि विद्यार्थ्यांसमोर स्वत: वाचन करून या शाळेचे शिक्षक त्यांच्या विद्यार्थ्यांसमोर वाचकाचा एक आदर्श नमुना उपलब्ध करत होते.

वाचनाचे वरील दोन्ही उपक्रम राबवल्याच्या पहिल्याच वर्षी शाळेतील मुलांच्या गुणांमध्ये वाढ झाली. या नवीन उपक्रमांमुळे दुसऱ्याही वर्षी मुलांच्या गुणांमध्ये वाढ झाली. शिवाय शाळेत प्रवेश घेणाऱ्यांची संख्याही वाढली.

वाचनाचे हे उपक्रम सुरू केल्यानंतरच्या तीन वर्षांनी म्हणजे १९८८ मध्ये ल्युवेनबर्ग शाळेच्या ५७० विद्यार्थ्यांचे वाचनातील गुण संपूर्ण बोस्टनमध्ये सर्वाधिक होते. तर या वर्षी ल्युवेनबर्ग शाळेत प्रवेश घेऊ इच्छिणाऱ्या मुलांची प्रतीक्षा यादी १५ पानांची झाली होती. एवढेच नाही तर *टाईम्स*मासिकाच्या मुखपृष्ठ कथेमध्ये न्यू जर्सी राज्यातील पेटरसन येथील शाळेचे प्राचार्य जो क्लार्क यांच्या शारीरिक ताकदीला व्यवहार्य पर्याय म्हणून ओनील यांच्या वाचून दाखवण्याच्या उपक्रमाचा गौरव करण्यात आला होता.[५०]

थॉमस ओनील आता निवृत्त झाले आहेत. परंतु त्यांच्या वाचन उपक्रमाची महती त्यांनी कल्पना केली नसेल इतक्या दूरपर्यंत पोहोचली आहे. जपानमधील ज्युनियर हायस्कूलमध्ये नागरिकशास्त्र शिकवणाऱ्या हिरोशि हायाशि नावाच्या शिक्षकाला *द रीड अलाउड हँडबुकची* जपानी भाषेतील आवृत्ती १९९०च्या सुरुवातीला वाचायला मिळाली होती. या पुस्तकातील स्वयंवाचनाच्या उपक्रमाची आणि थॉमस ओनील यांच्या कार्याची माहिती वाचून हा शिक्षक अत्यंत प्रभावित झाला व हे उपक्रम त्याच्या शाळेत त्वरित सुरू करण्याचा त्याने निर्णय घेतला. इथे मला एक गोष्ट आवर्जून सांगितली पाहिजे, की जपानच्या पब्लिक स्कूलमधील सर्वच विद्यार्थी उत्तम एकाग्रता असलेले, ध्येय सहजपणे साध्य करणारे, बंडखोर, नाखूश वाचक आहेत असा बहुतेक अमेरिकन नागरिकांचा गैरसमज आहे.[५१] स्वयंवाचन ही जपानमधील शिक्षणासाठी परदेशी संकल्पना होती. आणि हिरोशि हायाशि यांनी त्यांच्या ज्युनियर हायस्कूलमध्ये सकाळी केवळ दहा मिनिटे हा उपक्रम राबवला. तरीसुद्धा त्यांना या उपक्रमाचे खूप चांगले आणि जलद परिणाम मिळाले. या परिणामाने हिरोशि हायाशि खूप प्रभावित आणि उत्साहित झाले. व हा उपक्रम संपूर्ण देशात राबवला जावा असे त्यांना मनापासून वाटू लागले. देशातील इतर शाळांच्या शिक्षकांनी आपल्या शाळेला भेट देऊन हा उपक्रम समजावून घ्यावा असेही त्यांना वाटू लागले. यासाठी इतर शाळांना आवाहन करणारी चाळीस हजार पोस्टकार्डस् त्यांनी जपानी पब्लिक स्कूलच्या प्रशासकांना पाठवली. विशेष म्हणजे एवढी पत्रे त्यांनी केवळ दोन वर्षांच्या काळात पाठवली. हायाशि यांच्या या उपक्रमाबद्दल

साशंक असणाऱ्या शिक्षकांनीही नंतर त्यांच्या व्यक्तिगत प्रयत्नांचे, जिद्दीचे कौतुक केले. या सर्वांचा परिणाम म्हणून २००६ पर्यंत जपानमधील ३,५०० हून अधिक शाळांमध्ये दिवसाची सुरुवात विद्यार्थ्यांच्या स्वयंवाचनाने होत होती.

मुलांना वाचून दाखवायला सध्या कोणाकडे वेळ आहे?

जागतिक घड्याळ जणूकाही २४ तासांवरून १८ तासांवर आले आहे अशा पद्धतीने आजचे लोक जीवन जगत आहेत. अर्थात काही लोक इतरांपेक्षा खूप व्यग्र असतात हे मान्य आहे. परंतु अशा लोकांची संख्या खूप कमी असते. वेळेची खरोखरच कमतरता असती, तर आपले मॉल्स रिकामे राहिले असते, इंटरनेट सेवा पुरवणारी नेटफ्लिक्स ही कंपनी बंद पडली असती, आणि केबल टीव्ही कंपन्या दिवाळखोर झाल्या असत्या. हे सर्व चालत आहे; आपण त्यांच्यासाठी वेळ देत आहोत म्हणजेच ठरवले तर आपण आपल्याला आवडणाऱ्या कार्यासाठी वेळ काढू शकतो. याबाबतचा माझ्या जीवनातील एक प्रसंग मला आठवतो. तेव्हा मी सोळा वर्षांचा होतो व एका शाळेत चित्रकलेचा शिक्षक म्हणून काम करत होतो. मी चित्रकलेचा शिक्षक असल्यामुळे सिस्टर पॅट्रिशिया जोसेफ यांनी शनिवार/रविवारच्या सुट्टीमध्ये मला त्यांच्या बुलेटीन बोर्डसाठी एक चित्र काढून आणायला सांगितले होते. माझ्याकडे वेळ नव्हता हे कारण सांगत सोमवारी मी कसलेही चित्र न घेता शाळेत पोहोचलो. माझ्याकडे रोखून पाहत पण शांतपणे त्या म्हणाल्या, ''ठीक आहे जेम्स, पण कृपया लक्षात ठेव, अत्यंत कार्यमग्न असणाऱ्या लोकांकडेसुद्धा महत्त्वाच्या कामासाठी वेळ असतो.''

त्यांचे शब्द बरोबर वर्मावर लागले होते. आजही मी त्यांच्या विचारांची अमलबजावणी करतो. तुम्ही आतापर्यंत या पुस्तकामध्ये जे वाचले आहे ते जर तुम्हाला समजले असेल, आणि जर तुम्हाला तुमच्या मुलांची आणि त्यांच्या भविष्याची काळजी असेल, तर वाचून दाखवण्यासाठी तुम्हाला नक्की वेळ मिळेल. सिस्टर पॅट्रिशिया जोसेफ यांनी सांगितल्यानुसार कोणत्याही कार्यासाठी वेळ मिळणे हे तुम्हाला ते कार्य किती महत्त्वाचे वाटते यावर अवलंबून असते.

वाचून दाखवणे, शब्दसंग्रह आणि वृद्ध मेंदूबद्दल शेवटचे शब्द

वाचून दाखवण्याच्या उपक्रमाला आतापर्यंत जेवढे समर्थन मिळाले आहे, जेवढी मान्यता मिळाली आहे, त्यापैकी पुढील समर्थन हे सर्वांत विलक्षण आणि अतिशय विचार करायला लावणारे आहे. ही गोष्ट आहे १९९० च्या दशकातील. युनिव्हर्सिटी ऑफ केन्टकीच्या मेडिकल सेंटरच्या ऑफिसमध्ये दोन पुरुष आणि एक महिला यांच्यामध्ये काही चर्चा चालल्या होत्या. दोघा पुरुषांपैकी एक इपिडेमिओलॉजिस्ट होता तर दुसरा

न्यूरॉलॉजिस्ट होता आणि जी महिला होती ती सायकोलिंगविस्ट होती. हे सर्व जण अल्झायमर म्हणजेच स्मृतिभ्रम या रोगाचा विशेष अभ्यास करत होते. भविष्यात खूप महत्त्वाचा ठरणारा असा हा अभ्यास होता. यापैकी दोघे जण काही साध्वींच्या संमतीपत्रांचा अभ्यास करत होते. अल्झायमरच्या अनुषंगाने त्यांची नियमित मानसिक तपासणी करण्यास आणि मृत्यूनंतर त्यांच्या मेंदूचे शवविच्छेदन करण्यास साध्वींनी या संशोधकांना संमती दिलेली होती. या साध्वींनी त्यांची वैयक्तिक वैद्यकीय माहितीही या संशोधकांना उपलब्ध केली होती. या साध्वींच्या शवविच्छेदन अहवालातील नोंदी आणि बावीस वर्षांच्या असताना त्यांनी लिहिलेल्या आत्मचरित्रात्मक नोंदी यांचा अभ्यास केल्यावर एका गोष्टीचा संबंध स्पष्ट होत होता: आत्मचरित्रात्मक नोंदींमध्ये सर्वांत दाट वाक्ये लिहिणाऱ्या साध्वींना अल्झायमर होण्याची शक्यता खूप कमी होती. एखादी संकल्पना छोट्या-छोट्या वाक्यांमध्ये न मांडता किंवा त्या संकल्पनेची उपवाक्यांमध्ये विभागणी न करता एकाच वाक्यामध्ये संपूर्ण संकल्पना ठासून भरलेल्या वाक्यांना दाट वाक्ये म्हणतात. सोप्या शब्दात सांगायचे, तर तरुणपणात ज्यांच्याकडे मोठा शब्दसंग्रह असतो आणि ज्यांच्या विचारांमध्ये जास्त घनता असते म्हणजेच वाक्यामध्ये शब्दांची गर्दी झालेली असते, त्यांना अल्झायमर होण्याची शक्यता कमी असते. आणि दुर्दैवाने अल्झायमर झालाच, तर अशा व्यक्तिला त्यापासून खूप नुकसान होण्याची शक्यता नसते.

एखाद्या व्यक्तिकडे तरुणपणामध्ये मोठा शब्दसंग्रह असणे आणि विचारांमध्ये जास्त घनता असणे याला अल्झायमरविरुद्धची विमा पॉलिसी म्हणता येईल का? तीनही संशोधक याबाबत चर्चा करत असताना दोन मुलांचे वडील असलेल्या न्यूरॉलॉजिस्ट बिल मार्केसबेरी यांनी सायकोलिंगविस्ट सुजॅन केम्पर यांना विचारले की ''या सर्वाचा आपल्या मुलांच्या दृष्टीने काय अर्थ आहे?''

इपिडेमिओलोजिस्ट डेव्हिड स्नोडॉन यांनी *एजिंग विथ ग्रेस* नावाचा अत्यंत लक्षवेधक ग्रंथ लिहिला आहे. या ग्रंथामध्ये वरील चर्चेतील विषयाच्या अनुषंगाने स्नोडॉन यांनी पुढीलप्रमाणे लिहिले आहे,[५२]

''बिल मार्केसबेरी यांच्या प्रश्नाने मला आश्चर्यचकित केले. परंतु जेव्हा मी त्यांच्या चेहऱ्यावरील भाव पाहिले, तेव्हा माझ्या लक्षात आले की त्यांनी हा प्रश्न एक शास्त्रज्ञ म्हणून नाही तर एक वडील म्हणून विचारला होता. बिल यांना तीन मुली होत्या म्हणून त्यांना जाणून घ्यायचे होते की, त्यांनी आणि त्यांची पत्नी बार्बरा यांनी आपली पालकत्वाची भूमिका व्यवस्थितपणे निभावली आहे किंवा नाही.''

बिल यांच्या प्रश्नाच्या उत्तरादाखल सुजॅन म्हणाल्या, ''त्यांना वाचून दाखवा. ते खूप सोपे आहे. आणि आपल्या मुलांसाठी पालकांना शक्य असलेली ती सर्वांत महत्त्वाची

गोष्ट आहे.'' सुजॅनने पुढे स्पष्ट केले, की विचारांची घनता किमान दोन महत्त्वाच्या कौशल्यांवर किंवा क्षमतांवर अवलंबून असते. एक म्हणजे शब्दसंग्रह आणि दुसरे म्हणजे वाचलेल्या आशयाचे आकलन होण्याची क्षमता. ''मुलांना लहानपणापासून वाचून दाखवणे हाच त्यांचा शब्दसंग्रह आणि त्यांच्या वाचनाचे आकलन वाढवण्याचा सर्वोत्तम मार्ग आहे.'' असे सुजॅन ठामपणे म्हणाल्या. हे ऐकताना बिल यांच्या चेहऱ्यावरील सुटकेचा भाव मला स्पष्ट दिसत होता. ''बार्बरा आणि मी दररोज रात्री आमच्या मुलींना वाचून दाखवतो,'' बिल अभिमानाने म्हणाले.

... आमचे संशोधन प्रकाशित झाल्यापासून अनेक वेळा बिल मार्केसबेरींनी विचारलेला प्रश्न मला विचारला गेला आहे. पालक मला विचारत असतात, की आम्ही मुलांना बालगीते ऐकवावी की त्यांच्यासाठी महागडी शैक्षणिक खेळणी खरेदी करावीत की त्यांना टेलिव्हिजन पहाण्यास प्रतिबंध करावा की त्यांना लवकरच संगणक हाताळायला शिकवावा? सुजॅन केम्पर यांनी बिल मार्केसबेरीला दिलेले तेच साधे उत्तर मी या सर्व पालकांना देतो : ''तुमच्या मुलांना वाचून दाखवा.''

२. मुलांना वाचून दाखवायला केव्हा सुरू आणि बंद करावे?

आपण जे बालपणी शिकतो, ते दगडावर कोरले जाते
आपण जे प्रौढपणी शिकतो, ते बर्फावर कोरले जाते
डेव्हिड खेरडियन, कवी

"वाचून दाखवायला सुरुवात करण्यासाठी बालकाचे वय काय असावे?" हा प्रश्न पालक मला अनेक वेळा विचारतात. "मुले किती वर्षांची झाल्यावर त्यांना वाचून दाखवायचे बंद करावे?" हा पालकांचा पुढचा प्रश्न असतो.

पहिल्या प्रश्नाच्या उत्तरासाठी मी त्यांना विचारतो : "तुम्ही तुमच्या लहान मुलाबरोबर बोलायला केव्हापासून सुरुवात केली होती? मूल सहा महिन्याचे होईपर्यंत तुम्ही त्याच्याशी बोलायचे थांबला होतात का?"

या प्रश्नाच्या उत्तरादाखल पालक सांगत असत की, "बाळाचा जन्म झाला त्या दिवसापासूनच आम्ही त्याच्याशी बोलायला सुरुवात केली होती."

"आणि जन्म झाला त्या दिवशी तुमचे बाळ कोणती भाषा बोलत होते? इंग्रजी? जपानी? इटालीयन?" इंग्रजी असे ते सांगणार असतात तेवढ्यात त्यांच्या लक्षात येते की त्यांचे मूल त्या वयात कोणतीच भाषा बोलत नव्हते.

मी म्हणत असे, "खूप छान! नुकत्याच जन्मलेल्या बालकाला हळुवारपणे हातावर घेऊन तुम्ही त्याच्याशी गुजुगुजू करायला लागता. आणि म्हणता 'तू आमचं अत्यंत लाडकं बाळ आहेस, तुझ्या बाबांना आणि मला वाटतं की तू जगातील सर्वांत सुंदर मूल आहेस.' त्या बाळाला माहीत नसलेल्या भाषेत तुम्ही विविध उच्चार असलेले शब्द आणि क्लिष्ट वाक्ये तुम्ही त्याच्याशी बोलत होतात. त्यातील एकही शब्द त्या बालकाला समजत नव्हता! आणि या गोष्टीचा तुम्हाला कधीच वेडेपणा वाटला नव्हता किंवा असे

बोलणे योग्य आहे का याबाबत तुम्ही कधीही विचार केला नव्हता. याचा अर्थ काय, तर पालक या एवढ्या लहान बालकाबरोबरसुद्धा बोलू शकतात, बोलतातच. परंतु या एवढ्या लहान बाळाला वाचून दाखवण्याचीमात्र बरेच पालक कल्पनाही करू शकत नाहीत. आणि हेच तर खरे दु:ख आहे. बाळाचे जे वय तुम्हाला त्याच्याशी बोलायला योग्य वाटते, तेच वय त्याला वाचून दाखवण्यासाठीही निश्चितच योग्य असते. आणि तुम्ही वाचून दाखवाल तीच भाषाही योग्य असते.''

हे खरे आहे, की जन्मापासून ते सहा महिन्याचे होईपर्यंत आपण बाळाला जे वाचून दाखवतो ते त्याला समजते किंवा नाही याबद्दल आपण फार विचार करायची गरज नाही. या वयामध्ये आपण बाळाला केवळ आपल्या आवाजाची सवय लावत असतो आणि पुस्तके त्याच्या दृष्टीस पडावीत एवढेच पाहत असतो. डॉ. टी. बेरी ब्राझेलटन हे बोस्टन येथील चिल्ड्रन हॉस्पिटल मेडीकल सेंटरमध्ये बाल विकास विभागाचे प्रमुख होते. त्यांचे निरीक्षण असे सांगते, की रडणाऱ्या बाळाला शांत करायला आणि त्याला नियंत्रणात ठेवायला शिकणे हेच नवीन पालकांचे सर्वांत महत्त्वाचे काम असते. कारण बाळ शांत असेल, तरच ते इकडेतिकडे पहायला लागेल आणि तुम्ही सांगितलेली माहिती ऐकू शकेल.[१] बालवाडीच्या शिक्षकांनाही प्रत्येक नवीन शैक्षणिक वर्षाच्या सुरुवातीला याच दिव्याला सामोरे जावे लागते. त्यांनाही नवीन वर्गातील मुलांना शांत करण्याचे आणि नियंत्रित करण्याचेच काम करावे लागते.

'गर्भातील शिक्षण' ही दंतकथा आहे का?

मानवी आवाज हा बाळाला शांत करण्याचे सर्वांत प्रभावी साधन आहे हे आपल्याला खूप पूर्वीपासून माहीत आहे. बाळाचा जन्म होण्याआधीपासूनच म्हणजेच बाळ आईच्या गर्भात असताना त्याच्यावर आवाजाचा प्रभाव पडतो याबाबत पूर्वी अंदाज व्यक्त केला जायचा. आता मात्र संशोधनाने ही बाब सिद्ध केली आहे. युनिव्हर्सिटी ऑफ नॉर्थ कॅरोलिना येथील मानसशास्त्रज्ञ ॲन्थनी डेकॅस्पर आणि त्यांच्या सहकाऱ्यांचे असे अनुमान होते, की एखाद्या अर्भकाने गर्भात म्हणजेच जन्म होण्यापूर्वी ऐकलेला आशय जन्म झाल्यावर ते अर्भक ओळखू शकेल. या अनुमानाची सत्यता पडताळण्यासाठी त्यांनी एक प्रयोग केला.

डेकॅस्पर यांनी त्यांच्या प्रयोगासाठी ३३ गर्भवती महिलांची निवड केली. व त्यांना त्यांच्या गर्भधारणेच्या शेवटच्या सहा आठवड्यांमध्ये लहान मुलांच्या गोष्टीच्या पुस्तकातील एक विशिष्ट परिच्छेद दररोज तीन वेळा मोठ्याने म्हणायला सांगितला. या प्रयोगात तीन वेगवेगळे परिच्छेद वापरण्यात आले होते. परंतु प्रत्येक महिलेने संपूर्ण प्रयोगाच्या काळात तीनपैकी कोणतातरी एकच परिच्छेद मोठ्याने म्हटला. पुढे यथावकाश

प्रयोगातील महिलांनी बाळांना जन्म दिला. जन्माच्या ५२ तासानंतर बाळांच्या तोंडामध्ये कृत्रिम स्तनाग्र देण्यात आले आणि त्यांच्या कानामध्ये इअरफोन घालण्यात आले. इअरफोनद्वारे या सर्व बाळांना परिच्छेद ऐकवले जाणार होते. प्रयोगात म्हटले गेलेले तीनही परिच्छेद या बाळांना दुसऱ्या एका महिलेने इअरफोनद्वारे ऐकवले व प्रत्येक बाळाचा स्तनाग्र चोखण्याचा वेग मोजला. स्तनाग्र चोखण्याच्या वेगावरून संशोधकांना आढळले, की सर्व बाळांनी ते गर्भात असताना जो परिच्छेद ऐकला होता, त्याच परिच्छेदाला पसंती दिली.[२]

यावरून डेकॅस्पर यांनी असा निष्कर्ष काढला, की जन्मानंतर वाचून दाखवलेल्या गोष्टींना बाळांनी दिलेला प्रतिसाद त्यांच्या जन्मापूर्वीच्या अनुभवाने प्रभावित झालेला होता. याचा अर्थ शिकण्याची ही एक सर्वसाधारण प्रक्रिया आहे. यासारखाच, म्हणजे गर्भातील बाळांना वाचून दाखवण्याचा आणखी एक प्रयोग डेकॅस्पर यांनी केला. यामध्ये गर्भातील बाळांना त्यांच्या जन्मापूर्वी अडीच महिने वाचून दाखवण्यात आले. या प्रयोगात डेकॅस्पर यांना आढळले, की पूर्वी वाचून दाखवलेली गोष्ट ऐकताना बाळाच्या हृदयाचे ठोके कमी झाले आणि पूर्वी न वाचून दाखवलेली गोष्ट ऐकताना त्यांच्या हृदयाचे ठोके वाढले.[३]

अलीकडच्या काळामध्ये काही संशोधकांनी ३० फ्रेंच आणि ३० जर्मन नवजात बालकांच्या रडण्याच्या आवाजाचे ध्वनिमुद्रण केले. व एकूण एक हजार ध्वनिमुद्रित नोंदींचे परीक्षण केले. मुळात फ्रेंच आणि जर्मन भाषांच्या स्वरशैली एकमेकांपासून अगदी भिन्न आहेत. तर मग संशोधकांना त्यांच्या या निरीक्षणात काय आढळले? या संशोधकांना आढळले, की संशोधनातील बालके गोड स्वरात रडत होती. बालकांच्या उच्चाराचे स्वर त्यांच्या पालकांच्या उच्चारांसारखेच होते. एक प्रकारे बालकांनी त्यांच्या जन्मापूर्वी तीन महिने आईच्या पोटात असताना जे स्वर ऐकले होते, त्याची ते नक्कलच करत होते.[४]

हे सर्व प्रयोग सिद्ध करतात की, आईच्या गर्भात असतानाच अर्भकाला निश्चित अशा आवाजाचा परिचय होतो; त्याची त्याला सवय होते. आणि अशा या परिचित आवाजाचा ते मूल सुख, समाधान आणि सुरक्षितता यांच्याशी संबंध जोडते. म्हणजेच आईच्या गर्भात असल्यापासूनच बाळाला आवाज ओळखण्याची सवय लावण्यात येते. ही प्रक्रिया म्हणजे त्या बाळाचे प्रारंभिक शैक्षणिक धडे असतात. वरील माहिती वाचल्यावर बाळाला जन्मापूर्वी तीन माहिन्यांपासून वाचून दाखवण्यासाठी तुम्हाला प्रोत्साहन मिळेल याची मला खातरी आहे. पुढे ते नवजात बालक जेव्हा पुस्तकाला स्पर्श करेल, जेव्हा त्याला शब्द समजायला लागतील, आणि जेव्हा ते वाचून दाखवणाऱ्याचा अनुभव घ्यायला लागेल, तेव्हा त्याच्या जन्मापूर्वी त्याला वाचून

दाखवल्याचे कितीतरी अधिक फायदे मिळतील.

(आईच्या गर्भामध्ये असताना बाळ बाहेरील आवाज ऐकू शकते व ऐकलेले त्याला समजते याबाबतची महाभारतातील अभिमन्यूची कथा आठवून पहा).

विशेष गरजा असलेल्या मुलांना वाचून दाखवण्याचा फायदा होतो का?

कुशला योमॅन ही मुलगी चार महिन्यांची असल्यापासून तिच्या पालकांनी तिला वाचून दाखवायला सुरुवात केली होती. ही सुरुवात कशी झाली याचे अत्यंत सुरेख वर्णन डोरोथी बटलर यांनी त्यांच्या *कुशला अँड हर बुक्स* या पुस्तकात केले आहे. कुशलाला एवढ्या लहानपणापासून वाचून दाखवल्याचा परिणाम हा होता की, ती नऊ महिन्याची असल्यापासूनच पुस्तके ओळखायला लागली होती. आणि तेवढ्या लहान वयातसुद्धा विशिष्ट एक पुस्तक दिसल्यावर ते पुस्तक तिला आवडते ही भावना ती तिच्या पालकांपर्यंत पोहोचवू शकत होती. आणि पाच वर्षांची झाली, तेव्हा ती स्वत: वाचू शकत होती.[५]

कुशलाला जन्मापासूनच अनेक प्रकारच्या शारीरिक व्याधी होत्या म्हणून तिचे वर सांगितलेले वाचनकौशल्य अत्यंत आश्चर्यचकित करणारे ठरते. जन्मत:च कुशलाच्या गुणसूत्रांना नुकसान झालेले होते. व त्यामुळे तिला जन्मपासूनच पाणथरी, किडनी, माऊथ कॅव्हिटी यांचे आजार होते. गुणसूत्रातील बिघाडामुळे तिला झटकेही येत असत. व यामुळे ती रात्री दोन तासांपेक्षा जास्त वेळ झोपू शकत नसे. तसेच तीन वर्षांची होईपर्यंत कोणतीही वस्तू ती तिच्या हातात पकडू शकत नव्हती. आणि तिची दृष्टी एवढी कमजोर होती, की ती तिच्या बोटांच्या पलीकडचे काही पाहू शकत नव्हती.

वरील सर्व लक्षणांच्या आधारे डॉक्टरांनी कुशला 'मानसिक आणि शारीरिकदृष्ट्या विकलांग' असल्याचे निदान केले होते. कुशला तीन वर्षांची होण्यापूर्वीच डॉक्टरांनी हे निदान केले होते व तिला मतिमंदाच्या संस्थेत दाखल करावे अशी शिफारसही केली होती. परंतु कुशला तिच्या बालपणापासूनच पुस्तके वाचून दाखवण्याला खूप प्रतिसाद देत आहे हे तिच्या पालकांच्या लक्षात आले होते. हा प्रतिसाद पाहून तिच्या पालकांनी तिला मतिमंदाच्या संस्थेत दाखल करायला नकार दिला. व त्याऐवजी तिला दररोज १४ पुस्तके वाचून दाखवायला सुरुवात केली. व याद्वारे ते पालक तिला रोज जणूकाही १४ पुस्तकांची मात्रा म्हणजे *डोस* देत होते. कुशला पाच वर्षांची होताहोता मानसशास्त्रज्ञांच्या लक्षात आले, की ती सर्वसाधारण मुलांपेक्षा खूपच बुद्धिमान आहे. आणि सामाजिक परिस्थितीशी ती खूप चांगल्या प्रकारे जुळवून घेऊ शकते.

कुशला आणि तिच्या कुटुंबाची वरील कथा वाचून जगातील एखाद्या अनोळखी वाचकाला प्रेरणा मिळेल या आशेने मी *द रीड अलाऊड हँडबुकच्या* प्रत्येक आवृत्तीमध्ये

ही कथा समाविष्ट केली आहे. एका दिवशी मला मेमफिस येथील मार्सिया थॉमस यांचे एक पत्र आले आणि माझी आशा सफल झाली. या पत्रात त्यांनी लिहिले होते:

जेनिफर ही आमची मुलगी. तिचा जन्म सप्टेंबर १९८४ मध्ये झाला होता. तिच्या जन्मानंतर आम्हाला मिळालेली पहिली भेट होती, ती द रीड अलाउड हँडबुक या पुस्तकाची. या पुस्तकातील सुरुवातीची काही प्रकरणे तसेच कुशला आणि तिच्या कुटुंबाची गोष्ट वाचून आम्ही खूप प्रभावित झालो होतो. या पुस्तकातील मार्गदर्शन आणि सत्यकथांपासून प्रेरणा घेऊन आम्ही आमच्या मुलीला दररोज दहा पुस्तकांचा आहार द्यायचे ठरवले. याच दरम्यान हृदयावरील शस्त्रक्रियेसाठी आमच्या मुलीला सात आठवडे हॉस्पिटलमध्ये रहावे लागले होते. ती अतिदक्षता विभागात असल्यापासूनच आम्ही तिला वाचून दाखवायला सुरुवात केली होती. आम्ही जेव्हा हॉस्पिटलमध्ये नसायचो, तेव्हा तिला ऐकवण्यासाठी गोष्टीच्या ऑडिओ कॅसेटस् आम्ही नर्सकडे ठेवत असू व नर्स त्या तिला ऐकवत असत.

मागील सात वर्षांमध्ये जेनिफरला वाचून दाखवण्याची एकही संधी आम्ही सोडलेली नाही. आता ती पहिलीत आहे आणि तिच्या वर्गातील ती एक सर्वोत्तम वाचक आहे. वाचनाच्या परीक्षेत तिला नेहमीच पैकीच्या पैकी गुण मिळतात. आणि तिचा शब्दसंग्रह कौतुकास्पद आहे. शाळेतील मोकळ्या वेळेत ती वाचनकक्षातच असते. आणि घरी माझ्याबरोबर किंवा तिच्या बाबांबरोबर बसून वाचायला तिला आवडते.

वर सांगितलेली जेनिफरची गोष्ट खूप विशेष आहे. कारण जेनिफर जन्मत:च डाऊन सिंड्रोम या जनुकीय व्याधीची शिकार होती. जेनिफर दोन महिन्यांची असतानाच आम्हाला सांगितले गेले, की ती बहुधा अंध, बहिरी आणि भयंकर मंद असण्याची शक्यता आहे. परंतु ती चार वर्षांची असताना तिचा बुद्ध्यांक १११ होता.

पुढे जेनिफर थॉमसने मॅसॅचुसेट्स राज्यातील कोनकार्ड येथील हायस्कूलमधून पदवी प्राप्त केली. त्यानंतर राज्य पातळीवरच्या एमसीएएस परीक्षेत यश मिळविले. नंतर तिला नॅशनल ऑनर सोसाएटीची सदस्यता देण्यात आली. आणि मला सांगायला आनंद होतो, की तिच्या पदवीदान समारंभासाठी निमंत्रित म्हणून उपस्थित राहण्याचा सन्मान मला मिळाला होता. जेनिफर एक प्रतिभावान वायोलिन वादक होती. वायोलिन सोसाएटी ऑफ अमेरिका ही संस्था दरवर्षी अमेरिकेतील १६ ते २५ या वयोगटातील अपंग वायोलिन वादकांची एक स्पर्धा आयोजित करते. २००३ च्या व्हिएसएच्या स्पर्धेत जेनिफर सहभागी झाली होती. व संपूर्ण अमेरिकेत ऐकवल्या गेलेल्या १५ निवडक वायोलिन स्वरांमध्ये जेनिफरच्या स्वरांचा समावेश होता. जेनिफरने २००५ मध्ये केंब्रिज येथील लेसले विद्यापीठाच्या थ्रेशोल्ड अभ्यासक्रमाला प्रवेश घेतला होता. विशेष गरजा असलेल्या

अत्यंत प्रेरणादायी विद्यार्थ्यांसाठीचा हा एक अभ्यासक्रम आहे. हा अभ्यासक्रम यशस्वीपणे पूर्ण करून तिने २००८ मध्ये पदवी प्राप्त केली. केंब्रिजमध्ये तिला राहण्यासाठी विशेष व्यवस्था करण्यात आली असून अजूनही ती एक अत्यंत उत्साही वाचक आहे. तिच्या अभ्यासाच्या टेबलवर नेहमीच दोन शब्दकोश असतात आणि ते ती सतत वापरते. आणि तिला विकीपिडिया खूप आवडतो.

वर वर्णन केलेली योमॅन आणि थॉमस कुटुंबातील मुले विशेष गरजा असणारी मुले होती. परंतु वाचून दाखवण्यामुळे या मुलांनी त्यांच्या मानसिक आणि शारीरिक समस्यांवर तर मात केलीच होती, शिवाय त्यांनी शिक्षणामध्ये आणि इतर क्षेत्रांमध्येही अत्यंत लक्षणीय यश संपादन केले होते. त्यांनी मिळवलेले यश अत्यंत कौतुकास्पद आहे. जर विशेष गरजा असणाऱ्या मुलांना लहानपणापासून वाचून दाखवल्याचा इतका मोठा फायदा होऊ शकतो, तर साधारण मुलांना त्याचा किती फायदा होईल याची कल्पना करा.

जन्मलेल्या दिवसापासूनच बाळाला वाचून दाखवल्यामुळे काय फायदे होतील असे तुम्हाला वाटते?

इरिनचा जन्म १९८८मध्ये झाला होता. ती लिंडा केली-हॅसेट आणि जिम या मातापित्यांची मुलगी होती. जन्मानंतर जेव्हा हॉस्पिटलमधून घरी आणले, तेव्हा तिला माहीत नव्हते की ती किती भाग्यवान मुलगी आहे. परंतु लवकरच तिला ते समजले. पुढे काही वर्षांनी इरिनच्या आईने तिच्या वाचन अनुभवाचे जर्नल मला दाखवले, तेव्हा इरिन किती भाग्यवान आहे हे मलाही समजले. माझ्या मुलांच्या वाचन अनुभवाचे जर्नल मी ठेवलेले नसल्यामुळे आणि लिंडाने माझ्याआधीपासून तिच्या मुलीला वाचून दाखवायला सुरुवात केली असल्यामुळे मी येथे जे काही लिहिणार आहे, त्यापेक्षा लिंडाचा अनुभव अधिक महत्त्वाचा आहे असे मला वाटते. लिंडा एका प्राथमिक शाळेत शिक्षिका होती. इरिनचा जन्म झाला तेव्हा तिला शिकवण्याचा २२ वर्षांचा अनुभव होता. ती तिच्या वर्गातील विद्यार्थ्यांना मन:पूर्वक वाचून दाखवत असे. लिंडा वर्गामध्ये जे काही उपक्रम राबवायची आणि पालकांना ज्याची कशाची शिफारस करायची, त्या सर्वांचे ती इरिनवर उपयोजन करत असे. लिंडा इरिनसाठी जे काही करायची, ते सर्व करायला सर्वच पालकांकडे वेळ असेल असे नाही. म्हणून त्यातील निम्म्या गोष्टी जरी पालकांनी केल्या, तरी सर्व मुलांचे भवितव्य उज्ज्वल होईल असे मला वाटते. कोणतीही बळजबरी न करता, टप्प्याटप्प्याने इरिनला पुस्तकांची गोडी कशी लावली; इरिनचे दैनंदिन जीवन आणि पुस्तके यांची सांगड कशी घातली याबाबतची माहिती लिंडा तिच्या खालील निबंधामध्ये देत आहे.

इरिनला तिच्या जन्माच्या पहिल्याच दिवशी मी पुस्तक वाचून दाखवले होते. तिने ऐकलेले हे पहिलेच पुस्तक होते. लव्ह यू फॉरएव्हर हे या पुस्तकाचे नाव होते आणि त्याचे लेखक होते रॉबर्ट मुन्श्च. हे पुस्तक मी इरिनला वाचून दाखवत असताना माझ्या पतीने त्याचे व्हिडीओ रेकॉर्डिंग केले होते. लव्ह यू फॉरएव्हर या पुस्तकातील कथा माझ्या पतीने पूर्वी कधी ऐकलेली वा वाचलेली नव्हती. त्यामुळे ती कथा ऐकताना ते खूप हेलावून गेले. त्यांच्या डोळ्यातून अश्रू वाहायला लागले. इरिनला हे पुस्तक वाचून दाखवत असतानाचा व्हिडीओ आमच्या शेजाऱ्यांना आणि मित्रांना पाठवून आम्ही त्यांना इरिनची विशेष प्रकारे ओळख करून दिली. एवढेच नाही तर पूर्वी मी शिकवत असलेल्या तिसरीच्या विद्यार्थ्यांकडेही हा व्हिडीओ पोहोचला. इरिनला वाचून दाखवत असलेला व्हिडीओ पाहून या सर्वांच्याच मनामध्ये वाचून दाखवण्याचे आणि वाचनाचे बीज रोवले गेले.

पहिले चार महिने आम्ही इरिनला विशिष्ट प्रकारची पुस्तके वाचून दाखवली. यामध्ये मुलायम कव्हर असलेली पुस्तके होती. जाड पानांवर चित्रे असलेली पुस्तके होती. तसेच पुस्तके उघडल्यावर त्यातील पानाला विशिष्ट आकार धारण करण्याची व्यवस्था असलेलीही पुस्तके होती. ही पुस्तके आम्ही केवळ इरिनला वाचून दाखवत नव्हतो तर आम्हीही त्या पुस्तकांचा आनंद घेत होतो. चार महिन्यांची असताना झोक्यात बसून इरिनला कविता आणि गाणी ऐकायला आवडत असे. या वयात सलग ४५ मिनिटे ती वाचून दाखवलेले ऐकायची. आणि दिवसातून एकदाच नाही तर दोन ते तीन वेळासुद्धा तिला पुस्तके ऐकायला आवडायचे. जॅक प्रेलुट्रस्कि यांच्या रीड अलाऊड राईम्स फॉर द व्हेरी यंग या पुस्तकातील कविता आम्ही तिला पुन्हापुन्हा वाचून दाखवत होतो. याचबरोबर वी सिंग टेपमधील कविता आणि गाणी आम्ही तिला पुन्हापुन्हा ऐकवत होतो आणि म्हणतही होतो.

इरिन साधारणपणे आठ महिन्यांची असताना तिचे झोक्याचे आकर्षण कमी झाले. आता ती रांगायला लागली होती आणि स्वत: काहीतरी करण्याचा प्रयत्न करायला लागली होती. आता तिला कागद फाडायला आवडू लागले होते. म्हणून आम्ही तिच्यासमोर खूप मॅगझीन्स ठेवू लागलो. अर्थात काही दणकट, सहज न फाटणारी पुस्तकेही ठेवत असू. साधारणपणे ती दहा महिन्यांची होईपर्यंत आम्ही तिला पूर्वीसारखीच कविता आणि गाण्यांची पुस्तके वाचून दाखवत होतो. परंतु मला आता मात्र तिला गोष्टींची पुस्तके वाचून दाखवण्याची खूप उत्सुकता लागली होती. म्हणून ती उंच खुर्चीत बसलेली असताना तिला वाचून दाखवायचे असे मी ठरवले. उंच खुर्चीत बसलेली असल्यामुळे वाचून दाखवत असलेले पुस्तक ती फाडू शकत नव्हती. गोष्ट वाचून दाखवण्याचा अनुभव

अत्यंत आनंददायी होता आणि या अनुभवातून काही आश्चर्यकारक बाबीही समजल्या.

तरुण पालकांना मला हे विशेषकरून सांगायचे आहे की, मी आणि इरिन वाचून दाखवण्याचा आणि ऐकण्याचा एवढा आनंद घ्यायचो, की यादरम्यान तिचा आहार सहजपणे भरवला जायचा. यामुळेच तर तिच्या आहाराबाबत मला कधी अवाजवी चिंता करावी लागली नाही. जेव्हा मी तिला वाचून दाखवत असे, तेव्हा काही पदार्थ ती स्वत:च्या हाताने खात असे. तर कधी फळे आणि भाज्या मी तिला भरवत असे. अशा प्रकारे तिच्या जेवणाच्या वेळी वातावरण आनंदी आणि पोषक असायचे. बहुतांश वेळा तिचे जेवण संपतासंपता ती पुस्तकाच्या कपाटाकडे निर्देश करत बु....क असा आवाज करत आणखी एखादे पुस्तक वाचून दाखवावे असा विनंतीवजा इशारा करत असे. आमच्या या कृतीतून पडलेल्या पायंड्याचे पुढे अनेक वर्षे आम्ही अनुसरण केले. दुपारच्या तसेच रात्रीच्या जेवणादरम्यान वाचून दाखवण्याचा माझा नित्यक्रम सुरूच होता. अल्पोपाहाराच्या वेळेस जर तिची मित्रमंडळी आलेली असतील, तर तेव्हाही मी त्यांना एक-दोन गोष्टी वाचून दाखवत असे. मी शिक्षक असतानाच्या काळात संकलित केलेली गोष्टींची मोठी पुस्तके ऐकणे ही तर तिच्यासाठी एक मोठी मेजवानीच असे.

इरिनला वाचून दाखवण्याच्या या सुरुवातीच्या काळात अनेक संस्मरणीय प्रसंग घडले. यादरम्यान माझ्या पतीची ईस्ट कोस्ट येथे बदली झाली व त्यामुळे त्यांना आता पंधरापंधरा दिवस घरी येणे अशक्य झाले. त्यामुळे इरिनच्या वयाच्या दहा ते पंधरा महिन्यांच्या काळात जेवणासाठी आम्ही दोघीच घरी असत असू. जेवायला आम्ही दोघीच असल्यामुळे आमच्या जेवणादरम्यानच्या वाचनामध्ये खूप वाढ झाली. वाचलेले ऐकण्याची आता तिला एवढी सवय झाली की, जेवणानंतर वीस ते चाळीस मिनिटे सक्रियपणे ऐकणे म्हणजे तिला काहीच वाटेनासे झाले. ४ फेब्रुवारी १९९० च्या माझ्या रोजनिशीतील नोंद पहा : नाश्त्यानंतर नऊ पुस्तके, दुपारच्या जेवणानंतर दहा पुस्तके आणि चार कविता आणि रात्रीच्या जेवणानंतर सात पुस्तके ही जरी एका दिवसाची नोंद असली, तरी या काळात आम्ही दररोजच एवढे वाचन करत होतो.

वरील नोंदीनंतर दहा दिवसांनी म्हणजेच १४ फेब्रुवारी १९९० च्या माझ्या रोजनिशीत मी पुढीलप्रमाणे लिहिले होते: नाश्त्यानंतर इरिन 'वाचून दाखव' म्हणाली. त्या महिन्याच्या शेवटी आम्ही ते शहर सोडून पेनसिलव्हेनियाला जाणार होतो म्हणून मी तिला फ्रँक आश्च यांचे गुड-बाय हाऊस हे पुस्तक वाचून दाखवले. ते पुस्तक वाचून झाले की दुसरे पुस्तक असे तिची वाचून दाखवण्याची मागणी सुरूच राहिली. तिची मागणी पूर्ण करत मी सलग ७५ मिनिटे वाचून दाखवले. यादरम्यान मी एकूण २५ पुस्तके वाचून दाखवली. एकंदरीत काय तर १४ महिन्याची असतानाच वाचून दाखवलेल्या

गोष्टी ऐकण्याची इरिनला खूप गोडी लागली होती. व आता ती आवाज करत, शब्द उच्चारत, पुस्तकांकडे निर्देश करत माझ्या वाचून दाखवण्यामध्ये सक्रियपणे सहभागी होऊ लागली होती.

मला येथे तुम्हाला मुद्दाम सांगायचे आहे, की सतत वाचून दाखवल्यामुळे इरिनला खूप पुस्तके परिचयाची झाली. याचा अर्थ एक पुस्तक वाचून झाले की मी लगेच घाईघाईने दुसरे पुस्तक वाचून दाखवत होते असा नाही. नवीन पुस्तकाचा मी तिला सावकाशपणे परिचय करून देत असे. म्हणून नवीन पुस्तकाचा परिचय करून देण्यापासून ते प्रत्यक्ष वाचून दाखवण्यापर्यंतच्या क्रियांसाठी काही दिवस लागत असत. पुस्तकाचा परिचय करून देण्याच्या प्रक्रियेत पहिल्या दिवशी आम्ही केवळ पुस्तकाच्या कव्हरचे निरीक्षण करून त्याच्यावरील चित्रांबद्दल बोलत असू. दुसऱ्या दिवशी मी त्या पुस्तकाचे पहिले पान किंवा पहिली एक-दोन पाने वाचून दाखवत असे. अशा प्रकारे पाच-सहा दिवसांमध्ये ते संपूर्ण पुस्तक एका दमात वाचण्याएवढे माझ्या परिचयाचे होत असे.

पेनसिलव्हॅनिया येथे रहायला गेल्यावर तेथेही पूर्वीप्रमाणेच वाचून दाखवणे मी सुरू ठेवले होते. या नवीन शहरातील आमच्या वास्तव्याच्या सुरुवातीच्या काळतील ही गोष्ट आहे. मी एरिक कार्ल यांचे द व्हेरी हंग्री कॅटरपिलर हे पुस्तक इरिनला वाचून दाखवत होते. या पुस्तकातील पहिले वाक्य मी वाचले. व दुसरे वाक्य वाचणार होते इतक्यात त्यातील 'पॉप' हा शब्द मी उच्चारण्याआधीच तो इरिनने उच्चारला. आणि तोसुद्धा अगदी अचूक स्वरामध्ये. त्या दिवशी ती सतरा महिन्यांची झाली होती आणि परिचित गोष्टी ऐकताना मध्येमध्ये योग्य शब्द उच्चारायला सुरुवात केली होती. वाचून दाखवण्याच्या माझ्या आंनददायी अनुभवामध्ये झालेली ही एक मौल्यवान भर होती.

पालक-पाल्याचा वाचून दाखवण्याच्या आणि ऐकण्याच्या उपक्रमातून इरिनला वाचनाची गोडी लागत होती. याशिवाय तिचे संभाषणकौशल्यही विकसित होत होते. याचा परिणाम म्हणून ती एकवीस महिन्यांत पूर्ण वाक्यांमध्ये बोलू लागली होती. आणि ती चोवीस महिन्यांची झाली, तेव्हा तिचा शब्दसंग्रह सुमारे एक हजार शब्दांपर्यंत पोहोचला होता. आणि हे सर्व तिने फ्लॅश कार्ड किंवा ड्रिल-अँड-स्किल यासारखी शैक्षणिक साधने न वापरता साध्य केले होते. वाचून दाखवण्याच्या उपक्रमामध्ये इरिनचे वडीलही सहभागी होत असत. इरिन आणि तिचे वडील या दोघांनी मिळून एक स्वतंत्र ग्रंथसंग्रह विकसित केला होता. या ग्रंथसंग्रहाचे इरिनने 'डॅडी बुक्स' असे नामकरण केले होते.

वाचून दाखवण्याच्या आमच्या शिस्तबद्ध उपक्रमामुळे इरिनची वाचनाची आवड तर वाढलीच शिवाय तिची एकाग्रताही खूप वाढली. त्यामुळे ती चार वर्षांची झाली तेव्हा अगदी शंभर पानांची गोष्टीची पुस्तके आनंदाने ऐकू लागली होती. इरिन शाळेत

जाण्याच्या वयाची झाली, तेव्हा तिच्या आईने तिला घरीच शिक्षण द्यायचे ठरवले. शिक्षकी पेशाचा तिला प्रदीर्घ अनुभव होता. व इरिनला घरी शिक्षण देण्यासाठी हा अनुभव उपयोगी पडणार होता. इरिनला घरच्या घरीच शिकवण्याच्या हॅसेट कुटुंबाच्या या निर्णयामागे कोणतेही राजकीय किंवा धार्मिक कारण नव्हते. आपल्या एकुलत्या-एक मुलीला सर्वोत्तम ते मिळावे एवढीच त्यामागील भावना होती. आणि हे सर्वोत्तम तिला मिळणारच होते. कारण शिकवण्याचा बावीस वर्षांचा प्रदीर्घ अनुभव असलेली तिची आईच तिची घरची शिक्षिका होती. हॅसेट कुटुंबाने इरिनला घरच्या घरीच शिक्षण देण्याचा निर्णय घेण्यामागील आणखी एक कारण म्हणजे तिला बालपणापासूनच घरी खूप चांगले शिक्षण मिळालेले होते. घरी मिळालेले उच्च दर्जाचे शिक्षण विचारात घेता औपचारिक शाळेतील पहिली काही वर्षे तिला द्विरुक्तीमय वाटली असती आणि त्यामुळे औपचारिक शाळेतील शिक्षण तिला खूप कंटाळवाणेही वाटले असते. आगामी काही वर्षात लिंडा आणि इरिन घरच्या घरीच शिक्षण घेणाऱ्या इतर विद्यार्थ्यांबरोबरच्या साप्ताहिक उपक्रमांमध्ये सहभागी होऊ लागल्या होत्या. बारा वर्षांची झाल्यावर इरिनने स्थानिक माध्यमिक शाळेत आठवड्याला पाच तासाचे बँड आणि शारीरिक शिक्षणाचे धडे घ्यायला सुरुवात केली.

वाचून दाखवण्यामुळे पालक आणि मुलांमध्ये निर्माण होणाऱ्या स्नेहभावाची जाणीव असल्यामुळे तसेच मुलांच्या ऐकण्याच्या आणि वाचनाच्या क्षमतांमधील फरक माहीत असल्यामुळे हॅसेट कुटुंबाने इरिनला वाचून दाखवणे सुरूच ठेवले. इरिन चार वर्षांची असल्यापासून ते ती बारा वर्षांची होईपर्यंत तिने ऐकलेल्या सर्व पुस्तकांची यादी माझ्या पुढील वेबसाईटवर उपलब्ध आहे. (www.trelease-on-reading.com/erinlist.html).

वाचायला शिकण्यातील इरिनची प्रगती ही एक स्वतंत्र गोष्ट आहे. पाच वर्षांची असतानाच इरिनने अक्षरे आणि त्यांचे उच्चार शिकण्याची इच्छा व्यक्त केली होती. आणि त्यामध्ये तिने झटपट प्रावीण्यही मिळवले होते. परंतु जेव्हा तिची स्वत: वाचन करण्याची वेळ आली, तेव्हामात्र तिने वाचायला स्पष्ट नकार दिला. आई आणि बाबांनी वाचून दाखवलेले ऐकणे हा अजूनही तिचा दैनंदिन उपक्रम होता. परंतु इरिन पहिल्या इयत्तेत असताना आईने तिला वाचायला सांगितले असता तिने जाहीर केले की ''मुकी असलेली आणि बाळांसाठी लिहिलेली ही पुस्तकं मला वाचायची नाहीत. जोपर्यंत मला गोष्टीची पुस्तकं वाचायला येत नाहीत तोपर्यंत मी स्वत: वाचणार नाही.''

या प्रसंगी तिच्या आईने थोडी माघार घेतली. इरिनच्या घराशेजारीच बालवाडीसारखा एक शिकवणीवर्ग होता. हा शिकवणीवर्ग चार आणि पाच वर्षांच्या

मुलांसाठी होता. इरिन आणि लिंडा या वर्गाला आठवड्यातून एकदा स्वेच्छेने उपस्थित राहू लागल्या. मुलांनी वाचून दाखवणे हा या शिकवणी वर्गामधील एक उपक्रम होता. इरिन तिच्या या वर्गातील विद्यार्थ्यांमध्ये चटकन मिसळली. आणि स्वत: न वाचण्याच्या तिच्या निर्धाराविरुद्ध जाऊन इरिक कार्लिच्या *द व्हेरी हंग्री कॅटरपिलर* सारखी काही मोठी पुस्तके वर्गातील मुलांना वाचून दाखवायला तयार झाली. या प्रसंगावरून हे स्पष्ट झाले की, इरिन आता वाचायला शिकली होती.

पहिल्या इयत्तेनंतरच्या उन्हाळ्याच्या सुट्टीत हॅसेट कुटुंब त्यांच्या एका मित्राकडे गेले होते. या दाम्पत्याला एक मुलगी होती. ती इरिनपेक्षा तीन वर्षांनी मोठी होती. दोन्ही मुली रात्री एकाच वेळेस झोपायला जात असत. मात्र इरिन झोपायला जाताना अजिबात थकलेली नसे. त्यामुळे इरिनने तिच्या या मैत्रिणीला सांगितले, की मला रात्री झोपता झोपता वाचायला आवडते. हे ऐकून इरिनपेक्षा वयाने थोडी मोठी असलेल्या तिच्या या मैत्रिणीने आपली वाचून झालेली काही गोष्टीची पुस्तके इरिनला दिली. दुसऱ्या दिवशी सकाळी इरिन नाश्त्यासाठी आली तेव्हा आपल्या हातातील पुस्तकाकडे निर्देश करत ती तिच्या आईला म्हणाली, ''काल रात्री मी हे पुस्तक वाचले.'' इरिनने ते पुस्तक फक्त वरवर चाळले असणार असे लिंडाला वाटले. म्हणून 'खूप छान' एवढेच ती म्हणाली. दुसऱ्या दिवशी पुन्हा इरिन म्हणाली की कालच्याही रात्री मी एक गोष्टीचे पुस्तक वाचले. हे ऐकून मात्र लिंडाने इरिनला वाचून दाखवायला सांगितले. इरिनने त्या गोष्टीच्या पुस्तकातील एक प्रकरण अत्यंत स्पष्टपणे वाचून दाखवले. तिचे शब्दोच्चार अगदी स्पष्ट होते आणि वाचताना तिच्याकडून एकही शब्द सुटला नव्हता.

इरिनच्या आईने मला पाठवलेल्या परिचयात्मक पत्रामुळे मला इरिन आणि तिच्या कुटुंबाबद्दल ही सर्व माहिती मिळाली. त्याबद्दल मी त्यांचा आभारी आहे. आमचा परिचय झाल्यानंतर मी इरिनबरोबर जेवणाचा आनंद घेतला आहे. तसेच एका परिषदेत मी तिची मुलाखतही घेतली आहे. मला आतापर्यंत भेटलेली ती एक सर्वांत संयमी, उत्साही, स्पष्टवक्ती, प्रतिभावान आणि असामान्य तरुणी आहे. इरिनला खूप वाचून दाखवले आहे व ती स्वत:ही खूप वाचते म्हणजे ती केवळ पुस्तकी किडा आहे असे मात्र नाही. वाचनाशिवाय इरिनला पोहणे, सॉफ्टबॉलचे खेळ खेळणे तसेच संगीत आवडते. पुढे इरिनचे शिक्षण ओकलाहोमा सिटी युनिव्हर्सिटीच्या कॉलेजमध्ये सुरू झाले. या कॉलेजमध्ये जाण्यापूर्वी हॅसेट कुटुंबीयांनी एकत्रितपणे वाचलेले शेवटचे पुस्तक होते *द ॲडव्हेंचर्स ऑफ टॉम सॉयर.* चार वर्षाची असल्यापासून ते तिच्या आतापर्यंतच्या जीवनात इरिनने ऐकलेले ते ६९४ वे पुस्तक होते. गोष्टीची एवढी पुस्तके वाचण्याचा कोणताही

विपरीत परिणाम इरिनच्या हायस्कूल स्तरावरील नॅशनल मेरिट स्कॉलरशिप मिळवण्यावर किंवा एसएटीच्या मौखिक परीक्षेत उत्कृष्ट असे ८०० गुण मिळवण्यावर झालेला नव्हता. तसेच कॉलेजमधील वातावरणाचाही तिच्या शैक्षणिक कामगिरीवर कोणताही प्रतिकूल परिणाम झालेला नव्हता. तिच्या वर्गातील सर्वांपेक्षा अधिक गुण मिळवून तिने विशेष गुणवत्तेसह पदवी प्राप्त केली होती.

माझे लहान मूल जर स्वत: वाचणे पसंत करत असेल, तर मी त्याला वाचून दाखवायचे की नाही?

मुलांना स्वयंवाचनासाठी प्रोत्साहित करणे हे पालकांचे, शिक्षकांचे आणि शिक्षण व्यवस्थेचे अंतिम ध्येय असते. परंतु स्वत: वाचणे आणि वाचून दाखवणे हे दोन प्रकार परस्परांपासून पूर्णपणे वेगळे करता येत नाहीत. वाचनाचे हे दोन प्रकार एकमेकांना पर्यायी नाहीत. या दोन्ही प्रकारच्या वाचनांचा अवलंब करणे शक्य आहे आणि आपण तो केला पाहिजे.

प्रामाणिकपणे सांगायचे, तर सर्वच मोठी मुले प्रतिसादक्षम श्रोते नसतात. परंतु एकदा का त्यांना ऐकण्याचे महत्त्व समजले की, मग मात्र बहुतांश मुले ऐकणे पसंत करतात. परंतु एक गोष्ट लक्षात ठेवली पाहिजे, की स्वत: वाचण्याच्या वेगापेक्षा वाचून दाखवण्याचा वेग कमी असतो. त्यामुळे काही मुले, विशेषत: बालप्रौढत्व आलेली मुले वाचून दाखवण्याच्या कमी वेगामुळे अस्वस्थ होतात. म्हणून अशी मुले स्वत: वाचणे पसंत करतात. कॅथी ब्रोझिना ही स्वत: वाचणे पसंत करणाऱ्यांपैकी एक होती. ग्रंथपाल जिम यांची ती मुलगी होती. जिम हे त्यांच्या शाळेमध्ये दररोज वाचून दाखवण्याचा उपक्रम राबवत असत. चवथ्या इयत्तेत असताना कॅथीने तिच्या वडिलांना सांगितले, की ती आता स्वत: वाचेल, इतरांनी वाचून दाखवलेले आता तिला ऐकायचे नाही. आणि अशा प्रकारे तिच्यापुरता तिच्या वडिलांचा वाचून दाखवण्याचा उपक्रम बंद झाला. कॅथीची लहान बहीण क्रिस्टेनसाठीमात्र तिच्या वडिलांनी वाचून दाखवण्याचा उपक्रम सुरूच ठेवला होता.

पुढे क्रिस्टेन जेव्हा चवथ्या इयत्तेत आली, तेव्हा जिम यांना तिच्या मोठ्या बहिणीची चवथ्या इयत्तील प्रतिक्रिया आठवली. चवथ्या इयत्तेत आल्यावर तिच्या मोठ्या बहिणीने वाचून दाखवण्याला कसा विरोध केला होता ते त्यांना आठवले. म्हणून क्रिस्टेन चवथ्या इयत्तेत आल्यावर त्यांनी तिला विचारले, की आपण सलग शंभर रात्री वाचून दाखवण्याचा प्रयत्न करू या का? आणि जेव्हा हे उद्दिष्ट साध्य झाले, तेव्हा क्रिस्टेनने सुचवले की आपण आता आणखी दीर्घ काळासाठी म्हणजे सलग एक हजार रात्री वाचून दाखवण्याचा उपक्रम राबवू या. प्रत्यक्षात हजार रात्रींनंतरही वाचून दाखवण्याचा

उपक्रम सुरूच राहिला. आमच्या जीवनातील आरोग्याच्या समस्या, आजारपण, घटस्फोट, अपघात इत्यादी सर्व घडामोडीतसुद्धा वाचून दाखवण्याचा आमचा उपक्रम सुरूच राहिला. यादरम्यान चित्रांच्या पुस्तकांपासून ते अभिजात कथा-कादंबऱ्यांपर्यंत सर्व प्रकारची पुस्तके आम्ही वाचली. या काळाला आम्ही यशाचा सातत्यपूर्ण कालावधी म्हणतो. कारण वाचून दाखवल्यामुळे वडील आणि मुलीमधील नाते अधिक दृढ झाले. वाचून दाखवण्याच्या उपक्रमातील सातत्य टिकवण्यासाठी प्रसंगी आम्ही तिच्या शाळेतील नाटक आणि नृत्याच्या रंगीत तालमींच्या वेळांमध्ये बदल करून घेतले; तर कधी आम्ही या तालमींना उशिरा गेलो. पण वाचून दाखवण्यामध्ये कोणताही अडथळा येऊ दिला नाही; कधीही खंड पडू दिला नाही.

परंतु सर्वकाळ टिकणारे असे काहीच नसते या उक्तीनुसार वाचून दाखवण्याचा आमचा हा दीर्घकाळ चाललेला उपक्रमही शेवटी थांबवावा लागला. अर्थात तो एका नवीन दीर्घकालीन उपक्रमामुळे थांबवावा लागला. तो नवीन उपक्रम होता क्रिस्टेनने प्रवेश घेतलेला कॉलेजचा चार वर्षांचा अभ्यासक्रम. क्रिस्टेनच्या कॉलेजच्या पहिल्याच दिवशी वसतिगृहाच्या पायऱ्यांवर तिने आणि तिच्या वडिलांनी त्यांच्या वाचन उपक्रमातील शेवटचे प्रकरण वाचले. ती त्यांच्या वाचनाची सलग ३२१८ वी रात्र होती.

जिम ब्रोझिना हे शिक्षण क्षेत्रात ३८ वर्षे कार्यरत होते. पूर्वी ते एका प्राथमिक शाळेत ग्रंथपाल होते. तेथेही ते मुलांना वाचून दाखवण्याचा उपक्रम राबवत होते. परंतु त्यांच्या या उपक्रमाबद्दल प्राचार्यमात्र त्यांच्यावर नाराज होते. शेवटी एकदा ते प्राचार्य जिम यांना म्हणाले होते, की तुम्ही वाचून दाखवण्यामध्ये माझ्या मुलांचा मौलिक शैक्षणिक वेळ वाया घालवत आहात. या विचारला काय म्हणायचे? गंमत म्हणून त्यांचे म्हणणे विसरून जायचे की खरोखरच वेळ वाया गेला म्हणायचे? कारण जिम ब्रोझिनाने त्यांची मुलगी क्रिस्टेनसाठी विशेष असे काही केले नव्हते तर सलग ३२१८ रात्री वाचून दाखवले होते, एवढेच. त्यांनी तिला कोणत्याही प्रकारच्या वर्कशीटस पूर्ण करायला दिल्या नव्हत्या किंवा शब्दसामर्थ्य तपासणाऱ्या स्पर्धापरीक्षेला बसवले नव्हते. तर मग केवळ त्यांनी वाचून दाखवल्यामुळे तिचा काय फायदा झाला होता? वडिलांनी तिला वाचून दाखवल्यामुळे त्यांच्यातील परस्पर स्नेहभाव वृद्धिंगत झाला होता, कौटुंबिक बंध अधिक दृढ झाले होते आणि त्यांना सामयिक वाचनाचा अनुभव मिळाला होता. याशिवाय या उपक्रमातून काय मिळाले असा प्रश्न पडू शकतो. वाचून दाखवण्याचे क्रिस्टेनला मिळालेल्या वरील फायद्यांव्यतिरिक्तचे फायदे पुढीलप्रमाणे होते : कॉलेजच्या चारही वर्षांमध्ये सर्व विषयांमध्ये तिला ए ग्रेड मिळाली होती; केवळ एका विषयात तिला बी ग्रेड मिळाली होती. राष्ट्रीय स्तरावरील लेखनाच्या दोन स्पर्धा तिने जिंकल्या होत्या.

क्रिस्टेनची आणखी एक लक्षणीय अशी यशप्राप्ती होती ती म्हणजे तिने लिहिलेली राष्ट्रीय साहित्यिक संस्मरणिका. यामध्ये तिने तिच्या स्वत:च्या आयुष्यातील आठवणी लिहिल्या आहेत. ही संस्मरणिका तिने ॲलीस ओझमा या टोपणनावाने प्रकाशित केली आहे. *द रीडिंग प्रॉमिस : माय फादर अँड द बुक्स वी शेअर्ड*[६] या नावाने तिची ही संस्मरणिका प्रकाशित झाली आहे. क्रिस्टेनने हे जे सर्व यश प्राप्त केले आहे, त्याला मौलिक शैक्षणिक वेळ वाया घालवणे असे म्हणायचे का?

माझे लहान मूल बालवाडीत जाण्यापूर्वी त्याला वाचन शिकवू शकेल असे काहीतरी तुम्ही सुचवाल का?

आपल्याकडे झटपट केक मिळतो, झटपट फोटो मिळतो, झटपट कॉफी मिळते. परंतु आपण लक्षात ठेवले पाहिजे, की मुले झटपट मोठी होत नसतात. काही पालकांना मात्र असे वाटत असते, की आपल्या मुलांनी झटपट मोठे व्हावे. एक प्रकारे मुलांना मोठे करण्याची त्यांना घाईच झालेली असते. इथे तुम्हाला मला एक विशेष सत्य लक्षात आणून द्यायचे आहे. फिनलँडमधील कायद्यानुसार मुले सात वर्षांची होईपर्यंत त्यांना औपचारिकरीत्या वाचन शिकवायला प्रतिबंध आहे.[७] असे असतानासुद्धा फिनलँडच्या मुलांचे वाचनकौशल्य जगामध्ये अव्वल दर्जाचे आहे. मुलांना देण्यात येणारे वाचनाचे शिक्षण आणि त्यासाठीचे त्यांचे वय याबाबत वार्विक ईले यांनी ३२ देशांतील दोन लाखांहून अधिक मुलांच्या वाचनाचे सर्वेक्षण केले होते. या सर्वेक्षणात त्यांना दिसून आले, की उत्तम वाचनकौशल्ये असलेल्या जगातील पहिल्या दहा देशांपैकी चार देश आपल्या मुलांना सात वर्षाचे होईपर्यंत वाचनाचे औपचारिक शिक्षण देत नव्हते.[८] फिनलँड हा त्यातील एक देश होता.

डॉ. टी. बेरी ब्राझेलटोन यांच्या मतानुसार तुमच्या मुलाच्या बौद्धिक विकासाबाबत तुम्हाला उत्सुकता असणे सहाजिक आहे. परंतु तुमच्या या उत्सुकतेचे रूपांतर जर मुलाला वाचन शिकवण्याच्या वेडामध्ये किंवा झपाटलेपणामध्ये झाले, तर मात्र त्याचे नकारात्मक परिणाम होऊ शकतात. ब्राझेलटोन यांनी एकदा नॅशनल पब्लिक रेडिओवर सांगितले होते, की माझ्या माहितीत अशी काही मुले आहेत की जी साडेतीन वर्षाची असताना शब्दकोशातील शब्द वाचायची. आणि चार वर्षांची झाल्यावर तर ती यशस्वीपणे वाचायची आणि टाईपही करू शकायची. एवढेच नाही, तर या मुलांना पहिल्या इयत्तेत खूप चांगले गुण मिळाले. परंतु दुसऱ्या इयत्तेत मात्र त्यांना खूप कमी गुण मिळाले. मला वाटते की या मुलांवर वाचन झटपट शिकण्यासाठी खूप बळजबरी केली जात होती. अर्थातच याचे प्रतिकूल परिणाम झाले होते. मात्र ते लवकर दिसून आले नाहीत.[९]

मुलांनी लवकर वाचायला शिकणे हे मूलत: वाईट आहे असे ब्राझेलटोन आणि डेव्हिड एलकिंड[१०] सारख्या तज्ज्ञांना म्हणायचे नाही. परंतु त्यांना हे सांगायचे आहे, की दररोज निश्चित वेळी आई किंवा वडिलांनी मुलाजवळ बसून त्याला अक्षरे, स्वर आणि उच्चार शिकवू नयेत. त्याऐवजी मुलांनी नैसर्गिकरीत्या लवकर वाचायला शिकावे आणि स्वत:हून वाचावे असे या तज्ज्ञांना वाटते. हार्पर ली यांनी लिहिलेल्या *टु किल् अ मॉकिंगबर्ड* या कथेतील स्कॉट त्याच्या पालकांच्या मांडीवर बसून पालकांची बोटे ज्या अक्षरावरून, शब्दांवरून आणि चित्रांवरून सरकत राहतात ते शब्द ऐकत राहतो व नैसर्गिकरीत्या वाचन शिकत राहतो, त्याप्रमाणे लहान मुलांनी वाचन शिकावे असे या तज्ज्ञांना वाटते. तसेच इरिन हॅसेटप्रमाणे कोणताही तणाव न घेता हळूहळू विशिष्ट शब्दांचा आवाज आणि त्याचे पुस्तकातील रूप यांचा संबंध जोडत मुलांनी नैसर्गिकरीत्या वाचन शिकावे असे या तज्ज्ञांचे मत आहे.

काही मुलेमात्र अकाली वाचायला शिकतात. वाचनाचे औपचारिक शिक्षण दिलेले नसतानासुद्धा या मुलांना बालवाडीमध्ये प्रवेश घेत असतानाच वाचता येत असते. या मुलांना लवकर आणि सफाईदारपणे वाचन करणारी मुले असे म्हणतात. अशा मुलांबाबत अधिक माहिती मिळवणे खूप उपयुक्त ठरते. म्हणून अशा मुलांबाबत गेल्या पन्नास वर्षांत सखोल अभ्यास केला गेला आहे.[११] या अभ्यासातून लक्षात आले, की यातील बहुतेक मुलांना घरी वाचनाचे औपचारिक शिक्षण दिलेले नव्हते. तसेच या मुलांनी वाचनकौशल्य विकासासाठी उपलब्ध असलेली सॉफ्टवेअरही वापरलेली नव्हती.

लवकर वाचायला शिकलेल्या आणि वर्गात शिकवलेले सहज समजणाऱ्या मुलांबाबतचे संशोधन आणि अभ्यास असे दर्शवतो की, या मुलांच्या घरी पुढील चार घटक उपलब्ध असतात.

१. अशा प्रकारच्या लहान मुलांना त्यांच्या घरी नियमितपणे वाचून दाखवले जाते. लवकर वाचायला शिकलेल्या मुलांबाबत सर्वांत जास्त वेळा आढळणारी ही बाब आहे. उदहारणार्थ, डोलोर्स डरकिन यांच्या १९६६च्या संशोधनात दिसून आले की, लवकर वाचायला शिकलेल्या सर्वच मुलांना त्यांच्या घरी नियमितपणे वाचून दाखवण्यात येत होते. शिवाय या मुलांच्या पालकांनाही वाचनाची विशेष गोडी होती आणि ते स्वत:च्या वाचन आचरणातून मुलांसमोर एक आदर्श घालून देत होते. विशेष म्हणजे ही मुले केवळ पुस्तके वाचत नव्हती तर पॅकेजेसवरील लेबल्स, रस्त्यावरील बोर्ड, तसेच जाहिरातीचे फलकही वाचत होती. १९६६ नंतर चाळीस वर्षांनी केलेल्या पस्तीस देशातील चवथीचे विद्यार्थी आणि पालक

यांच्या वाचनासंबंधीच्या संशोधनातही वरील सर्व लक्षणे आढळली होती. आणि याही संशोधनातील सर्व मुले सर्वोत्तम गुण मिळवत होती.[१२]

२. अशा प्रकारच्या लहान मुलांच्या घरी पुस्तके, मॅगझीन्स, वर्तमानपत्रे, कॉमिक्स असे विविध प्रकारचे मुद्रित वाचनसाहित्य उपलब्ध असते. डरकिन यांच्या संशोधनानंतर सुमारे तीस वर्षांनी केलेल्या एनएइपी या संस्थेच्या अभ्यासात आढळले, की ज्या लहान मुलांच्या घरी जास्त मुद्रित वाचनसाहित्य आढळले, त्या मुलांची लेखन, वाचन आणि गणितातील प्रगती अधिक चांगली होती.[१३] शाळेतील तसेच घरातील मुद्रित वाचनसाहित्याच्या उपलब्धतेचे हे महत्त्व विचारात घेऊनच मी या पुस्तकाच्या सहाव्या प्रकरणामध्ये त्याबद्दल विस्ताराने लिहिले आहे.

३. अशा प्रकारच्या मुलांना कागद आणि पेन्सिल सहजपणे उपलब्ध असतात. याबाबत डरकिन यांनी त्यांच्या संशोधनात स्पष्ट केले आहे, की कागदावर वेड्यावाकड्या रेघा ओढण्याची आणि चित्रे काढण्याची आवड हा या मुलांच्या लेखन उत्सुकतेचा आरंभबिंदू होता. यातूनच या मुलांमध्ये वस्तूंची चित्रे काढण्याची आणि अक्षरे लिहिण्याची आवड निर्माण झाली होती.

४. लहान मुलांच्या अगणित प्रश्नांना उत्तरे देऊन तसेच त्यांच्या वाचन आणि लेखनाच्या प्रयत्नांचे कौतुक करून अशा प्रकारच्या मुलांच्या घरातील व्यक्ती मुलांना वाचनासाठी प्रोत्साहित करत असतात. याशिवाय मुलांना नेहमी ग्रंथालयात घेऊन जाणे, त्यांच्यासाठी पुस्तके खरेदी करणे, मुलांनी सांगितलेली गोष्ट लिहून काढणे, मुलांनी लिहिलेली पत्रे, त्यांनी काढलेली चित्रे घरातील महत्त्वाच्या ठिकाणी मांडणे इत्यादी मार्गांनेही अशा घरातील पालक मुलांना वाचन-लेखनासाठी प्रोत्साहन देत असतात. मी या पुस्तकात पूर्वी नमूद केलेल्या पस्तीस देशातील चवथीच्या १,५०,००० मुलांच्या आणि त्यांच्या पालकांच्या वाचनविषयक संशोधनातही हीच बाब आढळली होती.[१४] एवढेच नाही तर लिओनार्ड पिटस् यांच्या आईने त्याच्या पुलिट्झर पारितोषिकाबाबतचा जो किस्सा सांगितला आहे त्यातूनही याच निष्कर्षांना पुष्टी मिळते. याबाबतची माहिती प्रस्तावनेतील पान क्रमांक सत्तावीस वर दिली आहे.

लवकर वाचायला शिकलेल्या बहुतांश मुलांच्या घरी हे चार घटक उपलब्ध होते हे मला विशेषकरून सांगायचे आहे. यापैकी कोणताच घटक महागडा नव्हता

किंवा पालकांच्या वाचून दाखवण्याच्या आवडीव्यतिरिक्त या मुलांच्या घरी विशेष असे काहीही नव्हते.

वाचून दाखवल्यामुळे म्हणजेच माझ्या वाचनामुळे माझ्या लहान मुलाचे वाचन अधिक चांगले कसे होईल?

ऐकलेले समजले तर वाचलेले समजते. हा विचार थोडा क्लिष्ट वाटतोय ना? तर मग याला थोडे सोपे करू या. यासाठी आपण इंग्रजीतील सर्वांत जास्त वापरला जाणारा 'द' हा शब्द विचारात घेऊ या. हा तीन अक्षरी शब्द समजायला अवघड आहे असे वाटणारी कोणी व्यक्ती तुमच्यामध्ये आहे का? असे मी माझ्या श्रोत्यांना नेहमी विचारत असे. तीनशेपैकी साधारणपणे चार-पाच श्रोते या प्रश्नाला होकार देण्यासाठी हात वर करत असत. आणि त्याच वेळेस इतर श्रोते त्यांच्याकडे पाहून हसत असत.

त्यानंतर ज्या श्रोत्यांनी हात वर केले नव्हते त्यांना मी सांगत असे की ''शैक्षणिक अदलाबदल या उपक्रमाअंतर्गत तुमच्या घरी राहायला आलेला मी एक रशियन विद्यार्थी आहे अशी कल्पना करा.'' लक्षात ठेवा, 'द' या इंग्रजी शब्दासाठी रशियन भाषेत समानार्थी शब्द नाही. खरं तर चिनी, जपानी, कोरियन, पर्शियन, पंजाबी, क्रोशियन आणि व्हिएतनामी या भाषांमध्येही 'द' हे उपपद नाही.

''हा रशियन विद्यार्थी तीन आठवडे तुमच्या घरी राहत आहे, तुमचे बोलणे ऐकत आहे. तीन आठवड्यानंतर एक दिवस तो तुम्हाला विचारतो की, तुम्ही पुन्हापुन्हा वापरत असलेल्या 'द' या शब्दाचा अर्थ मला समजत नाही. 'द' म्हणजे काय?''

या रशियन विद्यार्थ्याला 'द' या शब्दाचा अर्थ समजावून द्यायला तुम्ही कशी सुरुवात कराल? श्रोत्यांमधील सर्वच व्यक्ती गोंधळूनही जायच्या आणि हसायलाही लागायच्या. आता तुमच्या लक्षात आले असेल की, या साध्या शब्दाचा अर्थ स्पष्ट करणे खूप अवघड आहे. तरीसुद्धा आपण बालवाडीत प्रवेश घेतो तेव्हापासूनच हा शब्द कसा वापरावा हे आपल्याला माहीत असते.

'द' या शब्दाबद्दल तुम्ही कसे शिकलात? तुम्ही तीन वर्षांचे असताना एका सकाळी तुमच्या आईने तुम्हाला स्वंयपाक घरातील टेबलवर बसवले आणि एक लहान वर्कबुक तुम्हाला देऊन म्हणाली, '''द' हे एक निश्चित उपपद आहे. ते नामाआधी वापरायचे असते. आता तू क्रेयानची हिरव्या रंगाची पेन्सिल घे आणि या पानावरील 'द' हे उपपद अधोरेखित कर.'' नाही. तुम्ही 'द'या उपपदाबद्दल अशा पद्धतीने नक्कीच शिकला नाहीत.

या लहान शब्दाबद्दल आपण ऐकूनच शिकलो आहोत. खरे तर आपण हा शब्द तीन पद्धतीने किंवा मार्गांनी ऐकतो :

१. हा शब्द आपण पुन्हा, पुन्हा, पुन्हा ऐकतो. या पद्धतीला मनापासून सहभागी होऊन शिकणे असे म्हणतात.

२. आपल्या उत्कृष्ट नायकांकडून आपण हा शब्द ऐकतो. यामध्ये आपली आई, वडील, भाऊ, बहीण यांचा समावेश होतो. या पद्धतीला आपल्या आदर्श व्यक्तिकडून शिकणे असे म्हणतात.

३. योग्य संदर्भात आपण दहा शब्द वापरतो व त्याद्वारे त्याचा वापर शिकतो. जसे की द कुकी, द क्रेयोन्स.

जेव्हा एखादी प्रौढ व्यक्ती लहान मुलाला वाचून दाखवते, तेव्हा एकाच वेळेस तीन गोष्टी सहजपणे, सुखदपणे घडत असतात. कोणत्या असतात या तीन गोष्टी? (१) ऐकणारे मूल आणि वाचून दाखवत असलेले पुस्तक यामध्ये आनंददायी संबंध प्रस्थापित होतात. (२) वाचत असलेल्या पुस्तकातून पालक आणि मूल दोघेही काहीतरी शिकतात. याला खरे तर एकाच कृतीचा दुप्पट फायदा असे म्हणता येईल. आणि (३) वाचणारी प्रौढ व्यक्ती ऐकणाऱ्या लहान मुलाच्या कानात शब्द ओतत असते.

ऐकलेले समजणे विरुद्ध वाचलेले समजणे यासंबंधीचे संशोधन वरील संकल्पनेचे समर्थन करते. आणि थोड्या शब्दसंग्रहासह शाळेत प्रवेश करणाऱ्या मुलांबाबत आपल्याला विचार करायला लावते. कमी शब्दसंग्रह असणाऱ्या आणि अधिक शब्दसंग्रह असणाऱ्या विद्यार्थ्यांमधील दरी शाळा कमी करेल अशी तुमची अपेक्षा असू शकते. प्रत्यक्षात घडते मात्र याच्याविरुद्धच. या दोन प्रकारच्या मुलांमधील शब्दसंग्रहाची दरी कमी होण्याऐवजी वाढतच जाते.[१५]

ही दरी वाढण्याची दोन कारणे आहेत : (१) पूर्वप्राथमिक शाळेतील विद्यार्थ्यांच्या वाचनात असे शब्द येत असतात, की ज्यातील बहुतांश शब्द त्यांना पूर्वीपासून माहीत असतात. यामुळे पूर्वप्राथमिक स्तरावरील सर्वसाधारण आणि प्रगत यापैकी कोणतेच विद्यार्थी वर्गामध्ये नवीन शब्दांच्या संपर्कात येत नाहीत. (२) म्हणून पालक, मित्र, आणि शिक्षक यांच्यामार्फतच या विद्यार्थ्यांना नवीन शब्द किंवा प्रगत भाषा माहीत होऊ शकते. शाळेत जरी नवीन शब्दांचा तुटवडा असला, तरी नशीबवान विद्यार्थ्यालामात्र घरी प्रगत पुस्तके वाचून दाखवली जाण्याची अधिक शक्यता असते. तसेच अशा विद्यार्थ्यांच्या घरी शैक्षणिक टेलिव्हिजनची सुविधा असण्याची शक्यता अधिक असते. याशिवाय या मुलांबरोबर घरी दीर्घकाळ अर्थपूर्ण संभाषण केले जाण्याची शक्यताही अधिक असते. याउलट मुळातच कमी शब्दसंग्रह असलेल्या मुलांना घरीही नेहमीचेच शब्द ऐकायला मिळतात.

विशेष म्हणजे असा नशीबवान विद्यार्थी वाचून दाखवण्याचे महत्त्व जाणणाऱ्या

शाळेत प्रवेश घेतो व त्यामुळे त्याला आणखी नवीन शब्द ऐकायला मिळतात. विद्यार्थ्यांच्या वाचनाबाबत नेल ड्यूक यांनी एक सर्वेक्षण केले होते. या सर्वेक्षणामध्ये त्यांनी पहिल्या इयत्तेतील विद्यार्थ्यांचा अभ्यास केला. सर्वेक्षणासाठी त्यांनी शहरातील दहा आणि उपनगरातील दहा शाळा निवडल्या. उपनगरातील दहापैकी सात शाळांमध्ये गोष्टींची पुस्तके वाचून दाखवण्यात येत होती तर शहरातील दहापैकी केवळ दोन शाळांमध्ये गोष्टींची पुस्तके वाचून दाखवण्यात येत होती.[१६] या अभ्यासात असेही लक्षात आले, की कमीतकमी शब्दसंग्रह असलेल्या मुलांना कमीतकमी नवीन शब्द ऐकायला मिळतात. तसेच त्यांना सर्वांत सोपी वाक्ये ऐकायला मिळतात. आणि त्यामुळे मुलांमधील शब्दसंग्रहाची दरी वाढतच जाते. 'उन्हाळ्यातील मोठी घसरण' हे शब्दसंग्रहाची दरी वाढवणारे आणखी एक कारण आहे. याबाबत पान १३६ वर माहिती दिली आहे.

विद्यार्थ्यांच्या शैक्षणिक गुणवत्तेतील दरी कमी करण्याच्या उदात्त हेतूने अमेरिकन शासनाने 'नो चाईल्ड लेफ्ट बिहाइंड' आणि 'रेस टु द टॉप' असे दोन उपक्रम सुरू केले आहेत. या उपक्रमांचे यश मुलांच्या शब्दसंग्रहातील दरी कमी करण्यावर अवलंबून आहे. पूर्वी सांगितल्याप्रमाणे एका वर्षामध्ये मुले ७८०० तास घरी असतात. या तासांचा योग्य तो उपयोग करणे हाच शब्दसंग्रहातील दरी कमी करण्याचा सर्वांत परिणामकारक मार्ग आहे. सर्वसाधारण शैक्षणिक कामगिरी असलेल्या निम्म्या विद्यार्थ्यांच्या पालकांनी जरी आपल्या मुलांना बाल्यावस्थेपासूनच ग्रंथालयातील पुस्तके वाचून दाखवली असती, तर मुलांच्या शब्दसंग्रहामध्ये किती प्रचंड भर पडली असती याची कल्पना करा. शब्दसंग्रहातील दरी कमी करण्याचा आणखी एक मार्ग आहे. अर्थात हा मार्ग वरील मार्गापेक्षा थोडा कमी परिणामकारक आहे. शिक्षकाने विद्यार्थ्यांना वर्गामध्ये उच्च दर्जाचे वाचनसाहित्य वाचून दाखवणे हा तो दुसरा मार्ग आहे. उच्च दर्जाचे वाचनसाहित्य म्हणजे शाळेत नियमितपणे वापरल्या जाणाऱ्या पुस्तकांपेक्षा अधिक दर्जेदार असेलेले वाचनसाहित्य. पान क्रमांक २७ वर दर्शवल्याप्रमाणे बऱ्याच वेळा मुलांची गोष्टीची पुस्तके तसेच चित्रांची पुस्तके घरातील किंवा वर्गातील सुमार दर्जाच्या संभाषणापेक्षा अधिक दर्जेदार असतात.

माझ्या मुलाची एकाग्रता मला कशी वाढवता येईल?

एकास-एक म्हणजेच एका वेळेस एकाच मुलाला वाचून दाखवणे, एका वेळेस एकाच मुलाचे ऐकणे, आणि एका वेळेस एकाच मुलाला शिकवणे हा मुलांची एकाग्रता वाढवण्याचा सर्वोत्तम मार्ग आहे. मुलांना शिक्षण देण्याचा तसेच त्यांच्यामध्ये ममत्व वा स्नेहभाव निर्माण करण्याचा तो आतापर्यंतचा सर्वांत परिणामकारक मार्ग सिद्ध झाला आहे. प्रतिकूल परिस्थितीत जीवन जगत असलेल्या मुलांमधील भाषेच्या समस्यांबाबत

संशोधन करताना हार्वर्ड येथील मानसशास्त्रज्ञ जेरोम कगान यांना आढळले, की मुलांकडे लक्ष देण्यासाठी एकास-एक हा उपक्रम विशेष परिणामकारक ठरतो.[१७] मुलांना वाचून दाखवणे आणि त्याला मुले देत असलेला प्रतिसाद लक्षपूर्वक ऐकणे खूप फायदेशीर ठरते असा कागन यांचा दावा आहे. प्रत्येक मुलाला स्वतंत्रपणे/वेगवेगळे वाचून दाखवणे अधिक उपयुक्त ठरते असेही कागन यांच्या संशोधनातून स्पष्ट झाले आहे. म्हणून शक्य असेल, तर तुम्ही तुमच्या प्रत्येक मुलाला स्वतंत्रपणे वाचून दाखवा.

नोकरी करणाऱ्या आणि एकापेक्षा जास्त मुले असणाऱ्या पालकांना वरील मार्ग अवघड वाटणार आहे याची मला कल्पना आहे. परंतु तरीही तुम्ही तुमच्या मुलांना वाचून दाखवण्यासाठी आठवड्यातील सात दिवसांपैकी थोडा वेळ नक्कीच काढू शकता. वाचून दाखवण्यासाठी एकास-एक या पद्धतीने वेळ देऊन तुम्ही तुमच्या मुलांना तुमचे वेगळेपण, तुमची विशेषता जाणवून देऊ शकता. तुम्हाला अगदीच वेळ नसेल, तर आठवड्यातून फक्त एक किंवा दोन वेळा जरी तुम्ही तुमच्या मुलांना वाचून दाखवले, तरीही पुरेसे आहे.

पाणी, फुले, कुत्र्याचे पिल्लू, पुस्तक किंवा इतर कोणत्याही संकल्पना मुलांना वाचन, संभाषण किंवा खेळणे याद्वारे परिणामकारकपणे शिकवायच्या असतील, तर शिकवणारी प्रौढ व्यक्ती आणि शिकणारे मूल यांच्यामध्ये एकास-एक संपर्क असणे गरजेचे असते. शिवाय कोणतीही संकल्पना समजून घेण्यासाठी एकाग्रताही आवश्यक असते. आणि एखादी संकल्पना/वस्तू काय आहे, ती कशी वापरायची हे समजल्याशिवाय मुलांची त्या संकल्पनेबाबत/वस्तूबाबत एकाग्रता होऊच शकत नाही.

तीन वर्षांच्या मुलाला सहजपणे समजू शकतील अशा दोन संकल्पना खाली दिल्या आहेत त्या वाचा:

- लोकांना फोन करण्यासाठी आणि लोकांचे आलेले फोन घेण्यासाठी टेलीफोन वापरता येतो.
- मी ऐकले किंवा पाहिले, तर पुस्तकामध्ये मला आनंद देणाऱ्या गोष्टी आढळतात.

एली फरनँडस नावाच्या माझ्या एक शेजारी होत्या. प्राथमिक शाळेमध्ये त्या प्राचार्या होत्या. आता त्या निवृत्त झाल्या आहेत. खूप पूर्वी म्हणजे सुमारे तीस वर्षांपूर्वी दहा वर्षांच्या खंडानंतर त्या पुन्हा शिक्षकी पेशात आल्या होत्या. पूर्वी त्या ज्यूनियर हायस्कूलमध्ये शिकवायच्या. परंतु आता त्यांना बालवाडीतील मुलांना शिकवायचे होते. हे काम त्यांना अगदीच नवीन, अनोळखी वाटत होते. पुस्तक आणि टेलीफोन या दोन संकल्पनांबाबतचा शाळेतील त्यांचा पहिल्या दिवशीचा अनुभव त्यांनी सांगितल्याचे मला आठवते. त्या म्हणाल्या, ''त्यांची आई त्यांना शाळेतून घरी घेऊन जाईल याची

खातरी करून घेण्यासाठी तीन वर्षं वयाची मुलं वर्गातील खेळण्याचा टेलीफोन वापरून दररोज सकाळी त्यांच्या आईला खोटा-खोटा फोन करायची. ही मुलं काल्पनिक नंबर डायल करायची, फोनवर खूप वेळ बोलायची आणि फोनवरील संभाषणाचे सर्व शिष्टाचार पाळायची.'' टेलीफोनची संकल्पना त्यांना समजली असल्यामुळे ते टेलीफोनचा खूप वेळ वापर करू शकत होते आणि त्याचा आनंदही घेऊ शकत होते. त्यामुळेच त्यांची टेलीफोनबाबतची एकाग्रता खूप अधिक होती. टेलीफोनच्या आकलनाबाबतच्या बियान्सा कॉटन या मुलीच्या गोष्टीसाठी पान क्रमांक तेवीस पहा.

आता आपण वर वर्णन केलेल्या प्रसंगाची एलीच्या वर्गातील गोष्टीच्या तासाबरोबर तुलना करू या. ''गोष्ट सुरू झाल्यापासून तीन सेकंदातच दोन मुलं कंटाळून उभी राहिली आणि गोष्ट ऐकणाऱ्या इतर मुलांपासून दूर गेली. लवकरच आणखी काही मुलं या मुलांना जाऊन मिळाली. गोष्ट सांगायला सुरू केल्यापासून दोन मिनिटांच्या आत निम्म्या मुलांनी गोष्ट ऐकणे सोडून दिलं होतं.'' (एलीला नंतर माहीत झाले की ज्या दोन मुलांनी संपूर्ण गोष्ट ऐकली होती, त्यापैकी एक मुलगा असा होता की ज्याला त्याचे पालक त्याच्या जन्माच्या पहिल्या दिवसापासून वाचून दाखवत होते. आम्ही दोघांनी नंतर शोधून काढले, की तो मायकेल नोइझोलिलो होता. या पुस्तकाच्या पहिल्या आवृत्तीमध्ये त्याचा उल्लेख आलेला आहे. त्याचे पालक माझे मित्र होते.)

विशिष्ट संकल्पना मुलांना किती समजली आहे, त्यांना ती किती जवळची वाटते, त्यांना तिचा किती अनुभव आहे यावरून मुलांची त्या संकल्पनेबाबतची एकाग्रता ठरत असते. मुलांना पुस्तकांचा खूप थोडा अनुभव असेल किंवा अजिबात अनुभव नसेल, तर त्यांना पुस्तक ही संकल्पना समजणारच नाही. पर्यायाने पुस्तकांपासून काय आनंद मिळतो हेही त्यांना माहीत होणार नाही. म्हणून पुस्तक ऐकताना या मुलांमध्ये एकाग्रता असणार नाही. थोडक्यात, अनुभव नाही म्हणजेच एकाग्रता नाही.[१८]

माझ्या मुलाला अधिक चांगल्या पद्धतीने वाचायला मदत करेल असे काही आहे का, की जे मी खरेदी करू शकतो?

आपल्या मुलांनी शाळेत झटपट अधिक चांगली कामगिरी करावी अशी सर्वच पालकांची अपेक्षा असते. यासाठी एखादा सामग्रीसंच किंवा शब्दोच्चाराच्या खेळासारख्या गोष्टी बाजारत उपलब्ध असतात असा पालकांचा समज असतो. आणि या गोष्टी आपण सहजपणे खरेदी करू शकतो असे त्यांना नेहमी वाटते. याची सत्यता पडताळण्यासाठी काही वर्षांपूर्वी मी माझ्या सहकाऱ्यांना विचारत असे, की वाचक होण्यासाठी लहानपणी तुम्हाला उपयुक्त ठरले असे तुमच्या घरी काय होते? अशा काही वस्तू होत्या का, की ज्या तुमच्या पालकांना तुम्हाला वाचक बनवण्यासाठी खरेदी कराव्या लागल्या होत्या?

त्यांनी सांगितलेल्या गोष्टींमध्ये एक गोष्ट समान होती, ती म्हणजे लायब्ररी कार्ड. आणि अमेरिकेत ते मोफत मिळते. त्यांनी सांगितलेल्या इतर गोष्टींचे मी तीन गट केले. व त्यांना इंग्रजी 'बी' अक्षराने सुरू होणारी नावे दिली. हे तीन गट म्हणजे एक प्रकारचा स्वस्तातला वाचनसंच आहे असे म्हणता येईल. हा वाचनसंच सर्व पालकांना परवडणारा आहे :

पहिला 'बी' म्हणजे बुक्स : लहान मुलांच्या मानसिकतेच्यादृष्टीने पुस्तक त्याच्या स्वत:च्या मालकीचे असणे महत्त्वाचे असते. कारण त्याच्या मालकीचे पुस्तक लायब्ररीला परत करण्याची किंवा भावंडांना देण्याची आवश्यकता नसते. विशेष म्हणजे स्वत:च्या मालकीच्या पुस्तकाच्या आतील पानावर ज्याचे पुस्तक आहे त्या लहान मुलाचे नाव लिहिलेले असेल, तर त्याला अधिक आनंद होतो. मुलाकडे किंवा त्याच्या घरी पुस्तक उपलब्ध असणे आणि मुलांचे वाचनातील यश यांचा थेट संबंध या पुस्तकातील प्रकरण सहामध्ये स्पष्ट केला आहे.

दुसरा 'बी' म्हणजे बुकबास्केट किंवा मॅगझीन रॅक : ही बास्केट किंवा रॅक अशा ठिकाणी ठेवलेली असावी की, जेथे तिचा जास्तीत जास्त वापर होईल. अमेरिकेतील ग्रंथालये आणि शाळेतील वर्ग या दोन्हींमध्ये एकत्रितपणे जेवढे वाचन केले जाते त्यापेक्षा अधिक वाचन वॉशरूममध्ये केले जाते. म्हणून पुस्तके, मॅगझीन आणि वर्तमानपत्रे असलेली बुक बास्केट आवर्जून मुलांना वॉशरूममध्ये उपलब्ध करा.

दुसरी एक बुक बास्केट स्वयंपाक घरातील टेबलावर किंवा टेबलाजवळ ठेवा. फास्ट फूड रेस्टॉरंटसमोरील वर्तमानपत्रे मिळवण्यासाठीच्या कॉईन बॉक्सवरून आपल्याला याबद्दल काही बोध घेता येईल. तो कॉईन बॉक्स तेथे सजावटीसाठी ठेवलेला नसतो हे लक्षात घ्या. हे कॉईन बॉक्सेस कोण वापरते याचे तुम्ही वाहनतळावर ठेवलेल्या तुमच्या कारमध्ये बसून निरीक्षण करा. तुमच्या लक्षात येईल, की जी व्यक्ती रेस्टॉरंटमध्ये खाद्यपदार्थ खात एकटीच बसलेली असते, बहुतांशकरून तीच व्यक्ती या कॉईन बॉक्सेसचा वापर करत असते. खाद्यपदार्थ खात एकट्या बसलेल्या बहुतांश व्यक्तींना काहीतरी वाचायला हवेच असते किंवा त्यांना वाचनाची गरज जाणवते अशी माझी खातरी आहे. आजच्या आधुनिक युगामध्ये बहुसंख्य मुले दिवसातील किमान एकतरी जेवण घरी एकटे जेवत असतात. अशा मुलांसाठी स्वंयपाकघर ही मनोरंजनात्मक वाचनासाठीची सर्वोत्कृष्ट जागा आहे. ६० टक्क्यांहून अधिक अमेरिकन पालक स्वयंपाकघरात टेलिव्हिजन ठेवतात.[१९] तुम्ही जर त्यांच्याएवढे मूर्ख नसाल, तर जेवणाच्या टेबलवर पुस्तके ठेवा. मुले ती आवर्जून वाचतील. मॉरो यांनी बालवाडीच्या एकवीस वर्गातील विद्यार्थ्यांचे सर्वेक्षण केले. या सर्वेक्षणात त्यांना आढळले, की ज्या घरामध्ये पुस्तके आणि इतर वाचनसाहित्य घरभर पसरलेले होते, त्या घरातील लहान मुलांमध्ये वाचनाची सर्वाधिक आवड होती.[२०]

तिसरा 'बी' म्हणजे बेड लॅम्प : तुमच्या मुलाकडे बेड लॅम्प किंवा वाचनासाठीचा दिवा आहे का? जर तुमच्या मुलाकडे असा लॅम्प नसेल आणि जर तुमच्या मुलाला वाचक घडवायचे असेल, तर आजच वाचनासाठीचा दिवा खरेदी करा. तो योग्य ठिकाणी ठेवा आणि तुमच्या लहान मुलाला सांगा की : ''तुझ्या आई आणि वडिलांप्रमाणे रात्री उशिरापर्यंत जागे राहून वाचन करण्याएवढा तू आता मोठा झाला आहेस असे आम्हाला वाटते. म्हणून आम्ही हा छोटासा दिवा तुझ्यासाठी खरेदी केला आहे. आणि जर तुला अंथरुणात वाचायचे असेल, तर जास्तीची पंधरा मिनिटे आम्ही हा दिवा सुरू ठेवणार आहोत. अर्थात तुला वाचायचे नसेल तर आमची काही हरकत नाही. त्या परिस्थितीत आम्ही पूर्वीच्याच वेळेस लाईट बंद करू.'' रात्री उशिरापर्यंत जागे राहण्यासाठी बहुतांश मुले काहीही करायला तयार असतात; अगदी वाचन करायलासुद्धा तयार असतात.

माझ्या लहान मुलाला वाचून दाखवण्याचे मी केव्हा थांबवावे?

आपल्या मुलांना अजिबात वाचून न दाखवणे ही एक मोठी चूक आहे. आणि वाचून दाखवण्याचे खूप लवकर थांबवणे हीही तेवढीच मोठी चूक आहे. मुले खूप मोठी होईपर्यंत वाचून दाखवणे उपयुक्त ठरते हे लक्षात आल्यामुळे वाचून दाखवण्याची प्रथा सर्व इयत्तांमध्ये सुरू ठेवावी[२१] अशी शिफारस १९८३ च्या वाचन आयोगाने केली आहे. मुले खूप मोठी होईपर्यंत वाचून दाखवण्याबाबत आपण मॅकडोनाल्डच्या अत्यंत यशस्वी अशा विपणन धोरणाचे अनुकरण केले पाहिजे असेच या शिफारसीद्वारे आयोगाला सुचवायचे आहे. फास्ट फूड विकणारी ही कंपनी गेली पन्नास वर्षे या उद्योगात आहे आणि या संपूर्ण काळामध्ये कंपनीने आपल्या जाहिरातीवरील खर्चात कधीच कपात केलेली नाही. दरवर्षी मागील वर्षापेक्षा अधिक रक्कम मॅकडोनाल्ड जाहिरातीवर खर्च करते. मॅकडोनाल्डचा सध्याचा दररोजचा जाहिरातीवरील खर्च ५.४ दशलक्ष डॉलर्सहून अधिक आहे. तरीसुद्धा मॅकडोनाल्डच्या विपणन विभागातील लोक कधीच असा विचार करत नाहीत की ''सर्वांनी आमचा संदेश ऐकला आहे. आता आम्हाला जाहिरातीवर एवढी रक्कम खर्च करण्याची गरज नाही. लोक आता आमच्याकडे आपणहून येतील.''

जेव्हाजेव्हा आपण एखाद्या लहान मुलाला किंवा वर्गाला वाचून दाखवतो, तेव्हातेव्हा आपण वाचनातून मिळणाऱ्या आनंदाची जाहिरातच करत असतो. परंतु मॅकडोनाल्ड ज्याप्रमाणे प्रत्येक वर्षी जाहिरातीत वाढ करते, त्याप्रमाणे वाचनाच्या जाहिरातीत दरवर्षी वाढ करण्याऐवजी आपण कपात करतो. याचा पुरावा काय, तर मूल जसेजसे मोठे होत जाते, तसतसे त्याला घरी आणि वर्गात कमी वाचून दाखवले जाते. माध्यमिक तसेच उच्च माध्यमिक वर्गातील मुलांना खूप कमी वेळ वाचून दाखवले जाते हे पदवीधर मुलांच्या तीस वर्षांच्या सर्वेक्षणातून दिसून आले आहे.[२२]

पालक आणि काही वेळा शिक्षकही सांगतात की ''आमचे मूल चवथ्या इयत्तेतील सर्वोत्कृष्ट वाचक आहे. तर मग आम्ही त्याला का वाचून दाखवावे?'' या प्रश्नामागे खूप गैरसमज आहेत.

समजा, एक विद्यार्थी चवथ्या इयत्तेच्या पातळीवर वाचन करत आहे. छान. परंतु ऐकण्याच्या बाबतीत हा विद्यार्थी कोणत्या इयत्तेच्या पातळीवर आहे? विद्यार्थ्यांची ऐकण्याची पातळी नेहमीच त्याच्या वाचण्याच्या पातळीच्या वरची असते. परंतु बहुतांश लोकांना हे माहीत नसते. ऐकण्याच्या आणि वाचनाच्या पातळीतील फरक समजण्यासाठी खालील उदाहरण पहा : *द कॉस्बी शो* हा अमेरिकन टेलिव्हिजनवरील एक सर्वांत लोकप्रिय कार्यक्रम होता. हा कार्यक्रम सात वर्षे प्रदर्शित केला गेला. पहिल्या इयत्तेतील मुलांसह काही लाख प्रेक्षक दर आठवड्याला या कार्यक्रमाचा आनंद घेत होते. नियमित प्रसारण बंद झाल्यावरही रेकॉर्ड केलेला हा कार्यक्रम जगभरातील लक्षावधी लोक पाहत होते. या कार्यक्रमाची संहिता वाचनाच्या कोणत्या पातळीसाठी लिहिली असेल असे तुम्हाला वाटते? हॅरिस जॅकॉबसन वाईडरेन्ज रीडेबिलिटी फॉर्म्युल्याच्या मदतीने या कार्यक्रमाच्या संहितेच्या वाचनपातळीची समीक्षा केली, तेव्हा ती साधारणपणे चवथ्या इयत्तेची आहे असे आढळले.[२३]

म्हणजेच पहिल्या इयत्तेतील अगदी थोडेच विद्यार्थी या कार्यक्रमाची संहिता स्वत: वाचू शकले असते. परंतु जर एखाद्या अभिनेत्याने या कार्यक्रमाची संहिता वाचून दाखवली असती, तरमात्र ती सर्वच विद्यार्थ्यांना समजली असती. तज्ज्ञांच्या मतानुसार साधारणपणे आठव्या इयत्तेपासून श्रवण आणि वाचनकौशल्ये एकसारखी होण्यास सुरुवात होते.[२४] तोपर्यंत सामान्यत: लहान मुलांची श्रवणक्षमता वाचनक्षमतेपेक्षा वरच्या दर्जाची असते. यामुळेच स्वत: वाचन करू शकणाऱ्या गोष्टींपेक्षा अधिक क्लिष्ट आणि मनोरंजक गोष्टी लहान मुले ऐकू शकतात आणि समजूही शकतात. अर्थात पहिल्या इयत्तेतील एखादे मूल क्लिष्ट आणि मनोरंजक गोष्ट स्वत: वाचून समजून घेऊ शकत असेल, तर त्याला ईश्वरी देणगी असे म्हटले पाहिजे. परंतु पहिल्या इयत्तेतील मुले जी पुस्तके वाचत आहेत, तीच पुस्तके सर्वोत्तम आहेत असा त्यांचा समज होता कामा नये. चवथ्या इयत्तेच्या वाचन पातळीवरील पुस्तके पहिल्या इयत्तेतील मुलांना आवडू शकतात, तसेच सातव्या इयत्तेच्या वाचन पातळीवरील पुस्तके पाचव्या इयत्तेतील मुलांना आवडू शकतात. अर्थात हे पुस्तकातील विषयाच्या सामाजिक स्तरावर अवलंबून असते. सातव्या इयत्तेच्या पुस्तकातील काही आशय पाचव्या इयत्तेतील विद्यार्थ्यांच्या सामाजिक अनुभवानुरूप नसेल, तर असा विद्यार्थी अस्वस्थ होऊ शकतो. पहिल्या इयत्तेतील वर्गाला एका शिक्षिकेने मात्र थेट गोष्टीची पुस्तके वाचून दाखवली त्याचा अनुभव पान क्रमांक २५८ वर सांगितला आहे तो वाचा.

मुलांच्या ऐकण्याच्या आणि वाचनाच्या पातळ्यांमध्ये खूप फरक असतो हे मी आता तुम्हाला स्पष्ट केले आहे. मुले मोठी झाल्यावरसुद्धा त्यांना का वाचून दाखवावे हे यावरून तुमच्या लक्षात आले असेल. इरिन मोठी झाल्यावरसुद्धा हॅसेट कुटुंबीय तिला वाचून दाखवत होते. वाचून दाखवल्यामुळे ऐकणारे मूल आणि पालक किंवा शिक्षक आणि वर्गातील मुले यांच्यामध्ये एक भावनिक बंध निर्माण होतो, आपुलकी निर्माण होते. शिवाय वाचून दाखवत असताना ऐकणाऱ्या मुलांच्या कानामध्ये तुम्ही अधिकचा शब्दसंग्रह ओतत असता. अंतिमत: हे शब्द ऐकणाऱ्या मुलाच्या मेंदूपर्यंत पोहोचतात आणि बाल वाचकाच्या डोळ्यांमध्ये नोंदवले जातात.

वरच्या इयत्तांमधील मुलांनासुद्धा वाचून दाखवणे कसे उपयुक्त आहे याबद्दलचा हा युक्तिवाद होता. आता आपण खालच्या इयत्तांमधील मुलांना वाचून दाखवण्याबाबत विचार करू या. जर तुमच्या घरी किंवा वर्गात नवशिक्या वाचक असेल म्हणजेच पाच, सहा, किंवा सात वर्ष वयाचे मूल असेल आणि या मुलाला तुम्ही अजूनही वाचून दाखवत असाल, तर उत्तम! सुरू ठेवा. परंतु तुमच्या सहा वर्षांच्या मुलाला डॉ. स्यूस यांनी लिहिलेले *द कॅट इन द हॅट* किंवा *हॉप ऑन पॉप* किंवा त्यासारखी मर्यादित शब्दसंग्रह असलेली पुस्तके वाचून दाखवत असाल, तरमात्र तुम्ही त्याच्या मेंदूचा रोज रात्री अपमान करत आहात!

वरीलपैकी कोणत्याही प्रकारचे पुस्तक घेतले, तर त्यामध्ये साधारणपणे २२५ शब्द असतात. तर सहा वर्षांच्या मुलांकडे साधारणपणे सहा हजार शब्दांचा संग्रह असतो. चार वर्षांचे असल्यापासूनच त्या मुलाला हे २२५ शब्द समजलेले असतात व त्या शब्दांचा ते मूल वापर करत असते. आणि तेच शब्द जर तुम्ही त्या मुलाला अजूनही रोज रात्री वाचून दाखवत असाल आणि ते मूल अंथरुणामध्ये पडल्यापडल्या, ''आमच्यापैकी कोणीतरी एक जण वेडा आहे!'' असा विचार करत नसेल, तर त्या मुलामध्ये काही तरी दोष आहे असे म्हणावे लागेल.

सहा वर्षांचे असताना तुम्ही नवशिके वाचक असता. त्यामुळे या वयामध्ये शब्दांकडे पाहून त्यांचे अर्थ समजतील असे फारच थोडे शब्द तुम्हाला माहीत असतात. परंतु या वयामध्ये तुम्ही नवशिके श्रोते मात्र नसता. गेली सहा वर्षे तुम्ही ऐकत आहात. त्यामुळे आता तुम्ही एक अनुभवी श्रोते आहात! साधारणपणे सहा वर्षांच्या मुलांनी स्वत: वाचावीत यासाठी डॉ. स्यूस यांनी मुद्दामच मर्यादित शब्दसंग्रह असलेली पुस्तके लिहिली आहेत. *द कॅट इन द हॅट* किंवा *हॉप ऑन पॉप* किंवा त्यासारखी मर्यादित शब्दसंग्रह असलेली पुस्तके मुलांनी स्वत: वाचायची असतात. अशी पुस्तके मुलांना

वाचून दाखवायची नसतात हे लोकांना समजावे म्हणूनच *द कॅट इन द हॅट* किंवा *हॉप ऑन पॉप* या पुस्तकांच्या कव्हरवरील व्यापारी चिन्हासोबत 'आय कॅन रीड इट ऑल बाय मायसेल्फ'[२५] असे लिहिले आहे. यातील 'मायसेल्फ' म्हणजे पालक नसून मूल आहे!

मर्यादित शब्दसंग्रहाच्या पुस्तकांऐवजी तुम्ही कोणती पुस्तके वाचून दाखवावीत याबाबत मी प्रकरण तीनमध्ये मार्गदर्शन केले आहे. यामध्ये बालवाडीच्या शिक्षकांनी यशस्वीपणे वापरलेल्या काही गोष्टीच्या पुस्तकांचाही समावेश आहे.

वाचून दाखवण्याचा मुलांना व्याकरण शिकण्यासाठी उपयोग होईल का?

व्याकरण हे इतरांनी शिकवण्यापेक्षा ऐकण्यातून जास्त शिकले जाते. आणि ज्याप्रमाणे फ्लू झालेल्या व्यक्तिच्या संपर्कात आल्यामुळे तुम्हाला फ्लू होतो, त्याचप्रमाणे व्याकरणात्मक शुद्ध बोलणाऱ्या व्यक्तिच्या संपर्कात आल्यामुळे तुम्ही व्याकरण शिकता. शुद्ध भाषा बोललेली ऐकून तुम्ही तिचे अनुकरण करायला लागता. आणि हे अनुकरण तुमचे लिहिणे आणि बोलणे या दोन्हीमध्ये दिसून येते. एखादे वाक्य व्याकरणात्मकदृष्ट्या बरोबर आहे किंवा नाही हे तपासण्याचा सर्वांत सुलभ उपाय म्हणजे ते वाक्य मोठ्याने म्हणणे. वाक्याची व्याकरणात्मक अचूकता तपासण्याच्या हेतूने तुम्ही जेव्हा एखादे वाक्य मोठ्याने म्हणता आणि ताबडतोब तुमचाच प्रतिसाद येतो की 'हे वाक्य काही ऐकायला बरोबर वाटत नाही.' तेव्हा ते वाक्य चूक असण्याची शक्यता अधिक असते. व्याकरणात्मकदृष्ट्या बरोबर असलेले वाक्य तुम्ही आधीच वाचले असेल किंवा इतर कोणी उच्चारत असताना तुम्ही ऐकले असेल, तरच ते वाक्य बरोबर आहे किंवा चूक आहे हे तुम्ही सांगू शकता. म्हणूनच जे लोक फार कमी वाचन करतात आणि/किंवा अशुद्ध इंग्रजी बोलणाऱ्यांच्या संपर्कात असतात, त्यांना व्याकरणावर प्रभुत्व मिळवण्याची खूप कमी संधी असते.

ज्या देशाच्या अर्थव्यवस्थेत सेवा उद्योगाचे प्रमाण सातत्याने वाढत असते, त्या देशामध्ये मौखिक संप्रेषणकौशल्याला खूप महत्त्व असते. जेवढे जास्त चांगले, किंवा आशयसंपन्न शब्द तुम्ही ऐकता, तेवढे जास्त चांगले शब्द तुम्ही तुमच्या बोलण्यामध्ये आणि लेखनामध्ये वापरता. ज्यांची मातृभाषा इंग्रजी नाही, तसेच ज्यांचा जन्म अमेरिकेतील आहे अशा सर्वच विद्यार्थ्यांना शक्य तेवढ्या लहानपणापासून ते त्यांचे शालेय शिक्षण पूर्ण होईपर्यंत वाचून दाखवावे. यामुळे या विद्यार्थ्यांना समृद्ध, संरचित आणि आनंददायी भाषा ऐकायला मिळेल. भाषिक दारिद्र्य असलेल्या मित्रांच्या

संगतीपेक्षा वाचून दाखवण्याच्या उपक्रमाने अशा विद्यार्थ्यांच्या व्याकरणाच्या ज्ञानामध्ये खूप सुधारणा होईल.

चिन्हे, हावभाव आणि हातवारे हे संप्रेषणाचे काही मार्ग आहेत. तर बोलणे आणि लिहिणे हे संप्रेषणाचे दोन प्रमुख मार्ग आहेत. या दोन्हींना बोलीभाषा आणि लिखित भाषा असेही म्हणतात. या दोन प्रकारच्या भाषांमध्ये खूप जवळचे संबंध असले, तरी त्या जुळ्यामात्र नाहीत. पान क्रमांक २७ वरील चार्टमध्ये दर्शवल्याप्रमाणे बोलण्यातील शब्दांपेक्षा लिखित संप्रेषणातील शब्द खूप अर्थपूर्ण असतात, संरचनाबद्ध असतात. लिखित भाषेपेक्षा संभाषणातील भाषा अस्पष्ट आणि संदिग्ध असते. संभाषणातील भाषा बऱ्याच वेळा व्याकरणदृष्ट्या सदोषही असते. तसेच संभाषणातील भाषेच्या मांडणीमध्ये शिस्तबद्धतेचा अभाव असतो. म्हणून केवळ आपल्या मित्रांबरोबर संभाषण करणाऱ्या किंवा ई-मेल वाचणाऱ्या लहान मुलांपेक्षा प्रौढांबरोबर संभाषणाचा आनंद घेणाऱ्या आणि गोष्टी ऐकणाऱ्या लहान मुलांना अधिक समृद्ध भाषा अनुभवायला मिळते.

जेव्हा तुम्ही वाचून दाखवलेल्या गोष्टी ऐकता, तेव्हा तुम्ही एक प्रकारे दुसरी भाषा शिकत असता. ही दुसरी भाषा म्हणजे पुस्तकातील प्रमाणित भाषा असते, ती वर्गातील भाषा असते, तसेच ती बहुतेक कार्यालयांमध्ये वापरली जाणारी भाषा असते. आपल्यापैकी बहुसंख्य लोक संभाषणासाठी कमीत कमी दोन भाषा वापरतात. एक म्हणजे घरातील भाषा आणि दुसरी म्हणजे प्रमाणित भाषा, इंग्रजी, मराठी, हिंदी अशा सर्वच भाषांमध्ये घरातील भाषा आणि प्रमाणित भाषा असे प्रकार आढळतात.

प्रमाणित इंग्रजी भाषेचे महत्त्व वेगळे सांगण्याची आवश्यकता नाही. मी एक स्थानिक इंग्रजी भाषक आहे म्हणून मी असे म्हणत नाही, तर केवळ व्यावहारिक कारणाने हे सांगत आहे. प्रमाणित इंग्रजी भाषा ही शिक्षणक्षेत्रात तसेच व्यवसायक्षेत्रातही वापरली जाणारी प्रमुख भाषा आहे. अलीकडच्या एका इंटरनेट सर्वेक्षणात आढळले आहे, की एकूण वेबपेजेसपैकी ५६.४ टक्के वेबपेजेस इंग्रजी भाषेत आहेत आणि दुसऱ्या क्रमांकावर असणाऱ्या जर्मन भाषेत केवळ ७.७ टक्के वेबपेजस आहेत.

आजच्या विद्यार्थ्यांना शेजाऱ्यांबरोबर बोलण्यासाठी घरगुती इंग्रजी पाहिजे असते तर बाजारात व्यवहार करण्यासाठी प्रमाणित इंग्रजी पाहिजे असते. प्रमाणित इंग्रजी बोलता येण्यासाठी इंग्रजी मोठ्या प्रमाणावर ऐकले पाहिजे. आणि चांगले इंग्रजी ऐकणे सोपे आहे. इंग्रजी ऐकण्याचे काम संसर्गजन्य पद्धतीने व्हायला पाहिजे. म्हणजेच इंग्रजी ऐकण्याचे आकर्षण एकापासून दुसऱ्याला लागले पाहिजे. यामुळे खूप इंग्रजी ऐकले जाईल.

लेखन आणि शुद्धलेखन यासारख्या मूलभूत कौशल्यांमध्ये आम्ही कशी सुधारणा करू शकतो?

या दोन्ही कौशल्यांमध्ये तुम्ही केवळ वाचनाने, वाचनाने आणि वाचनानेच सुधारणा करू शकता. शब्दकोशामध्ये शब्द पाहणे हा काही शब्द आणि स्पेलिंग शिकण्याचा सर्वोत्तम मार्ग नाही. शिक्षकांना आपले विद्यार्थी आणि त्यांची नावे कशी लक्षात राहतात? तुमच्या पालकांना त्यांचे शेजारी आणि त्यांची नावे कशी पाठ होतात? शिक्षक त्यांच्या विद्यार्थ्यांना आणि पालक त्यांच्या शेजाऱ्यांना पुन्हापुन्हा पाहतात; त्यांचे चेहरे आणि नावांमध्ये सांगड घालतात व त्यामुळे त्यांना विद्यार्थी आणि शेजारी बरोबर लक्षात राहतात. शब्दांचे स्पेलिंग आणि अर्थ तुम्ही याच पद्धतीने शिकू शकता.

बहुतांश व्यक्ती दृष्यमान स्मृतीचा म्हणजेच व्हिज्वल मेमरीचा वापर करूनच स्पेलिंग शिकतात. (ज्या लोकांना चित्रे किंवा भूमितीय आकृत्या खूप चांगल्या लक्षात राहतात, त्यांचे स्पेलिंग लिहिण्याचे कौशल्य सर्वोत्तम असते हे अनेक संशोधनातून दिसून आले आहे. हे इतर कशामुळे नाही तर तुमच्या स्मृतीतील जनुकांमुळे होण्याची शक्यता अधिक आहे असे वैज्ञानिक म्हणतात.[२६]) जे स्पेलिंग नुकतेच लिहिले आहे त्याच्या अचूकतेबाबत जेव्हा शंका येते, तेव्हा बहुतांश लोक तो शब्द अनेक पद्धतीने लिहितात आणि त्यानंतर त्यातील योग्य वाटणारा एक शब्द निवडतात. (उदाहरणार्थ, पेनसिलव्हॅनियामधील पिट्सबर्ग या शहराच्या नावाचे स्पेलिंग Pittsberg की Pittsburgh? तसेच humor, humer की hughmer यापैकी काय बरोबर आहे? ख्यातनाम व्यक्तींना मोठ्या प्रमाणावर eigo, eago की ego असतो? यापैकी कोणते स्पेलिंग बरोबर आहे हे खूप वाचलेल्या व्यक्तींनाच सहजपणे लक्षात येते.) एखादे लहान मूल वाक्यातील वा परिच्छेदातील जेवढे अधिक छापील शब्द वाचेल, तेवढ्या अधिक प्रमाणात ते मूल त्या शब्दाचे स्पेलिंग चूक आहे की बरोबर आहे हे सांगू शकेल. याउलट जेव्हा तुम्ही कमी वाचता, तेव्हा तुम्हाला थोडेच शब्द माहीत होतात व त्यामुळे तुम्हाला शब्दांचे स्पेलिंग आणि त्यांचे अर्थ या दोन्हींबाबत फार खातरी नसते.[२७]

लेखनकौशल्याबाबत एक पारंपरिक दृष्टिकोन आहे. या दृष्टिकोनाला तुम्ही लेखनाबाबतचा 'विन्स लोंबार्डी दृष्टिकोन' असे म्हणू शकता. हा दृष्टिकोन असे सांगतो, की कागद संपेपर्यंत आणि शिक्षण पूर्ण होईपर्यंत तुम्ही लिहीत रहा, लिहीत रहा, लिहीत रहा. एखादी समस्या जेव्हा तुम्ही पुन्हापुन्हा हाताळता, तेव्हा ती समस्या सोडवण्यामध्ये तुम्ही अधिकाधिक पारंगत होत जाता. त्याचप्रमाणे तुम्ही जेव्हा पुन्हापुन्हा लिहीत राहता, तेव्हा प्रत्येक लेखनागणिक तुम्ही अधिकाधिक पारंगत होत जाता! म्हणून पुन्हापुन्हा लिहीत रहा. परंतु या दृष्टिकोनाची समस्या ही आहे, की याला अजून संशोधनात्मक

पुरावे मिळालेले नाहीत. जे विद्यार्थी खूप लिहितात, ते सर्वोत्तम लेखक झालेले नाहीत.[२८] विद्यार्थ्यांच्या लेखनकौशल्यांमध्ये, आणि विशेषत: त्यांच्या लेखनपारंगततेत गेल्या अनेक वर्षांमध्ये फारच थोडी वाढ झालेली आहे. एनएईपी या संस्थेने केलेल्या लेखनविषयक विविध चाचण्या, त्यांच्याकडील विविध प्रकारचे दस्तऐवज आणि गेल्या वीस वर्षातील लेखनविषयक नियम यावरून हे निष्कर्ष काढले गेले आहेत.[२९]

तुम्हाला धक्का बसण्याआधी मला हे स्पष्ट केले पाहिजे, की शालेय उपक्रमातून लेखन रद्दबातल करा असे मला सुचवायचे नाही. मला असे सुचवायचे आहे, आणि अगदी निश्चयपूर्वक सुचवायचे आहे, की मुलांच्या लेखनाबाबतचा हट्ट सध्या आपण थोडा कमी करू या. जीवनाच्या एका टप्प्यावर मुले खूप लिहितील. चांगले लेखक हे बेसबॉलच्या खेळाडूसारखे असतात. बेसबॉलच्या खेळाडूला नियमितपणे सराव करणे आवश्यक असते. तरीसुद्धा ते त्यांचा बराचसा वेळ एक तर मैदानावर घालवतात किंवा इतर खेळाडू मैदानावर धावत असताना, बॉल पकडत असताना, बॉल फेकत असताना त्यांचे ते सूक्ष्मपणे निरीक्षण करतात. एक प्रकारे चांगले लेखकही हेच करतात. ते लिहितात. परंतु त्याहीपेक्षा अधिक ते वाचतात आणि इतर लेखक शब्दांचा कसा योग्य रीतीने वापर करतात याचे ते निरीक्षण करतात. एनएईपी या संस्थेने केलेल्या रायटिंग रिपोर्ट कार्ड या संशोधनाने हे सिद्ध केले आहे, की तुम्ही जेवढे जास्त वाचन करता, तेवढे तुम्ही जास्त चांगले लिहिता.[३०] दररोज जास्तीत जास्त लेखन करणाऱ्या विद्यार्थ्यांना लेखनामध्ये सर्वोच्च गुण मिळालेले आढळत नाही. उलट जे विद्यार्थी जास्तीत जास्त मनोरंजनात्मक पुस्तके वाचत होते, ज्यांच्या घरी जास्तीत जास्त मुद्रित वाचनसाहित्य होते आणि जे वर्गात नियमितपणे निबंध लिहीत होते, त्या विद्यार्थ्यांना लेखनात सर्वोच्च गुण मिळालेले आढळले.

जाक्स बारझून यांचे अतिशय साधे असे एक निरीक्षण आहे. ते म्हणतात–लेखन आणि वाचन हे अनुसरणीय अनुभव आहेत. म्हणजेच त्यांची नक्कल होऊ शकते. डोळे किंवा कानांद्वारे शब्द आपल्या मेंदूमध्ये येतात आणि वाणीद्वारे किंवा पेन्सिलद्वारे बाहेर पडतात.[३१] परंतु जाक्स बारझून यांच्या या निरीक्षणाची उपयुक्तता आपल्याला समजलेली नाही. आणि हाच आपल्या लेखनाच्या शिक्षणातील सर्वांत मोठा दोष आहे.

आपण जे ऐकतो तेच म्हणतो, बोलतो. आणि आपण जे पाहतो, तेच लिहितो. जॉर्जिया आणि न्यू जर्सी या दोन्ही ठिकाणचे माझे नातेवाईक इंग्रजी भाषा बोलतात परंतु दोघाच्या बोलीभाषेत फरक आहे. कारण ही दोन्ही ठिकाणे वेगवेगळी असल्यामुळे या दोन्ही ठिकाणचे नातेवाईक वेगवेगळी बोली भाषा ऐकतऐकत मोठे झाले आहेत. जे कानात जाते, तेच मुखातून बाहेर येते. तुम्ही विस्कोनसीन आणि अलास्कातील लहान

मुलांना गायीचे चित्र काढायला सांगितले, तर या दोन्ही ठिकाणच्या मुलांनी काढलेली गायीची चित्रे तुम्हाला वेगवेगळी आढळतील. तुम्ही गाय पाहिली नसेल, तर तिचे चित्र काढणे तुम्हाला आवघड जाते. अलास्कातील लहान मुलांना गाय फारशी पहायला मिळत नाही. त्यामुळे अलास्कातील मुलांनी काढलेल्या चित्रातील गाय ही कुत्र्यांसारखी दिसते.

वरील परिच्छेदात सांगितलेले तत्त्व लेखनालाही लागू पडते. जर तुम्ही संयुक्त, संमिश्र किंवा परिणामकारक अशी साधी वाक्ये वारंवार पाहिली नसतील, तर अशी वाक्ये लिहिणे तुम्हाला कठीण जाते. अशी वाक्ये तुम्ही वारंवार केव्हा पाहू शकता? जेव्हा तुम्ही वाचन करता म्हणजेच जेव्हा तुम्ही वाक्ये पुन्हा, पुन्हा, आणि पुन्हा पाहता.

वाचन आणि लेखन यांच्यातील परस्परसंबंधांबाबत विचार करायला लावणारे एक महत्त्वाचे सत्य पुढीलप्रमाणे आहे : दृष्य स्वरूपातील माहिती स्वीकारणाऱ्या पेशींचे मानवी मेंदूतील प्रमाण श्रवण केलेली माहिती स्वीकारणाऱ्या पेशींपेक्षा खूप अधिक असते. अंकांच्या भाषेत सांगायचे, तर हे प्रमाण ३०:१ असे असते.[३२] दुसऱ्या शब्दांत सांगायचे, तर तुम्ही ऐकलेल्या शब्दांपेक्षा तुम्ही पाहिलेला शब्द तुमच्या स्मरणात राहण्याची शक्यता ३० पट अधिक असते. आपल्याला जर केवळ टेलिव्हिजनवरील संवाद किंवा संभाषण ऐकण्याचाच अधिक अनुभव असेल, तर आपण सुसंगत अशी वाक्ये कधीच लिहू शकणार नाही. जेव्हा आपण खूप लिखित वाक्ये पाहू, तेव्हामात्र आपल्याला सुसंगत अशी वाक्ये लिहिणे शक्य होईल. आपले लेखनकौशल्य वृद्धिंगत करण्यासाठी जर आपण व्यवस्थापनाच्या वरच्या स्तरावर जाण्याची वाट पाहत बसलो आणि आपल्या लेखनकौशल्याबद्दल फक्त काळजी करत बसलो, तर आपल्याला हे कौशल्य मिळवण्यासाठी खूप उशीर झालेला असेल. पस्तिसाव्या वर्षी चांगले लिहिण्यास शिकणे हे पस्तिसाव्या वर्षी स्केटिंग किंवा विदेशी भाषा शिकण्यासारखेच आहे: या गोष्टी वयाच्या सातव्या वर्षी शिकणे जेवढे सोपे झाले असते, पस्तिसाव्या वर्षी शिकणे तेवढे सोपे होणार नाही. शब्दसंग्रह आणि सुसंगत वाक्ये वाचनाद्वारे मेंदूमध्ये आधी भरून ठेवल्याशिवाय त्यांना कागदावर उतरवणे शक्य नाही.

वाचून दाखवण्याची सुरुवात करायला खूप उशीर झाला असे कधी होते का?

तसे म्हटले, तर मुले कधीच खूप मोठी होत नसतात. परंतु दोन ते सहा वर्षांच्या मुलांना वाचून दाखवणे जेवढे सोपे असते, तेवढे मोठ्या मुलांना वाचून दाखवणे सोपे नसते.

शाळेतील शिक्षकाला वर्गातील मुलांना वाचून दाखवणे खूप सोपे जाते कारण वर्गातील श्रोते एक प्रकारे बंदिवान श्रोते असतात. वर्गात वाचून दाखवलेले विद्यार्थ्यांना

नाइलाजाने का होईना, ऐकावेच लागते. परंतु पूर्वी आपल्या मुलाला कधीही न वाचून दाखवलेले पालक जेव्हा ते मूल तेरा वर्षाचे झाल्यावर अचानकपणे त्याला वाचून दाखवू इच्छितात, तेव्हा त्यांना ते अवघड जाते. पालकांचा हेतू कितीही चांगला असला, तरी किशोरवयातील मुलांना घरी वाचून दाखवणे कठीण होते. कारण या वयात मुले सामाजिक आणि भावनिकदृष्ट्या विकसित होत असतात. स्वत:मध्ये होणारे शारीरिक बदल, लैंगिक उत्कटता, उपजीविकेची चिंता, आणि आपली स्वत:ची अशी एक वेगळी ओळख निर्माण करण्यात किशोरवयीन मुलांचा शाळेव्यतिरिक्तचा बहुतांश वेळ जात असतो. किशोरवयीन मुले सामोरी जात असलेली वरील प्रकारची परिस्थिती आणि या मुलांचे शाळेचे व्यग्र वेळापत्रक यामुळे वाचून दाखवण्यासाठी आई आणि वडिलांना मुलांचा वेळ उपलब्ध होत नाही. अशा परिस्थितीत जिम ब्रोझिना आणि त्यांची मुलगी क्रिस्टेन यांचे उदाहरण हे एक आशेचा किरणच म्हणावे लागेल. यासाठी पान क्रमांक ४५ पहा.

वाचून दाखवण्यासाठी तुम्ही योग्य वेळ निवडली, तरमात्र तुम्हाला हताश होण्याचे काही कारण नाही. अर्थात तुम्ही हे सांगू नका, की तुमची मुलगी जेव्हा टेलिव्हिजनवरील तिचा आवडता कार्यक्रम पाहत असते किंवा तिच्या प्रियकराबरोबरच्या भांडणानंतर संतप्त झालेली असते, तेव्हा ती वाचून दाखवलेली गोष्ट ऐकते. वाचून दाखवण्यासाठी योग्य वेळ निवडणे जसे महत्त्वाचे असते, तसेच किती वेळ वाचून दाखवायचे हे ठरवता येणे हेही तेवढेच महत्त्वाचे असते. वाचून दाखवलेले ऐकण्यामध्ये पाल्याचा विशेष रस दिसला नाही, तर वाचून दाखवण्याचा वेळ कमी करा.

तुमचे मूल नुकतेच किशोर वयात प्रवेश करत असेल म्हणजेच ते बारा ते चौदा वर्षांचे असेल, तर त्याच्या मोकळ्या वेळेमध्ये तुम्ही त्याला एखाद्या पुस्तकातील एक किंवा दोन पाने वाचून दाखवा. अशा वेळेस तुम्ही वाचून दाखवत असलेल्या पुस्तकामध्ये प्रेरणात्मक किंवा शैक्षणिक आशय किती आहे याकडे फारसे लक्ष देऊ नका. माझी मुले जेमि आणि एलिझाबेथ जेव्हा किशोरवयात होते, तेव्हा मी वाचत असलेल्या गोष्टीच्या किंवा इतर प्रकारच्या कोणत्याही पुस्तकातील काही उतारे मी नेहमीच वाचून दाखवत असे. एका संध्याकाळी मी *रन विथ द हॉर्समेन* ही कादंबरी वाचत होतो. जॉर्जियातील एक नामांकित डॉक्टर फेरोल सॅम्स यांनी ही कादंबरी लिहिली आहे. दक्षिण अमेरिकेतील लोकांबद्दलची प्रौढांसाठी लिहिलेली ही एक मजेदार कथा आहे. वाचतावाचता मी या कादंबरीतील एका मजेदार प्रकरणावर पोहोचलो. कादंबरीतील मुलाला शेतातील खेचर आणि घराच्या आसपासचा कोंबडा यासंबंधीच्या दोन आश्चर्यकारक आणि गंमतीदार प्रसंगांना कसे तोंड द्यावे लागते याचे या प्रकरणामध्ये वर्णन होते. 'जेमिला हे प्रसंग नक्कीच आवडतील!' असे मला वाटले.

दुसऱ्या दिवशी सकाळीच मी जेमिला गाठले. ''जेमि हे ऐक!'' मी म्हणालो. बाहेर जाताजाता दारातच तो मला म्हणाला ''डॅडी मला माफ करा, पण मला पळाले पाहिजे कारण मला ताबडतोब मित्रांना भेटणे गरजेचे आहे.''

''ते मला माहीत आहे, पण तुला फक्त एकच मिनिट ऐकायचे आहे. माझ्यावर विश्वास ठेव मी तुझा जास्त वेळ घेणार नाही.'' डोळे वटारून, अगदी नाखुशीनेच तो बसला आणि मी वाचून दाखवायला सुरुवात केली. आणि माझ्या अपेक्षेप्रमाणे त्याला ते खूप आवडले. काही तासांनंतर तो त्याच्या मित्रांना घेऊन आला आणि त्यांनाही वाचून दाखवा असे म्हणाला.

नऊ ते बारा तसेच तेरा ते एकोणीस या वयोगटातील मुलांना काय वाचून दाखवावे ही समस्या अनेक पालकांना आणि शिक्षकांना भेडसावत असते. त्यांची ही समस्या दूर करण्यासाठी मी ५० निवडक पुस्तकांची सटीप यादी तयार केली आहे. *रीड ऑल अबॉउट इट!* असे या यादीचे शीर्षक आहे. या यादीमध्ये ललित तसेच ललितेतर पुस्तके, लघुकथा, कादंबऱ्यांमधील निवडक उतारे, आणि वर्तमानपत्रातील रकाने यांचा समावेश आहे. हे उतारे वाचल्यावर मुलांमध्ये मूळ पुस्तक वाचण्याची इच्छा निर्माण होईल. ज्या लेखकांचे वाचनसाहित्य या यादीत नोंदवले आहे, त्या प्रत्येक लेखकाबद्दल चरित्रात्मक माहितीही या यादीमध्ये समाविष्ट केली आहे. या यादीतील प्रत्येक पुस्तकाचे संक्षिप्त वर्णन युवा वयातील तुमच्या मुलांची उत्सुकता वाढवेल आणि त्याला ते पुस्तक वाचण्याची इच्छा होईल याची मला खातरी आहे. उदाहरणार्थ, तुमचा असा समज आहे की गाडीच्या बंपरवर चिकटवलेल्या पिवळ्या पट्टीवरील 'सपोर्ट अवर ट्रुप्स' या लेबलची सुरुवात टोनी ओरलँडो आणि डॉन यांच्या 'टाय अ यलो रिबन' या गाण्याने झाली आहे. परंतु मी तुमच्याबरोबर पैज लावून सांगतो की तुम्ही चूक आहात. *रीड ऑल अबॉउट इट!* या यादीमध्ये नोंदवलेल्या पीट हॅमिल्स यांच्या *द यलो हँकरचीफ* या पुस्तकामध्ये शोध घ्या म्हणजे तुम्हाला सत्य माहीत होईल.

मुलांना वाचून दाखवल्यामुळे शिक्षणविषयक उच्च राष्ट्रीय अपेक्षांची कशी पूर्तता होते?

एक राष्ट्र म्हणून आपली अपेक्षा असते, की आपल्या देशातील सर्व वस्तू आणि सेवांची गुणवत्ता सतत वाढत रहावी. परंतु १९८३च्या *अ नेशन अॅट रिस्क* या अहवालानंतर उद्योजकांनी आणि राजकीय नेत्यांनी फक्त विद्यार्थ्यांचा बुद्ध्यांक वाढवण्यावर भर दिला आहे. आणि त्यामुळे मुलांना परीक्षेत जास्तीत जास्त गुण मिळावेत यासाठी पर्यवेक्षक, प्राचार्य आणि शिक्षकांवर दबाव वाढला आहे. आणि याचा परिणाम म्हणून संपूर्ण शिक्षण व्यवस्थेचे लक्ष केवळ परीक्षांवर केंद्रित झाले आहे.[३३] अशा या

परीक्षाकेंद्री शिक्षण व्यवस्थेत केवळ बुद्ध्यांक वाढवणाऱ्या विषयांवर भर देण्यात येत असल्यामुळे मानवी मूल्यांच्या शिक्षणासाठी शिक्षक आणि प्राचार्यांकडे अगदी थोडा वेळ उपलब्ध आहे. किंबहुना यासाठी त्यांच्याकडे अजिबात वेळ उपलब्ध नाही असे म्हटले तरी चुकणार नाही. उदाहरणार्थ, परीक्षेची तयारी करण्यात तुम्ही व्यग्र असताना जर एखाद्या पाळीव प्राण्याचा मृत्यू झाला, तर त्याबद्दल शिकवायला किंवा बोलायला कोणाला वेळ आहे? नीतिमत्ता या विषयाबाबत परीक्षेत प्रश्न विचारले जाणार नसतील तर नीतिमत्तेविषयी वर्गात कोण आणि का चर्चा करेल?

क्लिफटन फॅडिमन एकदा म्हणाले होते, की आपल्याकडे बुद्धिमान लोकांचा तुटवडा नाही. बुद्धिमान लोक आपल्याकडे खूप आहेत. खरा तुटवडा आहे तो चांगल्या लोकांचा. लहान मुलांच्या बुद्धीला आणि मनाला शिक्षण देऊन तुम्ही चांगले लोक तयार करू शकता. या विचाराचे अत्यंत प्रभावी समर्थन तुम्हाला डॅनियल गोलमन यांच्या अतिशय नावाजलेल्या *इमोशनल इंटेलिजन्स*[३४] या पुस्तकात आढळेल.

वर्तमानपत्रातील काही ठळक बातम्या खाली दिल्या आहेत. त्यांचा विचार करा. लक्षात ठेवा या सर्व बातम्या अतिशय उच्च बुद्ध्यांक असणाऱ्या, सर्वोत्तम महाविद्यालयात आणि विद्यापीठात शिकलेल्या आणि पीएच.डी. पर्यंतच्या उच्च पदव्या मिळवलेल्या लोकांबद्दलच्या आहेत.

- वॉल स्ट्रीटवरील १९ कंपन्यांनी गेल्या १५ वर्षांत सेक्यूरिटीज अँड एक्सेंज कमिशनच्या ५१ कायद्यांचे उल्लंघन केले आहे
- २.९ अब्ज डॉलरच्या घोटाळ्यासाठी सावकार दोषी
- इलिनॉइजचे चवथे राज्यपाल तुरुंगात
- पेपर तपासणीतील फसवणुकीमध्ये अटलांटामधील शाळा आणि प्राचार्य सहभागी
- ब्रिस्टॉलच्या महापौरांना फसवणुकीबद्दल ३०० दशलक्ष डॉलरचा दंड
- २४ दशलक्ष डॉलरचे लाच प्रकरण वॉलमार्टने दडपले
- विमा कंपन्यांच्या दाव्यानुसार डॉक्टरांनी एक अब्ज डॉलरची खोटी बिले सादर केली
- जगातील सर्वांत मोठ्या विमा एजंटला फसवणुकीसाठी ८५० दशलक्ष डॉलरचा दंड
- फसवणुकीच्या दंडापोटी विक्रमी तीन दशलक्ष डॉलर भरण्याचे एका प्रमुख औषध कंपनीने कबूल केले
- बालशोषण प्रकरणी कॅथॉलिक चर्चचा खर्च एक अब्ज डॉलरहूनही अधिक

- वाजवीपेक्षा अधिक किंमत लावल्याबद्दल मायक्रोसॉफ्टला १.१ अब्ज डॉलरचा दंड
- लाँग आयलंडमधील किशोरवयीन मुलांनी एसएटी परीक्षेला बसलेल्या तोतया मुलांना तीन हजार डॉलर दिले.

गणित कच्चे असणाऱ्यांकडून हे घोटाळे झालेले नव्हते. किंवा शाळेत जेमतेम कामगिरी असणाऱ्या विद्यार्थ्यांकडूनही हे घोटाळे झालेले नव्हते. या घोटाळ्यांना कारणीभूत असणारे बहुतांश महाभाग हे अतिशय हुशार आणि प्रतिभाशाली विद्यार्थी होते; त्यांच्या काळात ते वर्गात प्रथम क्रमांकाने उत्तीर्ण झाले होते. या विद्यार्थ्यांचे विशिष्ट असे मानसिक वैशिष्ट्य होते. आणि हे वैशिष्ट्य संशोधनाने सिद्ध केले होते. ते मानसिक वैशिष्ट्य असे होते: एखाद्या व्यक्तीचा सामाजिक दर्जा जेवढा उच्च, तेवढा त्या व्यक्तीचा मानवतेचा आणि नैतिकतेचा निर्देशांक कमी.[३६] विद्यार्थ्यांच्या नैतिक आणि सामाजिक शिक्षणाकडे दुर्लक्ष करणे म्हणजे अशा प्रकारच्या असंख्य बातम्यांना आणि वर्तनाला निमंत्रण देण्यासारखेच आहे. शाळा आणि परीक्षामंडळे आता असे दुर्लक्ष करत आहेत. स्मार्ट फोनवर कधीतरी विचारल्या जाणाऱ्या प्रश्नांना उत्तर कसे द्यावे एवढेच जर आपण विद्यार्थांना शाळेत शिकवणार असू, तर आपला निम्मा अभ्यासक्रम निरुपयोगी आहे असे म्हणावे लागेल.

अशा परिस्थितीत मुलांना मानवता, नैतिकता आणि मूल्यशिक्षण कशा पद्धतीने देता येईल? यासाठी खरे तर दोनच मार्ग आहेत : त्यांना जीवनानुभव मिळवून देणे आणि जीवनानुभवाच्या गोष्टी ऐकवणे. किंवा अशा गोष्टी त्यांना वाचण्यासाठी उपलब्ध करणे. जीवनानुभव देणाऱ्या साहित्यालाच ललितसाहित्य म्हणतात. इसॉप, सॉक्रेटिस, कोनफ्यूशिअस, मोझेस आणि जीझस या सर्व महान उपदेशकांनी आणि शिक्षकांनी संपूर्ण जगाला मानवतेचे आणि नैतिकतेचे शिक्षण देण्यासाठी खूप वर्षांपासून गोष्टींचाच वापर केला आहे.

परंतु जेव्हा मुलांचे परीक्षेतील गुण कमी झाले किंवा वाढले नाहीत, तेव्हा आपला बचाव करण्यासाठी प्रशासक आणि राज्यकर्त्यांनी क्रमिक पुस्तकांचा ढाल म्हणून वापर केला. बहुतांश परीक्षांमध्ये व्यक्तिनिष्ठ विचारांबाबतचे तसेच व्यक्तिगत मूल्यांबाबतचे प्रश्न विचारण्यात येत नसल्यामुळे मुलांचे वाचन क्रमिक पुस्तकांपुरतेच मर्यादित करणे योग्य होईल असे प्रशासकांना आणि राज्यकर्त्यांना वाटले.

केवळ क्रमिक पुस्तके वाचण्यावर भर देणारी ही विचारधारा अनेक अर्थांनी सदोष ठरली आहे. विशेष म्हणजे आकलन विज्ञान किंवा एकही शैक्षणिक संशोधन या विचारधारेचे समर्थन करत नाही. म्हणून क्रमिक पुस्तकांऐवजी ललितसाहित्याचे वाचन

अधिक महत्त्वाचे आहे. ललितसाहित्य महत्त्वाचे मानले जाते कारण ते मानवी मनाला भिडते, ते मानवतेचे अत्यंत जवळून दर्शन घडवते. ललितसाहित्य आणि ललितेतर साहित्यापैकी ललितसाहित्यच आपल्याला जीनवाचा अर्थ अगदी जवळून उलगडून दाखवते. हेच एक कारण आहे, की या पुस्तकाच्या शेवटी दिलेल्या यादीतील बहुतांश पुस्तके ललितसाहित्य प्रकारातील आहेत. ललितसाहित्याच्या वाचनाची उपयुक्तता सांगणारा आणखी एक पुरावा आहे. तो म्हणजे ओइसीडी या संस्थेने ३२ देशांतील २,५०,००० किशोरवयीन विद्यार्थ्यांचे केलेले सर्वेक्षण.[३७] या सर्वेक्षणात आढळले, की ज्या विद्यार्थ्यांनी विविध प्रकारचे वाचनसाहित्य वाचलेले होते, त्यांना वाचनाच्या परीक्षेत चांगले गुण मिळाले होते. परंतु त्यातही ज्यांनी ललितसाहित्य जास्त वाचले होते, त्यांना वाचनाच्या परीक्षेत सर्वोच्च गुण मिळाले होते.

अलीकडचे आकलनविषयक संशोधन असे स्पष्ट करते, की मेंदूचा मोठा भाग वाचलेल्या ललितसाहित्यावर विचार करण्यामध्ये गुंतलेला असतो.[३८] वाचलेल्या आशयाचा अर्थ शोधण्यासाठी क्रमिक पुस्तके आणि इतर ललितेतर साहित्यापेक्षा ललितसाहित्य तुम्हाला अधिक विचार करायला भाग पाडते. यामुळेच तर आपण कथा, कादंबऱ्यातील गोष्टींमध्ये अधिक गुंतून जातो. अणि हे गुंतणेच आपल्याला आकलनासाठी मदत करते. शिवाय बहुतांश चांगले ललितसाहित्य हे काळजीपूर्वक अभ्यासलेल्या सत्यावर आधारित असते. उदाहरणार्थ, बार्बरा हॅथवे यांचे *मिस्सी व्हायलेट अँड मी;* गॅरी पॉलसेन यांचे *द रायफल;* कॅरोल रायरी ब्रिंक यांचे *कॅडी वुडलॉन;* जॅक लंडन यांचे *द कॉल ऑफ द वाईल्ड;* अवि यांचे *सिटी ऑफ ऑर्फन्स* आणि अल्फ्रेड स्लोट यांचे *फायंडिग बॅक मॅकहेनरी.* यापैकी कोणतेही पुस्तक वाचले, तरी वाचकाला संबंधित काळाचे आणि ठिकाणांचे व्यापक आकलन होतेच. म्हणजेच पार्श्वभूमित्वक ज्ञान मिळते.

अर्थात हे सर्व मी ललितेतर वाचन साहित्याचे महत्त्व कमी करण्यासाठी सांगत नाही. या पुस्तकाच्या शेवटी दिलेल्या वाचून दाखवण्यासाठी उपयुक्त पुस्तकांच्या यादीमध्ये तुम्हाला कितीतरी ललितेतर पुस्तकेही आढळतील. व यातील जवळजवळ सर्वच पुस्तके अतिशय संस्मरणीय आहेत. *मॉकिंग बर्ड* कादंबरीत कॅथरीन इर्सकिन यांनी सामाजीकरणाची समस्या असलेल्या एका दहा वर्षांच्या मुलीची कथा सांगितली आहे. वाचणाऱ्यांच्या मनामध्ये ही कथा सहानुभूतीची भावना आणि सामाजिक जाणीव मोठ्या प्रमाणात निर्माण करते. पारंपरिक क्रमिक पुस्तके किंवा विश्वकोशमात्र वाचणाऱ्यांच्या मनामध्ये सहानुभूतीची भावनाही निर्माण करत नाहीत आणि सामाजिक जाणीवही निर्माण करत नाहीत. *मॉकिंग बर्ड* ही कादंबरी आपल्याला लहान मुलाच्या दृष्टिकोनातून जग

अनुभवण्याची संधी देते. म्हणून आपल्याला ऑटिझमग्रस्तांचे मन कळते, की जे अन्यथा आपल्याला कधीच समजले नसते. जसे एक्स-रेमध्ये किंवा सी.टी. स्कॅनमध्ये मन कधीच दिसत नाही त्याचप्रमाणे ललितेतर वाचनसाहित्यामध्ये क्वचितच मनाचे दर्शन घडते. ललितसाहित्यामध्येमात्र खातरीने मनाचे दर्शन घडते.

ललितसाहित्याचे एक शेवटचे समर्थन : महान अमेरिकन कादंबरीकार रॉबर्ट पेन्न वॉरेन यांच्या निरीक्षणानुसार आपण अनेक उद्देशांनी कादंबऱ्या वाचत असतो. भविष्यात काय घडू शकेल याबाबतचे धागेदोरे शोधणे हा त्यापैकी एक उद्देश असतो. दुसऱ्या शब्दांत सांगायचे, तर कादंबरी वाचनातून तुम्हाला भविष्यातील घडामोडींचा कदाचित अंदाज येऊ शकतो. उदाहरणार्थ, *ऑल द किंग्ज मेन* ही कादंबरी वाचणाऱ्या राजकीय नेत्याला भविष्यकालीन धोक्यांची सूचना अगाऊ मिळू शकते. व्यावसायिक परिषदेनंतर ह्यूस्टनला परत येणाऱ्या एका कंपनीच्या विमानात घडलेल्या पुढील घटनेबाबत वाचल्यावर मला वॉरेन यांच्या वरील निरीक्षणाची आठवण झाली. या कंपनीचा एक अधिकारी विमानामध्ये अगदी आरामात बसून कादंबरी वाचत होता. योगायोगाने कंपनीच्या मुख्य कार्यकारी अधिकाऱ्याने ते पाहिले व दरडावण्याच्या स्वरात विचारले, की तो त्याचा वेळ कादंबऱ्या वाचण्यात कसा काय वाया घालवू शकतो. जर तो अधिकारी डिकिन्सची *हार्ड टाइम्स,* फिट्सजेराल्डची *द ग्रेट गॅटस्बी* किंवा अगदी टॉम वुल्फ यांची *द बॉनफायर ऑफ द व्हॅनिटिज* यापैकी काहीही वाचत असता, तर त्याने उत्तर दिले असते की आपल्या पुढे काय वाढून ठेवले आहे हे मी तपासत होतो. कादंबरी वाचत असलेल्या त्या अधिकाऱ्याच्या म्हणण्याचा अर्थ एनरॉनचे मुख्य कार्यकारी अधिकारी केन ले यांना समजला असेल अशी मला आशा वाटते.

३. वाचून दाखवण्यातील पायऱ्या

अगदी थोडी लहान मुले अशी असतात की जी स्वतःहून पुस्तकांवर प्रेम करायला शिकतात. इतर बहुसंख्य लहान मुलांना कोणीतरी लिखित अक्षरांच्या मजेदार जगाकडे आकर्षित करणे गरजेचे असते; कोणीतरी त्यांना पुस्तकांचा आनंद घेण्याचा मार्ग दाखवणे गरजेचे असते.

ऑरविल प्रेसकॉट्ट
अ फादर रीड्स टु हिज चिल्ड्रन

मूल चार महिन्यांचे होईपर्यंत तुम्ही त्याला काय वाचून दाखवत आहात याचा फारसा फरक पडत नाही हे खरे असले, तरी एवढ्या लहान वयाच्या मुलाला वाचून दाखवण्यामुळे किमान एक फायदा होतो. तो म्हणजे त्याला तुमच्या आवाजाची लय माहीत होते आणि ते मूल तुमच्या आवाजाचा सुरक्षिततेशी आणि शांततेशी संबंध जोडायला लागते. 'मदर गूज' हे एक परिकथांचे आणि बालगीतांचे पुस्तक आहे. हे लहान मुलांसाठी नेहमीच एक योग्य पुस्तक राहिले आहे. माझ्या एक शेजारी महिलामात्र त्यांच्या लहान मुलीला रुडयार्ड किपलिंगच्या कविता वाचून दाखवायच्या. त्याचा काय परिणाम झाला माहीत आहे? ती मुलगी पुढे प्रिन्सटन आणि हार्वर्ड या नामांकित विद्यापीठांच्या पदव्या प्राप्त करू शकली. या मुलीला किपलिंग वाचून दाखवण्याचा आणि ती प्रिन्सटन, हार्वर्डला जाण्याचा काही संबंध आहे का? खरे तर फार नाही. परंतु या मुलीची आई एकही दिवसाचा खंड न पडू देता, अगदी दररोज त्या मुलीला वाचून दाखवत होती हे तिच्या प्रिन्सटन आणि हार्वर्डला जाण्यास अधिक कारणीभूत होते.

बालवयातील मुलांच्या मेंदूचा विकास या विषयावर गेली पंधरा वर्षे गरमागरम चर्चा होत आहे. परिषदा, सामान्य नियतकालिके तसेच संशोधनात्मक जर्नल्समधून

मानसशास्त्रज्ञ आणि न्यूरोसायंटिस्टस् यांनी याबाबत विविध युक्तिवाद केले आहेत. परंतु मेंदूच्या विकासाच्या अनुषंगाने बालकांच्या जीवनातील पहिली तीन वर्षे किती महत्त्वाची आहेत याबाबत मात्र संशोधकांनी ठाम असे निष्कर्ष मांडलेले नाहीत. मूल तीन वर्षांचे झाल्यानंतर त्याच्या मेंदूच्या विकासाच्या संधी पूर्णपणे बंद होतात की त्यानंतरही त्याच्या मेंदूच्या विकासाला दुसरी, तिसरी किंवा चवथी संधी मिळते?

या दोन टोकाच्या भूमिकांऐवजी मला मध्यम मार्ग अधिक सयुक्तिक वाटतो. बालकाच्या जीवनातील पहिली तीन वर्षे अनुभवाने समृद्ध झालेली असतील, तर त्याचे पुढील शिक्षण आणि जीवन सुलभ होते. तसेच त्या बालकाला त्याच्या पुढील आयुष्यात जर आदर्श शैक्षणिक वातावरण उपलब्ध झाले आणि जर कोणत्याही प्रकारच्या मानसिक किंवा शारीरिक तणावामुळे त्याच्या मेंदूला कसलीही इजा झाली नाही, तर नंतरच्या वर्षांमध्येसुद्धा त्याच्या मेंदूच्या विकासाला संधी मिळू शकतात. या विषयाच्या वादविवादामध्ये अधिक रस असणाऱ्यांनी गॉपनिक, मेल्टझॉफ, आणि कुह्ल यांचे *द सायंटिस्ट इन द क्रिब: माईंडस्, ब्रेन्स अँड हाऊ चिल्ड्रन लर्न* हे पुस्तक वाचावे. शिवाय जॉन टी ब्र्युएर यांचे *द मिथ ऑफ द फर्स्ट थ्री इयर्स* हेही पुस्तक वाचावे. या दोन पुस्तकांमध्ये तुम्हाला या विषयाबाबतची आणखी उपयुक्त माहिती मिळेल.

वरील पुस्तकांव्यतिरिक्त दुसरा पर्याय आहे इंटरनेट. लहान मुलांच्या मेंदूविषयक संशोधनाबाबत इंटरनेटवर झटपट माहिती मिळते. डॉ. जॅक शॉनकॉफ यांच्या संशोधनाची इंटरनेटवरील माहिती तुम्हाला नक्कीच उपयुक्त आणि आकर्षक वाटेल. डॉ. शॉनकॉफ हे हार्वर्ड विद्यापीठाच्या सेंटर ऑन डेव्हलपिंग चाईल्ड या विभागाचे संचालक आहेत. तसेच लहान मुलांच्या मेंदूच्या विकासासंबंधी अधिकारवाणीने भाष्य करणारे राष्ट्रीय पातळीवरील ते एक प्रमुख संशोधक आहेत. या विषयातील क्लिष्ट संकल्पना सामान्य लोकांना तसेच पालकांना आणि शिक्षकांना समजावून देण्याचे कौशल्य त्यांच्याकडे आहे. त्यांच्या सखोल संशोधनाआधारे ते ठामपणे सांगतात, की बालवयातील सुरुवातीचे शिक्षण हे केवळ शिक्षण किंवा अभ्यास असता कामा नये. तर यामध्ये खेळ, शोधकता किंवा जिज्ञासा, आणि भावनिक जाणिवांचा विकास याचाही समावेश असला पाहिजे. थोडक्यात, बालकाचा संपूर्ण विकास हा बालवयातील शिक्षणाचा हेतू असावा.

डॉ. शॉनकॉफ यांच्या मार्गदर्शनाखाली सेंटर ऑन डेव्हलपिंग चाईल्ड या संस्थेने मुलांच्या बालवयातील मेंदूच्या विकासासंबंधीचे पाच ते सहा व्हिडीओ ऑनलाईन उपलब्ध केले आहेत. या व्हिडीओचा कालावधी दोन मिनिटांपासून ते सात मिनिटांपर्यंतचा आहे.[१] या सेंटरच्या अभ्यासानुसार कुपोषण आणि मानसिक कोंडमारा यामुळे खूप वेळा लहान मुलांच्या मेंदूला इजा होते. विशेषत: ही इजा जर बालकाच्या जन्मापासून ते त्याच्या

वयाच्या तीन वर्षादरम्यान झाली असेल, तर नंतर उपचारात्मक शिक्षणाद्वारे किंवा विशेष शिक्षणाने अशी इजा दुरुस्त करता येत नाही.[२] बाल्यावस्थेत मुलांची योग्य अशी काळजी घेऊन आणि बाल्यावस्थेतील मुलांच्या भयंकर तणावाबाबत पुरेशी जागृती निर्माण करून सध्याच्या बऱ्याचशा चुका आपल्याला टाळता येतील असे या सेंटरला वाटते.[३]

बाळांच्या मेंदूविषयक संशोधनाने आणखी एक गोष्ट ठामपणे सिद्ध केली आहे. ती म्हणजे बाळ आठ माहिन्याचे झाले की त्याच्या मेंदूमध्ये आवाज आणि शब्दांच्या नमुन्यांचे व्यापक संग्रहण सुरू होते. म्हणून सर्वाधिक शब्द ऐकणाऱ्या लहान मुलाला उत्कृष्ट भाषाकौशल्ये आत्मसात करण्याची अधिक संधी असते.[४]

आता मला माझ्या आधीच्या एका वाक्याचा येथे पुनरुच्चार करायचा आहे : वाचून दाखवण्याचा उद्देश सुपर बेबी तयार करणे हा नाही. तर लहान मुलांमध्ये आधीपासूनच ज्या काही क्षमता असतात, त्यांची जोपासना करण्यावर भर असला पाहिजे. तसेच मूल आणि पालकांमध्ये जिव्हाळा निर्माण करणे, त्याचप्रमाणे मूल आणि पुस्तकांमध्ये आनंदमय सेतू निर्माण करणे यावरही भर असला पाहिजे. जेव्हा कधी ते लहान मूल वाचक होण्याएवढे विकसित होईल, तेव्हा त्या मुलाला या सेतूचा वापर करता येईल.

बाळासाठी सर्वोत्तम पुस्तके कोणती?

एक वर्ष वयाच्या बाळाला वाचून दाखवण्यासाठी तुम्ही अशी पुस्तके निवडली पाहिजेत, की जी तुमच्या बाळाच्या दृष्टीला आणि कानाला उत्तेजित करतील. म्हणून या वयातील मुलांसाठी निवडलेल्या पुस्तकांमध्ये आकर्षक रंगीत चित्रे असावीत आणि त्यातील आशय ऐकायला गोड असावा. अशा प्रकारची पुस्तके असतील, तर तुमच्या बाळाचे त्याकडे सहजपणे लक्ष जाईल. हेच तर मदर गूजच्या यशाचे गमक आहे. मदर गूजमधील गीते बाळांना आवडतात कारण ही गीते अतिशय लयबद्ध आहेत आणि त्यातील यमक म्हणजेच रायमिंग हे आईच्या हृदयाच्या स्पंदनांशी जुळणारे आहे. ऐकता क्षणीच लहान मुलांनी प्रेमात पडावे अशा प्रकारचा प्रतिध्वनी मदर गूजमधील गीते निर्माण करतात.

मदरगूज आणि डॉ. स्यूसमधील गीते ही केवळ नावामध्ये आणि आशयामध्ये यमक साधतात असे नाही. तर लहान मुलांना आकर्षित करणाऱ्या इतरही काही बाबी असू शकतात, की ज्या या पुस्तकांच्या लेखकांना जाणवल्या आहेत. नंतर संशोधकांनी या बाबींचा शोध घेतला आहे व त्या सिद्धही केल्या आहेत. मेरिलँड राज्यातील बेथेसडा येथील नॅशनल इनस्टिट्यूट ऑफ चाईल्ड हेल्थ अँड ह्यूमन डेव्हलपमेंट या संस्थेतील शिक्षणतज्ज्ञांनुसार यमक जुळणारे शब्द शोधण्याची क्षमता ही लहान मुलांमधील एक

महत्त्वाची क्षमता समजली जाते. हे खरे आहे की बालवाडीतील ज्या मुलांना कॅट या शब्दाशी यमक जुळणारे शब्द शोधणे कठीण जाते, त्या मुलांना आयुष्यात नंतर वाचन करण्यामध्ये अडचणी येतात. मुलांची खेळण्यातील गीते (जसे, जम्प-रोप रॅम्स) आणि स्यूस यांचे *द फुट बुक* आणि मेम फॉक्स यांचे *टेन लिटल फिंगर्स अँड टेन लिटल टोज* यासारख्या पुस्तकांमधील यमक जुळणाऱ्या शब्दांची रेलचेल विचारात घेतली, तर यमक जुळणारे शब्द लहान मुलांना आवडतात ही गोष्ट स्पष्ट होते. परंतु असे का? संशोधकांच्या मतांनुसार अव्यवस्थित आणि गोंधळलेल्या परिस्थितीला शिस्तबद्धता आणण्यासाठी लयबद्धता उपयुक्त ठरते. आणि याच कारणांमुळे अजाणतेपणे का होईना पण प्रौढांनासुद्धा रेघारेघांच्या रंगीत वस्त्राकडे वा पङ्क्यांकडे पाहण्यामध्ये आनंद मिळतो. त्याचप्रमाणे त्यांना संगीतीय स्वरमेळ ऐकण्यातही आनंद मिळतो.

वरील बाब विचारात घेऊन मला पालकांना सांगायचे आहे, की यमक जुळणाऱ्या गोष्टी आणि गीते तुम्ही तुमच्या लहान मुलांना पुन्हापुन्हा वाचून दाखवा. अशा प्रकारचा आशय असलेल्या पुस्तकांची यादी पान क्रमांक २७१ वर दिलेली आहे ती पहा.

यमकीय शब्दांना लहान मुलांच्या जीवनात खूप महत्त्व आहे. अशा शब्दांचा लहान मुलांवर त्यांच्या जीवनात खूप सुरुवातीला प्रभाव पडतो. खूप सुरुवातीला म्हणजे कधी तर मूल आईच्या गर्भात असतानाच त्याला यमकीय शब्दांची गोडी जाणवायला लागते. एका संशोधनामध्ये ही बाब सिद्ध झाली आहे. या संशोधनातील स्त्रीने तिच्या गरोदरपणाच्या शेवटच्या तीन आठवड्यामध्ये डॉ. स्यूस यांचे *द कॅट इन द हॅट* हे पुस्तक पुन्हापुन्हा मोठ्याने वाचले. म्हणजेच गर्भातील बाळाला वाचून दाखवले. बाळाच्या जन्मानंतर बावन्न तासांनी या बाळाचे निरीक्षण केले असता लक्षात आले की डॉ. स्यूस यांच्या पुस्तकातील यमक जुळणारी कडवी आणि यमकांची जुळणी नसणाऱ्या इतर पुस्तकातील कडवी यामध्ये ते बाळ फरक करू शकले.[५]

आपण लहान मुलांना मदर गूज हे पुस्तक त्यातील कथेसाठी नाही, तर त्यातील गीतांसाठी वाचून दाखवतो. या पुस्तकातील गीतांसाठी लेखकाने वापरलेले स्वर, अक्षरे, शब्दांचा शेवट, शब्दांचे मिश्रण आणि या सर्वांची लय आणि यमक यांच्याशी केलेली सुरेख गुंफण हे या पुस्तकाचे विशेष वैशिष्ट्य आहे. असे गीत आपण जेव्हा एखाद्या बालकाला म्हणून दाखवतो, तेव्हा त्या गीताचा आस्वाद घेत, आनंद घेत ते मूल झोक्यामध्ये मागेपुढे होत बा बा बा बा ... असे स्वर पुन्हापुन्हा म्हणत राहते. मदर गूजचे अनेक संग्रह आहेत. त्यापैकी निना क्र्यूज यांचे *द नेबरहूड मदर गूज* आणि टॉमी डेपॉओला यांचे *मदर गूज* हे माझे सध्याचे दोन आवडते गीतसंग्रह आहेत. जर तुम्हाला संगीत आवडत असेल, तर क्र्यूज यांचे बालकांना आवडणारे अनेक गीतसंग्रह आहेत. जसे

की *द व्हिल्स ऑन द बस* हा गीतसंग्रह. मुलांना आवडणारा त्यांचा आणखी एक उत्कृष्ट गीतसंग्रह आहे. त्या गीतसंग्रहाचे नाव *द नेबरहूड सिंग-अलाँग* असे आहे. या गीतसंग्राहामध्ये मुलांचे खेळत असतानाचे रंगीत फोटो आहेत. झोपताना तसेच वर्गामध्ये आणि मैदानावर मुलांना ऐकायला आवडतील अशीही गीते या संग्रहामध्ये आहेत. या पुस्तकांसारखेच आणखी एक पुस्तक आहे ते म्हणजे *टेन लिटल फिंगर्स अँड टेन लिटल टोज.* हे पुस्तक जाड, मजबूत पानांच्या स्वरूपातही उपलब्ध आहे.

अशा पुस्तकांमधील गीते लयबद्ध पद्धतीने योग्य ते हावभाव आणि हालचालींसह म्हटली, तर ऐकणाऱ्या मुलाच्या मनामध्ये ते हावभाव आणि ती लय यांचे एक नाते निर्माण होते. सध्या ही गीते सीडीच्या स्वरूपात तुमच्या ग्रंथालयात किंवा स्थानिक विक्रेत्यांकडे उपलब्ध असतात. अर्थातच ही गीते तुम्ही आयट्यून स्टोअर्समधूनही डाऊनलोड करू शकता.

या वयातील मुलांसाठीची पुस्तके सामान्यत: बाजारात खूप काळपर्यंत उपलब्ध राहत नाहीत. त्यांच्या आवृत्त्या झटपट संपतात. आणि ही पुस्तके जाड, टिकाऊ पानांच्या स्वरूपात नसतील तर ती जास्त टिकत नाहीत. विशेषत: जर तुमचे लहान मूल अतिउत्साही असेल, तर अशी पुस्तके फार काळ त्याच्या तावडीत सहीसलामत राहत नाहीत. परंतु गोसलिंग या ग्रंथमालेलामात्र ही वैशिष्ट्ये लागू पडत नाहीत असे मला वाटते. ही ग्रंथमाला *गोसी* या नावाने प्रथम २००२ मध्ये प्रकाशित झाली व अजूनही या मालेतील ग्रंथ उपलब्ध होत आहेत. विशेष म्हणजे या मालेतील ग्रंथ जाड कागदावर मुद्रित केलेल्या स्वरूपात तसेच किंडलच्या स्वरूपातही उपलब्ध आहेत. या मालेतील ग्रंथांचा आकार लहान आहे. व त्यातील कथाही छोट्याच आहेत. या मालेतील पुस्तकांमध्ये बदकांच्या पिल्लांच्या साहसाचे आणि गंमतीदारपणाचे वर्णन केलेले आहे. जसे- अंगावर कपडे न ठेवणे, आवडती खेळणी खेळणे, न झोपणे इत्यादी. या सर्वांमधून या पुस्तकातील कथा बाळांचे जीवन, त्यांची सक्रियता, उत्सुकता प्रतिबिंबित करते.

जेव्हा तुम्ही बाळाला तुमच्या कुशीमध्ये घेऊन वाचून दाखवत असता, तेव्हा तुमच्या आणि त्याच्यामध्ये भावनिक जवळीक साधली जाते. म्हणून वाचून दाखवत असताना बाळाला तुमच्या अगदी जवळ घ्या. त्याला थोपटा, त्याच्या केसातून हात फिरवा, त्याला कुरवाळा.[६] पालक आणि बाळ यांच्यातील सर्वसामान्य संवादाचे जसे सकारात्मक परिणाम होतात, त्याचप्रमाणे वाचून दाखवल्यामुळे बालकाच्या मनामध्ये पालकांबद्दलचे प्रेम निर्माण होते आणि त्याची पालकांबद्दलची जिव्हाळ्याची भावना अधिक बळकट होते. शेवटी हेही लक्षात ठेवा, की बाळाला वाचून दाखवत असताना त्याच्यापेक्षा पुस्तक अधिक महत्त्वाचे नसते. तुम्ही त्याच्यापेक्षा पुस्तकाला अधिक महत्त्व देत आहात असे त्याला कधीही वाटू देऊ नका.

वाचून दाखवत असताना बालकाच्या कशा प्रकारच्या वर्तनाला सामान्य वर्तन म्हणावे?

बालकांच्या शिक्षण प्रक्रियेविषयी सध्या खूप संशोधन केले जात आहे. याचाच एक भाग म्हणून वाचून दाखवण्याबाबत पालकांची आणि बालकांची काय प्रतिक्रिया असते याबाबातही संशोधन केले जात आहे. अर्थात आपल्या बालकांना वाचून दाखवणारे कोणतेही पालक तुम्हाला सहज सांगतील, की प्रत्येक बाळाची पुस्तकाची आवड आणि पुस्तकांबद्दलची प्रतिक्रिया वेगळी असते. विशेष म्हणजे त्याची ही आवड आणि प्रतिक्रिया काळानुसार बदलते. तुमच्या बाळाला तुम्ही प्रथमच वाचून दाखवत असाल आणि वाचलेले ऐकण्यामध्ये त्याला रस नाही असे आढळले, तर तुम्ही नाउमेद होण्याची शक्यता असते. अशा परिस्थितीत तुम्ही नाउमेद होऊ नये किंवा तुमचे बाळ निष्क्रिय आहे असे तुम्हाला वाटू नये यासाठी मी काही उपयुक्त युक्त्या येथे देत आहे. त्यांचा वापर करा :

- बाळ जेव्हा चार महिन्याचे असते, तेव्हा त्याला खूप कमी हालचाल करता येते. त्यामुळे या काळात ऐकत राहणे आणि पाहणे याव्यतिरिक्त बाळाकडे फारसे पर्याय नसतात. किंबहुना पर्याय नसतोच. त्यामुळे या वयातील बाळ हे पालकांचा निष्क्रिय आणि प्रतिकारहीन श्रोता असते. हे पाहून पालकांचा असा समज होऊ शकतो की वाचून दाखवणे सोपे आहे!
- वाचून दाखवताना तुम्ही तुमच्या बाळाला अशा पद्धतीने धरले पाहिजे, की ज्यामुळे त्याला तुमचा आधारही वाटला पाहिजे आणि तुमच्याबद्दल जिव्हाळाही निर्माण झाला पाहिजे. म्हणून त्याला बंदिवान केल्यासारखे धरू नका. त्याला इकडेतिकडे पाहण्याचे स्वातंत्र्य द्या. विशेषत: तुम्ही जर एखादे चित्रमय पुस्तक वाचून दाखवत असाल, तर त्यातील चित्रे त्याला पाहू द्या.
- बाळ सहा महिन्यांचे झाल्यावर मात्र तुम्ही वाचून दाखवत असलेले पुस्तक ऐकण्यापेक्षा त्याच्यावर झडप घालून ते चोखायला त्याला जास्त आवडते. अशा वेळेस दाताने चावत राहता येईल असे एखादे खेळणे देऊन किंवा इतर कशाकडेतरी त्याचे लक्ष वळवून तुम्ही ही समस्या दूर करू शकता.
- बाळ आठ महिन्यांचे झाले की त्याला वेगाने ऐकायला आवडते आणि त्यासाठी तुम्ही वाचत असलेल्या पुस्तकाची पाने ते स्वत: उलटणे पसंत करते. ही कृती करायला तुम्ही त्याला भरपूर संधी द्या. पूर्ण पुस्तक मात्र त्याच्याकडे देऊ नका.
- बाळ बारा महिन्याचे झाले की पुस्तकाची पाने उलटण्यातील त्याचा सहभाग आणखी वाढतो. पुस्तकातील तुम्ही उल्लेख केलेल्या वस्तूंकडे ते निर्देश करू

लागते. एवढेच नाही तर तुम्ही काही सूचक हावभाव किंवा हालचाली केल्या तर ते काही प्राण्याचे आवाजही काढू लागते.

- बाळ पंधरा महिन्याचे झाले की चालायला लागते आणि मगमात्र त्याची अस्वस्थता आणि उत्साह आणखी वाढतो. अशा परिस्थितीत वाचून दाखवण्यासाठी तुम्ही असा वेळ निवडला पाहिजे, की ज्यामुळे त्याच्या आवडत्या गोष्टी त्याला सोडून द्याव्या लागणार नाहीत.

वाचून दाखवण्याकडे बालकांची एकाग्रता सामान्यपणे तीन मिनिटांची असते असे या विषयीच्या बहुतांश संशोधनांमध्ये आढळले आहे.[७] अर्थात दिवसभरात अनेक वेळा वाचून दाखवल्यामुळे एका दिवसाचा वाचून दाखवण्याचा एकूण वेळ जास्तीत जास्त ३० मिनिटांपर्यंतही पोहचू शकतो. काही लहान मुलेमात्र एकाच बैठकीमध्ये सलग ३० मिनिटे वाचून दाखवलेले ऐकू शकतात. परंतु अशी मुले अपवादानेच आढळतात.

मुले जशीजशी मोठी होतात, तसेतसे चांगल्या पद्धतीने, सातत्याने वाचून दाखवण्याऱ्या पालकांना त्यांच्या पूर्वानुभवाचा फायदा मिळतो. असे पालक मुलाने निश्चित एवढा काळ ऐकलेच पाहिजे असा हट्ट धरत नाहीत. त्याऐवजी पुस्तकातील एखाद्या विशेष गोष्टीकडे आपल्या मुलांचे लक्ष आकर्षित करून ऐकण्यातील त्यांची आवड टिकवून ठेवतात. मुलाची ऐकण्यातील एकाग्रता टिकवून ठेवण्यासाठी आपल्या आवाजामध्ये प्रसंगानुरूप चढउतार करणे आवश्यक आहे याची अशा पालकांना जाणीव असते. व त्याप्रमाणे ते कधी कुजबुजण्याच्या आवाजात वाचतात तर कधी आपला आवाज एकदम वाढवतात. अशा पालकांना हेही माहीत असते, की लहान मुलांची लक्ष देण्याची क्षमता एका रात्रीत वाढवता येत नाही तर ती मिनिटा-मिनिटाने, पानापानाने आणि दिवसादिवसानेच वाढवता येते.

जेव्हा तुमचे मूल तुम्ही वाचून दाखवत असलेल्या पुस्तकाला आणि तुमच्या आवाजाला प्रतिसाद द्यायला लागते, तेव्हा पुस्तकाच्या अनुषंगाने तुम्ही तुमच्या मुलाबरोबर संवाद साधायला सुरू करा. म्हणजेच आता केवळ वाचून न दाखवता ते पुस्तक तुमच्या मुलाबरोबर बोलत आहे अशा पद्धतीने वाचून दाखवा. बाळाला वाचून दाखवणे हा एकाकी आणि निष्क्रिय अनुभव असू नये. बाळाने तुमच्याबरोबर आणि पुस्तकाबरोबर जास्तीतजास्त संवाद साधावा यासाठी तुम्ही प्रयत्न केले पाहिजेत.वाचून दाखवताना मध्येच बाळाला एखादा छोटासा प्रश्न विचारून किंवा पुस्तकातील एखाद्या शब्दावर/वाक्यावर/चित्रावर मत व्यक्त करून तुम्ही त्याच्याशी संवाद सुरू करू शकतात. असा संवाद कसा साधायचा हे मी आता येथे सांगणार आहे. बाळाबरोबर संवाद साधत असताना आपण त्याच्याबरोबर बोलतो आणि त्याला बोलायला लावतो. बाळाला

वाचून दाखवताना याच तत्त्वाचा अवलंब करायचा असतो. एका शिक्षणतज्ज्ञाने सांगितल्याप्रमाणे तुम्ही बाळाशी 'तिरंदाजीऐवजी टेबल टेनिस खेळा'. जेव्हा तुम्ही बाळाकडे शब्द फक्त फेकत असता म्हणजेच त्याला शब्द ऐकवता किंवा त्याला काहीतरी करायला सांगता, तेव्हा तुम्ही त्याच्याशी शाब्दिक तिरंदाजी करत असता. याउलट टेबल टेनिस खेळा म्हणजे काय, तर तुम्ही त्याच्याबरोबर बोला आणि त्यालाही बोलते करा. म्हणजे मग तो संवाद द्विमार्गी होईल. एका आईचा तिच्या वीस महिन्याच्या बाळाबरोबरचा संवाद मी खाली देत आहे. तो वाचा. ही आई बाळाला रॉबर्ट मॅकक्लोस्की यांचे *ब्लूबेरीज फॉर साल* हे पुस्तक वाचून दाखवत आहे. हे पुस्तक वाचून दाखवत असताना त्या दोघांमध्ये झालेला हा संवाद आहे. लक्षात ठेवा पालकांनी बाळाला केवळ पुस्तकातील शब्द/वाक्ये जशीच्या तशी वाचून दाखवणे अभिप्रेत नसते. तर वाचून दाखवण्यादरम्यान पुस्तकातील वाक्यांशिवाय त्यांनी बाळाशी काही बोलणे अपेक्षित असते. पुस्तकातील वाक्ये आणि वाचून दाखवणाऱ्या पालकांनी बोलायची इतर वाक्ये यातील फरक तुमच्या लक्षात यावा म्हणून खालील संवादामध्ये पुस्तकातील वाक्ये अधोरेखित केली आहेत.

पालक : <u>कपलंक! असा आवाज कोठून येत आहे हे पाहण्यासाठी छोट्याशा अस्वलाची आई मागे वळाली.</u> आणि तिच्या समोर चक्क कोण उभे होते माहीत आहे– साल! (साल ही एक लहान मुलगी आहे.)

बाळ : सा...

पालक : बरोबर साल. मागे आपल्या <u>बाळाला नाही तर सालला पाहून अस्वलाच्या आईला खूप आश्चर्य वाटले.</u> तिच्या चेहऱ्यावरील आश्चर्य पाहून साललासुद्धा आश्चर्य वाटले असेल. नाही का?

बाळ : हू..

पालक : होय. *अरेच्या!ती ओरडली. हे माझे मूल नाही!* कोठे आहे माझा बाळ? असे म्हणत अस्वलाची आई त्याला शोधायला धावत सुटली. तुला काय वाटते कोठे असेल बेबी अस्वल?

बाळ : माहि... नाही.

पालक : तुला माहीत नाही? मग आपण पुढच्या पानावर शोधू या. तू पान उलट. कदाचित तेथे तुला ते सापडेल.

अशा प्रकारच्या छोट्याशा संवादाद्वारे अनेक भाषिक उद्दिष्टे साध्य होतात. जसे की :

१. पालक आणि बाळ एकत्रितपणे पुस्तकाचा आनंद घेत आहेत. पुस्तकातील गोष्ट

हळूहळू, टप्प्याटप्प्याने उलगडत जाते. पालक आणि मूल यांना सोईचे होईल अशा गतीने गोष्ट उलगडत जाते; पुढे जाते. व्हिडीओमधील गोष्टीसारखी तिच्या स्वत:च्या गतीने ही गोष्ट पुढे जात नाही.

२. पुस्तकातील चित्रे स्थिर असल्यामुळे बाळ ती चित्रे सावकाश बघू शकते. त्यांचे निरीक्षण करू शकते.

३. वाचून दाखवताना आई पुस्तकातील शब्द आणि वाक्ये तर वापरतेच. शिवाय ती स्वत:चेही शब्द आणि वाक्ये वापरते. पुस्तकातील शब्द आणि वाक्ये किती प्रमाणात जशीच्यातशी वाचून दाखवायची हे बाळाच्या वयावर आणि त्याच्या एकाग्रतेच्या क्षमतेवर अवलंबून असते.

४. हा संवाद द्विमार्गी आहे. म्हणजेच वाचून दाखवताना पालक सोपेसोपे प्रश्न विचारतात व त्यांची उत्तरे मुलाकडून मिळवत राहतात.

५. मूल जेव्हा त्यांच्या प्रश्नाचे उत्तर देते, तेव्हा पालक त्याच्या उत्तराची दखल घेतात. जसे, ''बरोबर.'' आणि बाळाने दिलेले उत्तर अर्धवट असेल, तर पालक ते उत्तर स्वत: पूर्ण करतात. जसे, ''साल'', ''होय'', ''माहीत नाही.''

मदर गूज या पुस्तकानंतर काय वाचून दाखवावे?

मूल जेव्हा बाळ असते, तेव्हा पालकांची भूमिका स्वागत समितीची असते. बाळाचे तुमच्या जगात स्वागत करणे हे तुमचे कर्तव्य असते. कल्पना करा, की बाळाच्या स्वागतानिमित्त तुम्ही एक भव्य मेजवानी समारंभ आयोजित केला आहे आणि तुमचे बाळ हे त्या समारंभातील एक सन्माननीय पाहुणा आहे. सहाजिकच या समारंभामध्ये पाहुण्याला घरच्यासारखे वाटावे यासाठी तुम्ही त्याची सर्व निमंत्रितांबरोबर ओळख करून देऊ इच्छिता. मूल जसजसे मोठे होते, तसतशा त्याला अनेक गोष्टी आकर्षित करू लागतात. जसे की: कार, बर्फ, पक्षी, किडे, तारे, ट्रक, कुत्रा, पाऊस, विमान, मांजर, वादळ, लहान मुले, आई, बाबा इत्यादी. बालविकासाच्या या टप्प्याला 'वातावरणाला नाव देण्याचा' टप्पा म्हणतात.

बालवयातील मुलांसाठी चित्रमय पुस्तके अतिशय योग्य प्रकारची पुस्तके असतात. अशी पुस्तके वाचून दाखवताना पुस्तकातील विविध चित्रांकडे निर्देश करा. चित्रातील वस्तूची नावे उच्चारा. तुम्ही उच्चारलेले नाव बाळाला तुमच्याबरोबर म्हणायला सांगा. आणि त्याचा जो काही प्रतिसाद असेल त्याचे कौतुक करा. अशा प्रकारे वाचून दाखवण्यासाठी उपयुक्त ठरणारी दोन उत्कृष्ट पुस्तके आहेत: डेनीस फ्लेमिंग यांचे *द एव्हरीथिंग बुक* आणि रॉजर प्रिड्डी यांचे *फर्स्ट १०० वर्ड्स*. यापैकी दुसऱ्या पुस्तकामध्ये सर्वसामान्यपणे आढळणाऱ्या शंभर वस्तूंचे फोटो दिलेले आहेत. या पुस्तकापेक्षा थोडी

कमी चित्रे *दि एव्हरीथिंग बुकमध्ये* दिलेली आहेत. वस्तू, प्राणी, आकार, रंग, कविता, बोटाच्याआधारे खेळता येणारे खेळ, अन्न पदार्थ, चेहरे, अक्षरे, वाहतुकीची साधने, खेळणी इत्यादींची चित्रे *द एव्हरीथिंग बुकमध्ये* दिलेली आहेत.

तुम्ही तुमच्या घरी काढलेले फोटो आणि तुमच्या कुटुंबाचे फोटो एकत्र करून तयार केलेले पुस्तक या वयातील मुलांसाठी फार आकर्षक ठरू शकते. डेस्कटॉप प्रिंटिंगच्या उपलब्धतेमुळे अशा प्रकारची पुस्तके सहजपणे तयार करता येतात. यासाठी तुमच्या कुटुंबातील सदस्याव्यतिरिक्त आजूबाजूच्या वस्तू, प्राणी, झाडे इत्यादींचेही फोटो काढा. या फोटोंना योग्य अशी शीर्षके द्या व तुमच्या घरच्या प्रिंटरवर प्रिंट करा. प्रिंट केलेल्या पृष्ठांना लॅमिनेट करा. लॅमिनेट केलेल्या सर्व पानांना पंचिंग करून त्यांचे बायंडिग करा. अशा प्रकारे तुमच्या कुटुंबाने घरच्याघरी बनवलेले पुस्तक तयार होऊ शकते. (महत्त्वाकांक्षी पालकांसाठी सूचना की त्यांनी घरी तयार केलेल्या अशा पुस्तकाच्या शेवटी सरावासाठी प्रश्न आणि वर्कशीट देण्याचा मोह टाळावा.)

एकच पुस्तक पुन्हापुन्हा वाचून दाखवावे असे मुलांना का वाटते? आणि मुले विचारत असलेल्या एवढ्या सगळ्या प्रश्नांचे काय करायचे?

तुमच्या सर्व शेजाऱ्यांची आणि तुमच्या परिसरातील सर्व नागिरकांची नावे तुम्हाला एका रात्रीत पाठ झालेली नाहीत. त्या व्यक्तींना वारंवार पाहून, त्यांची नावे वारंवार उच्चारल्यानंतर तुम्हाला ती पाठ झाली आहेत. याचप्रमाणे वाचलेले लक्षात राहण्यासाठी मुलांना तीचतीच पुस्तके पुन्हापुन्हा वाचून हवी असतात. दररोज वेगवेगळे पुस्तक वाचून दाखवल्यामुळे पालकांना कंटाळा येणार नाही हे खरे आहे. परंतु दररोज नवीन पुस्तक ऐकल्यामुळे लहान मुलाच्या शिकण्याला आवश्यक ती बळकटी येत नाही. बालकांना त्यांच्या वयाच्या पहिल्या दोन वर्षांमध्ये अनियमितपणे वेगवेगळी खूप पुस्तके वाचून दाखवण्यापेक्षा थोडी पुस्तके पुन्हापुन्हा वाचून दाखवणे अधिक फायदेशीर ठरते.

तुमच्यापैकी ज्यांनी एखादा सिनेमा दोन किंवा त्याहून अधिक वेळा पाहिला असेल, तर खातरीने तुमच्या लक्षात येईल की पहिल्या वेळेस तो सिनेमा पाहत असताना त्यातील कितीतरी लहानलहान गोष्टी तुमच्या लक्षात आल्या नव्हत्या. पुस्तके आणि लहान मुलांच्या बाबतीत तर ही बाब अधिक सत्य आहे. कारण वाचून दाखवलेले पुस्तक ऐकताना लहान मुले क्लिष्ट अशी भाषा शिकत असतात. विशेष म्हणजे प्रौढांकडून प्रौढांच्या बोलण्याच्या वेगाने ते ऐकत असतात आणि नवीन भाषा शिकत असतात. अनोळखी भाषेतील, वेगाने वाचून दाखवलेले ऐकत असताना खूप वेळा लहान मुलांचे गैरसमज होऊ शकतात. केवळ पुन्हापुन्हा वाचून दाखवल्यानेच हे गैरसमज दूर होऊ शकतात. न्यू यॉर्क येथील एका शिक्षकाने सांगितलेली गोष्ट मला आठवते. त्याच्या

लहानपणी त्याला *द नाईट बिफोर ख्रिसमस* हे पुस्तक वाचून दाखवल्याचे आठवते. हे पुस्तक एका आजारी व्यक्तिबद्दलचे होते. हे पुस्तक त्याला का आठवते? कारण Tore open the shutters and threw up the sash या वाक्यांशाचा अर्थ त्याच्या आजीने समजावून सांगितल्यावरच त्याला समजला होता.

पुस्तक वाचून दाखवत असताना काही लहान मुले अखंडपणे प्रश्न विचारतात. मुलांनी मध्येमध्ये विचारलेल्या प्रश्नांमुळे काही वेळा पालक त्रासून जातात. असे पालक सांगत असतात की : पुस्तक वाचून दाखवत असताना मध्येमध्ये प्रश्न विचारून माझे मूल खूप व्यत्यय आणते व त्यामुळे वाचून दाखवत असलेल्या गोष्टीची मजा जाते. परंतु अशी तक्रार करण्यापूर्वी तुमचे मूल जे प्रश्न विचारते त्या प्रश्नांची वर्गवारी करा. ते प्रश्न अर्थहीन आहेत का? ते प्रश्न गोष्टीतील एखाद्या पैलूच्या जिज्ञासेपोटी विचारले आहेत का? की ते प्रश्न तुम्ही वाचून दाखवत असलेल्या गोष्टीशी असंबंधित आहेत? मध्येमध्ये प्रश्न विचारून तुमचे मूल काहीतरी शिकण्याचा प्रामाणिक प्रयत्न करत आहे की न झोपण्यासाठीचा एक मार्ग म्हणून प्रश्न विचारत आहे? बहुसंख्य पालक पुस्तक वाचून झाल्यावर ते बंद करून, मुलाचा पापा घेऊन, त्याला गुड नाईट म्हणून, दिवा बंद करून वाचून दाखवण्याचे काम थांबवतात. याऐवजी वाचून दाखवलेल्या गोष्टीसंबंधी नियमितपणे चर्चा करण्याची सवय लावणे अधिक उपयुक्त ठरते. अशा सवयीद्वारे तुम्ही वरीलपैकी शेवटच्या प्रश्नाचे उत्तर मिळवू शकता.

पुस्तक ऐकणाऱ्या मुलाने वाचून दाखवण्यादरम्यान खूप चांगला प्रश्न विचारला असेल तर त्याला त्वरित प्रतिसाद द्या. काही वेळा मुले पार्श्वभूमित्वक ज्ञानासंबंधीचे प्रश्न विचारतात. उदाहरणार्थ हा प्रश्न पहा : 'आई, मिस्टर मॅकग्रेगरने पिटरच्या वडिलांना खाद्य पदार्थांच्या मिश्रणामध्ये का घातले? ते त्यातून सहजपणे का बाहेर येऊ शकले नाहीत?' अशा प्रश्नांची ताबडतोब उत्तरे द्या. अशा प्रश्नांच्या उत्तराद्वारे तुम्ही वाचून दाखवत असलेली गोष्ट मुलाला अधिक व्यवस्थित समजते. मुलाने पुस्तकातील गोष्टीशी काहीही संबंध नसलेला प्रश्न विचारला असेल, तर 'तुझा प्रश्न खूप छान आहे! गोष्ट संपली की आपण त्याच्याकडे येऊ' असे म्हणून तुम्ही हा प्रश्न सोडवू शकता. अर्थात तुम्ही तुमच्या या वचनाची नंतर खातरीने पूर्तता करा. शेवटी आपण हे लक्षात ठेवले पाहिजे, की प्रश्न हेच लहान मुलांच्या शिकण्याची मूलभूत साधने आहे. म्हणून तुम्हाला सांगायचे आहे की मुलांच्या प्रश्नांकडे दुर्लक्ष करून त्यांची नैसर्गिक जिज्ञासा नष्ट करू नका.

एकच पुस्तक पुन्हापुन्हा वाचून दाखवणे हे जरी प्रौढांना कंटाळवाणे वाटत असले, तरी मुलांनामात्र यामुळे अनेक फायदे होतात. जसे की, पुन्हापुन्हा ऐकून मूल भाषा शिकते. पुन्हापुन्हा ऐकण्याची क्रिया मुलांना त्या विषयाशी अधिक समरस होण्यास प्रवृत करते.

एखादी गोष्ट पुन्हापुन्हा ऐकणे ही त्या गोष्टीमध्ये मग्न होण्याच्या प्रक्रियेचाच एक भाग आहे.

वाचून दाखवण्याच्या उपक्रमाला पालकांनी स्वत:च्या किंवा इतरांच्या अनुभवाची शक्य तेवढी जोड दिली पाहिजे. आजारपणामुळे अंथरुणाला खिळलेल्या मुलांव्यतिरिक्त इतर प्रकारच्या मुलांना केवळ वाचून दाखवणे पुरेसे नसते. मी पूर्वी सांगितल्याप्रमाणे वाचनाप्रमाणेच अनुभवाद्वारेही मुलांना पार्श्वभूमित्वक ज्ञान मिळते. पुस्तकातील शब्द हे मुलांना ज्ञान देण्याचे एक साधन आहे. म्हणून मुलांना पुस्तके वाचून दाखवणे, शब्द ऐकवणे ही तर त्याला ज्ञान आणि अनुभव देण्याची फक्त सुरुवात आहे. एक पालक म्हणून किंवा एक शिक्षक म्हणून पुस्तक वाचून झाल्यावर त्या पुस्तकातील छोट्याशा अनुभवाचे तुम्ही व्यापक जीवनानुभवामध्ये रूपांतर करू शकता. जसे की डॉन फ्रिमन यांचे *कॉरड्यूरॉय* हे लहान मुलांचे एक अतिशय आवडते पुस्तक आहे. या पुस्तकामध्ये एका लहान मुलीची आणि डिपार्टमेंटल स्टोअरमधील टेडीबिअर यांची गोष्ट सांगितली आहे. ही गोष्ट तर हृदयस्पर्शी आहेच. शिवाय तुम्ही या पुस्तकाच्या शीर्षकातील कॉरड्यूरॉय या शब्दाचा कपड्यांच्या प्रकारांबद्दल मुलांबरोबर चर्चा करण्यासाठी वापर करू शकता. कारण कॉरड्यूरॉय म्हणजे अत्यंत मुलायम असे सुती कापड. डेनिम, वुल, कॉटन, कॅनव्हास अशा कपड्यांच्या प्रकारांची तुलना करण्यासाठीही या गोष्टीचा तुम्ही उपयोग करू शकता. मुलांना जीवनानुभव देण्याचा हा प्रयोग दुसऱ्या पद्धतीनेही परिणामकारक ठरू शकतो. पुस्तके आणि जीवनानुभव यांची सांगड घालण्याचे आणखी एक उदाहरण पहा: जेव्हा तुम्हाला तुमच्या घराबाहेर एखादे सुरवंट आढळते, तेव्हा तुम्ही एरिक कार्ल यांचे *द व्हेरी हंग्री कॅटरपिलर* हे पुस्तक मुलांना घरी किंवा शाळेत वाचून दाखवा. लिंडा केलि हॅसेट यांनी इरिनला वाचून दाखवल्याच्या अनुभवासाठी पान क्रमांक ४२ पहा.

एखाद्या लहान मुलाला किंवा वर्गातील सर्वच मुलांना माहीत नसलेल्या शब्दांचे काय?

वाचून दाखवलेल्या प्रत्येक अनुभवातून मुलांना नवीन शब्द मिळालेच पाहिजेत असे नाही. परंतु हेही तेवढेच खरे आहे, की वाचून दाखवण्याच्या काही शैली इतर शैलींपेक्षा अधिक परिणामकारक ठरतात. वाचून दाखवण्याच्या या शैलींमुळे मुलांच्या शब्दसंग्रहामध्ये तुलनेने अधिक भर पडते. यासंबंधीचा वॉर्विक ईले यांनी केलेला एक प्रयोग उल्लेखनीय आहे. या प्रयोगामध्ये शिक्षकांनी सहा वर्गातील आठ वर्षे वयाच्या विद्यार्थ्यांना काही चित्रांची पुस्तके विविध शैलींने वाचून दाखवली. वाचून दाखवताना विशेष भर देण्यासाठी किंवा उल्लेख करण्यासाठी काही शब्द प्रयोगापूर्वी निश्चित करण्यात

आले होते. विद्यार्थ्यांना दिलेल्या पूर्वचाचणीमध्ये हे शब्द समाविष्ट केलेले होते. विशेष म्हणजे त्यांना सहजासहजी लक्षात येणार नाही अशा पद्धतीने हे शब्द त्यांच्या पूर्वचाचणीमध्ये समाविष्ट केले होते. प्रयोगासाठी विद्यार्थ्यांचे 'अ' आणि 'ब' असे दोन गट तयार केले होते.[८]

'अ' गटातील विद्यार्थ्यांना पुस्तक वाचून दाखवताना शिक्षकांनी अनोळखी शब्दांचे अर्थ थोडक्यात स्पष्ट केले. यासाठी समानार्थी शब्दांचा वापर केला किंवा त्या शब्दाचा अर्थ विद्यार्थ्यांना समजावा म्हणून पुस्तकातील योग्य त्या चित्रांकडे निर्देश केला. वाचून दाखवण्याच्या या शैलीला 'स्पष्टीकरणासह वाचनशैली' असे नाव देण्यात आले होते. एकूण सात दिवसांच्या या प्रयोगादरम्यान विद्यार्थ्यांनी वरील पद्धतीने एकच गोष्ट तीन वेळा ऐकली.

'ब' गटातील विद्यार्थ्यांनीसुद्धा तीच गोष्ट तेवढ्याच दिवसात तेवढ्याच वेळा ऐकली. परंतु या गटातील मुलांना वाचून दाखवताना पूर्वनिर्धारित शब्दांचे स्पष्टीकरण दिले गेले नाही. म्हणून या शैलीला 'स्पष्टीकरणविरहित वाचनशैली' असे नांव देण्यात आले होते. याशिवाय प्रयोगामध्ये नियंत्रित गट नावाचा तिसरा गटही होता. या गटातील मुलांना गोष्ट वाचून दाखवली नव्हती. या प्रयोगासाठी पूर्वचाचणी, पश्चात चाचणी आणि तीन महिन्यांनंतरची विलंबित पश्चात चाचणी अशा तीन चाचण्या घेण्यात आल्या. प्रयोगाच्या निष्कर्षांमध्ये ईले यांना आढळले की 'स्पष्टीकरणासह वाचनशैली' वापरलेल्या गटातील विद्यार्थ्यांच्या शब्दसंग्रहामध्ये ३९.९ टक्के वाढ झाली होती, तर 'स्पष्टीकरणविरहित वाचनशैली' वापरलेल्या गटातील विद्यार्थ्यांच्या शब्दसंग्रहामध्ये १४.८ टक्के एवढीच वाढ झालेली आढळली. आणि ज्या गटातील मुलांना पुस्तके वाचून दाखवली नव्हती, त्या नियंत्रित गटातील मुलांच्या शब्दसंग्रहामध्ये दोन टक्क्यांहूनही कमी वाढ झालेली आढळली. पूर्वचाचणीमध्ये ज्या विद्यार्थ्यांना कमी गुण मिळाले होते पश्चात चाचणीमध्ये त्यांना वर्गातील उत्कृष्ट मुलांएवढे गुण मिळालेले आढळले.[९]

वाचून दाखवलेल्या पुस्तकांचे विविध प्रकार आणि त्यांच्या परिणामांमधील फरक अभ्यासून संशोधकांनी असे निष्कर्ष काढले आहेत, की जी पुस्तके मुलांचे लक्ष खिळवून ठेवतात ती त्यांच्या शिक्षणासाठी अधिक उपयुक्त ठरतात. विशेषत: ज्या पुस्तकांमध्ये नावीन्य, विनोद, संघर्ष आणि रहस्ये असतात ती पुस्तके मुलांचे लक्ष आकर्षित करण्यासाठी आणि पर्यायाने त्यांच्या परिणामकारक शिक्षणासाठी अधिक उपयुक्त ठरतात. दुसऱ्या शब्दात सांगायचे, तर पुस्तक जेवढे अधिक मनोरंजक आणि चित्तवेधक असेल, तेवढे ते मुलांना अधिक खिळवून ठेवते आणि तेवढे त्यांचे शिक्षण अधिक होते.

निरक्षर वा अर्धसाक्षर पालकांना लहान मुलांना वाचून दाखवणे कसे शक्य आहे?

पंचेचाळीस वर्षांपूर्वी ही एक न सुटणारी समस्या असू शकली असती. परंतु आता तसे नाही. विशिष्ट प्रकारच्या पुस्तकांमुळे आणि तंत्रज्ञानामुळे आता या समस्येवर उपाय सापडला आहे. वेगळ्या प्रकारच्या या पुस्तकांमध्ये छापील शब्द नसतात त्यामुळे त्यातील आशयाबाबत मुले केवळ अंदाज करू शकतात. ही पुस्तके वाचण्यास सुलभ असतात. ही पुस्तके वाचण्यासाठी वापरल्या जाणाऱ्या तंत्रज्ञानाला सीडी प्लेअर म्हणतात.

तीस हजार वर्षांपूर्वी आपल्या पूर्वजांनी गोष्टी सांगण्यासाठी गुहेतील चित्रांचा वापर केला होता. म्हणजेच शब्दांशिवाय गोष्टी सांगितल्या होत्या. चित्रांद्वारे गोष्ट सांगणे हे लेखनकलेकडे टाकलेले एक पाऊल होते. शब्दांशिवाय गोष्ट सांगण्याची ही परंपरा आजच्या या नवीन प्रकारच्या पुस्तकांमध्ये दिसून येते. ही पुस्तके शब्दांचा वापर न करता चित्रांच्या माध्यमातून गोष्ट सांगतात. वाचून दाखवणारी व्यक्ती यातील चित्रांचे अर्थ मुलांना स्पष्ट करून सांगते. जे पालक वाचू शकत नाहीत किंवा जे इंग्रजी वाचू शकत नाहीत, त्यांना अशा प्रकारच्या पुस्तकांमधील चित्रे पाहण्यामध्ये आणि ती चित्रे मुलांना समजावून सांगण्यामध्ये फार अडचण येत नाही.[१०] अलीकडच्या काही वर्षांमध्ये या प्रकारच्या पुस्तकांची लोकप्रियता कमी झाली आहे. तरीसुद्धा अजूनही शब्दविरहित म्हणजेच चित्रांची खूप पुस्तके बाजारात उपलब्ध आहेत. अशी पुस्तके ग्रंथालयातही उपलब्ध असतात. यामध्ये ब्रिंटन टरकल यांच्या *डीप इन द फॉरेस्ट* यासारख्या अत्यंत साध्या पुस्तकांपासून ते लिंड वार्ड यांचे *द सिलव्हर पोनि* किंवा डेव्हिड वीज्नर यांचे *च्यूसडे* यासारख्या अत्यंत क्लिष्ट प्रकारच्या पुस्तकांचा समावेश होतो. नवशिक्या वाचकांसाठी उपयुक्त ठरतील अशा चित्रांच्या पुस्तकांची यादी पान क्रमांक २६८ वर दिली आहे ती पहा.

पंचेचाळीस वर्षांपूर्वी अमेरिकेत केवळ दृष्टिहीन व्यक्तीच ऑडीओ टेपच्या स्वरूपातील पुस्तके मिळवू शकत होत्या. आतामात्र अशा प्रकारची पुस्तके कोणालाही उपलब्ध होतात. ज्या पालकांना किंवा इतर कोणालाही एखादे चांगले पुस्तक ऐकायची इच्छा असेल, त्यातून काही शिकायचे असेल आणि त्याचा आस्वाद घेण्याची इच्छा असेल, तर हजारो पुस्तके आता ऑडीओ टेपच्या स्वरूपात ग्रंथालयात उपलब्ध आहेत. निरक्षर वा अर्धसाक्षर पालक ऑडीओ टेपच्या स्वरूपातील ही पुस्तके त्यांच्या लहान मुलांबरोबर ऐकू शकतात. एवढेच नाही, तर खूप वेळा ऐकल्यानंतर या पुस्तकातील

आशय अशा पालकांच्या स्मरणात राहायला लागण्याचीही शक्यता आहे. अशा प्रकारची पुस्तके ऐकत असताना पालक आणि त्यांची लहान मुले वेळेचा एकत्रित सदुपयोग करू शकतात आणि दोघेही एकाच गोष्टीचा आनंद घेऊ शकतात. मुलांच्या दृष्टीने पालकांपेक्षा इतर कोणाचा आवाज अधिक चांगला असू शकेल का? नक्कीच नाही. परंतु निरक्षर असल्यामुळे किंवा भाषेची अडचण असल्यामुळे गोष्ट न ऐकायला मिळण्यापेक्षा इतरांच्या आवाजातील का होईना गोष्ट ऐकायला मिळणे कितीतरी चांगले असते. पालकांनी टीव्ही पाहत बसण्यापेक्षा किंवा फोनवर बोलत बसण्यापेक्षा लहान मुलांबरोबर बसून गोष्ट ऐकण्यासाठी वेळ देणे अधिक फायदेशीर ठरते. पालकांनी मुलांबरोबर बसून पुस्तके ऐकल्यामुळे पालक पुस्तकांना किती महत्त्व देतात हे मुलांना जाणवते. मोठ्या मुलांच्या पालकांसाठी किंवा शिक्षकांसाठी उपयुक्त अशा टेपरेकॉर्डेड पुस्तकांसाठी प्रकरण आठ मधील पान क्रमांक २३८ पहा.

वाचून दाखवण्यासाठी आमच्याकडे थोडाच वेळ असेल, तर त्यामध्ये आम्ही चर्चेचा समावेश कसा करू शकतो?

पुस्तक वाचून झाल्यावर त्या पुस्तकातील गोष्टीवर चर्चा होणे अत्यंत महत्त्वाचे असते. परंतु ही चर्चा तासन्तास चालण्याची आवश्यकता नाही. अशा चर्चेचे फायदे स्पष्ट करणारे अनेक पुरावे आपल्याला आढळतात. उदाहरणार्थ, ज्या वर्गामध्ये वाचून दाखवलेल्या पुस्तकांवर अधिक चर्चा व्हायच्या, त्या वर्गातील मुलांना राष्ट्रीय पातळीवरच्या वाचनाच्या परीक्षेत अधिक गुण मिळालेले आढळले आहे.[११] तसेच ही मुले इतर मुलांच्या तुलनेत शाळेबाहेर अधिक वाचत होती असेही आढळले होते.[१२] ओप्रा विन्फ्री यांच्या टीव्ही कार्यक्रमामध्ये पुस्तकांवर चर्चा केली जाते. कल्पना करा- या कार्यक्रमामध्ये पुस्तकांवर चर्चा करण्याऐवजी फक्त त्या पुस्तकांची जाहिरात केली असती, तर यातील किती पुस्तके ओप्रा बुक क्लबच्या *न्यू यॉर्क टाईम्समधील* सर्वोत्कृष्ट पन्नास पुस्तकांच्या यादीमध्ये आली असती? राज्य पातळीवरील परीक्षेच्या निमित्ताने एखाद्या पुस्तकाची सर्वाधिक विक्री झाली असे कधी तुम्ही ऐकले आहे का? बहुतांश लोकांना वाचनाचा सामाजिक अनुभव घ्यायला आवडते. वाचनाच्या सामाजिक अनुभवाद्वारे त्यांना पुस्तके आणि त्यातील पात्रांबद्दलच्या पुढील प्रकारच्या भावना लोकांपर्यंत पोहचवता येतात : ''तिच्या स्वत:च्या बालपणी जे घडले त्यानंतर ती असा निर्णय कसा घेऊ शकली हे मला समजत नाही. ती असा निर्णय कसा काय घेऊ शकते?'' वाचून दाखवलेल्या पुस्तकांवर चर्चा करण्यासाठी जर तुमच्याकडे खरोखरच वेळ नसेल, तर वाचनाएवढे महत्त्व नसलेल्या इतर विषयांचा वेळ या चर्चेसाठी द्या.

बालवाडीतील मुलांना कोणत्या प्रकारची पुस्तके वाचून दाखवावीत?

समाजामध्ये विविध प्रकारच्या बालवाड्या आणि बालसंगोपन केंद्रे आढळतात. यातील काही अतिउत्कृष्ट असतात, तर काही अतिशय निकृष्ट दर्जाच्या असतात. म्हणून माझे तुम्हाला आग्रहाचे सांगणे आहे, की तुमच्या बालकासाठी बालवाडीची निवड करण्यापूर्वी तुम्ही एक संपूर्ण दिवस त्या संभाव्य बालवाडीत थांबा. त्यांचे उपक्रम माहीत करून घ्या. त्या बालवाडीतील सुविधांचे निरीक्षण करा. संबंधित बालवाडीच्या उपक्रमांमध्ये वाचून दाखवण्याच्या कृतीचा समावेश आहे किंवा नाही याची चौकशी करा. व संबंधित बालवाडीत असा उपक्रम राबवण्यात येत नसेल तर तो राबवण्याबाबत बालवाडीच्या संचालकांबरोबर चर्चा करा, आग्रह धरा. बालवाडीतील मुलांना वाचून दाखवणे अत्यंत उपयुक्त ठरते याची जाणीव झालेल्या एका सुजाण पालकाने मला पाठवलेला हा ई-मेल वाचा:

प्रिय श्री ट्रिलीज,

मला तुम्हाला सांगायला आनंद होत आहे, की माझा मुलगा जेसन नुकताच दोन वर्षांचा झाला आहे. त्याला केवळ दोनच गोष्टी करायला आवडतात. एक म्हणजे मोठ्या व्यक्तींबरोबर तसेच कापूस भरून तयार केलेल्या प्राण्यांबरोबर खेळणे आणि दुसरे म्हणजे पुस्तके चाळणे. काल रात्री मी त्याला एक पुस्तक वाचून दाखवत होतो. अचानक त्याने रॉबर्ट मॅकक्लोसकी यांच्या 'मेकिंग वे फॉर डकलिंग' या पुस्तकातील अनेक मोठे परिच्छेद मोठ्याने म्हणून मला आश्चर्याचा धक्काच दिला. एक वाक्य संपले की जेसन थांबेल असे आम्हाला वाटायचे. परंतु संपूर्ण परिच्छेदच्या परिच्छेद त्याला पाठ झालेले होते. त्याचे शब्दोच्चार आणि आवाजातील चढ-उतारही अगदी अचूक होते. काय हा चमत्कार!

आता जेसनने आमच्या भागातील एका नामांकित बालवाडीत प्रवेश घेतला आहे. त्याची शाळा सुरू झाली त्या दिवशी मी सकाळी ९. ३० ते दुपारी ४. ०० वाजेपर्यंत शाळेत त्याच्याबरोबर होतो. संपूर्ण दिवस शाळेत व्यतीत केल्यामुळे मला त्याचे शिक्षक आणि वर्गमित्र माहीत करून घेण्याची संधी मिळाली. तसेच त्याचा बालवाडीतील दिनक्रम कसा असणार आहे हेही मला माहीत झाले. आश्चर्याची बाब ही होती की, मी जेसनबरोबर शाळेत व्यतीत केलेल्या त्या संपूर्ण दिवसभरात जेसनच्या वर्गात एकही पुस्तक, अगदी एकसुद्धा पुस्तक उघडले गेले नाही; वाचून दाखवले गेले नाही.

ही बाब लक्षात आल्यावर मी शाळेतील एका शिक्षिकेला विचारले, की तुम्ही कधीतरी वर्गातील मुलांना वाचून दाखवता का? त्या म्हणाल्या जेव्हा आम्ही गोलाकार

बसतो, तेव्हा कधीतरी एक पुस्तक वाचून दखवतो.

आश्चर्य व्यक्त करत मी मोठ्याने विचारले, फक्त एक पुस्तक? माझ्या या प्रश्नाला उत्तर मिळाले नाही. एकंदरीत मी शाळेत पूर्ण वेळ व्यतीत केल्यामुळे मला तेथील वातावरणाची कल्पना आली, तेथील शिक्षक नवीन आहेत हेही समजले. निराश होऊन आणि खरे म्हटंले तर गोंधळूनच मी तेथून निघालो. बालकाच्या दिनक्रमातील महत्त्वाची कृती म्हणून आपण त्यांना का नाही वाचून दाखवत?

शाळेतील प्रत्येक शिक्षकाला विचारलाच पाहिजे असा हा प्रश्न आहे. आपले शालेय शिक्षक वर्गातील मुलांना वाचून दाखवण्यापासून किती दूर आहेत हे जेनि फिट्झ्की यांच्या बालवाडीतील अनुभवावरून तुमच्या लक्षात येईल. त्यांचा हा अनुभव याच प्रकरणात पुढे सांगितला आहे.

लहान मुलांना वाचून दाखवताना चित्रांच्या पुस्तकांकडून गोष्टीच्या पुस्तकांकडे सहजपणे जाता येते का?

पुढे काय होणार आहे हे माहीत करून घेण्याची मूलभूत मानवी प्रवृत्ती आहे. या प्रवृतीचे आपल्याला आभार मानले पाहिजेत. वाचून दाखवणे हा मुलांच्या एकाग्रतेमध्ये वाढ करण्यासाठीचा एक परिणामकारक मार्ग आहे. लक्षात ठेवा, धावपटूमध्ये जशी एका रात्रीत चिकाटी निर्माण करता येत नाही, त्याचप्रमाणे वाचकामध्येही ती एका रात्रीत निर्माण करता येत नाही. म्हणून वाचकामध्ये वाचनाची चिकाटी किंवा वाचनाची आवड विकसित करायला हळूहळू सुरुवात करा आणि टप्प्याटप्प्याने तुमचे हे ध्येय साध्य करा. यासाठी सुरुवातीला मुलांना चित्रांची छोटी पुस्तके वाचून दाखवा. त्यानंतर चित्रांची थोडी मोठी पुस्तके वाचून दाखवा. वाचून दाखवायला अनेक दिवस पुरतील अशी ही चित्रांची मोठी पुस्तके असवीत. त्यानंतर गोष्टीची छोटी पुस्तके वाचून दाखवा. विशेषत: एकाच पुस्तकामध्ये अनेक गोष्टी असलेली पुस्तके या टप्प्यामध्ये वाचून दाखवा. शेवटी शंभरपेक्षा अधिक पाने असलेली गोष्टीची मोठी पुस्तके वाचून दाखवा.

मुलाची एकाग्रता किती वाढते आहे हे वाचून दाखवत असलेल्या पुस्तकाच्या पानावरील मजकुराच्या प्रमाणावरून ठरवता येते. माझा नातू टायलर, दोन वर्षांचा असताना एका-एका पानावर फक्त काही वाक्ये असलेलीच पुस्तके नियमितपणे ऐकायचा. परंतु तो साडेतीन वर्षांचा झाला, तेव्हा तो यापेक्षा तीनपट अधिक मजकूर असलेली पुस्तके ऐकायला लागला होता. छोट्या पुस्तकांपासून ते मोठ्या पुस्तकांपर्यंतचा हा प्रवास हळूहळू व्हायला हवा. आणि यादरम्यान वेगवेगळी अनेक पुस्तके वाचून दाखवली गेली पाहिजेत. सचित्र पुस्तक वाचून दाखवले, तर ते सहजपणे समजते. लहान मुले

पुस्तक समजण्यासाठी पूर्णपणे चित्रांवर अवलंबून असतात. म्हणूनच तर चित्रांची पुस्तके त्यांना जास्त आवडतात. चित्रांऐवजी जास्त मजकूर असलेली गोष्टीची पुस्तके वाचून दाखवून तुमच्या मुलाला शब्दांच्या ओझ्याखाली दडपून टाकू नये हे खरे आहे. परंतु त्याच वेळेस अगदी नकळतपणे त्याचे चित्रांच्या पुस्तकांचे आकर्षण कमी करून तुम्ही त्याला अधिकाधिक मजकूर असलेल्या पुस्तकांकडे आवर्जून वळवावे.

काही मुलांनी संपूर्ण बालवाडीच्या वर्षात वर्कशीटमधील केवळ रिकाम्या जागा भरलेल्या असतात आणि अक्षरांभोवती वर्तुळे काढलेली असतात. या मुलांना पूर्वी कधीही वाचून दाखवलेले नसते. अशा मुलांच्या वर्गाला किंवा अशा मुलाला सुरुवातीला मी पुढील पुस्तके वाचून दाखवेन : अरलीन मोसेल यांचे आनंददायी *टिक्कि टिक्कि टेम्बो,* लींड वार्ड यांचे हृदयस्पर्शी *द बिगेस्ट बियर,* स्टीव्हन केलॉग यांचे रहस्यमय *द आयलँड ऑफ द स्कॉग,* मारा बर्गमन यांचे संपूर्ण वर्गाचा प्रचंड प्रतिसाद मिळवून देणारे *स्निप स्नॅप! व्हॉटस दॅट?,* आणि पॉल झेलिन्स्की यांचे उत्कंठादायक *रमपेलस्टिल्टस्किन.*

यानंतर एक आठवडा मी या पुस्तकाच्या शेवटी दिलेल्या यादीतील चित्रांची पुस्तके वाचून दाखवीन. यामध्ये विशेषकरून पुढील पुस्तकांचा समावेश असेल : होवि स्नायडर यांचे *च्यूवि लुई* हे विनोदी चित्रकथा असलेले पुस्तक, मार्क टीग यांचे *द सिक्रेट शॉर्टकट* हे दया, क्षमा या विषयाचे पुस्तक, मारिओ रामोस यांचे *आय एम सो स्ट्रॉंग* हे गर्व विरुद्ध विनम्रता याचे वर्णन करणारे पुस्तक, जॅनेट स्टिव्हन्स आणि सुजॅन स्टिव्हन्स क्रुम्मेल यांचे *द ग्रेट फज फ्रेन्झी* हे अनुसरण करण्याविषयी मार्गदर्शन करणारे पुस्तक, आणि जिम लामारचे यांचे *लॉस्ट अँड फाऊंड : थ्री डॉग स्टोरीज* हे निर्धाराचे महत्त्व अधोरेखित करणारे पुस्तक. या प्रत्येक पुस्तकात अत्यंत छोट्या गोष्टी दिलेल्या आहेत. या गोष्टी मी दिवसातील वेगवेगळ्या वेळी वाचून दाखवेन. परंतु एका दिवशी एकच पुस्तक वाचून दाखवेन.

यानंतरच्या आठवड्यात मी रेड रायडिंग हूड या पुस्तकमालेतील पुस्तके वाचून दाखवेन. या मालेतील लाल टोपीवाल्या यात्रेकरूची गोष्ट सांगणारे पुस्तक खूप प्रसिद्ध आहे. व या पुस्तकाच्या विविध आवृत्त्या प्रकाशित झाल्या आहेत. यातील ट्रिना श्चार्ट हायमन यांच्या *लिटल रेड रायडिंग हूड* या आवृत्तीने मी वाचून दाखवायला सुरुवात करेन. आणि त्यानंतर या पुस्तकाच्या शेवटी दिलेल्या यादीतील इतर पुस्तके वाचून दाखवेन.

यानंतर मी लेखक सप्ताहांचे आयोजन करेन. यामध्ये मी प्रत्येक आठवड्याला केवळ एका लेखकाची पुस्तके वाचून दाखवेन. सुरुवात मी केव्हिन हेन्केस यांच्यापासून करेन. कारण त्यांनी मुलांचे बालपण हळुवारपणे उलघडून दाखवण्यासाठी उंदरांच्या

गोष्टीचा अतिशय प्रभावी वापर केला आहे. 'वाचून दाखवण्यासाठी उपयुक्त पुस्तकांच्या यादीमध्ये' *लिलीज परपल प्लॅस्टीक पर्स* या पुस्तकाबरोबर दिलेली इतर पुस्तके पहा. केव्हिन हेन्केस यांचे *लिलीज परपल प्लॅस्टीक पर्स* हे पुस्तक तसेच त्यांची इतर पुस्तके ऐकल्यानंतर मुलांचे पुस्तकांचे आकर्षण वाढेल, तेव्हा मी बिल पीट या लेखकाचा आठवडा साजरा करायला घेईन. यामध्ये प्रथम मी त्यांचे *द व्हिंगडिंगडिली* हे पुस्तक वाचून दाखवेन. त्यानंतर 'वाचून दाखवण्यासाठी उपयुक्त पुस्तकांच्या यादीतील' त्यांची इतरही पुस्तके वाचून दाखवेन. ज्या दिवशी मी त्यांचे *करमिट द हरमिट* ही एका कंजूस खेकड्याची गोष्ट वाचून दाखवेन, त्याच दिवशी मी शेल सिलव्हरस्टेन यांच्या *व्हेर द साईडवाक एंडस्*या कविता संग्रहातील 'हेक्टर द कलेक्टर' ही कविताही वाचून दाखवेन. यानंतरच्या आठवड्यामध्ये शाळेतील तास सुरू व्हायच्या आधी तसेच दोन तासांच्या दरम्यानच्या काळामध्ये मी फक्त कविता वाचून दाखवेन.

बिल पीट यांचा उल्लेख केल्यानंतर माझ्या मनामध्ये आलेला एक विचार मला तुम्हाला सांगायचा आहे. हा विचार नवीन विरुद्ध जुन्या पुस्तकांबाबतचा आहे : नवीन पुस्तके, नवीन संगीत, नवीन सिनेमा, केसांची नवीन रचना इत्यांदीना आपली संस्कृती प्रमाणापेक्षा अधिक महत्त्व देते. नावीन्याचे आकर्षण असलेल्या या विचारसरणीमुळे जुन्या पुस्तकांकडे दुर्लक्ष होण्याचा धोका असतो. या विचारसरणीमुळे नवीन पिढीतील मुलांना जुनी पुस्तके माहीत होत नाहीत. त्यामुळे ही पुस्तके वाचली जात नाहीत. वाचली आणि वापरली जात नाहीत म्हणून ही पुस्तके फाटत नाहीत किंवा जीर्ण होत नाहीत. जीर्ण होत नाहीत म्हणून अशा पुस्तकांच्या नवीन प्रति खरेदी करण्याची पालकांना आवश्यकता भासत नाही. पर्यायाने अशा पुस्तकांची विक्री कमी होते. अंतिमत: प्रकाशक अशा पुस्तकांची नवीन आवृती काढत नाहीत. हे सर्व होऊ नये म्हणून जुनी महान पुस्तके आवर्जून वाचून दाखवा व त्यांचे महत्त्व अबाधित ठेवा.

यानंतर मी मुलांना चित्रांच्या पुस्तकमालेतील पुस्तके वाचून दाखवेन. यासाठी मी अशा पुस्तकमालेची निवड करेन, की ज्यातील प्रत्येक खंड म्हणजे एका सलग पुस्तकातील प्रकरणे आहेत असा भास होईल. जसे की, बर्नार्ड वेबर यांची सात पुस्तकांची *लाईल द क्रोकोडाईल* ही ग्रंथमाला. या ग्रंथमालेतील पहिल्या ग्रंथाचे नाव *द हाऊस ऑन ईस्ट एटिएटथ स्ट्रीट*असे आहे. या मालेतील इतर ग्रंथांसाठी 'वाचून दाखवण्यासाठी उपयुक्त पुस्तकांची यादी' पहा.

वरील पुस्तकांसारखी चित्रांची पुस्तके टप्प्याटप्प्याने वाचून दाखवून तुमच्या लहान मुलाला/मुलीला किंवा वर्गातील लहान मुलामुलींना एकदा का पुस्तकांची गोडी लावली की मग तुम्ही त्यांना सहजपणे गोष्टींची पुस्तके वाचून दाखवू शकता. यामध्ये तुम्ही

चित्रमय गोष्टींची मोठी पुस्तके वाचून दाखवू शकता किंवा साठ ते शंभर पानांची गोष्टींची चित्रविरहित पुस्तके वाचून दाखवू शकता. या प्रकारचे एक पुस्तक एका दिवसात वाचून संपले पाहिजे असे नाही. अशा पुस्तकांचे वाचन तुम्ही तुमच्या सोईनुसार दुसऱ्या किंवा तिसऱ्या दिवशीही सुरू ठेवू शकता. जेथे हवे तेथे थांबू शकता. एक प्रकारे अशा पुस्तकांची प्रकरणे कोठे सुरू होणार आणि कोठे संपणार हे तुम्ही स्वतःच ठरवू शकता. बार्बरा ब्रेन्नर यांचे *वॅगन व्हिल्स* तसेच ईलेअनॉर कोईर् यांचे *द जोसेफिना स्टोरी क्विल्ट* यासारखी अनेक प्रकरणे असलेली चित्रमय पुस्तके बालवाडीतील मुलांना आवडतात. यानंतर मी एका खंडात एका कुटुंबाची गोष्ट सांगणारी पुस्तके वाचून दाखवेन. शर्ली ह्यूज यांचे *ऑल अबाउट अल्फी* हे या प्रकारातील एक सर्वोत्तम पुस्तक आहे. हे पुस्तक म्हणजे चार गोष्टींचा संग्रह असून यामध्ये बालवाडीतील एका अतिउत्साही मुलाची आणि त्याच्या कुटुंबाची गोष्ट सांगितली आहे. शर्ली ह्यूज यांनी ज्या पद्धतीने एका तरुण कुटुंबाची कथा सांगितली आहे, त्या पद्धतीने इतर कोणालाही सांगता आलेली नाही. म्हणून अलीकडे प्रकाशित झालेल्या त्यांच्या *डोंट वॉंट टु गो!* आणि *बॉब्बो गोज टु स्कूल* या कथा मुलांना आवर्जून वाचून दाखवा.

लहान मुलांना वाचून दाखवण्यासाठी गोष्टीच्या छोट्या पुस्तकांमध्ये माझी आवडती पुस्तके आहेत ॲलिस श्चेर्टले यांचे *लूक आऊट, जेरेमी बीन!* आणि बेव्हर्ली क्लिअरी यांचे *टू टाइम्स द फन.* त्यानंतर मी रुथ स्टाइल्स गॅन्नेट यांचे *माय फादर्स ड्रॅगन* आणि जोहान्ना हुरविट्झ यांचे *रिप-रोअरिंग रस्सेल* ही पुस्तके वाचून दाखवेन. (रस्सेल ग्रंथमालेतील इतर पुस्तकांसाठी 'वाचून दाखवण्यासाठी उपयुक्त पुस्तकांची यादी'तील छोट्या कथांची पुस्तके पहा.) त्यानंतर मी रोल्ड डाहल यांचे *जेम्स अँड द जायंट पीच* हे पुस्तक वाचवून दाखवेन. गेल्या पन्नास वर्षांपासून या पुस्तकाला वाचकांची लोकप्रियता लाभली आहे व त्यामुळेच आता या पुस्तकाला अभिजात ग्रंथाचा दर्जा मिळला आहे.

लहान मुलांना कोणत्या वयापासून गोष्टीची पुस्तके वाचून दाखवायला सुरुवात करावी?

लहान मुलांच्या ऐकण्याच्या आणि वाचण्याच्या पातळीतील फरकांबाबत लोकांच्या मनामध्ये खूप मोठा गैरसमज आहे. या दोन्हीतील फरक नीट समजला तर आपल्याला त्याचा खूप फायदा होतो. सुमारे वीस वर्षांपूर्वी मी जर्सी येथील किनारपट्टीवरील एका कामगार वस्तीमध्ये कार्यशाळा घेत होतो. ही कार्यशाळा दिवसभर चालणार होती. दुपारी जेवणाच्या दरम्यान मेलिस्सा ओलान्स अँटिनॉफ ही एक तरुण शिक्षिका मला आपली ओळख करून देत म्हणाली, "तुम्हाला माझे बालवाडीचे विद्यार्थी खूप आवडतील!" पुढे तिने मला असेही सांगितले की, दरवर्षी ती तिच्या बालवाडीतील

मुलांना चित्रांची शंभर पुस्तके वाचून दाखवते. शिवाय वर्षभरात दहा ते बारा गोष्टींची पुस्तके वाचून दाखवते. विशेष म्हणजे तिच्या वर्गातील साठ टक्के विद्यार्थी मोफत जेवणाच्या योजनेचे लाभार्थी होते. म्हणजेच ते गरीब सामाजिक-आर्थिक स्तरातून आलेले होते. दुसरी विशेष बाब ही होती की, अँटिनॉफ यांना शिकवण्याचा केवळ चार वर्षांचा अनुभव होता. आणखी एक गोष्ट येथे नमूद करणे मला सयुक्तिक वाटते ती म्हणजे अँटिनॉफ ही एका शिक्षक दाम्पत्याची मुलगी होती.

जेवणानंतर कार्यशाळा पुन्हा सुरू झाली, तेव्हा सुरुवातीलाच मी विचारले, की बालवाडीला शिकवणारे किती शिक्षक येथे उपस्थित आहेत. असे आठ शिक्षक तेथे उपस्थित होते. अधिक चौकशी केल्यावर समजले, की बालवाडीला शिकवणाऱ्या त्या आठ शिक्षकांपैकी फक्त अँटिनॉफ वर्गातील मुलांना गोष्टीची पुस्तके वाचून दाखवत होत्या. आता तुम्ही मला सांगा, बालवाडीच्या आठपैकी कोणत्या वर्गातील विद्यार्थी पहिल्या इयत्तेत जाण्यासाठी अधिक सक्षम असतील? चार मिनिटे कालावधीची १५० चित्रांची पुस्तके ऐकलेले विद्यार्थी की चित्रांच्या शंभर पुस्तकांबरोबर काही डझन गोष्टीची पुस्तके ऐकलेले विद्यार्थी? वर्षाच्या शेवटी कोणत्या वर्गातील विद्यार्थ्यांची एकाग्रता अधिक असेल? कोणत्या वर्गातील विद्यार्थ्यांचा शब्दसंग्रह मोठा असेल? कोणत्या वर्गातील मुले चिकित्सकपणे विचार करू शकतील?

अधिक पुस्तके ऐकायला मिळण्याची गरज असलेल्या तसेच अभ्यासामध्ये कमकुवत असलेल्या विद्यार्थ्यांनाच दुर्दैवाने कमी पुस्तके ऐकायला मिळतात. नेल ड्यूक यांनी सामाजिक-आर्थिकदृष्ट्या दुर्बल आणि उच्च अशा प्रत्येकी दहा वर्गातील पहिलीच्या विद्यार्थ्यांचे वाचून दाखवण्याबाबतचे सर्वेक्षण केले. या सर्वेक्षणात त्यांना आढळले, की उच्च सामाजिक-आर्थिक स्तरातील दहापैकी सात वर्गातील मुलांना गोष्टीची पुस्तके वाचून दाखवण्यात येत होती तर सामाजिक-आर्थिकदृष्ट्या दुर्बल गटातील दहापैकी केवळ दोनच वर्गात गोष्टीची पुस्तके वाचून दाखवण्यात येत होती.[१३]

काही वर्षांनंतर अँटिनॉफ नोकरीनिमित्त दुसऱ्या शहरामध्ये गेल्या. तेथे त्या चवथीच्या विद्यार्थ्यांना शिकवत असत. या शाळेतही त्यांनी विद्यार्थ्यांना वाचून दाखवण्याचा उपक्रम सुरूच ठेवला होता. वाचून दाखवण्याबाबतचा त्यांचा एक अनुभव त्यांच्याच शब्दात वाचू या:

बॉबी चवथ्या इयत्तेत शिकत होता. शालेय वर्ष नुकतेच सुरू झाले होते. या सुरुवातीच्या काळात त्याला वाचन अजिबात आवडायचे नाही. वाचून दाखवण्याच्या सुरुवातीच्या काळात तर त्याला शांत बसायलाही आवडत नसायचे. सतत चुळबुळ करणे, कोणालातरी काहीतरी टोचणे, बाकावर बसणे यासारख्या गोष्टी करायला त्याला

आवडत असे. शालेय वर्षाच्या सुरुवातीला मी वर्गात लुई साचर यांचे 'देअर इज ए बॉय इन द गर्ल्स बाथरूम' हे पुस्तक वाचून दाखवायला सुरुवात केली होती. सप्टेंबरच्या शेवटीशेवटी बॉबी हे पुस्तक ऐकत शांतपणे बसायला लागला. एवढेच नाही तर मी वाचून दाखवत असताना तो सर्वांत पुढे अगदी माझ्यासमोर येऊन बसायला लागला. आणि नोव्हेंबरच्या सुरुवातीपासून तर जेव्हाजेव्हा मोकळा वेळ असेल, तेव्हातेव्हा तो मला राहिलेली गोष्ट वाचून दाखवण्याची विनंती करू लागला.

बॉबीतील या बदलाने मी आश्चर्यचकित झाले होते. वर्षाच्या सुरुवातीला हा मुलगा सर्वांत कमी वाचन करणाऱ्या गटातला होता. आणि त्याने जे वाचलेले असायचे, त्याबद्दलच्या कोणत्याही प्रश्नाचे उत्तर देणे त्याला खूप कठीण जायचे. या संपूर्ण वर्षामध्ये आम्ही क्वचितच बाळबोध पुस्तके वाचली. ऑक्टोबरपासून वर्गात उत्तरे देण्यामध्ये बॉबी सर्वांत पुढे असायचा. त्याची ही सर्व प्रगती पाहून दुसऱ्या सत्राच्या सुरुवातीला बॉबीला मी सर्वांत कमी गुणवत्तेच्या गटामधून मध्यम गुणवत्तेच्या गटामध्ये समाविष्ट केले. माझ्यासाठी अत्यंत आनंदाची बाब ही होती की, बॉबी आता स्वत: वाचायला लागला होता. एवढेच नाही तर वाचायची एकही संधी तो सोडत नव्हता. विद्यार्थ्याने आपला वर्गातील अभ्यास लवकर संपवला, तर राहिलेल्या वेळेत त्याने वाचन केले पाहिजे हा माझा सर्वसामान्य नियम होता.

लवकरच शाळेत पालक-शिक्षक सभा होणार होती. आणि तोपर्यंत बॉबी एकाच वेळेस तीन-तीन पुस्तके-होय तीन! पुस्तके वाचायला लागला होता. "तू एका वेळेस एकच पुस्तक का वाचत नाहीस?" असे मी त्याला विचारले तेव्हा त्याने सांगितले की "मला ही तीनही पुस्तकं आवडत होती आणि त्यापैकी कोणतं पुस्तक प्रथम वाचावं हे मला ठरवता येत नव्हतं. म्हणून मी तीन पुस्तकं एकाच वेळेस वाचत आहे." बॉबी पुस्तक वाचण्यामध्ये एवढा मग्न झालेला असे, की वर्गात आम्ही जे काही अभ्यासत असू त्याकडे त्याचे लक्ष वेधण्यासाठी मला विशेष प्रयत्न करावे लागायचे.

बॉबीमध्ये झालेल्या परिवर्तनाचा पालकसभेमध्ये उलगडा झाला. पालकसभेसाठी बॉबी त्याच्या आईबरोबर आला होता. आणि त्याच्या अभ्यासाबाबतच्या चर्चेमध्ये तो सहभागी होत होता. मध्येमध्ये तो सध्या वाचत असलेल्या पुस्तकाचे वर्णन करत होता. त्याच्यामध्ये झालेला बदल पाहून त्याच्या आईला खूप आश्चर्य वाटत होते. मी बॉबीला विचारले की "सप्टेंबरमध्ये तुला वाचन करायला अजिबात आवडत नव्हतं आणि आता तीन महिन्यांनंतर तुला वाचायला पुस्तकं पुरत नाहीत. तुझ्यात हा एवढा बदल कशाने झाला आहे?"

बॉबी म्हणाला, "खरं तर शाळेत सुरुवातीला मला खूप कंटाळा यायचा. विशेषत:

तुम्ही जेव्हा वाचून दाखवायचा, त्यामध्ये माझे अजिबात लक्ष नसायचं. तुम्ही वाचून दाखवलेलं ऐकतोय असं मी केवळ ढोंग करत असे. परंतु इतरांनी वाचलेलं ऐकायला मजा येते हे तुम्ही मला तुमच्या वाचण्याद्वारे दाखवून दिलं. तुम्ही वाचून दाखवलेल्या 'देअर इज ए बॉय इन द गर्ल्स बाथरूम' या कथेतील ब्रॅडली हे मुख्य पात्र मला विशेष आवडलं होतं. हे पुस्तक आपण स्वत: वाचलं, तर आपल्याला मजा येईल का हे मला पहायचं होतं. म्हणून मी ब्रॅडलीविषयी वाचायला लागलो. आणि मला जाणवलं, की स्वत: वाचन करणं खूप मजेदार असतं. म्हणून तुम्ही वाचून दाखवत नसलेलं एक पुस्तक मी वाचलं आणि मला ते खूप आवडलं.'[१४]

आपल्या लहान मुलांच्या शिक्षणाकडे लक्ष देता यावे यासाठी मेलिसा अँटिनॉफ यांनी आता नोकरीतून सुट्टी घेतली आहे. लहान मुलांना वर्गात वाचून दाखवणे अत्यंत उपयुक्त ठरते हे त्यांनी शाळेत शिकवत असताना सिद्ध केले होते. आता त्या घरी असतात व आपल्या मुलाला नियमितपणे वाचून दाखवतात. त्यांचा मुलगा आता बालवाडीत शिकत आहे. तो साडेपाच वर्षांचा आहे आणि त्याला वाचता येते. व त्याला वाचायला खूप आवडते. एवढे, की तो त्याचा आवडता टीव्ही कार्यक्रम बघत असताना संवादाची शीर्षके टीव्हीच्या पडद्यावर वाचायला मिळावीत यासाठी हट्ट धरतो. बेवेर्लि क्लिअरी यांची रॅमोना ग्रंथमाला, तसेच रोल्ड डाहल यांची अनेक पुस्तके आणि केट डिकॅमिल्लो यांचे *द टेल ऑफ डेस्पेरेऑक्स* यासारखी चित्रांची आणि गोष्टींची अनेक पुस्तके त्याने ऐकली असल्यामुळे तो वाचनाकडे सहजपणे आकर्षित झाला होता. मेलिसा अँटिनॉफ यांनी आपल्या मुलाला खूप पुस्तके वाचून दाखवण्याद्वारे त्याच्यामध्ये वाचनाची आवड निर्माण केली होती. व यातून त्यांनी सिद्ध केले होते की, मुलांना घरी वाचून दाखवण्याचा उपक्रम शाळेत वाचून दाखवण्याएवढाच परिणामकारक ठरतो.

बालवाडीतील मुलांना चित्रे नसलेली गोष्टीची पुस्तके वाचून दाखवावीत का?

हा प्रश्न तुम्ही जेनि फिट्झ्की यांना विचारा आणि एका क्षणात तुम्हाला 'होय!' असे उत्तर मिळेल. गेली तीस वर्षे जेनि या मॅसॅचुसेट्स राज्यातील ग्रोटॉन येथील ग्रोटॉन कम्युनिटी स्कूलमध्ये बालवाडीतील मुलांना शिकवत आहेत. ग्रोटॉनची लोकसंख्या सुमारे १०,००० आहे. बोस्टनच्या या भागातील कुटुंबाचे सरासरी वार्षिक उत्पन्न १,३६,००० डॉलर्स एवढे आहे. या भागामध्ये दारिद्र्याचा दर सर्वांत कमी म्हणजे फक्त एक टक्का आहे. अशा प्रकारच्या उच्चभ्रू भागातील पालक सामान्यपणे उच्चशिक्षित असतात, त्यांच्याकडे स्पर्धात्मक मानसिकता असते, ते कामात सतत व्यग्र असतात आणि त्यांच्यामध्ये खूप आत्मविश्वास असतो. या भागाचे आणखी एक वैशिष्ट्य म्हणजे न्यू इंग्लंडमधील ग्रोटॉन स्कूल आणि लॉरेन्स अॅकेडमी या दोन नामांकित प्राथमिक

शाळा येथून जवळच आहेत. अशा नामांकित प्राथमिक शाळांजवळ राहत असले, तरी मुलांचे पालनपोषण कसे करावे, त्यांच्यावर संस्कार कसे करावेत, त्यांना शिक्षण कसे द्यावे, त्यांना वाचनाची गोडी कशी लावावी हे मात्र ग्रोटानमधील पालकांना माहीत नाही. येथील बऱ्याच पालकांचा मुलांचे पालनपोषण करण्याचा, त्यांना घडवण्याचा पहिलाच अनुभव आहे. अशा पालकांसाठी जेनि फिट्झ्कीसारख्या बालवाडी शिक्षिकेचा अनुभव खूप मार्गदर्शक ठरू शकतो. ग्रोटान शाळेच्या संचालिका लिंडा कोसिंस्की यांनाही वाटते, की मुलांना वाचनासाठी कशा प्रकारे मदत करावी याबाबतचे शिक्षण पालकांना देण्याची अत्यंत आवश्यकता आहे. थोडक्यात, मुलांना चांगले वाचक बनवायचे असेल, तर काय महत्त्वाचे आहे यावर या संचालिकेचे म्हणणे आहे : ''पालकांचे शिक्षण, पालकांचे शिक्षण आणि पालकांचे शिक्षण.''

जेनी फिट्झ्की पालकांना दोन मार्गांनी शिक्षण देतात: त्यांच्या विद्यार्थ्यांद्वारे आणि वार्तापत्राद्वारे. जेनि वर्गात अनेक उपक्रम राबवीत असतात. हे उपक्रम राबवण्यातून त्यांना मुलांचे भावविश्व समजले आहे. व त्यातूनच त्यांच्यामध्ये बालपणाबद्दलची एक अंतर्दृष्टी निर्माण झाली आहे. ही अंतर्दृष्टी त्या त्यांच्या वार्तापत्रामधून पालकांपर्यंत पोहोचवत असतात. पुस्तके वाचून दाखवणे हा वर्गातील त्यांचा प्रमुख उपक्रम असायचा. यामध्ये दररोज चित्रांची अनेक पुस्तके आणि तीस मिनिटे गोष्टींची पुस्तके वाचून दाखवण्यात येत होती. गेली पंधरा वर्षे जेनी बालवाडीतील मुलांना गोष्टीची पुस्तके वाचून दाखवत होत्या. तीन ते चार वर्षांच्या पंधरा मुलांना दररोज तीस मिनिटे गोष्टीची पुस्तके खरेच वाचून दाखवली जात असतील का? माझा विश्वास बसत नव्हता. म्हणून मी स्वत: खातरी करून घ्यायचे ठरवले. यासाठी एक संपूर्ण दिवस मी ॲक्वा रूममध्ये बसून जेनी आणि इतर शिक्षकांच्या वर्गातील उपक्रमांचे निरीक्षण केले.

निरीक्षणामध्ये मला काय आढळले? त्या दिवशी सकाळी वर्गातील मुलांनी *'गोल्डिलॉक्स अँड द थ्री बेअर्स'* ही गोष्ट ऐकली. नंतर त्या गोष्टीची त्यांनी स्वत:ची एक आवृत्ती तयार केली आणि ती वर्गात सांगितली. यामध्ये गोल्डिलॉक्सला झोपेतून उठवण्याचे सर्वोत्तम मार्ग शोधण्यासाठी मतदान घेणे आणि त्यानंतरही ती उठली नाही तर काय करायचे? ९११ या क्रमांकावर पोलिसांना फोन करायचा का? यासारख्या नवीन कल्पना मुलांनी गोष्टीच्या स्वत:च्या आवृत्तीमध्ये समाविष्ट केल्या. त्यानंतर मुलांनी त्या गोष्टीचे नाट्य रूपांतर सादर केले. यासाठी त्यांनी त्यांच्या बसण्याच्या मॅटस् एकत्र करून अस्वलांसाठी अंथरूण तयार केले. ते करत असताना त्यांनी बाळ अस्वलासाठी दोन मॅटस्, आई अस्वलासाठी चार मॅटस् आणि बाबा अस्वलासाठी पाच मॅटस् वापरल्या होत्या. याशिवाय मुलांनी एक टेबलही तयार केले. या टेबलवर वेगवेगळ्या आकारचे

तीन बॉउल्स ठेवले होते. तसेच टेडी बिअर्स आणि सोनेरी केसांची एक बाहुलीही होती. एका बाजूला स्वंयपाकघर होते. यामध्ये लापशी बनवण्यासाठी पीठ आणि पाणी ठेवलेले होते. यातील एकही खाद्यपदार्थ कोणीही खाण्याचा प्रयत्न करत नव्हते. कारण ते पीठ आणि पाणी बोटाने कालवण्यामध्ये त्यांना खूप मजा येत होती.

यानंतर जेनी यांनी त्यांना बिलगलेल्या तीन मुलांना पॉल गॅल्डोन यांचे *द मॅजिक पॉरिज पॉट* हे पुस्तक वाचून दाखवले. हे पुस्तक वाचून दाखवत असताना 'स्टॉप, लिटल पॉट, स्टॉप!' हे शब्द अधोरेखित करण्यासाठी त्या मध्येमध्ये थोड्या थांबत होत्या आणि मग पुढे वाचून दाखवत होत्या. अशा प्रकारे गोष्ट पूर्ण होईपर्यंत त्यांनी त्या तीन मुलांना त्या गोष्टीमध्ये गुंतवून ठेवले होते. या गोष्टीनंतर त्यांनी वर्गातील मुलांना बॅन्नेरमॅन आणि मारसेल्लिनो यांची *द स्टोरी ऑफ लिटल बाबाजी* ही गोष्ट वाचून दाखवायला सुरू केली. ही गोष्ट वाचून दाखवते वेळेस त्या मध्येमध्ये थांबून मुलांना छोटेछोटे प्रश्न विचारत होत्या. जसे की, मशिनवर शिवणकाम करणाऱ्या बाबाजीच्या चित्रांकडे निर्देश करून त्या विचारायच्या, "हे काय आहे?"; "ट्रावझर", "बझार". "फीलिंग ग्रँड" म्हणजे काय? विशेष म्हणजे गोष्ट वाचून दाखवत असताना जेनीने मुलांना मध्येमध्ये विचारलेल्या प्रश्नांमुळे गोष्टीच्या प्रवाहामध्ये कोणताही अडथळा येत नव्हता.

आता दुपारच्या जेवणाची वेळ झाली आहे. वर्गातील मुले मात्र अजूनही गोष्टीमय वातावरणातच होती. फरक एवढाच, की जेवणाच्या वेळी वेगळ्या प्रकारच्या गोष्टी वाचून दाखवण्यात येत होत्या. या गोष्टी जेनीच्या व्यक्तिगत जीवनातील सत्य घटनेवर आधारित होत्या. यामध्ये गोरिलासंबंधीच्या साहसकथा, शेंगदाणेवाल्याची गोष्ट, वाढदिवसाची गोष्ट, आणि बॅट तसेच टेनिस रॅकेटची गोष्ट इत्यादी गोष्टींचा समावेश होता. यापैकी कोणती गोष्ट कोणत्या दिवशी हवी हे ठरवण्यासाठी वर्गामध्ये मतदान घेतले गेले. व मतांची काळजीपूर्वक आणि मोठ्याने मोजणी केली गेली. प्रत्येक सत्यकथेची सुरुवात "त्याचे असे झाले-" या वाक्याने होत होती. काल्पनिक गोष्टींची सुरुवात "एकदा काय झाले-" या वाक्याने होते हे मुलांनी मला सांगितले. जेवणानंतर मुलांना आराम करता यावा किंवा थोडी झोप काढता यावी यासाठी वर्गाच्या खिडक्यांवर पडदे ओढले गेले, वर्गातील दिवे मंद केले गेले. आता प्रत्येक मूल त्याच्या मॅटवर ब्लँकेट घेऊन आराम करायला लागले.

दुपारी एक वाजता जेनी फिट्झ्की यांनी त्यांच्या सर्वांत महत्त्वाकांक्षी उपक्रमाला सुरुवात केली. हा उपक्रम होता ३० मिनिटे गोष्टीचे पुस्तक वाचून दाखवणे. मी पाहिले, की जेनी एका आरामखुर्चीत बसून ह्युग लॉफ्टिंग यांचे *द स्टोरी ऑफ डॉक्टर डोलिटल* हे गोष्टीचे पुस्तक वाचून दाखवत होत्या. १५६ पाने असलेले हे पुस्तक १९२० मध्ये

प्रकाशित झाले होते. त्या दिवशी सोमवार होता म्हणून गोष्टीचा जो भाग शुक्रवारी वाचून दाखवला होता, त्याची जेनीने प्रथम थोडीशी उजळणी केली. तसेच पूर्वी वाचलेल्या भागातील पात्रांची नावे मुलांना आठवतात याची खातरी करून घेतली. जसे की त्या म्हणाल्या, ''आणि प्राण्याशी कसं बोलावं हे डॉक्टर डोलिटलला शिकवणाऱ्या पोपटाचं नाव काय होतं?'' तिच्या अगदी पायाजवळच बसलेल्या चार वर्षांच्या दोन मुलांनी एका क्षणात उत्तर दिले, ''पॉलिनेसिया!'' यानंतर त्या पुढे वाचू लागतात. वाचताना मध्येच एखादा नवीन, अनोळखी शब्द आला की त्या त्याचा अर्थ स्पष्ट करतात. किंवा विद्यार्थ्यांनाच विचारतात : ''लेस अँड लेस म्हणजे काय?'' ''द मॅन वॉक्ड अवे सेईंग रुड थिंग्ज.' याचा अर्थ काय?'' वाचून दाखवत असताना मध्येच थांबून त्या म्हणायच्या, ''मुलांनो! आता तुम्ही या गोष्टीतील सर्वांत मजेदार भाग ऐकणार आहात.'' डोलिटलला जहाजाने अफ्रिकेला जायचे होते आणि त्यासाठी त्याला लंगर पाहिजे होता. गोष्ट जेव्हा येथे पोहोचली, तेव्हा लंगर म्हणजे काय, तो कशासाठी वापरतात, तो कसा दिसतो या अनुषंगाने वर्गात बरीच चर्चा झाली.

जेनी मला सांगत होत्या, ''माझ्या वर्गामध्ये छोटी तसेच थोडी मोठी मुलं आहेत. त्यापैकी लहान मुलं गोष्ट ऐकताऐकता झोपतात. मोठी मुलंमात्र मन लावून गोष्ट ऐकत असतात. परंतु जसेजसे वर्ष पुढे जाते, तसतसा यात बदल होतो. गोष्ट वाचून दाखवत असताना सप्टेंबर ते डिसेंबर या काळात जी मुलं झोपत असतात, तीच मुलं पुढील वर्षीच्या मार्च ते जून दरम्यान मात्र न झोपता गोष्ट ऐकतात.''

वाचून दाखवण्याच्या अर्ध्या तासाच्या दरम्यान संभाषणाच्या हेतूने प्रश्नोत्तरे व्हायची. यामध्ये त्यांची परीक्षा घेणे किंवा चूक-बरोबर ठरवणे असा हेतू नसायचा. वाचनादरम्यानची चर्चा ही मुलांची भाषा समृद्ध करणारी आणि त्यांचा अनुभव संपन्न करणारी असायची. वाचून दाखवलेले प्रत्येक पुस्तक मुलांना बाह्य जग माहीत होण्यासाठी ज्ञानाच्या आवश्यक त्या खिडक्या आणि दारे हळुवारपणे उघडून देत असे. थोडक्यात, वाचून दाखवलेल्या प्रत्येक पुस्तकाद्वारे मुलांना बाह्य जगाची ओळख होत होती. जेनी फिट्झकी कधीही गोष्टीच्या पुस्तकाच्या संक्षिप्त आवृत्त्या वाचून दाखवत नाहीत. आणि वाचून दाखवताना एकही शब्द सोडून देत नाहीत. म्हणजेच प्रत्येक वाक्यातील प्रत्येक शब्द त्या वाचून दाखवतात. विशेष म्हणजे वर्गात कोठेही वर्कशीट दिसत नव्हते.

जेनीच्या वर्गापासून दोन मिनिटाच्या अंतरावर असलेल्या लॉरेन्स ॲकेडमीमधील याच वेळेचे दृश्य पहा : शिक्षिका लॉरा मूर बालवाडीच्या वर्गात आहेत. वर्गातील दिवे त्यांनी आता मंद केले आहेत. आणि जेनीप्रमाणेच त्यासुद्धा त्यांच्या विद्यार्थ्यांना वाचून दाखवत आहेत. ज्या युवकांना ललितसाहित्याची कधीच आवड नव्हती किंवा ज्यांचे

ललितसाहित्याचे आकर्षण आता कमी झाले होते अशा युवकांमध्ये ललितसाहित्याची आवड निर्माण करण्याचा वाचून दाखवणे हा एकमेव सर्वोत्कृष्ट मार्ग आहे हे लॉरा मूर यांना काही वर्षांपूर्वी लक्षात आले होते.[१५] म्हणून त्या त्यांच्या विद्यार्थ्यांना दररोज गोष्टीची पुस्तके वाचून दाखवत असत.

मुले किती वर्षांची झाल्यावर चित्रांची पुस्तके वाचून दाखवायचे थांबवावे?

मुले मोठी होण्याची आपल्या सर्वांनाच आतुरता असते हे मला माहीत आहे. तरीसुद्धा वरील प्रश्न ऐकल्यावर मात्र मी दचकतो. गोष्टीच्या पुस्तकामध्ये चित्रे असतील किंवा नसतीलही. परंतु त्यातील चांगली गोष्ट ही चांगलीच असते. वस्तुसंग्रहालयामध्ये कितीतरी चित्रे असतात. आणि त्या चित्रांखाली अगदी थोडेसेच काहीतरी लिहिलेले असते. तरीही ती चित्रे आपल्याला आकर्षित करतात. बरोबर?

मला असे शिक्षक माहीत आहेत, की जे जुडिथ वायोर्स्ट यांचे *अॅलेक्झँडर अॅंड द टेरिबल, हॉरिबल, नो गुड, व्हेरी बॅड डे* हे गोष्टीचे चित्रमय पुस्तक बालवाडीतील मुलांना वाचून दाखवतात. हेच पुस्तक हायस्कूलच्या दुसऱ्या वर्षाच्या विद्यार्थ्यांना वर्षातून दोन वेळा – पहिल्यांदा सप्टेंबरमध्ये आणि विद्यार्थ्यांच्या आग्रहाखातर पुन्हा एकदा जूनमध्ये वाचून दाखवणारे शिक्षकही मला माहीत आहेत. यावरून मला तुम्हाला हे सांगायचे आहे, की प्रत्येक इयत्तेतील मुलांना वाचून दाखवायच्या पुस्तकांच्या यादीमध्ये चित्रांची पुस्तके असलीच पाहिजेत.

अमेरिकन हायस्कूलमध्ये सध्या शिकणारे विद्यार्थी जेव्हा माध्यमिक शाळेत होते, तेव्हा त्यांना नियमितपणे वाचून दाखवले गेले नव्हते. आणि आता, म्हणजे हायस्कूलच्या इयत्तांमध्ये आल्यावर ते स्वतःहून खूपच कमी मनोरंजनात्मक वाचन करतात. काही विद्यार्थी तर मनोरंजनात्मक पुस्तके अजिबातच वाचत नाहीत. एके दिवशी मी कॅलिफोर्निया येथील नववीच्या उपचारात्मक वर्गातील विद्यार्थ्यांबरोबर बोलत होतो. एकूण एकवीसपैकी एकाही विद्यार्थ्याने पाईड पायपरबद्दल एकदाही ऐकलेले नव्हते. विमानाचा शोध लावणाऱ्या राईट नावाच्या दोन भावांबाबतही एकानेही ऐकलेले नव्हते आणि केवळ दोघांनी डेव्हिड आणि गोलिअॅथबद्दल ऐकले होते. यावरून ही गोष्ट सिद्ध होत होती की, या विद्यार्थ्यांचे महत्त्वाच्या सांस्कृतिक संदर्भांबाबतचे ज्ञान खूपच मर्यादित होते व त्यांच्या पुढील शिक्षणासाठी ते पुरेसे नव्हते.

मोठी मुले गोष्टींच्या चित्रमय पुस्तकांच्या वाचनाला प्रतिसाद देणार नाहीत असा समज असणाऱ्यांसाठी मी पुढील चित्रमय पुस्तकांची शिफारस करेन :

- एडवर्ड सोरेल यांचे *जॉनी ऑन द स्पॉट :* जॉनी आणि त्याचा शेजारी तरुण मित्र हे दोघे मिळून अपघाताने एका आगळ्यावेगळ्या रेडिओचा शोध लावतात. हा

रेडिओ प्रत्यक्ष घटना घडण्याच्या एक दिवस आधीच त्या घटनेची माहिती प्रसारित करत असतो. भविष्यात एखादे मोठे संकट येणार आहे हे या रेडिओमुळे जरी माहीत होऊ शकले, तरी ते लोकांना न सांगण्याची शपथ जॉनीला दिली जाते. परंतु जॉनीला हे मान्य नसल्यामुळे जॉनी आणि त्याच्या मित्रांमध्ये वाद उद्भवतो त्याबद्दलची ही गोष्ट आहे.

- मॉरडिकाय गेरस्टेन यांचे *द मॅन व्हु वॉक्ड बिटविन द टॉवर्स:* या पुस्तकाला २००३चे कॅल्डेकॉट पारितोषिक मिळाले आहे. ही एक सत्यकथा आहे. १९७४मध्ये एक फ्रेंच तरुण अमेरिकेतील वर्ल्ड ट्रेड सेंटरच्या दोन अपूर्ण टॉवरदरम्यान एक घट्ट दोरी बांधतो. आणि सकाळच्या गर्दीच्या वेळेस या दोरीवरून दोन तास चालतो. या नंतर सत्तावीस वर्षांनी ९/११ ची दुर्घटना घडली. हे पुस्तक या दुर्घटनेबद्दलचे नसून १९७४ मध्ये फ्रेंच तरुणाने दोरीवर केलेल्या कसरतीबद्दलचे आहे. हे टॉवर आता अस्तित्वात नाहीत याबाद्दलचा ओझरता उल्लेख या पुस्तकात आहे.
- पॅट्रिशिया पोलॅक्को यांचे *अॅन ऑरेंज फॉर फ्रॅन्की:* गोष्टीबरोबर चित्रांचा उत्तम समन्वय असलेले हे एक खूप चांगले पुस्तक आहे. या पुस्तकातील गोष्ट लेखकाच्या कौटुंबिक इतिहासावर आधारित आहे. नाताळ सणाच्या एक दिवस आधी एकत्र आलेल्या नऊ सदस्यांची ही गोष्ट आहे. बर्फाच्या वादळामध्ये बेपत्ता झालेले वडील, मालवाहू रेल्वेच्या डब्यातील भुकेले, कुडकुडत असलेले गरीब, बेघर लोक, एक हरवलेले स्वेटर, नाताळादरम्यान गमावलेले एक संत्रे आणि सुट्टीचा सुखकारक शेवट यांची अत्यंत चांगल्या पद्धतीने गुंफण केलेली ही एक गोष्ट आहे. सुट्टीबाबतच्या इतर कोणत्याही मजेदार गोष्टींसारखीच हीही एक चांगली गोष्ट आहे.
- रॉबर्ट कोल्स यांचे *द स्टोरी ऑफ रूबी ब्रिजेस :* हे पुस्तक एका मानसोपचार तज्ज्ञाने लिहिलेले आहे. व या लेखकाला पुलिट्झर पारितोषिक मिळाले आहे. आपण खूप तणावाखाली आहोत असे ज्या युवकांना वाटते, त्या युवकांना सत्य घटनेवर आधारित असलेल्या या गोष्टीमुळे थोडा दिलासा मिळेल. रूबी ब्रिजेस नावाच्या सहा वर्ष वयाच्या एका कृष्णवर्णीय मुलीची ही गोष्ट आहे. १९६० मध्ये न्यू ऑरलीन्स येथील पब्लिक स्कूलच्या प्रवेशासाठी एका केंद्रिय न्यायाधीशाने निवडलेल्या एकूण चार कृष्णवर्णीय मुलांपैकी रूबी ब्रिजेस ही एक होती.

वाचून दाखवण्यासाठी गोष्टीची मोठी पुस्तके निवडताना कोणत्या चुका टाळव्यात?

पुस्तकातील गोष्टीमध्ये लेखकाने एखाद्या व्यक्तीचे, घटनेचे, वस्तूचे किंवा ठिकाणाचे किती वर्णन केले आहे यावरून गोष्टीच्या पुस्तकांचे छोटे पुस्तक आणि मोठे पुस्तक असे वर्गीकरण केले जाते. सुमारे १०० पानांच्या पुस्तकाला मी गोष्टीचे मोठे पुस्तक म्हणतो. गोष्टीच्या छोटया पुस्तकामध्ये तपशील कमी असतो. तर मोठ्या पुस्तकांमध्ये अधिक तपशील असतो. मोठी पुस्तके ऐकताना मुलांना कल्पनाशक्तीचा अधिक वापर करावा लागतो. अनेक वर्षे टीव्हीसमोर बसल्यामुळे ज्या मुलांची कल्पनाशक्ती हळूहळू नष्ट होत चालली आहे, त्या मुलांना अधिक वर्णन असलेली पुस्तके ऐकायला आवडत नाही. परंतु तुम्ही मुलांना जेवढे जास्त वाचून दाखवाल, तेवढा त्यांना काल्पनिक प्रतिमा निर्माण करण्यासाठी कमी त्रास होईल. सिनेमा पाहिल्यामुळे किंवा टीव्हीवरील कार्यक्रम पाहिल्यामुळे मुलांच्या कल्पनाशक्तीला जेवढी चालना मिळते, त्याच्यापेक्षा कितीतरी अधिक चालना मुलांना गोष्टी ऐकल्यामुळे मिळते हे संशोधनाने सिद्ध झाले आहे.[१६]

गोष्टीची मोठी पुस्तके मुलांना वाचून दाखवण्याचा विचार करताना हे लक्षात ठेवा की, सर्वच पुस्तके मुलांना वाचून दाखवण्यासाठी नसतात. खरे तर काही पुस्तके आपल्याही वाचण्याच्या योग्यतेची नसतात. म्हणून अशी पुस्तके वाचून दाखवून तुमच्या मुलांना किंवा वर्गाला कंटाळा आणू नका. काही पुस्तके क्लिष्ट भाषेत किंवा किचकट शैलीत लिहिलेली असतात. अशी पुस्तके वाचून दाखवायची नसतात तर ती स्वत: वाचायची असतात.

कॅनडा येथील कादंबरीकार रॉबर्टसन डेव्हिस यांनी त्यांच्या भाषणांचे अनेक खंड प्रकाशित केले आहेत. त्यातील एका खंडाच्या प्रस्तावनेत त्यांनी पुस्तक ऐकणे आणि वाचणे यातील फरक खूप चांगल्या पद्धतीने स्पष्ट केला आहे. त्यांच्या भाषणाचे खंड वाचणाऱ्यांना डेव्हिस सांगतात की "तुम्ही निबंध नाही तर भाषण वाचत आहात हे लक्षात ठेवा: वाचण्यासाठी लिहिलेल्या आशयापेक्षा ऐकण्यासाठी लिहिलेला आशय नक्कीच अधिक स्पष्टपणे मांडलेला असतो. तसेच तो अधिक भडकपणे मांडलेला असतो."[१७] अनेक वक्ते, प्रचारक आणि प्राध्यापक यांना ही वस्तुस्थिती लक्षात येत नाही. म्हणूनच जणूकाही श्रोते त्यांचे भाषण ऐकण्याऐवजी वाचणार आहेत असे समजून ते आपले भाषण लिहितात. वाचून दाखवण्यासाठी मोठी पुस्तके निवडत असताना डेव्हिस यांचा हा सल्ला आवर्जून विचारात घ्या.

वाचून दाखवण्यासाठी गोष्टीची मोठी पुस्तके निवडत असताना त्या गोष्टीचा

विषयही विचारत घ्या. गोष्टीची मोठी पुस्तके मुलांना वाचून दाखवण्यापूर्वी प्रौढांनी त्या संबंधित पुस्तकाचे पूर्वावलोकन करणे अत्यावश्यक असते. आकार मोठा असल्यामुळे अशा प्रकारच्या पुस्तकांमध्ये अतिसंवेदनशील विषय मांडणे शक्य असते. चित्रांच्या पुस्तकांमध्येमात्र अशा प्रकारचे विषय मांडणे कठीण असते. अशा प्रकारचे पुस्तक मुलांना वाचून दाखवण्यापूर्वी प्रथम तुम्ही ते स्वत: वाचा आणि पुस्तकातील विषयाची ओळख करून घ्या. तसेच त्या पुस्तकाच्या लेखकाचा दृष्टिकोनसुद्धा जाणून घ्या. असे पुस्तक तुम्ही वाचत असताना स्वत:ला विचारा की : ''या पुस्तकात वापरलेले शब्द आणि लेखकाने चर्चिलेल्या आशयाची क्लिष्टता, एवढेच नाही तर त्याने मांडलेल्या भावना माझ्या मुलाला किंवा वर्गाला समजतील का? या पुस्तकात असे काही आहे का, की ज्यामुळे माझ्या मुलाला किंवा वर्गाला फायदा होण्यापेक्षा नुकसान होण्याची शक्यता अधिक आहे? कोणाची पंचाईत करेल, किंवा कोणाला लाजिरवाणे वाटेल असे काही या पुस्तकात आहे का?''

मुलांना वाचून दाखवण्यापूर्वी ते पुस्तक तुम्ही वाचले, तर तुम्हाला संभाव्य हानिकारक परिस्थिती टाळणे शक्य होईल. शिवाय स्वत: आधी वाचलेले पुस्तक तुमच्या मुलांना किंवा वर्गाला वाचून दाखवत असताना म्हणजेच तुम्ही दुसऱ्यांदा वाचताना तुम्हाला ते अधिक आत्मविश्वासाने वाचणे शक्य होईल. एवढेच नाही तर स्वत: आधी वाचलेले पुस्तक वाचून दाखवताना तुम्हाला महत्त्वाच्या किंवा मजेदार परिच्छेदांवर भर देणे शक्य होईल. व कंटाळवाणे, नीरस परिच्छेद सोडून देणे शक्य होईल. अशा नीरस परिच्छेदांची मी पेन्सिलने समासामध्ये नोंद करून ठेवतो. आणखी एक फायदा म्हणजे स्वत: आधी वाचलेले पुस्तक वाचून दाखवताना त्यातील गोष्टीची परिणामकारकता वाढवण्यासाठी योग्य वेळी प्रभावी आवाजाचा वापर करणे शक्य होते. जसे की, गोष्टीमध्ये दरवाजावर कोणीतरी टक-टक केल्याचा उल्लेख असेल, तर ते वाचताना मी टेबलवर किंवा भिंतीवर तसा आवाज काढातो.

वाचून दाखवण्यासाठी चांगले पुस्तक कोणते?

मुलांना ''वाचून दाखवण्यासाठी उपयुक्त पुस्तकांची यादी'' या पुस्तकाच्या शेवटी दिलेली आहे. ही पुस्तके निवडण्याचा प्रमुख निकष होता त्यातील *कथानक.* आपण पुस्तकातील गोष्ट म्हणजे विमान आहे असे मानले, तर या विमानाला आकाशात भरारी घेण्यासाठी लागणारी ताकद देण्याचे काम कथानक करते. कथानकच गोष्टीची खरी ताकद असते. आकर्षण वाटेल, आवड वाटेल असे काही कथेत घडते का? पुढे काय होते हे माहीत करून घेण्यासाठी तुम्हाला पान उलटावे असे वाटते का? कथानकाला गती येण्यासाठी किती वेळ लागतो? पुस्तकाचे शेवटचे पान वाचल्यावर कथा अजून पुढे

असायला हवी होती असे तुम्हाला वाटते का? तसे वाटत असेल, तर ते पुस्तक वाचून दाखवण्यासाठी अत्यंत योग्य आहे. याउलट, वसंत ऋतूतील प्रसन्न सकाळी एका सरोवराजवळील देवदार वृक्षाच्या फांदीवर बसलेल्या फुलपाखराचे वर्णन करण्यासाठी पुस्तकातील एक संपूर्ण पान खर्च करणारी व्यक्ती एक उत्कृष्ट लेखक असेलही, परंतु जोपर्यंत ते फुलपाखरू एखाद्या भयानक.... मध्ये रूपांतरित होत नाही, तोपर्यंत असे वर्णन असलेली कथा वाचकांना फार वेळ खिळवून ठेवू शकत नाही.

विशिष्ट एक पुस्तक मुलांना वाचून दाखवण्यायोग्य आहे याची खातरी पटवून देणारे आणखी एक वैशिष्ट्य आहे. ते वैशिष्ट्य अदृश्य स्वरूपाचे आहे : पुस्तक वाचून झाल्यानंतर त्यातील कथा पुढे अनेक दिवस वाचणाऱ्याच्या आणि ऐकणाऱ्याच्या लक्षात राहते. हे ते अदृश्य वैशिष्ट्य आहे. अनेक सिनेमा आणि गाणी लोक लगेच विसरतात. त्याचप्रमाणे अनेक पुस्तकेही वाचल्यावर लगेच विसरली जातात. परंतु महान पुस्तके मात्र तुम्हाला अनेक वर्षांनंतरसुद्धा आठवतात. एवढेच नाही, तर ती पुस्तके तुम्ही कोठे आणि केव्हा वाचली होती हेही तुम्हाला आठवते. ती पुस्तके तुमच्या मनात का रेंगाळतात हे तुम्हाला नेहमीच खातरीने सांगता येत नाही. पण ती तुमच्या मनात रेंगाळतात हे मात्र खरे. या पुस्तकाच्या शेवटी दिलेल्या ''वाचून दाखवण्यासाठी उपयुक्त पुस्तकांच्या यादीतील'' बहुतांश पुस्तकांमध्ये हा गुण आहे.

पुस्तक वाचून दाखवण्यायोग्य होण्यासाठी जर कथानक एवढे महत्त्वाचे असेल, तर मग ललितेतर पुस्तकांचे काय? कारण कथानक केवळ गोष्टीच्या पुस्तकांत असते. ललितेतर पुस्तके ही संबंधित विषयाला वाहिलेली असतात. त्यामुळे त्यांना कथानक नसते. म्हणून सामान्यपणे ललितेतर पुस्तके वाचून दाखवण्यासाठी योग्य नसतात. श्रोत्याला पुस्तकाच्या विषयामध्ये विशेष रस असेल, तरच ललितेतर पुस्तके वाचून दाखवण्यायोग्य ठरतात. याचा अर्थ असा की, जर एखाद्या विद्यार्थ्याला विशिष्ट विषयाच्या पुस्तकांमध्ये रस असेल, तर वर्गातील तेवढा एकच विद्यार्थी विषयावरील पुस्तके वाचून दाखवण्यासाठी योग्य श्रोता आहे असे म्हणावे लागेल. वर्गातील सर्व मुलांना अशा पुस्तकांमध्ये रस असेल असे नाही. याउलट चित्रांची अशी काही उत्कृष्ट पुस्तके असतात, की जी ललितेतर असूनसुद्धा त्यामध्ये मुलांना खिळवून ठेवणारे कथानक असते. अशी पुस्तके बऱ्याच वेळा विशिष्ट व्यक्तिच्या जीवनातील निश्चित एका घटनेवर भर देतात. अशी पुस्तके तुम्हाला ''वाचून दाखवण्यासाठी उपयुक्त पुस्तकांच्या यादीतील'' 'ललितेतर' या शीर्षकाखाली आढळतील. शिवाय खालील पुस्तकेही वाचून दाखवण्यासाठी अत्यंत योग्य आहेत: ख्रिस्टिन किंग फॅरिस यांचे *माय ब्रदर मार्टिन;* मारिस्सा मॉस्स यांचे *नर्स, सोल्जर, स्पाय;* डॉन ब्राऊन यांचे *ओल्ड बॉय आऊट : यंग अलबर्ट*

आईनस्टाईन; मेगहॅन मॅक्कार्थी यांचे *पॉप! द इन्व्हेंशन ऑफ बबल गम;* लॉरी हालसे अँडरसन यांचे *थँक यू साराह : द वुमन व्हु सेव्हड थँक्सगिव्हिंग* आणि डॉन वुल्फ्फसन यांचे *द किड व्हु इन्व्हटेंड द पॉप्सिकल.* ही पुस्तके मनोरंजक आहेत आणि माहितीपूर्णही आहेत. क्रमिक पुस्तकांप्रमाणे ती कंटाळवाणी नाहीत.

नवजात शिशूंच्या आणि लहान बालकांच्या दृष्टीने पुस्तकातील कथानक महत्त्वाचे नसते हे वेगळे सांगायची आवश्यकता नाही. त्यांच्या दृष्टीने आवाज महत्त्वाचा असतो. वाचून दाखवताना होणाऱ्या आवाजातील गोडवा पाहूनच ते पुस्तक या वयातील श्रोत्यांना वाचून दाखवण्यायोग्य आहे की नाही हे ठरवले जाते. उत्तम ताल आणि यमक, खूप पुनरावृत्ती, हास्ययुक्त किंवा नाट्यमय किंवा रोमांचक आवाज आणि विविध आकर्षक रंगातील चित्रे असलेली पुस्तके या वयातील बालकांना ऐकायला आवडतात.

मूल अडीच ते तीन वर्षांचे झाले की त्याला पुस्तकातील कथानकाची कल्पना यायला लागते. अर्थात या वयातील बालकाला खूप किचकट असे कथानक समजत नाही आणि आवडतही नाही. कुत्र्याच्या पिल्लाचे हरवणे किंवा छोटीशी खोडी केल्याने आलेली मजा यासारख्या साध्या गोष्टी मुलांना या वयात समजतात आणि आवडतात. ॲमी हेस्ट यांचे *यु कॅन डु इट, सॅम* आणि मार्टिन वॅड्डेल यांचे *द सुपर हंग्री डायनॉसॉर* ही अत्यंत सोपी कथानके असलेल्या पुस्तकांची उत्तम उदाहरणे आहेत. या पुस्तकांची भाषा उत्साहवर्धक आहे. व यामध्ये भरपूर पुनरावृत्तिमक ओळी आहेत. परंतु कथात्मक वर्णन कवितेच्या पुस्तकांपेक्षा थोडे अधिक आहे. या वयातील मुलांना झेपेल, समजेल अशी छोटी आणि साधी कथा असलेले आणखी एक पुस्तक आहे एझ्रा जॅक कीट्स यांचे *व्हिसल फॉर विल्ली.* या पुस्तकातील गोष्टीच्या शेवटी कथेतील मुलगा शिट्टी वाजवायला शिकतो. गोष्ट वाचून दाखवणऱ्याने शिट्टी वाजवण्याचे प्रात्यक्षिक करून दाखवल्यास आणखी उत्तम. जसजसे मूल मोठे होते, तसतशी विविध प्रकारची आकर्षणे या वयातील मुलांचे लक्ष वेधून घेतात. अशा वेळेस गोष्टीतील कथानकाचे महत्त्व वाढत जाते. गोष्टीतील कथानक या वयातील मुलांचे लक्ष आकर्षणारे लोहचुंबक म्हणून कार्य करते.

मुले जेव्हा आठ-नऊ वर्षांची होतात, तेव्हा त्यांना वाचून दाखवण्यासाठी पुस्तके निवडणे अधिक आव्हानात्मक होते. कारण या वयातील मुलांना वाचून दाखवण्यायोग्य गोष्टीच्या पुस्तकांमध्ये काल्पनिकता कमी आणि वास्तवता अधिक असते. या वयातील मुलांसाठीच्या कथानकामध्ये सामाजिक आणि भावनिक विषय यायला लागलेले असतात. विशेषत: किशोरवयीन मुलांसाठी लिहलेल्या पुस्तकांमध्ये अधिक गंभीर कथानके मांडलेली असतात. घटस्फोट, लैंगिक संबंध, बालशोषण, मृत्यू, अंमली

पदार्थांचे सेवन, हिंसा यासारखे विषय या वयातील मुलांसाठी लिहिलेल्या पुस्तकांमध्ये थोड्याथोड्या प्रमाणात यायला लागलेले असतात. यातील कोणतेच विषय ललितसाहित्यासाठी नवीन नाहीत. चार्लस् डिकिन्स या लेखकाने हे सर्व विषय त्याच्या पुस्तकांमध्ये मांडले आहेत.

वाचून दाखवण्यासाठी अशा विषयांवरील गोष्टीची पुस्तके निवडताना मुलांचे वय विचारात घेणे फार आवश्यक असते. कारण जे कथानक तेरा वर्षांच्या मुलाला समजेल,ते नऊ वर्षांच्या मुलाला समजणार नाही. पुस्तकातील काही गंभीर विषयांबाबत पालक आणि मूल किंवा शिक्षक आणि विद्यार्थी यांच्यामध्ये चर्चा होणे फार उपयुक्त ठरते. अशा चर्चेआधारे कथेतील गंभीर, वेदनादायक किंवा भावनिक प्रसंगाबाबत पालक आणि शिक्षक या वयातील मुलांना मार्गदर्शन करू शकतात.

मुले जशी-जशी मोठी होतात, तशी-तशी त्यांची भावनिकता विचारात घेऊन त्यांना ऐकण्यासाठी आणि स्वत: वाचण्यासाठी कोणती पुस्तके योग्य आहेत हे आपल्याला ठरवता आले पाहिजे. काही पुस्तकातील कथांचे विषय खूप व्यक्तिगत स्वरूपाचे असू शकतात. व त्यामुळे अशी पुस्तके मोठ्याने वाचून दाखवणे योग्य नसते. विशेषत: अशी पुस्तके वर्गांमध्ये वाचून दाखवणे योग्य ठरत नाही. कारण तेथे अनेक विद्यार्थी असतात. लैंगिक संबंधावर आधारित कथा असलेले एखादे पुस्तक युवा वयातील मुलांना वर्गात वाचून दाखवणे अत्यंत अयोग्य ठरेल. याचप्रमाणे तुमच्या मुलीला किंवा मुलाला स्वतंत्रपणे वाचून दाखवण्यासाठी योग्य असलेले पुस्तक अनेक मुलांना एकत्रितपणे वाचून दाखवण्यायोग्य असेल असे नाही.

वाचून दाखवत असलेले पुस्तक चांगले नाही हे माहीत झाल्यावर ते वाचायचे थांबवावे, की त्यातील काही भाग सोडून राहिलेला भाग वाचून दाखवावा?

एकदा एखादे पुस्तक वाचून दाखवायला सुरू केले की ते पुस्तक पूर्णपणे वाचून दाखवले पाहिजे असा हट्ट धरणाऱ्या अनेक उच्चशिक्षित व्यक्ती मला माहीत आहेत. अशा लोकांना एक तर दुसरे एखादे काम द्यावे किंवा त्यांचे कुंटुंब मोठे असावे म्हणजे ते त्यामध्ये व्यग्र राहतील व मुलांना कंटाळवाणे पुस्तक ऐकावे लागणार नाही. अर्थात एखादे पुस्तक चांगले नाही असे घाईघाईने ठरवून ते वाचण्याचे थांबवण्याआधी त्यातील बऱ्यापैकी प्रकरणे वाचावीत असे मला वाटते. एखादे चांगले नसलेले पुस्तक वाचून दाखवून मुलांना कंटाळा आणण्यापेक्षा, वाचून दाखवू इच्छिणाऱ्याने प्रथम अशा पुस्तकातील काही प्रकरणे स्वत: वाचणे अधिक उपयुक्त ठरते.

एखादे पुस्तक चांगले नाही म्हणून वाचून दाखवायचे मध्येच थांबवण्याआधी त्यातील बऱ्यापैकी पाने वाचली पाहिजेत या विचाराचे मी समर्थन करतो. हा विचार

प्रथम नॅन्सी पर्ल यांनी मांडला होता. नॅन्सी पर्ल या वॉशिंग्टन सेंटर फॉर द बुक या संस्थेच्या माजी संचालक आहेत. अमेरिकेतील अनेक गावांना आणि शहरांना प्रभावित करणाऱ्या 'एक शहर एक पुस्तक' या चळवळीच्या त्या जन्मदात्या आहेत. त्यांच्या *बुक लस्ट* या पुस्तकामध्ये नॅन्सी पर्ल प्रौढांना एक सल्ला देतात. हा सल्ला मुलांना पुस्तके वाचून दाखवणाऱ्या पालकांना आणि शिक्षकांना उपयुक्त आहे. तसाच तो स्वयंवाचन करणाऱ्या मुलांसाठीही मोलाचा आहे. या सल्ल्याला त्यांनी 'रूल ऑफ फिफ्टी' असे नाव दिले आहे. या सल्ल्यानुसार: जर तुमचे वय पन्नास किंवा त्यापेक्षा कमी असेल, तर एखादे पुस्तक पुढे वाचावे की नाही हे ठरवण्याआधी त्यातील किमान पन्नास पाने तुम्ही वाचली पाहिजेत. आणि जर तुमचे वय पन्नासपेक्षा अधिक असेल, तर शंभर या संख्येमधून तुमचे वय वजा करा आणि जे उत्तर येईल तेवढी पाने वाचा. आणि त्यानंतरच ते पुस्तक पुढे वाचायचे की नाही हे ठरवा.[१८] अधिक सुलभपणे सांगायचे, तर वाचकाने लेखकाचा किती मानसिक त्रास सहन करायचा याला मर्यादा आहेत.

पुस्तकातील मोठे परिच्छेद पूर्णपणे वाचून दाखवायचे की त्यातील काही भाग वगळायचा हे ठरवणे एक अवघड काम असते. यासाठी मी महान लेखक चार्लस डिकिन्स यांचे पुढील धोरण अवलंबतो : वाचून दाखवताना तुम्हाला योग्य वाटेल तो परिच्छेद वगळा. डिकिन्स जेव्हा स्वत:ची पुस्तके वाचून दाखवायचे, तेव्हा ते त्या पुस्तकांच्या संक्षिप्त आवृत्त्या वापरायचे. मूळ आवृत्तीतील काही भाग वगळून किंवा मोठ्या परिच्छेदातील काही भाग कमी करून या संक्षिप्त आवृत्त्या तयार केलेल्या असायच्या. यासारखेच परंतु थोडे वेगळे तंत्र मी वापरतो. मुलांना पुस्तक वाचून दाखवण्याआधी मी स्वत: ते पुस्तक एकदा वाचतो. या वाचनामध्ये मला असे काही परिच्छेद आढळतात, की जे मोठे असल्यामुळे वाचून दाखवताना माझा वेग कमी होण्याची शक्यता असते. अशा परिच्छेदांसमोर समासामध्ये मी एक लहान खूण करून ठेवतो. आणि वाचून दाखवताना तो भाग वगळतो.

तुम्ही वाचून दाखवत असताना पुस्तकातील संबंधित मजकुराचा लहान मुलांनी पाठपुरावा करणे आवश्यक आहे का?

खरे तर याची गरज नाही. परंतु विशिष्ट प्रकारच्या विद्यार्थ्यांनामात्र याचा खातरीने फायदा होतो. कसा ते पहा :

कार्ल स्किप जॉनसन हे कॅलिफोर्नियातील सॅन ब्रुनो येथील ईल क्रिस्टल एलिमेंटरी स्कूलमध्ये प्राचार्य आहेत. त्यांनी मांडलेला हा एक विचार आहे. या विचाराचे सर्व श्रेय त्यांच्या एकट्याचे नाही. कारण हा विचार त्यांच्याकडे योगायोगाने आला होता हे पुढील गोष्टीवरून लक्षात येईल. गेली तीन दशके ते वेस्टकोस्ट भागात शिक्षकी व्यवसायात

कार्यरत आहेत. या तीन दशकांमध्ये त्यांनी त्यांच्या जीवनात अनेक चढउतार अनुभवले आहेत. वेगवेगळ्या शाळांमध्ये नोकरी केली आहे. दुसरीपासून ते बारावीपर्यंतच्या विद्यार्थ्यांना शिकवले आहे. व गेली चौदा वर्षे ते ईल क्रिस्टल एलेमेंटरी स्कूलमध्ये प्राचार्य म्हणून प्रशासकीय जबाबदारी पार पाडत आहेत. वाचन हा त्यांचा सर्वांत आवडता शैक्षणिक उपक्रम राहिलेला आहे. यावरून तुमच्या लक्षात आले असेल, की वाचन हाच त्यांच्या विचारमंथनाचा विषय असला पाहिजे. वाचनाची आवड असल्यामुळेच ते शिक्षकी पेशामध्ये आले होते. शाळेत असताना जॉनसनला त्याच्या एका शिक्षकाने विचारले होते, की तुला सर्वांत काय जास्त आवडते. जॉनसनचे उत्तर होते ''वाचन.'' म्हणून त्याच्या शिक्षकाने त्याला शिक्षकी पेशाची शिफारस केली होती. अर्थात त्या काळमधील तो एक सहजसुलभ पर्याय होता.

ही गोष्ट आहे २००४ ची. त्या वर्षी जॉनसन ज्या जिल्ह्यात कार्यरत होते, त्या जिल्ह्यातील शाळा विद्यार्थ्यांचे वाचनकौशल्य विकसित करण्यासाठी नेहमीप्रमाणे क्रमिक पुस्तकांचा वापर करत होत्या. शिवाय विद्यार्थ्यांना वाचनासाठी आणखी अधिक प्रोत्साहन मिळावे म्हणून या शाळा कोणतातरी एक संगणकीकृत प्रोग्रॅमही वापरत होत्या. जसे की जॉनसनची शाळा रीडिंग कॉऊंटस् नावाचा प्रोग्रॅम वापरत होती. याच वेळेस अमेरिकन शासनाच्या नो चाईल्ड लेफ्ट बिहाइंड या उपक्रमामुळे सर्व विद्यार्थ्यांचे वाचनकौशल्य एकसमान असले पाहिजे यासाठी शाळांवरील दवाब वाढत होता. आणि हे ध्येय साध्य करणे म्हणावे तेवढे सोपे नव्हते. वाचन प्रोत्साहनासाठीचे संगणकीकृत प्रोग्रॅम विद्यार्थ्याने वाचलेल्या पुस्तकांच्या संख्येनुसार आणि त्या पुस्तकाच्या काठिण्यपातळीनुसार विद्यार्थ्यांना गुण द्यायचे व त्याआधारे त्यांना पारितोषिके दिली जायची. अशा संगणकीकृत प्रोग्रॅमबद्दल अधिक माहिती पाचव्या प्रकरणात पान क्रमांक १४२ वर दिली आहे.

सॅन ब्रुनो हे कॅलिफोर्निया राज्यातील एक छोटे शहर असून येथे कामगारांचा तसेच श्रीमंत लोकांचा राहिवास आहे. हे शहर सॅन फ्रॅन्सिस्को विमानतळाच्या पश्चिमेला आहे. जॉनसनच्या शाळेतील एकूण २५० विद्यार्थ्यांपैकी ४० टक्के विद्यार्थी कॉसेशियन आहेत, ४० टक्के लॅटिनो आहेत तर राहिलेले २० टक्के विद्यार्थी संयुक्त राष्ट्र संघातील संमिश्र जमातीतील आहेत. जॉनसनच्या शाळेत काही विद्यार्थी अशा कुटुंबातील होते, की ज्यांची मातृभाषा इंग्रजी नव्हती. या विद्यार्थ्यांना इंग्लिश लँगवेज लर्नर्स म्हणतात. इंग्रजी मातृभाषा नसलेल्या या विद्यार्थांची वाचनातील कामगिरी सुधारणे हे जॉनसन आणि त्यांच्या शिक्षकांसमोरचे एक आव्हान होते. शाळेतील इतर विद्यार्थी जी पुस्तके वाचत होती, तीच पुस्तके इंग्लिश लँगवेज लर्नर्सना वाचायची होती आणि त्याआधारे

त्यांना रीडिंग कॉऊंटसची परीक्षा द्यायची होती. परंतु इंग्रजी ही त्यांची मातृभाषा नसल्यामुळे शाळेतील इतर विद्यार्थी वाचत असलेली पुस्तके या इंग्लिश लँगवेज लर्नर्सना समजत नव्हती व त्यामुळे ते रीडिंग कॉऊंटसची परीक्षा उत्तीर्ण होत नव्हते.

यावरून जॉनसन आणि त्यांच्या शिक्षकांच्या लक्षात आले, की इंग्लिश लँगवेज लर्नर्सचे इंग्रजी भाषेचे ज्ञान अत्यंत मर्यादित होते. कारण या विद्यार्थ्यांनी दैनंदिन संभाषणातील इंग्रजी शब्द, विधाने आणि वाक्प्रचार पुरेश्या प्रमाणात ऐकलेले नव्हते. उदाहरणार्थ, Get on my nerves. Hopping mad. Cute as a button. So what? Hits the spot. Sweating bullets. On the double. Give me a break. He is a real card. Feel at home यासारखे वाक्प्रचार, त्यांचे अर्थ आणि उपयोग या मुलांना माहीत नव्हते.

या मुलांच्या घरच्या वेळेचा उपयोग करून त्यांची इंग्रजी भाषा समृद्ध करता येईल असे जॉनसनला वाटत होते. कारण वाचनाच्या सुरुवातीच्या काळामध्ये मुलांना घरची वेळ आणि वातावरण किती पोषक ठरते याची जॉनसनला पक्की माहिती होती. त्याला त्याचे स्वत:चे बालपण आठवले. तो प्राथमिक शाळेत असताना त्याला वाचन खूप आवडायचे. वाचनाचे बक्षीस म्हणून त्याची आई त्याला शाळेला दांडी मारू द्यायची. आणि अशा दांडी मारलेल्या दिवशी तो दिवसभर वाचन करत असे. आजच्या काळात मात्र असे काही शक्य होणार नाही. कारण आता दोन्हीही पालक नोकरी-व्यवसायानिमित्त घराबाहेर असतात.

२००४ मध्ये जॉनसनला कोणीतरी आयट्यूनचे ५० डॉलर्सचे एक कार्ड भेट दिले होते. जॉनसनच्या मनामध्ये विचार आला की, माझ्या आयपॉडमध्ये मला जन्मभर पुरतील एवढी गाणी आहेत तर मग मी हे कार्ड कशासाठी वापरू शकतो? हा प्रश्न पडलेला असतानाच जॉनसनला आठवले की आयट्यून स्टोअरमध्ये ऑडिओ पुस्तके आहेत. विशेष म्हणजे यामध्ये लहान मुलांसाठीचीही पुस्तके होती. यातील काही पुस्तके आपण डाऊनलोड करावीत, ती ऐकावीत आणि मग वर्गातील मुलांबरोबर त्याबाबत चर्चा करावी असा जॉनसन विचार करत होता. परंतु या विचाराची अमंलबजावणी करण्याआधीच त्याला आणखी एक नवीन कल्पना सुचली. मुलांच्या वाचनाच्या दृष्टीने शाळा आणि घर यातील दरी भरून काढण्यासाठी तसेच कुशल वाचक आणि अकुशल वाचक यांच्यातील दरी भरून काढण्यासाठी उपयुक्त ठरेल अशी ही कल्पना होती.

या कल्पनेबद्दलचे जॉनसनचे विचारमंथन ईल क्रिस्टल ऑडिओ बुक प्रोजेक्ट या नावाने ओळखले जाते. या प्रकल्पाअंतर्गत मिळालेल्या अनुदानातून जॉनसनने साठ आयपॉड संच आणि सहाशे ऑडिओ पुस्तके खरेदी केली. वाचनात अकुशल असलेला एखादा विद्यार्थी आढळला की शिक्षक अशा विद्यार्थ्याबरोबर बसून शाळेच्या ऑडिओ

पुस्तकांच्या यादीतून पंधरा पुस्तके निवडून ती एका आयपॉडमध्ये डाऊनलोड करत असत. या आयपॉडसोबतच्या संचामध्ये डाऊनलोड केलेली पुस्तके, एक चार्जर, हेडफोन आणि आवश्यक त्या सूचना समाविष्ट केलेल्या असत. यातला सर्वांत चांगला भाग हा होता की, हा आयपॉड संच वर्षभर विद्यार्थ्यांकडेच ठेवला जात असे. विद्यार्थी शाळेत असो किंवा घरी असो हा संच त्याच्यासोबतच असायचा. आवश्यकतेनुसार त्यामध्ये नवीन ऑडिओ पुस्तके समाविष्ट केली जायची. विद्यार्थी आयपॉडमधील पुस्तके ऐकतात आणि त्याच वेळेस ऐकत असलेला मजकूर आयपॉडच्या पडद्यावर वाचतात. आयपॉडमधून येणारा सुस्पष्ट आवाज आणि त्या आवाजातील चढउतार यामुळे आयपॉड एक वाचनप्रशिक्षक म्हणूनच कार्य करतो. यामुळे आयपॉडवर पुस्तके ऐकणाऱ्या विद्यार्थ्याचा शब्दसंग्रह खूप वाढतो. विद्यार्थी शाळेत नसताना वाचन प्रशिक्षकाची अधिक गरज असते. अशा वेळेस आयपॉड खूप उपयुक्त ठरतो. आयपॉडवर ऐकलेले पुस्तक विद्यार्थ्याला किती समजले आहे याचे रीडिंग कॉउंटस प्रोग्रॅमद्वारे मूल्यमापन केले जाते. विशेष लक्षात घेण्याची बाब ही आहे की रीडिंग कॉउंटस स्पर्धेचे मुलांना दडपण येऊ नये यासाठी ही शाळा प्रामाणिकपणे प्रयत्न करते.

ईल क्रिस्टल शाळेतील शिक्षक शिकवण्यासाठी क्रमिक पुस्तकांचा वापर करतात. आणि सहाव्या इयत्तेपर्यंतच्या विद्यार्थ्यांना वाचून दाखवतात. सहाव्या इयत्तेनंतरमात्र हे शिक्षक ओप्रा विन्फ्री यांच्या साहित्य मंडळ या संकल्पनेचा अवलंब करतात. या संकल्पनेनुसार साहित्य मंडळातील विद्यार्थी त्यांनी वाचलेल्या पुस्तकाबाबत एकमेकांसोबत चर्चा करतात. जॉनसनचा हा उपक्रम किती परिणामकारक ठरला आहे? राज्याच्या शैक्षणिक क्षमता निर्देशांकापेक्षा ईल क्रिस्टलच्या विद्यार्थ्यांना साठ टक्के अधिक गुण मिळालेले आढळले. आणि जिल्ह्यातील त्यांच्यानजीकच्या प्रतिस्पर्धी विद्यार्थ्यांपेक्षा ईल क्रिस्टलचे विद्यार्थी एक दशलक्ष अधिक शब्द वाचत होते. जेव्हा एखाद्या विद्यार्थ्याला वर्षभरात शब्दसामर्थ्याचे शंभर गुण मिळत होते, तेव्हा ईल क्रिस्टल ऑडिओ बुक प्रोजेक्टमधील विद्यार्थ्याला त्याच्या दुप्पट गुण मिळत होते.[११] एखादा विद्यार्थी कोणत्या शब्दपातळीपर्यंत वाचन करू शकतो हे त्याच्याकडील शब्दसंग्रहाच्या आधारे ठरवले जाते. विद्यार्थ्याची शब्दसंग्रहाची पातळी जेवढी अधिक असते, तेवढे जास्त कठीण पुस्तक त्या विद्यार्थ्याला समजू शकते.

वाचून दाखवल्याचा वर्गातील विद्यार्थ्यांना खरोखरच फायदा होत आहे किंवा नाही हे तपासण्यासाठी एखादी परीक्षा असावी का?

अशी परीक्षा असलीच पाहिजे. आणि अशी एक परीक्षा आहेसुद्धा. फक्त ही परीक्षा तुम्ही घेत नाही एवढेच. आणि वेळ हा या परीक्षेचा निकष आहे. आपण विद्यार्थ्यांना

जे काही शिकवतो, त्याची परिणामकारता तपासण्याचे वेळ हेच एक उपयुक्त परिमाण आहे. आपण शिकवलेले विद्यार्थ्यांना दहा, वीस, तीस वर्षांनंतर किती स्मरणात राहते? खूप वर्षांपूर्वी शिकवलेल्या किती गोष्टी त्यांना अजूनही लक्षात आहेत? यावरून आपण आपल्या शिकवण्याची परिणामकारता तपासू शकतो.

या प्रश्नांची उत्तरे शोधण्याचे श्रेय ओहिओ राज्यातील हिल्सबोरो येथील किंबर्ली डोग्लास यांना जाते. शिक्षकी व्यवसायाच्या दुसऱ्या वर्षात असताना १९८९ मध्ये डोग्लास यांनी या पुस्तकाची सुरुवातीची आवृत्ती वाचली आणि तेव्हापासून त्या त्यांच्या विद्यार्थ्यांना वर्गात वाचून दाखवत आहेत. त्यांनी मला पाठवलेल्या ई-मेलद्वारे त्यांच्या वाचन उपक्रमाची यशस्विता आपण माहीत करून घेऊ या :

आता मी शाळेत प्रशासकीय जाबाबदाऱ्या सांभाळते आणि नवीन शिक्षकांबरोबर काम करते. शिक्षकांनी विद्यार्थ्यांसोबत ऋणानुबंध कसे निर्माण करावेत याबद्दलच्या आगामी सभेच्या सादरीकरणासाठी मी तयारी करत होते. या तयारीचा भाग म्हणून माझ्या एक्काहत्तर माजी विद्यार्थ्यांना फेसबुकवर मी एक संदेश पाठवला. या संदेशात मी लिहिले होते की तुम्ही सहावीत असताना मी तुम्हाला शिकवले आहे. या वर्गातील तुमच्या तेव्हाच्या आठवणी तुम्ही मला कळवा. माझ्या संदेशात मी असेही लिहिले होते की अपूर्णांकाचा भागाकार कसा करावा किंवा कॉपरचे रासायनिक चिन्ह काय आहे हे तुम्हाला आठवते की नाही हे महत्त्वाचे नाही. परंतु तुम्हाला खरोखर काय आठवते; त्या काळातील मनोमनी तुमच्या काय लक्षात आहे ते मला कळवा. माझ्या आवाहनाला अत्यंत चांगला प्रतिसाद मिळाला. आणि त्या प्रतिसादावरून लक्षात आले की माझ्या विद्यार्थ्यांना त्यांच्या शालेय जीवनातील कितीतरी मजेदार गोष्टी अजूनही आठवत होत्या. परंतु सर्वांनाच आठवत असलेली एक गोष्ट होती ती म्हणजे आम्ही शाळेत एकत्रितपणे वाचलेली पुस्तके. फेसबुकच्या माध्यमातून आम्ही त्या पुस्तकांची आणि त्यांच्या लेखकांची चर्चा केली. मी त्यांना शाळेत वाचून दाखवलेलीच पुस्तके माझे विद्यार्थी त्यांच्या मुलांना वाचून दाखवतात हेही त्यांनी मला सांगितले. लक्षात घ्या, ही मुले आता २६ ते ३७ वर्षांची आहेत. आणि ते शाळेत असताना आम्ही वर्गात वाचलेली जेंटल बेन, ब्रिज टु टेराबिथिया, फ्रॉम द मिक्सड-अप फाईल्स ऑफ मिसेस बसिल ई. फ्रन्कवेईलेर, हॅचेट, व्हेअर द रेड फर्न ग्रोज, ही आणि इतर पुस्तके त्यांना अजूनही आठवत होती. ज्याप्रमाणे मी या मुलांना वाचून दाखवत होते, त्याचप्रमाणे सध्याच्या शिक्षकांनीही त्यांच्या मुलांना वाचून दाखवावे अशी इच्छा अनेक विद्यार्थ्यांनी व्यक्त केली होती.[२०]

किंबर्ली यांचा वरील ई-मेल वाचल्यानंतर मी तर असेच म्हणेन, की वाचून दाखवलेले लक्षात राहते की नाही हे तपासणारी परीक्षा किंबर्ली आणि त्यांचे विद्यार्थी

अतिशय चांगल्या गुणांनी उत्तीर्ण झाले आहेत. वाचून दाखवणारा शिक्षक विद्यार्थांच्या मनामध्ये वाचनाची जी बीजे रोवतो, त्या बीजांची फळे त्या विद्यार्थांच्या मुलांना मिळतील अशी आशा किंबर्ली यांना वाटते. विद्यार्थ्यांनी दिलेला प्रतिसाद वाचून किंबर्ली यांना असे वाटत असेल तर ते बरोबरच आहे. वर्गात वाचून दाखवायला सुरुवात केल्याने विद्यार्थ्यांना वर्गात वेळेवर येण्यासाठी बऱ्यापैकी प्रोत्साहन मिळते आणि असे झाले नाही, तरी किमान ते अधिक नियमितपणे वर्गात यायला लागतात. उदाहरणार्थ, अरिझोना राज्यातील हिंगले येथील नॅन्सी फुट यांचा अनुभव पहा. नॅन्सी फुट यांना प्रेसिडेंशियल अवार्ड फॉर एक्सलन्स इन मॅथेमॅटिक्स अँड सायन्स टिचिंग या पुरस्काराने सन्मानित केले गेले आहे. तीन टक्क्यांपेक्षाही कमी शिक्षकांना हा सन्मान मिळतो. तसेच त्या राष्ट्रीय बोर्ड प्रमाणपत्रधारक शिक्षिका आहेत. वाचून दाखवणे या संकल्पनेच्या त्या कट्टर पुरस्कर्त्या आहेत. शिवाय वाचनाची आवड नसणाऱ्या युवकांवर वाचून दाखवण्याचा किती चांगला परिणाम होतो याबाबतही त्यांची ठाम मते आहेत. त्यांचे विचार त्यांच्याच शब्दात वाचूया.

''सुमारे २० वर्षे मी शालेय शिक्षिका म्हणून कार्य केले आहे. त्यातील बरीच वर्षे मी एका विशेष मुलांच्या हायस्कूलमध्ये शिकवत होते. माझे बरेच विद्यार्थी गंभीर गुन्ह्यात दोषी ठरलेले आणि परविक्षेवर म्हणजेच प्रोबेशनवर असलेले गुन्हेगार होते. तर इतर काही विद्यार्थी नजरकैदेत होते आणि फक्त शाळेत जाण्यापुरतीच त्यांना घर सोडण्याची परवानगी होती. अनेक विद्यार्थ्यांना मादक पदार्थांचे व्यसन होते व हे व्यसन सोडण्यासाठी ते झगडत होते. खरे तर ही सर्व अत्यंत चांगली मुले होती पण मी कल्पना करू शकणार नाही त्याहीपेक्षा गंभीर समस्यांना ते तोंड देत होते.

आमच्या शाळेतील दोन वर्गांदरम्यानचे अंतर तुलनेने जास्त होते. व त्यामुळे एका वर्गातून दुसऱ्या वर्गात जायला सुमारे पाच मिनिटे लागायची. शाळेचे अवार मात्र लहान होते. त्यामुळे विद्यार्थ्यांनी वर्गात उशिरा येण्याचे काही कारण नव्हते. तरीसुद्धा दिवसेंदिवस विद्यार्थी उशिरा वर्गात येऊ लागले होते. कधी केवळ एक-दोन मिनिटे उशिरा येत असत. तर कधी-कधी ते खूप उशिरा येत असत. त्यांनी वेळेवर वर्गात यावे यासाठी त्यांना प्रोत्साहित करण्याचा मार्ग मी शोधत होते. यासाठी अँड्रू क्लेमेंट्स यांचे *फ्रिंडल* हे पुस्तक उपयुक्त ठरू शकेल असे मला वाटले. या पुस्तकाबद्दल मी तुमच्याकडूनच एका वर्कशॉपमध्ये ऐकले होते. हे पुस्तक माझ्या विद्यार्थ्यांना आवडेल की नाही याची मला खातरी नव्हती. कारण ती भयंकर मुले होती. परंतु तरीही एक प्रयत्न करायचा असे मी ठरवले.

शाळेची घंटा वाजण्याच्या बरोबर तीन मिनिटे आधी मी हे पुस्तक वाचून दाखवायला सुरुवात करत असे. व घंटा वाजून गेल्यावरही वाचत असलेले प्रकरण

संपेपर्यंत मी माझे वाचून दाखवणे सुरूच ठेवत असे. अशा प्रकारे वाचून दाखवणे मला सुरुवातीला मूर्खपणाचे वाटले. कारण मी पूर्ण रिकाम्या वर्गाला वाचून दाखवत होते! तरीसुद्धा मी वाचून दाखवणे सुरूच ठेवले कारण मला या पुस्तकातील गोष्ट आवडत होती आणि त्यातील निक हे माझे एक आवडते पात्र होते. थोड्याच दिवसात वर्गातील चित्र बदलले. निकबद्दल ऐकायला मिळावे म्हणून विद्यार्थी लवकर वर्गात यायला लागले. मुले उशिरा वर्गात येण्याची माझी समस्या एका आठवड्यात दूर झाली. *फ्रिंडल* वाचून झाल्यावर आम्ही जेरी स्पिनेल्लि यांचे *लूझर* वाचायला घेतले आणि त्यानंतर क्लेमेंट्स यांचे *थिंग्ज नॉट सीन.*

मी वाचून दाखवायला सुरुवात केल्यामुळे मुले वर्गात वेळेवर यायला लागली. शिवाय त्यांच्या उपस्थितीचे प्रमाणही वाढले. अनुपस्थित विद्यार्थी न ऐकायला मिळालेली गोष्ट ऐकायला उत्सुक असायचे. अनुपस्थितांपैकी काही विद्यार्थी ते पुस्तक माझ्याकडून घेऊन स्वतःच वाचायचे. परंतु त्यातील बरेच विद्यार्थी जेवणाच्या वेळेदरम्यान माझ्याकडे पुस्तक ऐकण्यासाठी येत असत. लक्षात घ्या, ही मुले लहान नव्हती तर ती १३ ते १९ वर्षांची होती. गोष्टीमध्ये पुढे काय झाले हे माहीत करून घेण्यासाठी ते आता आतुर झालेले असायचे. तसेच पुढे मी कोणते पुस्तक वाचून दाखवणार आहे याबाबतही ते फार उत्सुक असायचे.

शैक्षणिक वर्ष संपत असताना एके दिवशी एक विद्यार्थी मला भेटायला आला. १९ वर्षांचा हा विद्यार्थी उंच आणि सडपातळ होता. क्रिस्टल मेझच्या व्यसनापासून मुक्त होण्यासाठी तो धडपडत होता. त्याच वेळेस तो त्याच्या लहान मुलाचा सांभाळ करण्याचाही प्रयत्न करत होता. त्याची बायको म्हणजेच बाळाची आई मादक द्रव्याच्या ओढीने बाळाला सोडून गेली होती. तो आणि त्याचा लहान मुलगा अत्यंत कठीण परिस्थितीला तोंड देत होते. एवढी सर्व आव्हाने असतानासुद्धा तो बऱ्यापैकी नियमित शाळेत येत असे. आणि त्याने स्वतःला मादक द्रव्यापासून दूर ठेवले होते. एक उत्तम शिक्षक असल्याबद्दल आणि त्याला मदत केल्याबद्दल त्याने माझे आभार मानले. पुस्तक वाचून दाखवण्याचा माझा उपक्रम अत्यंत छान होता आणि त्याला तो खूप आवडला होता हे त्याने मला सांगितले. यापूर्वी कोणीही त्याला वाचून दाखवले नव्हते. त्याला वाचून दाखवणारी मीच प्रथम व्यक्ती होते हेही त्याने मला सांगितले. आणि त्याच्या मुलाला तो वाचून दाखवेल असे त्याने मला आश्वासन दिले.''[२१]

मुलांमध्ये वाचनाचे प्रेम निर्माण व्हावे म्हणून जी बीजे पेरली जातात, त्याला नेहमीच त्वरित फळ येईल असे नाही. परंतु आपल्याकडे धीर असेल, तर त्याचे फळ नक्की मिळते. वाचून दाखवण्याचा सिंडी लोव्हेल यांना त्यांच्या स्वतःच्या जीवनामध्ये

अतिशय उल्लेखनीय असा फायदा झाला होता. काय फायदा झाला होता हे त्यांच्याच शब्दात वाचूया.

"माझे चवथीचे शिक्षक गोष्टीच्या पुस्तकातील एक प्रकरण निवडायचे, त्या गोष्टीबद्दल थोडी माहिती सांगायचे. नंतर ते प्रकरण वाचून दाखवायचे. त्यानंतर थोडे थांबून ते प्रकरण स्पष्ट करून सांगायचे किंवा त्याच्यावर एक-दोन प्रश्न विचारायचे आणि मग म्हणायचे, "हं! या गोष्टीच्या पुस्तकातील हे केवळ एक प्रकरण होते. जर तुम्हाला हे प्रकरण आवडले असेल तर मग पूर्ण पुस्तक वाचा!" असे म्हणून शिक्षक ते पुस्तक आमच्याकडे देत असत. अशा प्रकारे त्यांनी आम्हाला अनेक पुस्तकांची ओळख करून दिली आणि त्या पुस्तकांकडे आकर्षित केले हे वेगळे सांगायला नको. *टॉम सॉयर* हे त्यापैकीच एक पुस्तक. मार्क ट्वेन हे एक सुप्रसिद्ध लेखक आहेत आणि त्यांनी खूप पुस्तके लिहिली आहेत हे ज्यूनियर हायस्कूलमधील माझा एक आठवडा पूर्ण होईपर्यंत मला माहीत नव्हते. म्हणून ग्रंथालयात जाऊन मी मार्क ट्वेन नावाच्या लेखकाचे एखादे पुस्तक तुमच्याकडे आहे का असे विचारले. ग्रंथपालाने स्मितहास्य करत ट्वेन यांच्या लघुकथांचा एक संग्रह मला दिला. ते हा संग्रह ग्रंथालयातून काढून टाकणार होते. हायस्कूलमधील माझ्या ज्यूनियरच्या वर्षातून जलद पुढे जाऊ या. खरे तर मला शिक्षकच व्हायचे होते. परंतु शाळेचा कंटाळा आला म्हणून माझा नायक ट्वेन आणि त्याचा मुलगा हकप्रमाणे मीही शाळा सोडून दिली. पुढे मी नोकरी करायला लागले. मग लग्न केले, आम्हाला दोन मुले झाली. नंतर मी माझा स्वत:चा व्यवसाय सुरू केला. आजही केवळ आनंद मिळवण्यासाठी मी प्रत्येक मोकळ्या सेकंदाला वाचत असते. वयाच्या पस्तिसाव्या वर्षी एके दिवशी मला आत्मबोध झाला. त्यानंतर दोन वर्षे आणि नऊ महिन्यांनी मी पदवी प्राप्त केली आणि कॉलेजमध्ये शिकवायला लागले आणि अंतिमत: पीएच.डी. पदवी प्राप्त केली. आता मी माझ्या विद्यार्थ्यांना गमतीने सांगते की पीएच.डी. चे पूर्णरूप 'पोस्ट हायस्कूल ड्रॉपआऊट' असे आहे. हे सर्व साध्य करण्यासाठी मी अपारंपरिक मार्गाचा अवलंब केला आणि मी त्यामध्ये यशस्वी झाले ते केवळ माझ्या वाचनाच्या प्रेमामुळेच.

सिन्डी लोव्हेल
कार्यकारी संचालक
मार्क ट्वेन बॉयहूड होम अँड म्यूझीयम
हान्निबल, मिसोरी.

सिंडी यांची सध्याची नोकरी विचारात घेता, जे पेरले ते उगवते या प्रसिद्ध म्हणीची सत्यता पटते. पिट्सबर्गमधील एका रहिवाशाच्या पुढील अनुभवरूनही या म्हणीची आणखी खातरजमा होते. तो केवळ सहा वर्षांचा असताना त्याच्या पालकांनी त्याला

रॉबर्ट लॉसन यांचे *बेन अँड मी* हे पुस्तक वाचून दाखवले होते. ही एक ऐतिहासिक कादंबरी आहे. बेन फ्रँकलिन यांच्या फरच्या टोपीत राहणाऱ्या एका लहरी उंदराची इतिहासाविषयीची निरीक्षणे या गोष्टीत नोंदवलेली आहेत. वाचून दाखवलेले हे पुस्तक म्हणजे छोट्या डेव्हिड मॅक्कुलोगसाठी इतिहास विषयाचे योग्य वेळी योग्य प्रमाणात दिलेले शिक्षण होते असे म्हणता येईल. कारण यानंतर त्यांना हे पुस्तक आणि सर्वच ऐतिहासिक गोष्टी खूप आवडायला लागल्या. एवढ्या आवडायला लागल्या, की भविष्यात ते राष्ट्रीय पातळीवरचे एक अग्रगण्य इतिहासकार झाले.[२२]

४. वाचून दाखवताना काय करावे आणि करू नये?

लहान मुलाला वाचून दाखवणारे शिक्षक, पालक किंवा मोठी भावंडं हेच साहित्यकृतीच्या निर्मितीसाठी साहाय्यभूत ठरणारे पहिले आणि सर्वांत महत्त्वाचे मार्गदर्शक असतात.

क्लिफ्टोन फॅडिमन,
एम्प्टी पेजेस : अ सर्च फॉर रायटिंग कॉम्पिटन्स इन स्कूल अँड सोसायटी

वाचून दाखवताना हे करा

- मुले अगदी लहान असल्यापासूनच त्यांना वाचून दाखवायला सुरुवात करा. जेवढ्या कमी वयापासून तुम्ही मुलांना वाचून दाखवायला सुरुवात कराल, तेवढे चांगले.
- अगदी लहान वयातील बालकांना सुरुवातीला मदर गूजसारख्या कविता आणि गाणी वाचून दाखवा. यामुळे त्यांच्या भाषिक आणि श्रवणकौशल्यांना चालना मिळते. तसेच सुरुवातीला त्यांना कृष्ण-धवल चित्रांची पुस्तके वाचून दाखवा. व त्यानंतर उठावदार रंगातील चित्रांची पुस्तके वाचून दाखवा. अशा प्रकारच्या पुस्तकांमुळे लहान मुलांमध्ये कुतूहल जागृत होते तसेच त्यांच्यामध्ये दृष्यात्मक मजकूर समजून घेण्याची क्षमताही निर्माण होते.
- अर्भकापासून ते नुकत्याच चालायला लागलेल्या बाळांना पुन्हापुन्हा त्याचत्याच ओळी असणारी गाण्यांची पुस्तके वाचून दाखवणे अत्यंत फायदेशीर ठरते. मुले आणखी थोडी मोठी झाली की शब्दांमध्ये तालबद्धता असलेली आणि विशिष्ट शब्दानंतरचा शब्द काय असू शकेल याबाबत अंदाज बांधता येणारी पुस्तके वाचून दाखवा.

- विशिष्ट शब्दानंतरचा शब्द काय असू शकेल याबाबत अंदाज बांधता येणारी पुस्तके पुन्हापुन्हा वाचून दाखवत असताना क्वचितप्रसंगी एखाद्या महत्त्वाच्या शब्दाजवळ थांबा. आणि ज्या शब्दाजवळ थांबला आहात, त्या शब्दानंतरचा किंवा वाक्यांशानंतरचा शब्द म्हणण्याची बाळाला संधी द्या.
- तुमच्या लहान मुलाला किंवा विद्यार्थ्याला आणि तुम्हाला जसा वेळ असेल त्याप्रमाणे पण जास्तीतजास्त वेळा वाचून दाखवा.
- वाचून दाखवण्यासाठी दिवसातील एक वेळ निश्चित करा आणि नेहमी त्याच वेळी वाचून दाखवा.
- लक्षात ठेवा, ऐकणे ही एक कला आहे व ती शिकण्यासाठी प्रयत्न करावा लागतो. तसेच ही कला कोणीतरी शिकवावी लागते. व शिकणाऱ्यामध्ये ती टप्प्याटप्प्याने विकसित होते. थोडक्यात, ऐकण्याची कला एका रात्रीत मिळवता येत नाही. तसेच ती एका रात्रीत विकसितही होत नाही.
- एका एका पानावर एखादेच वाक्य असलेल्या किंवा अगदी थोडी वाक्ये असलेल्या चित्रांच्या पुस्तकाने वाचून दाखवायला सुरुवात करा. नंतर कमी चित्रे आणि अधिक मजकूर असलेली पुस्तके वाचून दाखवा. आणि त्यानंतर एकाहून अधिक प्रकरणे असलेली गोष्टीची मोठी पुस्तके वाचून दाखवा.
- वाचून दाखवण्यासाठी वेगवेगळ्या आकाराच्या पुस्तकांची निवड करा. तसेच पुस्तकांचे विषयही वेगवेगळे असतील याची खातरी करा. ललित तसेच ललितेतर अशा दोन्ही प्रकारची पुस्तके वाचून दाखवा.
- वाचनामध्ये सहभागी होण्यासाठी मुलांना प्रोत्साहन द्या. जसे की तुम्ही वाचून दाखवत असलेल्या पुस्तकाची योग्य वयामध्ये मुलांना पाने उलटायला सांगा.
- पुस्तकातील मजकूर वाचून दाखवण्यापूर्वी त्या पुस्तकाचे शीर्षक, तसेच लेखकाचे आणि चित्रकाराचे नाव मुलांना वाचून दाखवा. विशेष म्हणजे एखादे पुस्तक तुम्ही अनेक वेळा वाचून दाखवत असाल, तर प्रत्येक वेळी याची पुनरुक्ती करा.
- पहिल्यांदाच वाचून दाखवत असलेल्या पुस्तकाच्या कव्हरवरील चित्राबाबत ऐकणाऱ्या मुलाबरोबर चर्चा करा व त्याला विचारा की हे पुस्तक कशाबद्दल असेल असे तुला वाटते?
- वाचून दाखवण्याच्या प्रक्रियेत ऐकणाऱ्याला सहभागी करून घ्या. यासाठी त्याला मध्ये-मध्ये विचारा की या गोष्टीमध्ये पुढे काय होईल असे तुला वाटते?
- टप्प्याटप्प्याने परंतु पूर्ण पुस्तक वाचून दाखवा. तुम्ही वाचून दाखवायला सुरुवात केलेले पूर्ण पुस्तक वाचून दाखवणे ही तुमची जबाबदारी आहे. अर्थात एखादे

पुस्तक चांगले नसेल, तर मात्र ते वाचून दाखवायचे मध्येच थांबवा. एका पुस्तकाची सर्व प्रकरणे ऐकण्यासाठी तुमच्या मुलांना वा विद्यार्थ्यांना तीन किंवा चार दिवस वाट पहायला लावू नका. तसे केल्याने त्यांची त्या पुस्तकातील गोडी टिकून राहत नाही.

- मधूनमधून उच्च बौद्धिक पातळीची पुस्तके वाचून दाखवा. यामुळे ऐकणाऱ्यांच्या बुद्धिला एक प्रकारचे आव्हान मिळते.
- विविध वयोगटातील मुलांना चित्रांची पुस्तके एकत्रितपणे वाचून दाखवणे सहज शक्य असते. गोष्टीची पुस्तकेमात्र विविध वयोगटातील मुलांना एकत्रितपणे वाचून दाखवणे उपयुक्त ठरत नाही. तुम्ही वाचून दाखवत असलेल्या मुलांच्या वयामध्ये दोन वर्षांपेक्षा अधिक अंतर असेल म्हणजेच त्यांच्यामध्ये सामाजिक आणि भावनिक फरक असेल, तर प्रत्येक मुला/मुलीला स्वतंत्रपणे वाचून दाखवणे अधिक फायदेशीर ठरते. या पद्धतीने वाचून दाखवण्यासाठी पालकांना अधिक कष्ट पडतात. परंतु कष्टाच्या प्रमाणातच तुम्हाला फळ मिळते हे लक्षात ठेवा. एवढेच नाही तर प्रत्येक मुलाला स्वतंत्रपणे वाचून दाखवण्याद्वारे तुम्ही त्या प्रत्येकाच्या गुणवैशिष्ट्यांची जपणूक करू शकता.
- मुलांची कल्पनाशक्ती आणि एकाग्रता जोपर्यंत विशिष्ट पातळीपर्यंत वाढत नाही, तोपर्यंत मोठे वर्णनात्मक परिच्छेद वाचून दाखवू नका. लहान मुलांना वाचून दाखवत असलेल्या पुस्तकातील मोठे परिच्छेद आवश्यकतेनुसार संक्षिप्त करण्यामध्ये किंवा ते वगळण्यामध्ये काहीच गैर नाही. मुलांना वाचून दाखवण्यापूर्वी ते पुस्तक आपण स्वत: वाचले तर मोठे परिच्छेद शोधण्यास मदत होते. व अशा परिच्छेदांची पेन्सिलने समासामध्ये नोंद करून ठेवणे फायदेशीर असते.
- तुम्ही वाचून दाखवत असलेल्या गोष्टीच्या काही पुस्तकातील प्रकरणे खूप मोठी असू शकतात. यामुळे तसेच वेळेअभावी एकाच दिवशी एक संपूर्ण प्रकरण वाचून दाखवणे शक्य होत नाही. अशा परिस्थितीत त्या दिवसापुरते वाचन मध्येच थांबवा. विशेषत: संबंधित प्रकरणातील नवीन रहस्यमयता जेथे सुरू होणार असते, त्या परिच्छेदापूर्वी वाचन थांबवा. ऐकणाऱ्या मुलांची उत्सुकता तशीच ताणलेली राहू द्या. असे केल्याने पुढे तुम्ही कधी एकदाचे वाचून दाखवताय याची मुले अतिशय आतुरतेने वाट पाहतील.
- वाचून दाखवायला सुरुवात करण्यापूर्वी ऐकणाऱ्या मुलांना शारीरिक आणि मानसिक तयारी करायला थोडा वेळ द्या. जर अगोदरच्या दिवशी वेळेअभावी तुम्ही गोष्ट वाचायची मध्येच थांबवली असेल, तर ती कोठे थांबवली होती हे

श्रोत्यांना विचारा आणि त्यानंतरच पुढे वाचायला सुरुवात करा. ऐकण्याच्या प्रक्रियेत भावावस्थेला किंवा मानसिक अवस्थेला खूप महत्त्व असते. 'आता तुमची ही सर्व नाटके थांबवा आणि शांत बसा! सरळ बसा. इकडे लक्ष द्या!' अशा प्रकारची हुकूमशाही मुलांमध्ये ग्रहणक्षम वातावरण निर्माण करू शकत नाही हे लक्षात ठेवा.

- जर तुम्ही एखादे चित्रांचे पुस्तक वाचून दाखवत असाल, तर ऐकणारे मूल त्यातील चित्रे सहजपणे पाहू शकेल अशी व्यवस्था करा. जर असे पुस्तक तुम्ही शाळेत वाचून दाखवत असाल, तर मुलांना अर्धवर्तुळाकार बसायला सांगा आणि तुम्ही थोडे उंचावर बसा. यामुळे मागच्या ओळीतील मुलांना पुढे बसलेल्या मुलांच्या डोक्यावरून तुम्ही वाचत असलेल्या पुस्तकातील चित्रे पाहता येतील.
- वर्गातील इतर विद्यार्थ्यांकडे लक्ष गेल्यामुळे पुस्तक ऐकत असलेल्या मुलांचे लक्ष विचलित होण्याची शक्यता असते. असे होऊ नये म्हणून वाचून दाखवत असताना वर्गातील दिवे मंद करा.
- पुस्तक वाचून दाखवत असताना तुम्ही स्वत: आणि ऐकणारे मूल दोघेही आरामदायक स्थितीत आहात याची खातरी करा. जर तुम्ही वर्गात वाचून दाखवत असाल, तर तुम्ही थोड्या उंच स्टुलावर किंवा प्लॅटफार्मवर बसणे किंवा उभे राहणे योग्य ठरेल. यामुळे तुमचा आवाज अगदी शेवटच्या श्रोत्यापर्यंत पोहचू शकेल. प्रखर प्रकाश असलेल्या खिडकीत उभे राहून वाचू नका. कारण प्रखर प्रकाशामुळे तुमच्या श्रोत्यांच्या डोळ्यावर ताण येतो.
- लक्षात ठेवा: प्रत्येक वयातील मुलांना चित्रांची पुस्तके आवडतात, अगदी किशोरवयातील मुलांनासुद्धा.
- गोष्ट वाचून झाल्यावर त्या गोष्टीवर चर्चा करायला मुलांना घरी तसेच वर्गात वेळ द्या. पुस्तकांमुळे विचार करण्यास चालना मिळते, आशावाद वृद्धिंगत होतो, वेदना, भय याची जाणीव होते, शोधक वृत्ती जागृत होते. अशा प्रकारच्या भावना व्यक्त करायला ऐकणाऱ्या मुलांना संधी द्या. एवढेच नाही तर अशा प्रकारच्या भावना संभाषण, लेखन, कलात्मक सादरीकरण याद्वारे व्यक्त करण्यासाठीही मुलांना मदत करा. परंतु कोणत्याही परिस्थितीत ऐकवलेल्या गोष्टीवरील चर्चेचे परीक्षेत रूपांतर करू नका. गोष्ट ऐकणाऱ्या मुलांनी गोष्टीचा अन्वयार्थ लावावा किंवा गोष्टीतील घटनांचा अर्थ स्पष्ट करावा असा हट्ट धरू नका.
- वाचून दाखवणे हे एक कौशल्य आहे आणि खूप थोड्या लोकांना ते नैसर्गिकरीत्या अवगत असते. म्हणून सहज आणि यशस्वीपणे वाचून दाखवण्यासाठी सराव करा.

वाचून दाखवताना काय करावे आणि करू नये? / ११५

- वाचून दाखवत असताना विविध प्रकारचे हावभाव आणि आवाज यांचा आवर्जून वापर करा. पुस्तकातील संवादाच्या स्वरूपानुसार तुमच्या आवाजामध्ये योग्य असे चढउतार करा.
- गोष्टीच्या स्वरूपानुसार वाचनाच्या वेगामध्ये बदल करा. रहस्यमय परिच्छेद वाचून दाखवत असताना सावकाश आणि हळू आवाजात वाचा. वाचून दाखवताना योग्य ठिकाणी कमी केलेला आवाज ऐकणाऱ्या मुलांचे लक्ष अधिक आकर्षित करतो; त्यांची एकाग्रता तसेच उत्सुकता वाढवतो.
- बहुतांश लोक खूप वेगाने वाचून दाखवतात. वाचून दाखवण्यातील ही एक चूक आहे. व ही चूक वाचून दाखवण्याऱ्याकडून वारंवार घडण्याची शक्यता असते. ही चूक सात वर्षांच्या वाचकाकडून तसेच चाळीस वर्षांच्या वाचकाकडूनही होऊ शकते. तुम्ही वाचून दाखवलेले तुमच्या मुलाने/विद्यार्थ्याने जे नुकतेच ऐकले आहे, त्याचे काल्पनिक चित्र तयार करण्यासाठी त्याला वेळ मिळेल एवढे सावकाश वाचा. तुम्ही जो मजकूर वाचत आहात त्याबद्दलचे चित्र पुस्तकात असेल, तर ते चित्र त्याला पाहता यावे म्हणूनही वाचनाचा वेग कमी करा. असे केल्यामुळे वाचून दाखवताना तुम्ही घाई करत नाही हे तुमच्या मुलांच्या लक्षात येईल. वेगाने वाचून दाखवणाऱ्या व्यक्तिला वाचत असतानाच्या स्वत:च्या भावना शब्दात व्यक्त करण्यासाठीही वेळ मिळत नाही.
- कोणतेही पुस्तक मुलांना वाचून दाखवण्यापूर्वी तुम्ही त्या पुस्तकाचे पूर्वावलोकन करा. म्हणजेच ते पुस्तक तुम्ही स्वत: आधी वाचा. असे केल्यामुळे पुस्तक वाचून दाखवताना कोणता परिच्छेद संक्षिप्त करणे गरजेचे आहे, कोणता परिच्छेद वगळणे योग्य ठरणार आहे किंवा कोणत्या परिच्छेदाबद्दल अधिक स्पष्टीकरण देणे आवश्यक आहे हे तुमच्या लक्षात येईल.
- जे पुस्तक तुम्ही वाचून दाखवणार आहात त्या पुस्तकाबद्दल आणि त्याच्या लेखकाबद्दल ऐकणाऱ्या मुलांना माहिती द्या. लेखकांबद्दलची माहिती त्याच्या स्वत:च्या वेबपेजवरून मिळवा. गुगलसारख्या शोध यंत्रणांद्वारे लेखकाच्या वेबपेजेसचा आता सहजपणे शोध घेता येतो. तसेच पुस्तकाच्या कव्हरवरील माहितीही मुलांना आवश्य वाचून दाखवा. पुस्तक वाचून दाखवायला सुरू करण्यापूर्वी किंवा वाचनादरम्यान तुमच्या श्रोत्यांना त्या पुस्तकाच्या लेखकाबद्दल आवर्जून माहिती सांगा. असे केल्यामुळे पुस्तके लिहिण्याचे काम माणसे करतात; यंत्रे पुस्तके लिहीत नाहीत हे मुलांना माहीत होईल.
- नुसतेच चांगले वाचून दाखवणारे न होता चांगले 'वाचन प्रशिक्षक' व्हा. तुम्ही

वाचून दाखवत असलेल्या गोष्टीचा एखादा भाग ऐकणाऱ्या मुलांना महत्त्वाचा वाटत नाही असे तुम्हाला जाणवले, तर वाचून दाखवायचे थोडे थांबवा, आणि त्यांनतर हळूच म्हणा, ''हं हो... हा भाग तुम्हाला आवडेल.''

- वाचून दाखवत असलेल्या गोष्टीला शक्य तेव्हा एखद्या नवीन पैलूची जोड द्या. म्हणचेच वाचून दाखवत असलेल्या गोष्टीला पूरक असे काहीतरी करा. जसे की रॉबर्ट मॅकक्लोस्की यांचे *ब्लुबेरीज फॉर साल* हे पुस्तक वाचून दाखवत असताना किंवा ते वाचून झाल्यावर खाण्यासाठी थोड्या ब्लूबेरीज तुमच्याजवळ आणून ठेवा. त्याचप्रमाणे तुम्ही मॅकक्लोस्की यांचेच *लेन्टिल* हे पुस्तक वाचून दाखवणार असाल तर हार्मोनिका आणि लिंबू आधीच वर्गात आणून ठेवा.
- वाचून दाखवत असलेल्या मजकुराबाबत मुलांनी जर काही प्रश्न विचारला, तर त्या मुलांना ग्रंथालयात घेऊन जा आणि त्यांना बरोबर घेऊनच संदर्भ ग्रंथामध्ये त्या प्रश्नाचे उत्तर शोधा. यामुळे मुलांच्या पार्श्वभूमित्वक ज्ञानामध्ये लक्षणीय वाढ होते. शिवाय मुलांना ग्रंथालय वापरण्याची कौशल्ये शिकायला मिळतात.
- डॉ. कॅरोलिन बॉअर यांनी सांगितल्यानुसार तुमच्या घराच्या दरवाजावर 'पूर पुस्तके विसरू नका' असे स्मरणचिन्ह किंवा फलक लावा. नैसर्गिक आपत्तीच्या काळात उपयोगी पडावीत म्हणून ज्याप्रमाणे आपण आपल्याबरोबर खाद्यपदार्थ ठेवतो, त्याचप्रमाणे पूर पुस्तके म्हणजे केव्हाही कोठेही वाचता यावीत म्हणून तुमच्या कारमध्ये किंवा बॅगेत सतत पुस्तके ठेवण्याची ही संकल्पना आहे. डॉक्टरांकडे प्रतीक्षा करत असताना, किंवा समुद्रकिनाऱ्याकडे जाताना, किंवा इतर कोठेही दीर्घकाळ वाहतूक ठप्प झाली, तर आपल्याकडे असलेल्या 'पूर पुस्तकातील' काही प्रकरणे वाचता येतात.
- तुम्ही वाचून दाखवलेल्या पुस्तकांची एक यादी तयार करा. ही यादी वर्गातील भिंतीवर लावा किंवा मुले झोपतात त्या खोलीच्या दाराच्या मागच्या बाजूला लावा. या यादीवरून मुलांच्या लक्षात येईल, की तुम्ही आतापर्यंत किती पुस्तके वाचून दाखवली आहेत. पुस्तकांची प्रतिनिधित्व करणारी सुरवंट, साप, रेल्वे इत्यादींची चित्रे पुस्तकांच्या यादीमध्ये शोभून दिसतात. याचप्रमाणे भिंतीवर जगाचा किंवा तुमच्या देशाचा नकाशा लावा. व ज्या भूप्रदेशाशी संबंधित पुस्तक तुम्ही वाचून दाखवले असेल, त्या भूप्रदेशावर नकाशामध्ये छोटीशी खूणचिठ्ठी लावा किंवा टिकमार्क करा.
- मुले थोडी मोठी झाली की ग्रंथालयाचे पुस्तक कोणते आणि स्वतःच्या मालकीचे पुस्तक कोणते हे ओळखू शकतात. अशा वेळेस स्वतःच्या मालकीचे पुस्तक

मुलांना वाचून दाखवताना हातामध्ये पेन्सिल ठेवा. व ते पुस्तक वाचून दाखवताना कायम लक्षात ठेवण्यासारखा एखादा महत्त्वाचा परिच्छेद तुम्हाला आणि तुमच्या मुलाला आढळला तर त्या परिच्छेदाच्या बाजूला समासामध्ये छोटी खूण करा –स्टारमार्क करा. खरे तर वाचकांनी पुस्तकांबरोबर संवाद साधला पाहिजे. उत्तम प्रकारे लिहिलेल्या परिच्छेदाजवळ विशिष्ट खूण करून तुम्ही त्या उत्तमतेची नोंद घेणे हा त्या पुस्तकाबरोबर संवाद साधण्याचाच एक प्रकार आहे.

- खूप दूर राहणाऱ्या नातेवाईकांना ते वाचून दाखवत असलेल्या गोष्टीचे ऑडिओ रेकॉर्डिंग करण्यासाठी प्रोत्साहन द्या व अशा रेकॉर्ड केलेल्या गोष्टी तुमच्या मुलाकडे ई–मेलने पाठवायला सांगा. या गोष्टी तुमच्या मुलांना ऐकवा.
- वाचनाची आवड नसलेल्या मुलांना तसेच अतिशय सक्रिय आणि चंचल मुलांना एका ठिकाणी बसून पुस्तक ऐकणे फार कठीण जाते. अशा मुलांना पुस्तक ऐकत असताना व्यग्र ठेवण्यासाठी कागद, पेन्सिल, रंग इत्यादी वस्तू उपयोगी पडतात. फोनवर बोलता–बोलता तुम्ही कागदावर चित्र काढता, नाही का?
- तुमच्या अनुपस्थितीत तुमचे मूल सांभाळणाऱ्या व्यक्तिला काही पुस्तके देऊन ठेवा. आणि त्या व्यक्तिला हे सामजावून सांगा की या मुलाचा सांभाळ करण्याबरोबर त्याला वाचून दाखवणे हाही त्याच्या कर्तव्याचाच एक भाग आहे. मुलांना टीव्ही पाहू देण्यापेक्षा वाचून दाखवणे अधिक महत्त्वाचे आहे हे त्याच्या लक्षात आणूण द्या.
- मुलांना वाचून दाखवण्यासाठी मुलांच्या वडिलांनी विशेष प्रयत्न केले पाहिजेत. प्राथमिक शाळेतील बहुतांश शिक्षक महिला आहेत व त्यामुळे लहान मुले वाचनाचा संबंध नेहमीच महिला आणि शाळेशी जोडतात. आणि दुर्दैवाची गोष्ट ही आहे की, बऱ्याच मुलांचे बाबा त्यांच्या मुलांना ग्रंथालयात घेऊन जाण्याऐवजी घराशेजारच्या रस्त्यावर मुलाबरोबर चेंडूचे खेळ खेळताना दिसतात. गेल्या चार दशकांमध्ये मुलांच्या परीक्षेतील गुणांमध्ये लक्षणीय घट झाली आहे आणि ही घट योगायोगाने झालेली नाही तर मुलांच्या वडिलांचा वर स्पष्ट केलेला दृष्टिकोन त्याला जबाबदार आहे. पुस्तक वाचून दाखवण्यातील वडिलांचा सहभाग मुलगा लहान असताना सुरू झाला, तर त्या मुलाच्या मनातील पुस्तकांचे महत्त्व किमान खेळाच्या महत्त्वाएवढेतरी वाढेल.
- वर्गात किंवा घरी स्वयंवाचनासाठी लहान मुलाला दररोजची एक वेळ निश्चित करून द्या. लहान मुलाने केवळ पुस्तकाची पाने उलटली किंवा पुस्तकातील चित्रे पाहिली, तरीसुद्धा ते वाचनच असते हे लक्षात ठेवा. वाचून दाखवण्याचा

हेतू साध्य होण्यासाठी वाचनाचा सराव करायला मुलांना वेळ दिला पाहिजे. तसे केले नाही तर तुमचा हेतू साध्य होणार नाही.

- 'स्वत:च्या कृतीतून आदर्श निर्माण करा.' या उक्तीप्रमाणे स्वत:च्या वाचनातून भावी वाचकांसाठी आदर्श निर्माण करा. यासाठी वाचून दाखवण्याच्या वेळेव्यतिरिक्त तुम्ही वाचत आहात हे तुमच्या मुलांना दिसले पाहिजे. तुमच्या नोकरीचा किंवा व्यवसायाचा भाग म्हणून नव्हे तर आनंद मिळवण्यासाठी तुम्ही वाचत आहात हे तुमच्या मुलांना पहायला मिळेल याची खातरी करा. तुम्ही जे काही वाचत असता, त्या वाचनातून मिळणारा आनंद मुलांना सांगा. विशेषत: जर तुम्ही ई-बुक वाचत असाल, तर तुमच्या मुलांना ते पाहू द्या. कारण ई-बुक यंत्रावर तुम्ही पुस्तक वाचत आहात; की ई-मेल किंवा फेसबुक वरील माहिती वाचत नाही हे मुलांना माहीत होणे गरजेचे असते.
- जेव्हा तुमची लहान मुले तुम्हाला वाचून दाखवू इच्छितात, तेव्हा त्यांना अत्यंत सोपे पुस्तक द्या. सायकल शिकणाऱ्या मुलाला आपण छोटी सायकल देतो, मोठी नाही. त्याचप्रमाणे लहान मुले वाचून दाखवणार असतील तर त्यांना छोटी पुस्तके द्या.
- मोठ्या मुलांनी लहान मुलांना वाचून दाखवावे यासाठी मोठ्या मुलांना प्रोत्साहन द्या. परंतु हे काम त्यांना थोडाच वेळ करू द्या. मुलांना वाचून दाखवण्याचे तुमचे काम त्यांच्यावर सोपवू नका. लक्षात ठेवा, प्रौढ व्यक्ती लहान मुलांच्या अंतिम आदर्श असतात.
- मुलांनी किती वेळ टीव्ही पहावा याचे नियमन करा. लहान मूल आठवड्याला सुमारे दहा तास टीव्ही पहायला लागले की त्याचे परीक्षेतील गुण कमी व्हायला लागतात असे संशोधनातून दिसून आले आहे. अमर्याद टीव्ही पाहणे हे एक व्यसन असून त्याचा मुलांच्या विकासावर विपरीत परिणाम होतो.
- जेव्हा लहान मुले टीव्ही पाहत असतात, तेव्हा टीव्हीच्या पडद्यावर आवाजासह संवादाची शीर्षके दिसतील अशी व्यवस्था करा. वाचता येणारी मोठी मुले वाचनाचा कंटाळा करत असतील, तर टीव्हीच्या पडद्यावर फक्त संवादाची शीर्षके येतील अशी व्यवस्था करा व टीव्हीचा आवाज बंद करा.

वाचून दाखवताना हे करू नका

- जी गोष्टीची पुस्तके तुम्हाला स्वत:ला आवडत नाहीत, ती मुलांना वाचून दाखवू नका. अशा वाचनातून तुमची नावड प्रकट होईल आणि त्यामुळे वाचून

दाखवण्याचा मूळ हेतू साध्य होणार नाही. मुलांमध्ये वाचनाची आवड निर्माण करणे हा वाचून दाखवण्याचा मूळ हेतू आहे.

- तुम्ही वाचून दाखवत असलेले पुस्तक चांगले नाही हे माहीत झाल्यावर ते पुढे वाचत राहू नका. वाचून दाखवण्यासाठी पुस्तक निवडण्यामध्ये तुमची चूक झाली आहे हे मान्य करा. आणि वाचून दाखवण्यासाठी दुसऱ्या चांगल्या पुस्तकाची निवड करा. अर्थात वाचून दाखवत असलेले पुस्तक चांगले नाही या निर्णयाप्रत येण्यापूर्वी त्या पुस्तकातील बऱ्यापैकी भाग वाचून काढा आणि त्यांनतरच ते पुस्तक न वाचून दाखवण्याचा निर्णय घ्या. थोडक्यात, त्या पुस्तकाला त्याचे चांगलेपणा सिद्ध करण्यासाठी बऱ्यापैकी संधी द्या. कारण *टक एव्हरलास्टिंग* सारख्या पुस्तकांतील कथानके इतर पुस्तकांच्या तुलनेत हळूहळू खुलत जातात. चांगले पुस्तक तुमच्या वाचनातून वगळले जाऊ नये म्हणून पुस्तकाच्या काही भागाचे स्वत: पूर्ववाचन करा.

- तुम्ही जर शिक्षक असाल, तर तुम्ही वाचून दाखवत असलेल्या प्रत्येक पुस्तकाचा संबंध अभ्यासक्रमाबरोबर जोडण्याचा हट्ट धरू करू नका. ललितसाहित्याच्या व्यापकतेला, भव्यतेला अभ्यासक्रमाच्या संकुचित व्याप्तीमध्ये बंद करू नका.

- ऐकणाऱ्या मुलांना समजणार नाही असे पुस्तक वाचून दाखवू नका. वाचून दाखवण्यासाठी पुस्तकांची निवड करताना ज्या मुलांना वाचून दाखवायचे आहे त्यांची बौद्धिक, सामाजिक आणि भावनिक पातळी विचारात घ्या. मुलांच्या भावनिक पातळीला झेपणार नाही असे पुस्तक त्यांना कधीही वाचून दाखवू नका.

- एखादे पुस्तक संभाव्य श्रोत्यांपैकी बहुतांश मुलांनी आधीच ऐकले असेल किंवा टेलिव्हिजनवर मालिका, सिनेमा, नाटक या स्वरूपात पाहिले असेल, तर असे पुस्तक वाचून दाखवण्यासाठी निवडू नका. कारण गोष्टीचे कथानक माहीत झाले की मुलांना त्या गोष्टीत फारसा रस राहत नाही. अर्थात पुस्तक वाचून झाल्यावर मुलांनी त्यावरील सिनेमा, मालिका पहायला हरकत नाही. माध्यमांचा या क्रमाने वापर केल्याने सिनेमापेक्षा पुस्तकातील वर्णन अधिक प्रभावी असते हे मुलांना शिकायला मिळते.

- वाचून दाखवण्यासाठी गोष्टीची पुस्तके निवडत असताना खूप संवाद असलेली पुस्तके टाळा. कारण अशी पुस्तके वाचून दाखवण्यासाठी तसेच ऐकण्यासाठीही कठीण असतात. जास्त संवाद असलेल्या पुस्तकात खूप नवीन परिच्छेद असतात तसेच खूप वाक्ये अवतरण चिन्हात दिलेली असतात. अशा प्रकारचा मजकूर

स्वत: वाचणे सोपे असते. कारण स्वयंवाचन करणारी व्यक्ती पुस्तकातील अवतरण चिन्ह पाहू शकते आणि त्यातून तिला समजते की संवादातील ही व्यक्ती वेगळी आहे, हा आवाज नवीन आहे. परंतु ऐकणाऱ्याला हा फरक समजू शकत नाही. कारण त्याला परिच्छेद आणि अवतरण चिन्ह दिसत नाही. विशेषत: लेखकाने संवादाच्या शेवटी ''मिसेस मर्फी म्हणाल्या-'' अशा प्रकारची टिप्पणी दिलेली नसेल, तर कोण कोणाला म्हणाले हे ऐकणाऱ्या मुलाला समजत नाही.

- पुस्तकाला मिळालेल्या पुरस्कारामुळे फसू नका. एखाद्या पुस्तकाला पुरस्कार मिळाला म्हणून ते पुस्तक वाचून दाखवण्यासाठी योग्य आहे याची खातरी देता येत नाही. कारण बहुतांश वेळा पुस्तकातील आशयासाठी, लेखनाच्या गुणवत्तेसाठी पुरस्कार दिला जातो. विशिष्ट एक पुस्तक वाचून दाखवण्यासाठी योग्य आहे म्हणून त्या पुस्तकाला पुरस्कार दिलेला नसतो.
- वाचून दाखवण्यासाठी पुरेसा वेळ उपलब्ध नसेल, तर वाचून दाखवायला सुरू करू नका. कारण केवळ एक किंवा दोन पाने वाचून दाखवल्यानंतर थांबल्यामुळे मुलांमधील वाचनाची आवड वाढण्याऐवजी कमी होण्याची शक्यता असते.
- वाचून दाखवताना खूप आरामशीर स्थितीत बसू नका. कारण खुर्चीत मागे रेललेल्या किंवा पुढे झुकलेल्या स्थितीत वाचून दाखवणाऱ्या व्यक्तिला तंद्री लागण्याची अधिक शक्यता असते.
- वाचून दाखवण्यादरम्यान घरातील छोट्या मुलांनी विचारलेल्या प्रश्नांमुळे निरुत्साहित होऊ नका. तुमचे लक्ष विचलित करण्यासाठी किंवा त्याची स्वत:ची झोप टाळण्यासाठी पुस्तक ऐकणाऱ्या मुलाने प्रश्न विचारला नसेल तर त्याच्या प्रश्नाचे शांतपणे उत्तर द्या. मुले किती वर्षांची होईपर्यंत वाचून दाखवावे याला काही मर्यादा नाही. परंतु मुलांच्या जिज्ञासू वृत्तीला मात्र काळाची मर्यादा असते. लहान वयामध्ये मुले अधिक जिज्ञासू असतात. म्हणून प्रथम त्यांच्या प्रश्नांची शांतपणे उत्तरे द्या. आणि त्यानंतर वाचून दाखवणे पुढे सुरू करा. व अशा प्रकारे मुलांमधील जिज्ञासूपणाचे संगोपन करा. वर्गात वाचून दाखवत असताना विचारलेल्या प्रश्नांची उत्तरेमात्र वाचनाच्या शेवटी द्या. कारण शिक्षकावर छाप पाडण्यासाठी वर्गातील वीस विद्यार्थ्यांनी प्रश्न विचारायचे ठरवले, तर तुम्ही तुमचे वाचन कधीच पूर्ण करू शकणार नाही.
- तुम्ही वाचून दाखवत असलेल्या गोष्टीतील घटना किंवा वर्तनाचे तुमचे स्वत:चे स्पष्टीकरण ऐकणाऱ्या मुलांवर लादू नका. पुस्तकातील गोष्ट सहज, सरळ आनंददायी असू शकते. तो आनंद घेण्यासाठी कोणत्याही स्पष्टीकरणाची गरज नसते. अर्थात पुस्तकातील सरळ, साध्या गोष्टीबद्दलसुद्धा चर्चा करण्यासारखे

वाचून दाखवताना काय करावे आणि करू नये? / १२१

खूप काही असते. पुस्तकातील गोष्ट ऐकल्यानंतर त्या गोष्टीवर चर्चा करण्याची संधी मिळणाऱ्या मुलांना सर्वाधिक शैक्षणिक फायदे मिळतात.

- संख्या आणि गुणवत्ता यांची गल्लत करू नका. एकट्याने दोन तास पाहिलेल्या टीव्हीपेक्षा केवळ दहा मिनिटे परंतु अत्यंत एकाग्रतेने आणि आस्थेने तुम्ही वाचून दाखवलेले तुमच्या मुलांच्या निश्चितच अधिक काळ लक्षात राहील.
- वाचून दाखवण्याच्या तुमच्या उपक्रमाचा मुलांना भीती दाखवण्यासाठी वापर करू नका. जसे की, ''तू तुझी खोली नीटनेटकी केली नाही तर आज रात्री मी गोष्ट वाचून दाखवणार नाही!'' तुम्ही पुस्तकाचा शस्त्र म्हणून वापर करत आहात हे एकदा का तुमच्या मुलाला किंवा वर्गाला माहीत झाले, की मुलांच्या पुस्तकांबद्दलच्या सकारात्मक दृष्टिकोनाचे नकारात्मक दृष्टिकोनात रूपांतर होते.
- टेलिव्हिजनबरोबर स्पर्धा करण्याचा प्रयत्न करू नका. ''तुला गोष्ट पाहिजे की टीव्ही?'' असे मुलांना कधीही विचारू नका. कारण अशा वेळेस मुले सामान्यपणे टीव्हीचीच निवड करतात. असे विचारणे म्हणजे नऊ वर्षांच्या मुलाला ''तुला पोळीभाजी पाहिजे की पिझ्झा पाहिजे?'' असे विचारण्यासारखेच आहे. तुम्ही अनुभवी असल्यामुळे यातील योग्य काय आहे हे तुम्हाला माहीत असते. परंतु नऊ वर्षांच्या मुलालामात्र योग्य काय आहे हे ठरवता येत नाही. ''आपण रात्री साडेआठ वाजता टीव्ही बंद करणार आहोत. झोपण्यापूर्वी तुला गोष्ट ऐकायची असेल तर उत्तम. नसेल ऐकायची तर तेही उत्तम. परंतु रात्री साडेआठनंतर टीव्ही नाही.'' असे तुमच्या मुलाला आवर्जून सांगा. परंतु पुस्तकांमुळे त्यांच्या टीव्ही पाहण्याचा वेळ हिरावून घेतला जात आहे असा तुमच्या मुलांचा समज होणार नाही याचीही काळजी घ्या.

५. स्वयंवाचन : वाचून दाखवण्याचा नैसर्गिक साथीदार

न वाचली जाणारी गोष्ट म्हणजे कागदावरील केवळ काळे डाग असतात.
उर्सुला ले गिन

वाचून दाखवण्याचे अनेक उद्देश आहेत. त्यापैकी मुलांना स्वयंवाचनासाठी प्रोत्साहित करणे हा एक उद्देश आहे. आणि वाचून दाखवण्याचा हा मूलभूत उद्देश आहे. अर्थात हे स्वयंवाचन आनंद मिळवण्यासाठी केलेले असावे असे अभिप्रेत आहे. थोडक्यात, आनंद मिळवण्याच्या हेतूने मुलांना स्वतंत्रपणे वाचन करण्यासाठी प्रोत्साहित करणे हा वाचून दाखवण्याचा हेतू आहे. आनंद मिळवण्यासाठी स्वयंवाचन करण्याच्या संकल्पनेला शैक्षणिक परिभाषेत 'निरंतर मनात वाचन करणे' असे म्हणतात. याला इंग्रजीमध्ये 'सस्टेन्ड सायलंट रीडिंग' म्हणजेच 'एसएसआर' असे म्हणतात. या संकल्पनेसाठी या पुस्तकात 'स्वयंवाचन' आणि 'स्वत: वाचणे' असे दोन समानार्थी शब्द वापरले आहेत. पुस्तक, वर्तमानपत्र किंवा मॅगझीन घ्या आणि त्याच्या वाचनाचा आनंद लुटा! वाचलेल्या पुस्तकावर प्रश्न विचारून, परीक्षा घेऊन किंवा त्यावर परीक्षण लिहायला सांगून तुमच्या वाचनामध्ये कोणीही, कसलाही अडथळा आणणार नाही; फक्त आनंद मिळवण्यासाठी वाचन करा. स्वयंवाचन ही संकल्पना इतर मजेदार नावांनी आणि संक्षेपांनीही ओळखली जाते. जसे की,

- 'सर्व कार्ये सोडून द्या आणि वाचत रहा' (DEAR- Drop Everything And Read).
- 'दैनंदिन वैयक्तिक वाचनाची वेळ' (DIRT- Daily Individual Reading Time).
- 'निरंतर शांतपणे विना अडथळा वाचन करणे' (SQUIRT- Sustained Quiet Uninterrupted Reading Time).

- 'मुक्त ऐच्छिक वाचन' (FVR-Free Voluntary Reading).

शाळेत तसेच घरी स्वयंवाचन करण्याबाबत या प्रकरणामध्ये माहिती दिलेली आहे. स्वयंवाचनाबाबतच्या इतर अनेक संकल्पनांचीही मी या प्रकरणात चर्चा केलेली आहे. यामध्ये स्वयंवाचनासाठी प्रेरणा देणाऱ्या ॲक्सेलरेटेड रीडर आणि रीडिंग कॉऊंटस् या उपक्रमांचा समावेश आहे. तसेच शिक्षकांच्या वाचनसवयी, कमी दर्जाच्या पुस्तकांचे वाचन आणि 'उन्हाळी वाचन अपयशयाबाबतही' या प्रकरणात चर्चा केलेली आहे.

आपण, म्हणजे प्रौढांनी, आपल्या आतापर्यंतच्या जीवनात वाचन ही कृती अनेक वेळा केलेली असल्यामुळे वाचनासंबंधीच्या अनेक बाबी आपण गृहीत धरतो. परंतु मुलांनामात्र वाचनासंबंधीच्या अनेक बाबी माहीत नसतात. इलिनॉइज राज्यातील क्लॅरेनडन हिल्स येथील ली सुल्लिव्हन हिल यांनी मला सांगितलेल्या अनुभवावरून ही बाब सिद्ध होते. एके दिवशी हिल वाचत बसलेल्या असताना त्यांचा लहान मुलगा कोलिन त्यांच्याकडे आला आणि म्हणाला, ''तू काय करत आहेस?''

''वाचन.'' त्या म्हणाल्या.

''पण मग तुझ्या वाचनाचा आवाज का येत नाही?''

मग त्यांनी कोलिनला समजावून सांगितले, की लोक स्वत:साठी आणि इतरांसाठी कसे वाचतात. जसे की मी आता वाचत होते ते मी माझ्यासाठी केलेले वाचन होते. जेव्हा मी तुला वाचून दाखवते ते मी इतरांसाठी केलेले वाचन असते. माझे हे स्पष्टीकरण ऐकल्यानंतर कोलिनच्या डोक्यात प्रकाश पडला. मग त्याला त्याचे बाबा स्वत: वाचत असल्याचे आठवले आणि तो उदगारला, ''म्हणजे बाबा वाचन करत असतात!'' जोपर्यंत कोणीतरी लहान मुलांना समजावून सांगत नाही, तोपर्यंत प्रौढांचे स्वयंवाचन हे लहान मुलांच्या दृष्टीने एक गूढ असते.

खरे तर स्वयंवाचन ही संकल्पना काही शाळांच्या प्रशासकांनाही समजलेली नाही. त्यांनाही ते एक गूढच आहे. त्याचा हा पुरावा पहा : शाळासुधारयोजनेने शिफारस केल्यानुसार आठवीच्या भाषा विषयाच्या एका शिक्षकाने विद्यार्थ्यांच्या आठवड्याच्या वेळापत्रकामध्ये चाळीस मिनिटाचा स्वयंवाचनाचा उपक्रम समाविष्ट केला होता. या शिक्षकाचे मूल्यमापन करताना प्राचार्यांनी व्यक्त केलेले विचार त्यांच्याच शब्दात वाचा : ''तुमच्या वर्गातील विद्यार्थी मोठ्या प्रमाणावर मुक्त वाचन करत आहेत हे माझ्या लक्षात आले आहे. तुम्ही सांगितल्याप्रमाणेच ते वाचत असतील याची मला खातरी आहे. परंतु मला वाटते, की सध्या मुले वर्गात जेवढे वाचन करतात त्यातील बरेचसे वाचन ते घरी करू शकतात. यामुळे विद्यार्थ्यांबरोबर संवाद साधायला तुम्हाला अधिक वेळ मिळेल. भविष्यात आपल्या विद्यार्थ्यांनी यशस्वी होण्यासाठी वर्गातील त्यांच्या

वेळेच्या उपयोगाबाबतचे आपले निर्णय तर्कशुद्ध असले पाहिजेत.''

या प्राचार्यांना मी पुढीलप्रमाणे उत्तर दिले असते :

१. विद्यार्थ्यांचा स्वयंवाचनाचा उपक्रम इतर कोणत्याही शालेय उपक्रमांएवढाच उपयुक्त आणि परिणामकारक आहे आणि हे संशोधनाने सिद्ध झाले आहे. याबाबत अधिक माहिती मिळविण्यासाठी पान क्रमांक १२६ पहा.

२. जे ललितसाहित्य किंवा गोष्टीची पुस्तके विद्यार्थ्यांनी वाचलेली नाहीत, त्या पुस्तकांबाबत त्यांच्याबरोबर चर्चा करणे जवळजवळ अशक्य असते. म्हणून मी विद्यार्थ्यांना वाचायला वेळ दिला आहे, व ते वाचत आहेत.

३. शाळेव्यतिरिक्तच्या वेळेत स्वयंवाचन करण्याची शक्यता काही विद्यार्थ्यांच्या बाबतीत खूपच कमी असते. असे विद्यार्थी एक तर वाचनाचा तिरस्कार करतात आणि/किंवा एकांतात वाचनासाठी त्यांच्या घरी पुरेशी जागा आणि शांतता नसते. अशा परिस्थितीत माझा हा स्वयंवाचनाचा तास म्हणजे न वाचण्याच्या आजारावर उपचार करणारे चिकित्सालय आहे.

४. कुमारवयात मुलांच्या मनोरंजनात्मक वाचनामध्ये नैसर्गिकरीत्या घट होते. ही घट त्यांच्यातील संप्रेरकांच्या बदलांमुळे होते. तसेच सतत सामना कराव्या लागणाऱ्या सामाजिक समस्यांमुळेही या वयातील विद्यार्थ्यांचे मनोरंजनात्मक वाचन कमी होते. थोडक्यात, या वयातील मुले त्यांचा शाळेव्यतिरिक्तचा वेळ वाया घालवतात व त्यामुळे त्यांचे वाचन कमी होते. असे होऊ नये; त्यांनी वाचन करावे; त्यांना वाचनाची गोडी लागावी म्हणून मी या विद्यार्थ्यांना वाचनासाठी एक निश्चित वेळ उपलब्ध करून देत आहे.

५. काही विद्यार्थ्यांनी स्वयंवाचन करताना लोकांना कधीच पाहिलेले नसण्याची शक्यता आहे. स्वयंवाचनाच्या या उपक्रमामुळे लोक स्वयंवाचन करतात हे विद्यार्थ्यांना पहायला मिळत आहे. आणि कदाचित त्यांनी पाहिलेले हे एकमेव ठिकाण असेल, की जेथे कार्यालयीन जबाबदारी पूर्ण करण्यासाठी नाही तर मनोरंजनासाठी युवक वाचन करत आहेत. या अर्थाने स्वयंवाचन करणारा माझा वर्ग म्हणजे सकारात्मक आदर्शाची एक प्रयोगशाळाच आहे.

या प्राचार्य महोदयांसाठी माझे अंतिम सांगणे असेल, की त्यांनी पान क्रमांक २८ वरील टॉम ओनील यांचा अनुभव वाचावा.

विद्यार्थ्यांच्या स्वयंवाचनाला किंवा स्वतंत्रपणे वाचन करण्याच्या कृतीला राष्ट्रीय वाचन मंडळाने विरोध केला आहे त्याचे काय?

मला वाटते राष्ट्रीय वाचन मंडळाने स्वयंवाचनाला 'विरोध केला आहे' असे

म्हणणे फार योग्य होणार नाही. कारण येथे विरोध हा जरा जास्त कठोर शब्द आहे. परंतु हेही खरे आहे, की राष्ट्रीय वाचन मंडळाने विद्यार्थ्यांच्या स्वयंवाचनाचे उघडपणे समर्थनही केलेले नाही. त्यामुळे विद्यार्थ्यांच्या स्वयंवाचनाच्या उपक्रमाला धक्का पोहोचला आहे हे मात्र खरे. विद्यार्थ्यांसाठी स्वयंवाचनाचा उपक्रम राबवला, तर शाळेचे अनुदान बंद होईल या भीतीने जिल्ह्यातील काही शाळांनी हा उपक्रमच बंद केला आहे. राष्ट्रीय वाचन मंडळाचे विद्यार्थ्यांच्या स्वयंवाचनाबाबत काय म्हणणे होते ते थोडक्यात पाहूया :

राष्ट्रीय वाचन मंडळाच्या अहवालामध्ये नमूद केले होते, की स्वयंवाचनापासून विद्यार्थ्यांना होणाऱ्या फायद्यांबाबत पुरेसे संशोधनात्मक पुरावे उपलब्ध नाहीत. या अहवालामध्ये पुढे असेही लिहिले आहे, की विद्यार्थ्यांमध्ये वाचनाची आवड निर्माण करण्यासाठी स्वयंवाचन हा काही *एकमेव* मार्ग नाही.[१] गंमत अशी आहे, की विद्यार्थ्यांमध्ये वाचनाची गोडी निर्माण करण्यासाठी स्वयंवाचन हा एकमेव मार्ग आहे असे माझ्या माहितीतील एकाही सुज्ञ व्यक्तिने म्हटलेले नाही. परंतु विद्यार्थ्यांना वाचनाची गोडी लावण्यासाठी वाचनविषयक शिक्षण जसे आवश्यक असते, तसेच वाचनविषयक शिक्षणाचा प्रत्यक्षात अवलंब करण्याची संधी मिळणेही तेवढेच महत्त्वाचे असते. स्वयंवाचन न करता किंवा स्वत: *खूप वाचन न करता* विद्यार्थी वाचनामध्ये पारंगत होऊ शकतील अशी कोणी कल्पना करू शकेल का?

स्वयंवाचनाबाबतचे वादग्रस्त[२] वैद्यकीय-शास्त्रीय निष्कर्ष काढण्यासाठी राष्ट्रीय वाचन मंडळाच्या उपगटाने अगदी थोडीच म्हणजे केवळ चौदा लघुकालीन संशोधने विचारात घेतली. व या चौदा संशोधनांमध्ये स्वयंवाचनाच्या उपयुक्ततेबाबत दिलेले पुरावे त्यांना पुरेसे वाटले नाहीत.

खरे तर चौदापैकी दहा संशोधनांमध्ये स्वयंवाचन करणाऱ्या विद्यार्थ्यांची कामगिरी स्वयंवाचन न करणाऱ्या विद्यार्थ्यांच्या कामगिरीसारखीच होती. आणि राहिलेल्या चार संशोधनांमध्ये स्वयंवाचन करणाऱ्या विद्यार्थ्यांची कामगिरी स्वयंवाचन न करणाऱ्या विद्यार्थ्यांच्या कामगिरीपेक्षा चांगली होती. विशेष म्हणजे चौदापैकी एकाही शास्त्रीय संशोधनामध्ये स्वयंवाचनासंबंधी एकही नकारात्मक निष्कर्ष नव्हता. परंतु राष्ट्रीय वाचन मंडळाला स्वयंवाचनाची उपयुक्तता पटवून देण्यासाठी हे निष्कर्ष पुरेसे नव्हते.

स्वयंवाचनाचा विचार करताना आपल्याला स्टीफन क्रॅशेन यांचे अनुभव विचारात घ्यावेच लागतात. विद्यार्थ्यांना स्वंतत्रपणे वाचन करणे शक्य व्हावे यासाठी शाळेच्या वेळापत्रकात निश्चित वेळ राखून ठेवली पाहिजे या विचाराचे ते एक प्रमुख पुरस्कर्ते आहेत. तुम्ही तुमच्या शाळेतील किंवा वर्गातील विद्यार्थ्यांसाठी स्वयंवाचनाचा उपक्रम राबवण्याचा विचार करत असाल आणि तुम्ही स्टीफन क्रॅशेन यांचे *द पॉवर ऑफ रीडिंग*

हे पुस्तक वाचले नसेल, तर ते ताबडतोब वाचा. स्वयंवाचनासंबंधीची सर्वांगीण माहिती या पुस्तकामध्ये दिलेली आहे. हे पुस्तक म्हणजे स्वयंवाचनाचे बायबल आहे असे म्हटले, तर अतिशयोक्ती ठरणार नाही. निवृत्तीनंतर स्टीफन क्रॅशेन हे सध्या युनिव्हर्सिटी ऑफ साउथर्न कॅलिफोर्निया येथे सन्माननीय प्राध्यापक म्हणून कार्यरत आहेत. वाचनविषयक इतर अनेक तज्ज्ञांप्रमाणे स्टीफन क्रॅशेन यांनीसुद्धा स्वयंवाचनाबाबतचा राष्ट्रीय वाचन मंडळाचा दावा पूर्णपणे फेटाळला आहे.[३] विशेष म्हणजे हा दावा त्यांनी त्यांच्या सखोल संशोधनाआधारे फेटाळला आहे. स्वयंवाचनाबाबतचे नकारात्मक निष्कर्ष काढण्यासाठी राष्ट्रीय वाचन मंडळाने केवळ चौदा लघुकालीन संशोधनांचा आधार घेतला होता. याउलट क्रॅशेन यांनी विद्यार्थ्यांच्या स्वयंवाचनाचे समर्थन करण्यासाठी लघुकालीन आणि दीर्घकालीन अशा एकूण त्रेपन्न संशोधनांचे निष्कर्ष विचारत घेतले होते. क्रॅशेन यांनी परीक्षण केलेल्या दीर्घकालीन संशोधनांमध्ये स्वयंवाचनाच्या संकल्पनेला मोठ्या प्रमाणात समर्थन असल्याचे आढळले. स्वयंवाचनाची उपयुक्तता तपासण्यासाठी क्रॅशेन यांनी अठ्ठावीस लघुकालीन संशोधनांचेही परीक्षण केले. त्यापैकी पंचवीस संशोधनांमध्ये स्वयंवाचनसंबंधीचे सकारात्मक निष्कर्ष आढळले, तर केवळ तीन संशोधनांमध्ये नकारात्मक निष्कर्ष आढळले. एखाद्या बेसबॉल किंवा फुटबॉल सामन्यातील संघांचे गुण २५ विरुद्ध ३ असे असतील, तर कोणता संघ सरस आहे हे सांगण्यासाठी आणखी वेगळे स्पष्टीकरण आवश्यक आहे का?

स्वयंवाचनाची प्रक्रिया एका अत्यंत साध्या तत्त्वावर आधारलेली आहे: वाचन हे एक कौशल्य आहे; आणि या कौशल्याचा तुम्ही जेवढा अधिक वापर करता तेवढे तुम्ही त्यात अधिक पारंगत होता; तरबेज होता. याउलट तुम्ही या कौशल्याचा जेवढा कमी वापर करता, तेवढे ते कौशल्य वापरणे तुम्हाला अधिक कठीण होते.[४]

ऑरगनायझेशन फॉर इकोनॉमिक कोऑपरेशन अँड डेव्हलपमेंट ही संस्था गेली अनेक दशके जगभरातील तिच्या चौतीस सदस्य देशातील शाळांना गुणवत्ता नियंत्रणासाठी मदत करत आहे. या संस्थेने ३२ देशातील पंधरा वर्षे वयाच्या २,५०,००० मुलांच्या वाचन साक्षरतेचे एक सर्वेक्षण केले व त्याचा अहवाल[५] २००२ मध्ये प्रकाशित केला आहे. या अहवालानुसार प्रत्येक देशातील जी मुले जास्त वाचत होती, त्यांची वाचनसाक्षरता सर्वाधिक होती. विशेष म्हणजे हे निष्कर्ष सर्व आर्थिक स्तरातील विद्यार्थ्यांना लागू पडणारे होते. याबाबतची माहिती पान क्रमांक १४ वरील चार्टमध्ये दिली आहे. यासारखेच एक संशोधन दहा वर्षांपूर्वी करण्यात आले होते. हे संशोधन इंटरनॅशनल असोसिएशन फॉर द इव्हॅल्यूएशन ऑफ एज्युकेशनल अचिव्हमेंट या संस्थेने केले होते. या संशोधनामध्ये बत्तीस देशातील २,१०,००० विद्यार्थ्यांच्या

वाचनकौशल्याची तुलना करण्यात आली आहे. सर्व आर्थिक स्तरातील खालील प्रकारच्या मुलांचे वाचनकौशल्य सर्वोत्तम होते असे या संशोधनात आढळले[६] :

- ज्या मुलांना त्याचे शिक्षक दररोज वाचून दाखवत होते; आणि
- जी मुले आनंद मिळवण्यासाठी दररोज सर्वाधिक वाचन करत होती.

याशिवाय वाचन करण्याच्या वारंवारितेचाही मुलांच्या वाचनक्षमतेवर खूप परिणाम होतो असे या संशोधनात आढळले : आठवड्यातून एकदा वाचन करणाऱ्या मुलांपेक्षा दररोज वाचन करणाऱ्या मुलांची वाचनकौशल्ये खूप वरच्या दर्जाची होती. द नॅशनल असेसमेंट ऑफ एज्युकेशनल प्रोग्रेस ही संस्था गेली पस्तीस वर्षे अमेरिकेतील लाखों विद्यार्थ्यांचे मूल्यमापन करत आहे. या संस्थेने केलेल्या मूल्यमापनामध्येही वरील प्रकारचेच निष्कर्ष आढळले आहेत.[७] थोडक्यात, वाचून दाखवण्याचे आणि स्वयंवाचनाचे फायदे स्पष्ट करणारे अनेक भक्कम पुरावे उपलब्ध आहेत. आणि तरीसुद्धा बहुसंख्य मुलांना त्यांच्या शालेय जीवनात वाचूनही दाखवले जात नाही आणि त्यांना स्वयंवाचनाचाही अनुभव मिळत नाही.

एक प्रौढ व्यक्ती म्हणून मला वाचनाचा तिरस्कार नाही; तरीही मी खूप वाचत नाही. लहान मुलांच्या बाबतीतही असेच होत असेल. पण असे का होते?

तुम्हाला मी एक सत्य सांगू इच्छितो. काही लोक खूप कमी वाचतात. अगदी उच्चशिक्षित लोकसुद्धा खूप कमी वाचतात. याउलट उच्च शिक्षण घेतलेले तसेच न घेतलेले काही लोक मात्र खूप वाचतात. यावरून एक गोष्ट लक्षात येते, की लोकांचे शिक्षण आणि त्यांच्या वाचनाचे प्रमाण याचा तसा काहीएक संबंध नाही. म्हणजेच वाचन ही शिक्षणाच्या पातळीशी संबंधित समस्या नाही. तर मग वाचन ही कशाशी संबंधित समस्या आहे? वाचन ही एक गणिती समस्या आहे. विचित्र वाटले ना? तर मग विलबर श्रॅम[८] यांनी मांडलेले सूत्र वाचा.

विलबर श्रॅम (१९०७-१९८७) हे वार्ताहर होते, व्यावसायिक बेसबॉल खेळाडू होते, हार्वर्डचे पदवीधर होते तसेच बासरीवादकही होते. सर्वोत्कृष्ट लघुकथा लेखनासाठीचा ओ. हेन्रि पुरस्कार त्यांना मिळाला होता. जनसंपर्क या विषयाला विज्ञान म्हणून मान्यता मिळवून देण्याचे श्रेयही त्यांनाच जाते. थोडक्यात, विलबर श्रॅम हे एक अष्टपैलू व्यक्तिमत्व होते. दुसऱ्या महायुद्धाच्या काळात राष्ट्रपती रूझव्हेल्ट यांची रेडिओवरील काही अनौपचारिक भाषणे तयार करण्यामध्ये त्यांचा सहभाग होता. याशिवाय ऑफिस ऑफ वॉर इन्फॉर्मेशन या कार्यालयाचे शैक्षणिक संचालक म्हणूनही त्यांनी काम केले होते. हे

काम करत असताना राजकीय प्रचारांचा लोकांच्या विचारांवरील आणि वर्तनावरील प्रभाव पाहून ते खूप भारावून गेले होते. *प्रचार* हा शब्द अमेरिकन जनतेला फार आवडत नसला, तरी श्रॅम यांच्या दृष्टीने मात्र प्रचार हे रेडिओवरील जाहिरात किंवा बातम्याप्रमाणे जनसंपर्काचे आणखी एक माध्यम होते. आणि आपल्याला पाहिजे तो परिणाम साध्य करण्यासाठी जाहिरात आणि बातम्यांप्रमाणे प्रचारामध्येही फेरफार करता येते असे श्रॅम यांचे मत होते. दुसरे महायुद्ध संपतासंपता वर्तमानपत्राच्या वाचकांमध्ये आणि रेडिओच्या श्रोत्यांमध्ये प्रचंड वाढ झाली होती. टेलिव्हिजन लोकांपर्यंत पोहोचण्यास याच काळात नुकतीच सुरुवात झाली होती. ही सर्व परिस्थिती पाहून श्रॅम यांना जाणवले, की आपण संप्रेषण कसे करतो याचा शास्त्रीयदृष्ट्या अध्ययन करण्याचा काळ आला आहे. थोडक्यात, संप्रेषण विज्ञानाचा उगम होत आहे असे श्रॅम यांना जाणवले. म्हणून त्यांनी इलिनॉइज आणि स्टॅनफोर्ड विद्यापीठांमध्ये संप्रेषण विज्ञानाचे शिक्षणक्रम सुरू केले. श्रॅम यांचे संप्रेषण विज्ञानाबाबतचे विचार आणि कार्य काळाच्या खूप पुढे होते. एवढे पुढे होते, की जेव्हा इलिनॉइज विद्यापीठामध्ये जनसंपर्क या विषयामध्ये पीएच.डी. करण्यासाठी त्यांच्या पहिल्या विद्यार्थ्याने प्रवेश घेतला, तेव्हा त्या विषयावर एकही क्रमिक पुस्तक उपलब्ध नव्हते. तोपर्यंत जनसंपर्क या विषयावर कोणीही पुस्तक लिहिलेले नव्हते.

श्रॅम यांच्याबाबत येथे एवढी सर्व माहिती देण्याचे कारण हे आहे, की आपण कमी किंवा जास्त का वाचतो याचे उत्तर मिळवण्यासाठी श्रॅम यांनी एक गणिती सूत्र विकसित केले आहे. वर्तमानपत्रातील किंवा मॅगझीनमधील काही बातम्या/लेख लोक वाचतात तर काही बातम्या/लेख वाचत नाहीत असे का याचा श्रॅम यांनी अभ्यास केला. व एखादी बातमी वाचण्याच्या किंवा न वाचण्याच्या लोकांच्या मानसिकतेचे विश्लेषण करण्यासाठी त्यांनी 'भाज्य-विभाजकाची निवड' नावाचे सूत्र विकसित केले होते. त्यांचे हे सूत्र मनोरंजनात्मक वाचनाच्या विश्लेषणासाठी अवलंबले, तर आपल्याला स्वयंवाचनासंबंधीच्या अनेक प्रश्नांची उत्तरे मिळतात.

श्रॅम यांचे सूत्र समजावून घेण्यासाठी प्रथम आपण गणिताची थोडी उजळणी करू या. खालील पहिल्या समीकरणात दर्शवल्याप्रमाणे भाज्य संख्येला विभाजकाने विभागले की भागाकाराची संख्या मिळते. तुम्ही जर भाज्य संख्या वाढवली, तर भागाकाराची संख्यापण वाढते. उलटपक्षी तुम्ही जर विभाजकाची संख्या वाढवली, तर भागाकाराची संख्या कमी होईल. म्हणजेच एखाद्याला भागाकाराची संख्या वाढवायची असेल, तर त्याने भाज्यसंख्या वाढवली पाहिजे किंवा विभाजकाची संख्या कमी केली पाहिजे. समजले ना? छान, आता पुढे जाऊ या.

भाज्य संख्या

$$\frac{८०}{२०} = ४$$ भागाकाराची संख्या

विभाजक संख्या

अपेक्षित बक्षीस / करावे लागणारे प्रयत्न = केल्या जाणाऱ्या कृतीची वारंवारिता

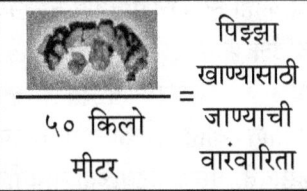

/ ५० किलो मीटर = पिझ्झा खाण्यासाठी जाण्याची वारंवारिता

वरील दुसऱ्या सूत्रात दर्शवलेले आहे, की भाज्य म्हणजे एखादे कार्य केल्यावर आपण अपेक्षित करतो ती सर्व बक्षिसे किंवा त्या कार्याचे फळ. अपेक्षित बक्षीस मिळवण्यासाठी करावे लागणारे प्रयत्न/कष्ट किंवा तोंड द्याव्या लागणाऱ्या समस्या म्हणजे विभाजक. आणि अपेक्षित बक्षीस मिळवण्यासाठी संबंधित कृती आपण किती वेळा करतो त्या कृतीची वारंवारिता म्हणजे भागाकार. उदाहरणार्थ, तुम्हाला पिझ्झा खूप आवडत असेल आणि सर्वांत जवळचे पिझ्झाचे हॉटेल हे ५० किलो मीटर दूर असेल, तर तुम्ही त्या हॉटेलमध्ये वारंवार जाण्याची शक्यता खूप कमी आहे. परंतु हेच हॉटेल १५ मिनिटाच्या अंतरावर असेल, तर तुम्ही तेथे वारंवार जाण्याची शक्यता अधिक आहे. 'भाज्य-विभाजकाच्या निवडीचे' हे सूत्र या पद्धतीने काम करते. मिळणाऱ्या बक्षिसाला समस्येने भागाकार केला की आपल्याला वारंवारिता मिळते. म्हणजेच एखाद्या कृतीची वारंवारिता वाढवायची असेल, तर एकतर त्या कृतीतून मिळणाऱ्या बक्षिसांमध्ये वाढ केली पाहिजे किंवा ती कृती करण्यासाठी सहन करावा लागणारा त्रास किंवा समस्यातरी कमी केल्या पाहिजेत.

हे सूत्र आता आपण वाचकाच्या मानसिकतेचे विश्लेषण करण्यासाठी वापरू या. भाज्यापासून म्हणजेच वाचनापासून लोक ज्या फायद्याची अपेक्षा करतात, त्याच्यापासून सुरुवात करू या. आनंद हा वाचनापासून मिळाणारा सर्वांत मोठा फायदा आहे. अर्थात या मोठ्या फायद्यामध्ये अनेक छोटे फायदे समाविष्ट आहेत. जसे की वाचनामुळे कंटाळा घालवता येतो, माहिती मिळते, परीक्षेमध्ये चांगले गुण मिळतात, चांगले गुण मिळाल्यामुळे वर्गातील प्रतिष्ठा वाढते, पुस्तक मंडळामध्ये अधिक सन्मान मिळतो, तसेच आपल्या वरिष्ठांवर किंवा शिक्षकांवर छाप पाडता येते; वाचनामुळे दर्जेदार पदवी मिळते व त्याआधारे उच्च पगाराची नोकरी मिळते. थोडक्यात, वाचनापासून विविध

प्रकारचे फायदे मिळतात. वेगवेगळ्या लोकांना वाचनापासून वेगवेगळ्या प्रकारची बक्षिसे / फायदे हवे असतात परंतु जो कोणी वाचन करतो, त्याला वाचनापासून काहीनाकाही फायदा व्हावा अशी अपेक्षा असतेच. अन्यथा ती व्यक्ती वाचन करणार नाही.

आता आपण विभाजकाचा म्हणजेच वाचनादरम्यान येणाऱ्या अडथळ्यांचा आणि समस्यांचा विचार करू या. लक्ष विचलित करणाऱ्या विविध घटकांची उपस्थिती हीच काही लोकांच्या दृष्टीने वाचनप्रक्रियेतील प्रमुख समस्या असते. टीव्ही, डिव्हिडी, मोबाईल फोन, व्हिडीओ गेम्स, ई-मेल्स, संगणक, तसेच घरातील किंवा शाळेतील गोंधळ हे सर्व घटक वाचकाचे लक्ष विचलित करून त्याच्या वाचनामध्ये अडथळे आणतात. काही लोकांना वर्तमानपत्रे, मॅगझीन्स, पुस्तके उपलब्ध नसण्याची समस्या भेडसावते. गरीब कुंटुंबांच्या बाबतीत हे अधिक वास्तव असू शकते. तर काही लोकांना वाचनासाठी वेळ उपलब्ध नसतो. कामाचे खूप तास, मुलांचा सांभाळ करणे, अनेक खेळ खेळणे, किंवा अनेक मॉल्समध्ये जाणे, किंवा खूप गृहपाठ, शाळेतील विविध प्रकारच्या परीक्षा इत्यादी कारणांमुळे या लोकांना वाचनासाठी वेळ मिळत नाही. काही लोकांना सहजपणे वाचता येत नाही. कारण हे लोक अध्ययन विकलांगतेचे शिकार असतात. काही लोकांच्या सभोवताली शिक्षण आणि वाचनाबाबत नकारात्मक दृष्टिकोन असलेल्या कुटुंबांचा आणि मित्रांचा विळखा असतो. आणि शेवटी, वाचनासाठी शांत जागेचा अभाव, म्हणजेच घरात खूप कलकलाट, गोंगाट असणे हीही काही लोकांच्या वाचनातील अडचण असू शकते.

एखादा सक्षम वाचक प्रत्यक्षात किती वारंवार वाचन करतो हे वरील घटकांवर अबलंबून असते. तुम्ही जेव्हा वाचनापासून खूप चांगले फळ मिळण्याची व्यवस्था निर्माण करता आणि वाचनातील समस्या कमी करता, तेव्हा तुम्हाला वाचनाची वारंवारिता अधिक पहायला मिळते. आणि विद्यार्थ्यांची वाचनाची वारंवारिता जेवढी अधिक, तेवढी शाळेतील त्यांच्या यशस्वितेची शक्यता अधिक. जे अधिक वाचतात, ते सर्वोत्तम वाचतात.

वाचनामुळे मिळणारे फायदे / बक्षिसे :

कंटाळा घालवता येतो

माहिती मिळते

प्रतिष्ठा मिळते

परीक्षेतील गुण वाढतात व त्यामुळे इतर अनेक फायदे मिळतात

वाचनातील अडथळे/समस्या :

लक्ष विचलित करणारे घटक जसे की टिव्ही, फोन, इंटरनेट इत्यादी.

वाचनसाहित्याचा अभाव

वेळेचा अभाव

अध्ययन विकलांगता

नकारात्मक मानसिकतेचा मित्र परिवार

वाचन करण्यामध्ये चार दशके जगात अव्वलस्थानी राहिलेल्या एका देशात विचलकांचे प्रमाण वाढल्यामुळे वाचनाचे प्रमाण कसे कमी झाले याचे हे उदाहरण पहा. जपान हे एके काळी वाचनाच्या बाबतीत जगात अद्वितीय राष्ट्र होते. जपानमधील नागरिक मोठ्या प्रमाणावर पुस्तके वाचत असत आणि वर्तमानपत्र वाचनामध्ये तर ते जगात अव्वल होते. जपानमधील ६३ टक्के तर अमेरिकेतील २३ टक्के प्रौढ वर्तमानपत्रे वाचत होते.[९] यावरून इतर देशातील काही लोकांचा असा समज झाला आहे, की जपानी लोकांना जास्त वेळ उपलब्ध असतो म्हणून ते एवढे जास्त वाचतात. खरे तर जपानी लोकांनासुद्धा इतर देशातील लोकांप्रमाणेच दररोज चोवीस तासच उपलब्ध होतात. परंतु जपानी लोकांचे या चोवीस तासांच्या वापराचे गणित मात्र वेगळे आहे.

जपानमध्ये महामार्गावर आकारला जाणारा कर हा जगातील सर्वाधिक कर आहे. अमेरिकेत एखाद्या रस्त्यावर १४ डॉलर्स एवढा कर आकारला जात असेल, तर जपानमध्ये त्याच रस्त्यासाठी ४७ डॉलर्स एवढा कर आकारला जातो. आणि जर त्या रस्त्यावर पूल असेल, तर हा कर ९७ डॉलर्स पर्यंत वाढतो. एवढा मोठा कर द्यायला लागू नये म्हणून जपानमधील बहुसंख्य नागरिक सार्वजनिक वाहनातून प्रवास करतात. जपानी माणूस नोकरी/व्यवसायानिमित्त जाण्या-येण्यासाठी दररोज सरासरी दोन तास प्रवास करतो. म्हणजेच जपानी माणसाला वाचण्यासाठी किंवा डुलकी घेण्यासाठी दररोज विनाव्यत्यय दोन तास मिळतात.[१०] उपलब्ध असलेला हा वेळ आणि त्यामध्ये केले जाणारे वाचन यामुळे पुस्तके, वर्तमानपत्रे आणि मॅगझीन्स वाचण्यामध्ये जपान जगात प्रथम क्रमांकावर पोहोचला होता. परंतु ही परिस्थिती १९९०च्या मध्यापर्यंतच होती.

१९९५ नंतर जपानमधील वाचनाचे प्रमाण कमी व्हायला लागले आणि अजूनही ते कमी होत आहे.[११] अंगठेबहाद्दर जमातीचा उगम हे जपानमधील वाचनाचे प्रमाण घटण्याचे प्रमुख कारण आहे. 'अंगठेबहाद्दर जमात' म्हणजे असे लोक की जे प्रवासादरम्यान संगणकावर गेम्स खेळतात, ई-मेल्सचा वापर करतात, मोबाईल फोन आणि लॅपटॉपचा वापर करतात. हे सर्व वाचकाचे लक्ष विचलित करणारे घटक आहेत. म्हणजेच विचलके आहेत.

श्रॅम यांच्या सूत्रानुसार देशाला, कुटुंबाला किंवा शाळेतील एखाद्या वर्गाला जेवढ्या अधिक विचलकांचा सामना करावा लागतो, तेवढे त्यांचे वाचन कमी होते. तुम्हाला जर खरोखरच तुमचे वाचनाचे प्रमाण वाढवायचे असेल, तर तुम्ही विचलके नियंत्रित करा; कमी करा. उदाहरणार्थ, मॉलच्या अनावश्यक भेटी, फोन कॉल्स, घरातील एकापेक्षा अधिक टेलिव्हिजनची संख्या, डिव्हिडी प्लेअर्स, ई-मेल्स, संगणकावरील खेळ यांची संख्या कमी करून तुम्हाला विचलकांवर नियंत्रण मिळवणे शक्य होईल. कारण या सर्वच सुविधा तुमचे लक्ष ताबडतोब वेधून घेतात आणि त्या वापरण्यासाठी बहुकार्यात्कमकता आवश्यक असते. अंगठेबहाद्दर जमात अमेरिकेतही वाढत आहे. तंत्रज्ञानाचे वाचनावर होणारे विपरीत परिणाम माहीत करून घेण्यासाठी प्रकरण सात वाचा.

स्वयंवाचन कधी परिणामकारक होते?

स्वयंवाचनाचे फायदे व्यक्तिपरत्वे बदलतात. परंतु एखाद्या व्यक्तिला एकदा का स्वयंवाचनाची सवय लागली, की ती व्यक्ती पुढे एवढे वाचायला लागते की त्याच्यासाठी वाचन ही एक आपोआप घडणारी कृती होऊन जाते. वाचन करताना जर एखादी व्यक्ती प्रत्येक शब्दाचा उच्चार करताना अडखळत असेल, तसेच त्या व्यक्तिला प्रत्येक शब्दाचा अर्थ शोधावा लागत असेल, तर त्याचे वाचन ओघवते होत नाही; त्यामध्ये अस्खलितपणा येत नाही आणि वाचलेल्या वाक्याचा अर्थही समजत नाही. अशा प्रकारच्या वाचनाने वाचणाऱ्या व्यक्तिला थकवा येतो. हे सर्व टाळता यावे आणि वाचक आपोआप वाचण्याच्या स्थितीला पोहोचावा हाच स्वयंवाचनाचा उद्देश आहे.[१२] हा उद्देश साध्य करण्यासाठी विद्यार्थ्यांनी दर आठवड्याला किमान दोन तास स्वयंवाचन करावे अशी शिफारस वाचन आयोगाने त्यांच्या *बिकमिंग ए नेशन ऑफ रीडर्स* या अहवालामध्ये केली आहे. परंतु हा वेळ आणायचा कोठून? विद्यार्थांनी त्यांच्या कार्यपुस्तिका पूर्ण करण्याचा वेळ कमी करावा आणि तो वेळ वाचनासाठी द्यावा असे या आयोगाने सुचवले आहे.[१३]

स्वयंवाचनाने विद्यार्थ्यांच्या वाचनकौशल्यांमध्ये त्वरित सुधारणा होणार नाही. थोडक्यात, 'पी हळद आणि हो गोरी' असे होणार नाही. परंतु स्वयंवाचनामुळे विद्यार्थ्यांचा ग्रंथालयाकडे पाहण्याचा, स्वंयस्फूर्तपणे वाचनाबाबतचा, अनिवार्य वाचनासंबंधीचा आणि वाचनाच्या महत्त्वाबाबतचा दृष्टिकोन सकारात्मक होतो. या बाबींसंबंधीच्या सकारात्मक दृष्टिकोनामुळे विद्यार्थ्यांच्या वाचनाचे प्रमाण वाढते आणि पर्यायाने त्यांच्या वाचनामध्ये अधिक सहजता येते.[१४] प्रकरण १ मधील पान क्रमांक २८ वर चर्चिलेले ल्युवेनबर्ग मिडल स्कूलचे उदाहरण हे स्वयंवाचन करणाऱ्या व्यक्तींमध्ये दिसून येणाऱ्या सकारात्मक

दृष्टिकोनाचे उल्लेखनीय उदाहरण आहे.

स्वयंवाचनामुळे लहान वयातील वाचकांच्या वाचनविषयक दृष्टिकोनामध्ये सकारात्मकता येते. तसेच त्यांच्या वाचनकौशल्यांमध्ये लक्षणीय प्रगती होते. अग्रगण्य संशोधक आणि इंटरनॅशनल रीडिंग असोसिएशनचे पूर्व अध्यक्ष रिचर्ड ॲलिंगटन[१५] यांनी स्पष्ट केल्याप्रमाणे साधारण कामगिरी असलेल्या विद्यार्थ्याला स्वयंवाचनासाठी दररोज दहा मिनिटे दिली, तर सुरुवातीला तो ५०० शब्द वाचतो आणि एकदा का त्याचे वाचनाचे प्रावीण्य वाढले की तेवढ्याच वेळेत तो खूप अधिक शब्द वाचतो.[१६]

तिसऱ्या इयत्तेपर्यंतच्या विद्यार्थ्यांसाठी स्वयंवाचन हे शब्दसंग्रह विकसनाचे महत्त्वाचे साधन ठरू शकते. क्रमिक पुस्तकांच्या अभ्यासाद्वारे किंवा दैनंदिन संभाषणाद्वारे विद्यार्थ्यांमध्ये जेवढा शब्दसंग्रह विकासित होऊ शकतो, त्याहून कितीतरी अधिक शब्दसंग्रह स्वयंवाचनाने होतो. वाचन आयोगाने नमूद केल्यानुसार शब्दांची समृद्धता, वाक्यरचनेतील संपन्नता आणि साहित्य प्रकारांची विविधता हे ललितसाहित्यामध्ये आढळणारे गुण वाचन-अभ्यासक्रमाच्या पुस्तकांमध्ये तसेच क्रमिक पुस्तकांमध्ये नसतात. केवळ वाचन-अभ्यासक्रमाच्या पुस्तकांतील गोष्टी वाचून मुले वास्तव ललितसाहित्य समजून घेऊ शकत नाहीत.[१७] नेहमी वापरल्या जाणाऱ्या सुमारे तीन हजार शब्दांपैकी निम्मे शब्द सहावीच्या वाचन अभ्यासक्रमाच्या पुस्तकात समाविष्ट केलेले नव्हते असे एका अभ्यासात दिसून आले आहे.[१८] पान क्रमांक २७ वरील चार्टमध्ये दर्शवल्याप्रमाणे दैनंदिन संभाषणात आपण जेवढे दुर्मीळ शब्द वापरतो, त्यापेक्षा तीन ते सहापट अधिक शब्द मुद्रित वाचनसाहित्यामध्ये समाविष्ट केलेले असतात.

२००९ मध्ये कार्नेजी मेलॉन विद्यापीठात स्वयंवाचनाच्या अनुषंगाने एक प्रयोग केला गेला. साधारण शैक्षणिक कामगिरी असलेल्या लहान मुलांच्या मेंदूवर स्वयंवाचनाचा काय परिणाम होतो याचा शोध घेण्यासाठी हा प्रयोग करण्यात आला होता. मुलांच्या मेंदूतील विविध भागांना जोडणाऱ्या पांढऱ्या पदार्थाचे प्रमाण सामान्य पातळीपेक्षा कमी आहे असे या प्रयोगाच्या पूर्वचाचणीत आढळले होते. पूर्वचाचणीनंतर उपचारात्मक अध्ययनाचा भाग म्हणून या मुलांना शंभर तास वाचन करायला सांगितले गेले. शंभर तास वाचल्यानंतर या मुलांच्या मेंदूतील पांढऱ्या पदार्थाचे प्रमाण सामान्य पातळीपर्यंत वाढलेले आढळले. मेंदूतील पांढऱ्या पदार्थामध्ये झालेल्या वाढीमुळे या मुलांच्या वाचन क्षमतेतही वाढ झालेली आढळली.[१९]

वरील संशोधन वाचल्यानंतर या संशोधनातील एक अग्रगण्य शास्त्रज्ञ डॉ. टिमथी केलर यांना ई-मेल पाठवून मी विचारले, की मुलांना खूप मनोरंजनात्मक वाचन करायला लावून किंवा त्यांना वाचण्यासाठी खूप प्रोत्साहन देऊन त्यांच्या मेंदूतील पांढऱ्या पदार्थामध्ये

वाढ करता येईल का? माझ्या ई-मेलला त्वरित आणि प्रोत्साहनात्मक उत्तर मिळाले. यामध्ये स्वयंवाचनाचे समर्थन करणारी पुढील निरीक्षणे नोंदवली होती :

याबाबत आमच्याकडे थेट पुरावा नाही. परंतु मला असा विश्वास वाटतो, की मुलांनी वर्गात आणि वर्गाबाहेर वाचनासाठी दिलेला वेळ हा त्यांच्या मेंदूतील पांढऱ्या पदार्थाचे प्रमाण वाढवण्यासाठी कारणीभूत असणारा सर्वांत महत्त्वाचा घटक आहे. मुलांनी वाचनासाठी किती वेळ दिला हे आम्ही आमच्या प्रयोगामध्ये मोजले नाही. परंतु प्रयोगातील मुलांच्या पालकांनी सांगितले, की प्रयोगादरम्यान आणि प्रयोगानंतर मुलांनी त्यांच्या शाळेतील अभ्यासाव्यतिरिक्त घरी खूप वाचन केले होते. हे वाचन त्यांनी आनंद मिळवण्यासाठी केले होते. मुलांच्या मेंदूतील पांढऱ्या पदार्थाचे प्रमाण वाढवण्यामध्ये या अधिकच्या वाचनाचे खूप मोठे योगदान असले पाहिजे. साधारण उच्चारकौशल्य असलेल्या मुलाला उच्चाराचे विशेष प्रशिक्षण दिल्यानंतरच त्याला त्यात प्रावीण्य प्राप्त होते आणि मग त्या मुलाला अधिक वाचन करणे शक्य होते तसेच त्याला वाचनासाठी अधिक प्रोत्साहनही मिळते. अशा प्रकारच्या बदलाला 'स्वयं-सिद्धतेचा' परिणाम म्हणता येईल. आम्ही आमच्या संशोधन लेखात असा अंदाज व्यक्त केला होता, की मेंदूतील वाचनाशी संबंधित यंत्रणेला मिळालेल्या प्रेरणेमुळे मायलिन या रसायनामध्ये वाढ होते. व मायलिनच्या वाढीमुळे मेंदूतील पांढऱ्या पदार्थामध्ये वाढ झालेली दिसून येते. यामधून ही बाब सिद्ध होते की, या मेंदूतील वाचनाशी संबंधित यंत्रणेला कशानेतरी प्रेरणा मिळाली पाहिजे किंवा त्या यंत्रणेला सक्रिय केले पाहिजे. अशी सक्रियता एक तर ती व्यक्ती करत असलेल्या विशिष्ट कामामुळे येऊ शकते किंवा आनंददायी वाचनामुळे येऊ शकते. आम्ही मात्र असे मानतो, की मेंदूतील पांढऱ्या पदार्थातील वाढ आणि वाचन यामध्ये सकारात्मक संबंध आहे. परंतु ही बाब अधिक स्पष्टपणे सिद्ध होण्यासाठी आणखी संशोधन होणे गरजेचे आहे.[२०]

स्वयंवाचन कशामुळे अयशस्वी होऊ शकते?

रॉबर्ट आणि मारलिन मॅकक्रॅकेन[२१] यांनी स्वयंवाचन या विषयाचा विशेष अभ्यास केला आहे. या दोन तज्ज्ञांच्या मतानुसार खालील परिस्थितीत स्वयंवाचनाचे उपक्रम अयशस्वी होतात:

- स्वयंवाचनाच्या तासाला शिक्षक स्वत: वाचन करण्याऐवजी वर्गावर देखरेख करतात.
- स्वयंवाचनासाठी शाळेमध्ये पुरेसे वाचनसाहित्य उपलब्ध नसते.

मॅकक्रॅकेन यांच्या मतानुसार विद्यार्थ्यांसाठी शिक्षक हाच स्वयंवाचनाचा आदर्श नमुना असतो म्हणून ते शिक्षकांच्या वाचन सवयींचे मोठ्या प्रमाणावर अनुकरण करतात.

उदाहरणार्थ, एका वर्गातील विद्यार्थ्यांनी अनुभवले, की त्यांची शिक्षिका वाचन करताना शब्दार्थ पाहण्यासाठी वारंवार वाचन थांबवते. या शिक्षिकेपासून आदर्श घेऊन विद्यार्थ्यांनीही याच पद्धतीने वाचन करायला सुरू केले. आणखी एक उदाहरण पहा : ज्यूनियर हायस्कूलमधील एका शिक्षकाने वर्गात दररोज वर्तमानपत्र वाचायला सुरुवात केली. याचा परिणाम म्हणून त्यांच्या वर्गातील सर्व विद्यार्थी वर्तमानपत्र वाचायला लागले. परंतु शाळेतील स्वयंवाचनाच्या तासाला जर शिक्षक त्यांचे नेहमीचे लिखापटीचे कार्य करायला लागले किंवा वर्गाची साफसफाईचे करून घेण्यामध्ये व्यग्र झाले, तर ते मुलांसाठी स्वयंवाचनाचा आदर्श नमुना होऊ शकत नाहीत.

शाळेतील उन्हाळी वाचन उपक्रमांबद्दल काय सांगाल?

'समर सेटबॅक' म्हणजेच 'उन्हाळी अपयश' या संशोधनातून स्वयंवाचनाच्या फायद्यांबाबतचे आपल्याला आणखी पुरावे मिळतात. अनेक पालक, विशेषत: ज्या मुलांना शाळा फारशी आवडत नाही किंवा ज्यांना शाळेचा ताण येतो, अशा मुलांचे पालक उन्हाळ्याचा अर्थ शब्दश: शाळेला सुट्टी असा घेतात. उन्हाळा म्हणजे अभ्यास आणि वाचन पूर्णपणे बंद करण्याचा काळ असा या पालकांचा समज असतो. म्हणून ते म्हणत असतात की आराम करण्यासाठी प्रत्येकाला सुट्टी हवी असते. शाळेच्या कटकटीपासून मुलांना काही दिवस तरी सुटका व्हायला हवी. सुट्टीनंतर नवीन शैक्षणिक वर्षात मुले नव्या जोमाने अभ्यासाला सुरुवात करतील. पालकांचा हा दृष्टिकोन कमी वाचणाऱ्या विद्यार्थ्यांसाठी अत्यंत हानिकारक ठरतो. कारण नेहमी वाचन वाचणारा विद्यार्थी उन्हाळ्यातही त्याचे वाचन थांबवत नाही. तो त्याचे वाचन सुरूच ठेवतो. परंतु मुळाचत कमी वाचणारा विद्यार्थी मात्र उन्हाळ्यामध्ये वाचन बंद करतो. परिणामी कमी वाचन करणारा विद्यार्थी आणि खूप वाचणारा विद्यार्थी यांच्यातील दरी आणखी वाढते.

'उन्हाळ्यात तुम्ही अधिक मठ्ठ होता' अशा अर्थाचे एक शैक्षणिक तत्त्व आहे. या तत्त्वाची सत्यता तपासण्यासाठी अटलांटामधील तीन हजार विद्यार्थ्यांचा दोन वर्षे अभ्यास करण्यात आला. या अभ्यासात आढळले, की उन्हाळ्यामध्ये अतिहुशार आणि सर्वसाधारण अशा दोन्ही प्रकारच्या विद्यार्थ्यांच्या अध्ययनाचा वेग मंदवतो. काही विद्यार्थ्यांचा अध्ययन वेग तर खूपच कमी होतो. इतका कमी होतो, की त्यांचे अध्ययन बंद होते असे म्हटले तरी चालेल. असे विद्यार्थी उन्हाळ्यामध्ये अध्ययनापासून खूप दूर गेलेले असतात हे खालील चार्टवरून तुमच्या लक्षात येईल.[२२]

शैक्षणिक वर्षाच्या शेवटी आणि सुरुवातीला अतिहुशार विद्यार्थ्यांची वाचनातील कामगिरी किंचित वाढलेली असते. याउलट तळातील २५ टक्के विद्यार्थ्यांची वाचनातील कामगिरी नवीन शैक्षणिक वर्षाच्या सुरुवातीला खालावलेली असते. कारण उन्हाळ्याच्या

सुट्टीत त्यांनी काहीच वाचन केलेले नसते. अतिहुशार आणि तळातील या दोन गटांच्या मध्ये असलेल्या सर्वसाधारण विद्यार्थ्यांच्या वाचन कामगिरीत मात्र कोणताच फरक पडलेला नसतो. म्हणजेच त्यांच्या वाचन कामगिरीत वाढही झालेली नसते आणि घटही झालेली नसते. अर्थात त्यांच्या आणि अतिहुशार विद्यार्थ्यांच्या वाचनातील दरीमात्र वाढलेली असते. कारण अतिहुशार विद्यार्थी उन्हाळ्यामध्येही वाचन करत राहतात व त्यामुळे त्यांच्या वाचन कामगिरीत वाढ झालेली असते. आपण पहिली ते चवथीच्या विद्यार्थ्यांच्या वाचन कामगिरीचा भविष्यवेधक आलेख काढला, तर गरीब आणि श्रीमंत मुलांच्या वाचनामध्ये बालवाडीच्या सुरुवातीला जी दरी असते, तिच्यामध्ये भविष्यात वाढ होईल असे दिसते.

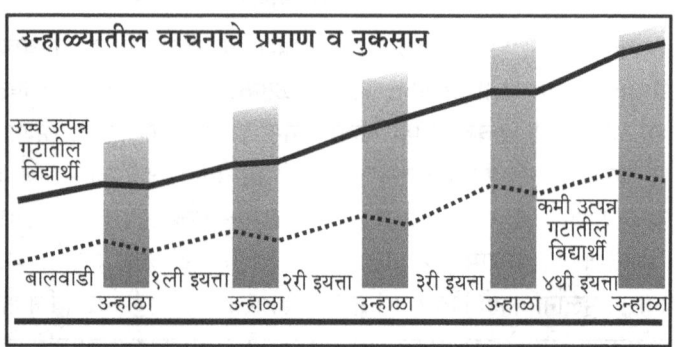

श्रीमंत विद्यार्थ्याचे कुटुंब हे वाचन करणारे कुटुंब असते. अशा कुटुंबातील मुलांना घरामध्ये वाचकाचा आदर्श नमुना पहायला मिळतो. व ही मुले या आदर्शाचे अनुकरण करतात. अशा विद्यार्थ्याच्या घरी वाचनासाठी शांत जागा आणि पोषक वातावरण असते; त्याच्या घरी पुस्तके, वर्तमानपत्रे, मॅगझीन्स यासारखे वाचनसाहित्य मोठ्या प्रमाणावर उपलब्ध असते; अशा विद्यार्थ्याचे कुटुंबीय मॉलमध्ये जाताना या विद्यार्थ्याला पुस्तकाच्या दुकानात किंवा ग्रंथालयात घेऊन जातात; असे विद्यार्थी आपल्या कुटुंबीयांबरोबर पर्यटनाला जातात किंवा उन्हाळी शिबिराला जातात व त्यामुळे त्यांना नवीन ठिकाणे पहायला मिळतात, नवीन लोक भेटतात, आणि नवीन अनुभव मिळतो. आणि या सर्वांपासून त्यांना अधिक पार्श्वभूमित्वक ज्ञान मिळते व त्यांचा शब्दसंग्रह अधिक संपन्न होतो. याशिवाय अशा कुटुंबामध्ये शैक्षणिक टीव्ही पाहिला जाण्याची आणि शैक्षणिक रेडिओ ऐकला जाण्याची खूप शक्यता असते.

गरीब घरातील विद्यार्थ्याचा उन्हाळा याउलट व्यतीत होतो. कसा ते पहा : अशा विद्यार्थ्याच्या घरी वाचायला पुस्तके, वर्तमानपत्रे आणि मॅगझीन्स उपलब्ध नसतात; अशा विद्यार्थ्याच्या घरी खूप वाचन करणारी एकही व्यक्ती नसते; वाचनामध्ये व्यत्यय

आणणाऱ्या शेजाऱ्यांना सोडून शांत ठिकाणी जाण्यासाठी त्यांच्याकडे मोटरगाडी नसते; यांचे पालक त्यांना पुस्तकाच्या दुकानात किंवा ग्रंथालयात घेऊन जात नाहीत; अशा कुटुंबातील मुलांचे दैनंदिन जीवन अत्यंत साधे असते. यामध्ये त्यांना नवीन लोक क्वचितच भेटतात, या मुलांना फारसा नवीन अनुभव मिळत नाही आणि खूप नवीन शब्दही ऐकायला मिळत नाहीत. पर्यायाने या मुलांना फारसे पार्श्वभूमित्वक ज्ञान मिळत नाही. तसेच या मुलांना शैक्षणिक टीव्ही पहायला मिळायची किंवा शैक्षणिक रेडिओ ऐकायला मिळण्याची शक्यता खूप कमी असते.

अशा प्रकारे गरीब आणि श्रीमंत मुलांच्या उन्हाळ्यातील वाचनामध्ये भिन्नता असते. काही मुले उन्हाळ्यात खूप वाचन करतात तर काही मुले उन्हाळ्यात अजिबात वाचन करत नाहीत. मुलांमधील ही पारंपरिक उन्हाळी-वाचनदरी कशी दूर करता येईल? ही दरी दूर करण्यासाठी पारंपरिक उन्हाळी वर्ग फायदेशीर ठरतात असे सांगणारे फार संशोधनात्मक पुरावे आढळत नाहीत. परंतु उन्हाळी वाचनाची उपयुक्तता मात्र संशोधनाने सिद्ध झालेली आहे. उन्हाळी वाचनामध्ये मुलांना वाचून दाखवणे आणि मुलांनी स्वत: वाचणे या दोन्हींचा समावेश होतो. उन्हाळ्याच्या सुट्टीत विद्यार्थ्यांनी चार ते सहा पुस्तके वाचली, तर उन्हाळ्यात त्यांनी न वाचल्यामुळे होणारे नुकसान टाळणे शक्य आहे असे जिम्मी किम यांच्या संशोधनातून सिद्ध झाले आहे. जिम्मी किम यांचा हा निष्कर्ष अठरा शाळांमधील सहावीच्या १६०० विद्यार्थ्यांच्या सर्वेक्षणावर आधारलेला आहे. जिम्मी किम यांच्या संशोधन अहवालात पुढे असेही नमूद केले आहे की, जेव्हा शाळेतून विद्यार्थ्यांना सांगितले जाते की तुम्ही उन्हाळ्यात वाचलेल्या पुस्तकावर अहवाल किंवा निबंध सादर करा, तेव्हा विद्यार्थ्यांची पुस्तके वाचण्याची शक्यता अधिक असते. तसेच आपल्या पाल्याने उन्हाळ्यात एकतरी पुस्तक वाचले आहे का याची जर पालक पडताळणी करणार असतील, तर मुलांनी उन्हाळ्यात पुस्तके वाचण्याची अधिक शक्यता असते.[२३]

विद्यार्थ्यांना वाचनासाठी प्रोत्साहन देण्याच्या हेतूने बहुतांश ग्रंथालये उन्हाळ्यामध्ये वाचन उपक्रम राबवितात. या उपक्रमामध्ये तुमच्या मुलाचे नाव नोंदवा आणि तो त्यात सहभागी होईल याची खातरी करा. तसेच तुमच्या मुलांना सहलीला घेऊन जा. अशा सहलीदरम्यान तुम्ही अग्निशामक स्थानक, वस्तुसंग्रहालय, प्राणिसंग्रहालय यासारख्या स्थानिक ठिकाणांना भेट दिली तरी चालेल. अशा ठिकाणांना भेट देत असताना तुम्ही मुलांबरोबर खूप बोला आणि त्यांचे खूप ऐकूनही घ्या. उन्हाळ्यामध्ये मुलांना वाचनासाठी पुस्तके उपलब्ध केल्यामुळे त्यांच्या वाचनामध्ये खूप वाढ होते. याबाबत पॉल ई. बारटन यांचा सल्ला अत्यंत मोलाचा आहे. बारटन हे एज्युकेशनल टेस्टींग सर्व्हिसच्या पॉलिशी इव्हॅलूएशन अँड रिसर्च सेंटरमध्ये वरिष्ठ सहयोगी पदावर कार्यरत आहेत. त्यांनी विविध

शैक्षणिक स्तरातील विद्यार्थ्यांची गरिबी आणि शिक्षण याबाबत व्यापक संशोधन केले आहे व सखोल लेखनही केले आहे.[२४] गरीब मुलांच्या जीवनातील पुस्तकांची टंचाई बारटन यांना खूप जवळून माहीत होती. म्हणून त्यांनी *युएसए टुडे* या मॅगझीनला दिलेल्या मुलाखतीत सांगितले होते, की ज्याप्रमाणे गुड ह्यूमर या आयस्क्रीमचे विक्रेते सगळीकडे आढळतात तेवढ्याच मोठ्या प्रमाणावर फिरती ग्रंथालये सुरू केली पाहिजेत.[२५] अशी ग्रंथालये पुस्तक उपलब्ध नसणाऱ्या गरीब विद्यार्थ्यांना खूप उपयुक्त ठरतात.

पुस्तके आणि आईस्क्रीम यांच्यामध्ये साम्य दर्शवणारी ही संकल्पना खरोखर यशस्वी होईल का? सर्व ८५२ गरीब विद्यार्थ्यांना त्यांच्या आवडीची प्रत्येकी बारा पुस्तके उन्हाळ्याच्या सुट्टीच्या सुरुवातीला मोफत दिली, तर त्याचा फायदा होईल का? समजा प्रत्येक गरीब विद्यार्थ्याला तुम्ही अशी बारा पुस्तके सलग तीन उन्हाळे दिली आणि त्यानंतर या विद्यार्थ्यांच्या वाचनक्षमतेची ज्या विद्यार्थ्यांना अशी पुस्तके मिळाली नाहीत त्यांच्या वाचनक्षमतेबरोबर तुलना केली तर या दोघांच्यामध्ये फरक आढळेल का? याचे उत्तर तुम्हाला पान क्रमांक १७१ वर आढळेल.

स्वयंवाचन उपक्रम घरीसुद्धा यशस्वी होईल का?

वर्गातील स्वयंवाचनाला लागू पडणारी सर्व तत्त्वे घरातील स्वयंवाचनालाही लागू पडतात. आठवी इयत्ता पूर्ण करेपर्यंत विद्यार्थ्यांने पंच्याण्णव हजार तास घरी व्यतीत केलेले असतात आणि फक्त नऊ हजार तास शाळेत व्यतीत केलेले असतात. ही वस्तुस्थिती विचारात घेता ''या वर्षी जेस्सीची वाचनातील कामगिरी का चांगली नाही?'' असे त्याच्या शिक्षकांना विचारण्यापूर्वी पालकांनी घरी त्यांच्या मुलाच्या स्वयंवाचन उपक्रमामध्ये सहभागी होणे आवश्यक आहे.

मुले शाळेत जेवढा वेळ असतात, त्याच्यापेक्षा खूप अधिक वेळ ते घरी असतात. म्हणून मुलांनी घरी अधिक वाचावे यासाठी त्यांना प्रोत्साहन देणे हा आपला अंतिम उद्देश असला पाहिजे.

मुलांच्या वाचनविकासामध्ये वर्गातील शिक्षकाची भूमिका जेवढी महत्त्वाची आहे, तेवढीच पालकांचीही भूमिका महत्त्वाची आहे. त्यामुळे तुम्ही टीव्ही पाहत असताना

'पंधरा मिनिटे पुस्तक वाच!' असे तुमच्या मुलाला सांगू नका. त्याऐवजी तुम्ही तुमच्या कुटुंबाला अनुरूप असा स्वयंवाचनाचा उपक्रम राबवा. जर तुमच्या मुलांना खूप वेळ वाचन करण्याची सवय नसेल, तर सुरुवातीला त्यांचा स्वयंवाचनाचा वेळ दहा ते पंधरा मिनिटांचाच ठेवा. नंतर जेव्हा मुलांना स्वत: वाचनाची सवय लागते, पुस्तकांची गोडी लागते, तेव्हा स्वयंवाचनाचा वेळ वाढवला जाऊ शकतो. अर्थात मुलांच्या विनंतीनुसारच असा वेळ वाढवणे उचित असते. शाळेप्रमाणे घरीसुद्धा स्वयंवाचनासाठी विविध प्रकारचे वाचनसाहित्य उपलब्ध असणे आवश्यक असते. यामध्ये मॅगझीन्स, वर्तमानपत्रे, गोष्टीची पुस्तके, तसेच चित्रांच्या पुस्तकांचाही समावेश असावा. नियमितपणे ग्रंथालयाला भेट देऊन वाचनसाहित्याची ही गरज बऱ्यापैकी पूर्ण करणे शक्य होते. एनएईपी या संस्थेने तीन दशके केलेल्या संशोधनात आणि बत्तीस देशातील युवकांच्या वाचनविषयक संशोधनात हे सिद्ध झाले आहे की, ज्या घरी जेवढ्या अधिक प्रकारचे वाचनसाहित्य उपलब्ध असते, त्या घरातील मुलांची वाचनातील प्रगती तेवढी अधिक चांगली असते.[२६] याबाबतच्या आकडेवारीसाठी पान क्रमांक १४९ वरील चार्ट पहा. घरामध्ये स्वयंवाचन यशस्वी होण्यासाठी मी आधी स्पष्ट केलेले तीन 'बी' म्हणजेच बुक्स, बुक बास्केट आणि बेड लॅम्प हे घटक अत्यंत महत्त्वाचे आहेत हेही मला येथे सांगितलेच पाहिजे.

स्वयंवाचन घरी यशस्वी होण्यासाठी पुरेशा प्रमाणात वाचनसाहित्य उपलब्ध होणे तर महत्त्वाचे आहेच. त्याचबरोबर वाचनासाठी योग्य वेळेची निवड करणेही तेवढेच महत्त्वाचे आहे. अशी वेळ निश्चित करते वेळेस शक्य असेल, तर कुटुंबातील प्रत्येकाला सहभागी करून घ्या. बहुतांश मुलांना झोपण्यापूर्वी स्वयंवाचन करायला आवडते. असे केल्यामुळे त्यांना त्यांच्या झोपण्याच्या वेळेव्यतिरिक्त इतर कोणत्याही कृतीचा वेळ स्वयंवाचनासाठी द्यावा लागत नाही. झोपेच्या वेळेतील काही वेळ वाचनासाठी द्यायला मात्र ही मुले सहज तयार असतात. म्हणूनही ही वेळ मुलांना वाचनासाठी आवडत असेल. परंतु जर दिवसभरातील त्यांच्या विविध उपक्रमांमुळे मुले थकण्याची शक्यता असेल, तर ही बाब मुलांच्या स्वयंवाचनाची वेळ निश्चित करताना विचारात घ्यावी.

वाचनाची सक्ती केल्यामुळे मुले वाचनाचा तिरस्कार करणार नाहीत का?

वाचनविषयक माझ्या कार्यक्रमात मी पालकांना विचारत असे की "आतापर्यंत तुमच्यापैकी किती लोकांनी मुलांना त्यांची बेडरूम नीटनेटकी करण्याची आणि दात स्वच्छ करण्याची सक्ती केली आहे?" या प्रश्नाला नव्वद टक्के पालकांकडून होकारात्मक उत्तर मिळत असे.

मग मी पुढे विचारत असे, "आपल्या सर्वांना हे मान्य आहे का, की या गोष्टी करण्याची मुलांना सक्ती करण्यापेक्षा त्यांना त्या करण्याची सवय लावणे, गोडी लावणे हेच सर्वांच्या सोईचे आहे. हे माहीत असतानासुद्धा अशी गोडी लावण्यासाठी कधी आपल्याकडे वेळ नसतो, तर कधी पर्याय नसतो, तर कधी एवढा संयम नसतो. बरोबर? मग आता आपण आणखी थोडे पुढे जाऊ या : आपल्या मुलांवर वाचनाची सक्ती करावी असे तुमच्यापैकी किती लोकांना वाटते?" या प्रश्नाच्या उत्तरादाखल खूपच कमी हात वर होतात.

मुलांना वाचनाची सक्ती केली, तर ते वाचनाचा तिरस्कार करायला लागतील आणि कालांतराने ते वाचन करणार नाहीत या भीतीमुळे पालक मुलांवर वाचनाची सक्ती करण्याचे टाळतात. परंतु या भीतीमध्ये किती तथ्य आहे? जर दहा वर्षाच्या मुलांना दात घासण्याची किंवा अंतर्वस्त्र बदलण्याची सक्ती केली, तर ही मुले मोठी झाल्यावर दात घासायचे किंवा अर्तवस्त्र बदलायचे थांबवतील का? नाही. तर मग वाचनाची सक्ती केल्यामुळे मुले वाचनाचा तिरस्कार करतील, त्यांच्यातील वाचनाची आवड मारली जाईल असा विचार आपण का करतो?

अर्थात, वाचनाच्या संदर्भात सक्तीऐवजी 'आवश्यकता' हा शब्द वापरणे अधिक योग्य ठरेल असे मला वाटते. सर्वच मुलांनी शाळेत जाणे आवश्यक असते. तसेच सर्वच प्रौढांना वेगमर्यादेचे पालन करणे आवश्यक असते. या गोष्टी आवश्यक आहेत म्हणून कोणी त्यांचा तिरस्कार करत नाही. वाचन आकर्षक आणि मजेदार करून आपण आवश्यक या शब्दातील सक्तीदर्शकता काढून घेऊ शकतो. एकदा का मुलांना वाचन आकर्षक आणि मजेदार वाटायला लागले की मग त्यांना त्यात आनंद वाटायला लागेल. वाचन आकर्षक करण्यासाठी वाचून दाखवण्याचा उपक्रम अत्यंत उपयुक्त ठरतो.

प्रकरण आठमध्ये मी सोन्या कारसन यांची एक गोष्ट सांगितली आहे. एकट्या पालक असलेल्या या आईने तिच्या दोन्ही लहान मुलांना आठवड्याला दोन पुस्तके वाचण्याची सक्ती केली होती. या दोन मुलांपैकी एक आता इंजिनिअर आहे आणि दुसरा नामांकित बालमेंदूतज्ज्ञ आहे. मोबाईल आर्मी सर्जिकल हॉस्पिटल ही नावीन्यपूर्ण सेवा सुरू करणाऱ्या आणि जागतिक दर्जाचा हृदयतज्ज्ञ असणाऱ्या डॉक्टर मायकेल डिबेकी यांनाही लहानपणी त्यांच्या आईने आठवड्याला एक पुस्तक वाचण्याची सक्ती केली होती. या सर्वांना लहानपणी वाचनाची सक्ती केली होती म्हणूनच त्यांनी त्या वेळी पुस्तके वाचली होती. 'जेव्हा काही मागितले जात नाही, तेव्हा सामान्यपणे काही मिळत नाही' या उक्तीप्रमाणे जेव्हा मुलांना काही करायला सांगितले जात नाही, तेव्हा सामान्यपणे मुले काहीच करत नाहीत. याचप्रमाणे ज्या कार्यालयांमध्ये वक्तशीरपणाची मागणी केली जात नाही, तेथील कर्मचारी क्वचितच वेळेवर कार्यालयात येतात. यातून वाचनाची

सक्ती करण्याचे महत्त्व पटते. परंतु वाचनाची सक्ती करत असतानाच ते आनंददायी कसे ठेवायचे हेमात्र आपल्याला समजत नाही. अर्थात हे शक्य आहे आणि तुम्ही ते खालील मार्गांनी साध्य करू शकता :

- वाचनाचा आनंद मिळवायचा असतो, तो शिकवायचा नसतो. यासाठी मुलांना वाचून दाखवा. वाचून दाखवल्यामुळे मुले वाचनाचा आनंद मिळवायला लागतील.
- तुम्ही स्वत: दररोज वाचन करत असलेले मुलांना दिसेल अशी व्यवस्था करा. असे केल्यामुळे तुम्ही त्यांच्यासाठी वाचकाचा एक आदर्श नमुना ठरता. मुले जेव्हा स्वत: वाचन करत असतात, त्याच वेळेस तुम्हीही वाचन केले तर त्याचा अधिक चांगला परिणाम होतो.
- लहान मुलांचा विचार करता पुस्तकातील चित्रे पाहणे आणि पुस्तकाची पाने उलटणे हेही वाचनच असते हे लक्षात ठेवा.
- स्वयंवाचनासाठी मुलांना त्यांना हव्या असलेल्या पुस्तकांची निवड करू द्या. मग ही पुस्तके तुम्हाला अपेक्षित असलेल्या दर्जाची नसली तरी चालतील.
- मुलांनी किती वेळ वाचन करावे हे ठरवून द्या. सुरुवातीला थोडा वेळ वाचू द्या. आणि मुले जशी-जशी मोठी होतील आणि अधिक वाचायला लागतील, तेव्हा त्यांना जास्त वेळ वाचायला सांगा.
- वर्तमानपत्रे आणि मॅगझीन्सचे वाचन याचीही वाचन म्हणूनच गणना करा.

स्वयंवाचनासाठी मुलांना प्रोत्साहन मिळावे म्हणून मुलांच्या स्वत:च्या आवडीची पुस्तके असणे, मुलांनी स्वत: पुस्तकांची निवड करणे या गोष्टी महत्त्वाच्या आहेत. मुलांना जे आवडते ते त्यांना वाचू द्या. दुर्दैवाने शाळेच्या उन्हाळी वाचन यादीतील बहुतांश पुस्तके शिक्षकांच्याच आवडीची असतात.

मुलांना वाचनाची सक्ती करण्याबाबत अजूनही तुमची मानसिकता तयार झाली नसेल, तर पुढील गोष्टीचा विचार करा : तुम्ही तुमच्या मुलांना त्यांची खोली नीटनेटकी करण्याची किंवा दात घासण्याची सक्ती करत असाल आणि वाचनाची सक्ती करत नसाल तर याचा अर्थ असा होतो, की तुमच्या दृष्टीने मुलांच्या बौद्धिक विकासापेक्षा घराची आणि व्यक्तिगत स्वच्छता अधिक महत्त्वाची आहे.

वाचनाला प्रोत्साहन देणाऱ्या संगणकीय आज्ञावलींबद्दल तुमचे मत काय आहे?

तीस वर्षांपूर्वी जेव्हा *द रीड अलाउड हँडबुकची* प्रथम आवृत्ती प्रकाशित झाली होती, तेव्हा वाचनाला प्रोत्साहन देणाऱ्या संगणकीय आज्ञावली किंवा वाचनाचे व्यवस्थापन करणाऱ्या आज्ञावली म्हणजे निव्वळ कल्पनाविलास वाटला असता. आज

मात्र या आज्ञावलींबाबत शिक्षणतज्ज्ञ आणि पालकांच्यामध्ये गरमागरम चर्चा होत आहे. मुलांनी आंतरिक फायद्यांसाठी की बाह्य फायद्यांसाठी पुस्तके वाचावीत? या प्रश्नाच्या अनुषंगाने ही चर्चा होत आहे. दुसऱ्या शब्दात सांगायचे, तर मुलांनी आनंद मिळवण्यासाठी की परीक्षेमध्ये गुण मिळवण्यासाठी पुस्तके वाचावीत हा तो वाद आहे.

विद्यार्थ्यांच्या वाचनाचे व्यवस्थापन करण्यासाठी वापरल्या जाणाऱ्या अनेक आज्ञावलींपैकी ॲक्सिलरेटेड रीडर आणि रीडिंग कॉऊंट या दोन प्रमुख आज्ञावली आहेत. विद्यार्थ्यांना वाचनासाठी प्रोत्साहन देण्यासाठीही या आज्ञावली उपयुक्त आहेत. या आज्ञावली पुढीलप्रमाणे कार्य करतात: संबंधित शाळेच्या ग्रंथालयात लोकप्रिय तसेच इतर प्रकारची पुस्तके उपलब्ध केलेली असतात. ग्रंथालयातील प्रत्येक पुस्तकाला काठिण्यपातळीनुसार ठरावीक गुण निश्चित केलेले आसतात. जसे की जास्त कठीण आणि जास्त पानाच्या पुस्तकाला जास्त गुण निश्चित केलेले असतात. पुस्तक वाचून झाल्यानंतर संगणक आज्ञावली त्या विद्यार्थ्याला वाचलेल्या पुस्तकातील आशयाच्या अनुषंगाने प्रश्न विचारते. संगणकाच्या प्रश्नाला अचूक उत्तरे देऊन विद्यार्थी गुण मिळवू शकतात. आणि या गुणांच्या बदल्यात विद्यार्थी शाळेचे टी-शर्टस किंवा एखादा विशेषाधिकार किंवा स्थानिक व्यवसायिकांनी शाळेला देणगी म्हणून दिलेली एखादी वस्तू मिळवू शकतात. दोन्हीही आज्ञावली विद्यार्थ्यांच्या स्वयंवाचनाचे समर्थन करतात; स्वयंवाचनाला पाठिंबा देतात. या आज्ञावलींच्या यशस्वी उपयोजनांसाठी शाळेच्या ग्रंथालयात भरपूर पुस्तके असणे अपेक्षित असते. स्वयंवाचनाला प्रोत्साहन देण्याच्या सुविधेशिवाय विद्यार्थ्यांच्या विविध शैक्षणिक कामगिरीचे मूल्यमापन करण्याचीही सुविधा अलीकडच्या काळात या दोनही आज्ञावलींमध्ये उपलब्ध केलेली आहे.

वाचनाला प्रोत्साहन देणाऱ्या संगणकीय आज्ञावलींबाबत अधिक माहिती देण्यापूर्वी मला हे स्पष्ट करायचे आहे, की ॲक्सिलरेटेड रीडरच्या तीन राष्ट्रीय परिषदांना मार्गदर्शन करण्यासाठी आयोजकांनी मला विशेष मानधन देऊन आमंत्रित केले होते. वाचून दाखवणे, स्वयंवाचन, घरी आणि शाळेमध्ये विद्यार्थ्यांना भेडसावणाऱ्या संप्रेषणविषयक समस्या इत्यादी विषयांवर मी या परिषदांमधील श्रोत्यांना मार्गदर्शन केले आहे. याच विषयांवर मी गेली तीन दशके प्रमुख शैक्षणिक संघाच्या परिषदांमध्येही मार्गदर्शन करत आलो आहे.

अशा प्रकारच्या संगणकीय आज्ञावलींच्या सकारात्मक आणि नकारात्मक बाबींबाबत मी लिहिले आहे तसेच भाषणेही दिली आहेत. परंतु अलीकडच्या काळात शाळा या आज्ञावलींचा ज्या पद्धतीने वापर करत आहेत, ते पाहून मात्र मी दिवसेंदिवस अधिक अस्वस्थ होत आहे. कारण ज्याप्रमाणे काही शाळांमध्ये क्रीडास्पर्धांचा

मनोरंजनाऐवजी शिष्टाचार म्हणून दुरुपयोग होत आहे, त्याचप्रमाणे या आज्ञावलींचाही अनेक वेळा दुरुपयोग होताना मला दिसत आहे.

वाचनाला प्रोत्साहन देणाऱ्या संगणकीय आज्ञावलींच्या दुरुपयोगाबाबत अनेक शिक्षणतज्ज्ञ तसेच ग्रंथपालांनीही सावधगिरीचा इशारा दिला आहे. सुरुवातीला या आज्ञावली आमिषात्मक स्वरूपाच्या होत्या. यामध्ये वाचनाची आवड नसणाऱ्या विद्यार्थ्यांना गुण आणि बक्षिसांचे आमिष दाखवून त्यांना अधिक वाचनासाठी प्रोत्साहित केले जात असे. व त्यामुळे सुरुवातीला टीकाकार प्रामुख्याने या बक्षिसांच्या किंवा प्रोत्साहकांच्या बाबतीतच तक्रार करत होते. परंतु जोपर्यंत परिस्थिती हाताबाहेर गेलेली नव्हती, तोपर्यंत माझी या बक्षिसांबाबत काही तक्रार नव्हती. कारण वाचन करणाऱ्या प्रत्येकाला वाचनापासून आनंदरूपी बक्षिसाची अपेक्षा असतेच. अशा अपेक्षेशिवाय कोणीच वाचन करत नाही. खरे तर हीच बाब श्रॅम यांच्या भाज्य-विभाजकाच्या निवडीच्या तत्त्वाने सिद्ध केली आहे. या तत्त्वाबाबत मी याच प्रकरणामध्ये सुरुवातीला लिहिले आहे.

स्वयंवाचनाला प्रोत्साहन देणाऱ्या आज्ञावलींमुळे विद्यार्थ्यांची वाचनातील कामगिरी खूप उंचावेल अशी शाळांना आशा होती. म्हणूनच तर त्यांनी या आज्ञावली खरेदी केल्या होत्या. माझ्या मतानुसार हा अशावाद अवास्तव होता. आणि हीच तर या आज्ञावलींसंबंधीची खरी समस्या होती. शालेय व्यवस्थापन मंडळाच्या एका सदस्याने शाळांना स्पष्टपणे सांगितले होते की ''विद्यार्थ्यांची वाचनातील कामगिरी सुधारण्यासाठी आपण ही आज्ञावली खरेदी केली आहे. व त्यासाठी पन्नास हजार डॉलर्स खर्च केलेले असताना आपण या आज्ञावलीचा वापर ऐच्छिक कसा करू शकतो? तुम्हाला माहीत आहे की जर आपण या आज्ञावलीचा वापर ऐच्छिक केला, तर ज्या विद्यार्थ्यांची वाचनातील कामगिरी साधारण आहे ते विद्यार्थी ही आज्ञावली कधीच वापरणार नाहीत. आणि पर्यायाने संपूर्ण वर्गाची वाचनाच्या गुणांची सरासरी कमी होईल. असे होऊ नये म्हणून या आज्ञावलीचा वापर अनिवार्य केला पाहिजे.'' या आज्ञावली शाळेत खरोखरच वापरल्या जातील याची खातरी करण्यासाठी शालेय विभागाने अभ्यासक्रमाच्या एकूण गुणांपैकी २५ टक्के गुण वाचनासाठी राखून ठेवले होते. थोडक्यात, या आज्ञावली म्हणजे केवळ एक 'आमिषात्मक गाजर' होते. कारण मुले या आज्ञावलींकडे वाचनाचा आनंद देणारी यंत्रणा म्हणून नाही तर गुण मिळवून देणारी यंत्रणा म्हणून पाहत होते. तर शालेय प्रशासन मूल्यमापनाचे एक नवीन साधन म्हणून या आज्ञावलींचा वापर करत होते.

काही संपन्न जिल्ह्यातील शाळांमध्ये या आज्ञावली वापरल्या जात होत्या. तेथील शालेय आणि सार्वजनिक ग्रंथालयांचे ग्रंथपाल या आज्ञावलींबाबत फारसे समाधानी

नव्हते. या आज्ञावलीच्या वापराबाबतचा अनुभव त्यांनी पुढील शब्दात व्यक्त केला आहे :

कोणत्याही परिस्थितीत 'सात गुण मिळवून देईल असेच पुस्तक मिळाले पाहिजे' याच अपेक्षेने पालक ग्रंथालयात येतात.

आलेल्या पालकांना आम्ही विचारतो, "तुमच्या मुलाला कोणत्या प्रकारची पुस्तकं वाचायला आवडतात?"

अत्यंत अस्वस्थपणे पालक म्हणतात, "त्याची आवड एवढी काही महत्त्वाची नाही. मूल्यमापनाचा हा शेवटचा आठवडा आहे. आणि वाचनाच्या परीक्षेत उत्तीर्ण होण्यासाठी त्याला अजून सात गुण मिळवणे आवश्यक आहे. म्हणून तुम्ही मला सात गुणांचे मूल्य असलेले कोणतेही पुस्तक द्या."

अशी परिस्थिती वाचल्यावर आपल्याला एक जुनी गोष्ट आठवते : "मला शाळेत पुस्तक परीक्षणाचा अहवाल सादर करायचा आहे. अहवाल सादर करण्यासाठी एकच दिवस शिल्लक आहे. म्हणून कृपया मला एखादे छोटेसेच पुस्तक द्या." अशी विनंती पालक करायचे.

वाचनाला प्रोत्साहन देणाऱ्या संगणकीय आज्ञावलींचे समर्थन करणारे जे काही संशोधन उपलब्ध आहे, ते दीर्घकालीन अभ्यासावर आधारलेले नाही. शिवाय या संशोधनांमध्ये नियंत्रित गटाचा अभाव आहे. हे खरे आहे, की आता विद्यार्थी अधिक वाचत आहेत. परंतु विद्यार्थी कशामुळे अधिक वाचत आहेत? संगणकीय आज्ञावलींमुळे की शालेय प्रशासनाने शाळेमध्ये अत्यंत गुणवत्तापूर्ण ग्रंथसंग्रह विकसित केल्यामुळे आणि शाळेच्या वेळापत्रकामध्ये स्वयंवाचनाचा तास समाविष्ट केल्यामुळे? योग्य असे दीर्घकालीन तुलनात्मक संशोधन केले, तर आपल्याला वाचनाला प्रोत्साहन देणाऱ्या आज्ञावलींची उपयुक्तता मान्य करता येईल. अशा प्रकारच्या संशोधनामध्ये पुढील दोन प्रकारच्या विद्यार्थ्यांची तुलना करणे फायदेशीर ठरेल : (१) पंचवीस असे वर्ग की ज्यातील विद्यार्थ्यांनी अज्ञावली आधारित वाचन केलेले आहे. विरुद्ध (२) पंचवीस असे वर्ग की ज्यातील विद्यार्थ्यांना समृद्ध अशी शालेय आणि वर्ग ग्रंथालये उपलब्ध केली आहेत. आणि ज्यांच्या शाळेच्या प्रत्येक दिवशीच्या वेळापत्रकामध्ये स्वयंवाचनाचा तास समाविष्ट आहे. परंतु अद्यापतरी असे संशोधन कोणी केलेले नाही.[२७]

तुम्ही विश्वास ठेवा किंवा ठेवू नका पण सत्य हे आहे, की वाचनाला प्रोत्साहन देणाऱ्या संगणकीय आज्ञावली उपलब्ध नसणाऱ्या विद्यार्थ्यांनी वाचनामध्ये उत्तम कामगिरी केलेली आहे. हे विद्यार्थी अशा शाळांमधील आहेत की, जेथे संपन्न अशी ग्रंथालये

उपलब्ध आहेत; जेथील शिक्षक विद्यार्थ्यांना वाचून दाखवतात व त्याद्वारे त्यांना वाचनासाठी प्रोत्साहित करतात; आणि जेथील शाळा त्यांच्या दिनक्रमामध्ये स्वयंवाचनाचा समावेश करतात. अशा प्रकारचे वातावरण ॲरिझोना राज्यातील मेसा येथील जेम्स के. जहारिस एलिमेंटरी स्कूलमध्ये आहे. माईक ऑलिव्हर हे या शाळेचे प्राचार्य आहेत. वाचन प्रोत्साहनासाठी संगणकीय आज्ञावली खरेदी करण्यासाठी जो पैसा खर्च करायचा होता, त्या पैशामध्ये या शाळेने अत्यंत संपन्न असा ग्रंथसंग्रह विकसित केला आहे. दुर्दैवाने अशा शाळांची संख्या खूप कमी आहे. ज्या शाळांमधील विद्यार्थ्यांची वाचनातील कामगिरी दुबळी असते, बऱ्याच वेळा तेथील शिक्षकांना बालसाहित्याबाबत फारशी माहिती नसते. अशा शाळांकडे अत्यंत मर्यादित ग्रंथसंग्रह असतो आणि अशा शाळांमध्ये स्वयंवाचनाच्या वेळेत विद्यार्थ्यांना झटपट परिणाम देणारे इतर उपक्रम करायला सांगितले जातात.

अशा प्रकारच्या संगणकीय आज्ञावलींच्या इतरही काही नकारात्मक बाबी आहेत का?

विद्यार्थ्यांना वाचनासाठी प्रोत्साहन देणाऱ्या संगणकीय आज्ञावलींच्या काही गंभीर नकारात्मक बाबी पुढीलप्रमाणे आहेत.[२८] या बाबींपासून आपण सावध राहिले पाहिजे.

- विद्यार्थ्यांच्या वाचनाचे मूल्यमापन करण्यासाठी संगणकीय आज्ञावलीचा वापर होऊ लागल्यापासून पुस्तकासंबंधीचे प्रश्न संगणक विचारू लागला आहे. पूर्वी हे प्रश्न शिक्षक आणि ग्रंथपाल विचारत असत. यामुळे काही शिक्षकांनी आणि ग्रंथपालांनी बालसाहित्य तसेच युवासाहित्य वाचायचे बंद केले.
- पुस्तकांबाबत वर्गात होणाऱ्या चर्चा कमी झाल्या आहेत. कारण पुस्तकांबाबत वर्गात चर्चा केल्या तर त्यातून विद्यार्थ्यांना त्या पुस्तकांसंबंधीच्या प्रश्नांची उत्तरे माहीत होतील अशी शिक्षकांना भीती वाटते. शिवाय विद्यार्थ्यांना पुस्तकांसंबंधीची चर्चा निरुपयोगी वाटते कारण त्यांना ज्ञानापेक्षा संगणकाने दिलेले गुण अधिक महत्त्वाचे वाटतात.
- विद्यार्थी वाचनासाठी जी पुस्तके निवडतात, त्यामध्ये विविधता येत नाही. कारण जी पुस्तके संगणकीय वाचन प्रोत्साहन योजनेत समाविष्ट असतात फक्त तीच पुस्तके विद्यार्थी वाचतात.
- ज्या शाळा श्रेणीसाठी किंवा वर्गातील स्पर्धेसाठी वाचनाचे गुण विचारात घेतात, अशा शाळेतील काही विद्यार्थी वाचण्यासाठी त्यांच्या बुद्धीला न झेपणारे पुस्तक निवडतात. परिणामी या मुलांच्या पदरी निराशाच येते. अशा प्रकारच्या आज्ञावली

परिणामकारकपणे कशा वापराव्यात याच्या स्पष्टीकरणासाठी पान क्रमांक १०४ वरील माहिती वाचा.

वाचनप्रोत्साहन आज्ञावली खरेदी करण्यासाठी आपला बहुमोल पैसा खर्च करण्यापूर्वी या खर्चाने आपल्याला पुढीलपैकी काय साध्य करायचे आहे हे जिल्हा शालेय प्रशासनाने निश्चित केले पाहिजे : विद्यार्थ्यांना अधिक वाचनासाठी प्रोत्साहन द्यायचे आहे की आणखी एक मूल्यमापन पद्धती निर्माण करायची आहे?

सुजॅन स्ट्रेट यांनी आतापर्यंत सहा कादंबऱ्या लिहिल्या आहेत व यातील एका कादंबरीला राष्ट्रीय ग्रंथ पुरस्काराचे नामांकनही मिळाले आहे. शिवाय रहस्यकथा लेखनासाठी दिल्या जाणाऱ्या एडगर पुरस्कारनेही त्यांना सन्मानित करण्यात आले आहे. २००३ च्या सर्वोत्कृष्ट लघुकथाकाराच्या यादीमध्येही त्यांना स्थान मिळाले आहे. तीन मुलांची आई आणि ललितसाहित्याच्या प्राध्यापक असलेल्या सुजॅन स्ट्रेट यांची साहित्यिक टीका सर्वांना विचार करायला लावते. त्यांची टीका अत्यंत तर्कशुद्ध असते. अशा या महान समीक्षिकेने २००९ मध्ये ॲक्सेलरेटेड रीडरवर टीकेची झोड उठवली होती. ॲक्सेलरेटेड रीडरच्या चांगल्या हेतूबद्दल त्यांची तक्रार नव्हती. त्यांची तक्रार होती ती या आज्ञावलीच्या अंमलबजावणीबाबत आणि त्यातील गुणदान पद्धतीबाबत. अधिक गुण मिळवून देणारे पुस्तक अधिक चांगले असा या गुणदान पद्धतीचा निकष असतो. हा निकष चुकीचा आहे असे सुजॅन स्ट्रेट यांना वाटते. आपल्या टीकेचे समर्थन करताना त्यांनी लिहिले आहे की :

ग्रंथपाल आणि शिक्षक सांगतात, की ॲक्सेलरेटेड रीडरच्या यादीमध्ये समाविष्ट नसलेली पुस्तकं वाचायला विद्यार्थी बहुतांश वेळा नकार देतात. कारण या यादीत नसलेली पुस्तकं वाचल्याबद्दल त्यांना गुण मिळत नाहीत. म्हणून वाचनासाठी पुस्तक निवडताना विद्यार्थी पुस्तक मजेदार आहे का याचा विचार करत नाहीत. तर ते पुस्तक वाचल्यामुळे मला किती गुण मिळतील याचा विचार करतात. पुस्तकाचा विषय किंवा पुस्तकाचे कव्हर किंवा पुस्तकाचे पहिले पान याआधारे ग्रंथालयातून पुस्तकाची निवड करताना अनुभवायला मिळणारी उत्कटता आणि आकस्मित लाभाचा आनंद या गोष्टी आता जवळजवळ नाहीशा झाल्या आहेत. केवळ आनंद मिळवण्यासाठी पुस्तक वाचण्यामध्ये विद्यार्थांना आता रस वाटत नाही. अर्थात यात ॲक्सेलरेटेड रीडर ही आज्ञावली तयार करणाऱ्या रिनेसन्स लर्निंग या कंपनीचा दोष नाही. कारण विद्यार्थांना वाचनासाठी प्रोत्साहित करण्यासाठी रिनेसन्स लर्निंग शाळांना मदत करत आहे असा माझा विश्वास आहे. ॲक्सेलरेटेड रीडरचे समर्थकही हेच सांगतात की दोष ॲक्सेलरेटेड रीडरचा नसून अंमलबजावणीचा आहे. कारण या आज्ञावलीची अंमलबजावणी करताना

अज्ञावलीतील इतर वैशिष्ट्यांपेक्षा गुण संकलनाला अवाजवी महत्त्व दिले जाते. परंतु रिनेसन्स लर्निंगची वेबसाईट मी जेव्हा पुन्हा पाहिली, तेव्हा कंपनीच्या नावाखाली असलेल्या घोषवाक्याकडे माझं लक्ष वेधलं गेलं. ते घोषवाक्य होतं : 'आकडेवारीने प्रेरित झालेल्या शाळांसाठी प्रगत तंत्रज्ञान.' आजचा काळ हा 'सर्वांसाठी शिक्षण' योजनेचा काळ आहे. आकडेवारीवर सातत्याने खूप भर देणं हे या काळाचं विशेष वैशिष्ट्य आहे. आणखी विशेष म्हणजे या आकडेवारी-प्रेरित जगामध्ये वाचन आणखी संकुचित होत आहे. पुस्तकातील कथानक आणि त्या कथानकाच्या मांडणीला असलेलं महत्त्व कमी होत आहे.[२१]

वाचनप्रोत्साहन आज्ञावलीमध्ये *टु किल अ मॉकिंगबर्ड* या पुस्तकाला १५ गुण दिलेले पाहून सुजॅन स्ट्रेट आणि त्यांच्या मुलीच्या कपाळावर आठ्या उमटल्या. आणि *हॅरी पॉटर अँड द ऑर्डर ऑफ फिनिक्स* या पुस्तकाला ४४ गुण दिलेले पाहून तर त्यांनी आवंढाच गिळला. त्यापुढे *गॉसिप गर्ल* या पुस्तकाला ८ गुण दिलेले होते. या गुणांबरोबर ॲक्सेलरेटेड रीडरच्या आज्ञावलीतील नोंदीमध्ये लिहिले होते : ''गॉसिप गर्लच्या जगामध्ये या आणि येथील मुली मत्सर, विश्वासघात, रात्री उशिरापर्यंत मद्यालयात हुंदडणे या त्यांच्या आवडत्या खेळाचा मनमुराद आनंद घेत कशा ऐश आरामात बुडून गेल्या आहेत ते पहा.'' वर नमूद केलेल्या पुस्तकांचे गुण तुम्ही नीट पाहिले, तर तुमच्या लक्षात येईल की *मॉकिंगबर्ड* पेक्षा *हॅरी पॉटर* तीनपट चांगले पुस्तक आहे आणि *गॉसिप गर्ल* पेक्षा *मॉकिंगबर्ड* दुप्पट चांगले आहे. या गुणदानपद्धतीत काही चूक आहे का? या गुणदान पद्धतीत मूल्यांना काही महत्त्व आहे की नाही?

माझ्या मुलीला मॅगझीन्स खूप आवडतात. तिला वाचनाची गोडी लावण्यासाठी याचा काही उपयोग होईल का?

तुम्हाला हे सांगताना मला वाईट वाटते आहे, परंतु हे खरे आहे की तुमच्या मुलीचे *मन गुंतले* आहे. नाही, नाही तुम्ही विचार करत आहात त्या अर्थाने तिचे मन गुंतलेले नाही. वाचनविषयक संशोधनातील सध्याच्या अतिमहत्त्वाच्या संज्ञापैकी गुंतणे ही एक संज्ञा आहे. एखादा विद्यार्थी वाचनात गुंतलेला आहे की नाही हे शोधण्यासाठी पुढील प्रकारचे प्रश्न विचारा: विद्यार्थी किती मन लावून वाचन करतो? विद्यार्थी किती वेळा वाचन करतो? किती वेळ वाचन करतो? कोणत्या प्रकारचे वाचनसाहित्य वाचतो- पुस्तके? मॅगझीन्स? वर्तमानपत्र? कॉमिक्स? वाचनामध्ये विद्यार्थ्याला किती आनंद मिळतो? की विद्यार्थी केवळ अभ्यासासाठीच वाचन करतो? या प्रश्नांच्या एकत्रित उत्तरांद्वारे आपल्याला तो विद्यार्थी वाचनात किती गुंतलेला आहे हे अचूकपणे समजू शकते. 'इच्छा' हा वाचनातील महत्त्वाचा घटक आहे. आणि प्रमाणित शैक्षणिक

चाचण्यांद्वारे इच्छा या घटकाचे मूल्यमापन करता येत नाही. परंतु वर्षभरातील शाळेबाहेरच्या ७८०० तासांमध्ये स्वेच्छेने वाचन करण्यासाठी इच्छा हा घटक विद्यार्थ्यांना खूप प्रेरणा देतो. एखादी व्यक्ती एखाद्या कार्यामध्ये जेव्हा तनाने आणि मनाने पूर्णपणे बुडून जाते, तेव्हा ती व्यक्ती हवेत तरंगते असे म्हणतात. कारण अशा वेळेस त्या व्यक्तीला त्या कार्याशिवाय दुसरे काहीच दिसत नसते. आपण किती वेळ ते कार्य करत आहोत याचेही भान नसते. अशा प्रकारे तनमन एक करून अत्यंत तन्मयतेने कार्य करण्याला मानसशास्त्रात *फ्लो* म्हणतात तर क्रीडा क्षेत्रात *झोन* म्हणतात.[३०]

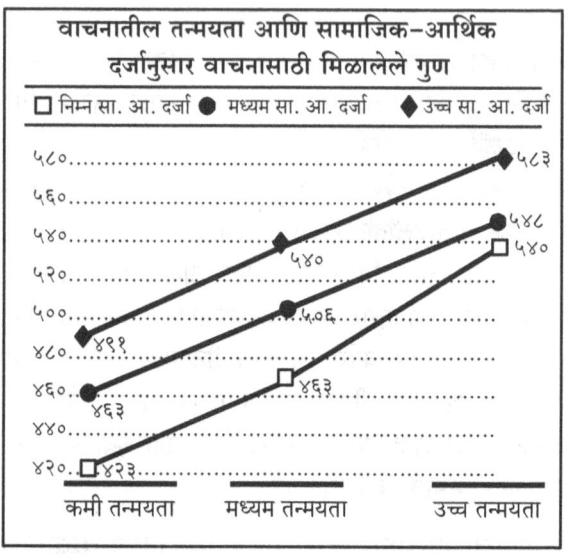

विद्यार्थ्यांची वाचनातील तन्मयतेची पातळी जशीजशी वाढत जाते, तशीतशी त्याची वाचनातील कामगिरी वाढत जाते. हे केवळ श्रीमंत विद्यार्थ्यांच्याच बाबतीत नाही तर कमी उत्पन्न गटातील विद्यार्थ्यांच्या बाबतीतही घडते.

संदर्भ : रीडिंग फॉर चेंज : परफॉरमन्स अँड एन्गेजमेंट अक्रॉस कंट्रिज, रिझल्ट्स फ्रॉम पिसा, ओइसीडी, २०००.

वाचनातील तन्मयतेचा विद्यार्थ्यांच्या वाचनक्षमतेवर होणारा परिणाम मोजणारे एक संशोधन ओइसीडी या संस्थेने २००२ मध्ये केले होते. बत्तीस देशातील पंधरा वर्षे वयाच्या विद्यार्थ्यांच्या या संशोधनात आढळले, की विद्यार्थ्यांची वाचनातील तन्मयता जेवढी अधिक, तेवढे त्याला वाचनामध्ये अधिक गुण मिळतात; आणि वाचनामध्ये जेवढी कमी तन्मयता, तेवढे वाचनामध्ये कमी गुण मिळतात.[३१] कोणत्या बाबीमुळे विद्यार्थी तन्मयतेने वाचन करत होते? कोणती गोष्ट त्यांना वाचनामध्ये गुंतवून ठेवत

होती? या संशोधनात आढळले, की तन्मयतेने वाचन करणारे विद्यार्थी सर्वोत्तम वाचक असतात. आणि असे वाचक विविध प्रकारची पुस्तके वाचतात. असे वाचक दीर्घकाळ वाचन करतात. तसेच ते खूप गंभीर आणि विवेकपूर्ण साहित्य वाचतात. गंभीर, विवेकपूर्ण साहित्यामध्ये प्रमुख्याने पुस्तकांचा समावेश होतो. या वैशिष्ट्यामुळेच इतर वाचनसाहित्याच्या तुलनेत पुस्तके वाचण्यासाठी दीर्घ एकाग्रतेची आवश्यकता असते. जे विद्यार्थी गोष्टींची पुस्तके कमी वाचत होते आणि कॉमिक्स, वर्तमानपत्रे आणि मॅगझीन्स अधिक प्रमाणात वाचत होते, ते वाचनाच्या कामगिरीत पहिल्या क्रमांकावर नव्हते. असे विद्यार्थी दुसऱ्या क्रमांकावर होते. यावरून दिसून येते, की विद्यार्थी वारंवार वाचत असेल तर सर्वच प्रकारच्या वाचनसाहित्याच्या वाचनापासून फायदा होतो. अर्थातच, गोष्टीची पुस्तके वाचनाचा त्याला सर्वाधिक फायदा होतो. या संशोधनात असेही आढळले, की ज्या घरामध्ये जेवढ्या अधिक प्रकारचे वाचनसाहित्य उपलब्ध होते, त्या घरातील विद्यार्थ्यांना अधिक गुण मिळालेले होते. उलट अर्थाने असे म्हणता येईल, की ज्या घरामध्ये कमी प्रकारचे वाचनसाहित्य होते, त्या घरातील विद्यार्थ्यांना कमी गुण मिळालेले होते. या संशोधनाचा एक निष्कर्ष असाही होता, की ज्या विद्यार्थ्याच्या घरी खूप पुस्तके असतात त्या विद्यार्थ्याला अधिक गुण मिळतात, त्याच्या वाचनामध्ये विविधता असते आणि त्याला वाचन अधिक आवडते.

आधीच्या पानावर दर्शवलेल्या चार्टनुसार गरीब कुटुंबातील विद्यार्थ्यांना कमी गुण मिळतात असे दिसते. परंतु गरीब कुटुंबातील विद्यार्थी जेव्हा खूप तल्लीन होऊन, खूप प्रेरित होऊन वाचत होते, तेव्हा त्यांना कमी तन्मयतेने वाचणाऱ्या सर्वांत श्रीमंत कुटुंबातील विद्यार्थ्यांपेक्षा अधिक गुण मिळालेले आढळले. तसेच अत्यंत तन्मयतेने वाचन करणाऱ्या गरीब कुटुंबातील विद्यार्थ्यांचे गुण अतिशय तन्मयतेने वाचन करणाऱ्या मध्यम उत्पन्न गटातील विद्यार्थ्यांच्या गुणांच्या जवळपास होते. थोडक्यात, अत्यंत गरीब कुटुंबातील विद्यार्थीसुद्धा वाचनातील उच्च एकाग्रतेद्वारे खूप अधिक गुण मिळवू शकतात. व त्याद्वारे वाचनासंदर्भातील गरीब-श्रीमंतांमधील फरक दूर करू शकतात. म्हणून कमी वाचन करणाऱ्या विद्यार्थ्यांना अधिक वाचनासाठी प्रवृत्त करण्यामध्ये प्रेरणा खूप महत्त्वाची आहे.

वर्तमानपत्र किंवा मॅगझीन वाचल्यामुळे तुम्ही अधिक बुद्धिवान कसे होऊ शकता?

अमेरिकन कायदे मंडळाच्या सहकाऱ्यांना मेंदूची रचना समजावून सांगण्यासाठी जगप्रसिद्ध न्यूरोबायॉलॉजिस्ट डॉ. मॅक्स कॉवन यांना निमंत्रित केले होते. हे वर्ष होते १९८०. व्याख्यान ऐकायला येणाऱ्या बहुतेकांनी खराखुरा मेंदू पाहिला नसेल असा

कॉवन यांचा अंदाज होता. त्यांना तो पहायला मिळावा म्हणून कॉवन यांनी शवविच्छेदनाद्वारे मेंदूचा एक नमुना मिळवला, तो एका प्लॅस्टिकमध्ये गुंडाळला आणि ते व्याख्यानाच्या ठिकाणी पोहोचले. कॅपिटॉल हिल हे व्याखानाचे ठिकाण होते. तेथील सुरक्षा रक्षकाने जेव्हा त्यांची सुटकेस उघडली व त्यातील मेंदू पाहिला, तेव्हा तेथे भीतीचे वातावरण निर्माण झाले. कॉवन यांनी सुरक्षा रक्षकाला अत्यंत शांतपणे सांगितले की ''हा मेंदू आहे. घाबरण्यासारखे काही नाही.'' यावर सुरक्षा रक्षकाने सावधपणे विचारले की ''तुम्ही याचे काय करणार आहात?''

कॉवन यांना वाटले की सुरक्षा रक्षकाची थोडी फिरकी घेण्याची ही एक चांगली संधी आहे आणि आपण तिचा वापर केलाच पाहिजे. कॉवन म्हणाले, ''त्याचं असं आहे, व्याख्यान ऐकायला आलेले माझे मित्र अमेरिकेच्या बोस्टन, न्यूयॉर्क यासारख्या विकसित भागातून आलेले आहेत. व त्यामुळे ते माझ्यापेक्षा अधिक हुशार आहेत. मी मात्र पश्चिममध्य म्हणजेच अविकसित भागातून आलो आहे. त्यामुळे माझ्या बुद्धिमत्तेला मर्यादा आहेत. म्हणून शक्य तेवढी जास्तीची बौद्धिक मदत माझ्याकडे असावी असे मला वाटते म्हणून नेहमी मी माझ्याबरोबर एक अतिरिक्त मेंदू ठेवतो.''[३२]

वरील परिस्थितील विनोदाचा भाग बाजूला ठेवून आपण विचार केला, तर ही गोष्ट खरी आहे की एखाद्या व्यक्तीकडे अतिरिक्त मेंदू असण्याचा त्या व्यक्तीला फायदाच होईल. आणि हेतूला सुयोग्य असा मेंदू निवडता आला, तर त्याचा त्या व्यक्तीला आणखी अधिक फायदा होईल. परीक्षार्थी विद्यार्थ्याला असा अतिरिक्त मेंदू किती उपयुक्त ठरेल याची कल्पना करा. छोटासा–पेपरबॅक पुस्तकाच्या आकाराचा अतिरिक्त मेंदू आपल्याबरोबर घेऊन जाण्याची सोय असती तर किती बरे झाले असते! खरे तर पुस्तक किंवा मॅगझीन किंवा वर्तमानपत्र हा एक अतिरिक्त मेंदूच असतो. पुस्तक हा एक प्रकारे लेखकाचा मेंदूच असतो. जेव्हा तुमच्याबरोबर पुस्तके असतात, तेव्हा तुमच्याकडे केवळ तुमचे स्वत:चे अनुभव नसतात, तर पुस्तक रूपातील लेखकाचेही अनुभव तुमच्याबरोबर असतात. जेव्हा तुम्ही पुस्तक वाचत असता, तेव्हा तुम्ही त्या पुस्तकाचा लेखक अनुभवत असता; त्याच्याकडील माहिती तुम्ही घेत असता. पुढच्या दिवशी जेव्हा तुम्ही वेगळे पुस्तक वाचता; तेव्हा तुम्हाला वेगळा मेंदू अनुभवायला मिळतो. अशा प्रकारे वाचनामुळे वाचकांना नवनवीन आणि विविध प्रकारच्या लेखकांचा अनुभव घेण्याची संधी मिळते. वाचनापासून मिळणारा हा फायदा आहे.

''तुझे मित्र कोण आहेत ते मला सांग, त्यावरून तू कोण आहेस हे मी तुला सांगेन'' ही म्हण माझ्या आईला खूप आवडायची. तुम्हाला अडचणीत आणण्याची शक्यता असणाऱ्या लोकांबरोबर तुम्ही मैत्री करू नका हे आम्हा चार भावांना सांगण्यासाठी माझी आई या म्हणीचा वापर करत असे. परंतु या म्हणीचा अर्थ सकारात्मकही होऊ

शकतो. जॅन लीबरमन माझ्या परिचयाच्या आहेत. त्या एक निवृत्त ग्रंथपाल आहेत. मी जेव्हा त्यांच्याबरोबर असतो, तेव्हा पुस्तके, रंगभूमी, संगीत, खाद्यपदार्थ आणि ग्रंथालयांबाबत मनोरंजक आणि उपयुक्त माहिती देऊन त्या मला खूप उत्साहित करतात; आनंद देतात. आपण आपल्या सान्निध्यातील लोकांचे प्रतिबिंबित रूप असतो. म्हणजेच आपण ज्यांच्या सान्निध्यात राहतो, त्यांचा आपल्या जडणघडणीवर खूप प्रभाव पडतो. म्हणून आपल्या जीवनात आपल्यापेक्षा हुशार लोकांना स्थान दिले, तर आपण स्वत:ला अधिक गुणवान बनवू शकतो; स्वत:मध्ये खूप सुधारणा करू शकतो.

वाचन हा स्वत:मध्ये सुधारणा करण्याचा सर्वांत सुलभ मार्ग आहे. मी दररोज *न्यू यॉर्क टाइम्स* वाचतो. तसेच विविध ब्लॉग्जवरील आणि मॅगझीन्समधील लेख वाचतो. यासाठी मी दररोजचा सरासरी एक तास देतो. हे वाचनसाहित्य मी वाचतो, तेव्हा एक प्रकारे मी अत्यंत बुद्धिवान पत्रकारांच्या सहवासात असतो. आणि हे पत्रकार आपआपल्या मित्रमंडळातील विद्वान लोकांच्या सहवासात असतात. परिणामी वर्तमानपत्रे आणि मॅगझीन्समधील लेख वाचल्यामुळे मला राजकारण, युद्ध, क्रीडा, रंगभूमी, सिनेमा आणि पुस्तके याबाबतचे पत्रकारांचे आपआपसातील संभाषणच ऐकायला मिळते असे म्हणता येईल. मला हेही सांगितले पाहिजे, की वाचनाच्या माध्यमातून अशा प्रकारच्या विद्वान लोकांबरोबर संपर्क आल्यामुळे माझ्यातील विनयशीलता वाढली आहे. कारण अशा या ज्ञानवंत पत्रकारमंडळींनी लिहिलेले लेख आणि बातम्या वाचल्यानंतर मला दररोज जाणीव होते, की अनेक गोष्टींबाबत मला अत्यंत थोडी माहिती आहे. आणि मग लक्षात येते की मला अजून बरेच शिकायचे आहे. जे माहीत नाही ते शिकले पाहिजे आणि त्यासाठी वाचले पाहिजे. अशा प्रकारे वर्तमानपत्राच्या वाचनातून मला वाचण्यासाठी आणखी प्रोत्साहन मिळते!

स्वयंवाचनादरम्यान 'कमी दर्जाची' पुस्तके वाचण्यापासून मी मुलांना कसे परावृत्त करू शकतो?

एकदा कोणीतरी म्हणाले होते, की जोपर्यंत तुम्ही इतर फुटबॉल संघाच्या मध्य क्षेत्रातील खेळाडूंना खेळताना पाहत नाही, तोपर्यंत तुम्ही मध्य क्षेत्रातील महान खेळाडू विलि मेज याचे खरेखुरे कौतुक करू शकणार नाही. हे तत्त्व वाचनालाही लागू पडते. जोपर्यंत तुम्ही कमी दर्जाची खूप पुस्तके अनुभवत नाही, तोपर्यंत तुम्ही चांगल्या पुस्तकाचे कौतुक करू शकत नाही. कमी दर्जाच्या पुस्तकांना इंग्रजीमध्ये 'जंक बुक्स' असे म्हणतात.

कमी दर्जाच्या पुस्तकांचा असा एक प्रकार आहे, की जो स्वयंवाचनासाठी योग्य आहे. क्रॅशेन अशा पुस्तकांना 'हलकं-फुलकं' वाचनसाहित्य म्हणतात. मालेतील पुस्तके म्हणजेच 'सेरिज बुक्स' ही या प्रकाराच्या वाचनसाहित्याची उत्तम उदाहरणे आहेत. मालेतील पुस्तके वाचायला सोपी असतात कारण त्यातील वाक्यरचना आणि कथानक

दोन्हीही सुलभ असतात. मालेतील पुस्तकांची ही वैशिष्ट्ये विचारात घेऊन क्रॅशेन आणि त्यांचा संशोधक विद्यार्थी क्युंग-सूक चो यांनी इंग्रजी मातृभाषा[३३] नसलेल्या प्रौढांना मालेतील पुस्तके वाचायला देऊन त्यांचे निरीक्षण करायचे ठरवले. यासाठी त्यांनी चार परदेशी महिलांची निवड केली. यामध्ये तीन कोरियन आणि एका स्पॅनिश महिलेचा समावेश होता. या महिला तीस, तेवीस, पस्तीस आणि एकवीस वर्षे वयाच्या होत्या. साधारणपणे साडेसहा वर्षांपासून या माहिला अमेरिकेत राहत होत्या. चारपैकी सर्वांत वयस्कर महिला पस्तीस वर्षाची होती. ती कोरियन होती आणि तिने इंग्रजी या प्रमुख विषयासह पदवी प्राप्त केलेली होती. तिला हायस्कूलमधील अध्ययनाचा चार वर्षांचा अनुभव होता. चारपैकी एकाही महिलेला इंग्रजी बोलण्याचा आत्मविश्वास नव्हता. व त्यामुळे अगदी आवश्यक असेल, तरच त्या इंग्रजी बोलत असत. आणि त्यांच्यापैकी बहुतेकांनी खूपच थोडी मनोरंजनात्मक इंग्रजी पुस्तके वाचलेली होती किंवा एकही मनोरंजनात्मक इंग्रजी पुस्तक वाचलेले नव्हते.

कमी वाचन असलेल्या वाचकांना मनोरंजक पुस्तके वाचायला दिली, तर ते फायदेशीर ठरेल का याचा क्रॅशेन आणि त्याच्या सहकाऱ्याला या संशोधनाद्वारे शोध घ्यायचा होता. यासाठी त्यांनी स्वीट व्हॅली हॉय सेरिज या मालेतील स्वीट व्हॅली किड्स ही पुस्तके निवडली. या मालेतील प्रत्येक पुस्तक सत्तर पानांचे आहे. ही पुस्तके दुसऱ्या इयत्तेतील विद्यार्थ्यांसाठी लिहिलेली आहेत. संशोधकांनी सुरुवातीला प्रयोगातील महिला वाचकांना या पुस्तकमालेविषयी आणि त्यातील पात्रांविषयी माहिती दिली. व ही पुस्तके त्यांच्या मोकळ्या वेळेत अनेक महिने त्यांना वाचायला सांगितली. प्रयोगातील महिलांच्या शंकांचे निरसन करण्यासाठी या महिला आणि संशोधक यांच्यामध्ये क्वचित प्रसंगी चर्चा होत असे. परंतु बहुतांशकरून या महिला वाचलेली पुस्तके समजून घेण्यामध्ये व्यग्र असत.

प्रयोगातील महिला वाचकांचा प्रतिसाद अगदी अपेक्षित असाच होता. ‘‘चारही महिलांना वाचन आवडायला लागले होते. मी-ई नावाच्या महिलेने सांगितले, की तिने एका महिन्यात स्वीट व्हॅली किड्स मालेतील आठ पुस्तके वाचली होती. सू-जिन या महिलेने दोन महिन्यात अठरा पुस्तके वाचली होती. इंग्रजी विषयासह पदवी प्राप्त केलेल्या जिन-ही या महिलेने एका महिन्याच्या आत तेवीस पुस्तके वाचली होती. आणि अल्मा या स्पॅनिश महिलेने दोन आठवड्यात दहा पुस्तके वाचली होती. स्थानिक विद्यार्थ्यांनी दर महिन्याला जेवढे शब्द वाचले असते, तेवढे शब्द चारपैकी दोन महिलांनी प्रयोगादरम्यानच्या काळात वाचले होते.’’

चारही महिलांना ही पुस्तकमाला खूप आवडली होती. चारपैकी एका महिलेने सांगितले की ‘‘हा माझा पहिला अनुभव आहे की ज्यामध्ये मला इंग्रजी पुस्तक सलग

वाचण्याची इच्छा झाली.'' इंग्रजी शिकवण्याचा अनुभव असलेल्या महिलेने सांगितले की ''स्वीट व्हॅली पुस्तकमाला मी आवडीने वाचली. कोरियामध्ये मी जेव्हा *टाईम्स* मॅगझीन वाचत असे तेव्हा माझे डोके दुखायचे. परंतु ही ग्रंथमाला वाचताना माझे डोके दुखले नाही. विशेष म्हणजे प्रत्येक पात्राचे मानसशास्त्रीय वर्णन वाचताना मला खूप मजा आली.'' या महिलेने नंतर स्वीट व्हॅली किड्स मालेतील तीस पुस्तके वाचली. तसेच ट्विन्स मालेतील सात पुस्तके वाचली आणि स्वीट व्हॅली हाय मालेतील आठ पुस्तके वाचली. प्रयोगातील सर्वच महिला वाचकांनी सांगितले की त्यांची आणि पुस्तकातील पात्रांची एक प्रकारची भावनिक जवळीक आणि आपुलकी निर्माण झाली होती व त्यामुळेच तर या महिलांना अधिक वाचावेसे वाटू लागले होते.

प्रयोगातील चारही माहिला वाचकांनी केवळ इंग्रजी वाचण्यातच नाही, तर इंग्रजी बोलण्यातही चांगलीच नैपुण्यता दाखवली. त्याचप्रमाणे सर्व महिलांनी त्यांच्या सुधारलेल्या शब्दसामर्थ्याचेही दर्शन घडवले.

क्रॅशेन आणि त्यांचा सहकारी क्युंग-सूक चो म्हणतात की ''या चार महिला वाचकांसंबंधीचे आमचे संक्षिप्त संशोधन 'मर्यादित वाचनाचे' म्हणजेच 'नॅरो रीडिंगचे' महत्त्व अधोरेखित करते. 'मर्यादित वाचन' म्हणजे केवळ एका लेखकाचे किंवा एका साहित्य प्रकारातील पुस्तकांचे वाचन. अशा प्रकारच्या पुस्तकांमुळे वाचनासाठी अधिक प्रोत्साहन मिळते. तसेच अशा वाचकाला त्याने पूर्वी वाचलेल्या पुस्तकातील माहितीचा आणि कथानकाचा मालेतील पुढील पुस्तक वाचताना फायदा होतो.

मालेतील पुस्तके आणि कॉमिक्स हे 'हलक्या-फुलक्या' पुस्तकांची उदाहरणे आहेत. चांगले आणि आजीवन वाचक निर्माण करण्यामध्ये हलकी-फुलकी पुस्तके अत्यंत महत्त्वाची भूमिका बजावतात हे इतर अनेक संशोधनांप्रमाणे क्रॅशेन आणि क्युंग-सूक चो यांच्या वर वर्णन केलेल्या संशोधनानेही स्पष्ट केले आहे. परंतु प्रश्न हा आहे, की अशा या हलक्या-फुलक्या वाचनसाहित्याला अभिजात वाचनसाहित्य म्हणता येईल का? नक्कीच नाही. अभिजात वाचनसाहित्यापेक्षा हे हलके-फुलके वाचनसाहित्य चांगले वाचक घडवू शकते का? निश्चितपणे. सुरुवातीला हलकी-फुलकी पुस्तके वाचणारे वाचक नंतर अभिजात वाचनसाहित्य वाचायला लागतील का? होय. *द रेड बॅज ऑफ करेज* हे पुस्तक वाचणाऱ्या वाचकाला अभिजात वाचनसाहित्याकडे वळायला जेवढा वेळ लागू शकतो, त्यापेक्षा हलके-फुलके वाचनसाहित्य वाचणारा वाचक खातरीने खूप लवकर अभिजात वाचनसाहित्याकडे वळतो.

माझ्या मुलाला कॉमिक्स आवडतात. हे चांगले की वाईट?

बालपणी कॉमिक्स वाचण्याची आवड असणाऱ्या व्यक्ती मोठेपणी ओघवते वाचक किंवा खूप चांगले वाचक होतात.[३४] ज्या कारणांमुळे मालेतील पुस्तके लोकप्रिय आणि यशस्वी झालेली आहेत, त्याच कारणांमुळे कॉमिक्सही लोकप्रिय आणि यशस्वी झालेली आहेत. तरीसुद्धा वाचक घडवण्यामधील कॉमिक्सच्या योगदानाबद्दल ज्यांना शंका असेल, त्यांनी पुढील वास्तव विचारात घ्यावे : आयईए या संस्थेने बत्तीस देशातील दोन लाखांहून अधिक विद्यार्थ्यांच्या वाचनक्षमतेचे मूल्यमापन केले. या मूल्यमापनात फिनलँडमधील विद्यार्थ्यांना सर्वाधिक गुण मिळाले. फिनलँडमधील नऊ वर्ष वयाचे विद्यार्थी मनोरंजनात्मक वाचनासाठी सर्वाधिक पसंती कशाला देतात हे तुम्हाला माहीत आहे का? एकोणसाठ टक्के विद्यार्थी जवळजवळ दररोजच कॉमिक्स वाचतात.[३५]

वाचून दाखवण्यासाठी सर्वोत्कृष्ट पुस्तके म्हणून मी कॉमिक्सची शिफारस करत नाही. परंतु कॉमिक्स या वाचनसाहित्य प्रकाराची आपण लहान मुलांना ओळख करून दिली पाहिजे असे मला वाटते. कॉमिक्सची कार्यप्रणाली कशी असते हे लहान मुलांना समजावून सांगितले पाहिजे : पानांवरील चित्रांचा क्रम कसा असतो; कॉमिक्स कथेतील एखादे पात्र विचार करत आहे की काही सांगत आहे हे कसे ओळखायचे; कॉमिक्समधील मजकुरासोबतच्या चांदण्या, प्रश्नचिन्ह आणि उद्गारवाचक चिन्ह इत्यादींचे अर्थ लहान मुलांना समजावून सांगितले पाहिजेत.

अलीकडच्या काळात मँगा या जपानी कॉमिक्सचे आणि गोष्टीच्या सचित्र पुस्तकांचे आगमन झाले आहे. यामुळे कॉमिक्सचे पुनरुज्जीवन झाले आहे; या क्षेत्रात क्रांती झाली आहे. कधीकधी मात्र या कॉमिक्समध्ये लैंगिकता आणि हिंसा अधिक प्रमाणात चित्रित होते. अर्थात, हे केवळ कॉमिक्सचेच वैशिष्ट्य नाही हे सांगण्याची गरज आहे का? इतर प्रकारच्या पुस्तकांमध्ये आणि सिनेमामध्येही ही वैशिष्ट्ये आढळतात हे आपल्याला माहीत आहे. या नवीन कॉमिक्सची ही वैशिष्ट्ये विचारत घेता लहान मुलांजवळ पैसे देऊन जवळच्या सोईच्या दुकानातून तुला हवे ते कॉमिक्स विकत घेऊन ये असे सांगणे आता धोक्याचे ठरू शकते. म्हणून ज्याप्रमाणे टेलिव्हिजन, व्हिडिओ आणि पुस्तकांच्या आशयाबाबत जबाबदार पालक जागृत असतात, त्याचप्रमाणे कॉमिक्सबाबतही त्यांनी जागृत राहिले पाहिजे. माझा वैयक्तिक अनुभव आणि उपलब्ध संशोधन विचारात घेऊन मी हे आवर्जून सांगेन, की तुमचे मूल कमी वाचत असेल तर तुम्ही त्याला आवश्य कॉमिक्स वाचायला द्या.

माझ्या लहानपणी माझ्याकडे खूप कॉमिक्स होती. त्याचप्रमाणे स्टीफन क्रॅशेन, सिन्थिया रायलंट, जॉन उपडिके आणि रे ब्रॅडबरी यांच्याकडेही त्याच्या लहानपणी खूप

कॉमिक्स होती. दक्षिण आफ्रिकेतील धर्मोपदेशक आणि नोबल पारितोषिक विजेते डेसमंड टुटु कॉमिक्सबद्दल काय म्हणतात वाचा : ‘‘माझे वडील एका मेथॉडिस्ट प्राथमिक शाळेत मुख्याध्यापक होते. त्या काळातील इतर बहुसंख्य वडिलांप्रमाणे ते अतिशय कडक शिस्त पाळणारे होते. आम्ही मुलांनी शाळेत चांगली कामगिरी करावी यासाठी ते नेहमी प्रयत्नशील असत. त्या काळातील बहुसंख्य मुख्याध्यापक मुलांना कॉमिक्स वाचण्याची परवानगी देत नसत. परंतु माझ्या वडिलांनीमात्र मला कॉमिक्स वाचायची परवानगी दिली होती. त्यासाठी मी त्यांचा अत्यंत ऋणी आहे. कॉमिक्स वाचल्यामुळेच मला इंग्रजीची आणि वाचनाची गोडी लागली असे मला वाटते.’’[३६]

तुमच्या पाल्याच्या विचाराला चालना देणारे आणि त्याचा शब्दसंग्रह विकसित करणारे कॉमिक्स तुम्ही शोधत असाल, तर मी तुम्हाला *द अडव्हेंचर्स ऑफ टिनटिन* या कॉमिक्सची शिफारस करेन. नक्कीच हे एक विशेष असे कॉमिक्स आहे. कारण गेली ८० वर्षे ते प्रकाशित होते आहे. त्याची ८० भाषांमध्ये भाषांतरे झाली आहेत. त्याच्या ३० कोटी प्रति विकल्या जातात. आणि या कॉमिक्सवर आधारित पिटर जॅकसन आणि स्टीफन स्पिलबर्ग यांनी चित्रपटही काढले आहेत. पुलिट्झर पारितोषिक विजेते आणि नामांकित इतिहास संशोधक ज्यूनिअर अर्थर श्लेसिंगर यांनी त्यांच्या कुटुंबामध्ये वाचून दाखवण्यासाठी आवडत्या पुस्तकांची एक क्रमवार यादी तयार केली होती. हेर्ज यांचे *टिनटिन* हे कॉमिक्स या यादीमध्ये दुसऱ्या क्रमांकावर होते. पहिल्या आणि तिसऱ्या क्रमांकावर अनुक्रमे *हकलबेरी* फिन आणि ग्रीक दंतकथा ही पुस्तके होती.[३७] टिनटिनची सोबतसुद्धा किती चांगली आहे पहा.

टिनटिनच्या प्रत्येक अंकातील माहितीपूर्ण अशी सातशे चित्रे आणि इतर बाबींवर दोन वर्षे सखोल संशोधन केल्यानंतर असे सुचवण्यात आले, की *टिनटिन* समजून घ्यायचे असेल तर ते वाचले पाहिजे. हा संदेश पालक आणि शिक्षकांसाठी फार महत्त्वाचा आहे. *टिनटिनच्या* प्रत्येक अंकामध्ये आठ हजार शब्द असतात. आणि यातील सर्वांत महत्त्वाचा भाग हा आहे, की *टिनटिन* वाचणाऱ्या मुलांना हे माहीत नसते की ते आठ हजार शब्द वाचत आहेत.

जर प्रौढ व्यक्तींनी मुलांचे वाचनातील आदर्श असणे अपेक्षित आहे, तर मग शिक्षकांनी किती वाचावे?

पालकांच्या वाचन आदर्शाचा मुलांच्या वाचन सवयींवर प्रभाव पडतो. अशा प्रभावाचे अनेक पुरावे मी या पुस्तकामध्ये ठिकठिकाणी दिले आहेत. आदर्श वाचक म्हणून शिक्षकांचा मुलांवर पालकांएवढा प्रभाव दिसून येत नसला, तरीसुद्धा शिक्षकांनीही मुलांचे वाचनातील आदर्श असलेच पाहिजे. विशेषत: ज्या मुलांचे पालक आदर्श

वाचक नसतात किंवा ते आदर्श वाचक होऊ शकत नाहीत, अशा मुलांसाठी शिक्षकांनी आदर्श वाचकाची भूमिका निभावणे अपेक्षित आहे. परंतु यातील अडचण ही आहे, की आनंद मिळवण्यासाठी वाचन करणारे शिक्षक क्वचितच आढळतात. शिक्षक आनंद मिळवण्यासाठी वाचत नसतील, तर मग ते काय वाचतात आणि कशासाठी वाचतात? शिक्षक अध्ययन करण्यासाठी वाचतात असे तुम्हाला आढळेल. तसेच ते क्रमिक पुस्तके वाचतात असेही आढळेल. परंतु एखादा शिक्षक आरामशीर बसून पुस्तकातील आशयाचा आनंद घेत आहे, किंवा त्याने रात्री वाचलेल्या पुस्तकावर चर्चा करत आहे असेमात्र तुम्हाला क्वचितच आढळेल.

शिक्षकांसंबंधीच्या एका संशोधनामध्ये आढळले आहे, की ज्या शाळेतील प्रशासक पुस्तके तसेच संशोधनात्मक नियतकालिकांबाबत चर्चा करतात, त्या शाळेतील शिक्षक स्वत:हून जास्त वाचन करतात.[३८] शाळेतील प्रशासकांप्रमाणेच जर शिक्षकांनीही पुस्तकांबद्दल वेळोवेळी चर्चा केली, तर त्यांचे विद्यार्थी का नाही अधिक वाचन करणार? दुसऱ्या शब्दात सांगायचे, तर वर्ग ग्रंथालयातील पुस्तकांआधारे शिक्षकांनी वर्गात दररोज एक 'छोटीशी-पुस्तक चर्चा' घडवून आणली पाहिजे.

यातील कळीचा मुद्दा हा आहे, की पुस्तकावर चर्चा करण्याऱ्या व्यक्तीने ते पुस्तक स्वत: वाचले असेल, तरच ती पुस्तक-चर्चा यशस्वी होते. आणि भयानक वास्तव हे आहे की, बहुसंख्य शिक्षक फारसे वाचत नाहीत.

शिक्षक फारसे वाचत नाहीत हे मी केवळ अंदाजाने सांगत नसून संशोधन आणि वैयक्तिक अनुभवांधारे सांगत आहे. बी.एड. करणाऱ्या २२४ विद्यार्थ्यांचे सर्वेक्षण केले असता आढळले, की हे भावी शिक्षक संशोधनात्मक नियतकालिके अजिबात वाचत नाहीत किंवा खूप कमी नियतकालिके वाचतात.[३९] तुमचे डॉक्टर केवळ *प्रिव्हेंशन* एवढे एकच मॅगझीन वाचायला लागले तर काय होईल कल्पना करा. या सर्वेक्षणातील निम्म्याहून अधिक शिक्षकांनी सांगितले, की मागील एका वर्षात त्यांनी एक किंवा दोनच व्यावसायिक पुस्तके वाचली आहेत. आणखी वीस टक्के शिक्षकांनी सांगितले, की गेल्या सहा ते बारा महिन्यात त्यांनी एकही पुस्तक वाचलेले नाही. हे निष्कर्ष वाचल्यानंतर प्रश्न पडतो, की हे शिक्षक जर व्यावसायिक वाचनसाहित्य वाचत नव्हते, तर मग ते काय वाचत होते? या शिक्षकांनी काय वाचले होते पहा :

- वीस टक्के शिक्षकांनी एक वर्तमानपत्र वाचले होते. तेसुद्धा आठवड्यातून एकदा.
- पंच्याहत्तर टक्के शिक्षकांनी फक्त 'हलकी-फुलकी' पुस्तके वाचली होती. आणि तीसुद्धा वर्षातून एक किंवा दोन पुस्तके.

- पंचवीस टक्के शिक्षक 'खूप वाचन' करणारे होते. हे शिक्षक महिन्याला तीन ते चार पुस्तके वाचत होते.

वरील निष्कर्षाचा एक अर्थ असा आहे, की सामान्य नागरिकांपेक्षा शिक्षक जास्त वाचत नाहीत.[४०] १९९८ मध्ये केलेल्या ६६६ हायस्कूलमधील शिक्षकांच्या राष्ट्रीय सर्वेक्षणात आढळले होते, की निम्म्या शिक्षकांनी एकही संशोधनात्मक नियतकालिक किंवा मॅगझीन वाचलेले नव्हते.[४१]

स्वयंवाचन करणाऱ्या वाचकाने पुस्तक खरोखरच वाचले आहे हे आपण कसे ओळखू शकतो?

विधानमंडळातील सदस्यांच्या लिखित टिपणांपेक्षा तेथील भाषणे कितीतरी अधिक विश्वासार्ह असतात. कारण तेथे खोटे लिहिण्यापेक्षा तोंडी खोटे बोलणे अधिक कठीण असते. म्हणून विशिष्ट एका वाचकाने एखादे पुस्तक खरोखरच वाचले आहे की नाही हे शोधण्यासाठी संबंधित पुस्तकावर पुढील मुद्द्यांआधारे त्या वाचकाबरोबर चर्चा करा. "या पुस्तकाबद्दल मला काहीतरी सांग. हे पुस्तक कशाबद्दल आहे? हे पुस्तक वाचावे असे तुला का वाटले? तुझ्या मतानुसार हे पुस्तक कोणत्या वाङ्मय प्रकारातील आहे? या पुस्तकातील तुझे आवडते पात्र कोणते? आणि का? पुस्तक वाचत असताना तुला एका पात्राऐवजी दुसरे पात्र आवडायला लागले का?" या प्रत्येक प्रश्नाला देण्यात येणाऱ्या उत्तराच्या अनुषंगाने नवीन प्रश्न विचारले जाऊ शकतात आणि अशा प्रश्नोत्तरांद्वारे संबंधित वाचकाने ते पुस्तक खरोखरच वाचले आहे की नाही हे सहजपणे ठरवता येते. अशा चर्चेचा आणखी एक मोठा फायदा म्हणजे वाचकाला त्याच्या पुस्तक वाचण्याच्या एकाकी अनुभवाचे सामाजिक अनुभवात रूपांतर करण्याची संधी मिळते. कसे ते खालील परिच्छेदात वाचा.

कल्पना करा, की एक लहान मूल एका शाळेत किंवा ग्रंथालयात प्रवेश करते आणि प्रवेश केल्याबरोबर त्याला ओप्रा विन्फ्री यांची क्लोन भेटते. ओप्रा विन्फ्री ही अमेरिकेतील एक नंबरची 'वाचन शिक्षिका'आहे. म्हणजेच ती वाचन शिकवणारी शिक्षिका आहे. अमेरिकन इतिहासातील इतर कोणाही व्यक्तिपेक्षा ओप्राने खूप लोकांना, खूप चांगल्या पुस्तकांतील खूप पाने वाचण्यासाठी प्रेरित केले आहे. दशकाहून अधिक काळ ओप्रा हे काम करत आहे. तर मग यांना 'वाचन शिक्षिका' म्हणायचे नाही तर काय म्हणायचे? लहान मुलाने प्रवेश केलेल्या त्या वर्गात किंवा ग्रंथालयात ओप्राची क्लोन ज्या लेखकासंबंधी किंवा पुस्तकासंबंधी चर्चा करत असेल, ते विशिष्ट पुस्तक किंवा त्या लेखकाची पुस्तके वाचायला ते मूल खूप प्रेरित होण्याची शक्यता आहे. ओप्रामुळे प्रेरित झालेले ते मूल आता वाचत आहे. विशेषत: ते शाळेनंतरच्या वेळेत खूप वाचत आहे.

कारण शाळेनंतरच, किंवा शाळेबाहेरच त्याला सर्वाधिक वेळ उपलब्ध असतो. त्यामुळे हे मूल आता बसमध्ये, स्वच्छतागृहात तसेच नाष्टा करतानाही वाचत आहे. व अशा वाचनाद्वारे ते मूल नवनवीन शब्द माहीत करून घेत आहे. जे शब्द त्याला घरी ऐकायला मिळाले नसते, असे शब्द ते या वाचनातून माहीत करून घेत आहे. अशा पद्धतीने वाचनाची गोडी लागणे ही शैक्षणिकदृष्ट्या कमकुवत मुलासाठी एक अनमोल भेट असते.

वरील प्रकारची परिस्थिती निर्माण होण्यासाठी अर्थातच शिक्षकाला किंवा ग्रंथपालाला ओप्राप्रमाणे वाचनाची प्रचंड आवड असली पाहिजे. माझा हा मुद्दा पटवून देण्यासाठी माझ्या कार्यक्रमात भाग घेत असलेल्या एखाद्या शिक्षकाकडे जाऊन मी त्याच्या टेबलावरील पाण्याची बाटली घेऊन म्हणत असे, ''हे पाणी आज आपण दोघांनी मिळून वापरले, तसेच तुझा मोबाईल आपण दोघांनी मिळून वापरला किंवा तुझा पेन आपण दोघांनी मिळून वापरला, तरी आज माझ्यापासून तुला सर्दी होणार नाही. कारण आज मला सर्दी झालेली नाही. याचप्रमाणे शिक्षकाला किंवा ग्रंथपालाला वाचनाची आवड नसेल, तर अशा शिक्षकापासून किंवा ग्रंथपालापासून त्याच्या विद्यार्थ्यांमध्ये वाचनाची आवड निर्माण होणार नाही. आणि अमेरिकेतील निम्म्या शिक्षकांना वाचनाची आवड नाही. म्हणूनच देशातील निम्म्या बालकांना वाचनाची आवड लागलेली नाही. विशेषत: ज्या पालकांना वाचनाची आवड नाही, त्यांच्या मुलांच्या बाबतीत ही समस्या अधिक बिकट आहे.''

जेव्हा एखादी व्यक्ती शिक्षकी व्यवसायात येते, तेव्हा ती व्यक्ती *फिडलर ऑन द रूफ* मधील 'लग्न जमवणाऱ्या एजंटसारखी' असते. असा हा शिक्षक त्याच्या विद्यार्थ्याने अनोळखी लेखकाचे कोणतेतरी पुस्तक दररोज किमान वीस मिनिटे तरी वाचावे यासाठी वर्षभर प्रयत्न करत असतो. लेखक आणि विद्यार्थ्यांमध्ये मध्यस्थी करणाऱ्या या शिक्षकाला विद्यार्थी आणि लेखक किंवा पुस्तक जेवढ्या जवळून माहीत असतील, तेवढी त्याची मध्यस्थी अधिक यशस्वी होईल. परंतु जो शिक्षक किंवा ग्रंथपाल स्वत: खूप वाचत नाही, तो अशा प्रकारची मध्यस्थी करण्यामध्ये हमखास अयशस्वी होईल.[४२] या विषयाबाबत अधिक माहिती तुम्हाला मेरी कुंटसाल यांच्या उपक्रमाद्वारे मिळेल. या उपक्रमाची चर्चा मी पुढे केली आहे.

ओप्रा हे कार्य एवढ्या यशस्वीपणे कसे करते?

ओप्रा आणि तिच्या टेलिव्हिजन कार्यक्रमाचे निर्माते खूप हुशार असल्यामुळे त्यांनी द ओप्रा विन्फ्री शो या कार्यक्रमाच्या सुरुवातीला *वाचनवर्ग* असा शब्द वापरला

नाही. कारण या कार्यक्रमाचे अनेक प्रेक्षक, वर्ग या शब्दाचा संबंध गरज, मागणी, परीक्षा यांच्याशी जोडणार होते हे त्यांना खूप चांगले माहीत होते. म्हणून त्यांनी *वर्ग* या शब्दाऐवजी मंडळ असा शब्द वापरला. *मंडळ* या शब्दाबरोबर आपलेपणा, सभासदत्व, निमंत्रण या संकल्पना जोडल्या जातात.

ओप्राने एकदा का तिच्या कार्यक्रमासाठी एखादे पुस्तक निवडले की ते पुस्तक घेऊन ती टीव्हीवरील कार्यक्रमाद्वारे दोन कोटी वीस लाख लोकांपर्यंत पोहोचते. व निवडलेल्या पुस्तकाबद्दल लोकांना परिपूर्ण माहिती देते. संबंधित पुस्तकाबद्दल ती अत्यंत चैतन्यमयरीतीने, उत्कटपणे आणि प्रामाणिकपणाच्या भावनेने बोलते. या कार्यक्रमादरम्यान कोणत्याही प्रकारचे लेखन केले जात नाही, कोणतेही प्रश्न विचारले जात नाहीत किंवा कोणतीही परीक्षा घेतली जात नाही, कोणत्याही प्रकारचा देखावा केला जात नाही. उत्साहपूर्ण वातावरण हेच या कार्यक्रमाच्या यशस्वितेचे रहस्य आहे.

ओप्राचे कार्यक्रम यशस्वी होण्याचे आणखी एक कारण होते. ते म्हणजे मानव हा बोलणारा प्राणी आहे हे ओळखून ओप्रा आणि तिच्या निर्मात्यांनी हा कार्यक्रम तयार केला होता. नेमक्या याच बाबीकडे अनेक शिक्षणतज्ज्ञांनी डोळेझाक केलेली आहे. बोलण्याद्वारेच सर्वप्रथम आपण आपले स्वतःचे वर्णन करतो. आपण जेव्हा एखादा चांगला सिनेमा पाहतो, एखादा चांगला खेळ पाहतो, एखादे चांगले संगीत ऐकतो, तेव्हा सर्वांत आधी आपण काय करतो तर त्याबद्दल बोलतो. एखादा सिनेमा पाहिल्यानंतर मी आणि माझी पत्नी काय करतो असे तुम्हाला वाटते? सिनेमानंतर आम्ही धावत पळत आमच्या कारकडे जातो, आणि कारमध्ये बसून सिनेमाचा सारांश लिहून काढतो असे तुम्हाला वाटते का? की ''प्रिये, सिनेमाची कथा काय होती असे तुला वाटते?'' असा आम्ही संवाद साधतो?

याचा मुलांच्या वाचनाशी काय संबंध आहे असा प्रश्न तुमच्या मनात येणे साहजिक आहे. परंतु वरील सर्व चर्चेचा मुलांच्या वाचनाशी संबंध आहे. मुले शाळेत सांगितल्यानुसार जेव्हा एखादे पुस्तक वाचतात, तेव्हा वाचलेल्या पुस्तकाबद्दल त्यांना अहवाल लिहावा लागतो. या अहवाल लेखनाच्या कामातून आपण त्यांना सूट देऊ आणि मग काय होते ते पाहू या. कारण मुलांच्या डोक्यात असणार, की आपण जेवढी जास्त पुस्तके वाचू, तेवढे आपल्याला जास्त अहवाल लिहावे लागणार. त्यापेक्षा आपण कमी पुस्तके वाचू म्हणजे आपल्याला कमी अहवाल लिहावे लागतील. आपण प्रौढ व्यक्ती जेव्हा पुस्तक वाचतो, तेव्हा आपण त्याचा अहवाल लिहीत नाही. तर मग आपण लहान मुलांना का बरे वाचलेल्या पुस्तकावर अहवाल लिहिण्याची सक्ती करतो? आणि अशी सक्ती केल्यामुळे काही आपल्या राष्ट्राचा 'लिहिणारे किंवा वाचणारे राष्ट्र' म्हणून सन्मान झालेला नाही.

ओप्राने तिच्या ग्रंथचर्चेच्या कार्यक्रमाद्वारे काय साध्य केले आहे ते पहा: जेव्हा तिने तिचे ग्रंथमंडळ सुरू केले, तेव्हा देशभरात २,५०,००० ग्रंथमंडळे कार्यरत होती. आज अमेरिकेत पाच लाखाहून अधिक ग्रंथमंडळे कार्यरत आहेत.[४३] आणि यातील जवळजवळ सर्वच ग्रंथमंडळे महिला चालवत आहेत. याचामात्र मला हेवा वाटतो! तुम्हाला तुमच्या कुटुंबासाठी किंवा शाळेतील मुलांसाठी ग्रंथमंडळ निवडायचे असेल, तर त्यासाठी तुम्ही लॉरेन्स आणि नॅन्सी गोल्डस्टोन यांचे *डीकंस्ट्रक्टिंग पेंग्विन्स* या पुस्तकाचा आधार घ्या. ग्रंथमंडळ निवडण्यासाठीचे हे माझे आवडते साधन आहे. पुस्तकाचे अंतरंग जाणून घेण्यासाठीचे हे एक उत्तम साधन आहे. या पुस्तकाच्या लेखकाने सांगितल्याप्रमाणे एखाद्या पुस्तकाबाबत तुमच्या मुलाबरोबर परिणामकारक चर्चा करण्यासाठी तुमच्याकडे इंग्रजी साहित्यातील पदवी असण्याची गरज नाही किंवा तुमच्याकडे आठवड्याला चाळीस तास उपलब्ध असण्याचीही गरज नाही. कारण तुम्हाला प्रौढांसाठी लिहिलेल्या *क्राइम अँड पनिशमेंट* या कादंबरीची चर्चा करायची नसून लहान मुलांसाठी लिहिलेल्या *चारलॉट्स वेब* या गोष्टीच्या पुस्तकाची चर्चा करायची आहे.

ग्रंथपाल आणि पालक ओप्राच्या भूमिकेत

पालक उच्चशिक्षित असल्याचा त्यांच्या मुलांना बालपणामध्ये जो फायदा होतो, त्यामुळे कोणत्याही अनुषंगाने पाहिले, तरी उपनगरातील मुले शहराच्या मध्यवर्ती भागातील मुलांपेक्षा अधिक गुण मिळवतात आणि श्रीमंत मुले मध्यम वर्गीयांपेक्षा अधिक गुण मिळवतात. कॅलिफोर्निया राज्यातील गोलेटा येथिल मॉंटेसरी सेंटर स्कूल ही अशी एक शाळा आहे, की जेथे खरोखरच अशी परिस्थिती आढळते. ही शाळा कॅलिफोर्निया विद्यापीठाच्या सांटा बार्बरा येथील परिसरात कार्यरत आहे. बालवाडी ते सहाव्या इयत्तेत शिकणारे तीनशेहून अधिक विद्यार्थी या शाळेत शिक्षण घेतात. या शाळेच्या ग्रंथपाल मेरी कुंटसाल यांच्या उपक्रमाने शाळेतील वाचनसंस्कृती प्रेरित झालेली आहे. मेरी कुंटसाल गेली पस्तीस वर्षे ग्रंथपाल म्हणून कार्यरत आहेत. पस्तीसपैकी एकोणीस वर्षे त्या मॉंटेसरी सेंटर स्कूलमध्ये ग्रंथपाल आहेत.

केवळ अभ्यासात हुशार असलेले विद्यार्थीच जीवनात यशस्वी होतात असा सर्वसाधारण समज आहे. हा समज दूर करणे हा मॉंटेसरी सेंटर स्कूलच्या वाचन तत्त्वज्ञानाचा मूळ उद्देश आहे. तसेच वाचलेल्या पुस्तकाबद्दल विद्यार्थ्यांनी अधिक गांभीर्याने, सखोलतेने विचार करायला शिकावे, हाही या शाळेच्या वाचन तत्त्वज्ञानाचा हेतू आहे. हे वाचन तत्त्वज्ञान अंमलात आणण्यासाठी या शाळेच्या ग्रंथपाल मेरी कुंटसाल कोणता वाचन उपक्रम राबवतात हे त्यांच्याच शब्दात माहीत करून घेऊ या :

चवथी ते सहावीच्या विद्यार्थ्यांसाठी आम्ही रीडिंग पासपोर्ट नावाचा उपक्रम राबवतो. विद्यार्थी स्वत:हून गोष्टीची कोणती पुस्तके वाचत आहेत याचा या उपक्रमामध्ये आम्ही मागोवा घेतो. विद्यार्थ्यांनी गोष्टीची विविध प्रकारची पुस्तके वाचावीत असे आम्हाला वाटते. यासाठी आम्ही त्यांना प्रोत्साहन देतो. परंतु त्याच वेळेस त्यांना हवे ते पुस्तक वाचण्याचे खूप स्वातंत्र्यही देतो. त्यांनी स्वत:ला आनंद देणारी पुस्तके निवडायला शिकावे असे आम्हाला वाटते. हेच या उपक्रमाचे उद्दिष्ट आहे.

विद्यार्थ्यांनी वाचलेल्या पुस्तकाबाबत त्यांच्याशी चर्चा करणाऱ्या प्रशिक्षित स्वयंसेवी पालकांचे पाच गट शाळेत कार्यरत आहेत. हे या उपक्रमाचे विशेष वैशिष्ट्य आहे. या वैशिष्ट्यामुळेच हा उपक्रम यशस्वी होत आहे. हे स्वयंसेवक दर आठवड्याला प्रत्येक विद्यार्थ्याबरोबर त्याने वाचलेल्या प्रत्येक पुस्तकावर वैयक्तिकपणे पाच ते पंधरा मिनिटे चर्चा करतात. वाचलेल्या पुस्तकावर विद्यार्थ्यांना ग्रंथपरीक्षण लिहावे लागत नाही किंवा ॲक्सिलरेटेड रीडरच्या प्रश्नांना उत्तरेही द्यावी लागत नाहीत. वाचलेल्या पुस्तकांवर विद्यार्थ्यांना बहुपर्यायी प्रश्नही विचारले जात नाहीत. वाचलेल्या पुस्तकाबद्दल विद्यार्थ्याने सखोल विचार व्यक्त करावेत या हेतूने प्रत्येक विद्यार्थ्याबरोबर एकास-एक या पद्धतीने वैयक्तिकपणे चर्चा केली जाते. या उपक्रमामधून त्यांना ग्रंथपरीक्षण लिहिण्यातून मिळणाऱ्या आनंदापेक्षा खूप अधिक आनंद मिळावा अशी अपेक्षा आहे.

विद्यार्थी चवथीमध्ये असताना रीडिंग पासपोर्ट उपक्रमाची सुरुवात होते. या इयत्तेतील विद्यार्थी त्यांनी वाचलेल्या पुस्तकाविषयी स्वयंसेवी पालकांबरोबर सुलभ भाषेत, वरवरची चर्चा करतात. हे विद्यार्थी जेव्हा सहाव्या इयत्तेत पोहोचतात, तेव्हा ते वाचलेल्या पुस्तकावर अत्यंत सखोल चर्चा करू लागतात. सहाव्या इयत्तेतील विद्यार्थ्यांच्या पुस्तक-चर्चा अत्यंत मजेदार होतात. तसेच या चर्चा आपल्याला विचार करायला लावतात. या उपक्रमांतर्गत प्रत्येक वर्षी प्रत्येक विद्यार्थी गोष्टीची सरासरी पंचवीस पुस्तके वाचतो. यामध्ये शालेय विषयांच्या अनुषंगाने वाचायला सांगितलेल्या पुस्तकांचा समावेश नसतो.

वर्षाच्या शेवटी आम्ही रीडिंग पासपोर्ट सेलीब्रेशन हा समारंभ आयोजित करतो. यामध्ये सहावी उत्तीर्ण होणारे विद्यार्थी त्यांच्या जीवनातील एखाद्या विशेष अनुभवाला जोडणाऱ्या पुस्तकावर संक्षिप्त निबंध लिहितात व तो या समारंभात वाचून दाखवतात. हा निबंध पुस्तक परीक्षणासारखा नसावा असे मी विद्यार्थ्यांना सांगितलेले असते. मग हा निबंध कसा असावा? पुस्तकातील कथानक आणि तुमच्या जीवनातील एखादा अनुभव यातील साधर्म्यामुळे तुमचे त्या पुस्तकाबरोबर जे ऋणानुबंध निर्माण झाले आहेत, त्याचे वर्णन या निबंधामध्ये असावे असे मी विद्यार्थ्यांना सुचवत असते. आणि मला सांगायला आनंद होतो, की विद्यार्थी अशा प्रकारचे ऋणानुबंध शोधू शकत होते; आणि त्यांच्या

निबंधामधून मांडतही होते. विद्यार्थी वाचनासाठी एखादे पुस्तक का व कसे निवडतात याची थक्क करणारी कारणे त्यांच्या निबंधामधून लक्षात येत असत. उदाहरणार्थ, एका विद्यार्थ्यांनी त्याच्या निबंधामध्ये लिहिले होते की, ''माझा भाऊ न्यूरोसायक्याट्रिक समस्येचा शिकार आहे. म्हणून मी 'अल कॅपोन डज माय शर्टस्' हे पुस्तक वाचनासाठी निवडलं.'' या पुस्तकामध्ये एका ऑटिझमग्रस्त मुलीचा जीवनसंघर्ष मांडलेला आहे. अन्य एका विद्यार्थ्याने लिहिलं होतं की ''दुसऱ्या महायुद्धाच्या काळात माझ्या आजी-आजोबांना स्थानबद्ध करण्यात आलं होतं. म्हणून मी 'वीडफ्लॉवर' हे पुस्तक वाचण्यासाठी निवडलं.'' युवा वयातील वाचकांसाठी लिहिलेली ही एक ऐतिहासिक कादंबरी आहे. या वर्षीच्या सहावीच्या वर्गात अतिशय सशक्त असा एक हॉकीपटू होता. त्याने 'द ब्रेडविनर' हे पुस्तक निवडले होते. 'या पुस्तकाने माझे डोळे उघडले' असे त्याचे म्हणणे होते. 'हे पुस्तक वाचल्यावर मी किती नशीबवान आहे हे माझ्या लक्षात आलं. कारण मला तालिबानला तोंड द्यावं लागत नसून केवळ प्रतिस्पर्धी संघाच्या बचाव फळीतील खेळाडूंना तोंड द्यावं लागतं.' हॉकी खेळाडूच्या या निबंधाने प्रेक्षकांमध्ये उपस्थित असलेले एक पालक एवढे प्रोत्साहित झाले, की त्यांनी आमच्या एका पालक-बालक ग्रंथमंडळाला स्वेच्छेने पुरस्कृत केले.[४४]

वर वर्णन केलेले माँटेसरी सेंटर स्कूलमधील अनुभव विद्यार्थ्यांच्या जीवनाला कलाटणी देणारे आहेत. जेव्हा विद्यार्थ्यांची शाळेतील कामगिरी समाधानकारक नसते, तेव्हा त्यासाठी आपण शिक्षकांना दोष देतो. परंतु असे न करता अमेरिकेतील गरीब तसेच श्रीमंत विद्यार्थ्यांना वरील प्रकारचा जीवनाला कलाटणी देणारा अनुभव मिळवून देण्यासाठी आपण प्रयत्न करू या. वाचन अनुभवाच्या अभावामुळे जी मुले प्रगती करू शकली नाहीत, त्या मुलांना मदत करण्याचा एक मार्ग आहे. तो म्हणजे प्रगती केलेल्या मुलांप्रमाणेच याही मुलांना वाचन अनुभव मिळवून देणे. सध्यामात्र आपण असा अनुभव मिळवून देण्यासाठी काहीही करत नाही. उलट मुलांना परीक्षेची तयारी करण्यासाठी अधिक वाचायला सांगतो. यामुळे केवळ परीक्षेसाठीच वाचन करायचे असते, असे मुलांना वाटायला लागते. परिणामत: मुले वाचनाचा तिरस्कार करायला लागतात.

६. घरातील तसेच शाळेतील पुस्तकांची उपलब्धता आणि मुलांची वाचन आवड

उपनगरातील लहान मुलांसाठी समृद्ध अशी शालेय ग्रंथालये न उपलब्ध करणे हे एखाद्या दरोड्याइतकेच घातक आहे.

जोनाथन कोझोल

मुलांची वाचनातील कामगिरी आणि रोडीओची कामगिरी यातील साम्य तुमच्या कधी लक्षात आले आहे का? (टीप : कृपया लक्षात घ्या : वरील वाक्यातील शब्द रेडिओ नसून रोडीओ आहे. रोडीओ हा एक खेळ आहे; स्पर्धा आहे. या खेळामध्ये घोड्यावर बसून वेगाने धावणाऱ्या जनावरांच्या गळ्यामध्ये फास टाकला जातो).

पुढील चर्चा समजण्यासाठी अशी कल्पना करू या, की अमेरिकन नेत्यांना अचानकपणे जाणवले की, शालेय अभ्यासक्रमामध्ये रोडीओ या विषयाला खूप महत्त्व दिले पाहिजे. तुम्ही विचार करत आहात तेवढे हे असंभव नाही कारण ॲटोगॅसची किंमत जर अशीच वाढत राहिली, तर काही लोक घोड्यांच्या वापराबाबत नक्कीच वेगळा विचार करायला लागतील. रोडीओला शालेय अभ्यासक्रमात खूप महत्त्व दिले गेले तर अचानकपणे घोडेस्वारीसंबंधीचे नवीन शिक्षणक्रम सुरू केले जातील. खोगीर आणि इतर उपकरणे व वस्तू खरेदी केल्या जातील. घोडेस्वारी शिकवण्यासाठी शिक्षकांना प्रशिक्षण दिले जाईल. तसेच रोडीओ प्रयोगशाळेत घोडेस्वारीची प्रात्यक्षिके अनिवार्य केली जातील. एकही विद्यार्थी शिक्षणामध्ये मागे राहू नये या विचाराप्रमाणेच एकही विद्यार्थी रोडीओ स्वारीमध्ये मागे राहू नये या उद्देशाने शाळेच्या प्रत्येक इयत्तेत रोडीओचा शिक्षणक्रम अनिवार्य केला जाईल. रोडीओ प्रशिक्षणासह हायस्कूलची परीक्षा उत्तीर्ण होणाऱ्या विद्यार्थ्यांला 'रोडीओ बहाद्दर' असे विशेष प्रमाणपत्र दिले जाईल. म्हणजेच रोडीओस्वार आणि प्रत्येक विद्यार्थी 'सर्वोत्तम घोडेस्वार' होण्यासाठी प्रयत्न करेल.

सूर्यास्त पश्चिमेलाच होतो हे जेवढे निश्चित आहे, तेवढेच हेही निश्चित आहे की, रोडीओचा वरील प्रकारचा अभ्यासक्रम अमेरिकेतील काही राज्ये सर्वोत्तम पद्धतीने राबवतील तर काही राज्ये हा अभ्यासक्रम राबवण्यामध्ये अयशस्वी होतील. आणि तुम्हाला हे खोटे वाटत असेल, तर तुम्ही प्रोफेशनल रोडीओ काऊबॉईज असोसिएशनच्या वेबसाईटवर विविध रोडीओ संघांची गुणानुक्रमाने दिलेली यादी पहा. गुरांसाठी प्रचंड मोठी कुरणे असलेली, तसेच घोडे आणि गाईंनी समृद्ध असलेली उटाह, टेक्सास, नेब्रास्का, ओरेगॉन, आणि कोलोरॅडो ही राज्ये या यादीमध्ये तुम्हाला सर्वांत वरच्या क्रमांकावर दिसतील. यावरून अयशस्वी ठरणाऱ्या यादीत कोणती राज्ये असू शकतात, याचा आपण अंदाज करू शकतो. अयशस्वी राज्यांच्या यादीत अर्थातच न्यू जर्सी, इलिनोइस, डेलावेर आणि मेइने ही अत्यंत कमी घोडे असणारी राज्ये समाविष्ट असतील. तुमच्याकडे घोडा नसेल, तर रोडीओच्या खेळात चांगली प्रगती करणे तुम्हाला नक्कीच कठीण जाईल. बरोबर?

रोडीओच्या खेळामध्ये घोड्यांना जे महत्त्व आहे, तेच महत्त्व वाचनाच्या क्षेत्रामध्ये पुस्तकांना आहे. ज्याप्रमाणे रोडीओच्या खेळामध्ये टेक्सास आणि ओरेगॉन ही राज्ये अव्वल आहेत, त्याचप्रमाणे वाचनामध्येही वार्षिक सर्वोत्तम गुण मिळवणारी काही राज्ये, गावे अमेरिकेत आहेत. वाचनामध्ये सर्वोत्तम कामगिरी करणारी शहरे आणि गावे असलेल्या याच अमेरिकेत अशीही अनेक घरे, शाळा आणि संस्था आहेत, की ज्यांनी गेल्या अनेक दशकांमध्ये क्वचितच एखादे नवीन पुस्तक पाहिले आहे. अशा या घरांमध्ये वर्तमानपत्रही क्वचितच पोहोचते.

पुरेसे वाचनसाहित्य उपलब्ध नसेल, तर मुलांमध्ये चांगले वाचनकौशल्य विकसित होणे अवघड असते. नो चाईल्ड लेफ्ट बिहाइंड आणि रेस टु द टॉप या शासनाच्या उपक्रमांमध्ये मुलांना शाळेनंतर शिकवणीची सोय केली जावी अशी शिफारस करण्यात आली होती. तसेच उच्चारकौशल्य विकसित करण्यासाठीही या उपक्रमामध्ये शिफारस करण्यात आली होती. छान. परंतु ज्या मुलांना कसल्याही प्रकारचे वाचनसाहित्य उपलब्ध नाही, त्या मुलांना उच्चारकौशल्य शिकवणे म्हणजे ज्या लोकांकडे होडी नाही त्यांना वल्हे देण्यासारखे आहे. ज्याप्रमाणे वल्हे असल्याशिवाय होडी खूप पुढे घेऊन जाणे शक्य होत नाही, त्याचप्रमाणे वाचनसाहित्य उपलब्ध असल्याशिवाय विद्यार्थ्यांना उच्चारकौशल्य शिकणे शक्य होणार नाही.

या पुस्तकाच्या प्रस्तावनेमध्ये दिलेल्या तक्त्याचा काही भाग मी येथे पुन्हा देणार आहे. बालवाडीमध्ये असताना वाचनाची सर्वांत जास्त आणि सर्वांत कमी आवड असलेल्या मुलांच्या घरची वाचनसाहित्याची स्थिती या तक्त्यामध्ये दर्शवली आहे.[१]

घरातील वस्तू आणि उपक्रम	वाचनाची खूप आवड असणाऱ्या मुलांची टक्केवारी	वाचनाची कमी आवड असणाऱ्या मुलांची टक्केवारी
घरातील ग्रंथांची मोठी संख्या	८०.६	३१.७
लहान मूल ग्रंथालयाचे सदस्य आहे	३७.५	३.४
पालक मुलाला/मुलीला ग्रंथालयात घेऊन जातात	९८.१	७.१
लहान मुलाला/मुलीला दररोज वाचून दाखवले जाते	७६.८	१.८

पुढील चर्चा करण्याआधी मला एक गोष्ट स्पष्ट केली पाहिजे ती म्हणजे, अमेरिकन घरातील किंवा शाळेतील वाचनसाहित्याचा अभाव पूर्णपणे भरून काढणे आपल्याला शक्य आहे. यासाठी पैशाची कमतरता भासणार नाही याची मला खातरी आहे. अफगाणिस्तान आणि इराक या देशांचे पुनर्निर्माण करण्यासाठी जर आपण ८०० हून अधिक अब्ज डॉलर्स[२] खर्च करू शकतो, तर अमेरिकन शाळा आणि सार्वजनिक ग्रंथालयातील पुस्तकसंग्रह समृद्ध करण्यासाठीही सहजच मोठी रक्कम उपलब्ध करू शकतो. यासाठी ग्रंथालयातील पुस्तकसंग्रह विकसित करणे अत्यंत फायद्याचे आहे, आवश्यक आहे याची जाणीवमात्र आपल्याला झाली पाहिजे. शाळा आणि सार्वजनिक ग्रंथालयातील पुस्तकसंग्रह विकसित करण्याच्या कार्याला संरक्षण विभागाच्या कार्याइतकेच महत्त्व दिले पाहिजे. कारण आजचा पंधरा वर्षाचा अर्धशिक्षित, अविचारी, शहरी, अमेरिकन तरुण बेरोजगारीमुळे अमेरिकेतच तयार झालेला उद्याचा दहशतवादी असू शकतो.

न्यूमन[३], ड्यूक[४], क्रॅशेन[५], मॅकक्विलन[६], ॲलिंग्टन[७] आणि लॅन्स[८] यांसारख्या सन्माननीय संशोधकांच्या गेल्या दोन दशकांतील संशोधनाने अतिशय समर्थपणे सिद्ध केले आहे, की ज्या मुलांना पुस्तके उपलब्ध असतात, त्या मुलांना वाचनाच्या परीक्षांमध्ये चांगले गुण मिळतात. याउलट ज्यांना वाचनसाहित्य उपलब्ध नसते, त्यांना वाचनाच्या परीक्षेत कमी गुण मिळतात. परंतु दु:खदायक बाब ही आहे, की शिक्षणतज्ज्ञांनाही हे लक्षात आलेले नाही. विशेष म्हणजे न्यूमन हे शिक्षणतज्ज्ञ तर होतेच, शिवाय वॉशिंग्टनमध्ये शिक्षण विभागाचे साहाय्यक सचिवही होते. परंतु त्यांनासुद्धा वाचनसाहित्याच्या उपलब्धतेचे महत्त्व लक्षात आलेले दिसत नाही.

बारावीत शिकणाऱ्या विद्यार्थ्यांच्या घरातील पुस्तकांची संख्या आणि त्यांना विज्ञान विषयात २०० पैकी मिळालेले सरासरी गुण

घरातील पुस्तकांची संख्या	विज्ञान विषयातील सरासरी गुण
०-१०	१२२
११ ते २५	१३२
२६ ते १००	१४७
१०० पेक्षा जास्त	१६१

संदर्भ: युएस डिपार्टमेंट ऑफ एज्युकेशन, नॅशनल सेंटर फॉर एज्युकेशनल स्टॅटिस्टिक्स

द नॅशनल ॲसेसमेंट ऑफ एज्युकेशनल प्रोग्रेस ही संस्था १९७२ पासून विद्यार्थ्यांच्या विविध विषयातील कामगिरीचे मूल्यमापन करत आहे. तसेच विद्यार्थ्यांच्या घरी किती पुस्तके आहेत याचेही ही संस्था सर्वेक्षण करत आहे. विशेषत: वाचन, गणित, विज्ञान, नागरिकशास्त्र, इतिहास आणि लेखन या विषयांमध्ये विद्यार्थ्यांना मिळालेले गुण आणि त्यांच्या घरी असलेल्या पुस्तकांची संख्या यामधील सहसंबंधांचा ही संस्था शोध घेत आहे. या संस्थेच्या सर्वेक्षणात आढळले की, ज्या घरात जास्त पुस्तके होती, त्या घरातील विद्यार्थ्याला प्रत्येक विषयात सुमारे चाळीस टक्के अधिक गुण मिळालेले होते. सामान्यपणे असे आढळते, की ज्या मुलांचे पालक कमी शिकलेले असतात किंवा शिकलेले नसतात, त्या मुलांची अभ्यासातील कामगिरी कमकुवत राहते. परंतु पालक कमी शिकलेले असल्यामुळे सामान्यपणे मुलांचे जे नुकसान होणार असते, ते नुकसान मुलांच्या घरी उपलब्ध असलेल्या पुस्तकांमुळे भरून निघते असे या संशोधनात लक्षात आले.[९] इतर आंतरराष्ट्रीय संशोधनातही अशाच प्रकारचे निष्कर्ष आढळले आहेत.[१०] ईले नावाच्या दुसऱ्या एका संशोधकाने १९९२ मध्ये २,१०,००० विद्यार्थ्यांचे सर्वेक्षण केले होते. या सर्वेक्षणात त्यांना आढळले, की शाळेतील तसेच वर्गातील ग्रंथालये जेवढी अधिक समृद्ध होती, तेवढी तेथील विद्यार्थ्यांची वाचनातील प्रगती अधिक चांगली होती.[११]

समृद्ध ग्रंथालये आणि विद्यार्थ्यांना मिळणारे अधिक चांगले गुण यांचा खूप जवळचा संबंध आहे हे तेराहून अधिक राज्यातील संशोधनात आढळले आहे. विशेषत: बॉमन यांनी केलेल्या मॅसॅचुसेट्स संस्थेच्या एमसीएएस परीक्षेसंदर्भातील एका संशोधनात आढळले, की ज्या शाळेमध्ये प्रत्येक विद्यार्थ्यांमागे अधिक पुस्तके आणि पूर्णवेळ ग्रंथपाल होते, तेथील विद्यार्थ्यांना अकरा टक्के अधिक गुण मिळाले होते. तसेच जे

विद्यार्थी दर आठवड्याला ग्रंथालयात अधिक वेळा येत होते, त्या विद्यार्थ्यांना बारा टक्के अधिक गुण मिळालेले होते.[१२]

बेवर्लि हिल्स, वॅटस् आणि कॉम्पटन या तीन शहरातील विद्यार्थ्यांच्या घरी, वर्गात आणि शाळेच्या ग्रंथालयात उपलब्ध असलेल्या पुस्तकांचे स्टीफन क्रॅशेन आणि त्यांच्या सहकाऱ्यांनी सर्वेक्षण केले होते.[१३] कॅलिफोर्निया राज्यातील या तीन शहरातील विद्यार्थ्यांच्या घरी, वर्गात आणि शाळेच्या ग्रंथालयात उपलब्ध असलेल्या पुस्तकांची संख्या आणि त्याचा विद्यार्थ्यांच्या कामगिरीवर होणारा परिणाम याबाबतचे हे सर्वेक्षण होते. हे माझे एक आवडते सर्वेक्षण आहे. ही तीन शहरे एकमेकांपासून केवळ तीस ते साठ किलो मीटर दूर आहेत. परंतु इतर बाबतीत मात्र त्यांच्यामध्ये जमीन-आसमानाचा फरक आहे. बेवर्लि हिल्समधील ९३ टक्के विद्यार्थी महाविद्यालयीन शिक्षणापर्यंत पोहोचतात तर या तुलनेत वॅटस् आणि कॉम्पटनमधील खूपच कमी विद्यार्थी महाविद्यालयीन शिक्षणापर्यंत पोहोचतात. कॉम्पटनच्या राज्य-नियुक्त प्रशासकाने १९९९ मध्ये सांगितले होते, की शालेय पातळीवर दहापैकी जेमतेम एक विद्यार्थी चांगली कामगिरी करतो. खालील तक्त्यातील आकडेवारीवरून तुमच्या लक्षात येईल, की या तीनपैकी एका शहरामध्ये पुस्तकांचा सुकाळ आहे तर दुसऱ्या दोन शहरांमध्ये पुस्तकांचा दुष्काळ आहे.

कॅलिफोर्नियाच्या तीन प्रदेशातील पुस्तकांची सरासरी संख्या

प्रदेशाचे नाव	घरी उपलब्ध असलेली पुस्तके	वर्गात उपलब्ध असलेली पुस्तके	शाळेच्या ग्रंथालयात उपलब्ध असलेली पुस्तके	सार्वजनिक ग्रंथालयात उपलब्ध असलेली पुस्तके
बेवर्लि हिल्स	१९९	३९२	६०,०००	२,००,६००
वॅटस्	४.५	५४	२३,०००	१,१०,०००
कॉम्पटन	२.७	४७	१६,०००	९०,०००

क्रॅशेन यांच्या संशोधनाचा वर नमूद केलेला अहवाल[१४] कॅलिफोर्नियाच्या भाषा आणि कला विषयांच्या अभ्यासक्रमामध्ये सुधारणा करणाऱ्या मंडळाला १९९० मध्ये सादर करण्यात आला होता. वाचनक्षमतेच्या बाबतीत विविध राज्यांच्या तुलनेत कॅलिफोर्निया शेवटच्या क्रमांकावर आहे हे लक्षात आल्यावर वरील अहवाल सादर करण्यात आला होता. देशातील इतर राज्यांच्या तुलनेत कॅलिफोर्नियामध्ये गरीब मुलांची संख्या सर्वाधिक होती. तसेच या राज्यातील शाळांना आणि सार्वजनिक ग्रंथालयांना सर्वांत कमी आर्थिक साहाय्य देण्यात हेत होते. यावर उपाय म्हणून राज्यातील राजकीय

नेत्यांनी शालेय शिक्षणासाठी १९५ दशलक्ष डॉलर्स उपलब्ध केले.[१५] एवढी मोठी रक्कम खर्च केल्यावर कॅलिफोर्नियातील शालेय विद्यार्थ्यांच्या वाचनक्षमतेत किती वाढ झाली असेल असे तुम्हाला वाटते? अमेरिकेत एकूण ५२ राज्ये आहेत. १९९६ मध्ये कॅलिफोर्निया हे राज्य वाचनक्षमतेत शेवटच्या क्रमांकावर होते. एवढा मोठा खर्च केल्यानंतर २०११मध्ये हे राज्य ५२व्या क्रमांकावरून ४६व्या क्रमांकापर्यंत येऊ शकले. कॅलिफोर्नियाच्या शिक्षण विभागाने दिलेल्या माहितीनुसार ग्रंथपाल आणि विद्यार्थी यांचे गुणोत्तर विचारात घेतले, तर अमेरिकेतील सर्व राज्यांच्या तुलनेत कॅलिफोर्निया एक्कावन्नावे होते. कारण कॅलिफोर्नियातील ५१२४ विद्यार्थ्यांमागे एक ग्रंथपाल होता. तर देशात हीच सरासरी ९१६ विद्यार्थ्यामागे एक ग्रंथपाल अशी होती.[१६] दुसऱ्या शब्दात सांगायचे, तर देशात विद्यार्थी:ग्रंथपाल प्रमाण ९१६:१ असे होते, तर कॅलिफोर्नियात ते ५१२४:१ असे होते. म्हणजेच देशातील विद्यार्थी:ग्रंथपाल यांच्या प्रमाणाचा विचार केला, तर कॅलिफोर्नियातील एक ग्रंथपाल इतर राज्यांच्या तुलनेत पाचपट अधिक विद्यार्थ्यांना सेवा देत होता. विशेष म्हणजे अमेरिकन तुरुंगातील ग्रंथालयाचे वाचक आणि ग्रंथपाल याचे प्रमाण ४२८३:१ आहे.[१७] यातून मला हे दर्शवायचे आहे, की कैदी आणि ग्रंथपाल यांचे गुणोत्तर विद्यार्थी अणि ग्रंथपाल यांच्या गुणोत्तरापेक्षाही चांगले आहे.

घरातील पुस्तकांचा अभाव शाळेतील पुस्तकांनी भरून निघणे अपेक्षित असते. अभ्यासात जेमतेम कामगिरी असलेल्या विद्यार्थ्यांच्या घरी खूप पुस्तके नसतात म्हणून अशा विद्यार्थ्यांसाठी चांगली वर्ग-ग्रंथालये उपलब्ध असणे गरजेचे असते. थोड्या व्यापकतेने सांगायचे, तर एकाही विद्यार्थ्याला चांगल्या ग्रंथालयाची उणीव जाणवणार नाही याची व्यवस्था करणे आवश्यक आहे. पुस्तकसंग्रहाच्या दृष्टीने वर्ग-ग्रंथालये किती समृद्ध आहेत हे जाणून घेण्यासाठी नेल ड्यूक यांनी मॅसॅचुसेट्स राज्यातील शहरी आणि निमशहरी भागातील पहिल्या इयत्तेतील प्रत्येकी दहा वर्गातील ग्रंथालयांचे एक वर्ष सर्वेक्षण केले. आणि त्यांच्या लक्षात आले, की पुस्तकांची घरातील उणीव शाळा भरून काढू शकत नाहीत कारण घराप्रमाणेच या शाळांमध्येही चांगल्या वर्गग्रंथालयांचा अभाव आहे. या सर्वेक्षणातील शहरी भागातील शिक्षकांना शिकवण्याचा सरासरी अठरा वर्षांचा अनुभव होता. परंतु विद्यार्थ्यांना ते मुक्तपणे वर्गग्रंथालय वापरू देत नव्हते. किती वेळा वर्गग्रंथालय वापरावे याबाबत विद्यार्थ्यांवर अनेक निर्बंध होते. या वर्गग्रंथालयातील पुस्तके खूप जुनी होती आणि ती खूप चांगल्या दर्जाची नव्हती. सर्वेक्षणातील विद्यार्थी त्यांचा वर्गातील वाचनाचा वेळ सोपी पुस्तके वाचण्यात व्यतीत करत होते. त्यांचा बराच वेळ इतरांच्या वहीतील माहिती उतरवून घेण्यात आणि शिक्षकांनी सांगितलेले लिहून घेण्यात व्यतीत होत होता. त्यांचे शिक्षक त्यांना कधीतरी वाचून दाखवत होते आणि वाचून

दाखवलेले पुस्तक अत्यंत सामान्य दर्जाचे असायचे. आणि उच्च सामाजिक-आर्थिक भागातील शाळांच्या तुलनेत साधारण सामाजिक-आर्थिक भागातील शाळांमध्ये विद्यार्थी आणि पुस्तके यांचे प्रमाण निम्मे होते.[१८] शिवाय उच्च सामाजिक-आर्थिक भागातील दहापैकी सात वर्गांमध्ये मुलांना गोष्टीची पुस्तके वाचून दाखवण्यात येत होती याउलट साधारण सामाजिक-आर्थिक भागातील दहापैकी केवळ दोन वर्गांमध्ये गोष्टीची पुस्तके वाचून दाखवण्यात येत होती.

अमेरिकेत गुड ह्यूमर या आईस्क्रिमचे विक्रेते ज्याप्रमाणे सर्व ठिकाणी आढळतात, त्याप्रमाणे अभ्यासामध्ये कमकुवत असलेल्या विद्यार्थ्यांसाठी सगळीकडे फिरती ग्रंथालये उपलब्ध असली पाहिजेत असे एज्युकेशनल टेस्टींग सर्व्हिसच्या पॉल ई. बारटन यांनी सुचवले होते. याबाबत मी याआधीच्या प्रकरणामध्ये उल्लेख केला आहे.[१९] मुलांना पुस्तके उपलब्ध केली, तर ते खातरीने वाचतील आणि त्यामुळे त्यांचे अभ्यासातील गुण वाढतील या बारटन यांच्या विचाराचा समर्थन करणारा एक संशोधनात्मक पुरावा उपलब्ध आहे. तीन वर्षे केल्या गेलेल्या या संशोधनाची माहिती पुढील परिच्छेदांमध्ये देत आहे.

गरीब मुलांना 'उन्हाळी अपयशाचा'[२०] सामना करावा लागतो; त्यांना सामान्यपणे परीक्षेत कमी गुण मिळतात व शाळेव्यतिरिक्त फारशी पुस्तके या मुलांना उपलब्ध होत नाहीत याची रिचर्ड ॲलिंग्टन, ॲन मॅकगिल-फ्रॅनझेन आणि त्यांच्या सहकारी संशोधकांना जाणीव होती. म्हणून पुस्तकांची उपलब्धता आणि गरीब विद्यार्थ्यांची अभ्यासातील कामगिरी यांच्यामध्ये काही सहसंबंध आहे का याचा शोध घेण्यासाठी या संशोधकांनी एक प्रायोगिक संशोधन हाती घेतले होते. या संशोधनासाठी त्यांनी अत्यंत गरीब अशा सतरा शाळांच्या प्राथमिक वर्गात शिकणाऱ्या ८५२ विद्यार्थ्यांची निवड केली. ८५२ विद्यार्थ्यांचा हा गट प्रायोगिक गट होता. प्रायोगिक गटासारखेच ४७८ विद्यार्थी नियंत्रित गटासाठी निवडले होते. या दोन्ही गटातील विद्यार्थ्यांची संशोधक तुलना करणार होते. हे प्रायोगिक संशोधन सलग तीन उन्हाळ्यांमध्ये केले जाणार होते.[२१]

संशोधनाच्या सुरुवातीला मार्च ते मे दरम्यानच्या शालेय सत्रामध्ये प्रायोगिक गटातील विद्यार्थ्यांना शाळेतील ग्रंथमहोत्सवात त्यांच्या आवडीची प्रत्येकी बारा पेपरबॅक पुस्तके निवडायला सांगितले गेले. ही पुस्तके या विद्यार्थ्यांना मोफत उपलब्ध केली जाणार होती व ती त्यांच्या मालकीचीच असणार होती. परंतु प्रत्येक वर्षाची उन्हाळी सुट्टी सुरू होईपर्यंत ही पुस्तके त्यांना दिली जाणार नव्हती. नियंत्रित गटातील मुलांसाठी मात्र ग्रंथमहोत्सव आयोजित केलेला नव्हता व त्यांना कोणतीही पुस्तके उपलब्ध केली जाणार नव्हती. ग्रंथमहोत्सवात उपलब्ध केलेली पुस्तके संशोधकांनी जाणीवपूर्वक निवडली होती. ही पुस्तके प्राथमिक शाळेतील विद्यार्थ्यांना झेपणारी होती. तसेच या

विद्यार्थ्यांची पॉप संस्कृतीची आवड पूर्ण करणारी ही पुस्तके होती. विशेष म्हणजे यामध्ये मालेतील पुस्तकांचाही समावेश होता. शिवाय या पुस्तकांमध्ये अल्पसंख्याक विद्यार्थ्यांच्या आवडीची पात्रे होती. तसेच विद्यार्थ्यांच्या अभ्यासक्रमातील विज्ञान आणि समाजविज्ञान विषयावरीलही पुस्तके या संचामध्ये होती. शेवटच्या दोन प्रकारची पुस्तके विद्यार्थ्यांच्या दृष्टीने सर्वांत कमी आवडीची होती.

तीन वर्षांनंतर या संशोधनाचे मिळालेले निष्कर्ष पुढीलप्रमाणे होते : नियंत्रित गटाच्या तुलनेत प्रायोगिक गटातील विद्यार्थ्यांची वाचनातील कामगिरी प्रचंड प्रमाणात उंचावली होती. सलग तीन उन्हाळ्यात पुस्तके सहजपणे उपलब्ध झाल्यामुळेच या विद्यार्थ्यांचे वाचनातील यश लक्षणीय प्रमाणात वाढले होते हे या निष्कर्षांवरून सिद्ध होत होते. विशेष म्हणजे संशोधानात सहभागी असलेल्या सर्वांत गरीब विद्यार्थ्यांना या योजनेचा सर्वाधिक फायदा झालेला आढळला. विद्यार्थ्यांची वाचनातील कामगिरी मोठ्या प्रमाणात सुधारण्यामध्ये पुढील तीन घटकांचे योगदान होते. (१) पुस्तकांची उपलब्धता (२) पुस्तके वैयक्तिक मालकीची आहेत ही भावना (३) आणि पुस्तके निवडण्यासाठी विद्यार्थ्यांना मिळालेले स्वातंत्र्य. संशोधकांच्या मतानुसार प्रायोगिक गटातील विद्यार्थ्यांच्या वाचनातील यश खूप मोठे नसले, तरी हे यश व्यापक शालेय सुधारणा उपक्रमांमुळे किंवा उन्हाळी वर्गामुळे मिळणाऱ्या यशाएवढे किंवा त्याहून थोडे अधिकच होते. शिवाय शालेय सुधारणा उपक्रम किंवा उन्हाळी वर्गांएवढा हा प्रयोग खर्चीकही नव्हता आणि व्यापकही नव्हता.

तीन वर्षे राबवल्या गेलेल्या ८५२ विद्यार्थ्यांच्या या वाचन उपक्रमासाठी किती खर्च आला असेल असे तुम्हाला वाटते? हा खर्च १,२०,००० डॉलर्सपेक्षाही कमी होता. हा उपक्रम राष्ट्रीय पातळीवर राबवायचा असेल, तर त्यासाठी लागणारी एवढी प्रंचड रक्कम कोठून आणायची असा प्रश्न पडू शकतो. इराकमधील युद्धाचा एका आठवड्याचा खर्च आहे दोन अब्ज डॉलर्स. म्हणजेच इराकमधील एका आठवड्याच्या युद्धासाठी जेवढी रक्कम आपण खर्च करतो, तेवढ्या रकमेमध्ये आपण हा उपक्रम अमेरिकेतील १६,००० शाळांमध्ये राबवू शकतो. आपली मनापासून इच्छा असेल, तर ही गोष्ट निश्चितपणे करता येईल.

घरच्या ग्रंथालयात म्हणजेच घरी किती पुस्तके असावीत?

मुलांना वाचनाची गोडी लावण्यासाठी घरामध्ये पुस्तके उपलब्ध असणे महत्त्वाचे असते. मग पुस्तकांची संख्या कमी असली तरी चालेल. म्हणून घरी किमान किती पुस्तके उपलब्ध असावीत हा मुद्दाच राहत नाही. हिवाळ्यातील एखाद्या रात्री किंवा पावसाळ्यातील एखाद्या दिवशी घरातील लहान मुलाच्या कल्पकतेला चालना देणारी,

त्याची स्वत:ची म्हणता येतील अशी केवळ एखादा डझन पुस्तके नक्कीच पुरेशी ठरतील. त्यासाठी पन्नास किंवा दोनशे पुस्तके असली पाहिजेत असे नाही. बालवाडीत असताना मी स्वत: खरेदी केलेल्या एका विशिष्ट पुस्तकाबरोबर जुळलेल्या माझ्या ऋणानुबंधाबाबत सविस्तर माहिती मी पान क्रमांक २५५ वर दिली आहे.

यानिमित्ताने मला तुम्हाला एक गोष्ट सांगायची आहे. घरी उपलब्ध असलेल्या थोड्याशा पुस्तकांचा एका लहान मुलावर जो प्रभाव पडला आणि पुढे तरुणपणी त्या मुलाने इतरांवर जो प्रभाव टाकला, त्याची ही गोष्ट आहे. या मुलाने त्याच्या दहा वर्षे वयापर्यंत केवळ एका वर्षाचे शालेय शिक्षण पूर्ण केले होते. असे असले, तरी त्याला वाचता येत होते. परंतु त्याच्या गावातील लोकमात्र त्याला आणि त्याच्या बहिणीला थोडे संस्कारहीन समजत असत. विशेष म्हणजे त्याच्या शाळेत फारशी पुस्तके नव्हती. आणि त्याच्या घरी तर एकही पुस्तके नव्हते. परंतु त्याच्या सुदैवाने पुढे त्याची सावत्रआई तिच्याबरोबर एक लहानसा ग्रंथसंग्रह घेऊन आली. ती स्वत: निरक्षर होती. परंतु तिला पुस्तकांचे महत्त्व आणि ताकद माहीत होती. आल्याबरोबर ताबडतोब परंतु प्रेमळपणे तिने पुस्तकांचे महत्त्व या मुलाच्या मनावर बिंबवले. ती त्याची सर्वांत जवळची मित्र झाली. आणि पुढे हा मुलगा अमेरिकेचा राष्ट्राध्यक्ष झाला.

त्याच्या आईने आणलेल्या ग्रंथ संग्रहामध्ये इसॉप्स् फेबल्स, रॉबिनसन क्रुसो, पिलग्रिम्स प्रोग्रेस आणि सिंदबाद द सेलर ही पुस्तके होती. नंतर एका लेखकाने या ग्रंथसंग्रहाला आजच्या आयपॅडची उपमा दिली होती. या ग्रंथसंग्रहातील पुस्तके अर्थातच संक्षिप्त सोनेरी आवृत्त्यांच्या स्वरूपातील नव्हती. परंतु या पुस्तकांच्या त्या परिपूर्ण आवृत्त्या होत्या व यातील कथानके पुढीलप्रमाणे अत्यंत प्रभावी होती :

माझ्या वडिलांनी माझ्यासाठी खूप मोठी संपत्ती मागे ठेवली होती. यातील बहुतांश संपत्तीची मी माझ्या तरुणपणात उधळपट्टी केली. परंतु नंतर मला माझी चूक लक्षात आली. माझ्या हेही लक्षात आले, की संपत्ती ही नाशवंत आहे आणि माझ्यासारखे वाईट लोक तिचा दुरुपयोग करतात व झटपट संपवून टाकतात. आणखी एक बाब आता माझ्या लक्षात आली आहे. ती ही, की वेळ ही जगातील एक अत्यंत मौल्यवान गोष्ट आहे. परंतु माझ्या बेजबाबदार वागण्याने मी माझा मौल्यवान वेळ वाया घालवला आहे.
– हा परिच्छेद 'सिंदबाद द सेलर' या पुस्तकातील आहे.

त्या छोट्याशा ग्रंथसंग्रहाने आणि आई–सारा बुश लिंकन यांनी अब्राहम नावाच्या त्या मुलामध्ये वाचनाची गोडी निर्माण केली. त्याच्यामध्ये वाचनाची इच्छा रुजवली. या छोट्याशा ग्रंथसंग्रहाने इंडियाना राज्यातील लिटल पिजन क्रिक येथील चाळीस कुटुंबांच्या त्याच्या लहानशा खेड्यापलीकडच्या जगाचे त्याला दर्शन घडवले. अत्यंत

कडक शिस्तीच्या जुन्या शाळा जे साध्य करू शकल्या नव्हत्या, ते सारा बुश लिंकन आणि त्यांच्या छोट्याशा ग्रंथसंग्रहाने साध्य केले होते. सध्या वापरल्या जाणाऱ्या मूल्यमापनाच्या सर्व पद्धती त्या काळातील मुख्याध्यापकांना निश्चितच आवडल्या असत्या याची मला खातरी आहे. जे मिळेल ते तो वाचत गेला आणि शेती करण्यापलीकडेही जग आहे याची त्याला जाणीव झाली.[२२] आणि अशा या मुलामुळेच अमेरिका कायमची बदलली.

ज्या घरात पुस्तके उपलब्ध असतात, त्या घरातील मुलांच्या जीवनात परिवर्तन घडून येते हे जगभर सिद्ध झाले आहे. जसे की सत्तावीस देशातील सत्तर हजार कुटुंबांचे अनेक दशके केलेल्या एका सर्वेक्षणातून सिद्ध झाले आहे, की ज्या मुलांच्या घरी अधिक पुस्तके होती त्या घरातील मुलांनी अधिक शिक्षण घेतलेले होते.[२३] दुसऱ्या शब्दात सांगायचे, तर ज्या घरी जेवढी अधिक पुस्तके होती, त्या घरातील मुलांनी, नववी, दहावी, महाविद्यालयीन, विद्यापीठीय असे वरच्या वर्गापर्यंतचे शिक्षण घेतलेले होते. पालकांचे उत्पन्न, त्यांचे शिक्षण आणि व्यवसाय याचा कोणताही परिणाम न होऊ देता केवळ घरी उपलब्ध असलेल्या पुस्तकांमुळेच ही मुले शिक्षणातील वरच्या पातळ्या गाठू शकली होती.

शाळेत विद्यार्थी परीक्षेची तयारी करण्यात व्यग्र असतात. म्हणून जर आपण त्यांना मनोरंजनात्मक वाचनासाठी शाळेत वेळ दिला नाही, तर असे वाचन त्यांनी घरी केले पाहिजे. तरच ते सक्षम, चांगले वाचक होतील. परंतु घरी मनोरंजनात्मक वाचन करण्यामध्ये विद्यार्थ्यांना पुढील प्रकारचे अडथळे येतात : (१) अभ्यासात कमकुवत असलेल्या विद्यार्थ्यांच्या घरी सर्वांत कमी पुस्तके उपलब्ध असतात (२) अशा विद्यार्थ्यांच्या घराजवळची सार्वजनिक ग्रंथालये सर्वांत कमी वेळ कार्यरत असतात. आणि आर्थिक अडचणीच्या काळात ही ग्रंथालये सर्वांत आधी बंद केली जातात. अशा परिस्थितीत ॲलिंग्टन आणि मॅकगिल-फ्रॅनझेन यांनी शिफारस केल्याप्रमाणे अभ्यासात कमकुवत असलेल्या विद्यार्थ्यांना संपन्न असा ग्रंथसंग्रह घरी उपलब्ध व्हावा यासाठी समाजाने सर्व ते प्रयत्न केले पाहिजेत.[२४]

घरी वर्तमानपत्र घेतले जात नसेल, तर त्याचा मुलांच्या वाचनावर काही परिणाम होतो का?

वर्तमानपत्रे आणि मॅगझीन्स यांना घरातील सर्वांत उपयुक्त ग्रंथालये म्हणता येईल. गेली शंभर वर्षे वर्तमानपत्रे आणि मॅगझीन्स वाचकांना उपलब्ध आहेत. परंतु अगदी सहजपणे उपलब्ध होत असल्यामुळे ही माध्यमे किती महत्त्वाची आहेत हे लोकांच्या लक्षात येत नाही. म्हणून या माध्यमांच्या प्रभावाबाबत समाजामध्ये फार गांभीर्याने विचार

केला जात नाही. असे असले, तरी हे वाचनसाहित्य गेली अनेक वर्षे लहान मुलांमध्ये वाचनासाठी अप्रत्यक्षपणे सकारात्मक वातावरण निर्माण करत आलेले आहे. वर्तमानपत्रे आणि मॅगझीन्स वाचकांना विविध विषयावरील लेख व बातम्या उपलब्ध करतात. मुले त्यांच्या पालकांना दररोज बऱ्यापैकी वेळ वर्तमानपत्र आणि मॅगझीन्स वाचत असलेले पाहतात. म्हणजेच वर्तमानपत्राच्या वाचकाच्या स्वरूपात मुलांना असंख्य आदर्श वाचक पाहायला मिळतात. थोडक्यात, घरातील वर्तमानपत्रवाचनाच्या माध्यमातून वाचन इच्छेची ज्योत पालकांकडून मुलांकडे सुपूर्द केली जात असते; वाचनाचा वारसा एका पिढीकडून दुसऱ्या पिढीकडे दिला जात असतो.

अमेरिकेतील वर्तमानपत्रे आणि मॅगझीन उद्योग सध्या खूप मंदावला आहे. हा उद्योग सध्या कसाबसा तग धरून आहे असे म्हटले तर वावगे ठरणार नाही. १९८० च्या दशकापासून अमेरिकेतील वर्तमानपत्र वितरणाचे प्रमाण सर्वांत मोठ्या शहरापासून ते अगदी लहान खेड्यांपर्यंत कमी होत आहे. १९८० च्या दशकात अमेरिकेत ६२.८ दशलक्ष वर्तमानपत्रे वितरित होत होती. २०११ मध्ये हे प्रमाण ४७ दशलक्षापर्यंत खाली आले आहे.[२५] प्यूव संशोधन संस्थेच्या एका सर्वेक्षणानुसार १९९१ मध्ये ५६ टक्के अमेरिकन लोक वर्तमानपत्र वाचत होती तर २०१० मध्ये हे प्रमाण ३१ टक्क्यांपर्यंत खाली आले होते.[२६] केवळ वर्तमानपत्राचीच विक्री कमी झालेली नाही तर साप्ताहिके आणि मासिकांचीही विक्री कमी झाली आहे. *रीडर्स डायजेस्ट* हे एकेकाळी जगातील सर्वांत लोकप्रिय असे अमेरिकन मॅगझीन होते. या मासिकाची विक्री २३ दशलक्ष प्रतिवरून ५ दशलक्ष प्रतिपर्यंत खाली आली आहे. *टाइम्ससारख्या* नामांकित मासिकाचीही विक्री दिवसेंदिवस कमी होत असल्यामुळे या मासिकाच्या कर्मचाऱ्यांना आता नेहमीच नोकरी जाण्याची भीती वाटते. एवढेच नाही; तर ११० वर्षे अत्यंत विद्यार्थ्यीं प्रिय असलेले *विकली रीडर* हे साप्ताहिक तर २०१२ मध्ये बंद पडले आहे.[२७]

अमेरिकेतील वाचकांच्या अनेक पिढ्या वर्तमानपत्रे, साप्ताहिके आणि मासिके वाचण्यामध्ये मग्न होत्या. या वाचनसाहित्याने अनेक पिढ्या वाचनमय केल्या होत्या. परंतु आता वर्तमानपत्रे आणि मासिके बंद पडत आहेत. पूर्वीच्या आणि आजच्या कुटुंबाच्या वर्तमानपत्रे आणि मासिके वाचण्यातील तफावत *न्यू यॉर्क टाईम्सच्या* डेव्हिड कार यांनी अतिशय स्पष्टपणे मांडली आहे. त्यांचे वडील आणि भाऊ नाश्त्याच्या वेळेस *द मिनेपॉलिस स्टार ट्रायबून* हे वर्तमानपत्र सर्वप्रथम आपल्यालाच वाचायला मिळावे यासाठी कसे प्रयत्न करत असत याबद्दलचा त्यांचा लहानपणातील अनुभव त्यांनी सांगितला आहे. त्यांचे वडील आणि भाऊ नाष्टा करत असताना वर्तमानपत्रातील खेळांची माहिती घेत असलेले पाहून आणि इतर ठळक बातम्या वाचत असलेले पाहून कार यांना वाटत असे :

१७४ / मुलांना वाचून दाखवा आणि त्यांचे आयुष्य घडवा

उभे राहून नाष्टा करताकरता वर्तमानपत्रं वाचायला लागलात की तुम्ही मोठे झाला आहात असं समजायचं. म्हणूनच तर मी जेव्हा १३ वर्षांचा झालो, तेव्हा मीही माझ्या वडिलांप्रमाणे आणि भावाप्रमाणे उभे राहून नाष्टा करताकरता वर्तमानपत्र वाचायला लागलो. आजही मी ही प्रथा सुरू ठेवली आहे.

गेल्या बुधवारी सकाळी माझ्या घरी काय परिस्थिती होती पहा : माझी मोठी मुलगी काल तिच्या शहरातील मैत्रिणीकडे राहायला गेली होती. सकाळी तेथूनच ती कॉलेजला गेली व कॉलेजनंतर घरी आली. मैत्रिणीकडे असो किंवा कॉलेजमध्ये असो इलेक्ट्रॉनिक माध्यमांद्वारे तिला नवीन घडामोडीची माहिती सतत मिळत होती. जसे की तिच्या फेसबुक खात्यावर समाविष्ट होत असलेल्या नवीन नोंदींची माहिती तिला तिच्या मोबाईल फोनवर मिळत होती. तिची बहीण झोपेतून उठली आणि नाष्टा न करताच ई-मेल्स पाहायला लागली. कारण ऑनलाईन सिनेमा पुरवणाऱ्या नेटफ्लिक्स या कंपनीकडून नवीन सिनेमाबद्दल काही माहिती आली आहे का हे तिला पहायचे होते. माझी पत्नी नाताळनिमित्त खरेदी केलेल्या आयपॉडवर संगीत ऐकतऐकत वर्तमानपत्र येण्याआधीच तिच्या नोकरीसाठी घरातून बाहेर पडली.

कॉर्नफ्लेकसारखा दिसणारा चीरिओज हा खाद्यपदार्थ खातखात माझी १० वर्षांची मुलगी माझ्याबरोबर केवळ पाच मिनिटं बोलली. आणि मी तेथेच स्वयंपाकघरात चार वर्तमानपत्रं घेऊन उभा असताना ती जेवणाच्या खोलीत गेली आणि लॅपटॉप सुरू करून डिजने चॅनलवर काहीतरी शोधायला लागली. माझ्या हातातील चारपैकी काही वर्तमानपत्रांमध्ये 'द स्टार ट्रायब्यून' या वर्तमानपत्राच्या खालावलेल्या परिस्थितीची आणि ते वर्तमानपत्र एका खासगी उद्योग समूहाला कमी किंमतीमध्ये विकले गेल्याची बातमी होती.

मी माझ्या सभोवताली पाहिले आणि माझ्या लक्षात आले, की 'द स्टार ट्रायब्यून' या वर्तमानपत्राची एवढी दयनीय अवस्था का झाली आहे हे माहीत करून घेण्यासाठी मला माझ्या हातातील वर्तमानपत्र वाचण्याची गरज नाही.[२८]

हे खरे आहे की आज अनेक वर्तमानपत्रे ऑनलाईन उपलब्ध आहेत. परंतु ही वर्तमानपत्रे मुद्रित वर्तमानपत्रांप्रमाणे मुलांच्या दृष्टिसमोर सतत फडकत राहू शकत नाहीत. विशेष म्हणजे बहुतांश तरुण पालकांना वर्तमानपत्र फारसे महत्त्वाचे वाटत नाही. त्यांच्या मते वर्तमानपत्र वाचणे म्हणजे काल असे-असे झाले हे वाचणे! आजची पिढी वर्तमानपत्र फारसे वाचत नाही कारण आरएसएस फीडस्, ब्लॉग्ज, ई-टॅबलेट अलर्टस्, गुगल आणि अर्थातच फेसबुकवरील आपल्या मित्रांकडून आपल्याला आता बातम्या मिळत असतात. डॅडी, बातम्या मिळवण्याचे हे नवीन मार्ग आहेत!

आजचे लोक सखोल वाचन करत नाहीत. आणि आता वाचन खूप वैयक्तिक किंवा खासगी झाले आहे व त्यामुळे वाचन करताना कोणी दिसत नाही. थोडक्यात,वाचन ही एक अदृश्य कृती झाली आहे. म्हणून अडचण ही आहे की, वाचनाची ही अदृश्य मशाल पुढच्या पिढीकडे कशी द्यायची? अदृश्य आदर्श मुलांना दाखवणे कसे शक्य आहे?

ग्रंथालये जर एवढी महत्त्वाची आहेत, तर मग आर्थिक टंचाईच्या काळात सर्वांत प्रथम त्यांचीच मदत का कमी केली जाते?

कोणताही प्रशासकीय प्रदेश किंवा राज्य आर्थिक अडचणीत सापडले की सर्वांत आधी तेथील सार्वजनिक ग्रंथालयांचे अनुदान कमी करणे किंवा अनुदान देण्याचे थांबवणे हा एक नियमच झाला आहे. सत्य हे आहे की सार्वजनिक ग्रंथालयांच्या सेवा गृहीत धरल्या जातात आणि मोफत असल्यामुळे या सेवा निरुपयोगी समजल्या जातात. अशा मानसिकतेमुळे सार्वजनिक ग्रंथालये अज्ञातपणे बळी जातात. शालेय ग्रंथालयांनाही अशाच परिस्थितीला तोंड द्यावे लागते. याबाबत अधिक माहिती पान क्रमांक १७८ वर दिली आहे.

आर्थिक मंदीचा फटका बसल्यामुळे २०१० मध्ये एकट्या लॉस अंजेलिसमधील ७३ व संपूर्ण अमेरिकेतील शेकडो सार्वजनिक ग्रंथालयांनी सोमवारच्या सेवा बंद केल्या होत्या. स्थलांतरित नागरिकांची मोठी संख्या, गरिबीचे खूप प्रमाण आणि देशातील सर्वांत कमी गुण मिळविणारे विद्यार्थी असल्यामुळे लॉस अंजेलिसमध्ये सुसज्य सार्वजनिक ग्रंथालयाची अधिक आवश्यकता होती. आणि नेमकी याच राज्यातील सार्वजनिक ग्रंथालये राज्यकर्त्यांनी बंद केली होती हे विशेष.

लॉस अंजेलिसमधील सार्वजनिक ग्रंथालये बंद केली जात असलेले पाहून प्रवासवर्णनकार पिको आय्यर यांनी म्हटले होते की ''ग्रंथालय सेवा आणि साधने कमी करून पैशाची बचत करणे म्हणजे एखाद्या व्यक्तीचे हृदय कापून तिचा रक्तस्राव थांबवण्याचा प्रयत्न करण्यासारखे आहे.''

ट्रॉय हे मिशिगन राज्यातील एक शहर आहे. राज्यातील हे अकरावे सर्वांत मोठे शहर असून त्याची लोकसंख्या ८०,००० एवढी आहे. हे शहर डेट्रॉइटचे एक अत्यंत आकर्षक असे उपनगर आहे. या शहरातील सार्वजनिक ग्रंथालय वाचवण्यासाठी २०१२ मध्ये एक विलक्षण प्रयत्न केला गेला. व या प्रयत्नामुळे येथील सार्वजनिक ग्रंथालय वर्षोंवर्षे आपले अस्तित्व टिकवून ठेवेल असा विश्वास निर्माण झाला आहे.

या शहरातील नागरिकांचे सरासरी वार्षिक कौटुंबिक उत्पन्न ८५,००० डॉलर्स आहे. व ते राज्यातील सरासरी वार्षिक कौटुंबिक उत्पन्नाच्या जवळजवळ दुप्पट आहे.

अशा या ट्रॉय शहराच्या प्रशासनाने आर्थिक मंदीवरील एक उपाय म्हणून सार्वजनिक ग्रंथालयाचे अनुदान बंद करण्याचा निर्णय घेतला. विशेष म्हणजे हा निर्णय जवळच्याच डेट्रॉइट शहराच्या निर्णयाच्या अगदी उलट होता. २०१२ मध्ये ट्रॉय सार्वजनिक ग्रंथालयाकडे २,४३,००० एवढा ग्रंथसंग्रह होता. ग्रंथालय सुरू ठेवण्यासाठी आवश्यक तेवढा निधी ग्रंथालयाकडे उपलब्ध नव्हता. या सार्वजनिक ग्रंथालयाला निधी देता यावा म्हणून स्थानिक प्रशासनाने नागरिकांकडून ०.७ टक्के अतिरिक्त कर घ्यावा असे ग्रंथालयाने सुचवले. परंतु टी पार्टी या स्थानिक राजकीय पक्षाचे कट्टर समर्थन असलेल्या मतदारांनी हा अतिरिक्त कराचा प्रस्ताव दोन वेळा फेटाळला. अनेक कुटुंबे सुट्टीनिमित्त बाहेरगावी गेलेले असताना तिसरे आणि शेवटचे मतदान दोन ऑगस्ट २०१२ ला घेण्याचे निश्चित करण्यात आले होते. आणि जर याही मतदानाचा कौल ग्रंथालयाच्या विरुद्ध गेला असता, तर ग्रंथालय बंद करून ग्रंथालयाकडील ग्रंथसंग्रह विकला जाणार होता.

या गंभीर समस्येवर काय मार्ग काढावा याबाबत ग्रंथालयाचे अधिकार मंडळ विचार करत होते. जून महिन्यात ग्रंथालयाकडे केवळ ३,५०० डॉलर्स शिल्लक असताना ग्रंथालयाच्या समर्थकांनी सुप्रसिद्ध अशा लिओ बर्नेट या जाहिरात एजन्सीला मदत करण्याचे साकडे घातले. सुदैवाने लिओ बर्नेट या कंपनीचे प्रादेशिक कार्यालय ट्रॉय येथेच होते. पूर्वीच्या दोन मतदानांप्रमाणे याही वेळेस केवळ १९ टक्केच मतदान झाले तर याही मतदानाचा निकाल पूर्वी सारखाच लागणार हे या जाहिरात कंपनीच्या लक्षात आले. असे होऊ नये यासाठी अधिक मतदान होणे गरजेचे होते. परंतु ग्रंथालयाचे अस्तित्व गृहीत धरलेल्या मतदारांना ग्रंथालयाचे महत्त्व कसे पटवून द्यायचे हा या जाहिरात कंपनीसमोरचा प्रश्न होता. यापूर्वीच्या मतदानाच्या वेळेस मतदात्यांचे सर्व लक्ष भविष्यात आकारल्या जाणाऱ्या अतिरिक्त करावर केंद्रित झाले होते. परंतु ग्रंथालय बंद होण्यापासून वाचवणे हा खरे तर अधिक महत्त्वाचा विषय होता. ग्रंथालय बंद करण्यासाठी मतदान करणे म्हणजे समाजाची फसवणूक करण्यासारखे होते; समाजाचा तो विश्वासघात होता; अगदी ग्रंथ *जाळून* टाकण्यासारखेच होते. या प्रकारच्या नवीन पैलूंमुळे ग्रंथालय बंद करण्याच्या चर्चेला एक नवीन वळण लागेल, नाही का?

ग्रंथालय वाचवण्यासाठी या जाहिरात कंपनीने आणि ग्रंथालयाच्या समर्थकांनी मिळून 'सेफगार्डिंग अमेरिकन फॅमिलीज' नावाचा एक बनावट कृतीगट स्थापन केला. आणि करवाढीचा आपण विरोध करत आहोत असे दर्शवत सोशल मिडिया तसेच विविध फलकांद्वारे शहरात निवेदनांचा भडिमार केला. या निवेदनात लिहिले होते "२ ऑगस्टला ट्रॉय सार्वजनिक ग्रंथालय बंद करण्यासाठी मतदान करा, आणि ५ ऑगस्टला ग्रंथ जाळण्याच्या कार्यक्रमाला या." एवढेच नाही, तर ग्रंथ जाळण्याचा कार्यक्रम रंगतदार

व्हावा यासाठी या जाहिरात कंपनीने जोकर आणि आईस्क्रिम विक्रेत्यांसाठीही जाहिरात दिली होती.[२९]

वरील प्रकारच्या निवेदनानंतर ग्रंथालय बंद करण्याविषयीच्या चर्चेचा सूर अचानकपणे बदलला. आता नागरिक पैसे, कर याबाबत चर्चा न करता ग्रंथालय सुरू कसे ठेवता येईल याबाबत चर्चा करू लागले. सर्व वयाच्या वाचकांमध्ये ग्रंथालयाच्या उपयुक्ततेबाबत जागृतता निर्माण होऊ लागली. या मोहिमेला समर्थन देण्यासाठी रात्रीच्या वेळेस सेफगार्डिंग अमेरिकन फॅमिलीज या कृतीगटाच्या सदस्यांच्या गुपचूप सह्या घेण्यात येऊ लागल्या. या सह्यांनी सेफगार्डिंग अमेरिकन फॅमिलीज या कृतीगटाची जागा घेतली. ग्रंथालय सुरू ठेवण्याच्या अनुषंगाने होत असलेला वादविवाद आणि त्यातून निर्माण झालेल्या उद्रेकाची बातमी केवळ राज्यात आणि देशातच नाही तर आंतरराष्ट्रीय पातळीवर पोहोचली. मतदानाच्या दोन आठवडे आधी सेफगार्डिंग अमेरिकन फॅमिलीज कृतीगटाने ग्रंथालय बंद करण्याला असलेला त्यांचा विरोध उघड केला. अर्थातच या वेळेपर्यंत ग्रंथालय प्रेमींमध्ये तसेच मतदारांमध्ये एवढी जागृती झाली होती, की त्यामुळे मतदानाचे प्रमाण पूर्वीपेक्षा दुप्पट म्हणजेच ३८ टक्के झाले आणि ग्रंथालयाला मोठा विजय मिळाला. ग्रंथालय वाचवण्यासाठी जाहिरात तयार करणाऱ्या लिओ बर्नेट या कंपनीला संबंधित जाहिरातीसाठी राष्ट्रीय तसेच आंतरराष्ट्रीय पारितोषिके मिळाली.

केवळ कर आणि खर्चाच्या दृष्टीने जरी आपण सार्वजनिक ग्रंथालयाचा विचार केला, तरी आपल्या लक्षात येईल की सार्वजनिक ग्रंथालयावरील खर्च समाजाला फायदेशीरच ठरतो. किंवा असेही म्हणता येईल, की सार्वजनिक ग्रंथालयावरील गुंतवणुकीतून समाजाला अधिक नफा मिळतो. पंचेचाळीस हजार लोकवस्तीच्या माझ्या शहराचे उदाहरण पहा. केवळ पैशाचा विचार केला, तर या शहरातील सार्वजनिक ग्रंथालय बँकेपेक्षाही अधिक कार्यक्षमपणे कार्य करते. म्हणून सांगावेसे वाटते, की ग्रंथालयाने एका वर्षामध्ये देवघेव केलेल्या सर्व प्रकारच्या वाचनसाहित्याची संख्या, उत्तरे दिलेल्या संदर्भ प्रश्नांची संख्या, आयोजित केलेल्या कार्यक्रमांची संख्या, उपलब्ध केलेल्या डेटाबेसेसची संख्या या सर्वांसाठी व्यावसायिक दराने द्याव्या लागणाऱ्या शुल्काचा विचार केला तर आपल्या लक्षात येईल, की खर्च केलेल्या प्रत्येक डॉलरमागे चार डॉलर्सची बचत झालेली आहे.[३०] गुंतवणूक सल्लागार बर्नि मॅडॉफसुद्धा गुंतवणुकीवर एवढा परतावा देण्याची खातरी देत नव्हते. सार्वजनिक ग्रंथालयांपासून समाजाला एवढा फायदा असूनसुद्धा टीकाकार आणि शासन सर्वांत प्रथम सार्वजनिक ग्रंथालयाचे अनुदान कमी करतात किंवा बंद करतात. ही सर्वांत दुर्दैवाची गोष्ट आहे.

आर्थिक संकट उभे राहिले की शालेय ग्रंथपालांच्या वेतनावरील खर्चात कपात

करणे हे कॅलिफोर्निया प्रशासनाचे नेहमीच आवडते धोरण राहिलेले आहे. २०१० च्या आर्थिक मंदीच्या काळात तर या राज्याने मूर्खपणाचा कळस केला. अकार्यक्षम असल्याचे सिद्ध करून शालेय ग्रंथपालांना नोकरीतून काढून टाकण्याचा प्रयत्न केला गेला. यासाठी कॅफकेस्क्यू इमारतीच्या तळघरात अत्यंत अतार्किक पद्धतीने त्यांची चौकशी केली गेली. चांगल्या लोकांना त्यांच्या पेशामधून घालवून देण्याचा यापेक्षा अधिक अपमानकारक आणि धक्कादायक प्रकार असू शकतो असे मला वाटत नाही.

अतिशय अपमानकारक पद्धतीने केल्या गेलेल्या या चौकशीचे *लॉस अंजेलिस टाईम्सचे* अनुभवी वार्ताहर हेक्टर टोबर यांनी केलेले अंशत: वर्णन पुढीलप्रमाणे होते.[३१]

लॉस अंजेलिस युनिफाईड स्कूल डिस्ट्रिक्टचे अधिकारी ग्रंथपालांवर प्रश्नांचा भडिमार करायचे. त्यांचा युक्तिवाद हा होता, की शिक्षणारील खर्चात मोठ्या प्रमाणावर कपात केली जात असताना ग्रंथपालांना नोकरीत टिकून राहायचे असेल, तर ते शिक्षक म्हणून कार्य करायला पात्र आहेत, सक्षम आहेत हे त्यांना सिद्ध करावे लागेल.

शहराच्या मध्यवर्ती भागातील तळघरात ग्रंथपालांची चौकशी सुरू आहे.

सामान्यपणे विद्यार्थी त्यांच्या शालेय ग्रंथपालांना अमेरिकेचा इतिहास तसेच ग्रीक पौराणिक कथा यांच्याशी संबंधित प्रश्न विचारत असत. तसेच त्यांना रहस्यकथांची पुस्तकेही हवी असत. प्रत्येक दिवशी शालेय ग्रंथपाल लॉस अंजेलिस युनिफाईड स्कूल डिस्ट्रिक्टच्या माध्यमिक किंवा उच्च माध्यमिक शाळेत विद्यार्थ्यांच्या प्रश्नांची उत्तरे शोधण्याचे किंवा त्यांना हवी असलेली पुस्तके शोधण्याचे काम करत असत.

परंतु या आठवड्यात हे ग्रंथपाल लॉस अंजेलिस युनिफाईड स्कूल डिस्ट्रिक्टच्या तात्पुरत्या न्यायालयाच्या आवारात आलेले आहेत. हे न्यायालय १व्या इस्ट स्ट्रीटवरच्या एका अत्यंत साध्या इमारतीत तयार केले आहे. अनेक ग्रंथपाल प्लॅस्टीकच्या खुर्च्यांमध्ये बसून तात्पुरत्या तयार केलेल्या गॅलरीमधून आपल्या सहकाऱ्यांची चौकशी होताना पाहत आहेत.

न्यायालयातील सेवक ग्रंथपालांची साक्ष नोंदवून घेत आहेत. वकिलाने नोंदवलेले आक्षेप न्यायाधीश मान्य किंवा अमान्य करत आहेत. सशस्त्र पोलीस अधिकारी आसपास फिरत आहेत. एका वेळेस एका ग्रंथपालाला साक्षीदाराच्या पिंजऱ्यात हजर राहण्यास सांगितले जात आहे. व त्याला ग्रंथपाल पदावर का ठेवावे असे विचारले जात आहे.

वास्तविक या ग्रंथपालांनी कोणताच अपराध केलेला नाही. त्यांना मिळत असलेल्या वेतनामध्ये कपात केली पाहिजे असे शासनाला वाटत होते एवढेच. परंतु लॉस अंजेलिस युनिफाईड स्कूल डिस्ट्रिक्टचे अत्यंत करारी वकील जशी-जशी ग्रंथपालांची उलट तपासणी घेत आहेत, तसे-तसे ग्रंथपालांना सातत्याने बचावात्मक पवित्रा घ्यावा लागत आहे.

सोमवारच्या न्यायालयीन सत्रात लॉस अंजेलिस युनिफाईड स्कूल डिस्ट्रिक्टचे वकील सन व्हॅली हायस्कूलच्या ग्रंथपाल लॉरा ग्राफ यांना विचारत होते की "ग्रंथपालनाचे ज्ञान आवश्यक नसलेला विषय तुम्ही अलीकडच्या काळात केव्हा शिकवला होता?"

ग्राफ म्हणाल्या, "तुम्ही काय विचारत आहात हे मला समजत नाही. परंतु मी दिवसभर सर्व विषय शिकवते. ग्रंथालयात."

"तुम्ही विद्यार्थ्यांची हजेरी घेता का?" वकिलाने ठासून विचारले. "तुम्ही विद्यार्थ्यांना गुण देता का?"

गेल्या दोन दशकांमध्ये मी वार्ताहर म्हणून अनेक विचित्र गोष्टी, घटना अनुभवल्या आहेत. परंतु लॉस अंजेलिस युनिफाईड स्कूल डिस्ट्रिक्टच्या अधिकाऱ्यांनी ८०हून अधिक शालेय ग्रंथपालांवर लादलेल्या लज्जास्पद आणि विचित्र चौकशीसारखे मात्र मला काही अनुभवायला मिळालेले नाही.

जूनी बी. जोन्ससारख्या पुस्तकातील चुकीच्या व्याकरणाबद्दल आणि तिच्या दुर्वर्तनाबद्दल तुमचे काय म्हणणे आहे?

हॅरी पॉटर ही पुस्तके सैतानाविषयी नाहीत याबाबत लोकांमध्ये अंतिमत: एकमत झाले आणि जूनी बी. या पुस्तकमालेला नियामक मंडळाने दोषी ठरवले. शिवाय ज्याप्रमाणे अंतर्वस्त्रांचा रंग हळूहळू फिका पडतो, त्याप्रमाणे कॅप्टन अंडरपॅट ही पुस्तकमालासुद्धा हळूहळू निष्प्रभ होत गेली आहे. परंतु दोषी ठरवलेले असतानाही जूनी बी. या पुस्तकमालेने २५ दशलक्ष डॉलर्सचा व्यवसाय मिळवून दिला आहे. अशी काय जादू आहे या खट्याळ जूनी बी. मध्ये?

माझ्या मतानुसार जूनी बी. च्या लेखिका बार्बरा पार्क या एकमेव अशा लेखिका आहेत, की ज्या मुलांसाठी अत्यंत गमतीदार, मजेदार अशी पुस्तके लिहितात. त्या एवढे गमतीदार आणि विनोदी लिहितात, की त्यांचे एक पुस्तक माझ्या नातवाला वाचून दाखवत असताना हसताहसता मी चक्क पलंगावरून खाली पडलो. विनोदाशिवाय आणखी एका वैशिष्ट्यामुळे ही ग्रंथमाला तुम्हाला आकर्षित करते. ते म्हणजे या पुस्तकातील जूनी बी. हे पात्र. हे पात्र बालमनात दडपल्या गेलेल्या अनेक भावना आणि भीती विनोदी पद्धतीने परंतु अत्यंत तंतोतंतपणे प्रकट करते; व्यक्त करते. असे असले, तरी क्वचित आढळणाऱ्या जूनी बी. च्या खोडकरपणाकडे गोष्टीमध्ये दुर्लक्ष केले तर ते चुकीचे ठरेल. तसेच तिच्या खोडकरपणाबद्दल तिला कथेमध्ये शिक्षा झाली नाही तरीही ते चूक ठरेल. परंतु ते खरे नाही. कारण गोष्टीमध्ये जूनी बी. या पात्राला बक्षिसे दिली जातात तसेच शिक्षाही दिली जाते. अशा प्रकारे जूनी बी. कोणताही देखावा न करता लहान मुलांसाठी एक बोधकथा म्हणून काम करते.

जूनी बी. चे व्याकरण सदोष असते आणि तिच्या वाक्यातील शब्दनिवडही चुकीची असते हे खरे आहे. *द ॲडव्हेंचर्स ऑफ टॉम सॉयर* मधील बोलीभाषाही अशीच होती. परंतु त्यामुळे काही आपला देश चुकीचे बोलणाऱ्या निरक्षर लोकांचा देश बनला नाही. तुम्हाला माहीत आहे का, राष्ट्रपती जॉर्ज डब्लू बुश हे न्युक्लिअर या शब्दाचा उच्चार न्यूक्यूलर असा करतात. विशेष म्हणजे ते येल आणि हार्वर्ड विद्यापीठाचे पदवीधर आहेत. म्हणून मला तुम्हाला सांगायचे आहे, की जूनी बी. पुस्तकमालेतील व्याकरणात्मक चुकांबाबत एवढे अस्वस्थ होऊ नका, शांत व्हा. शांत व्हा म्हणण्याचे आणखी एक कारण हे आहे, की जूनी बी. जोन्स हे कल्पनारम्य साहित्य आहे, काल्पनिकतेवर आधारलेले आहे. ते व्याकरणाचे किंवा शुद्धलेखनाचे पुस्तक नाही. या पुस्तकमालेसाठी आपण देवाचे आभार मानू कारण या पुस्तकांमध्ये जे आहे, ते कधीच क्रमिक पुस्तकांमध्ये नसते. या पुस्तकांमध्ये असे काहीतरी आहे की ज्याचा विद्यार्थी शाळेच्या वेळेनंतरही विचार करत राहतात; 'त्यामध्ये गुंतून राहतात.'

जूनी बी. या पुस्तकमालेची वाचकप्रियता २००६ मध्ये घडलेल्या पुढील अतिशय रंजक प्रसंगाने अधिक स्पष्ट होईल. मी लॉस अंजेलिस शहराच्या मध्यवर्ती भागातील एका प्राथमिक शाळेत शिक्षकांसाठी वाचून दाखवण्याविषयीचा कार्यक्रम सादर करत होतो. या शाळेत परदेशी, स्थलांतरित आणि अत्यंत गरीब कुटुंबातील मुले शिकत होती. माझ्या व्याख्यानादरम्यान मी जूनी बी. पुस्तकांचा उल्लेख केला. व्याख्यान झाल्यावर दुसरीच्या एक शिक्षिका मला म्हणाल्या, "तुमच्याकडून जूनी बी. पुस्तकांचा उल्लेख ऐकून मला खूप आनंद झाला."

मी विचारले, "तुम्हाला ही पुस्तकमाला आवडते का?"

त्या म्हणाल्या, "होय, मी या पुस्तकांची चाहती आहे. आणि माझे विद्यार्थीही या पुस्तकांचे चाहते आहेत. खरं तर त्यांना ही पुस्तकं खूप आवडतात. या विद्यार्थ्यांनी गेल्या पाच वर्षात माझ्या वर्गातून या मालेतील सहाशे पुस्तकं चोरून नेली आहेत." त्या पुढे म्हणाल्या की "चोरीला गेलेल्या पुस्तकांच्या प्रती मी माझ्या स्वतःच्या पैशाने खरेदी करून आणून ठेवत असते." आणि त्या असे का करत होत्या तर त्यांच्या मतानुसार जूनी बी. विद्यार्थ्यांना एवढी आवडत होती की ते तिला घरी घेऊन जाऊ इच्छित होते. आणि त्यांची ती इच्छा मी या पद्धतीने पूर्ण करत होते.

कृपया लक्षात घ्या : दुसऱ्या इयत्तेत शिकणारी ती मुले क्रमिक पुस्तकांची चोरी करत नव्हते. ते फक्त जूनी बी. या गोष्टीच्या पुस्तकांचीच चोरी करत होते. मुलांच्या या मानसिकतेमध्ये एक संदेश दडलेला आहे. व हा संदेश जूनी बी. ही पुस्तकमाला बंद करण्याची मागणी करण्याऱ्या विवेकशून्य लोकांसाठीच आहे. २००७ च्या सुमाराला

लॉस अंजेलिसच्या संपन्न उपनगरात जूनी बी.च्या माकडचेष्टांबाबत वादविवाद चालले होते. जूनी बी.ला वर्गातून तसेच बेडरूममधून हद्दपार करावे का; या पुस्तकमालेवर बंदी घालावी का याबाबत चर्चा चाललेली होती. या वादविवाद आणि चर्चेने २६ जून २००७ च्या *न्यू यॉर्क टाइम्सचे* अर्धे पान व्यापले होते.[३२]

जूनी बी. ने पुढे काय केले हे तुम्हाला माहीत करून घ्यायचे असेल आणि थोडी कमी खोडकर परंतु पहिल्याएवढीच विलक्षण आणि उत्साही जूनी बी. अनुभवायची असेल, तर या पुस्तकाच्या शेवटी दिलेल्या 'वाचून दाखवण्यासाठी उपयुक्त पुस्तकांच्या यादीतील' 'गोष्टीची मोठी पुस्तके' या विभागात वर्णन केलेले लोईस लोवरी यांचे *गुनी बर्ड ग्रीन* हे पुस्तक वाचा.

पुस्तक परिनिरीक्षणाच्या म्हणजेच बुक सेन्सॉरच्या समस्येबाबत परिपूर्ण माहिती माझ्या पुढील वेबसाईटवर दिली आहे. www.trelease-on-reading.com/censor_entry.html.

मर्यादित निधीमध्ये मी माझ्या शाळेच्या ग्रंथालयाला अधिक कार्यक्षम कसे करू शकतो?

तुम्ही तुमच्या घराजवळच्या सुपरमार्केटमधील वस्तूंची मांडणी नीट आठवून बघा. *न्यू यॉर्क टाइम्स* मॅगझीनमधील लेखानुसार[३३] वस्तूंची मांडणी करण्याचा सुपरमार्केटचा एकच नियम असे, तो म्हणजे दूध दुकानाच्या एका टोकाला ठेवा आणि ब्रेड दुसऱ्या टोकाला ठेवा. म्हणजे आपोआपच ग्राहकाचे संपूर्ण दुकान फिरून होईल. आणि त्यादरम्यानच्या अनेक वस्तू ते खरेदी करतील. आजही हा नियम उपयुक्त आहे व बऱ्याच ठिकाणी अवलंबिलाही जातो. हा नियम पाळण्यामागील तत्त्व हे आहे की नागरिक जेवढ्या जास्त वस्तू पाहतील, तेवढ्या जास्त वस्तू ते खरेदी करतील. ग्राहक सर्वेक्षण आणि युनिव्हर्सल प्रॉडक्ट कोडच्या स्कॅनरचे अहवालही आपल्याला दुकानातील वस्तूंच्या मांडणीबाबत अशीच उपयुक्त माहिती देतात. यातील काही माहितीचा वापरून आपण ग्रंथालयांना अधिक कार्यक्षम बनवू शकतो. ही माहिती पुढीलप्रमाणे आहे :

- केवळ ३१ टक्के ग्राहक किराणा दुकानात येताना खरेदी करावयाच्या वस्तूंची यादी घेऊन येतात. त्याचप्रमाणे निम्म्याहून अधिक प्रौढ वाचक कोणतेही विशिष्ट पुस्तक मनात नसताना ग्रंथालयात येतात. लहान मुलांच्या बाबतीत ही संख्या याहीपेक्षा मोठी आहे.
- एकूण खरेदीपैकी दोन-तृतियांश खरेदी ही अनियोजित असते. त्याचप्रमाणे बहुतांश वाचक वाचण्यासाठी कोणता ग्रंथ निवडावा याबाबत निश्चित नसतात. त्यांची ग्रंथनिवडही अनियोजितच असते.

- योग्य उंचीवर म्हणजेच डोळ्यांच्या पातळीपेक्षा एक फूट खालीठेवलेल्या वस्तूंची आठ टक्के अधिक विक्री होते. म्हणून ग्रंथालयातील कपाटावर पुस्तकांची मांडणी करताना वाचकांच्या डोळ्याची पातळी विचारात घेतली पाहिजे.

काही ग्राहकांना माहीत असते, की उत्पादक त्यांच्या उत्पादनांच्या मांडणीसाठी दुकानातील कपाटावर योग्य जागा मिळवी म्हणून नऊ अब्जाहूनही अधिक डॉलर्स खर्च करतात. या खर्चाला 'अनुरूप जागेसाठीचे शुल्क' म्हणता येईल. थोडक्यात सांगायचे, तर किराणा दुकानदारांच्या वार्षिक नफ्याच्या पन्नास टक्के रक्कम अनुरूप जागेसाठी खर्च केली जाते. सोप्या शब्दात सांगायचे, तर किराणा दुकानदार त्यांच्या कपाटावरील जागा उत्पादकांना भाड्याने देतात. आपले उत्पादन दुकानातील सर्वोत्तम ठिकाणी म्हणजेच दर्शनी भागात मांडण्यासाठी उत्पादक एवढी मोठी रक्कम खर्च करत असतात. दुकानातील वस्तूची दृश्यमानता किंवा दर्शनता आणि त्या वस्तूच्या विक्रीचे प्रमाण यांचा खूप जवळचा संबंध आहे. जे उत्पादक त्यांच्या वस्तूला दुकानामध्ये अनुरूप जागा मिळवण्यासाठी कमी खर्च करतात, त्यांची उत्पादने ग्राहकांपर्यंत पोहचत नाहीत. बऱ्याच वेळा कपाटाच्या सर्वांत वरच्या आणि सर्वांत खालच्या रकान्यातील वस्तू फारशा विकल्या जात नाहीत.[३४]

उत्पादक त्यांच्या वस्तूचे कव्हर ग्राहकाला दिसेल अशा पद्धतीने मांडले जावे यासाठीही आग्रही असतात. कारण वस्तूचे आकर्षक कव्हरच ग्राहकांना ती वस्तू निवडण्यास, खरेदी करण्यासाठी भाग पाडत असते. म्हणून ती वस्तू तिच्या कव्हरसह ग्राहकाला दिसणे अत्यंत आवश्यक असते. केक, बिस्किटस् किंवा इतर कोणत्याही वस्तूच्या दुकानातील अशा प्रकारच्या मांडणीमुळेच त्या वस्तूला मागणी येत असते. याचप्रमाणे वर्तमानपत्र आणि मॅगझीनच्या मुखपृष्ठावरील जाहिरातही संबंधित वस्तूसाठी मागणी निर्माण करण्यामध्ये नेहमीच महत्त्वाची भूमिका बजावते. म्हणून विक्रेत्यांसाठी संदेश हा असतो, की वस्तू किंवा वस्तूचे कव्हर जेवढे शक्य असेल तेवढ्या वेळा आणि तेवढ्या पद्धतीने प्रदर्शित करा.

वस्तू दर्शनी भागात मांडण्याचा फायदा सर्वांत कमी साक्षरता असलेल्या ठिकाणीसुद्धा मिळतो. काही संशोधकांनी एका बालवाडीच्या वर्गातील ग्रंथालयाचे एक आठवडा निरीक्षण केले. त्यांना आढळले, की विद्यार्थ्यांनी निवडलेली ९० टक्के पुस्तके अशी होती की ज्यांची कव्हर्स मुलांना सहज दिसत होती.[३५] पुस्तकाच्या कव्हरमुळेच पुस्तकाची विक्री होते याची प्रकाशकांना जाणीव असते. म्हणून पुस्तकासाठी योग्य प्रकारचे कव्हर तयार करून घेण्यासाठी ते अधिक प्रयत्नशील असतात. एवढेच नाही तर अनेक प्रकाशक त्यांच्या पुस्तकमालेतील प्रत्येक पुस्तकासाठी आकर्षक कव्हर तयार करून घेण्यासाठी महिन्याला ७५० डॉलर्स खर्च करतात.[३६] ट्वायलाईट आणि

हंगर गेम्स यासारख्या तरुणांना आवडणाऱ्या कांदबऱ्यांची कव्हर्स अगदी आधुनिक आणि उठावदार असतात हे आपल्याला माहीत आहे. अलीकडच्या काळात 'अभिजात' ग्रंथांसाठीही प्रकाशक अशीच आधुनिक आणि उठावदार कव्हर्स तयार करायला लागले आहेत. आणि याचा परिणाम म्हणून त्यांच्या विक्रीमध्ये लक्षणीय वाढ झालेली आढळते. उदाहरणार्थ, *वुथरिंग हाईटस्* या अभिजात कादंबरीच्या कव्हरमध्ये प्रकाशकांनी आमूलाग्र बदल केला, खरे म्हणजे त्याचा संपूर्ण कायापालटच केला. आणि त्यानंतर तीन वर्षांमध्ये या पुस्तकांच्या १,२५,००० प्रति विकल्या गेल्या.[३७]

प्रत्येक पुस्तकाचे कव्हर वाचकाला दिसेल अशी मांडणी करण्यासाठी ग्रंथालयात जागा कोठे असते?

ग्रंथालयातील सर्व पुस्तकांची कव्हर्स विद्यार्थ्यांना दिसतील अशा पद्धतीने मांडावीत असे मी म्हणत नाही. पुस्तक विक्रतेही असे करत नाहीत. परंतु ज्या पुस्तकांची विक्री व्हावी असे वाटते, ती पुस्तके ग्राहकांना सहजपणे दिसतील अशा पद्धतीने दुकानदार अवश्य मांडतात. यामध्ये प्रामुख्याने त्यांच्याकडे आलेल्या नवीन पुस्तकांचा आणि सर्वांत जास्त विक्री होत असलेल्या पुस्तकांचा समावेश असतो.

पुस्तके अशा पद्धतीने मांडण्यासाठी खरे तर वर्गामध्ये ग्रंथालयापेक्षाही कमी जागा उपलब्ध असते. या समस्येवर उपाय म्हणून एका शिक्षिकेने वर्गात शक्य त्या सर्व ठिकाणी पन्हाळी बसवली होती. विशेषत: जमिनीपासून ते खडू ठेवण्यासाठी बसवलेली अरुंद फळी यामधील भिंतीवरील जागा, तसेच वर्गातील लहान कपाट आणि खडू ठेवण्यासाठी बसवलेली अरुंद फळी यामधील जागेवर या शिक्षिकेने पन्हाळी बसवली होती. व या पन्हाळ्यांमध्ये पुस्तके दर्शनीय पद्धतीने मांडली होती. आणखी एका शिक्षिकेनेही पुस्तके दर्शनीय पद्धतीने मांडण्यासाठी वर्गात बसवलेल्या पन्हाळ्यांची छायाचित्रे मला पाठवली होती.

या शिक्षिकांनी वर्गात बसवलेली पन्हाळी हार्डवेअरच्या स्थानिक दुकानामधून प्रति दहाफुटाला तीन डॉलर्स देऊन खरेदी केली होती. ही पन्हाळी भक्कम प्लॅस्टिकपासून तयार केलेली होती. व प्लॅस्टिकची असल्यामुळे पन्हाळी हव्या त्या आकारामध्ये सहजपणे कापता येत होती. या पन्हाळ्यांना खालून प्लॅस्टिकच्या पट्ट्यांचा आधार दिलेला होता व आधार देणाऱ्या या पट्ट्या कोणत्याही प्रकारच्या भिंतींवर स्क्रूच्या साहाय्याने सहजपणे बसवता येत होत्या. वर्गामध्ये पुस्तके दर्शनीय पद्धतीने मांडण्यासाठी एका शाळेच्या प्राचार्यांनी पन्हाळ्यांचा कसा नावीन्यपूर्ण रीतीने वापर केला याबाबत अधिक जाणून घेण्यासाठी www.trelease-on-reading.com/oliver.html या वेबसाईटला भेट द्या.

अर्थात, पन्हाळ्याचा वापर केला म्हणजे शाळेतील अथवा समजातील वाचनाच्या

सर्व समस्या सुटल्या असे म्हणता येणार नाही. पन्हाळी हे पुस्तकांची स्वस्तात जाहिरात करण्याचे केवळ एक तंत्र आहे. यातून मला एवढेच सांगायचे आहे, की वस्तूची जाहिरात करणे महत्त्वाचे असते कारण एखादी वस्तू कितीही चांगली असली, तरी जाहिरात न करता क्वचितच त्या वस्तूची चांगली विक्री होते.

लहान मुले मालेतील पुस्तकांकडे एवढी का आकर्षित होतात? त्यांनी अभिजात साहित्य वाचायला नको का?

आजचे अनेक अभिजात ग्रंथ मुळात लहान मुलांसाठी लिहिलेले नव्हते. समाजातील उच्च वर्गातील प्रौढांमध्ये खूप लोकप्रिय झाल्यामुळे या पुस्तकांना आदर्श किंवा अभिजात पुस्तके मानले गेले. म्हणून ही पुस्तके लहान मुलांवर बळजबरीने लादली गेली. अभिजात ग्रंथ खूप लहानपणी वाचल्यामुळे मुलांमधील वाचनाची आवड वाढण्याऐवजी कमी होण्याची शक्यता असते. लक्षात ठेवा, लहान मुलाचे आजन्म वाचकामध्ये रूपांतर करणे करणे हा आपला उद्देश आहे. भविष्यात इंग्रजी शिकवण्यासाठी शिक्षक निर्माण करणे हा आपला उद्देश नाही.

१९५० च्या दशकात ग्रोटॉन या शाळेत प्रवेश घेतलेला एक बंडखोर मुलगा मला आठवतोय. या मुलाच्या पालकांना शाळेच्या मुख्याध्यापकांनी एक पत्र पाठवले होते. सदर पत्रामध्ये या मुलाबाबत मुख्याध्यापकांनी पुढील निरीक्षण नोंदवले होते:

तो अजून लहान आहे व त्यामुळे त्याला समज कमी आहे. तो खूप वाचतो. परंतु त्याचे वाचन वरवरचे असते. मला आशा आहे, की दर्जेदार पुस्तकातील महत्त्वाचा आशय समजून घेण्याची त्याची क्षमता तो हळूहळू वाढवेल. सध्या त्याला कॉमिक्स फार आवडतात. परंतु मला खातरी आहे, की तो लवकरच प्रगल्भ होईल आणि अधिक दर्जेदार पुस्तकं वाचायला लागेल.[३८]

तुम्ही जर अशा मुलाचे हताश झालेले पालक किंवा इंग्रजीचे शिक्षक असाल, तर कृपया लक्षात ठेवा– वरील पत्रात उल्लेख केलेला सोळा वर्षांचा मुलगा जोनाथन यार्डले होता. या मुलाच्या हृदयात कदाचित त्याच्या ग्रोटॉन या शाळेबद्दल थोडी कमी आपुलकी असेल परंतु वाचन आणि ललितसाहित्याची आवड मात्र त्याने खूप चांगली जोपासली होती. त्यामुळेच तर *वॉशिंग्टन पोस्टमध्ये* त्याने लिहिलेल्या ग्रंथपरीक्षणांसाठी त्याला १९८१चे पुलिट्झर पारितोषिक देऊन गौरवण्यात आले होते. पुढे पंचवीस वर्षांनी त्याचा वार्ताहर मुलगा जिम याने यार्डले कुटुंबाच्या देदीप्यमान वारशामध्ये दुसऱ्या पुलिट्झर पारितोषिकाची भर घातली होती.

लहान मुले कमी दर्जाच्या म्हणजेच 'जंक' वस्तूंकडे आणि गोष्टींकडे सहजपणे आकर्षित होतात. तो त्यांचा नैसर्गिक स्वभाव असतो असे म्हणता येईल. म्हणून वाचून

दाखवण्याद्वारे त्यांना दर्जेदार पुस्तकांकडे घेऊन जाणे; त्यांना अशा पुस्तकांकडे वळवणे ही आपली जबाबदारी आहे. तुम्ही जेव्हा लहान मुलांना दर्जेदार पुस्तके वाचून दाखवता, तेव्हा त्या पुस्तकांची कमी दर्जाच्या पुस्तकांबरोबर तुलना करण्याची मुलांना संधी मिळते. व वाचनासाठी कशा प्रकारची पुस्तक निवडावीत हे त्यांना समजू लागते. बहुतांश अभिजात ग्रंथ असे असतात, की जी मुले थोडी मोठी झाल्यावर त्यांना वाचायला देणे योग्य असते. आणि खरे म्हणजे तेव्हाच त्यांना ती वाचायला द्यावीत. म्हणजेच मुले जेव्हा अभिजात ग्रंथ समजण्याच्या क्षमतेचे होतात, तेव्हाच असे ग्रंथ त्यांना वाचायला द्यावीत. कारण तेव्हाच त्यांना ती समजतात आणि आवडतातही. अपटन सिनक्लेअर यांचे *द जंगल* हे पुस्तक हायस्कूलच्या विद्यार्थ्यांना वाचण्याची सक्ती केल्याचे ऐकून मला कापरे भरते. कारण लेखकाने हे पुस्तक साधारणपणे चाळीस वर्षांवरील वाचकांसाठी लिहिलेले आहे. मी पंचेचाळीस वर्षांचा असताना हे पुस्तक वाचले होते आणि तेव्हा मला ते खूप आवडले होते.

सातत्याने विक्री होणाऱ्या पुस्तकाला अभिजात पुस्तके म्हणावे असे प्राध्यापक मार्क व्हॅन डोरेन यांचे मत आहे. त्यांच्या या मताशी मी सहमत आहे. उदाहरण म्हणून सांगायचे तर *जेम्स अँड द जायंट पीच*तसेच *चारलोट्स*वेब या पुस्तकांची मागणी पन्नास वर्षांनंतरही टिकून आहे. म्हणून या पुस्तकांना आपल्याला अभिजात पुस्तके म्हणता येते.

'मालेतील' पुस्तकांबद्दलच्या वरील प्रश्नाचे उत्तर डॉ. कॅथरिन शेल्डरिक रॉस यांच्या संशोधनातून मिळते.[३१] रॉस यांच्या संशोधनानुसार गेली शंभर वर्षे मालेतील पुस्तके लहान वयातील वाचकांची सर्वांत आवडती पुस्तके राहिलेली आहेत. परंतु रॉस यांनी असेही नमूद केले आहे, की शिक्षक आणि ग्रंथपाल या तथाकथित संस्कृती रक्षकांकडून अशा प्रकारच्या पुस्तकांचा गेली अनेक वर्षे तिरस्कार केला गेला आहे; त्यांना कमी दर्जाचे समजले गेले आहे. शिक्षक आणि ग्रंथपालांनुसार मालेतील पुस्तके एक तर खूप खळबळजनक आणि सनसनाटी असतात किंवा त्यामध्ये खूपच काल्पनिकता असते. म्हणून त्यांनी काल्पनिकतेवर आधारलेल्या अशा पुस्तकांना वास्तव जगात राहणाऱ्या लहान मुलांसाठी आयोग्य ठरवले आहे.

युवा वयातील मुले मालेतील एक पुस्तक वाचून थांबत नाहीत. उलट संबंधित मालेतील एक पुस्तक वाचून झाले की त्या मालेतील दुसरे आणि मग तिसरे असे करत ते त्या मालेतील खूप पुस्तके वाचतात. अशा प्रकारे मालेतील पुस्तके मुलांना वाचनाचे 'व्यसन' लावतात. म्हणूनच तर नॅन्सी ड्र्यू, द हार्डी बॉईज, द बॉबसे ट्विन्स, द रोव्हर बॉईज, टॉम स्विफ्ट, आऊटडोर गर्ल्स यासारख्या वाचनाचे व्यसन लावणाऱ्या मालेतील

पुस्तकांची पालकांना भीती वाटते. परंतु मालेच्या स्वरूपात असल्यामुळेच अशी पुस्तके मुले एकामागून एक वाचतात व त्यातून ते चांगले वाचक घडतात असा विचार मात्र खूप थोडे पालक करतात.

खूप मोठा फायदा मिळवून देत आणि थोडेसे नुकसान करत मालेतील पुस्तके गेली शंभर वर्षे लहान मुलांची सर्वांत आवडती पुस्तके राहिलेली आहेत.

नॅन्सी ड्रयू मालेतील पुस्तके मुलींची मने बिघडवतात याबाबत श्रीमंत लोकांची खातरीच आहे. म्हणून या पुस्तकांना केवळ पालकांकडूनच नाही, तर समाजातील इतर घटकांकडूनही प्रत्यक्ष वा अप्रत्यक्षपणे विरोध होत असतो. जसे की ग्रंथालयांसाठी स्टेशनरीचे उत्पादन करणाऱ्या एच.डब्लू. विल्सन या सर्वांत मोठ्या अमेरिकन कंपनीने नॅन्सी ड्रयू मालेतील पुस्तकांची तालिकापत्रे छापण्यास नकार दिला होता. अशा पुस्तकांना विरोध दर्शवण्याचाच हा एक प्रकार होता.

वाचनापासून आनंद मिळतो हे लहान मुलांना जाणवू देण्याचे कार्य मालेतील पुस्तके करतात. आणि हेच मालेतील पुस्तकांचे महत्त्वाचे वैशिष्ट्य आहे. मी पहिल्या प्रकरणात नमूद केल्याप्रमाणे ज्या गोष्टीपासून आनंद मिळत नाही अशी गोष्ट मानव क्वचितच पुन्हापुन्हा करतो. आनंद हे एक असे 'रसायन' आहे, की जे आपल्याला विशिष्ट कृतीमध्ये खिळवून ठेवते; गुंतवून ठेवते.

मालेतील पुस्तकांमध्ये छापलेल्या विवेकशून्य साहसाच्या गोष्टीं मुलांना किती नुकसान पोहोचवू शकतात याबाबत पूर्वी खूप गंभीर आणि गरमागरम चर्चा झालेली आहे. परंतु १९२० मध्ये नुकताच फ्रान्सवरून अमेरिकेत आलेल्या जॅक्स नावाच्या तरुणालामात्र मालेतील पुस्तकांमुळे नुकसान होते असे अजिबात वाटत नव्हते. म्हणून तो फ्रॅन्क मेरिवेल यांनी लिहिलेली क्रीडाविषयक गोष्टींची पुस्तकमाला वाचण्यात पूर्णपणे मग्न झाला होता. हा तरुण जॅक्स म्हणजेच भविष्यातील सुप्रसिद्ध मानव्यविद्या तज्ज्ञ

जॅक्स बारझुन. फ्रॅन्क मेरिवेल यांच्या पुस्तकांच्या प्रभावामुळेच माझ्यातील वाचकाचा विकास झाला होता हे पुढे खूप वर्षांनंतर मान्य करण्यामध्ये बारझुन यांना अजिबात कमीपणा वाटत नव्हता. एवढेच नाही, तर या पुस्तकांमुळेच ते अमेरिकन संस्कृतीशी एकरूप होऊ शकले व त्यांना अमेरिकेत विद्वत्तेचा बहुमान मिळायला लागला हेही ते मान्य करतात. २००० साली 'जगाचा संस्कृतिक इतिहास' या विषयाचे अत्यंत दर्जेदार पुस्तक लिहून त्यांनी त्यांचा ९६वा वाढदिवस साजरा केला होता.[४०] ज्यांची मातृभाषा इंग्रजी नाही अशा वाचकांवर स्विट व्हॅली हायसारख्या मालेतील पुस्तकांचा काय परिणाम होतो हे आपण क्रॅशेन यांच्या संशोधनाद्वारे पान क्रमांक १५२ वर माहीत करून घेतले आहे.

थोडक्यात, रॉस यांना एवढेच सांगायचे आहे, की मुलांना मालेतील पुस्तके खूप आवडतात आणि ते अशी पुस्तके मोठ्या प्रमाणावर वाचतात. मार्गारेट मीक या एक सुप्रसिद्ध शिक्षणतज्ज्ञ आहेत व पुस्तकांचे अध्ययनातील महत्त्व या विषयामध्ये त्यांनी खूप संशोधन आणि लेखन केले आहे. मीक यांच्या मतानुसार मालेतील पुस्तके ही वाचकांसाठी 'खासगी शिकवणी' प्रमाणे कार्य करतात. कारण पुस्तकातला कोणता भाग सखोलतेने वाचावा, कोणता वरवर वाचावा, कथेमध्ये पुढे काय होईल याबाबत अनुमान कसे काढावे, एखाद्या रहस्याचा उलगडा करण्यासाठी योग्य सुगावा मिळावा म्हणून कोठे सावकाश वाचावे इत्यादी गोष्टी मालेतील पुस्तके वाचल्यामुळे माहीत होतात.[४१] 'तुम्ही जेवढे जास्त वाचन करता तेवढे तुम्ही वाचनामध्ये अधिक पारंगत होता' ही एक अत्यंत यथार्थ म्हण आहे. या म्हणीला मालेतील पुस्तकांचे घोषवाक्य बनवले पाहिजे.

चांगले वाचक घडवण्याची मालेतील पुस्तकांमध्ये खूप क्षमता आहे. याचा अत्यंत भक्कम पुरावा आपल्याला प्राध्यापक जी. रॉबर्ट कार्लसेन यांच्या तीस वर्षांच्या संशोधनामध्ये आढळतो. संशोधनाचा एक भाग म्हणून कार्लसेन यांनी पदवी अभ्यासक्रमाच्या विद्यार्थ्यांना प्रत्येक सत्रामध्ये 'वाचन आत्मचरित्र' लिहायला सांगितले. यामध्ये विद्यार्थांनी त्यांच्या वाचनाबद्दलच्या आठवणी लिहायच्या होत्या. विशेषत: त्यांना कोणते पुस्तक आवडले आणि कोणते आवडले नाही हे त्यांनी लिहायचे होते. कार्लसेन यांनी त्यांच्या या संशोधनाचे निष्कर्ष *व्हॉयसेस ऑफ रीडर्स : हाऊ वि कम टु लव्ह बुक्स*[४२] या अहवालात प्रकाशित केले आहेत. या निष्कर्षांनुसार बहुसंख्य विद्यार्थ्यांना त्यांच्या वाचनाच्या सुरुवातीच्या काळात मालेतील पुस्तके वाचण्याचा खूप छंद होता. परंतु यामुळे त्यांच्या बौद्धिक विकासात काही अडथळा आला का? जर ते पदवीपर्यंत पोहचले असतील, तर अर्थात 'नाही' असेच म्हणावे लागेल.

वरील सर्व पुराव्यांआधारे सांगावेसे वाटते, की जर तुमचे मूल किंवा तुमचा विद्यार्थी विंपि किड्स, वॅम्पायर किंवा जादुगार हॅरी यासारखी मालेतील पुस्तके वाचत असेल, तर तुम्ही स्वत:ला नशीबवान समजा आणि त्यांची मालेतील पुस्तके वाचनाची इच्छा पूर्ण करा. मालेतील पुस्तके वाचणारे तुमचे मूल तुरुंगाच्या वाटेवर नसून उत्तम वाचक होण्याच्या राजमार्गावर आहे हे लक्षात ठेवा. आज मालेतील पुस्तके वाचणारे तुमचे मूल भविष्यात योग्य वेळी अभिजात पुस्तके वाचायला लागेल याची खातरी बाळगा.

इंटरनेट आणि ई-बुक्सच्या युगात ग्रंथालये कोणाला हवीत?

आजच्या आणि वीस वर्षांपूर्वीच्या ग्रंथालयांच्या समस्यांमधील भिन्नता पहा. मोठे पुस्तक विक्रेते ज्याप्रमाणे ग्राहकांना दुकानामध्ये खाद्यपदार्थ आणि पेय आणू देत असत त्याप्रमाणे वाचकांना ग्रंथालयामध्ये खाद्यपदार्थ आणि पेय आणू द्यावीत किंवा नाही याबाबत पूर्वीच्याकाळी वाद होता. त्यामुळे ग्रंथालयामध्ये खाद्यपदार्थ आणण्यास वाचकांना कसा प्रतिबंध करावा ही त्या काळातील ग्रंथालयासमोरची समस्या होती. आज जेव्हा न्यू यॉर्क पब्लिक लायब्ररीकडे असलेल्या पुस्तकांपेक्षा अधिक पुस्तके आयफोनवर उपलब्ध आहेत[४३], तेव्हा इंटरनेट आणि ई-बुक्स पारंपरिक ग्रंथालयाची जागा घेणार का, ही ग्रंथालयासमोरची खरी समस्या आहे.

डिजिटल माध्यमांच्या भवितव्याबाबत कोणीही अंदाज करू शकणार नाही. शंभर टक्के अचूकतेसह तर नाहीच नाही परंतु अगदी पंचाहत्तर टक्के अचूकतेसहसुद्धा असा अंदाज करणे अशक्य आहे. तरीही मी काही गोष्टींबाबत तुमच्याशी पैज लावू शकतो. ती म्हणजे भविष्यात ग्रंथालयांमध्ये खातरीने बदल होणार आहेत. भविष्यातील ग्रंथालये आकाराने लहान असतील तसेच त्यांची आर्थिक साधनेही मर्यादित असतील. त्याच वेळेस ग्रंथपालांच्या भूमिकेमध्येही बदल होणार आहे. भविष्यातील ग्रंथपाल डेटा व्यवस्थापक असतील, काय वाचावे याबाबत मार्गदर्शन करणारे वाचन सल्लागार असतील, वाचनसाहित्य शोधण्यातील तज्ज्ञ असतील तसेच ते शिक्षकाचीही भूमिका बजावतील.[४४]

एवढेच नाही, तर गेल्या हजारो वर्षांमध्ये ज्याप्रमाणे पुस्तकाच्या स्वरूपात वेळोवेळी बदल झाला आहे, त्याचप्रमाणे भविष्यातही पुस्तकाच्या स्वरूपात बदल होतील. २०१२च्या पहिल्या तीन महिन्यांमध्ये अमेरिकेत पहिल्यांदाच मुद्रित पुस्तकांपेक्षा ई-बुक्स अधिक प्रमाणात विकले गेले होते.[४५] ई-बुक्सच्या विक्रीचे हे वाढते प्रमाण यापुढेही असेच सुरू राहील याची खातरी देता येत नसली, तरी आजमात्र ई-बुक्स मोठ्या प्रमाणावर विकली जात आहेत हेच खरे आहे. अमेरिकेच्या प्रत्येक घरात टेलिव्हिजन पोहोचण्यासाठी दहा वर्षे लागली, त्याचप्रमाणे ई-बुक्सला प्रत्येक ग्रंथालयात

पोहोचण्यासाठी किमान तेवढा कालावधी तर नक्कीच लागेल. तेव्हा टेलिव्हिजन नव्यानेच बाजारात उपलब्ध होत असल्यामुळे या नवीन टिव्हींनी जुन्या टिव्हींची जागा घेण्यासाठी मुळात जुने टीव्ही असा काही प्रकार अस्तित्वातच नव्हता. परंतु पुस्तकांच्या बाबतीत तसे नाही. कारण ई-बुक्स या नवीन स्वरूपात पुस्तके उपलब्ध होत असताना जुन्या स्वरूपातील म्हणजेच मुद्रित स्वरूपातील पुस्तके उपलब्ध आहेत. त्यामुळे पाचशे वर्षांपासून लिखित आणि मुद्रित स्वरूपात उपलब्ध असलेल्या पुस्तकांची जागा ई-बुक्सने घेण्यासाठी नक्कीच काही वेळ लागेल. अर्थात जगाची सुरुवात गुगलने झाली आहे असे तुम्ही म्हणणार असाल, तर मात्र सर्व मुद्रित पुस्तकांचे अस्तित्व क्षणात विसरावे लागेल. परंतु हेही खरे आहे, की ग्रंथालयातील ई-बुक्सची संख्या हळूहळू वाढत आहे. जसे की २०१२ पर्यंत सार्वजनिक ग्रंथालयांमध्ये त्यांच्या एकूण ग्रंथसंहग्रहाच्या तीन टक्क्यांहूनही कमी ई-बुक्स उपलब्ध होती. आता त्यामध्ये मोठ्या प्रमाणावर वाढ झालेली आढळते.

ई-बुक्स आणि ग्रंथालयांच्या अस्तित्वाबाबत वरील प्रकाराचा अंदाज बांधल्यानंतर आता आपण ई-बुक्स संबंधित समस्यांचा विचार करू या. संगणक किंवा स्मार्टफोनच्या स्क्रिनवर पुस्तके वाचण्यामध्ये येणाऱ्या अडचणी आपण पुढील प्रकरणामध्ये माहीत करून घेणार आहोत.

बालकांना ई-बुक्स उपयुक्त ठरतील का?

मोटारगाड्या आणि ॲस्प्रिन या उपयुक्त गोष्टी आहेत. परंतु त्या लहान मुलांच्या हाती देणे योग्य नाही. ही तत्त्वे ई-बुक्सलाही लागू पडतात. सध्या बहुसंख्य शिक्षित पालक स्मार्टफोन, ई-बुक रीडर यासारख्या ई-साधनांच्या साहाय्याने वाचन करतात. परंतु आपल्या लहान मुलांना ई-बुक्स द्यायची नाहीत असा निर्णय या पालकांनी घेतलेला दिसतो. लहान मुलांना केवळ पारंपरिक म्हणजेच मुद्रित पुस्तके उपलब्ध करायची असे त्यांनी ठरवलेले दिसते. मीही त्यांच्या या निर्णयाशी सहमत आहे. पालकांच्या या निर्णयाचा परिणाम लहान मुलांसाठीच्या ई-बुक्स निर्मितीवर झालेला दिसून येतो. यामुळेच तर २०११ मध्ये लहान मुलांसाठी प्रकाशित झालेल्या एकूण पुस्तकांपैकी केवळ पाच टक्के पुस्तके ई-बुक्सच्या स्वरूपात होती.[४६]

प्रकाशकांनी दृकश्राव्य तंत्राचा वापर करून ई-बुक्सचे रूपांतर मल्टिमीडिया म्हणजेच बहुमाध्यम उत्पादनामध्ये केले, तरमात्र ही परिस्थिती बदलू शकते. जर ई-बुक्स बहुमाध्यम स्वरूपात निर्माण केली गेली, तर लहान मुलांना ई-बुक्सचे टेलिव्हिजनप्रमाणे आकर्षण वाटू शकते. परंतु जर मुद्रित पुस्तकाचे बहुमाध्यम स्वरूपातील ई-बुक्समध्ये रूपांतर केले गेले, तर मुद्रित पुस्तकामध्ये जी तरलता असते, जे बारकावे

असतात, जे विचार दडलेले असतात, ते सर्व आवाज आणि चलचित्रांच्या चक्रव्यूहामध्ये अडकले जाईल. व लहान मुलांवर टेलिव्हिजनचे जे दुष्परिणाम झाले, ते दुष्परिणाम अशा प्रकारच्या ई-बुक्समुळे होतील. आपण जी पुस्तके वाचतो, त्यामध्ये जाहिरातींचा समावेश करण्याद्वारे प्रकाशकांना काही नफा मिळाला पाहिजे हे खरे आहे. परंतु काही प्रकाशक केवळ नफा मिळवण्याच्या हेतूनेच ई-बुक्स निर्माण करण्याची शक्यता नाकारता येत नाही. आणि असे झाले, तर लहान मुलांसाठी पुस्तके प्रकाशित करणाऱ्या मोठ्या कंपन्या ई-बुक्सचा केवळ जाहिरातीसाठी उपयोग करतील. आणि मग मात्र ई-बुक्सला टेलिव्हिजनचेच स्वरूप येईल.[४७]

लहान मुलांनी आणि युवकांनी त्यांच्या आसपासच्या जगाचे, परिस्थितीचे, समाजाचे, निसर्गाचे बारकाईने निरीक्षण केले पाहिजे; त्याचा अभ्यास केला पाहिजे व ते समजून घेतले पाहिजे. यासाठी मुलांना निरीक्षण करता आले पाहिजे. व निरीक्षण करता येण्यासाठी मुलांच्या आसपासचे जग काही काळतरी स्थिर राहिले पाहिजे. अर्थात हे खरे आहे, की प्रत्यक्षातील जग असे स्तब्ध, निश्चल राहू शकत नाही. परंतु शब्दांच्या आणि चित्रांच्या माध्यमातून पुस्तकांमध्ये निर्माण केलेले जग मात्र न हलता, न आवाज करता स्थिर राहू शकते. वाचक जोपर्यंत पुस्तकाचे पान पलटत नाही, तोपर्यंत त्या पानावरील जग तसेच राहते. व त्यामुळे पुस्तक वाचणारे मूल पुस्तकातील जगाचे शांतपणे निरीक्षण करू शकते. अगदी लहान वयातील मूल अतिशय वेगाने धावणाऱ्या रेल्वेबाबत आवश्यक ती माहिती आणि ज्ञान सहजासहजी मिळवू शकणार नाही. कारण वेगामुळे त्याला रेल्वेचे निरीक्षण करणे शक्य होणार नाही. त्याचप्रमाणे बहुमाध्यम स्वरूपातील ई-बुक्समध्ये दर्शवलेल्या जगाचे लहान मूल निरीक्षण करू शकणार नाही. कारण येथेही हालचालींचा वेग खूप असतो. ई-बुक्स आणि लहान विद्यार्थी यांच्या जोडीबाबत आणखी काही विचार प्रकरण सातमध्ये मांडले आहेत.

आजची मुले डिजिटल युगात वाढत असल्यामुळे सहा-सात वर्षांचे असल्यापासून किंवा अगदी त्याहीआधीपासून स्मार्टफोनचा सातत्याने वापर करत असतात. एवढेच नाही तर ते वाचणार असलेले पुढचे पुस्तक स्मार्टफोन किंवा तत्सम साधनांवर उपलब्ध व्हावे अशी या वयातील बहुतेक मुलांची अपेक्षा असते. परंतु प्रश्न हा आहे, की लहान मुलांना मुद्रित पुस्तके जेवढ्या सहजपणे वाचता येतात, तेवढ्या सहजपणे स्क्रिनवरील पाने वाचता येतील का? हा प्रश्न शालेय आणि सार्वजनिक ग्रंथालयांना अधिक भेडसावतो. म्हणून या प्रश्नावर चर्चा होणे गरजेचे आहे. याबाबतच्या अधिक माहितीसाठी प्रकरण सात पहा.

विसाव्या शतकाच्या सुरुवातीला कॉपीराईट, परवानग्या आणि तत्संबंधित इतर वाद मिटवून स्थिरस्थावर होण्यासाठी सिनेमा उद्योगाला बरीच वर्षे लागली. सध्या ई-बुक्सचे प्रकाशक तसेच ई-बुक रीडरचे उत्पादक आणि ग्रंथालये यांच्यामध्येही अशाच प्रकारचे वाद उद्भवलेले आढळतात. ग्रंथालये आणि ई-बुक्सचे प्रकाशक यांच्यामध्ये सध्या हा वाद आहे, की खरेदी केलेल्या विशिष्ट एका ई-बुक्सची ग्रंथालय किती वेळा देवघेव करू शकते. थोडक्यात, हा डिजिटल राइट्स मॅनेजमेंटसंबंधीचा वाद आहे. अर्थात हेही खरे आहे, की तंत्रज्ञानाच्या विकासाचा वेग विचारात घेता एका रात्रीत या वादाचे स्वरूप बदलू शकते.[४८] एक गोष्ट मात्र नक्की, की जर शासनाने ग्रंथालयांना मुद्रित पुस्तकांऐवजी ई-बुक्स खरेदी करायला सांगितली, तर मात्र आर्थिकदृष्ट्या कमकुवत सार्वजनिक ग्रंथालयांच्या तसेच शालेय ग्रंथालयांच्या विकासामध्ये मोठा अडथळा निर्माण होऊ शकतो.

डिजिटल युगामध्ये ग्रंथपालाचे महत्त्व काय आहे?

अमेरिकेतील मॅसॅचुसेट्स राज्यातील अशबर्णहॅम येथील डोंगराळ भाग आणि पॅसिफिक नॉर्थवेस्ट येथील ऑलिंपिक नॅशनल फॉरेस्ट या दोन विरुद्ध टोकाला या प्रश्नाचे उत्तर आढळते.

भविष्यातील ग्रंथालये कशी असतील हे जर तुम्हाला पहायचे असेल, तर तुम्ही अमेरिकेतील साठ हजार लोकवस्ती असलेल्या अशबर्णहॅम येथील कुशिंग ॲकेडमी या शाळेचे ग्रंथालय पहा. १४८ वर्षे कार्यरत असलेली आणि सुमारे ५०,००० डॉलर्स वार्षिक फी असलेली ही निवासी शाळा नक्कीच सामान्य शाळा नाही. परंतु अशा या अत्यंत संपन्न शाळेचे ग्रंथालयमात्र फारसे वापरले जात नव्हते. याच शहरातील इतर कोणत्याही सामान्य शाळेप्रमाणेच या शाळेच्या ग्रंथालयाचाही खूप कमी वापर केला जात होता. ग्रंथालयाचा वापर वाढावा म्हणून कुशिंग ॲकेडमीने तिच्या ग्रंथालयाचे २००९मध्ये डिजिटल ग्रंथालयात रूपांतर केले. या शाळेच्या ग्रंथालयाचे नाव फीशर-वॅटकिन्स असे आहे.

कुशिंग ॲकेडमीमधील नववी ते बारावीचे ४५० विद्यार्थी जुन्या ग्रंथालयाचा संदर्भासाठी किंवा वाचनकक्ष म्हणून वापर न करता केवळ अभ्यासाची जागा म्हणून वापर करत होते. ग्रंथालयात पंचवीस हजार पुस्तके होती. परंतु त्यापैकी अनेक पुस्तकांना गेल्या कित्येक वर्षांत कोणीही हात लावलेला नव्हता. शाळेतील शिक्षक माहितीसाठी ग्रंथालयाऐवजी इंटरनेटचा वापर करत आहेत आणि विद्यार्थीही लवकरच त्यांचेच अनुकरण करतील असे वाटल्यामुळे कुशिंग ॲकेडमीने जगाबरोबर जाण्यासाठी

ग्रंथालयाचे आधुनिकीकरण करायचे ठरवले. विद्यार्थी आणि शिक्षकांना ग्रंथालयाकडे आकर्षित करण्यासाठी ग्रंथालयाचा चेहरामोहरा बदलण्याचा निर्णय घेतला. या निर्णयानुसार ग्रंथालयातील पंचवीस हजार पुस्तकांपैकी वीस हजार पुस्तके शिक्षकांना आणि आसपासच्या ग्रंथालयांना भेट दिली. राहिलेले पाच हजार संदर्भग्रंथमात्र ग्रंथालयात जतन केले. ग्रंथप्रक्रिया विभागाचे कुशिंग सायबर कॅफेमध्ये रूपांतर केले. हा सायबर कॅफे सकाळी साडेसातपासून ते दुपारी साडेतीनपर्यंत कार्यरत असतो. सध्या शाळेच्या आवारातील हे सर्वांत लोकप्रिय ठिकाण झाले आहे. शिक्षकांना ग्रंथालयाकडे आकर्षित करण्यासाठी त्यांच्या आरामखुर्च्या आणि टपालपेट्या ग्रंथालयातील नूतनीकृत जागेत हलवण्यात आल्या. पूर्वी ज्या जागेत ग्रंथकपाटे होती त्या जागेत आता टेबल्स, खुर्च्या, संगणक आणि इंटरनेट आले. व ही जागा एकत्रित काम करण्याची जागा म्हणून विद्यार्थ्यांना आणि शिक्षकांना उपलब्ध केली गेली. पूर्वी कधीही नव्हता एवढा आता ग्रंथालयात आवाज असतो आणि वाचकांची वर्दळही अधिक असते. या सर्व बदलांमुळे हे ग्रंथालय आता केवळ ग्रंथसंग्रहालय न राहता एक माहितीस्रोत झाले आहे.

कुशिंग अॅकेडमी आजही विद्यार्थ्यांच्या फीमधून क्रमिक पुस्तके खरेदी करते. शिक्षक ही पुस्तके विद्यार्थ्यांना उपलब्ध करतात. आणि विद्यार्थी ती पुस्तके वाचतातही. परंतु हे विद्यार्थी जेम्स पॅटरसन किंवा सुझॅन कोलिन्स यासारख्या लेखकांच्या कादबऱ्या वाचत नाहीत त्याचे काय? विद्यार्थ्यांनी शाळेव्यतिरिक्तच्या वेळेत मनोरंजनात्मक वाचन केले पाहिजे त्याचे काय? अशा प्रकारची मनोरंजनात्मक पुस्तके, कादंबऱ्या ई-बुक्सच्या स्वरूपात खरेदी करून ग्रंथालय ती विद्यार्थ्यांना किंडलवर उपलब्ध करते. ई-बुक्ससह किंडल उपलब्ध करताना त्यातील इंटरनेट आणि ई-मेलची सुविधा बंद केली जाते. ई-बुक्स उपलब्ध करण्यासाठी २०११ पर्यंत ग्रंथालय अमेझॉनला महिन्याला एक हजार डॉलर्स शुल्क भरत असे. शाळेच्या जुन्या ग्रंथालयाचे डिजिटल ग्रंथालयात रूपांतर करण्यापूर्वीही ग्रंथ खरेदीसाठी एवढीच रक्कम खर्च केली जात होती. एखाद्या विद्यार्थ्याला एखादे पुस्तक हवे असेल आणि ते ई-बुकच्या स्वरूपात उपलब्ध नसेल, तर स्थानिक ग्रंथालय ते पुस्तक उपलब्ध करून देण्यास उत्सुक असते. बऱ्याच वेळा कुशिंग अॅकेडमीने स्थानिक ग्रंथालयांना देणगी म्हणून दिलेल्या पुस्तकातीलच हे पुस्तक असते. कुशिंग अॅकेडमीचे हे नवीन ग्रंथालय शाळेतील शिक्षकांच्या आणि सेवकांच्या लहान मुलांना सेवा देत असल्यामुळे या ग्रंथालयाकडे मोठ्या प्रमाणावर चित्रांची पुस्तके उपलब्ध आहेत. शाळेच्या डिजिटल ग्रंथालयामध्ये मुद्रित पुस्तके उपलब्ध असणे म्हणजे मोठ्या ई-गॅरेजशेजारी घोड्याचा छोटा तबेला असण्यासारखेच आहे.

कुशिंग अॅकेडमी धनसंपन्न होती. व त्यामुळे पारंपरिक ग्रंथालयाचे डिजिटल

ग्रंथालयामध्ये रूपांतर करणे त्यांना सहज शक्य झाले. इतर ग्रंथालयांना अशा प्रकारचा बदल तत्काळ करणे कठीण आहे. इतर शाळांना असे करणे शक्य होईल किंवा होणार नाही. ग्रंथालयाच्या स्वरूपात आमूलाग्र बदल करण्यामध्ये कुशिंग ॲकेडमी खूपच आघाडीवर होती. इतर काही नामांकित शैक्षणिक संस्थाही कुशिंग ॲकेडमीचा आदर्श घेऊन त्यांच्याच मार्गाने जाण्याचा प्रयत्न करत होत्या. उदाहरणार्थ, न्यू यॉर्क पब्लिक लायब्ररीने तिच्या एका मुख्य विभागातील ग्रंथ विकण्याचे ठरवले आहे. एवढेच नाही तर आपल्याकडील ३० लाख पुस्तके न्यू यॉर्क येथून दूर नू जर्सी येथे हलवण्याचे या ग्रंथालयाने ठरवले होते. परंतु अगदी शेवटच्या मिनिटाला मिळालेल्या ८० लाख डॉलर्सच्या देणगीमुळे सध्या ही पुस्तके मुख्य ग्रंथालयात राहिली आहेत. तर हार्वर्ड विद्यापीठाने ग्रंथालयातील तीस टक्के सेवक कमी केले आहेत. थोडक्यात, पारंपरिक ग्रंथालये पत्ररूप तालिकेच्याच मार्गाने चालली आहेत. म्हणजेच जुन्या वस्तूंचे/सेवांचे स्थान नवीन वस्तू/सेवा घेत आहेत.

एकंदरीत ग्रंथालयांच्या स्वरूपात खूप सावकाश बदल होत आहे असे तुम्हाला वाटत असेल. परंतु या बदलाचा तुम्ही पुढील दृष्टिकोनातून विचार करा: ही गोष्ट आहे १९२० ची. डेट्रॉइट शहराच्या मध्यवर्ती भागातील वाहनांच्या गर्दीला तेथील पोलीस अधिकारी विल्यम पॉट्स खूप वैतागला होता. यावर उपाय म्हणून त्याने स्वयंचलित ट्रॅफिक सिग्नल यंत्रणा विकसित केली आणि कार्यान्वितही केली. अमेरिकेतील ही पहिली स्वयंचलित ट्रॅफिक सिग्नल यंत्रणा होती. या यंत्रणेसाठी त्या वेळेस ३७ डॉलर्स एवढा खर्च आला होता. त्या एका वर्षात डेट्राइट शहरात असे पंधरा सिग्नल्स बसवले गेले. बाकी सर्व इतिहास आहे.

भविष्यात ग्रंथालयांचा आकार लहान होईल. परंतु सध्याच्या वाचकांच्या गरजा आणि दृष्टिकोन विचारात घेता कुशल ग्रंथपालाची नितांत आवश्यकता असणार आहे. कुशिंग ॲकेडमीचे ग्रंथालय संचालक टॉम कॉर्बेट यांनी त्यांच्या शिक्षकांना सांगितल्याप्रमाणे– ''आजच्यापेक्षा पूर्वीच्या विद्यार्थ्यांना माहिती शोधणे, मिळवणे अधिक सुलभ होते. उदाहरणार्थ, एखाद्या विद्यार्थ्याला चार्ल्स राजाबद्दल माहिती हवी असेल, तर ग्रंथालयाच्या कपाटामध्ये व्यवस्थितपणे मांडून ठेवलेल्या पुस्तकांमध्ये ती माहिती सहजपणे मिळत असे.'' आजच्या विद्यार्थ्याला मात्र इंटरनेटवरील अस्ताव्यस्त माहिती संग्रहातून माहिती शोधावी लागते. शिवाय इंटरनेटवरील काही माहिती अधिकृत नसते. आजच्या विद्यार्थ्याला अशा माहितीमधून योग्य माहिती शोधून घ्यावी लागते. यावरून असे म्हणावे लागते, की पूर्वीच्या काळी अभ्यास, शिक्षण आणि संशोधन यासाठी ग्रंथालयाचा वापर करणे अधिक सुलभ होते.

ट्री ऑक्टोपस्–गांभीर्याने विचार करण्याची बाब

आजच्या या इंटरनेटच्या जगात ग्रंथपाल कशाला पाहिजे? ते काय काम करतात? पूर्वीच्या एका परिच्छेदामध्ये वर्णन केलेला विल्यम पॉट्स हा वाहतूक नियंत्रण अधिकारी आठवून पहा मग तुम्हाला लक्षात येईल की, आजचे ग्रंथपाल काय काम करतात. या अधिकाऱ्याप्रमाणेच आजचे ग्रंथपाल ई–वाहतूक नियंत्रक म्हणून काम करतात. माहिती ऑनलाईन उपलब्ध आहे म्हणजे ती अधिकृतच असणार असा आजच्या इंटरनेटवर माहिती शोधणाऱ्या बहुसंख्य युवकांचा समज असतो. हा समज किती चुकीचा आहे हे तुम्हाला पुढील संशोधनावरून लक्षात येईल. ऑलिंपिक नॅशनल फॉरेस्ट आणि ट्री ऑक्टोपस असे या संशोधनाचे नाव आहे. या संशोधनाचे स्वरूप पुढील प्रकारचे होते.

वेबवरून माहिती शोधण्यासाठी आवश्यक ती कौशल्ये विद्यार्थ्यांकडे नसतात या पूर्वानुमानाची सत्यता तपासण्याच्या हेतूने कनेक्टिकट विद्यापीठातील संशोधकांनी एक संशोधन करायचे ठरवले. यासाठी त्यांनी सातव्या इयत्तेत शिकणाऱ्या[४८] विद्यार्थ्यांची निवड केली. हे विद्यार्थी वेबचा नियमितपणे वापर करत होते. संशोधनासाठी निवडलेले सर्व विद्यार्थी वेबवरील माहिती शोधण्यात आणि वाचण्यात निष्णात होते याची संशोधन सुरू करण्यापूर्वी खातरी करण्यात आली होती. या प्रयोगासाठी कनेक्टिकट आणि साऊथ कॅरोलिना येथील आर्थिकदृष्ट्या मागासलेल्या विविध शाळांमधून विद्यार्थी निवडले होते. प्रयोगासाठी निवडलेल्या सर्व विद्यार्थ्यांना पॅसेफिक नॉर्थवेस्ट ट्री ऑक्टोपस[४९] या काल्पनिक ऑक्टोपसबाबतच्या एका वेबपेजची माहिती देण्यात आली. विद्यार्थ्यांना असेही सांगण्यात आले, की ऑक्टोपसची ही प्रजाती नामशेष होण्याच्या मार्गावर आहे. वेबपेजच्या बनावटपणाबद्दल मात्र विद्यार्थ्यांना काहीही सांगण्यात आले नव्हते. अशा या वेबपेजचे मूल्यमापन करा असे या प्रयोगातील विद्यार्थ्यांना सांगण्यात आले होते.

घरातील तसेच शाळेतील पुस्तकांची उपलब्धता आणि मुलांची वाचन आवड / १९५

थोडक्यात, हे वेबपेज अधिकृत आहे की बनावट आहे हे या विद्यार्थ्यांना शोधायचे होते.

अठ्ठेचाळीसपैकी केवळ सहा विद्यार्थ्यांना ही वेबसाईट बनावट असल्याचा संशय आला. ज्या सहा विद्यार्थ्यांना असा संशय आला होता, त्यांना दुसऱ्या वर्गातील चर्चेमधून वेबसाईटच्या बनावटपणासंबंधी काही सुगावा लागला होता. परंतु जेव्हा या सहा विद्यार्थ्यांना वेबसाईटचा बनावटपणा सिद्ध करण्यास सांगितले, तेव्हा एकही विद्यार्थी ते सिद्ध करू शकला नाही. राहिलेल्या बेचाळीस विद्यार्थ्यांनीमात्र ही वेबसाईट विश्वासनीय आहे असे सांगितले. या बेचाळीस विद्यार्थ्यांना नंतर सांगण्यात आले, की ही वेबसाईट बनावट आहे व तुम्ही आता तिच्या बनावटपणाचे पुरावे शोधा. या विद्यार्थ्यांना असे पुरावे शोधता आले नाहीत. खरे तर ही वेबसाईट बनावट आहे हे दर्शवणाऱ्या दोन खुणा या वेबसाईटवरच होत्या. एक म्हणजे सॅसक्वॅच हा ऑक्टोपसचे भक्षण करणारा प्राणी आहे असे या वेबसाईटवर नमूद केलेले होते. शिवाय पिपल फॉर द एथिकल ट्रिटमेंट ऑफ पंपकिन्स या संवर्धन गटाची लिंक दिलेली होती. अशा प्रकारचे सुगावे किंवा अप्रत्यक्ष इशारे देऊनसुद्धा ही वेबसाईट बनावट आहे हे प्रयोगातील विद्यार्थ्यांना ओळखता आले नाही. विशेष म्हणजे हे सर्व विद्यार्थी संबंधित शाळेतील निष्णात वेब उपभोक्ते होते.

डॉ. डोनाल्ड लेऊ हे ट्री ऑक्टोपस प्रयोगातील प्रमुख संशोधक होते. लेऊ यांच्या मतानुसार या संशोधनातील निष्कर्ष आपल्याला गंभीरतेने विचार करायला लावणारे आहेत. कारण इंटरनेटवर कोणीही कशाही प्रकारची माहिती प्रकाशित करू शकतो. आणि अशा माहितीचे चिकित्सक मूल्यमापन करण्याची क्षमता आजच्या विद्यार्थ्यांकडे नाही. विद्यार्थ्यांना सध्या दिल्या जाणाऱ्या इंटरनेट साक्षरतेच्या शिक्षणामध्ये गंभीर त्रुटी आहेत असे लेऊ यांना वाटते.[५०]

विद्यार्थ्यांची इंटरनेट साक्षरता या विषयावर पाच विद्यापीठ ग्रंथालयांमध्ये आणखी एक संशोधन दोन वर्षे केले गेले. याही संशोधनाचे निष्कर्ष वरील संशोधनातील निष्कर्षांसारखेच होते. ऑनलाईन माहिती शोधण्यामध्ये विद्यार्थी पूर्णपणे अकार्यक्षम नसले, तरी ते कार्यक्षममात्र नक्कीच नाहीत असे या संशोधनात आढळले. या संशोधनातील प्रतिसादकांपैकी एकाही विद्यार्थ्याने ऑनलाईन माहिती शोधण्याची प्रक्रिया जाणून घेण्यासाठी ग्रंथपालांची मदत घेतलेली नव्हती. याचा अर्थ, हे विद्यार्थी वेबवरून योग्य पद्धतीने माहिती शोधू शकत होते असा आहे का? नाही. तीसपैकी केवळ सात विद्यार्थी इंटरनेटवरून कौशल्यपूर्णतेने माहिती शोधू शकले होते. राहिलेले विद्यार्थी गुगलवरून माहिती शोधण्याची धडपड करत होते. यासाठी ते अनेक तास खर्च करत होते. आणि एवढे करूनही त्यांना पाहिजे ती माहिती मिळत नव्हती. विशेष म्हणजे गुगलचा वापर

करणाऱ्या या विद्यार्थ्यांचे गुगल स्कॉलर आणि गुगल बुक्स या पर्यायांकडे लक्षच नव्हते. या परिस्थितीतील आणखी एक वाईट गोष्ट ही होती, की या विद्यार्थ्यांना ऑनलाईन माहिती शोधण्याबाबत त्यांच्या शिक्षकांकडून काहीही मार्गदर्शन मिळत नव्हते किंवा अगदी थोडे मार्गदर्शन मिळत होते. त्यामुळे कसेतरी करून जी काही माहिती मिळत होती, त्याबाबत बहुतेक विद्यार्थी समाधानी होते. या संशोधनाच्या अहवालात सुचवले गेले, की इंटरनेवरून माहिती शोधण्यासाठी विद्यार्थ्यांनी ग्रंथपालांची अधिक मदत घेतली पाहिजे. तसेच ग्रंथालय आणि शिक्षकांमध्ये आणखी अधिक सहकार्य असले पाहिजे असेही या अहवालात नमूद केले होते. शिवाय इंटरनेवरून माहिती शोधण्याचे अधिक चांगले शिक्षण विद्यार्थ्यांना दिले पाहिजे असेही सुचवले होते.[५१]

कॉलेजमधील विद्यार्थी इंटरनेटवरून माहिती शोधण्याबाबत अपरिपक्व असतात हे आपण समजू शकतो. परंतु प्रौढ व्यावसायिकतरी इंटरनेटवरील माहितीबाबत आणि ती शोधण्याबाबत साक्षर असतात का? याचे उत्तर नाही असेच मिळते. ट्रि ऑक्टोपसच्या संशोधनानंतर पाच वर्षांनी मी या संशोधनाचा मूळ अहवाल शोधण्याचा प्रयत्न केला. या प्रयत्नाचे फलित म्हणून मला केवळ एका विद्यापीठाचे प्रसिद्धीपत्रक आणि एका ब्लॉगवरील समालोचन मिळाले. शेवटी बेचैन होऊन मी कनेक्टिकट विद्यापीठाच्या डॉ. लेऊ यांना ई-मेल पाठवला. ज्यांनी मला मूळ संशोधन लेखाची लिंक पाठवली. मला पाठवलेल्या ई-मेलमध्ये त्यांनी लिहिले होते:

या संशोधनासंबंधीच्या मूळ लेखाबद्दल तुम्ही विचारणा केल्याने मला खूप बरे वाटले. सदर संशोधनाला ब्लॉगवर, वर्तमानपत्रात तसेच सीएनएनवर मोठ्या प्रमाणावर प्रसिद्धी मिळूनही आतापर्यंत या संशोधनाच्या मूळ लेखाची मागणी करणारे तुम्ही केवळ चवथे गृहस्थ आहात. इंटरनेटवरील माहितीचे युवकांपेक्षा प्रौढ व्यक्ती अधिक चांगले मूल्यमापन करू शकतात असे म्हणता येत नाही हे आम्हाला ट्री ऑक्टोपसच्या या संशोधनात आढळले होते.

'जी काही माहिती मिळाली आहे त्याबाबत समाधानी असणे' हा एक संसर्ग आहे. आणि हा संसर्ग वाटतो त्यापेक्षा अधिक वेगाने पसरतो असे लक्षात येते. वरील संशोधन आणि चर्चा हेच दर्शवते, की इंटरनेट आणि गुगल अस्तित्वात येण्यापूर्वी, म्हणजेच सुमारे तीस वर्षांपूर्वी कार्यक्षम ग्रंथपालांची जेवढी आवश्यकता होती, तेवढीच आजही आहे. खरे तर सध्याच्या काळातील इंटरनेट आणि माहितीच्या क्षेत्रातील गुंतागुंत विचारात घेता आज ग्रंथपालांची थोडी अधिकच आवश्यकता आहे असे म्हणावे लागेल. किंवा थोडे अशिष्टपणे परंतु अधिक व्यवहार्यपणे सांगावेसे वाटते, की इंटरनेटवरील माहितीचे पीक वेगाने वाढत आहे. आणि तेवढ्याच वेगाने इंटरनेटवरील निरुपयोगी

माहितीचे प्रमाणही वाढत आहे. अशा परिस्थितीत इंटरनेटवरील माहितीचे मूल्यमापन करून योग्य माहिती निवडून देणारा सक्षम ग्रंथपाल आपल्याकडे असणे अत्यंत आवश्यक आहे.[५२]

पारंपरिक ज्ञानकोशापेक्षा विकिपिडिया किती चांगला आहे?

गेल्या पंधरा वर्षांपासून विकिपिडिया अस्तित्वात आहे. व या पंधरा वर्षांमध्ये टीकाकारांकडून तसेच अभ्यासकांकडून विकिपिडियाचा खूप कठोर शब्दात समाचार घेतला गेला आहे. हा माहितीस्रोत प्रथम २००१ मध्ये अस्तित्वात आला. सध्या सर्वाधिक भेट दिलेल्या वेबसाईटमध्ये विकिपिडिया सातव्या क्रमांकावर आहे. गुगल, फेसबुक आणि यूट्यूब अनुक्रमे १, २ आणि ३ क्रमांकावर आहेत. या वेबसाईटवर दोनशे भाषांमधील चाळीस लाखांहून अधिक लेख उपलब्ध आहेत. याउलट ब्रिटानिकाच्या ऑनलाईन आवृत्तीमध्ये केवळ इंग्रजी भाषेतील लेख आहेत व त्यांची संख्या सुमारे पाच लाख आहे. विकिपिडिया ऑनलाईन आहे आणि मोफत उपलब्ध आहे. तर ब्रिटानिका काही माहिती ऑनलाईन मोफत उपलब्ध करतो आणि अधिक माहिती हवी असेल, तर वर्गणी भरायला सांगितले जाते. ज्याप्रमाणे वृद्ध होणाऱ्या बॉक्सिंग विजेत्याला आपला तंदुरुस्तपणा टिकवून ठेवणे कठीण होते, त्याचप्रमाणे ब्रिटानिकाला झाले होते. कारण या ज्ञानकोशाचे वजन होते ५८ किलो, वय २४४ वर्षे आणि किंमत होती १,३९५ डॉलर्स. हा सर्व व्याप सांभाळणे, टिकवून ठेवणे कठीण होत असल्यामुळे ब्रिटानिकाने मार्च २०१२ पासून मुद्रित आवृत्ती प्रकाशित करणे थांबवले आहे.[५३]

या दोन ज्ञानकोशांमधील सर्वांत मोठा फरक आहे तो त्यांच्या लेखकांच्या बाबतीत. ब्रिटानिकाकडे सुमारे चार हजार तज्ज्ञ लेखक आहेत. हे लेखक संबंधित विषयांवरील लेख सुमारे दोनशे संपादकांकडे सादर करतात. याउलट लेखन आणि संपादनाच्या बाबतीत विकिपिडिया पूर्णपणे स्वयंसेवकांवर अवलंबून आहे. आवश्यक ती पात्रता असणारी किंवा नसणारी कोणीही व्यक्ती विकिपिडियासाठी लेख लिहू शकते, विकिपिडियाच्या वेबसाईटवर तो लेख समिविष्ट करू शकते, किंवा विकिपिडियावरील लेखांचे संपादनही करू शकते. यामुळेच तर विकिपिडियावर त्यातील लेखांच्या दर्जाबाबत मोठी जबाबदारी आहे. ज्या पद्धतीने विकिपिडिया निर्माण केला जात होता, त्या पद्धतीतील दोष टाळण्यासाठी विकिपिडियामध्ये २००५ नंतर नियंत्रण आणि संतुलन साधणारे अनेक मार्ग अवलंबिण्यात आले आहेत. अलीकडच्या काळामध्ये जर कोणी विकिपिडियावर लेख समाविष्ट करण्याचा किंवा त्यातील लेखाचे संपादन करण्याचा प्रयत्न केला असेल, तर तो सांगेल, की ही प्रक्रिया आता पूर्वीसारखी सोपी राहिलेली नाही. विकिपेजवर तुम्हाला एखाद्या सिनेमाबाबत बनावट टिप्पणी करायची आहे का?

प्रयत्न करा आणि काय होते त्याचा अनुभव घ्या. विकिपिडियामध्ये लेख समाविष्ट करण्यासाठी किंवा पूर्वीच्या लेखाचे संपादन करण्यासाठी आता तुम्हाला असंख्य प्रक्रिया पूर्ण कराव्या लागतील हे लक्षात ठेवा. शिवाय विकिपिडियाच्या संपादकांचे तुमच्या लेखाच्या दर्जाबाबत समाधान करावे लागेल ते वेगळे. शिवाय व्ह्यू हिस्ट्री या पर्यायाद्वारे कोणालाही संबंधित लेखाच्या निर्मितीचा संपूर्ण इतिहास माहीत करून घेता येतो हेही लक्षात ठेवा. अशा सर्व प्रक्रियांद्वारे बनावट लेखकांना आता विकिपिडियावर आळा घातला जातो.

विकिपिडियामध्ये लिहिणारे बहुतांश लेखक संबंधित विषयातील तज्ज्ञ नसल्यामुळे यातील लेखांमध्ये एखाद्याला किती चुका आढळतील असे तुम्हाला वाटते? ज्ञानकोशातील चुकांचा शोध घेण्यासाठी आणि त्या अनुषंगाने ऑनलाईन ब्रिटानिका आणि विकिपिडियाची तुलना करण्यासाठी २००५मध्ये नेचर या जर्नलच्या प्रकाशकांनी तज्ज्ञांची एक समिती स्थापन केली होती. या समितीने दोन्ही ज्ञानकोशांतील प्रत्येकी ४२ वैज्ञानिक लेखांचे परीक्षण केले. या तज्ज्ञांना विकिपिडियामध्ये सरासरी चार तर ब्रिटानिकामध्ये सरासरी तीन चुका आढळल्या. शिवाय या तज्ज्ञ समितीला ४२ लेखांमध्ये आठ गंभीर चुका आढळल्या. यातील चार विकिपिडियामध्ये तर चार ब्रिटानिकामध्ये होत्या.[५४]

विकिपिडिया आणि ब्रिटानिका या दोन ज्ञानकोशात लेख लिहिणाऱ्या लेखकांमध्ये तर फरक आहेच. परंतु या दोन ज्ञानकोशांमध्ये सर्वांत मोठा फरक आहे तो त्यांच्या व्याप्तीमध्ये. तुमचा जन्म ज्या गावी झाला आहे, त्या गावाचे नाव तुम्ही दोन्ही ज्ञानकोशांमध्ये शोधण्याचा प्रयत्न करा. न्यू जर्सी राज्यातील ऑरेंज या माझ्या जन्मगावाबद्दल ब्रिटानिकामध्ये माहिती दिलेली नाही. तर विकिपिडियामध्ये माझ्या जन्मगावाबद्दल पाच पानांचा लेख दिलेला आहे आणि लेखाच्या शेवटी साठ संदर्भ दिलेले आहेत. *न्यू यॉर्क टाईम्सच्या* कार्यकारी संपादक पदावरून नुकत्याच निवृत्त झालेल्या आणि आपली तज्ज्ञता सिद्ध केलेल्या व्यक्तिनेही हे मान्य केले आहे, की विकिपिडिया हे सर्च इंजिननंतरचे त्यांचे सर्वांत आवडते माहिती शोधसाधन आहे.[५५]

विकिपिडिया परिपूर्ण आहे का? नाही. परंतु विकिपिडियामध्ये दिलेली प्रचंड प्रमाणातील माहिती, त्यातील समाविष्ट विषयांची विविधता तसेच उपभोक्त्यांमधील वैविध्य विचारात घेता या मोफत ज्ञानकोशाला डिजिटल युगातील चमत्कार म्हणावे लागेल. या ज्ञानकोशाने माहितीचे संपूर्ण जग अधिक चांगले आणि उपयुक्त बनवले आहे. अत्यंत महाग असलेले ज्ञानकोश बऱ्याच काळापर्यंत केवळ ग्रंथालयातच वापरता येत होते. ज्ञानकोशासारखे महत्त्वाचे वाचनसाहित्य वाचकांना ग्रंथालयाबाहेर उपलब्ध

केले जात नव्हते. विकिपिडियाच्या आगमनामुळे ज्ञानकोश प्रत्येक व्यक्तिच्या खिशात पोहोचला आहे व त्यामुळे ज्ञानकोशातून तत्काळ माहिती मिळवणे आता शक्य झाले आहे. ज्ञानकोशातून माहिती शोधण्याबाबत पूर्वी पालक आणि मुलांमध्ये संवाद व्हायचा की 'आपण उद्या ग्रंथालयातील ज्ञानकोशात ही माहिती शोधू.' विकिपिडियाच्या उपलब्धतेमुळे आता पालक आणि मुले म्हणतात, ''चला लगेच माहिती शोधू या.''

७. लहान मुलांचे डिजिटल लर्निंग : फायदे आणि तोटे

लहान मुले इंटरनेटवर काय करतात याची एक समाजशास्त्रज्ञ म्हणून मला काळजी वाटत नाही परंतु इंटरनेटचा मुलांच्या मेंदूवर जो परिणाम होतो, त्याचीमात्र मला काळजी वाटते.

स्टॅनफोर्ड येथील प्राध्यापक अ‍ॅन्थनी वॅग्नर [१]

१९५०च्या दशकात अमेरिकेत टेलिव्हिजनचा वापर वाढत होता. या वर्षीच्या सप्टेंबरमध्ये मोटोरोला कंपनी राष्ट्रीय पातळीवर टेलिव्हिजनची एक जाहिरात प्रसारित करत होती. जाहिरातीत ही कंपनी असे आश्वासन देत होती, की तुम्ही घरी टेलिव्हिजन आणला की तुमच्या कुटुंबातील सदस्य एकत्र येतील आणि मुलांची अभ्यासातील कामगिरी सुधारेल. पन्नास वर्षांनंतर या आश्वासनाचे काय झाले हे आपल्या सर्वांना माहीत आहे. अगदी याच पद्धतीने सध्या डिजिटल शिक्षणाची जाहिरात करण्यात येत आहे. विशेषत: जगातील नाही, तरी किमान अमेरिकेतील शिक्षणाच्या सर्व समस्यांवरील उपाय म्हणून डिजिटल शिक्षणाचा प्रचार केला जात आहे. एकदा का आपण ई-क्लाऊडला जोडले गेलो की आपल्या सर्व शैक्षणिक समस्या दूर होणार आणि आपण साक्षरही होणार असा समज सध्या सर्वत्र पसरवला जात आहे. शैक्षणिक सॉफ्टवेअर खरेदी करण्यासाठी अमेरिकेतील शाळा दरवर्षी २.२ अब्ज डॉलर्स खर्च करत आहेत. याशिवाय आपल्या मुलांनी अधिक वेगाने आणि चांगल्या पद्धतीने शिकावे म्हणून ई-टॅबलेटसाठी पालक जो खर्च करत आहेत तो वेगळाच. १९५० च्या दशकात टेलिव्हिजन बाबतीत जसे वातावरण निर्माण झाले होते, तसेच वातावरण आताच्या डिजिटल युगात निर्माण होत आहे असे वाटतेय ना?

लहान मुलांना सर्व डिजिटल साधने आणि सुविधा उपलब्ध केल्या जाव्यात

अशी शिफारस करणारे अनेक लोक आपल्याकडे गेल्या दशकात होते. त्यांचे म्हणणे असते की "ऑनलाईन का होईना पण मुलं वाचत आहेत, नाही का?" त्याचबरोबर विविध वयातील माणसे डिजिटल साधनांचा कसा वापर करतात आणि त्याआधारे कसे शिकतात याबाबतही गेल्या दशकात खूप माहिती प्रकाशित करण्यात आली आहे. ई-लर्निंग आता सर्वत्र पोहोचले आहे. म्हणून ई-लर्निंगसंबंधीच्या नवीन संशोधनाची किमान माहिती या आवृत्तीत द्यावी असे मला वाटले. त्यासाठी मी हे प्रकरण लिहिले आहे.

आयपॅड, आयपॉड, लॅपटॉप, डेस्कटॉप तसेच कॅमेरा ही डिजिटल साधने मी दररोज वापरतो. सदरची आवृत्ती लिहिण्यासाठी आवश्यक असणारे काही लेख माझ्याकडे आधीपासूनच होते. त्याशिवाय सातशेहून अधिक नवीन लेख मी कनेक्टिकट राज्य ग्रंथालयाच्या आणि उच्च शिक्षण विभागाच्या डेटाबेसेसमधून इंटरनेटद्वारे मिळवले. विशेष म्हणजे हे सर्व लेख एका छोट्याशा पेन ड्राईव्हमध्ये साठवता आले. व यामुळे वर्तमानपत्राची कात्रणे आणि फाईल्सची कपाटे सांभाळण्याची आवश्यकता राहिली नाही.

डिजिटल लर्निंगबाबतची ही चर्चा मी सुलभ भाषेत आणि थोडक्यात मांडण्याचा प्रयत्न केला आहे. मी चर्चिलेले निष्कर्ष तुम्हाला मान्य नसतील किंवा त्याबाबत तुम्हाला अधिक माहिती हवी असेल, तर येथे दिलेल्या संदर्भांचा आधार घ्या. एक गोष्टमात्र तुम्ही लक्षात ठेवा, जेव्हा-जेव्हा नवीन तंत्रज्ञान निर्माण केले जाते, तेव्हा-तेव्हा त्या तंत्रज्ञानाच्या भविष्यकालीन परिणामांबाबत 'तज्ज्ञ' त्यांची मते मांडत असतात. जसे की: मुळाक्षरांचा शोध लागल्यावर साक्रेटिस म्हणाला होता, की मुळांक्षरे आणि लेखनामुळे मानवाच्या विचार करण्याच्या क्षमतेला आणि स्मरणशक्तीला नुकसान पोहोचेल; चलचित्रांमुळे क्रमिक पुस्तके हद्दपार होतील असे एडिसन म्हणाला होता; तर टेलिव्हिजन मालिकांच्या निर्मात्यांनी अंदाज व्यक्त केला की, लहान मुलांसाठीच्या *सिसेम स्ट्रीट* या मालिकेमुळे आपली निरक्षरतेची समस्या सोडवली जाईल. या सर्वांचे अंदाज चुकीचे ठरले होते. याचप्रमाणे मी येथे नमूद केलेले काही निष्कर्ष भविष्यात चुकीचे ठरतील याची मला खातरी आहे. परंतु यातील कोणते निष्कर्ष चुकीचे ठरतील हे मात्र आता सांगता येणार नाही.

ई-बुक्सची ई-लर्निंगमधील उपयुक्तता

ई-बुक्स विरोधातील बहुतांश तक्रारी पारंपरिक वाचकांकडून केल्या जात आहेत. मुद्रित पुस्तकाच्या पानांचा स्पर्श अतिशय सुखकारक असतो. तसेच या पुस्तकांना विशिष्ट असा एक आल्हाददायक गंध असतो. हे दोन्ही अनुभव ई-बुक्सच्या बाबतीत मिळत नाहीत अशी या लोकांची तक्रार असते.

गंध येत असला किंवा नसला, तरी अनेक फायदेशीर वैशिष्ट्यांमुळे ई-बुक्सचा वापर होत राहणार आहे. ई-बुक्सचा सर्व संबंधितांना फायदा होतो. जसे की ई-बुक्समुळे प्रकाशक चांगला नफा मिळवू शकतात आणि ग्राहक त्यांच्या पैशाची बचत करू शकतात. शिवाय ई-बुक्समुळे वेळेची आणि जागेची बचत होते. तसेच विद्यार्थ्यांच्या पाठीवरील ओझे कमी होते. ई-बुक्समुळे झाडांची कत्तल थांबते व पर्यावरणाचे रक्षण होते. दृष्टिदोष असलेल्या व्यक्तींना ई-बुक्स विशेष उपयोगी पडतात हे वेगळे सांगायला नको.

गेली कित्येक वर्षे शालेय विद्यार्थी पुस्तकांच्या वाढत्या ओझ्याखाली दबून गेले आहेत. शालेय विद्यार्थ्यांच्या पूर्ण भरलेल्या दप्तराचे वजन साधारणपणे ८ ते १२ किलो असते. शैक्षणिक दर्जा उंचावण्याच्या हेतूने अमेरिकेतील बहुतेक राज्यांनी अभ्यासक्रमांमध्ये आणि मूल्यमापनाच्या पद्धतीमध्ये बदल केले व हे बदल प्रत्यक्षात आणण्यासाठी आणखी अधिक पुस्तकांची शिफारस केली.[२] परंतु आता काही शाळा आणि महाविद्यालये विद्यार्थ्यांना ई-टॅबलेट्स पुरवत आहेत. यामुळे शालेय विद्यार्थ्यांच्या दप्तरातील सर्व पुस्तकांचे एकत्रित वजन एक किलोपेक्षाही कमी होईल. शिवाय ज्याप्रमाणे कॉम्प्यूटरच्या आपरेटिंग सिस्टिममध्ये सुरक्षात्मक बाबी ऑनलाईन यंत्रणेद्वारे त्वरित अद्ययावत केल्या जातात, त्याचप्रमाणे ई-टेक्स्टबुक्समध्ये नवीन आशय त्वरित आणि सहजपणे समाविष्ट करणे शक्य असते.

विशेष म्हणजे मुद्रित पुस्तकांपेक्षा ई-बुक्सचे आयुर्मान अधिक आहे. अमेरिकेतील नवीन कर कायद्यानुसार प्रकाशकांना त्यांच्या गोडाऊनमधील शिल्लक पुस्तकांवर कर भरावा लागतो. असा कर भरावा लागू नये म्हणून प्रकाशक शक्यतो कमीत कमी प्रती छापतात. व यामुळे पुस्तकाची आवृत्ती लवकर संपते; पुस्तक दीर्घकाळ उपलब्ध होत नाही. परंतु ई-बुक्स डिजिटल स्वरूपात असल्यामुळे त्याला कोणतेही प्राकृतिक अस्तित्व नाही. त्यामुळे गोडाऊनचा खर्च नाही. व यामुळे शिल्लक साठा असा काही प्रकार नाही. पर्यायाने ई-बुक्सच्या शिल्लक साठ्यावर प्रकाशकाला कोणताही कर भरावा लागत नाही. म्हणजेच जोपर्यंत प्रकाशक आणि लेखकाचा करार अबाधित आहे, तोपर्यंत ई-बुक्स उपलब्ध होणे शक्य आहे. थोडक्यात, ई-बुक्स कधीच आऊट-ऑफ-प्रिंट होत नाहीत. ई-बुक्सच्या या वैशिष्ट्यांमुळेच प्रकाशकांकडून ई-बुक्स दीर्घकाळ उपलब्ध होत राहतात. एवढेच नाही, तर आऊट-ऑफ-प्रिंट झालेली पुस्तकेही ई-बुक्सच्या सुविधेमुळे आता ताबडतोब प्रिंट करता येऊ लागली आहेत. होय, हे आता सध्या प्रत्यक्षात येत आहे. ई-बुक्समुळे सध्या आपल्याला पुस्तकांच्या बाबतीत एक प्रकारे 'लाझारस इफेक्टचा' म्हणजेच 'मृत पुस्तकांना जिवंत करण्याचाच' अनुभव मिळत आहे. याचा पुरावा म्हणजे

अनेक जुने, दुर्मीळ, अभिजात ग्रंथ सध्या ई-बुक्सच्या स्वरूपात गुटेनबर्ग.कॉम या वेबसाईटवर उपलब्ध आहेत.[३] विशेष म्हणजे या वेबसाईटवरील सर्व पुस्तके मोफत उपलब्ध आहेत.

पुस्तके ई-बुक्सच्या स्वरूपात उपलब्ध झाल्यामुळे त्यांचा टिकाऊपणा वाढला आहे. आणि आता ते टॅबलेटमध्ये उपलब्ध झाल्यामुळे वाचकांना बहुमाध्यमाचा (मल्टिमिडीया) अनुभव घेणे शक्य होत आहे. कल्पना करा, की वर्गामध्ये विद्यार्थी 'नागरी हक्क चळवळीचा' अभ्यास करत आहेत.आणि त्यांच्याकडील आयपॅडमध्ये ई-टेक्स्टबुक उपलब्ध आहे. तर हे विद्यार्थी त्यांच्या ई-टेक्स्टबुकमध्ये दिलेल्या हायपरलिंकद्वारे पीबीएस कंपनीच्या अमेरिकन एक्सप्रेस या टीव्ही मालिकेतील 'फ्रिडम रायडर्स' हा भाग सहजपणे पाहू शकतील. जिम क्रो यांनी बस या वाहनाबाबत एक अन्यकारक कायदा आणला होता. या कायद्याचे उल्लंघन करून संपूर्ण अमेरिकेचे लक्ष वेधणाऱ्या चारशे कृष्णवर्णीय आणि श्वेतवर्णीय 'रायडर्सचे' आंदोलन मालिकेच्या या भागामध्ये चित्रित करण्यात आले आहे.[४]

ई-बुक्समधील हायपर लिंकद्वारे खान ॲकेडमीसारख्या वेबसाईटवरील हजारो पानांची पूरक शैक्षणिक माहिती विद्यार्थ्यांना मोफत उपलब्ध होते. विशेष म्हणजे ही माहिती जगातील कोणताही विद्यार्थी, केव्हाही, कोठूनही वाचू शकतो, डाऊनलोड करू शकतो.[५] उदाहरणार्थ, बिल गेटसच्या मुलांना जे पूरक वाचनसाहित्य ऑनलाईन मिळते, तेच वाचनसाहित्य जॉर्जियाच्या ग्रामीण भागातील विद्यार्थ्यालाही ई-बुक्समुळे मिळते.

सार्वजनिक रेडिओच्या वेबसाईटवर तसेच इतर अनेक वेबसाईटवर सध्या ईलेक्ट्रॉनिक स्वरूपातील वाचनसाहित्य मोठ्या प्रमाणावर उपलब्ध आहे. वेबसाईटवरील हायपरलिंकद्वारे कितीतरी ई-बुक्स आणि लेख सहजपणे उपलब्ध होत आहे. उदाहरणार्थ, *कॅचर इन द राय* हे एक अत्यंत लोकप्रिय पुस्तक आहे. या पुस्तकाला खूप प्रसिद्धी मिळाली आहे. तसेच या पुस्तकाचे लेखक जे. डी. सॅलिंगर आणि त्यांच्या एकांतप्रिय जीवनशैलीलाही या पुस्तकाएवढीच प्रसिद्धी मिळाली आहे. सॅलिंगर पाहुण्यांना भेटायला उत्सुक नसतो. म्हणून तू त्यांना भेटण्याचा प्रयत्न करू नको असे जिम सॅडविथ या युवा विद्यार्थ्याला प्रत्येकाने सांगितले होते. एवढेच नाही तर तू त्यांना कधीच शोधू शकणार नाहीस असेही लोकांनी जिमला सांगितले होते. परंतु त्याला सॅलिंगरच्या या पुस्तकावर आधारित एक नाटक शाळेत सादर करायचे होते. आणि सॅलिंगरला त्याची ही कल्पना आवडेल याची जिमला खातरी होती. म्हणून त्याने या एकांतवासी लेखकाचा शोध सुरू केला. त्याने सॅलिंगरला कसे शोधले आणि भेटल्यानंतर सॅलिंगरची प्रतिक्रिया काय

होती याबाबतची माहिती सॅडविथने चाळीस वर्षांनंतर अमेरिकन पब्लिक मिडियाच्या *द स्टोरी* या कार्यक्रमामध्ये सांगितली होती. सॅडविथने त्याच्या या साहसी उपक्रमाचे ऑडिओ रेकॉर्डिंग केले व हा रेकॉर्ड केलेला निबंध एखाद्या पारंपरिक महाविद्यालयाला सादर करण्याऐवजी तो हार्वर्ड विद्यापीठाला सादर केला. आणि त्याचा हा निबंध स्वीकारला गेला. सॅलिंगरच्या पुस्तकाचा एखादा नवीन पैलू माहीत करून घेण्यासाठी सॅडविथने रेकॉर्ड केलेल्या या मुलाखतीचा वाचकाला उपयोग होणार नाही का? विशेष म्हणजे हा निबंध ऑनलाईन मोफत उपलब्ध आहे व हायपरलिंकद्वारे सहजपणे या निबंधापर्यंत पोहोचता येते.[६]

ई–बुक्सच्या आगमनामुळे लेखकाच्या स्वाक्षरीतील पुस्तके मिळवण्याच्या परंपरेचे काय होणार याची तुम्हाला काळजी वाटते का? काळजी करू नका. कारण ई–बुक्सवर लेखकाची स्वाक्षरी मिळवण्याचीही सुविधा आता उपलब्ध झाली आहे.[७] ई–बुक्समुळे माहितीचे अमर्याद भांडार उपलब्ध होत आहे. विशेष म्हणजे ई–बुक्स खूप महाग नाहीत आणि त्यांच्यामुळे विद्यार्थ्यांच्या पाठीवरील ओझेही वाढत नाही.

ई–बुक्सच्या मर्यादा

ई–बुक्सचे अनेक फायदे असले, तरी काही मर्यादाही आहेत. भविष्यात या मर्यादा दूर होतीलही. परंतु आजमात्र या मर्यादांचा आपल्याला गांभीर्याने विचार करण्याची गरज आहे.

तुमच्याकडे असलेले एखादे मुद्रित पुस्तक तुम्ही तुमच्या मित्रांना वाचायला दिले असेल. तसेच मित्रांनी त्यांची पुस्तके तुम्हाला वाचायला दिली असणार. पण ई–बुक तुम्ही तुमच्या मित्रांना कसे देणार किंवा त्यांच्याकडून कसे घेणार? वर्गातील ग्रंथालयामध्ये शिक्षकांना ई–बुक्स कशी संग्रहित करता येतील? जुनी पुस्तके विकणारी दुकाने आपल्याला माहीत आहेत. तर मग जुन्या ई–बुक्सचे दुकान असेल का? जुन्या पुस्तकांच्या दुकानांमुळे पुस्तकांचे जीवनमूल्य किती वर्षांनी वाढते याचा विचार करा. २०० डॉलर्स (सुमारे १२,००० रुपये) किंमतीचे ई–बुक रीडर हे वाचनयंत्र मध्यमवर्गीय कुटुंबांना खरेदी करणे शक्य होईल का? पुस्तकांच्या दुकानामध्ये मांडलेल्या पुस्तकाचे कव्हर पाहून आपण त्या पुस्तकाकडे आकर्षित होतो व ते पुस्तक हातात घेऊन त्यातील पहिले पान वाचतो, त्याच्या मागच्या कव्हरवरील पुस्तक आणि लेखकाचा परिचय करून देणारा मजकूर वाचतो. ई–बुक्सच्या बाबतीत हे शक्य आहे का? कोणत्याही वयातील वाचकांना पुस्तकांकडे आकर्षित करण्यामध्ये पुस्तकांच्या कव्हर्सचे खूप योगदान असते. याबाबत अधिक माहितीसाठी पान क्रमांक १८३ पहा. ई–बुक्सच्या बाबतीत ही संधी मिळतच नाही. आणखी एक समस्या म्हणजे प्रिंटरमधील शाईच्या कार्टरिज

ज्याप्रमाणे भराभर संपतात, त्याचप्रमाणे ई-बुक रिडर या यंत्राची बॅटरी भराभर संपायला लागेल का? हवे आहे परंतु परवडत नाही अशी स्थिती तर ई-बुक्सच्या बाबतीत होणार नाही ना?

शंभर वर्षे झाली, तरी मुद्रित पुस्तकं अजूनही वाचता येतात

ई-बुक्स रीडिंग साधनाच्या फॉर्म्याटची अनिश्चितता ही आणखी एक समस्या आहे. आपल्याला अनुभव आहे, की जुन्या वर्ड फाईल्स मायक्रोसॉफ्ट वर्ड प्रोग्रामच्या नवीन आवृत्तीमध्ये उघडता येत नाहीत; वाचताही येत नाहीत. याचप्रमाणे ई-बुक्स रीडिंग साधनांचे सध्याचे फॉर्म्याट जुने होणार नाहीत का? ई-बुक रीडिंग यंत्र कदाचित आपण एक पुरातन वस्तू म्हणून जतन करू. परंतु ज्याप्रमाणे दोनशे वर्षांपूर्वीची मुद्रित पुस्तके आजही आपण वाचू शकतो, तसे ई-बुक्सचे होणार नाही कारण फॉर्म्याट खातरीने बदलत राहणार. अर्थात ही अडचण केवळ ई-बुक्सबाबतच उद्भवते असे नाही. २० वर्षांपूर्वी ईलेक्ट्रॉनिक स्वरूपात तयार केलेल्या फाईल्सबाबतही हीच अडचण उद्भवू शकते. कधी-कधी तर अगदी अलीकडे तयार केलेल्या ईलेक्ट्रॉनिक स्वरूपातील वाचनसाहित्याबाबतही हीच अडचण जाणवते.८ ई-बुक्सचे फॉर्म्याट पाच वर्षांत जुने होतील का? आपल्याकडे उपलब्ध असलेले ई-बुक पुन्हा वाचण्यासाठी अद्ययावत सॉफ्टवेअर खरेदी करावे लागेल का? आणि हे फॉर्म्याट वेगाने जुने होतात याची संबंधित सॉफ्टवेअर कंपन्यांना जाणीव आहे का? या सर्व प्रश्नांची उत्तरे मिळवण्यासाठी मी तुम्हाला आणखी एक प्रश्न विचारतो : अलीकडच्या काळात तुम्ही फ्लॉपी डिस्क वापरण्याचा प्रयत्न केला आहे का?

मुद्रित पुस्तकांपेक्षा स्क्रिनवर आपण ६ ते ११ टक्के सावकाश वाचतो हे संशोधनाआधारे सिद्ध झाले आहे.९ वाहन चालवण्यामध्ये आपण कालांतराने

अधिकाधिक निष्णात होतो. त्याप्रमाणे ई-बुक्स वापरायला सुरुवात केल्यानंतर कालांतराने आपला ई-बुक्स वाचण्याचा वेग वाढू शकेल. परंतु त्यासाठी काही पिढ्या जाव्या लागतील.

मुद्रित पुस्तकातील आशय आपल्याला जेवढा अधिक समजतो, तेवढा डिजिटल स्वरूपातील आशय आपल्याला समजत नाही असे संशोधनात आढळले आहे. याची कारणे पुढीलप्रमाणे आहेत :

१. मुद्रित पुस्तकाच्या पानाचे स्वरूप निश्चित असते. त्यामुळे पुस्तकातील एक पान कोठे सुरू होते आणि कोठे संपते हे सहजपणे समजते. पानाची सुरुवात आणि शेवट दर्शवणारी ती एक प्रकारची कायमस्वरूपी, प्रत्यक्षातील आणि लक्षणीय खूण असते.[१०] याची रस्त्यासह दाखवलेल्या निसर्गदृश्याबरोबर तुलना करता येईल. याउलट डिजिटल आशय हा समुद्रासारखा असतो की ज्यामध्ये रस्त्याच्या कोणत्याच खुणा दिसत नाहीत. वाचत असलेल्या पुस्तकामध्ये जे दृष्यात्मक असते, जे प्राकृतिक असते, ते आपल्याला सर्वांत अधिक लक्षात राहते. डिजिटल वाचनसाहित्य वाचत असताना आपण पानाच्या वरच्या भागातील आशय वाचत आहोत की खालच्या भागातील, पुस्तकाच्या सुरुवातीच्या भागातील, मध्य भागातील की शेवटच्या भागातील आशय वाचत आहोत हे वाचकाला समजत नाही. शोध सुविधेचा वापर केल्याशिवाय वाचक डिजिटल वाचनसाहित्यामध्ये सहजासहजी मागेपुढे जाऊ शकत नाही.

२. डिजिटल आशयापेक्षा मुद्रित पुस्तकातील आशय वाचकाच्या मेंदूतील भावनात्मक पेशींना अधिक उत्तेजित करतो व त्यामुळे डिजिटलपेक्षा मुद्रित पुस्तकातील वाचलेल्या आशयाची ठळक पदचिन्हे मेंदूमध्ये राहतात.[११]

ऑनलाईल शिक्षण : फायदेशीर आहे की नुकसानकारक आहे?

मी जेव्हा हे पुस्तक लिहीत होतो, तेव्हा जगातील प्रमुख विद्यापीठांना ऑनलाईन शिक्षणाची लगीनघाई झालेली दिसत होती.[१२] ऑनलाईन शिक्षण देण्यामध्ये सध्या एमआयटी आणि स्टॅनफोर्ड ही विद्यापीठे आघाडीवर आहेत. इतरही अनेक विद्यापीठांनी ऑनलाईन शिक्षणाची सुरुवात केलेली आहे किंवा नजीकच्या काळात ते असे शिक्षण सुरू करणार आहेत. अनेक विद्यापीठे इंटरनेटकडे एक आभासी वर्ग म्हणून पाहत आहेत. ऑनलाईन शिक्षणामुळे वेळ, पैसा आणि श्रम यामध्ये बचत होईल असे या संस्थांना वाटते. एवढेच नाही, तर त्यांच्या पार्किंग व्यवस्थेच्या खर्चातही बचत होईल असा या विद्यापीठांचा समज आहे.

भविष्यातील जगाची प्रगती थेट इंटरनेटवर अवलंबून आहे असे अनेक तज्ज्ञांना

आणि विचारवंताना वाटते. ड्यूक विद्यापीठातील प्रतिष्ठित प्राध्यापक आणि कुलगुरू कॅथी एन. डेव्हिडसन या त्यापैकी एक आहेत.

डेव्हिडसन यांनी ऑनलाईन शिक्षणाविषयीचे *नाऊ यू सी इट : हाऊ द ब्रेन सायन्स ऑफ अटेंशन विल ट्रान्सफार्म द वे वी लिव्ह, वर्क अँड लर्न*[१३] या नावाचे पुस्तक लिहिले आहे. ऑनलाईन शिक्षणामध्ये बहुकार्यात्मकता म्हणजेच 'मल्टिटास्किंग' अपेक्षित असते. किंबहुना डिजिटल माध्यमातून शिकणाऱ्या विद्यार्थ्याला बहुकार्यात्मकतेशिवाय पर्याय नसतो. बहुकार्यात्मकतेचे काही दुष्परिणाम असले, तरी कॅथी डेव्हिडसन मात्र ऑनलाईन शिक्षणाचे आणि बहुकार्यात्मकतेचे पुढील कारणांसह समर्थन करतात :

- लहानपणी आपल्याकडे एकाग्रतेचा अभाव असतो. वाढत्या वयानुसार आणि अनुभवाआधारे आपल्याला एकाग्रता शिकावी लागते. एवढेच नाही तर आवश्यकतेनुसार आपण एकाहून अधिक बाबींविषयीची आपली एकाग्रता वाढवतो.
- 'बहुकार्यात्मकता ही एकविसाव्या शतकासाठी एक आदर्श कार्यपद्धती आहे.... इंटरनेटवरील सर्वच गोष्टी एकमेकांशी जोडलेल्या आहेत आणि त्यातील सर्वच गोष्टी नेहमीच उपलब्ध असतात. तसेच त्या कोणत्याही वेळी उपलब्ध असतात.' डेव्हिडसन यांच्या मतानुसार इंटरनेटवरील या बहुआव्हानात्मक बाबी हाताळण्यासाठी आपण पूर्णपणे सक्षम आहोत.
- डेस्कटॉप कॉम्प्यूटरने आपल्याला आपल्या कार्यालयातील जागेची तसेच खेळण्याच्या जागेची पुनर्रचना करायला भाग पाडले आहे. त्याचप्रमाणे आता आपल्याला आपल्या मनाचीही पुनर्रचना करणे गरजेचे आहे. आणि मेंदूच्या लवचीकपणामुळे आपल्याला ते सहजपणे करणे शक्य होणार आहे.

त्यांच्या युक्तिवादाच्या समर्थनार्थ डेव्हिडसन ग्रेट ड्यूक आयपॉड प्रयोगाचे उदाहरण देतात. हा प्रयोग ड्यूक आणि त्यांच्या सहकाऱ्यांनी २००३मध्ये केला होता. या प्रयोगासाठी त्यांनी विद्यापीठामध्ये पदव्युत्तर वर्गाच्या पहिल्या वर्षाच्या अभ्यासक्रमाला प्रवेश घेतलेल्या १६५० विद्यार्थ्यांची निवड केली. व या विद्यार्थ्यांना नवीन आयपॉडस् दिले. आणि आयपॉडचे शैक्षणिक उपयोग शोधण्याचे त्यांना अवाहन केले. आयपॉड म्हणजे एक उत्तम वॉकमन आहे आणि गाण्यांची व्यवस्थित रचना करण्याचे एक चांगले साधन आहे असा या प्रयोगापूर्वीचा बहुतेक विद्यार्थ्यांचा समज होता. या संशोधनात सहभागी होणारे विद्यार्थी कदाचित शेवटची अशी पिढी होती, की ज्यांनी इंटरनेटपूर्वीचेही जग पाहिलेले होते आणि आता इंटरनेटचाही अनुभव घेत होते. हे सर्वच विद्यार्थी हायस्कूलमध्ये असल्यापासून ऑनलाईन सेवा वापरत होते; या सेवांचे फायदे अनुभवत

होते. त्यामुळे आयपॉडमध्ये दडलेली शैक्षणिक क्षमता, त्याचे शैक्षणिक उपयोग या अशा विद्यार्थ्यांशिवाय इतर कोण ओळखू शकणार होते? एखाद्या विशिष्ट परिस्थितीमध्ये, सेवेमध्ये सुधारणा करण्यासाठी आपल्याला जर एखाद्या उपकरणाचे किंवा संकल्पनेचे 'सामूहिक योगदानकृत यंत्रणेत' म्हणजेच 'क्राऊडसोर्सिंग' मध्ये रूपांतर करायचे असेल, तर त्याची सुरुवात या तरुण आणि कल्पक विद्यार्थ्यांच्या समूहापासून का करू नये?

संशोधक ड्यूक आणि त्यांच्या सहकाऱ्यांच्या अपेक्षेप्रमाणे विद्यार्थ्यांनी अत्यंत नावीन्यपूर्ण अशा अनेक कल्पना सुचवल्या. डेव्हिडसन यांच्या मतानुसार विद्यार्थ्यांकडे नावीन्यपूर्ण कल्पनांचा खजिना होता. विद्यार्थ्यांनी एकमेकांबरोबर चर्चा करून तसेच त्यांच्या शिक्षकांसोबत विचारविनिमय करून इतर कोणालाही सुचणार नाहीत – अगदी ॲपललाही कल्पना करता आल्या नसत्या, एवढ्या अलौकिक आणि वैविध्यपूर्ण शैक्षणिक उपयोजन आज्ञावली म्हणजेच ॲपस् शोधून काढले होते.

वरील संशोधनात सहभागी झालेले विद्यार्थी २००७ मध्ये पदवीधर होत होते. तेव्हा सदर प्रयोगाचे लघु आणि दीर्घकालीन परिणाम दिसायला लागले होते. याच वर्षी ॲपल कंपनीने तिच्या 'आयट्यून्स यू' या सेवेचा शुभारंभ केला होता. या सेवेद्वारे विद्यापीठ ग्रंथालयाच्या तसेच वस्तुसंग्रहालयाच्या वेबसाईटवरून हजारो व्याख्याने आणि लेख मोफत डाऊनलोड करणे शक्य होत होते. २०११ पर्यंत या वेबसाईटवरुन डाऊनलोड केलेल्या व्याखानांची संख्या आतापर्यंत नोंदवल्या गेलेल्या संख्येपेक्षा कितीतरी पट अधिक होती. संख्येत सांगायचे, तर साडेतीन लाखाहून अधिक व्याख्याने ६०० दशलक्ष वेळा डाऊनलोड केली गेली होती. यातील निम्मी व्याख्याने तर केवळ २०१० मध्ये डाऊनलोड केली गेली होती. जगभरातील १२३ देशांमध्ये ही व्याख्याने मोफत डाऊनलोड करता येत होती. हार्वर्ड, येल, एमआयटी, ड्यूक, केंब्रिज, ऑक्सफर्ड या विद्यापीठांसह इतर हजारो शैक्षणिक संस्थामधील शिक्षकांनी ही व्याख्याने उपलब्ध केली होती.

ऑनलाईन शिक्षणाला विरोध असणाऱ्यांची मते

काही तज्ज्ञांच्या मतानुसार ऑनलाईन शिक्षणाचे काही तोटेही आहेत. संक्षिप्ततेच्या कारणासाठी त्यातील केवळ पाच तोट्यांची यादी मी खाली दिली आहे व पुढे त्यांचे स्पष्टीकरणही दिले आहे.

१. लहान मुले ही लहान मुलांसारखेच वागणार. वायफाय असले काय किंवा नसले काय कॉलेजच्या दुसऱ्या वर्षात शिकणारी मुले त्याच मानसिकतेने वागणार.

२. शैक्षणिक सॉफ्टवेअर बनवणाऱ्या कंपन्या त्यांच्या सॉफ्टवेअरच्या क्षमतेबाबत अवास्तव आश्वासने देतात किंवा त्याबाबत खोटी माहिती देतात.

३. बहुकार्यात्मकतेमुळे मुलांच्या कामगिरीवर विपरीत परिणाम होतात.

४. डिजिटल साधने सतत वापरल्यामुळे मुलांची विचार करण्याची क्षमता तसेच सर्जनशीलता मारली जाते.

५. हायपरलिंक केलेला मजकूर वाचताना मुलांच्या आकलनात अडचणी येतात.

लहान मुले ही लहान मुलांसारखेच वागणार : नेट स्टलमन हा स्वार्तमोर महाविद्यालयात पदवी अभ्यासक्रमाच्या दुसऱ्या वर्षात शिकत होता. आपले वर्गमित्र कॉम्प्यूटरचा कशासाठी वापर करतात याचा त्याने शोध घेण्याचे ठरवले. स्वार्तमोर हे अमेरिकेतील आकाराने लहान असलेले पण एक अग्रगण्य महाविद्यालय आहे. हे महाविद्यालय जरी अग्रगण्य असले, तरी येथे शिकणारे विद्यार्थी मात्र सामान्य महाविद्यालयातील लाखो विद्यार्थ्यांप्रमाणेच कॉम्प्यूटरचा वापर करत होते. जसे की, खेळ खेळणे, मित्राला किंवा मैत्रिणीला ई-मेल्स पाठवणे, चॅटिंग करण्यामध्ये वेळ वाया घालवणे, गाणी अपलोड वा डाऊनलोड करणे इत्यादी. लक्षात ठेवा, फेसबुक आणि ट्विटरचा अद्याप उगम व्हायचा होता. *न्यू यॉर्क टाइम्समध्ये* लिहिलेल्या आपल्या लेखात[१४] स्टलमन याने नमूद केले आहे, की बहुसंख्य विद्यार्थ्यांकडे इंटरनेटवरील लक्ष विचलित करणाऱ्या आणि मोहात पाडणाऱ्या बाबींना टाळण्याची परिपक्वता नव्हती. शाळेमध्ये वायरिंग करणे आणि मेंदूमध्ये वायरिंग करणे सारखेच आहे असा समज असण्याऱ्या तज्ज्ञांनी या समस्येबाबत अद्याप पुरेसा विचार केलेला दिसत नाही. जिल्हा परिषदेच्या ज्या शाळांनी विद्यार्थ्यांना लॅपटॉप दिले होते, त्या शाळांना नंतर लक्षात आले, की डिजिटल साधने उपलब्ध केल्यामुळे विद्यार्थी लवकर प्रगल्भ होतात असे नाही.[१५]

शैक्षणिक सॉफ्टवेअर बनवणाऱ्या कंपन्या त्यांच्या सॉफ्टवेअरच्या क्षमतेबाबत अवास्तव आश्वासने देतात किंवा त्याबाबत खोटी माहिती देतात : सप्टेंबर २०११ मध्ये *न्यू यॉर्क टाइम्स* या वृतपत्राने त्याच्या मुखपृष्ठावर आणि आतील दोन संपूर्ण पानांवर तंत्रज्ञानाबाबत सावधानतेचा इशारा देणारी माहिती छापली होती.[१६] अगदी याच दिवशी असोशिएटेड प्रेस लाखो लोकांना माहिती देत होती, की जिल्ह्यातील सहाशे शाळा त्यांच्या विद्यार्थ्यांना तंत्रज्ञान उपलब्ध करण्यासाठी आयपॅड योजना सुरू करणार आहेत.[१७] ॲरिझोना राज्यातील कायरीन जिल्ह्यातील शाळा तर गेल्या सहा वर्षांपासून विद्यार्थ्यांना तंत्रज्ञानात्मक साधने उपलब्ध करत होत्या. एवढेच नाही, तर त्यांनी त्यांच्या वर्गखोल्याही तंत्रज्ञानाच्या मदतीने अत्याधुनिक बनवल्या होत्या. त्यासाठी त्यांनी ३३ दशलक्ष डॉलर्स खर्च केले होते. परिणाम : शून्य.

कायरीन जिल्ह्यातील या सहाशे शाळांचे निकाल राज्यातील इतर शाळांच्या निकालापेक्षा बरे असले, तरी या शाळांमधील विद्यार्थ्यांच्या गणिताच्या आणि वाचनाच्या कामगिरीमध्ये गेल्या सहा वर्षांत अगदीच किरकोळ सुधारणा झाली होती. विशेष म्हणजे

हे विद्यार्थी संगणक आणि इतर तंत्रज्ञान वापरू शकत असताना म्हणजेच क्लिकिंग, माऊसिंग आणि पॉवरपॉईंटिंग करता येत असतानासुद्धा या विद्यार्थ्यांची शैक्षणिक विषयातील कामगिरी म्हणावी तेवढी सुधारलेले नव्हती. अर्थात वर्गांमध्ये केलेल्या तंत्रज्ञानात्मक सुधारणांचे सकारात्मक किंवा नकारात्मक परिणाम दर्शवणारे खूप कमी संशोधन झालेले आहे हे या तज्ज्ञांना माहीत असल्यामुळे त्यांना वरील निष्कर्षांचे फार आश्चर्य वाटले नाही. बिल अँड मिलिंडा गेटस् फाऊंडेशनच्या माजी कार्यकारी संचालकांनी *टाइम्स* मासिकाला दिलेल्या मुलाखतीत सांगितले होते की ''तंत्रज्ञानाच्या शैक्षणिक परिणामांबाबत आपल्याकडे अत्यंत त्रोटक आकडेवारी उपलब्ध आहे. व त्यामुळे खातरीलायक निष्कर्ष काढणे खूप कठीण आहे.''

वस्तुत: शैक्षणिक सॉफ्टवेअरची परिणामशून्यता सिद्ध करणारे अनेक शासकीय तसेच खासगी अभ्यास आतापर्यंत केले गेले आहेत. त्यांची संख्या एवढी मोठी आहे की इथे फक्त त्यांची यादी देता येईल.[१८] या सर्व संशोधनाचा सारांश *न्यू यॉर्क टाईम्सच्या* 'सॉफ्टवेअरची अवास्तव प्रशंसा'[१९] या बातमीमध्ये सामावला होता. विशेष म्हणजे त्यांच्या अवास्तव प्रशंसेद्वारेच शैक्षणिक सॉफ्टवेअर निर्माण करणाऱ्या कंपन्या वर्षाला २.२ दशलक्ष डॉलर्सचा व्यवसाय करत होत्या. स्टॅनफोर्ड विद्यापीठाच्या सेंटर फॉर रिसर्च ऑन एज्युकेशनल आउटकम्स् या विभागाने पेनसिलव्हॅनियातील सनदी शाळांमधील ७३,००० विद्यार्थ्यांच्या चार वर्षांतील वाचन कामगिरीचे एक सर्वेक्षण केले. सामान्य शाळांमधील विद्यार्थ्यांपेक्षा तंत्रज्ञान वापरणाऱ्या शाळांमधील विद्यार्थ्यांची वाचनातील प्रगती अत्यंत वाईट होती असे या सर्वेक्षणात आढळले.[२०] कोलोराडो येथील तंत्रज्ञानसिद्ध शाळांमध्ये शिकणाऱ्या विद्यार्थ्यांचे पदवी प्राप्तीचे प्रमाण १२ टक्के होते तर तंत्रज्ञानविरहित शाळांमधील विद्यार्थ्यांचे पदवी प्राप्तीचे प्रमाण ७८ टक्के होते.[२१] एवढेच नाही तर २०११ मध्ये म्हणजेच स्टिव्ह जॉब्ज यांच्या मृत्यूपूर्वीच्या थोडेच दिवस आधी बिल गेटस् आणि स्टिव्ह जॉब्ज यांच्यातील भेटीदरम्यान दोघांनी मान्य केले होते की 'शालेय शिक्षणावर संगणकांचा आतापर्यंत खूपच थोडा प्रभाव पडला आहे.'[२२]

प्राथमिक शाळेमध्ये कोणतेही तंत्रज्ञान वापरायचे नाही हे वॅलडॉर्फ या खासगी शाळेचे तत्त्व आहे. या शाळेचा भर हस्तकलेवर आहे. व ही शाळा तंत्रज्ञानाशिवायच्या सर्जनशीलतेमध्ये विश्वास ठेवते. या शाळेच्या तत्त्वानुसार मुले हायस्कूलमध्ये जाईपर्यंत किंवा त्याच्या नंतरच्या काळापर्यंतही तंत्रज्ञान वाट पाहू शकते. कदाचित याच कारणांमुळे ॲपल, याहू, गुगल यासारख्या माहिती तंत्रज्ञानाच्या कंपन्यांमध्ये काम करणाऱ्या अभियंत्यांची आणि संचालकांची मुले सिलिकॉन व्हॅलीतील वॅलडॉर्फ या खासगी शाळेमध्ये प्रवेश घेण्यासाठी गर्दी करतात. सर्वांत आश्चर्यकारक म्हणजे या शाळेतील

मुलांचे पालक तंत्रज्ञ असतानासुद्धा सह्या करण्यासाठी पारंपरिक पेनचा वापर करतात आणि त्यांची मुलेसुद्धा याबाबतीत पालकांचेच अनुकरण करतात.[२३]

बहुकार्यात्मकतेमुळे मुलांच्या कामगिरीवर विपरीत परिणाम होतो : तंत्रज्ञान आणि मुले या दोघांच्याही क्षमतांबाबत डिजिटल तंत्रज्ञानाच्या पुरस्कर्त्यांकडून अवास्तव गुणगान होण्याची शक्यता आहे. एकाच वेळेस हवेत अनेक चेंडू उडवून झेलण्याचा एक खेळ असतो. या खेळाला गारूडाचा खेळ म्हणतात. या खेळाचा आणि डिजिटल साधनांचा विचार केला, तर विविध डिजिटल साधने म्हणजे या खेळातील रबरी चेंडूच आहेत आणि तुम्ही दोन्ही हातांनी ते चेंडू खेळत आहात असे म्हणता येईल. गारूडाच्या खेळामध्ये तुम्ही एका नवीन चेंडूची भर घातली की खेळ अधिक आव्हानात्मक होतो. पुढे आणखी दोन, तीन किंवा चार चेंडूंची भर घातली की तुमच्या हातांची क्षमता संपते. आणि मग पुढे आणखी नवीन चेंडूंची भर घालणे कठीण होते.

आजचे युवक ई-टॅबलेटस्, आयपॉडस्, स्मार्टफोन्स, लॅपटॉप आणि त्यांच्या झोपण्याच्या खोलीतील टेलिव्हिजन इत्यादी डिजिटल साधनांबरोबर गारूडाच्या खेळासारखाच खेळ नियमितपणे खेळत असतात. अशा वेळेस त्यांच्या मेंदूला गारूडाच्या खेळासारखीच आव्हानात्मक कसरत करावी लागते.

२००८ मध्ये १३ ते १७ या वयातील अमेरिकन युवक महिन्याला सरासरी २२७२ एसएमएस ची देवघेव करत होते. २०१० मध्ये हे प्रमाण वाढून महिन्याला सरासरी ३३३९ एसएमएस एवढे झाले होते. म्हणजेच ही मुले प्रत्येक तासाला सरासरी सहा एसएमएस ची देवघेव करत होते. सोप्या भाषेत सांगायचे, तर बौद्धिक आणि भावनिक जडणघडणीच्या अत्यंत महत्त्वाच्या काळात या मुलांना प्रत्येक दिवशी ११८ वेळा एसएमएसच्या व्यत्ययाचा सामना करावा लागत होता. म्हणजेच ही मुले दिवसातील ९० मिनिटांचा वेळ या कृतीमध्ये व्यर्थ घालवत होती.[२४] विविध प्रकारच्या व्यत्ययांचा वाचनावर किती वाईट परिणाम होतो हे भाज्य-भाजकाच्या निवडीचा भागाकार या उदाहरणामध्ये सांगितले आहे. आठवून पहा. आवश्यक वाटत असेल तर पान क्रमांक १३० पहा.

डिजिटल साधने वापरत असताना विद्यार्थी एसएमएसशिवाय आणखी कशामध्ये वेळ घालवतात ते पाहू या. विद्यार्थी किती मोठ्या प्रमाणावर डिजिटल साधने वापरतात आणि बहुकार्यात्मकतेमध्ये ते किती अधिक व्यग्र असतात याबाबतचे सर्वांत व्यापक संशोधन कैसर फॅमिली फाऊंडेशनने केले आहे.[२५] या संशोधनाचे निष्कर्ष २००९ मध्ये प्रकाशित करण्यात आले होते. या निष्कर्षांनुसार २००४ पासून मुलांच्या बहुकार्यात्मकतेच्या वेळेमध्ये दररोज दोन तासांहूनही अधिक वाढ झालेली होती. एकाच

वेळी अनेक डिजिटल साधने वापरत असल्यामुळे ही मुले १०.७ तासांच्या मनोरंजनात्मक कृती ७.५ तासांमध्ये करत होते. यामध्ये सिनेमा, संगीत, टेलिव्हिजन, व्हिडिओ यांचा समावेश होता. दुर्दैवाने यामध्ये अगदी थोडेच वाचन समाविष्ट होते. विशेष म्हणजे ही स्थिती स्मार्टफोन किंवा किंडल आणि आयपॅडस् यासारख्या ई-टॅबलेटच्या आगमनापूर्वीची होती.

गारूडाचा खेळ खेळताना एखादा चेंडू खाली पडला, तर रबराच्या चेंडूचे थोडेसे नुकसान होईल. परंतु विविध डिजिटल साधने एकाच वेळेस वापरल्यामुळे म्हणजेच बहुकार्यात्मकतेमुळे मुलांच्या मेंदूचे किती नुकसान होऊ शकते याचा कधी विचार केला आहे का? बहुकार्यात्मकतेचा विद्यार्थ्यांच्या स्मरणक्षमतेवर आणि कार्यक्षमतेवर विपरीत परिणाम होतो का हे तपासण्यासाठी स्टॅनफोर्ड येथील डॉ. क्लिफोर्ड नॅस आणि त्यांच्या सहकाऱ्यांनी विद्यापीठातील विद्यार्थ्यांवर एक प्रयोग केला.[२६] प्रयोगातील विद्यार्थ्यांना विविध कार्ये करताना मोबाईल फोन, ट्विटर, संदेशात्मक मजकूर टाईप करणे, व्हिडिओ चॅटिंग आणि वेबवरून माहिती शोधणे अशा विविध माध्यमांचा एकाच वेळेस वापर करायचा होता. प्रयोगासाठी निवडलेले विद्यार्थी तंत्रज्ञान वापरण्यामध्ये चांगलेच पारंगत होते. एका वेळेस हे विद्यार्थी किती डिजिटल माध्यमांचा वापर करतात त्यानुसार या विद्यार्थ्यांचे अति-बहुकार्यात्मकता असलेले विद्यार्थी आणि कमी-बहुकार्यात्मकता असलेले विद्यार्थी असे दोन गट तयार केले होते.

अति-बहुकार्यात्मकता असणाऱ्या विद्यार्थ्यांमध्ये अनेक प्रकारच्या उणिवा आढळल्या. या विद्यार्थ्यांमध्ये एकाग्रतेचा अभाव होता. डिजिटल माध्यमांवर शोधत असलेल्या किंवा वाचत असलेल्या माहितीतील कोणती माहिती त्यांना उपयुक्त आहे व कोणती माहिती उपयुक्त नाही हे या विद्यार्थ्यांना सांगता येत नव्हते. तसेच असंबंधित माहितीमुळे हे विद्यार्थी सहजपणे विचलित होत होते. त्यांची स्मरणक्षमता कमी होती आणि एका कार्याकडून दुसऱ्या कार्याकडे जाताना किंवा एका माध्यमाकडून दुसऱ्या माध्यमाकडे जाताना त्यांच्यामध्ये कोणतीही शिस्त नव्हती. वाहन चालवताना फोनवर संभाषण करणे या अत्यंत साध्या बहुकार्यात्मकतेतही हाच दोष असतो असे आढळले आहे.[२७]

डिजिटल साधने वापरल्यामुळे मुलांची विचार करण्याची क्षमता आणि सर्जनशीलता मारली जाते : सध्याचे बहुतांश युवक आणि प्रौढ दिवसातील चोवीस तास आणि आठवड्यातील सर्व दिवस म्हणजेच २४ × ७ बहुकार्यात्मकतेत व्यग्र असतात. इंटरनेट आणि इतर डिजिटल साधनांपासून ते अगदी थोडा वेळसुद्धा दूर होत नाहीत.

तुम्ही म्हणाल की यामध्ये अयोग्य काय आहे? कारण तुम्ही जेवढे अधिक काम

करता, तेवढे तुम्ही अधिक यशस्वी होता; अधिक गोष्टी साध्य करता. बरोबर? नाही. हे बरोबर नाही असे तज्ज्ञांचे मत आहे.

बहुतांश सर्जनशील कलाकार आणि विचारवंत एक बहुमोल असे तत्त्व सांगत असतात. त्यांच्या म्हणण्यानुसार काम करत असताना असा एक क्षण येतो, की हातातील काम किंवा डोक्यातील विचार आपल्यामध्ये 'झिरपत' जाईपर्यंत ते काम थांबवावे लागते व वापरत असलेली साधने बाजूला ठेवून हातातल्या कामाव्यतिरिक्त इतर काहीतरी करावे लागते जसे की- मोटरसायकलवर लहानसा फेरफटका मारणे, किंवा व्हॅक्यूम क्लिनरने थोडे घर साफ करणे, संगीत ऐकणे इत्यादी. यामुळे आपल्याला चिंतन करणे शक्य होते. चिंतन करणे म्हणजे स्वतःच स्वत: बरोबर संवाद साधणे. चिंतन करत असताना आपण कधीच आरडाओरडा करत नाही. चिंतन करण्यासाठी एकांताची गरज असते.[२८] एखादी व्यक्ती तिच्या मुख्य कामापासून दूर झाली असताना, ती व्यक्ती कोणत्याही कामामध्ये मग्न नसताना म्हणजेच काहीही काम करत नसताना अनेक महत्त्वाचे शोध लागल्याचे, तसेच त्या व्यक्तिला अंतर्दृष्टी प्राप्त झाल्याची इतिहासामध्ये अगणित उदाहरणे आहेत.[२९] एखादी गणिती समस्या सुटत नसेल, तर आईनस्टाईन ती समस्या तशीच ठेवून संगीत ऐकायचे आणि त्यानंतर मूळ गणिती समस्या सोडवायला घ्यायचे.

जेव्हा आपण एकाच वेळेस विविध डिजिटल साधने सातत्याने वापरत असतो, माहिती सतत डाऊनलोड आणि अपलोड करत असतो, फोन आणि ई-मेलद्वारे सतत संदेश पाठवीत असतो, युट्यूबवर सतत काहीतरी शोधत आणि पाहत असतो, गुगलवर सतत काहीतरी शोधत असतो आणि त्यावरून काहीतरी डाऊनलोड करत असतो, किंवा आपल्या मित्रांना ट्विटरवर संदेश पाठवत असतो, तेव्हा आपल्यातील सर्जनशीलतेचे काय होते? आपण जेव्हा एवढ्या सर्व गोष्टी एकाच वेळेस करत असतो, तेव्हा कोणत्याही एका बाबीसंबंधी आपल्याकडून सखोल विचार होणे शक्य नसते. अशा वेळेस उलट 'वरवरचा विचार केला जातो' व त्यामुळे आपली सर्जनशीलता कमी होते.[३०] अशा प्रकारे सतत बहुकार्यात्मकतेत व्यग्र असलेल्या लोकांमधून पुढच्या पिढीतील स्टिव्ह जॉब्ज, एडिसन, साल्क, स्पिलबर्ग, एलिंग्टन किंवा स्टेनबेक कसे निर्माण होतील? अशा या बहुकार्यात्मकतेच्या गोंधळात कार्य करणाऱ्यांमधून वरील प्रकारच्या महान सर्जनशील व्यक्ती निर्माण होण्याची शक्यता नाही हे अगदी स्पष्ट आहे.

तुम्ही जेव्हा डिजिटल साधनांचा वापर करत असता, तेव्हा खरे तर एकाच वेळेस दोन घटकांचा शक्तिपात होत असतो. एक म्हणजे जे डिजिटल साधन तुम्ही वापरत असता त्या साधनांची शक्ति म्हणजेच बॅटरी खर्च होत असते आणि दुसरे म्हणजे तुमची शक्ति म्हणजेच बुद्धी खर्च होत असते. बहुकार्यात्मकतेत मेंदूला सतत व्यग्र ठेवल्यामुळे

मेंदूची कार्यक्षमता कमी होते याचे खातरीशीर पुरावे मानवावर[३१] आणि उंदरांवर[३२] केलेल्या प्रयोगामध्ये आढळले आहेत. दुसऱ्या शब्दांत सांगायचे तर–जर तुमच्या जीवनात 'शांततेचे' पुरेसे क्षण नसतील, तर 'समाधानाचे' फार क्षण येणे कठीण असते.

जो विद्यार्थी सतत इंटरनेट आणि मोबाईल साधनांशी जोडलेला असतो, जो आपल्या डोक्याशेजारी फोन ठेवून झोपतो असा विद्यार्थी त्याने दिवसभर जे शिकलेले आणि अनुभवलेले असते, त्याचे नवनिर्मितीत रूपांतर करण्याला स्वत:ला वेळ देत नाही या गोष्टीची मानसशास्त्रज्ञांना विशेष काळजी वाटते.[३३]

हायपरलिंक केलेला मजकूर वाचल्यामुळे मुलांच्या आकलनात अडचणी येतात : इंटरनेटचा मानवाच्या मेंदूवर आणि त्यांच्या विचार करण्याच्या क्षमतेवर काय परिणाम होतो याबाबतची अत्यंत चिंतनीय समीक्षा निकोलस कार यांनी केली आहे. ही समीक्षा त्यांनी त्यांच्या *द शॅलोज: व्हॉट द इंटरनेट इज डुईंग टु अवर ब्रेन* या पुस्तकात मांडली आहे. निकोलस कार हे डार्टमॉऊथ आणि हार्वर्ड विद्यापीठाचे पदवीधर आहेत. आणि जगभरातील नामांकित नियतकालिकांमध्ये सातत्याने संशोधनपर लेख लिहीत असतात. तसेच ते एनसायक्लोपिडिया ब्रिटानिकाच्या संपादक मंडळाचेही सदस्य आहेत. अशा या विद्वान अभ्यासकाला सध्या एका भयंकर समस्येला तोंड द्यावे लागत आहे.

निकोलस कार गेली दहा वर्षे सातत्याने इंटरनेटचा वापर करत होते. व त्यामुळे त्यांच्या मेंदूवर विपरीत परिणाम होऊन त्यांना जटिल, किचकट मजकूर वाचणे व समजून घेणे दिवसेंदिवस अधिक कठीण होत होते. एवढेच नाही तर इंटरनेटच्या अति वापरामुळे त्यांची एकाग्रता सातत्याने कमी होत गेली, सखोल वाचन कमी होत गेले, आणि त्यांच्या स्मरणक्षमतेवर कमालीचा विपरीत परिणाम झाला. त्यांचा हा सर्व थेट अनुभव त्यांनी त्यांच्या *द शॅलोज* या पुस्तकामध्ये सांगितला आहे.

निकोलस कार यांनी त्यांची ही समस्या जेव्हा त्यांच्या सहकाऱ्यांना, नामांकित लेखकांना आणि संशोधकांना सांगितली, तेव्हा अनेकांनी त्यांच्याशी सहमती दर्शवली आणि तेही तशाच प्रकारची समस्या अनुभवतात हे मान्य केले. त्यांच्या या सहकाऱ्यांनी असेही सांगितले, की या समस्येमुळे ते आता मोठे परिच्छेद सखोलपणे वाचू शकत नाहीत. शिवाय बहुकार्यात्मकतेच्या या जगात ते जसा झटपट आणि वरवरचा विचार करायला लागले होते, त्याचप्रमाणे ते आता झटपट आणि वरवरचे वाचू लागले आहेत हेही त्यांनी मान्य केले. लांबलचक, व्यापक, सखोल कोणाला वाचायचे आहे? गुगल करेल ना ते काम आमच्यासाठी!

निकोलस कार यांनी त्यांच्या *द शॅलोज* या पुस्तकातील २६ पानांच्या एका प्रकरणामध्ये ऑनलाईन वाचनाचे धोके सविस्तरपणे सांगितले आहेत. त्यांना जाणवलेले

आणि आपल्याला विचार करायला लावणारे ऑनलाईन वाचनाचे काही धोके पुढीलप्रमाणे आहेत.

- हायपरलिंक केलेला मजकूर वाचत असताना आपला वाचनाचा वेग कमी होतो व हा मजकूर समजून घेण्यामध्ये आपल्याला अडथळे येतात.[३४]
- इंटरनेटवरील माहिती वाचत असताना होणाऱ्या विचलनामुळे वाचकाच्या मेंदूवर परिणाम होतो व त्यामुळे त्याचे लक्ष विचलित होण्याचे प्रमाण आणखी वाढते.[३५]
- एका प्रयोगातील शंभरपैकी पन्नास स्वंयसेवकांना अभ्यासासाठी केवळ अक्षरांच्या स्वरूपातील माहिती संगणकावर उपलब्ध केली होती आणि राहिलेल्या पन्नास स्वयंसेवकांना अक्षरे आणि मल्टीमिडिया स्वरूपातील माहिती उपलब्ध केली होती. या दोन्ही प्रकारच्या स्वयंसेवकांची जेव्हा परीक्षा घेतली, तेव्हा केवळ अक्षरांच्या स्वरूपातील माहिती वाचणाऱ्या स्वयंसेवकांची कामगिरी मल्टीमिडिया स्वरूपातील माहिती वाचणाऱ्या स्वयंसेवकांपेक्षा खूप चांगली आढळली.[३६]
- ऑनलाईन मजकूर वाचणाऱ्या वाचकांच्या डोळ्यांच्या हालचालींचा अभ्यास केला गेला. या अभ्यासात आढळले, की वेबपेजच्या एकूण आकारापैकी प्रत्यक्षात केवळ १८ टक्केच भाग वाचला जातो. आणि एक वेबपेज सरासरी १० सेकंद किंवा त्याहीपेक्षा कमी वेळ पाहिले जाते.[३७]

ऑनलाईन मजकूर वाचल्यामुळे वाचकाची एकाग्रता भंग होते असा निकोलस कार यांचा निष्कर्ष होता. वाचकांच्या वर्तनाचा अभ्यास करणाऱ्या वृत्तपत्र उद्योगानेही कार यांच्या या निष्कर्षाचे समर्थन केले आहे. ऑनलाईन वर्तमानपत्र वाचणारे वाचक महिन्याला सरासरी ४५ मिनिटे वर्तमानपत्र वाचतात तर मुद्रित वर्तमानपत्र वाचण्यासाठी वाचक महिन्याला ७९० मिनिटांचा वेळ देतात.[३८] ऑनलाईन वाचक क्वचितच सखोल वाचन करतात.

वा, काय ते मायक्रोवेव्हचे आश्वासन!

थोडक्यात, डिजिटल युगाच्या या सुरुवातीच्या काळात आपल्याला तंत्रज्ञानाचे फायदे अनुभवायला मिळत आहेत तसेच तोटेही दिसत आहेत. डिजिटल साधनांद्वारे वाचलेले जेवढे स्मरणात राहते, त्यापेक्षा मुद्रित वाचन साहित्यातून वाचलेले खूप अधिक लक्षात राहते असे संशोधनातून दिसून आले आहे. अर्थात सातत्याने विविध प्रकारच्या डिजिटल साधनांचा वापर करत राहिल्यास ही परिस्थिती पुढील काळात बदलू शकते. डिजिटल शिक्षणाची दुसरी बाजू अशी आहे, की ई-टॅबलेटस्, आणि इतर प्रकारची डिजिटल साधने अधिक मनोरंजक आहेत, ते आपल्याला अधिक माहिती वेगाने उपलब्ध करतात, ही साधने वापरायला अधिक सुलभ आहेत आणि स्वस्तही आहेत.

वीस वर्षांपूर्वी मायक्रोवेव्ह पहिल्यांदा बाजारात उपलब्ध झाले होते. एका महिला निरीक्षकानुसार तेव्हा आपला असा समज होता, की आता संपूर्ण स्वयंपाक मायक्रोवेव्हमध्येच तयार केला जाईल. परंतु प्रत्यक्षात मात्र हे उपकरण आपण केवळ खाद्यपदार्थ गरम करण्यासाठी आणि पॉपकॉर्न बनवण्यासाठीच वापरत आहोत. आणि बहुतांश स्वयंपाक मात्र गॅस शेगड्यांवरच करत आहोत. याचप्रमाणे वर चर्चिलेले मुद्रित आणि ई-वाचनसाहित्याचे फायदे-तोटे विचारात घेता ई-वाचनसुद्धा 'मायक्रोव्हेव' च्याच मार्गाने जाईल असे वाटते. व त्यामुळे कदाचित हलक्या-फुलक्या मनोरंजनात्मक वाचनासाठी आपण ई-बुक्सचा वापर करू आणि जी माहिती आपल्या दीर्घकाळ स्मरणात रहावी असे आपल्याला वाटते, त्यासाठी आपण पारंपरिक म्हणजेच मुद्रित वाचनसाहित्य वापरत राहण्याची शक्यता खूप अधिक आहे.[३९]

आपण डिजिटल साधने उपलब्ध करत आहोत म्हणून मुलांनी वेगाने शिकावे, सखोल अभ्यास करावा अशी आपली जी अपेक्षा आहे, ती 'मायक्रोव्हेव शिक्षणासारखी' आहे. अशा शिक्षणातून आणि वाचनातून चिंतनशील, सर्जनशील व्यक्तिमत्व विकसित होण्याची खातरी नाही.

८. टेलिव्हिजन आणि ऑडिओ वाचनसाहित्य : शिक्षणाला पूरक आहे की मारक आहे?

टेलिव्हिजन आधुनिक जगाची अग्निपरीक्षा घेणार आहे असे मला वाटते. आपल्या सामान्य दृष्टीला जे दिसते, त्याहून खूप दूरचे पाहण्याची एक नवीन संधी आपल्याला टेलिव्हिजनमुळे उपलब्ध झाली आहे. एक तर टेलिव्हिजनमुळे सहन होण्यापलीकडचा नवीन व्यत्यय अनुभवाला मिळणार आहे किंवा खूप चांगला अनुभवतरी मिळणार आहे. व त्यामुळे आपण एक तर टेलिव्हिजन वापरत राहणार आहोत किंवा तो पाहण्याचे बंदतरी करणार आहोत. आणि याबद्दल मला पूर्ण खातरी आहे.
ई बी व्हाईट. 'रिमूव्हल फ्रॉम टाऊन' हारपर्स, ऑक्टोबर १९३८.

लहान मुलांच्या जडणघडणीवर खरे तर त्यांच्या कुटुंबाचा खूप प्रभाव असला पाहिजे. परंतु सध्यातरी त्यांच्यावर ईलेक्ट्रॉनिक माध्यमांचा खूप प्रभाव दिसून येतो. काहींच्या मते तर कुटुंबापेक्षा ईलेक्ट्रॉनिक माध्यमांचाच प्रभाव अधिक दिसून येतो. ईलेक्ट्रॉनिक माध्यमे एवढी प्रभावी असल्यामुळे शिक्षणासंबंधीच्या कोणत्याही पुस्तकामध्ये किंवा चर्चेमध्ये त्यांचा समावेश करावाच लागतो. यापूर्वीच्या प्रकरणामध्ये डिजिटल माध्यमांच्या मुलांच्या वाचनावर आणि शिक्षणावर होणाऱ्या परिणामांची चर्चा केली आहे. या चर्चेतून आपण जाणून घेतले, की या माध्यमांचा मुलांच्या वाचनावर विपरीत परिणाम होतो. याचप्रमाणे टेलिव्हिजनचा मुलांच्या वाचनावर आणि शिक्षणावर विपरीत परिणाम होतो का? संगणकाच्या आगमनामुळे कुटुंबातील टेलिव्हिजनचा प्रभाव कमी होईल असे बहुतेकांना वाटत होते. परंतु अद्यापतरी तसे काही झालेले नाही. तर मग टेलिव्हिजनचा मुलांच्या जीवनावर सकारात्मक की नकारात्मक परिणाम होतो? की काहीच परिणाम होत नाही?

ओप्रा विन्फ्री यांनी टेलिव्हिजनवर सादर केलेल्या पुस्तकविषयक मालिकेमुळे

मुलांच्या वाचनावर कसा सकारात्मक परिणाम झाला हे तुम्हाला आठवते का? ओप्राच्या मालिकेचे यश विचारात घेतले, तर आपल्याला टेलिव्हिजन या माध्यमाचे कौतुक केले पाहिजे; या माध्यमाला सर्वोच्च गुण दिले पाहिजे. व्हियतनाम युद्धादरम्यान, नागरी हक्क चळवळीच्या वेळेस, तसेच ९/११ आणि कॅटरिना चक्रिवादळानंतर जनजागृती करण्यामध्ये टेलिव्हिजनने किती सकारात्मक भूमिका बजावली होती आठवून पहा. यासाठीही आपल्याला टेलिव्हिजनचे कौतुक केले पाहिजे.

माझ्या घरी टेलिव्हिजन संच आहे व ॲपल टीव्हीद्वारे मी रात्रीच्या बातम्या पाहतो तसेच *जिओपारडी, ६० मिनिटस्,* यांकीज गेम्स आणि सिनेमाही पाहतो. मनोरंजनासाठी तसेच माहिती मिळवण्यासाठी, एवढेच नाही तर लक्ष विचलित करण्यासाठीसुद्धा योग्य प्रमाणात वापर केला, तर टेलिव्हिजन हे एक निरुपद्रवी माध्यम आहे. टेलिव्हिजन हे माध्यम तुमच्या घरी उपलब्ध असलेल्या औषधांसारखे आहे. ही औषधे उपयुक्त असतात तरीसुद्धा त्यांना मुलांपासून दूर ठेवावे लागते. तसेच आपली नजर चुकवून मुले ही औषधे घेणार नाहीत यावरही लक्ष ठेवावे लागते. हे तत्त्व टेलिव्हिजनलाही लागू पडते. परंतु प्रत्येक घरात सरासरी ३.८ टेलिव्हिनज संच उपलब्ध असतील, तर मुलांच्या टेलिव्हिजन पाहण्यावर नियंत्रण ठेवता येईल का? खरे तर असे नियंत्रण ठेवणे हे एक अत्यंत अवघड आव्हान आहे.

आधुनिक कुटुंबव्यवस्थेतील गुंतागुंतीची मला पूर्ण जाणीव आहे आणि त्याबद्दल मला सहानुभूतीही आहे. कशी आहे ही कुटंबव्यवस्था? दोघेही पालक नोकरी करतात. बहुतेक वेळा ते अत्यंत तणावाखाली असतात. त्यांच्याकडे नेहमीच वेळेची चणचण असते. आपल्या लहान मुलांचे पालनपोषण करण्याचा, त्यांना घडवण्याचा आणि त्यांच्याशी जुळवून घेण्याचा ते प्रयत्न करत असतात. या व्यवस्थेतील कुटंबं अगदी थोडीसुद्धा क्लेव्हर्स किंवा ब्रॅडी बंच या मालिकेतील कुटंबांसारखी वाटत नाहीत. अशा पालकांसाठी टेलिव्हिजन हे मनोरंजनाचे, थोडासा विरंगुळा मिळवून देणारे एकमेव साधन असण्याची शक्यता आहे. व अशा पालकांबद्दल मला सहानभुती आहे. परंतु प्रत्येक कुटुंबाकडे हे साधन आहे म्हणून या साधनाचे दुष्परिणाम कमी आहेत असे मात्र नाही. कोणत्याही कुटुंबासाठी टेलिव्हिजनचे दुष्परिणाम सौम्य नसतात.

लहान मुलांनी अनेक तास टेलिव्हिजन पहिल्यामुळे त्यांच्यावर काय परिणाम होतो हे महत्त्वाचे नसून अनेक तास टेलिव्हिजन पाहत बसल्यामुळे त्यांना इतर अनुभवांपासून वंचित रहावे लागते. व हे जास्त नुकसानकारक आहे. आणि ही गोष्ट खूप महत्त्वाची असल्यामुळे मी तिची या प्रकरणात दोन वेळा चर्चा करणार आहे. अनेक तास टेलिव्हिजन पाहिल्यामुळे लहान मुलांचे काय नुकसान होते आणि टेलिव्हिजन पाहणे कमी केल्यामुळे

त्यांना काय फायदा होतो याबाबतची एक गोष्ट मी तुम्हाला सांगणार आहे. माझ्या कार्यक्रमाला येणाऱ्या पालकांना गेली पंचवीस वर्षे मी ही गोष्ट ऐकवत आहे.

ही गोष्ट आहे सोन्या कारसन या महिलेची. आपल्या दोन मुलांचा एकट्यानेच सांभाळ करणारी ही आई डेट्रॉइट शहराच्या मध्यवर्ती भागात राहत आहे. आपल्या दोन मुलांचे पालनपोषण करत असतानाच त्यांना घडवण्याचाही ती प्रयत्न करत आहे. त्या लहान असताना त्यांच्या कुटुंबात चोवीस बच्चे मंडळी होती. चोवीसपैकी त्या एक होत्या. केवळ तिसऱ्या इयत्तेपर्यंत शिकलेली ही महिला अत्यंत कष्टाळू होती. श्रीमंत कुटुंबामध्ये त्या मदतनीस म्हणून काम करत असत तसेच अशा कुटुंबातील मुलांची देखभाल करण्याची कामे त्या करत असत. आपल्या दोन मुलांचे व्यवस्थित पालनपोषण करता यावे म्हणून त्या कधी-कधी दोन किंवा तीन कुटुंबांकडे अशा प्रकारची नोकरी करत असत. व यामुळे त्यांना थोडाही आराम मिळत नसे. आराम मिळावा म्हणून क्वचितप्रसंगी त्यांना नातेवाईकांकडे जावे लागत असे. नैराश्य आणि मानसिक तणाव दूर करण्यासाठी त्यांना उपचारही घ्यावे लागत असत. यासाठी त्या मानसोपचार तज्ज्ञांकडे जात असत हे त्यांच्या मुलांना खूप वर्षांनंतर माहीत झाले होते. ही झाली आईची कथा.

तर दुसऱ्या बाजूला त्यांच्या दोन्ही मुलांची शाळेतील प्रगती काही फार समाधानकारक नव्हती. दोघांचीही वर्गातील कामगिरी अगदी जेमतम होती. दोघांपैकी लहान असलेला बेन्नी पाचव्या इयत्तेत शिकत होता आणि वर्गातील त्याची प्रगती सर्वांत वाईट होती. अमेरिकेतील सर्वांत धोकादायक शहरात आपल्या दोन मुलांना आधीच कसेबसे वाढवत असलेल्या सौ. कारसन यांच्यासमोर आता एक नवीन समस्या उभी राहिली होती. ती म्हणजे त्यांच्या मुलांची अभ्यासातील प्रगती खालावत चालली होती; त्यांना शाळेत समाधानकारक गुण मिळत नव्हते. परंतु सौ. कारसन धाडसी आणि व्यवहारी असल्यामुळे त्यांनी या समस्येचा सामना करायचे ठरवले.

गणिताच्या पेपरमध्ये मिळालेल्या धक्कादायक गुणांकडे निर्देश करत त्या त्यांच्या मुलाला म्हणाल्या, ''बेन्नि, तुझे प्रगतीपुस्तक जे दाखवत आहे त्यापेक्षा तू खूप हुशार मुलगा आहेस.'' पुढे त्या बेन्निला म्हणाल्या, ''आता सर्वांत प्रथम तू पाढे पाठ करायचे आहेत. अगदी एकूण एक पाढा पाठ करायचा आहे!''

बेन्नि म्हणाला, ''आई, किती पाढे आहेत हे तुला माहीत आहे का? एवढे सर्व पाढे पाठ करण्यासाठी मला एक वर्ष लागेल!''

यावर बेन्निची आई म्हणाली, ''मी फक्त तिसरीपर्यंत शाळेत गेले आहे आणि तरीसुद्धा मला बारापर्यंतचे पाढे पाठ आहेत. आणि लक्षात ठेव, पाढे पाठ केल्याशिवाय तू उद्या खेळायला जाऊ शकणार नाहीस.''

गणिताच्या पुस्तकातील पाढ्यांच्या तक्त्यांकडे बोट दाखवत आणि रडत-रडत बेन्नि म्हणाला, ''किती पाढे आहेत ते जरा पहा! एवढे सर्व पाढे कोणीतरी पाठ करू शकेल का?''[३]

बेन्निच्या डोळ्यात शांतपणे पाहत सौ. कारसन यांनी जाहीर केले, ''जोपर्यंत तू पाढे पाठ करणार नाहीस, तोपर्यंत तुला खेळायला जाता येणार नाही.''

बेन्निने पाढे पाठ केले. आणि त्याची गणितातील कामगिरी सुधारायला लागली. त्याची इतर विषयातील कामगिरी सुधारणे हे आता त्याच्या आईचे पुढचे उद्दिष्ट होते. त्यांच्या अंत:प्रेरणेने आता त्यांचे लक्ष टेलिव्हिजनकडे गेले. आणि त्यांच्या लक्षात आले, की मुले घरी असताना घरातील टेलिव्हिजन कधीच बंद नसतो. म्हणून त्यांनी बेन्निला ठणकावून सांगितले की ''आजपासून तुला आठवड्याला टेलिव्हिजनवरचे केवळ तीन कार्यक्रम पाहता येतील! लक्षात ठेव, आठवड्याला तीन!'' खूप शिकलेल्या नसताना केवळ आपल्या व्यावहारिक ज्ञानाद्वारे साऱ्या कारसन यांनी जाणले होते, की 'अति टीव्ही पाहणे' आणि अभ्यासातील असफलता यांचा अत्यंत जवळचा संबंध आहे. हीच बाब संशोधनाने तीस वर्षांनंतर सिद्ध केली होती.

घरातील टेलिव्हिजन आता बऱ्यापैकी वेळ बंद राहू लागला. त्यामुळे मुलांना जो मोकळा वेळ मिळत होता, त्या वेळेचा काय उपयोग करायचा याचा कारसन आता विचार करू लागल्या. एक दिवस त्या आपल्या मुलांना म्हणाल्या, ''दर आठवड्याला तुम्ही दोघांनी ग्रंथालयातून दोन पुस्तकं घेऊन यायची आहेत. व ती वाचून त्यांचं परीक्षण प्रत्येक आठवड्याच्या शेवटी मला सादर करायचं आहे.'' (आपल्या आईला नीट वाचता येत नव्हते व त्यामुळे आपण लिहिलेले ग्रंथपरीक्षण तिला पुरेसे समजत नव्हते हे मुलांना खूप वर्षांनंतर माहीत झाले.)

ग्रंथालयातून पुस्तक आणून ते वाचून त्याचे परीक्षण लिहिण्याचे काम मुलांना आवडले नव्हते. परंतु ते नाकारण्याचे धाडस मुले करू शकली नाहीत. आठवड्याला दोन पुस्तके वाचल्यामुळे आणि त्या पुस्तकांविषयी आईबरोबर चर्चा केल्यामुळे बेन्निची वाचनातील कामगिरी सुधारली. संपूर्ण अभ्यासक्रमच वाचनाधारित असल्यामुळे बेन्निच्या एकंदरीत अभ्यासामध्ये सुधारणा व्हायला लागली. शाळा बदलण्याचा विचार मनात येण्यापूर्वी सौ. कारसन यांनी घर बदलले ही बाब विशेषकरून लक्षात घेण्यासारखी आहे. विद्यार्थ्यांच्या खराब शैक्षणिक कामगिरीवरील उपाय म्हणून राज्यकर्ते शाळेकडे बोट दाखवतात. परंतु घराच्या महत्त्वपूर्ण भूमिकेकडे मात्र ते सोईस्करपणे दुर्लक्ष करतात. प्रत्येक शैक्षणिक सत्रामध्ये, प्रत्येक वर्षी बेन्निची कामगिरी उंचावत गेली. हायस्कूलच्या परीक्षेत त्याने नव्वद टक्के गुण मिळवले. गुणानुक्रमे त्याचा वर्गात तिसरा क्रमांक होता.

वेस्ट पॉईंट, येल आणि स्टॅनफोर्डसारखी महाविद्यालये बेन्निला पुढील शिक्षणासाठी शिष्यवृत्ती द्यायला तयार होती. परंतु त्याच्याकडे प्रवेश अर्जासाठी केवळ दहा डॉलर्स होते. म्हणून बेन्निने टेलिव्हिजनवरील कॉलेज बाउल स्पर्धा जिंकणाऱ्या महाविद्यालयात प्रवेश घ्यायचे ठरवले. आणि ते महाविद्यालय होते येल. चार वर्षांचा अभ्यासक्रम पूर्ण करून मानसशास्त्र या प्रमुख विषयासह त्याने येल महाविद्यालयातून पदवी प्राप्त केली. त्यानंतर त्याने मिश्चिगन आणि जॉन्स हॉपकिन्स विद्यापीठातून वैद्यकीय अभ्यासक्रम यशस्वीपणे पूर्ण केला. आज, वयाच्या ६२व्या वर्षी डॉ. बेन कारसन हे बालकांच्या मेंदूचे जगातील एक अग्रगण्य डॉक्टर आहेत. जॉन्स हॉपकिन्स विद्यापीठाने जेव्हा त्यांची पेडियाट्रिक न्यूरोसर्जरी विभागाच्या प्रमुखपदी नेमणूक केली होती, तेव्हा ते तेहतीस वर्षांचे होते आणि या पदावर पोहोचणारे देशातील सर्वांत तरुण डॉक्टर होते.

शहराच्या मध्यवर्ती भागात राहणारा पितृहीन मुलगा, ज्याची आई केवळ तिसऱ्या इयत्तेपर्यंत शिकलेली आहे, व पाचव्या इयत्तेमध्ये ज्याची अत्यंत वाईट कामगिरी होती असा मुलगा जगप्रसिद्ध मेंदूतज्ज्ञ कसा होऊ शकला हे डॉ. कारसन यांना विचारा. याचे स्पष्टीकरण देताना ते पुन्हा-पुन्हा दोन गोष्टींकडे निर्देश करतात : एक म्हणजे त्याच्या आईचा सेव्हन्थ-डे ॲडव्हेटिस्ट हा धर्म आणि दुसरे म्हणजे जेव्हा आईने त्याच्या टेलिव्हिजन पाहण्यावर मर्यादा आणली आणि वाचन करण्याचा आदेश दिला, तो मोलाचा क्षण. आयुष्याला खरोखर कलाटणी देणारा तो क्षण.

सौ. कारसन यांच्यापेक्षा तीनपट अधिक शिक्षण घेतलेले आणि त्यांच्यापेक्षा दहापट अधिक उत्पन्न असलेले श्रोते माझ्या कार्यक्रमांमध्ये असतात. परंतु मुलांच्या संगोपनाबाबतचा सौ. कारसन यांच्याकडे असलेला व्यावहारिकपणा आणि धैर्य या लोकांकडे नव्हते. सौ. कारसन यांच्याकडे जेवढा व्यावहारिकपणा होता, त्याच्या निम्मासुद्धा व्यावहारिकपणा या लोकांकडे नव्हता. खूप शिकलेले आणि श्रीमंत पालक आपल्या मुलांचे 'संगोपन' करत नसतात तर ते 'आपल्या मुलांना वाढत असताना केवळ पाहत असतात.' आणि यातील बहुतांश पाहणे हे टेलिव्हिजनसमोर बसलेल्या प्रशिक्षकाकडून होत असते. म्हणजेच पालकांकडून होत असते.

कारसन कुटुंबांकडून शिकण्यासारख्या महत्त्वाच्या दोन गोष्टी आहेत : (१) सौ. कारसन यांनी घरातील टेलिव्हिजन संच काढून टाकला नाही किंवा पूर्ण बंद केला नाही, झाकून ठेवला नाही- तर त्यांनी मुलांचे टेलिव्हिजन पाहणे कमी केले, त्यावर मर्यादा आणल्या. आणि (२) सौ. कारसन यांनी आपल्या मुलांकडून उच्च अपेक्षा ठेवल्या व मुलांनी त्या पूर्ण केल्याच पाहिजेत असा आग्रह धरला. मुलांचे टेलिव्हिजन पाहण्याचे

प्रमाण कमी करून सौ. कारसन यांनी मोठा अनर्थ टाळला होता. कोणत्याही गोष्टीच्या प्रमाणावरून त्या गोष्टीचा प्रभाव निश्चित होत असतो. मग ते प्रमाण चक्रिवादळाचे असेल, ॲस्प्रिनचे असेल, वाचनाचे असेल किंवा टेलिव्हिजन पाहण्याचे असेल.

कारसन कुटुंबाची गोष्ट आता प्रत्येक माध्यमांमध्ये उपलब्ध आहे. व यातील प्रत्येक माध्यम नवनवीन प्रकारे प्रेरणा देते. *गिफ्टेड हँडस् : द बेन कारसन स्टोरी* या पुस्तकाच्या स्वरूपात या कुटुंबाची गोष्ट उपलब्ध आहे. तशीच ही गोष्ट ई-बुक आणि श्रवणीय पुस्तकांच्या स्वरूपातही उपलब्ध आहे. एवढेच नाही तर या कुटुंबाची गोष्ट सांगणारा एक उत्कृष्ट सिनेमाही निर्माण केला गेला आहे. हा सिनेमा टर्नर ब्रॉडकस्टींग कंपनीने काढला आहे व त्यामध्ये ज्यूनियर क्यूबा गुड्डिंग यांची भूमिका आहे. सदर सिनेमा ॲमेझॉनमार्फत उपलब्ध केला जातो. याशिवाय ॲकेडमी ऑफ अचिव्हमेंट या संस्थेने डॉ. कारसान यांची एक अत्यंत प्रेरणादायक मुलाखत ऑनलाईन उपलब्ध केली आहे. ही मुलाखत दृक तसेच श्राव्य अशा दोन्ही स्वरूपात http://www.achievement.org/autodoc/page/car1int-1या वेबसाईटवर उपलब्ध आहे.[१]

टेलिव्हिजनमध्ये एवढे वाईट काय आहे?

अगदी आताआतापर्यंत बहुसंख्य टीकाकारांची टेलिव्हिजनबाबत एकच तक्रार होती ती म्हणजे 'मुलं खूप जास्त वेळ टीव्ही पाहतात.' त्यांच्या दृष्टीने टेलिव्हिजन हा पालकांच्या निष्काळजीपणाचा किंवा बेजबाबदारपणाचा केवळ एक निष्पाप साक्षीदार होता. आता नवीन संशोधन मात्र असे सिद्ध करत आहे, की टेलिव्हिजन हा गुन्हेगारांचा केवळ मूक साक्षीदार नसून तो त्यांचा साथीदार आहे. म्हणजेच टेलिव्हिजन स्वतःच गुन्हेगार आहे अशा निष्कर्षांपर्यंत नवीन संशोधन पोहोचत आहे. नवीन संशोधन जरी टेलिव्हिजनला संपूर्णपणे गुन्हेगार ठरवू शकले नसले, तरी अति टेलिव्हिजन पाहिल्यामुळे सर्व वयोगटातील लोकांचे खूप नुकसान होते हेमात्र नवीन संशोधन सांगत आहे. आणि अति टेलिव्हिजन पाहण्याचे सर्वांत अधिक दुष्परिणाम सर्वांत लहान मुलांवर होतात असेही हे नवीन संशोधन सांगत आहे. संप्रेषण माध्यामांसंबंधी अलीकडे केलेल्या संशोधनांचे निष्कर्ष शिक्षणक्षेत्राच्या भवितव्यासाठी शुभसूचक नाहीत कारण आठ ते अठरा या वयोगटातील विद्यार्थी आता दिवसाला सरासरी ४ तास २९ मिनिटे टेलिव्हिजन पाहतात. हे प्रमाण गाणी ऐकण्याच्या किंवा मनोरंजनाची इतर साधने वापरण्याच्या प्रमाणाच्या दुप्पट आहे. एवढेच नाही तर २००४ मध्ये विद्यार्थी दररोज जेवढा वेळ टेलिव्हिजन पाहत होते, त्यामध्ये आता ३८ मिनिटांची वाढ झाली आहे.[२]

टेलिव्हिजनचे काय दुष्परिणाम होतात पहा : सर्वांत लहान प्रेक्षकांपासून सुरुवात करू या.

१. कधी-कधी असे म्हटले जाते, की टेलिव्हिजन हे एक सहकुटुंब अनुभवण्याचे माध्यम आहे. परंतु बहुतांश वेळा बालके किंवा लहान मुले एक-एकटीच टेलिव्हिजन पाहत असतात. दारिद्र्यरेषेखालील कुटुंबातील सहा महिन्यांची मुले टेलिव्हिजनवर काय पाहतात आणि ते टेलिव्हिजन पाहत असताना त्यांच्या माता त्यांच्याबरोबर किती वेळ असतात याबाबत एका संशोधनामध्ये चारशे तास निरीक्षण केले गेले. चारशे तासांमधील केवळ २४ टक्के वेळ या माता त्यांच्या बाळांबरोबर संवाद साधताना आढळल्या. तेसुद्धा बहुतांशकरून टेलिव्हिजनवर शैक्षणिक कार्यक्रम सुरू असतानाच या माता त्यांच्या बाळाबरोबर संवाद साधत होत्या असे आढळले. विशेष म्हणजे या संशोधनातील लहान मुले टेलिव्हिजनवरचे जे कार्यक्रम पाहत होते, त्यातील बहुतांश कार्यक्रम बालकांसाठी निर्माण केलेले नव्हते. एकूण काय, तर दारिद्र्यरेषेखालील कुटुंबातील मुले खूप अधिक वेळ टेलिव्हिजन पाहतात व त्यामुळे ही मुले अभ्यासामध्ये मागे राहतात.[३] अगदी लहान वयामध्ये अति-जास्त वेळ टेलिव्हिजन पाहिल्यामुळे त्यांच्या एकाग्रतेच्या क्षमतेवर विपरीत परिणाम झाला असेल का? चला याचे उत्तर माहीत करून घेऊ या.

२. सिएटल चिल्ड्रनस् हॉस्पिटल येथील संशोधकांनी २५०० मुलांच्या टेलिव्हिजन पाहण्याच्या सवयींचा अभ्यास केला. या अभ्यासात त्यांना आढळले, की एखादे मूल तीन वर्षांचे होईपर्यंत जेवढे तास टेलिव्हिजन पाहते, त्या प्रत्येक तासामागे त्याची एकाग्रता कमी होत जाते. हे मूल जेव्हा सात वर्षांचे होते, तेव्हा त्याच्यातील एकाग्रतेच्या विकाराचे प्रमाण दहा टक्क्यांनी वाढलेले असते.[४] लहान मुलांमध्ये सध्या हा विकार सर्वांत जास्त आढळतो.

३. शेजारच्या मुलांपेक्षा आपल्या मुलांची प्रगती काकणभर जास्त असावी अशी आजच्या प्रत्येक तरुण पालकांची इच्छा असते. व या इच्छेच्या पूर्ततेसाठी ते इलेक्ट्रॉनिक वस्तू खरेदी करत असतात. उघड्या गाड्यातून सापाचे तेल विकणारे आणि नंतर रात्री उशिराच्या टेलिव्हिजन कार्यक्रमात त्याबाबत माहितीवजा जाहिरात करणारे फेरीवाले आठवतात का? तुमच्या लहान पाल्यासाठी बाल-आईनस्टाईन बनवणारी खेळणी, व्हिडिओ, डिव्हिडी आणि तत्सम उपकरणे यांची जाहिरात करण्यासाठी अशा प्रकारच्या विक्रेत्यांनी आता बालवाड्यांमध्ये

तळ ठोकला आहे. परंतु आईनस्टाईनचे दु:खी बालपण विचारात घेता अशा प्रकारची खेळणी कोणी खरेदी करेल का? होय, खरे सांगायचे तर लाखो पालक अशी खेळणी खरेदी करण्यासाठी उत्सुक आहेत. कारण खेळणी बनवणाऱ्या एका सर्वांत मोठ्या कंपनीमध्ये लहान मुलांवर संशोधन करणाऱ्या संचालकांनी व्यक्त केलेला पुढील विचार या पालकांना माहीत नाही. हे संचालक म्हणतात, ''अशा प्रकारची खेळणी मुलांना बुद्धिवान बनवतात याबाबत काहीही पुरावे नाहीत.''[५] लहान मुलांचा बुद्ध्यांक वाढवणाऱ्या हेतूने तयार केलेल्या अशा प्रकारच्या सर्व-काही करू शकणाऱ्या खेळण्यांविरोधात बालविकास तज्ज्ञ पालकांना सावधगिरीचा इशारा देतात. एका तज्ज्ञाने स्पष्ट केल्याप्रमाणे ''बालकांमधील सक्रियता जागृत करणारी खेळणीच सर्वांत उपयुक्त खेळणी असतात. एखादी गोष्ट करण्यासाठी लहान मुलांना त्यांच्या मनाचा आणि शरीराचा जेवढा अधिक उपयोग करवा लागेल, तेवढी ती मुलं अधिक शिकतील.'' द वॉल्ट डिझनी ही बेबी आईनस्टाईन या कंपनीची मातृसंस्था आहे. या कंपनीने तिच्या उत्पादनांवर 'शैक्षणिक' असे लेबल लावले होते. परंतु हा या लेबलचा दुरुपयोग आहे असे वाटल्यावरून नागरिकांनी या कंपनीवर सामूहिक खटला दाखल करण्याची धमकी दिली होती. या समस्येवर उपाय म्हणून कंपनीने जाहीर केले की ''तुम्हाला आमचे उत्पादन आवडले नसेल, तर तुम्ही तुमचे पैसे परत घेऊन जा.''[६] कंपनीच्या या भूमिकेवरून लक्षात येते, की त्यांचे उत्पादन समाजामध्ये फार लोकप्रिय नव्हते; उपयुक्त नव्हते. आणि शैक्षणिक असे लेबल लावण्याच्या योग्यतेचे तर नक्कीच नव्हते.

४. लहान मुले जेव्हा शाळेत जायला लागतात, तेव्हा अति टेलिव्हिजन पाहण्याचा विपरीत परिणाम त्यांच्या वाचनावर आणि गणितातील कामगिरीवर दिसून येतो. कॅलिफोर्नियातील सहा शाळांमध्ये तिसऱ्या इयत्तेत शिकणाऱ्या विविध वंशगटातील ३४८ विद्यार्थ्यांचे टेलिव्हिजन पहाण्याचे सर्वेक्षण केले गेले. या सर्वेक्षणात आढळले, की मुलांच्या झोपण्याच्या खोलीत टेलिव्हिजन असण्याचा आणि गणित, वाचन, भाषा तसेच कला या विषयात कमी गुण मिळण्याचा खूप जवळचा संबंध आहे.[७] हा संबंध समजून घेण्यासाठी खालील तक्ता पहा. कैसर फाऊंडेशनने केलेल्या संशोधनामध्येही असेच आढळले होते, की मुलांच्या झोपण्याच्या खोलीत टेलिव्हिजन असेल तर तो खातरीने जास्त वेळ पाहिला जातो.[८]

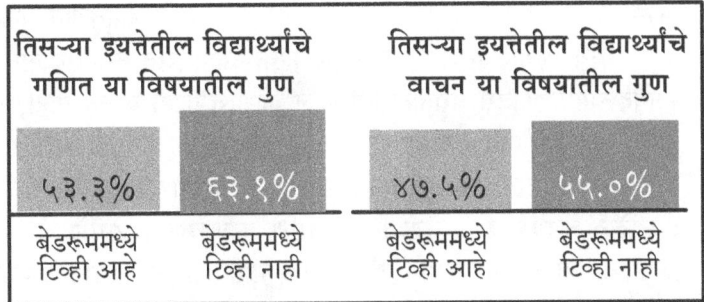

लहान मुलांच्या झोपण्याच्या खोलीत टेलिव्हिजन असेल, तर तो अधिक वेळ पाहिला जातो व त्याचा मुलांच्या शाळेतील कामगिरीवर विपरीत परिणाम होतो. हा निष्कर्ष द रिमोट, द हाऊस अँड द नंबर २ पेन्सिल या संशोधनावर आधारलेला आहे.

आणखी एका सर्वेक्षणामध्येही आढळले होते, की आठ वर्षांची होईपर्यंत ७१ टक्के मुले अशा घरामध्ये राहत होती, की ज्या घरांमध्ये तीन टेलिव्हिजन संच होते. शिवाय त्यांच्या झोपण्याच्या खोलीतही टेलिव्हिजन संच होता. झोपण्याच्या खोलीतील संचामुळे मुलांच्या दररोजच्या टेलिव्हिजन पाहण्याच्या वेळेमध्ये आणखी एका तासाची भर पडत होती.[९] विशेष म्हणजे टेलिव्हिजन पहाण्याशिवाय इतर तत्सम कृतींमध्ये ही लहान मुले आणखी दोन तास वाया घालवत होती.[१०] जर त्यांच्या झोपण्याच्या खोलीत व्हिडिओ गेम असेल, तर टेलिव्हिजनव्यतिरिक्त ही मुले दररोज ३२ मिनिटे व्हिडिओ गेम खेळत होती. त्यांच्या झोपण्याच्या खोलीत जर संगणक असेल, तर जेवढा वेळ मुले व्हिडिओ गेम खेळत होती त्याच्या दुप्पट वेळ ती संगणक खेळत होती.

टेलिव्हिजनमुळे केवळ मुलांच्या शैक्षणिक कामगिरीवरच विपरीत परिणाम होतो असे नाही तर त्यांच्या शारीरिक स्वस्थ्यावरही विपरीत परिणाम होतो असे संशोधनात आढळले आहे. १९९९ मध्ये निद्रातज्ज्ञांनी लहान मुलांच्या झोपेविषयी एक संशोधन केले होते. बालवाडी ते चवथ्या इयत्तेमध्ये शिकणारे ४९५ विद्यार्थी तसेच पालकांचा आणि शिक्षकांचाही या संशोधनामध्ये सहभाग होता. या संशोधनात आढळले, की ज्या मुलांच्या झोपण्याच्या खोलीत टेलिव्हिजन होता, त्या मुलांना गाढ झोप लागत नव्हती तसेच ही मुले रात्री झोपेतून अनेक वेळा उठत होती. अशा प्रकारे या लहान मुलांची झोप नीट होत नसल्यामुळे त्यांच्या शैक्षणिक कामगिरीवर विपरीत परिणाम होत होता.[११]

५. घरामध्ये हत्ती आहे परंतु त्याबद्दल घरातील कोणीही काहीही बोलू इच्छित नाही

अशा अर्थाचा एक वाक्प्रचार आहे. कृष्णवर्णीय आणि श्वेतवर्णीय मुलांच्या वाचनामध्ये गेल्या अनेक दशकांपासून फरक आहे. परंतु वरील वाक्प्रचारात सांगितल्याप्रमाणे जसे घरातील हत्तीबद्दल कोणीच काही बोलत नाही, तसेच कृष्णवर्णीय आणि श्वेतवर्णीय मुलांच्या वाचनातील फरकाबाबतही कोणीच काही बोलत नव्हते. परंतु केंद्र शासनाने विद्यार्थ्यांची त्यांच्या वर्णानुसार आकडेवारी संकलित करण्याचे आदेश दिले आणि कृष्णवर्णीय आणि श्वेतवर्णीय विद्यार्थ्यांच्या वाचन कामगिरीतील फरक माहीत झाला. त्यानंतर मात्र या समस्येकडे लोकांचे लक्ष वेधले गेले. या पुस्तकातील पहिल्या तीन प्रकरणांमध्ये चर्चिल्याप्रमाणे कुटुंबातील गरिबीचा मुलांच्या वाचनावर निश्चित विपरीत परिणाम होतो. परंतु गरिबीची समस्या सोडवल्यानंतरही कृष्णवर्णीय मुलांची वाचनातील कामगिरी असमाधानकारक आढळली, तेव्हा संशोधकांनी इतर कारणांचा शोध घ्यायला सुरुवात केली. कृष्णवर्णीय मुलांच्या अपुऱ्या वाचनासाठी जी कारणे जबाबदार होती, त्यामध्ये गरिबीनंतरचे खातरीशीर कारण होते टेलिव्हिजन. वर वर्णन केलेले संशोधन ओहिओ राज्यातील शेकर हाईटस् या शहरात करण्यात आले होते. या संशोधनामध्ये हायस्कूलमध्ये शिकणाऱ्या कृष्णवर्णीय आणि श्वेतवर्णीय विद्यार्थ्यांची वाचनातील कामगिरी अभ्यासण्यात आली होती. हे विद्यार्थी मध्यम आर्थिक उत्पन्न असणाऱ्या कुटुंबातील होते.[१२]

शेकर हाईटस् येथे केलेल्या संशोधनात असेही आढळले, की किमान एक पदवी असलेल्या कृष्णवर्णीय पालकांच्या मुलांना अशाच प्रकारच्या श्वेतवर्णीय कुटुंबातील मुलांपेक्षा १९१ गुण कमी मिळाले होते. याचे कारण हे होते, की मध्यम आर्थिक कुटुंबातील कृष्णवर्णीय मुले त्याच वर्गात शिकणाऱ्या श्वेतवर्णीय मुलांपेक्षा दुप्पट वेळ टेलिव्हिजन पाहत होती.

अफ्रिकन वंशाचे प्राध्यापक रोनाल्ड एफ. फर्ग्युसन हे हार्वर्ड विद्यापीठात सार्वजनिक धोरण हा विषय शिकवतात. फर्ग्युसन यांनी त्यांच्या संशोधनाद्वारे सिद्ध केले आहे, की कुटुंबामध्ये पहिल्यांदाच शिक्षण घेत असलेले कृष्णवर्णीय विद्यार्थी त्यांच्या वर्गातील श्वेतवर्णीय विद्यार्थ्यांपेक्षा दुप्पट वेळ टेलिव्हिजन पाहतात. आणखी स्पष्टपणे सांगायचे, तर श्वेतवर्णीय विद्यार्थी दिवसाला दीड तास तर कृष्णवर्णीय विद्यार्थी दिवसाला तीन तास टेलिव्हिजन पाहत होते. २०१० मध्ये केलेल्या कैसर फॉउंडेशनच्या[१३] संशोधनातही फर्ग्युसन यांच्या संशोधनासारखेच निष्कर्ष आढळले होते. परंतु कैसर संशोधनात असेही आढळले होते, की श्वेतवर्णीय मुलांपेक्षा कितीतरी अधिक कृष्णवर्णीय मुलांच्या झोपण्याच्या

खोलीत टेलेव्हिजन संच होते व त्यामुळे कृष्णवर्णीय मुले श्वेतवर्णीय मुलांपेक्षा दररोज सुमारे दोन तास अधिक टेलिव्हिजन पाहत होते.

६. न्यूझीलँडमधील काही संशोधकांनी १९७२-१९७३ दरम्यान जन्मलेल्या ९८० लहान मुलांच्या टेलिव्हिजन पाहण्याच्या सवयींचे आणि वाचनसवयींचे सर्वेक्षण केले होते. २००५ मध्ये प्रकाशित झालेले हे दीर्घकालीन संशोधन २६ वर्षे चालले होते. या सर्वेक्षणामध्ये सर्व सामाजिक-आर्थिक स्तरातील विद्यार्थ्यांचा समावेश होता.

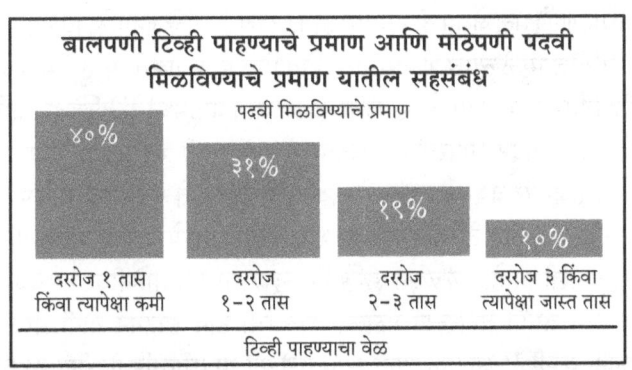

सदरचा चार्ट असोसिएशन ऑफ टेलिव्हिजन व्हिविंग ड्युरिंग चायल्डहूड विथ पुअर एज्युकेशनल अचिव्हमेंट या संशोधनावर आधारेला आहे.

या संशोधनासाठी लागणारा डेटा मुलांच्या पालकांकडून संकलित केला होता. दीर्घकालीन अभ्यास असल्यामुळे अभ्यासातील मुले पाच, सात, आठ, अकरा, तेरा आणि पंधरा वर्षांची असताना डेटा संकलित केला गेला. शेवटी जेव्हा नमुन्यातील मुले २६ वर्षांची झाली, तेव्हा त्यांनी कोणत्या पातळीपर्यंत शिक्षण घेतले आहे हे त्यांच्याकडून मुलाखतीद्वारे जाणून घेतले गेले. संशोधनातील विद्यार्थी विविध बुद्ध्यांक पातळी असलेली होते. तसेच ते विविध सामाजिक-आर्थिक स्तरांमधून आलेले होते. आणि त्यांच्या बालपणातील वर्तनसमस्याही वेगवेगळ्या होत्या. अशी अनेक प्रकारची विविधता असलेल्या या विद्यार्थ्यांच्या बाबतीत एक गोष्टमात्र समान होती. ती म्हणजे या विद्यार्थ्यांनी त्यांच्या बालपणात किती वेळ टेलिव्हिजन पाहिला होता आणि त्यांनी त्यांच्या वयाच्या २६ वर्षापर्यंत किती शिक्षण घेतले होते यांचा थेट संबंध होता. वरील चार्टमधून ही बाब सहजपणे लक्षात येते. या संशोधनातील माहितीच्या विश्लेषणाद्वारे असा निष्कर्ष काढला गेला, की ज्या विद्यार्थ्यांनी त्यांच्या

बालपणात दिवसाला एका तासापेक्षा कमी टेलिव्हिजन पाहिला होता, त्यांची पदवीपर्यंतचे शिक्षण घेण्याची अधिक शक्यता होती. या संशोधन अहवालामध्ये असेही नमूद केले, की हे निष्कर्ष असे दर्शवतात की प्रमाणापेक्षा अधिक टेलिव्हिजन पाहिल्यामुळे विद्यार्थ्यांच्या शैक्षणिक कामगिरीवर विपरीत परिणाम होण्याची शक्यता असते. आणि विद्यार्थ्यांच्या शैक्षणिक कामगिरीचा त्यांच्या प्रौढ वयातील सामाजिक-आर्थिक दर्जावर आणि स्वास्थ्यावर दूरगामी परिणाम होण्याची शक्यता असते.[१४]

७. साधारणपणे मूल जेव्हा तीन वर्षांचे होते, तेव्हा टेलिव्हिजनमुळे, विशेषत: शैक्षणिक टेलिव्हिजनमुळे त्याचे शब्दसामर्थ्य विकसित होऊ शकते. परंतु हे मूल दहा वर्षांचे होईपर्यंतच्या काळामध्ये म्हणजेच पुढील सात वर्षांमध्ये टेलिव्हिजन पाहिल्यामुळे त्याच्या दैनंदिन वापराच्या शब्दांमध्ये खूप कमी भर पडते. कारण पुढे-पुढे टेलिव्हिजनवर जे शब्द त्याला ऐकायला मिळतात, ते सर्व शब्द त्याने पूर्वी ऐकलेले असतात. मुळात टेलिव्हिजनच्या शब्दवैविध्यामध्ये प्रत्येक दशकागणिक कमी येत गेलेली आहे. *सीबीएस इव्हिनिंग न्यूज* या वृत्तवाहिनीवर १९६३ ते १९९३ या तीस वर्षांत वापरल्या गेलेल्या शब्दांची टॉम श्वाटमन यांनी मोजणी करून तुलना केली.[१५] श्वाटमन यांना आढळले की या वृत्तवाहिनीवरील १९६३ मधील बातम्यांच्या वाक्यांमध्ये सरासरी १८ ते २५ शब्द होते. आणि या वाक्यांमध्ये उपवाक्यांचा समावेश होता. तसेच त्यामध्ये युन्यानिमस, कंपलसरी, प्रोटेस्टेशन्स यासारख्या अमूर्त शब्दांचा समावेश होता. साधारणपणे *न्यू यॉर्क टाईम्सच्या* मुखपृष्ठावरील शब्दांच्या धरतीवरचे शब्द या वाहिनीवरील बातम्यांमध्ये होते. सुमारे नऊ ते दहा हजार शब्द माहीत असणाऱ्या व्यक्तिला दैनंदिन व्यवहारातील आशय समजेल अशा प्रकारचे शब्द या वाहिनीवरील कार्यक्रमामध्ये सामावलेले असायचे. परंतु पुढे १९९३ पर्यंत या वाहिनीवरील कार्यक्रमांमध्ये वापरल्या जाणाऱ्या शब्दांमध्ये खूप बदल झाले. सर्वसामान्य संभाषणामध्ये वापरले जातात तेवढेच म्हणजे सुमारे ९४८ शब्द आता या वाहिनीवरील कार्यक्रमांमध्ये वापरले जाऊ लागले होते. आता या वाहिनीवरील कार्यक्रमांमध्ये क्वचितच अमूर्त शब्द वापरण्यात येत होते. तसेच मोठ्या वाक्यांऐवजी आता लहान-लहान वाक्यांचा आणि वाक्प्रचारांचा अधिक वापर होऊ लागला होता. १९६३ मध्ये या वाहिनीवरील कार्यक्रमाचा तसेच जाहिरातीचा दर्जा हायस्कूलच्या पातळीचा असायचा. १९९३ मध्ये हा दर्जा घसरून माध्यमिकच्या पातळीचा झाला. हे सर्व निष्कर्ष टॉम श्वाटमन यांनी त्यांच्या *द इनअर्टिक्यूलेट सोसायटी* या पुस्तकामध्ये

मांडले आहेत. यासारखेच आणखी एक संशोधन २००९ मध्ये केले गेले. एका टेलिव्हिजन वाहिनीवरील ८८ कार्यक्रमांमध्ये वापरल्या गेलेल्या शब्दांबाबतचे हे संशोधन होते. सदर संशोधनात आढळले, की टेलिव्हिजन वाहिनीवरील संबंधित कार्यक्रमांमध्ये वापरलेले ९८ टक्के शब्द दैनंदिन वापरातील होते. थोडक्यात, आपण नेहमी वापरतो तेवढेच शब्द या कार्यक्रमांमध्ये वापरण्यात येत होते. दुसऱ्या शब्दात सांगायचे, तर दहा वर्षे वयाच्या इंग्रजी बोलणाऱ्या स्थानिक विद्यार्थ्यांना टेलिव्हजन हे माध्यम नवीन शब्द माहीत करून घेण्याची खूप कमी संधी उपलब्ध करते.[१६] अर्थात, टेलिव्हिजनवरील काही कार्यक्रम मात्र नुकतेच वाचायला शिकलेल्या वाचकांना शब्दसामर्थ वाढवण्यासाठी नक्कीच उपयुक्त ठरू शकतात.

लहान मुलांनी किती तास टीव्ही पहायला हरकत नाही?

लहान मुलांनी किती तास टीव्ही पाहणे योग्य आहे हे माहीत करून घेण्यापूर्वी हे जाणून घेणे अधिक महत्त्वाचे आहे, की आठवड्यातील साडे एकतीस तास काहीही न करता टेलिव्हिजनसमोर सुस्तपणे बसल्यामुळे लहान मुलांचे सर्वाधिक शैक्षणिक नुकसान होते. कारण टेलिव्हिजनसमोर बसलेली मुले खेळत नाहीत, घरातील एखादे काम करत नाहीत, चित्रे काढत नाहीत, एखादा छंद जोपासत नाहीत, इतरांबरोबर मैत्री करत नाहीत किंवा इतरांबरोबर खेळतही नाहीत, गृहपाठ करत नाहीत, सायकल चालवत नाहीत, स्केटिंग करत नाहीत, वाचन करत नाहीत, आणि कोणाबरोबर संभाषणही करत नाहीत. टेलिव्हिजन लहान मुलांना एवढा वेळ शांत बसवून ठेवू शकत असल्यामुळे काही पालक टेलिव्हिजनला 'मूल सांभाळणारी एजन्सी' समजतात. परंतु जर मूल सांभाळणाऱ्यामुळे तुमच्या मुलाच्या नैसर्गिक विकासामध्ये खूप अडथळे येणार असतील, तर तुम्ही त्याला/तिला या कामासाठी कधीच नोकरीवर ठेवणार नाही. बरोबर?

लहान मुलांना आठवड्याला दहा तासापेक्षा अधिक तास टीव्ही पाहू देऊ नये असे अमेरिकन ॲकेडमी ऑफ पेडियाट्रिक्स या संस्थेने सुचवले आहे. व दोन वर्षांखालील मुलांना अजिबात टेलिव्हिजन पाहू देऊ नये असे या संस्थेने सुचवले आहे. १९६३ ते १९७८ दरम्यान इंग्लंड, जपान, कॅनडा तसेच अमेरिकेच्या पाच राज्यांमध्ये टीव्हीवर दाखवल्या गेलेल्या २३ शैक्षणिक कार्यक्रमांचा आणि हे कार्यक्रम पाहिलेल्या ८७०२५ लहान मुलांचा विश्लेषणात्मक अभ्यास करून वरील शिफारस करण्यात आली आहे.[१७] सदर संशोधनात आढळले होते, की जी मुले आठवड्याला १० तास किंवा त्यापेक्षा कमी टीव्ही पाहत होते, त्या मुलांच्या अभ्यासावर टीव्ही पाहण्याचा कोणताही नुकसानकारक परिणाम झालेला नव्हता. उलट थोडासा फायदाच झालेला होता. परंतु आठवड्याला दहापेक्षा अधिक तास टीव्ही पाहणाऱ्या मुलांची शैक्षणिक कामगिरी

खालावायला सुरुवात होते असे या संशोधनात दिसून आले आहे. या संशोधकांनी शिफारस केलेल्या प्रमाणापेक्षा सरासरी तीन पट अधिक वेळ आजचा विद्यार्थी टीव्ही पाहतो असे आढळते.

लहान मुलांनी प्रमाणापेक्षा अधिक वेळ टीव्ही पाहिल्यामुळे निर्माण होणारी समस्या सोडवण्यामध्ये शासन, शाळा आणि धार्मिक संस्था सरसकट अपयशी ठरल्या आहेत. तसेच टीव्हीच्या दुष्परिणामांबाबत लोकांना जागृत करण्यासाठी राजकीय नेते, शिक्षक तसेच धार्मिक नेते त्यांच्याकडे असलेल्या अधिकाराचा, यंत्रणेचा आणि प्रतिष्ठेचा वापर करण्यात अपयशी ठरले आहेत. कारण कदाचित त्यांना स्वत:लाच टीव्हीचे व्यसन असण्याची शक्यता आहे. गेल्या वीस वर्षांमध्ये सर्वच अमेरिकन राष्ट्राध्यक्षांनी- मग ते डेमोक्रॅटीक पक्षाचे असो किंवा रिपब्लिकन पक्षाचे असो- अनेक वेळा देशातील शिक्षणव्यवस्थेला दोष दिला आहे; तिच्याविरुद्ध तक्रारी केल्या आहेत. व परीक्षापद्धतीची स्तुतीही केली आहे. परंतु आतापर्यंत एकही राष्ट्राध्यक्ष पालकांना पुढील प्रकारची समज देण्याचे, प्रश्न विचारण्याचे धाडस करू शकले नाहीत. ''माझे भाषण ऐकणाऱ्या पालकांनो, मला एका संशोधनातून[१८] समजले आहे की तुमच्यापैकी ६४ टक्के पालक आपल्या कुटुंबातील सदस्यांसोबत रात्रीचे जेवण घेताना टेलिव्हिजन पाहत असता. आणि तुमच्यापैकी जवळजवळ निम्म्या लोकांच्या घरचा टीव्ही तुमच्या झोपेच्या वेळेव्यतिरिक्त सतत सुरूच असतो. तुमच्यापैकी निम्म्याहून अधिक लोक आपल्या मुलांच्या टीव्ही पाहण्यावर कोणतीही मर्यादा घालत नाहीत. परंतु लक्षात ठेवा कोणत्याही निकषांनुसार विचार केला तरी एक गोष्ट सिद्ध झालेली आहे ती म्हणजे, तुमची मुले जेवढा अधिक टीव्ही पाहतात, तेवढी त्यांची शाळेतील कामगिरी खालावते. पालकांनो, माझा तुमच्यासाठी एक अत्यंत साधा प्रश्न आहे- तुमचे डोके फिरले आहे का?''

अशा प्रकारचे धाडस करणारा राष्ट्राध्यक्ष पाहायला मी हयात असेन की नाही हे मला माहीत नाही. परंतु शालेय पर्यवेक्षक आणि धर्मोपदेशक अशा प्रकारचा संदेश देण्याचे, अशा प्रकारचा प्रश्न विचारण्याचे धाडस करू शकणार नाहीत का? अति टीव्ही पाहण्याचे दुष्परिणाम लोकांना माहीत करून देण्यासाठी काय करता येईल याचा जिल्हा प्रशासन, पालक, शिक्षक, शाळा, चर्च आणि इतर धार्मिक संस्थांनी विचार केला पाहिजे. अति टीव्ही पाहण्याचे दुष्परिणाम लोकांना समजावून सांगण्यास तुम्ही या प्रकरणापासून सुरुवात करू शकता. वर नमूद केलेल्या संशोधनाची संक्षिप्त माहिती देणारे एक पानाचे माहितीपत्रक मी तयार केले आहे. हे माहितीपत्रक माझ्या वेबसाईटवर मोफत उपलब्ध आहे. ते तुम्ही तुमच्या शाळेत वितरित करा, किंवा तुमच्या संस्थेच्या, संघटनेच्या

वार्तापत्रात प्रकाशित करा.[११] केवळ पाच कुटुंबांना जरी या पत्रकातील माहितीचे महत्त्व समजले, तर किमान पाच मुलांचा टेलिव्हिजनच्या दुष्परिणामांपासून बचाव होऊ शकेल.

कुटुंबातील टेलिव्हिजन पाहणे कसे नियंत्रित कराल?

वरील प्रश्नाचे मी येथे देत असलेले उत्तर टेलिव्हिजन पाहण्याच्या नियंत्रणाशी संबंधित आहे तसेच ते संगणक आणि इंटरनेटचा मर्यादित वापर करण्याशीही संबंधित आहे. जर व्यापकतेने विचार केला, तर वरील प्रश्न वेळेच्या व्यवस्थापनाशी आणि कुटुंबाच्या व्यवस्थापनाशी संबंधित आहे.

ही गोष्ट १९७४ ची आहे. तेव्हा माझी मुलगी चवथ्या इयत्तेत शिकत होती आणि मुलगा बालवाडीत शिकत होता. माझ्या या दोन्ही मुलांमध्ये टेलिव्हिजन पाहण्याचे व्यसन वाढत आहे असे माझ्या लक्षात आले होते. म्हणून आम्ही मर्यादित प्रमाणात टीव्ही पाहण्याचे ठरवले. थोडक्यात, माझ्या कुटुंबामध्ये मर्यादित प्रमाणात टीव्ही पाहण्याची सुरुवात १९७४ मध्ये झाली. खरे तर मी खूप दिवासांपासून मुलांना वाचून दाखवत होतो. परंतु अलीकडे वाचून दाखण्याचा वेळ कमी होत चालला होता. कारण तुमच्या वाचून दाखवण्याच्या कार्यक्रमामुळे आम्हाला टीव्हीपासून खूप वेळ दूर राहावे लागते अशी मुले तक्रार करायला लागली होती.

एका संध्याकाळी मी आणि माझी पत्नी मॅसॅचुसेट्स राज्यातील लाँगमेडोज येथील आमचे कौटुंबिक मित्र मार्टी आणि जोआन वुड यांच्याकडे गेलो होते. त्यांच्याकडे आम्ही सर्वांनी जेवणाचा आनंद घेतला. आणि जेवणानंतर अगदी ताबडतोब त्यांची चार मुले गृहपाठ करायला निघून गेली.

''तुमचा टेलिव्हिजन नादुरुस्त आहे का?'' मी मुलांच्या पालकांना विचारले.

मार्टी म्हणाल्या ''नाही. परंतु तुम्हाला असे का वाटले?''

''तसं नाही. पण आता तर फक्त पावणे सात वाजले आहेत. आणि तुमची मुलं अभ्यास करायला त्यांच्या खोलीत गेलीसुद्धा, म्हणून विचारलं.''

जोआन म्हणाला, ''त्याचं असं आहे की शाळेच्या दिवशी आम्ही मुलांना टेलिव्हिजन पाहू देत नाही.''

''हा विचार खूप चांगला आहे. परंतु तुम्ही हा विचार मुलांना कसा पटवून देऊ शकलात?'' मी विचारले.

मार्टी म्हणाली, ''हा या कुटुंबाचा नियम आहे.'' हा नियम लागू केल्यापासून त्यांच्या कुटुंबामध्ये आणि घरामध्ये झालेल्या सकारात्मक बदलांचे पुढील दीड तास मार्टी आणि जोआन यांनी सविस्तर वर्णन केले.

ती संध्याकाळ आमच्या कुटुंबासाठी कलाटणी देणारी ठरली. त्यानंतर मी मर्यादित

प्रमाणात टीव्ही पाहण्याची एक योजना तयार केली. संपूर्ण योजना ऐकल्यानंतर माझी पत्नी– सुजॅनने माझ्या योजनेला मनापासून पाठिंबा दिला. ''परंतु माझी एक अट आहे,'' ती म्हणाली.

''काय आहे ती अट?'' मी विचारले.

''या योजनेची माहीती मुलांना तुम्ही द्यायची.''

दुसऱ्या दिवशी रात्रीच्या जेवणानंतर आम्ही मुलांना आमच्या बेडरुममध्ये घेऊन गेलो. पलंगावर त्यांच्यासभोवती उशा आणि दुलई लावली आणि मी हळुवारपणे म्हणालो, ''जेमी... एलिझाबेथ ... मी आणि तुमच्या आईने ठरवले आहे, की ज्या दिवशी तुम्हाला शाळा असते त्या रात्री यापुढे घरामध्ये टीव्ही लावायचा नाही– कधीच नाही.''

आम्हाला अपेक्षित अशीच त्यांची प्रतिक्रिया होती. त्यांनी रडायला सुरुवात केली. आणि धक्कादायक बाब ही होती, की पुढे चार महिने ते रडत राहिले. आम्ही त्यांना सतत समजावून सांगत होतो तरीसुद्धा ते दररोज रात्री रडायचे. टीव्ही पाहण्याचे प्रमाण कमी केल्यामुळे होणारे सर्व संभाव्य फायदे आम्ही त्यांना समजावून सांगितले. तसेच दररोज रात्री टीव्ही न लावण्याचा नियम त्यांना शिक्षा देण्यासाठी केलेला नाही हेही आम्ही त्यांना पटवून देण्याचा प्रयत्न केला. जसजसे आम्ही त्यांना अधिक समजावण्याचा प्रयत्न करत असू, तसेतसे ते अधिक मोठ्याने रडत असत.

आमच्या मुलांवर टीव्ही पाहण्यासाठी खरा तणाव होता तो त्यांच्या वर्गातील मित्रांचा. त्यातही एलिझाबेथवर विशेष तणाव होता. तिच्या म्हणण्यानुसार शाळेतील जेवणाच्या सुट्टीमध्ये वर्गातील विद्यार्थी टीव्हीवरील कार्यक्रमांबाबत गप्पा करत असत आणि तिला त्या गप्पांमध्ये भाग घेता येत नसे. कारण टीव्हीवरील ज्या कार्यक्रमांबद्दल इतर विद्यार्थी चर्चा करायचे, ते कार्यक्रम तिने पाहिलेले नसायचे. एवढेच नाही तर सुजॅन आणि माझ्यावरही मित्रांचा आणि शेजाऱ्यांचाही दवाब वाढत होता. त्यांच्या मतानुसार आम्ही बनवलेला आठवडाभर टीव्ही न पाहण्याचा नियम जरा जास्तच कडक होता. तसेच अनावश्यक आणि अन्यायकारकही होता.

मुले आणि शेजाऱ्यांकडून आमच्या टीव्हीबद्दलच्या नियमाला खूप दिवस विरोध होत राहिला. आणि आम्ही मुलांच्या, मित्रांच्या आणि शेजारांच्या विरोधाचा प्रतिकार करत राहिलो. मुलांचे अश्रू पाहत, त्यांच्या गयावया ऐकत तर कधी त्यांच्या तक्रारीकडे दुर्लक्ष करत टीव्ही न पाहण्याचे महत्त्व त्यांना पटवून देण्याचा आमचा प्रयत्न सुरूच ठेवला. हे सर्व करणे आम्हाला सुरुवातीला खूप कठीण गेले. परंतु वुड कुटुंबीयांनी व्यक्त केलेल्या अंदाजाप्रमाणे तीन महिन्यांनंतर मात्र आम्हाला बदल दिसायला लागला. आता आम्हाला मुलांना वाचून दाखवायला वेळ मिळू लागला आणि मुलांना वाचून दाखवलेले

ऐकायला वेळ मिळू लागला. तसेच आम्हाला स्वत:लाही वाचण्यासाठी वेळ मिळू लागला. मुलांना घाई न करता, निवांतपणे गृहपाठ करणे शक्य होऊ लागले. बुद्धिबळ आणि शब्दकोडी शिकण्यासाठी मुलांकडे आता वेळ होता. वर्षानुवर्षे कपाटात धूळ खात पडलेले प्लॅस्टिकचे खेळण्याचे तुकडे जोडून त्यांचे विविध आकार, खेळणी, प्रतिकृती बनवण्यासाठीही मुलांना आता वेळ मिळू लागला. एवढेच नाही तर केक आणि बिस्किस्टस् बनवण्यासाठीही आता त्यांच्याकडे वेळ होता. आता ते काका-काकूंना निवांतपणे आभाराची पत्रे पाठवू शकत होती. शिवाय कोणतीही घाई न करता, आरडाओरडा न करता स्नान करण्यासाठी, पोहण्यासाठी तसेच छोटीछोटी घरगुती कामे करण्यासाठीही आता मुलांकडे वेळ शिल्लक होता. शेजारच्या मित्रांबरोबर खेळणे, चित्रे काढणे आणि रंगवणे यासाठी आता त्यांच्याकडे वेळ शिल्लक राहू लागला. सर्वांत महत्त्वाचे म्हणजे कुटुंबातील सदस्यांबरोबर गप्पा मारणे, त्यांना काही विचारणे आणि सांगणे या सर्वांसाठी आता मुलांकडे वेळच वेळ होता.

मुलांबद्दलची आमची स्वप्ने वास्तवात उतरत होती.

टीव्ही पाहण्याचे प्रमाण कमी करण्याचा निर्णय अंमलात आणणे पहिल्या वर्षी आम्हाला खूप कठीण गेले. आम्हाला त्याचा खूप त्रास झाला. परंतु हळूहळू परिस्थिती सामान्य होत गेली. एलिझाबेथ जेमीपेक्षा मोठी होती त्यामुळे तिला टेलिव्हिजन पाहण्याची जेमीपेक्षा जास्त चटक लागली होती. जेमिला अजून एलिझाबेथएवढी टीव्हीची सवय लागलेली नव्हती. त्याची जी थोडीशी सयव होती, ती आमच्या प्रयत्नांमुळे सहजपणे मोडली. एलिझाबेथलामात्र तिची टीव्हीची सवय मोडण्यासाठी खूप वेळ लागला, आणि अधिक त्रास झाला.

पुढील काही वर्षांमध्ये टीव्ही पाहण्याचे प्रमाण कमी करण्याच्या आमच्या उपक्रमामध्ये आवश्यकतेनुसार बदल करतकरत आम्ही तो खालील प्रमाणे राबवला :

१. सोमवार ते गुरुवार रात्री जेवणाच्या वेळेपासून टेलिव्हिजन बंद केला जातो आणि रात्री तो पुन्हा सुरू केला जात नाही.
२. सोमवार ते गुरुवार यादरम्यान आम्ही परवानगी दिलेला रात्रीचा एक टिव्ही कार्यक्रम मुले पाहू शकत होती. अर्थात असा कार्यक्रम पाहण्यापूर्वी मुलांनी त्यांचा गृहपाठ आणि इतर कामे पूर्ण करणे आवश्यक होते.
३. आठवड्यातील शुक्रवार, शनिवार आणि रविवार या तीन रात्रींपैकी दोन रात्री मुले टेलिव्हिजन पाहू शकत होती. आठवड्यातील इतर रात्री मुलांनी गृहपाठ आणि त्यासारखे इतर कामे करायची होती. आणि ही कामे, कृती, उपक्रम दोन्ही मुलांनी स्वतंत्रपणे ठरवायची होती.

अशा प्रकारे आम्ही टीव्ही पाहण्याचे प्रमाण आणि स्वरूप सुनिश्चित केले, नियंत्रित केले. थोडक्यात, आता टीव्हीवर आमच्या कुटुंबाचे नियंत्रण होते; टीव्हीचे आमच्या कुटुंबावर नियंत्रण किंवा अनावश्यक प्रभाव नव्हता. आम्ही अंमलात आणलेला 'टीव्ही पाहण्याचा आहार' तुमच्या कुटुंबाला जसाच्यातसा उपयोगी पडेल असे नाही. परंतु मुलांच्या टीव्ही पाहण्यावर कोणत्याही प्रकारचे नियंत्रण नसण्यापेक्षा कोणत्यातरी प्रकारचे नियंत्रण असणे नक्कीच फायदेशीर असते. दुर्दैवाने ६५ टक्के अमेरिकन कुटुंबांमध्ये मुलांच्या टीव्ही पाहण्यावर कोणत्याही प्रकारचे नियंत्रण नसणे हीच एक परंपरा झाली आहे.[२०]

ईलेक्ट्रॉनिक माध्यमे लहान मुलांची करमणूक करतात. त्यांची करमणूक नको का व्हायला?

प्रत्येकाला विरंगुळा, करमणूक हवी असते. परंतु टीव्ही आणि इतर ईलेक्ट्रॉनिक माध्यमांच्या साहाय्याने करमणूक क़रण्यासाठी तुम्ही जर दिवसाला साडेसात तास खर्च करत असाल, तर हा करमणुकीचा अतिरेक झाला असे म्हणावे लागेल.[२१] सत्य हे आहे की, आठ ते अठरा या वयातील अमेरिकन मुले दिवसाला सरासरी साडेसात तास करमणुकीच्या साधनांसमोर असतात. यामध्ये टीव्ही पहाणे, व्हिडिओ किंवा संगणकावर खेळणे याचा समावेश होतो. दिवसाला एवढा वेळ टीव्ही आणि इतर इलेक्ट्रॉनिक माध्यमांमध्ये वेळ वाया घालवणे म्हणजे *गॉन विथ द विंड* हा सिनेमा वर्षाला ७३० वेळा पाहण्यासारखे आहे. बस झाले! टाळा हा अतिरेक.

नामांकित इतिहासकार अर्थर श्लेसिंगर ज्यूनियर यांनी आपल्या *ए लाईफ इन द ट्वेन्टिएथ सेंचुरी* या आत्मचरित्रात लिहिले आहे, की चौदा वर्षाचे होईपर्यंत त्यांनी ५९८ पुस्तके वाचली होती. आणि चौदा ते एकोणीस या वयामध्ये त्यांनी ४८२ चित्रपट पाहिले होते.[२२] श्लेसिंगर यांनी चित्रपट पाहण्यात खूप वेळ घालवला असा विचार तुमच्या मनात आला असेल तर तुम्ही चुकीचा विचार करताय. कारण त्यांनी ४८२ चित्रपट पाहण्यासाठी घालवलेली वेळ मोजली तर ती आठवड्याला ९० मिनिटे होते. याउलट आजची बहुतांश अमेरिकन मुले टीव्ही आणि इतर माध्यमे वापरण्यामध्ये आठवड्याला ३१५० मिनिटे खर्च करतात. लहान मुलांच्या जडणघडणीवर टीव्ही पाहण्याचा नाही तर टीव्ही पाहण्याच्या प्रमाणाचा परिणाम होत आहे.

तुम्ही पूर्वी उल्लेख केलेल्या यंत्रात्मक वाचन शिक्षकाबाबत तुमचे काय मत आहे?

टेलिव्हिजन पाहण्याचे प्रमाण जास्त असूनसुद्धा ज्या देशातील मुलांनी अभ्यासात सर्वोत्तम कामगिरी केली आहे, त्या फिनलँडपासून[२३] सुरू करू या. पहिल्या प्रकरणात

सांगितल्याप्रमाणे सात वर्षांचे होईपर्यंत फिनलँडमधील मुले शाळेत जात नाहीत. असे असतानासुद्धा वाचनाच्या बाबतीत त्यांचा जगात प्रथम क्रमांक लागतो.[२४] इतर कोणत्याही देशातील मुलांपेक्षा या देशातील मुले टीव्हीवर 'शीर्षके' म्हणजेच क्लोज्ड कॅप्शन्स दर्शवणाऱ्या यंत्रांचा अधिक वापर करतात हे त्याचे एक कारण असू शकते. आश्चर्यकारक बाब ही आहे, की परीक्षेत उत्तम गुण मिळवणाऱ्या या मुलांचे टीव्ही पाहण्याचे प्रमाणही खूप जास्त आहे. वाचण्यासाठी ही मुले जेवढा वेळ देतात, त्यापेक्षा अधिक वेळ ही मुले टीव्ही पाहण्यामध्ये घालवतात. अमेरिकन मुले जेवढा वेळ टीव्ही पाहतात, त्यापेक्षा सुमारे दोन-तृतियांश पट अधिक वेळ फिनलँडमधील मुले टीव्ही पाहतात. टीव्ही पाहण्याचे हे प्रमाण जगातील सर्वाधिक आहे.[२५]

टीव्हीवर शीर्षके दर्शवणाऱ्या इलेक्ट्रॉनिक चिपची किंमत अमेरिकेमध्ये पूर्वी खूप म्हणजेच २५० डॉलर्स एवढी असायची. १९९३ नंतर मात्र ही चिप मोफत पुरवण्यात येत आहे. खरे म्हणजे अमेरिकेतील प्रत्येक टीव्हीमध्ये आता ही चिप बसवलेलीच असते. व ती रिमोट कंट्रोलद्वारे वापरता येते.

फिनलँडमधील टीव्हीवर दाखवले जाणारे जवळजवळ निम्मे कार्यक्रम परिस्थिती आधारित विनोद दर्शवणारे असतात. जसे की *गिलिगन्स आयलँड, बोनॅन्झा, द ब्रॅडी बंच, द पारट्रीज फॅमिली* आणि *होगन्स हिरोज.* फिनलँडमधील टीव्हीवर दाखवले जाणारे अनेक कार्यक्रम इंग्रजी भाषेत असतात. हे कार्यक्रम फिनिश भाषेत भाषांतरित करणे या देशाला परवडत नाही. म्हणून असे कार्यक्रम इंग्रजी भाषेत प्रक्षेपित केले जातात व संभाषणाचे मथळे किंवा शीर्षके टीव्हीच्या पडद्यावर खालच्या भागात फिनिश भाषेत दाखवली जातात.

टिव्हीवरील मथळे/शीर्षके हे एक प्रकारचे मोफत वाचन प्रशिक्षण म्हणून कार्य करतात.

याचा अर्थ असा आहे की, फिनलँडमधील नऊ वर्षांचे मूल टीव्हीवर जेवढे कार्यक्रम पाहू इच्छिते, त्यातील जवळपास निम्मे कार्यक्रम विदेशी भाषेत असतात. हे कार्यक्रम समजण्यासाठी त्या मुलाला फिनिश भाषा वाचता यायला पाहिजे, आणि

वेगाने वाचता यायला पाहिजे! काहीही शिकण्यासाठी प्रेरणा आणि प्रोत्साहन आवश्यक असते असे मी पहिल्या प्रकरणामध्ये सांगितले होते. अमेरिकन युवकांना कार चालवायला शिकण्यासाठी प्रेरणा मिळते तर फिनलँडमधील मुलांना वाचायला शिकण्यासाठी प्रेरणा मिळते. कारण त्यांना टीव्हीवरील कार्यक्रम समजून घ्यायचे असतात.

मथळे किंवा शीर्षके दाखवणारे टीव्ही कार्यक्रम मर्यादित प्रमाणात पाहिल्याने विद्यार्थ्यांचे काहीही नुकसान होणार नाही. उलट असे टीव्ही कार्यक्रम पाहिल्याने त्यांची वाचनक्षमता वाढू शकते. टीव्हीच्या मदतीने एखादा विषय अभ्यासणाऱ्या विद्यार्थ्याला टीव्हीवर दाखवल्या जाणाऱ्या शीर्षकांमुळे त्या विषयाचे उत्तम आकलन होते तसेच त्याचा शब्दसंग्रह चांगला विकसित होतो. विशेषत: द्विभाषिक विद्यार्थ्यांना याचा खूप फायदा होतो. याबाबत पुरावे देणारे कितीतरी संशोधन उपलब्ध आहे.[२६]

२००३च्या सप्टेंबरमध्ये पहिलीच्या वर्गात प्रवेश घेतलेल्या एका लहान मुलीबाबत तिच्या शिक्षकाने मला सांगितलेली की :

शाळेच्या पहिल्याच दिवशी ती तिसरीची पुस्तकं वाचत होती. हीच गोष्ट मुळात असामान्य होती. परंतु याहीपेक्षा असामान्य गोष्ट ही होती, की तिचे माता-पिता दोघेही बहिरे होते. सामान्यपणे बहिऱ्या पालकांच्या ऐकू शकणाऱ्या मुलांमध्ये भाषिक कमतरता आढळते म्हणून अशी मुलं वाचनाच्या बाबतीत इतर मुलांपेक्षा मागे पडतात. परंतु ही मुलगी मात्र इतरांपेक्षा तीन वर्षे पुढे होती. म्हणून या मुलीच्या पालकांना भेटण्यासाठी मी खूप उत्सुक होतो. आमच्या भेटीदरम्यान मी त्यांना त्यांच्या मुलीच्या वाचनातील लक्षणीय कामगिरीबद्दल सांगितले तेव्हा त्यांचा चेहरा आनंदाने उजळला आणि ते म्हणाले की अगदी लहानपणापासून ती टीव्हीवरील शीर्षकं वाचत आहे.

टीव्हीवरील शीर्षके अनेक वैशिष्ट्यांमुळे परिणामकारक वाचनशिक्षक म्हणून कार्य करतात. मेंदूमध्ये दृश्यात्मक आणि श्रवणीय माहिती स्वीकारण्याचे प्रमाण ३०:१ आहे हे मी प्रकरण दोनमध्ये लिहिले आहे. दुसऱ्या शब्दात सांगायचे, तर ऐकलेल्या शब्दांपेक्षा पाहिलेला शब्द मेंदूच्या स्मरणात राहण्याची शक्यता ३० पट अधिक असते. येथे आपल्याला पुन्हा एकदा 'स्पंज परिणाम' पहायला मिळतो.

वाचनामध्ये साधारण कामगिरी असणाऱ्या विद्यार्थ्यांच्या घरातील मुद्रित वाचनसाहित्याच्या परिस्थितीबाबतची काही निरीक्षणे मी प्रकरण सहामध्ये नोंदवली आहेत ती आठवून पहा. एखाद्या दैनिकाद्वारे किंवा साप्ताहिकाद्वारे जेवढा आशय वाचकांपर्यंत पोहचवला जातो, तेवढाच आशय टीव्हीवरील शीर्षके देण्याच्या शासकीय उपक्रमाद्वारे वाचकांपर्यंत पोहचवला जातो. आणि तोसुद्धा मोफत. एखादी प्रौढ व्यक्ती दैनिकामधून किंवा साप्ताहिकामधून सामान्यपणे जेवढा आशय वाचते, त्यापेक्षा अधिक आशय तीन

तासाच्या कार्यक्रमामध्ये टीव्हीच्या पडद्यावर शीर्षकांद्वारे दाखवला जातो. म्हणजेच टीव्हीवरील शीर्षके घरातील वर्तमानपत्रासारखेच काम करतात. विशेष म्हणजे यासाठी कोणताही खर्च येत नाही.

एखादे लहान मूल किंवा बालक अजून वाचायला शिकलेले नसले, तरीसुद्धा घरामध्ये उपलब्ध असलेली पुस्तके, मॅगझीन्स आणि वर्तमानपत्रे त्या बालकाला वाचनसाहित्याची सवय लावत असतात. दुसऱ्या शब्दांत सांगायचे, तर घरातील पुस्तकमय वातावरण मुलांची वाचनसाहित्याबरोबरची मैत्री वाढवते. टीव्हीच्या पडद्यावरील शीर्षकांमुळेही हाच परिणाम साधला जातो. टीव्हीच्या पडद्यावरील शीर्षके म्हणजे टीव्हीच्या कार्यक्रमातील पात्रे मुलांना पुस्तक वाचून दाखवत आहेत असा युक्तिवादही तुम्ही करू शकता.

पासि साहलबर्ग हे फिनलँडच्या शिक्षण मंत्रालयातील एक महत्त्वाचे सदस्य आहेत. साहलबर्ग यांच्या मतानुसार देशातील विद्यार्थ्यांची वाचनातील प्रगती आणि टीव्हीच्या पडद्यावर दाखवली जाणारी शीर्षके यांचा खूप जवळचा संबंध आहे. म्हणून त्यांनी फिनलँडमधील टीव्हीवर दाखवल्या जाणाऱ्या सर्व विदेशी कार्यक्रमाची शीर्षके टीव्हीच्या पडद्यावर दाखवणे अनिवार्य केले आहे.[२७] साहलबर्ग यांच्याप्रमाणेच विचार करून १९९० मध्ये जॉर्ज एच. डब्लू. बुश यांनी टेलिव्हिजन डिकोडर सर्किटरी ॲक्ट संमत करून अमेरिकेतील टीव्ही संचांमध्ये शीर्षके दर्शवणारी चिप बसवणे अनिवार्य केले आहे. परंतु आश्चर्याची बाब ही आहे की त्यांच्या नंतरच्या तीनही उत्तराधिकाऱ्यांनी मात्र मुलांच्या वाचनासाठी साहाय्यभूत ठरणाऱ्या या चिपचा वापर वाढवण्यासाठी प्रयत्न केलेले नाहीत. असे न करण्याची माझ्या मतानुसार दोन कारणे असू शकतात. एक तर टीव्हीवर शीर्षके दाखवण्याचे फायदे स्पष्ट करणारे संशोधन उपलब्ध नाही म्हणून बुश यांच्यानंतरच्या राष्ट्राध्यक्षांना ही चिप आवडलेली नसावी. किंवा फिनलँडमधील मुलांचा मेंदू अमेरिकन मुलांच्या मेंदूपेक्षा वेगळा आहे असे त्यांना वाटत असावे. कारण काहीही असले, तरी त्यांचे मौन समजण्यापलीकडचे आहे. आणि आपली पंचाईत करणारे आहे.

पुस्तके ऐकणे म्हणजे वाचन करणे असे म्हणता येईल का?

माझ्या पाच वर्षांच्या मुलाला / मुलींना टेपरेकॉर्डवरील गोष्टीं ऐकवल्या तर चालतील का? असे मला पालक विचारत असतात. मी त्यांना सांगतो की ''वाचून दाखवणाऱ्या साक्षर पालकाला पूर्ण वेळ पर्याय म्हणून जर तुम्ही ऑडिओ बुक्स वापरणार असाल, तर तुमच्या प्रश्नाचे उत्तर 'नाही' असे आहे. परंतु तुमच्या वाचून दाखवण्याच्या

कृतीला पूरक म्हणून किंवा तुम्ही जर निरक्षर पालक असाल किंवा नोकरी/उद्योगामुळे तुम्हाला मुलांना वाचून दाखवण्यासाठी वेळ मिळत नसेल, तरमात्र ऑडिओ बुक्स हा उत्कृष्ट पर्याय आहे!''

नोकरी/व्यवसायासाठी अमेरिकेत प्रवास करणाऱ्या नागरिकांना सध्या दुतर्फी प्रवासासाठी साधारणपणे पन्नास मिनिटे लागतात. म्हणजेच दररोजचा एवढा वेळ ते त्यांच्या कारमध्ये असतात. व कारमध्ये आयपॉड्सवर पुस्तके ऐकतात. याचा एक परिणाम म्हणजे पुस्तके ऐकण्याचे प्रमाण वाढले आहे. आणि त्यामुळे पुस्तके ऑडिओ स्वरूपात उपलब्ध करणे हा प्रकाशन व्यवसायाचा एक महत्त्वाचा भाग झाला आहे. या राष्ट्राला अधिक साक्षर करण्यासाठी तंत्रज्ञानाचा कसा उपयोग करता येईल याचे ऑडिओ बुक्स हे उत्तम उदाहरण आहे.

हे खरे आहे की ऑडिओ बुक्स हे जिवंत व्यक्तिप्रमाणे मुलांना कुरवाळू शकत नाहीत तसेच त्याच्या प्रश्नांची उत्तरेही देऊ शकत नाहीत. म्हणून वाचून दाखवण्यासाठी ते जिवंत व्यक्तींना पर्याय होऊ शकत नाहीत. परंतु जेव्हा पालकांना वेळ नसतो किंवा ते घरी उपलब्ध नसतात, तेव्हा ऑडिओ बुक्स त्यांची उणीव भरून काढू शकतात. एवढेच नाही तर घरामध्ये मुले खेळत असतानाही आपण त्यांना ऑडिओ बुक्स ऐकवू शकतो. खेळत असताना मुलांनी ऑडिओ बुक्स ऐकल्यामुळे मुलांचे शब्दसामर्थ्य वाढते. टीव्हीच्या पडद्यावर जी शीर्षके दाखवली जातात, ती संक्षिप्त असतात. त्याच्या तुलनेत ऑडिओ बुक्समधील वाक्ये परिपूर्ण असतात व यामुळे मुलांचे शब्दभांडार अधिक समृद्ध होते. हे सर्व फायदे विचारात घेता तुम्ही गाणी, कविता आणि गोष्टींचा समावेश असलेल्या ऑडिओ वाचनसाहित्याचे ग्रंथालय विकसित करायला सुरुवात करा. सार्वजनिक ग्रंथालयांमध्ये तसेच पुस्तकांच्या दुकानातही आता सर्व वयातील वाचकांसाठी विविध प्रकारची ऑडिओ बुक्स मोठ्या प्रमाणावर उपलब्ध असतात. एवढेच नाही तर तुम्ही स्वत:च्या गोष्टींचे ऑडिओ रेकॉर्डिंग करून ते तुमच्या दूरच्या नातेवाईकांना आणि मित्रांना भेट म्हणून पाठवू शकता. तसेच त्यांनाही अशा प्रकारची भेट पाठवण्यासाठी प्रोत्साहित करू शकता. विशेष म्हणजे रेकॉर्डिंग करण्याची यंत्रे आता स्वस्तात उपलब्ध आहेत. जसे की सोनी आणि ऑलिंपस कंपन्यांची रेकॉर्डिंग यंत्रे आता ५० डॉलर्सपेक्षाही कमी किंमतीला उपलब्ध आहेत. अशा प्रकारे रेकॉर्डिंग केलेल्या गोष्टीपेक्षा अधिक आपुलकीचे, जवळीक निर्माण करणारे, खास स्वत: तयार केलेले आणि चिरकाल टिकणारे दुसरे काय असू शकते? मी तर असेही म्हणेन, की तुम्ही जर सहकुटुंब खूप दूरच्या प्रवासाला मोटारगाडीने जात असाल तर अशा प्रवासामध्ये ऑडिओ बुक्स हे संयुक्त राष्ट्राच्या शांती सैनिकांसारखी भूमिका पार पाडू शकतात.

मुद्रित पुस्तकांमुळे आपली स्मरणक्षमता दुबळी होईल अशी भीती प्लेटोने व्यक्त केली होती. प्लेटोप्रमाणेच आजच्या लोकांना वाटते की ऑडिओ बुक्समुळे वाचक मुद्रित पुस्तके वाचायचे टाळतील किंवा मुद्रित पुस्तकांचा ते द्वेष करायला लागतील. परंतु ही भीती निराधार आहे. कारण एका राष्ट्रीय सर्वेक्षणानुसार[२८] ऑडिओ बुक्सचा सर्वाधिक वापर करणाऱ्यांमध्ये अमेरिकेतील साक्षर लोकांचे प्रमाण अधिक आहे. या सर्वेक्षणाची महत्त्वाची वैशिष्ट्ये आणि निष्कर्ष पुढीलप्रमाणे आहेत :

- सर्वेक्षणातील उत्तरदात्यांपैकी पंच्याहत्तर टक्के लोक पदवीधर होते. त्यातील ४१ टक्के लोकांकडे आणखी उच्च पदव्या होत्या.
- ८० टक्के उत्तरदात्यांचे वार्षिक कौटुंबिक उत्पन्न ५१,००० डॉलर्स किंवा त्याहून अधिक होते.
- ८६ टक्के उत्तरदाते दररोज एकतरी वर्तमानपत्र वाचतात.
- २१ टक्के वाचक वर्षाला कमीतकमी पंचवीस पुस्तके वाचतात.

तुमच्या स्थानिक भागातील सार्वजनिक ग्रंथालयामध्ये सर्वांत कमी वर्गणीमध्ये तुम्हाला ऑडिओ बुक्स उपलब्ध होऊ शकतात. एवढेच नाही तर त्यांच्याकडे नसलेली ऑडिओ बुक्स ते इतर ग्रंथालयातून उपलब्ध करून देतात.

ऑडिओ बुक प्लेअर आणि डिव्हिडी प्लेअर यांच्यामध्ये अगदी सुस्पष्ट असा फरक आहे. कारमधील डिव्हिडी फक्त मागे बसलेल्यांना दिसतात. म्हणजेच डिव्हिडीमुळे मुलांची शिकण्याची संधी हिरावून घेतली जाते असे म्हणता येईल. ऑडिओ बुक्समात्र कारच्या पुढच्या तसेच मागच्या भागातील लोकांना ऐकता येतात. एवढेच नाही तर ऑडिओ बुक प्लेअर मध्येच थांबवून पालक मुलांना विचारू शकतात की ''त्याने तसे का केले असे तुला वाटते? त्याला काय म्हणायचे असेल असे तुला वाटते?'' डिव्हिडी केवळ कारच्या मागच्या भागातील व्यक्तींनाच पहायला मिळत असल्यामुळे डिव्हिडी पाहणारे मूल आणि पालक हे तत्त्वत: एकमेकांपासून खूप दूर असतात असे म्हणता येईल.

प्रवास करत असताना जर तुमच्याकडील ऑडिओ पुस्तके संपली म्हणजेच जेवढी बुक रीडरमध्ये साठवली होती ती सर्व ऐकून झाली आणि अजून तुमचा प्रवास शिल्लक असेल, तर मग तुम्ही रेडिओवरील जुन्या काळातील नाट्यकृती ऐकू शकता. www.otrcat.com/all.htm या वेबसाईटवर हजारो जुन्या नाट्यकृती एमपी३ फाईलमध्ये उपलब्ध आहेत आणि त्या अगदी स्वस्त म्हणजे फक्त २०-सेंटला मिळतात. वेबवरचा हा एक अत्यंत किफायतशीर सौदा म्हणता येईल. ऑडिओ स्वरूपातील या नाट्यकृती

डिव्हिडीच्या तुलनेत अधिक प्रमाणात मुलांची एकाग्रता अबाधित ठेवतात, त्यांच्यामध्ये श्रवणकौशल्यांची जोपासना करतात तसेच त्यांच्या कल्पनाशक्तीला चालना देतात.

सध्या, म्हणजे मी जेव्हा हे पुस्तक लिहीत आहे, तेव्हा अनेक ऑडिओ पुस्तके ऑनलाईन उपलब्ध आहेत. व सीडीची लोकप्रियता वेगाने कमी होत आहे. त्यामुळेच तर रेकॉर्डेड बुक्स आणि एलएलसी या दोन नामांकित विक्रेत्यांनी २०११ पासून सीडीची विक्री बंद केली आहे. तसेच त्या भाड्याने देणेही बंद केले आहे. त्यांचा सीडी ग्रंथालयाचा आणि शालेय सीडी विक्रीचा व्यवसाय मात्र सुरूच ठेवला. २०१०मध्ये मुद्रित पुस्तकांची विक्री २.७ टक्क्यांनी वाढली होती तर सीडीवरील ॲडिओ बुक्सच्या विक्रीमध्ये ११ टक्क्यांनी घट झाली होती. परंतु याच काळात ॲडिओ बुक्स डाऊनलोड करण्यामध्ये मात्र प्रचंड म्हणजे ३८.८ टक्क्यांनी वाढ झाली होती.[२९]

ज्यांची मातृभाषा इंग्रजी नाही अशा विद्यार्थ्यांना इंग्रजी शिकण्यासाठी ऑडिओ बुक्स उपयुक्त ठरतील का? असे विद्यार्थी सॅन ब्रुनो पार्क स्कूल डिस्ट्रिक्टमध्ये काय करतात हे माहीत करून घेण्यासाठी पान क्रमांक १०४ पहा.

९. मुलामध्ये वाचनाची आवड निर्माण करण्यातील वडिलांची भूमिका

तुमच्या मुलाला बळजबरीने आणि निष्ठुरतेने न शिकवता आनंदाने शिकवा मग तो त्याची स्वत:ची क्षमता ओळखू शकेल.

प्लेटो

काही दिवसांपूर्वी सुट्टीनिमित्त मी समुद्रकिनाऱ्यावर फिरत होतो. तेथे मला काही वाळूचे किल्ले दिसले. त्यातील पहिला किल्ला खूपच आकर्षक होता. एक मुलगा आणि त्याचे वडील असे दोघे मिळून हा किल्ला इंचा-इंचाने बांधत होते. हे दृष्य पाहिल्यावर मी अंदाज केला की त्या मुलाचे वडील अर्किटेक्चर किंवा इंजिनिअर असले पाहिजेत. असणारच असे मला वाटले.

किनाऱ्यावर मी तसाच पुढे चालत असताना किल्ला तयार करत असलेले आणखी एक कुटुंब मला दिसले. आणि नंतर माझ्या लक्षात आले, की त्या किनाऱ्यावर दहा-पंधरा किल्ले होते. त्यातील काही निकृष्ट होते, काही चांगले होते. आणि काही अतिशय आकर्षक होते.

ते सर्व किल्ले पाहिल्यानंतर मला जाणवले, की जे सर्वोत्तम किल्ले होते त्यांच्यामध्ये एक समान घटक होता. तो समान घटक हा होता, की या किल्ल्यांच्या बांधणीमध्ये वडिलांचा किंवा एखाद्या अनुभवी पुरुषाचा सहभाग होता. किल्ला बांधण्यामध्ये जेथे वडिलांचा सहभाग होता, तेथील मुले किल्ला बांधण्यामध्ये अधिक मग्न होती; किल्ला बांधण्याच्या प्रक्रियेत ती मुले अत्यंत मनापासून सहभागी झालेली होती. व त्यामुळे ती मुले चांगला किल्ला बांधण्यामध्ये अधिक यशस्वी झाली होती. याउलट ज्या किल्ल्यांच्या बांधणीमध्ये पुरुषाचा सहभाग नव्हता, ते किल्ले बांधण्यामध्ये तेथील मुलांचे योगदान कमीच होते आणि त्यामुळे असे किल्ले निकृष्ट दर्जाचे झाले होते.

सध्या समाजामध्ये तरुण मुले आणि त्यांचा अभ्यास ही एक मोठी समस्या झाली आहे. किल्ल्यासंबंधीचा माझा वरील अनुभव आणि मुलांच्या अभ्यासाची समस्या यामध्ये मला काही एक समान धागा दिसला. मला कल्पना आहे की मुलांच्या अभ्यासाच्या समस्येवर तत्काळ अवलंबता येईल असा उपाय नाही. परंतु या समस्येवर आपल्याला एकत्रितपणे लवकरच काहीतरी उपाय शोधला पाहिजे. एका समीक्षकांनी सांगितल्याप्रमाणे स्त्री आणि पुरुष अशा दोघांच्या योगदानाशिवाय कोणताही देश फार प्रगती करू शकत नाही.[१]

काही लोकांच्या मतानुसार अभ्यास हा एक 'बॉय प्राब्लेम' आहे. म्हणजेच मुलगा या वर्गाची समस्या आहे. तर इतर काही लोक म्हणतात की ही 'पुरुष वर्गाची' किंवा वडील या वर्गाची समस्या आहे. अभ्यास ही समस्या मुलगा, पुरुष की वडील यापैकी नक्की कोणत्या वर्गाची आहे हे जाणून घेण्याआधी आपल्याला हे मान्य करावे लागेल की, ही समस्या नवीन नाही. विशेषत: या प्रकरणाच्या सुरुवातीला दिलेल्या प्लेटोच्या विधानावर आपला विश्वास असेल तर आपल्याला हे मान्य करावेच लागेल, की ही समस्या नवीन नाही. प्लेटोच्या विधानावरून हे स्पष्ट होते, की खूप पूर्वीपासून म्हणजेच अगदी इसवीसन पूर्व ३५० वर्षांपूर्वीसुद्धा लहान मुलांमध्ये शिक्षणाबाबत योग्य दृष्टिकोनाचा अभाव होता.

मुलांची म्हणजेच बॉईजची मानसिकता आणि त्यांची शिक्षणातील निकृष्ट कामगिरी या अनुषंगाने गेल्या अनेक दशकांमध्ये झालेले संशोधन काय स्पष्ट करते पहा :

- २००८मध्ये ४२ राज्यातील विद्यार्थ्यांची वाचनकौशल्याची चाचणी घेण्यात आली होती. मुलांपेक्षा मुली अधिक कौशल्यवान होत्या असे या चाचणीत आढळले होते.[२]
- चार दशकांपूर्वी सर्वच शैक्षणिक उपक्रमांमध्ये मुलींपेक्षा मुले आघाडीवर असायची. आतामात्र शिक्षणाच्या सर्व क्षेत्रातील महत्त्वाची पदे मुलींनी काबीज केली आहेत. समारोपाचे भाषण करायचे असेल, एखाद्या प्रसंगी नेतृत्व करायचे असेल किंवा एखाद्या शालेय उपक्रमाचे नियोजन करायचे असेल तर या सर्वच ठिकाणी मुलांपेक्षा मुलींचेच वर्चस्व दिसून येते.[३] शैक्षणिक, सामाजिक, वैज्ञानिक अशा सर्वच क्षेत्रात आता मुली महत्त्वाच्या जबाबदाऱ्या स्वीकारत आहेत. आणि मुले मात्र मैदानी खेळ खेळण्यात किंवा व्हिडीओ गेम्स खेळण्यात दंग आहेत.
- इतिहासामध्ये प्रथमच असे झाले आहे, की बहुतांश महाविद्यालयीन उपक्रमांमध्ये मुलांपेक्षा मुलीच आघाडीवर आहेत. जसे की प्रवेशासाठी नाव नोंदणी करणे, पदवी तसेच उच्च पदवी प्राप्त करणे या बाबतीत मुलांपेक्षा मुलीच पुढे आहेत.

मुले आणि मुली यांच्या कामगिरीतील दरी दरवर्षी वाढतच आहे.[४] महाविद्यालयामध्ये मुलींपेक्षा मुले केवळ एकाच बाबतीत पुढे आहेत आणि ते म्हणजे गळती होण्यामध्ये. गळतीच्या बाबतीत मुले आणि मुलींचे प्रमाण ३:२ असे आहे.

व्यापक आणि सखोल लेखन करणाऱ्या काही सर्वोत्तम लेखकांपैकी टॉम चियारेल्ला हे एक आहेत. त्यांनी आहार, सिनेमा, क्रीडा, वास्तुविद्या अशा विविध विषयांवर लेखन केले आहे. तसेच ते डेपाऊ विद्यापीठात अभ्यागत प्राध्यापक म्हणूनही कार्यरत आहेत. महाविद्यालयातील पुरुषप्रधान संस्कृती त्यांनी अगदी जवळून पाहिली होती. व या संस्कृतीसंबंधी आपण काहीतरी लिहिले पाहिजे असे त्यांना सतत वाटत होते. म्हणून त्यांनी 'द प्रॉब्लेम विथ बॉईज... इज अॅक्चुयली अ प्रॉब्लेम विथ मेन' असे शीर्षक असलेला लेख लिहिला व तो *ईसक्वायर* या मॅगझीनमध्ये प्रकाशित केला. हा लेख अत्यंत प्रभावी आहे. म्हणून मी सर्व बालरोग तज्ज्ञांना शिफारस करेन की त्यांनी या लेखाची प्रत त्यांना भेटणाऱ्या प्रत्येक वडिलांना द्यावी. आजच्या अमेरिकन मुलांबाबत वाटणारी चिंता चियारेल्ला यांनी सारांश रूपाने पुढील शब्दांमध्ये व्यक्त केली आहे :

मुलींच्या तुलनेत तुमच्यामध्ये म्हणजे मुलांमध्ये एकाग्रतेची उणीव किंवा अध्ययनक्षमतेसंबंधीचे विकार दुप्पट प्रमाणात असण्याची शक्यता आहे. तसेच वाचन आणि लेखनाच्या परीक्षांमध्येही मुलींपेक्षा तुमची कामगिरी वाईट असण्याची शक्यता आहे. मुलींच्यापेक्षा तुम्ही अनुत्तीर्ण होण्याची शक्यता अधिक आहे. तुमचे शाळा सोडून जाण्याचे प्रमाण मुलींपेक्षा अधिक असू शकते. जरी तुम्ही शालेय शिक्षण यशस्वीपणे पूर्ण केले, तरी पुढील शिक्षणासाठी कॉलेजमध्ये प्रवेश घेण्याची तुमची शक्यता कमी आहे. आणि कॉलेजमध्ये प्रवेश घेतला, तरी तुम्ही पदवीधर होण्याची शक्यता कमी आहे. आणि जरी तुम्ही कसेबसे पदवीधर झालात, तर तुम्हाला उच्च श्रेणी मिळण्याची शक्यता कमी आहे. तुम्ही मद्यपान करण्याची शक्यता मुलींपेक्षा दुप्पट आहे. तसेच चोवीस वर्षांचे होईपर्यंत तुम्ही आत्महत्या करण्याची शक्यता मुलींपेक्षा पाचपट अधिक आहे. आणि तुमची तुरुंगात जाण्याची शक्यता मुलींपेक्षा सोळापट अधिक आहे.[५]

आपल्यापैकी ज्यांनी कोणी तरुण मुलांसंबंधीच्या अशा प्रकारच्या समस्या पाहिल्या असतील त्यांना माहीत आहे की ही मुलांची समस्या नाही. तर ती पुरुषांची समस्या आहे. मुले स्वत:च स्वत:ला घडवत नाहीत. अगदी तशी अपेक्षातरी नाही. वडील त्यांची जडणघडण करत असतात.

वरील बाबी मान्य न करणारा किंवा त्याबाबत आपला स्वभाविकपणे बचाव करणारा पुरुषांचा एक गट आहे. त्यांच्या म्हणण्यानुसार हे सर्व मृगजळासारखे किंवा

काल्पनिक आहे; खरे नाही. पुरुषांचा हा गट अभ्यासातील खराब कामगिरीसाठी कृष्णवर्णीय मुलांना दोष देतो. या मुलांना कमी गुण मिळतात आणि त्यामुळे मुलांच्या गुणांची एकूण सरासरी कमी होते.[६] ही गोष्ट खरी आहे की कृष्णवर्णीय मुलांची वाचनातील कामगिरी खूप चांगली नसते. परंतु कृष्णवर्णीय मुले अभ्यासात कमजोर आहेत म्हणून श्वेतवर्णीय मुले शालेय उपक्रमांमध्ये भाग घेत नाहीत, नेतृत्व करत नाहीत, किंवा पदवीधर होत नाहीत असे म्हणता येणार नाही. अमेरिकेतील मैने या राज्यातील अनेक पब्लिक स्कूलमधील ९६ टक्के विद्यार्थी श्वेतवर्णीय आहेत. परंतु येथेसुद्धा मुलांच्या आणि मुलींच्या शैक्षणिक कामगिरीमध्ये सर्वाधिक फरक आहेच. मुलां-मुलीच्या शैक्षणिक कामगिरीमध्ये सर्वाधिक फरक असलेल्या पाच अमेरिकन राज्यांपैकी हे एक राज्य आहे. विशेष म्हणजे शाळा आणि कॉलेज या दोन्ही स्तरातील विद्यार्थ्यांमध्ये हा फरक दिसून येतो.[७]

मुलांच्या असमाधानकारक वर्तनाच्या आणि खराब शैक्षणिक कामगिरीच्या समर्थनार्थ इतरही अनेक कारणे सांगितली जातात. जसे की मुलींपेक्षा मुलांचा मेंदू हळूहळू विकसित होतो; शाळेचे नियम तयार करताना मुलांच्या बाबतीत पक्षपातीपणा केला जातो म्हणून शाळेचे नियम हे बहुतांशकरून मुलांविरोधी आणि मुलींच्या सोईचे असतात; स्वभावत:च मुली मुलांपेक्षा अधिक शिस्तबद्ध असतात.[८] वडील बहुधा घरी नसतात आणि असले तरी मुलाच्या गुणपत्रिकेपेक्षा गोल, धावा यामध्ये त्यांना अधिक रस असतो म्हणून मुलांना मुलीपेक्षा कमी गुण मिळतात. यातील काही कारणे योग्य असली, तरी केवळ या कारणांमुळे सर्व सामाजिक-आर्थिक स्तरातील, सर्व वयातील एवढ्या मोठ्या संख्येतील मुलांची एकूण कामगिरी खराब होणे शक्य नाही. म्हणून वर नमूद केलेल्या एका घटकाकडे आपल्याला अधिक गांभीर्याने लक्ष देण्याची गरज आहे आणि तो घटक आहे *वडील. वडिलांनी मुलांना घडवणे अपेक्षित आहे.*

पुरुषांच्या जगातील लक्षणीय बदल

वाचन या विषयावर गेली तीस वर्षे मी पालकांसाठी कार्यशाळा घेत आहे. या कार्यशाळा मी अमेरिकेच्या सर्व राज्यांमध्ये घेतल्या आहेत. आणि मला आठवते, की सर्वच ठिकाणच्या माझ्या कार्यशाळांमध्ये विद्यार्थ्यांच्या वडिलांची उपस्थिती त्यांच्या आईच्या तुलनेत कमीच असायची. हे दृश्य मला सर्व भूप्रदेशात आढळले तसेच गरीब-श्रीमंत, साक्षर, निरक्षर अशा सर्व प्रकारच्या समाजामध्ये आढळले. दुसऱ्या शब्दात सांगायचे, तर खूप कमी विद्यार्थ्यांचे वडील माझ्या कार्यशाळेत सहभागी व्हायचे. आईच्या तुलनेत वडिलांचे हे प्रमाण खूप कमी असायचे. संख्येच्या भाषेत सांगायचे तर आई आणि वडील यांचे प्रमाण १०:१ असे असायचे. आपले समाधान करून घ्यायचे असेल तर मुलांचे वडील त्यांच्या नोकरी/व्यवसायामध्ये अधिक व्यग्र होते असे म्हणता येईल.

किंवा अधिक स्पष्टपणे सांगायचे, तर मुलांच्या अभ्यासाकडे लक्ष देणे हे आपले काम नाही असा त्यांचा समज होता.

बहुसंख्य वडिलांचा असा समज आहे की मुले, व्यवसाय आणि क्रीडास्पर्धा या तीन घटकांविषयी त्यांना सर्वाधिक ज्ञान आहे. परंतु त्यांना हे माहीत नाही, की या तीनही घटकांमध्ये अलीकडच्या काळात खूप मोठे बदल झाले आहेत. मुलांमध्ये झालेले बदल तुम्ही यापूर्वीच वाचले आहेत. आता आपण राहिलेल्या दोन घटकांमधील बदलांची माहिती करून घेऊ या. व्यवसायातील बदलांपासून सुरुवात करू या.

सर्व जग आता एकसारखे झाले आहे. म्हणजेच जगात आता खूप समानता आली आहे. हा बदल कशा प्रकारचा आहे? तो का लक्षणीय आहे? थॉमस फ्राईडमन यांनी त्यांच्या *द वर्ल्ड इज फ्लॅट* या पुस्तकामध्ये वर्णन केल्याप्रमाणे पंचवीस वर्षांपूर्वी जगातील देशांची शक्तिशाली आणि दुबळे देश अशी वर्गवारी केली जायची. जे देश आर्थिकदृष्ट्या सामर्थवान होते आणि ज्यांच्याकडे ज्ञानाची ताकद होती, ते देश जागतिक संरचनेत उंच शिखरावर होते तर इतर देश खाली दरीत होते. थोडक्यात, पूर्वी देशांची विकसित आणि अविकसित देश अशी वर्गवारी केली जायची. कसे ते पहा: पंचवीस वर्षांपूर्वी माहिती आणि राजकीय सत्तेवर मक्तेदारी असल्यामुळे अगदी थोड्या देशांचे संपूर्ण जगाच्या अर्थव्यवस्थेवर नियंत्रण होते; वर्चस्व होते. यामध्ये युनायटेड स्टेट्स, ब्रिटन, जर्मनी आणि जपान या देशांचा समावेश होता.

यानंतर इंटरनेटचा उगम झाला. इंटरनेटमुळे गरिबीच्या खाईतील देश अचानकपणे माहितीच्या जाळ्यांशी जोडले गेले. इंटरनेटमुळेच या देशातील तरुणांना रोजगाराच्या असंख्य संधी उपलब्ध झाल्या.[१] यामध्ये भारत, पश्चिम युरोप, दक्षिण कोरिया, ब्राझील आणि चीन या देशांचा समावेश होता. विश्वास बसत नाही ना? टॉईज आर यू या खेळण्यांच्या दुकानात जा आणि कोणतीही दहा खेळणी उचला आणि त्यातील प्रत्येक खेळण्याचे उत्पादन कोणत्या देशात केले आहे ते पहा. सर्वच्या सर्व म्हणजे दहाही खेळण्यांचे उत्पादन चीनमध्ये झालेले आहे असे तुम्हाला आढळेल. जगातील कामगार शक्तिचे समानीकरण झाले आहे असा याचा अर्थ होतो. याचा असाही अर्थ होतो की आता सर्व जग एकसमान झाले आहे; आता संपर्कविरहित दऱ्या राहिलेल्या नाहीत.

फ्राईडमन यांनी त्यांच्या *द वर्ल्ड इज फ्लॅट* या पुस्तकामध्ये लिहिल्यानुसार २००३ मध्ये अमेरिकेतील प्राप्तीकर परताव्याचे पंचवीस हजार अर्ज भारतातून भरले गेले होते. हे अर्ज भरण्याचे काम अमेरिकन कंपन्यांनी भारतातील कंपन्यांना दिले होते. कारण त्यांना हे काम स्वस्तात आणि अचूकपणे करून हवे होते. पुढच्या दोन वर्षात भारतातून भरल्या गेलेल्या प्राप्तीकर परताव्याच्या अर्जांची संख्या प्रचंड प्रमाणात वाढून चार लाखांपर्यंत

पोहोचली. भारतात सध्या दरवर्षी सत्तर हजार पदवीधर अकाउंटंटस् तयार होतात. भारतीय अकाउंटंटस् अमेरिकन अकाउंटंटसपेक्षा अधिक हुशार आहेत असे नाही. परंतु ते कमी हुशार आहेत असेही नाही. एक गोष्ट मात्र निश्चित, की ते स्वस्तात उपलब्ध आहेत. विशेष म्हणजे हे सर्व जण घड्याळ न पाहता कितीही वेळ आणि कोणत्याही वेळी काम करतात. याउलट अमेरिकन कॉलेजमधील मुले अशा प्रकारे वेळ-काळ न पाहता काम करण्यास तयार नाहीत.

वर्ष २००० पासून अमेरिकन कारखान्यामधील सहा दशलक्ष किंवा एकूण कामगारांपैकी एक-तृतियांश कामगारांवर बेकारीची कुऱ्हाड कोसळली आहे. यातील बहुसंख्य कामगार पुरुष आहेत. इतिहासात पाहिल्यांदाच अमेरिकेतील सर्वाधिक नोकऱ्या महिलांनी पटकावल्या आहेत. ब्यूरो ऑफ लेबर स्टॅटिस्टिक्सच्या अहवालानुसार अमेरिकेतील निम्म्याहून अधिक व्यवस्थापकीय पदावर सध्या महिला काम करत आहेत.[१०]

वर सांगितल्याप्रमाणे जगभरात व्यवसायाच्या क्षेत्रात आमूलाग्र बदल झाले आहेत आणि हे बदल बहुतेकांना लक्षात आले आहेत. परंतु ईएसपीएनवर सलग तीन तास क्रीडाविषयक कार्यक्रम पाहणारा मुलगा आणि त्याचे वडील यांना मात्र हे बदल लक्षात आलेले नाहीत. मुलांसाठी शाळेतील कामगिरी महत्त्वाची नसून त्यांनी केवळ खेळत रहावे या जुन्या कल्पनेला मुलगा आणि वडील अजूनही चिकटलेले आहेत. खरे तर गेल्या तीस वर्षांमध्ये ही कल्पना निरुपयोगी सिद्ध झाली आहे; घातक सिद्ध झाली आहे. कारण कोणी एके काळी पुरुषांच्या स्वतःच्या खेळण्याला खूप महत्त्व होते. आता त्यांच्या बुद्धिमत्तेला अधिक महत्त्व आले.[११] परंतु हे कळत नसल्यामुळे मुले शिक्षणामध्ये मागे पडत आहेत. आणि शिक्षणामध्ये यश मिळवू शकत नसल्यामुळे आजच्या अमेरिकन पुरुषांना देशातील बुद्धिमान महिला आणि बेंगलोर किंवा सिंगापूरमधील कार्यालयात बसून कमी पगारामध्ये काम करायला तयार असलेले परदेशी तरुण या दोघांचाही अतिशय कठीण सामना करावा लागत आहे.

तिसऱ्या घटकातील बदलाची सुरुवात थेट घरातील टीव्हीसमोर झाली. मुलांच्या परीक्षेतील गुणांमध्ये झालेल्या बदलांबाबत पूर्वी मी काय म्हणालो होतो आठवते का? आईचा शिक्षणविषयक दृष्टिकोन चाळीस वर्षांपूर्वी बदलला. व या बदलांमुळे मुलींच्या परीक्षेतील गुणांमध्ये वाढ झाली. ही वाढ झालेली पाहून आई आता त्यांच्या मुलींकडून अधिक बौद्धिक कार्याची अपेक्षा करत आहे. याउलट १९७० पासून मुलांची शैक्षणिक कामगिरी मात्र सातत्याने खालावत आहे. त्यांच्या शैक्षणिक कामगिरीतील दुरवस्थेचे आपल्याकडे काय स्पष्टीकरण आहे? अगदी त्याच वर्षी, म्हणजे १९७० मध्येच *संडे*

नाईट फुटबॉल या अपूर्व अशा राष्ट्रीय टीव्ही कार्यक्रमाला सुरुवात झाली. आणि याच वर्षापासून मुलांची शैक्षणिक कामगिरी खालावायलाही सुरुवात झाली. याला योगायोग म्हणायचे का? हा कार्यक्रम सुरू होण्याआधीच्या काळात पुरुषांसाठीच्या जाहिराती टीव्हीवर रात्री उशिरा दाखवणे म्हणजे वेळेचा अपव्यय आहे असे मॅडिसन ॲव्हेन्यू या जाहिरात कंपनीचे पक्के मत होते. कारण या वेळेपर्यंत पुरुषमंडळी ला-झेड कंपनीने बनवलेल्या पलंगावर झोपलेले असतात असा या कंपनीचा अंदाज होता. याच काळात *मंडे नाईट फुटबॉल* या टीव्ही कार्यक्रमाची सुरुवात झाली. आणि मग रात्री ११ वाजता लाखो मुले या कार्यक्रमाचा आनंद घ्यायला लागली. रात्री उशिरा टेलिव्हिजनवर क्रीडाविषयक कार्यक्रमात जाहिराती दाखवण्याद्वारे खूप उत्पन्न मिळू शकते हे समजायला चॅनलच्या संचालकांना खूप वेळ लागला नाही. आणि यातूनच इएसपीएन आणि नंतर इएसपीन२ चा जन्म झाला. आणि यानंतर गोल्फ, रोडीओ, एनएएससीएआर, रेस्लिंग, द एनबीए, द एनएफएल, एमएलबी अशा अनेक वाहिन्यांचा उगम झाला. थोडक्यात, तुमच्या मनात येईल त्या प्रत्येक खेळासाठी आता टेलिव्हिजनवर एक स्वतंत्र वाहिनी उपलब्ध आहे. विशेष म्हणजे या वाहिन्या चोवीस तास कार्यक्रम दाखवतात. हा होता तिसरा महत्त्वाचा बदल.

लहान तसेच तरुण मुलांच्या दृष्टीने त्यांचे वडील हेच त्यांचे आदर्श असतात. म्हणून मुले आपल्या वडिलांचे मोठ्या प्रमाणावर अनुकरण करतात. आपले वडील दररोज, दिवसा तसेच रात्री ईएसपीएनसमोर तासन्तास बसून असतात हे मुले पाहत होती. याचा मुलांच्या अभ्यास आणि वाचनविषयक दृष्टिकोनावर खूप नुकसानकारक परिणाम झाला आहे. हा परिणाम काय आहे पहा : मुली वाचतात आणि लिहितात; मुले चेंडू टोलवतात, फेकतात, झेलतात, नेमबाजी करतात आणि मासे पकडायला जातात. २००० साल उजाडेपर्यंतची स्थिती अशी होती, की माता आपल्या मुलींना कामकाजाच्या ठिकाणी घेऊन जात होत्या तर वडील मुलांना केवळ चेंडूच्या खेळासाठी घेऊन जात होते. वडील आपल्या मुलांना ग्रंथालयात किंवा पुस्तकाच्या दुकानात घेऊन जात आहेत असे कधीतरी पाहिले आहे का?

तासन्तास खेळ पाहत बसल्यामुळे शालेय मुलांप्रमाणेच कॉलेजमधील मुलांच्या अभ्यासावरही विपरीत परिणाम होत होता. व त्यामुळे त्यांच्या शिक्षणावरील खर्च वाया जात होता. परंतु मुलांनामात्र त्याचे काहीच वाटत नव्हते. जे विद्यार्थी कोणताही खेळ खेळत नव्हते अशा विद्यार्थ्यांच्या परीक्षेतील गुणांचे एका संशोधनामध्ये विश्लेषण केले गेले. हे विश्लेषण नऊ वर्षे केले गेले. या संशोधनात असे लक्षात आले, की युनिव्हर्सिटी ऑफ ओरेगॉन येथील फुटबॉल संघ जेवढ्या अधिक स्पर्धा जिंकत होता, तेवढ्या मोठ्या

प्रमाणावर खेळाडू नसलेल्या विद्यार्थ्यांचे सरासरी गुण कमी होत होते. स्पर्धा जिंकल्यानिमित्त आयोजित केलेल्या मेजवान्यांचे वाढते प्रमाण हे त्यामागील कारण होते. त्यातही मुलींपेक्षा मुलांच्या गुणांची सरासरी मोठ्या प्रमाणावर घटलेली आढळली. याउलट जेव्हा फुटबॉल संघ स्पर्धा हरत होते, तेव्हा विद्यार्थ्यांच्या सरासरी गुणांमध्ये वाढ झालेली आढळली.[१२]

जे वडील आणि त्यांची मुले एनबीए किंवा एनएफएल खेळांकडे उदरनिर्वाहाचे साधन म्हणून पाहत होते, त्यांना या खेळांच्या संघामध्ये चार वर्षांपेक्षाही कमी काळ स्थान मिळत होते.

मुलगा आणि त्याच्या वडिलांना मर्यादित प्रमाणात क्रीडास्पर्धांमध्ये रस असणे चुकीचे आहे असे मला वरील चर्चेमधून सुचवायचे नाही. मला तुम्हाला केवळ सत्य सांगायचे आहे. बास्केट बॉलमध्ये १०० पॉईंटचा विक्रम करून हॉल ऑफ फेम पुरस्कार मिळवलेल्या विल्ट चेंबरलेन याच्या संदर्भाने मी हे सत्य सांगत आहे.[१३] क्रीडास्पर्धा पाहण्याचा आनंद आणि आपले दैनंदिन कामकाज यामध्ये संतुलन साधून लक्षणीय यश मिळवलेले अनेक लोक आपल्याला पहायला मिळतात. हे सर्व लोक सांगत असतात, की क्रीडास्पर्धा आणि खेळाडूंच्या प्रशिक्षकांपासून आम्ही संघभावना, सराव आणि चिकाटी या तीन गोष्टी शिकल्या आहेत. आणि आपल्याला माहीत आहे, की या गोष्टी वर्गात क्वचितच शिकवल्या जातात. क्रीडास्पर्धा आणि खेळाडूंच्या प्रशिक्षकांपासून शिकलेल्या वरील गोष्टी आणि वर्गातील शिक्षण या दोन्हींच्या एकत्रित प्रभावामुळे या लोकांना यशस्वी होणे शक्य झाले होते. मी तरुण असताना माझ्या स्वत:च्या वाचन जीवनात क्रीडास्पर्धांनी, खेळांनी किती महत्त्वाची भूमिका बजावली आहे हे मी पुढील प्रकरणात सांगणार आहे. अर्थात माझ्या यशस्वी वाचनजीवनामध्ये क्रीडास्पर्धांचे *थोडेच* योगदान होते. दुसऱ्या शब्दात सागांयचे, तर केवळ क्रीडास्पर्धांमुळेच माझे वाचनजीवन यशस्वी झाले असे मला म्हणायचे नाही.

थोडक्यात, केवळ चेंडूचे खेळ खेळण्यापुरतीच आपल्या मुलाची सोबत करणाऱ्या वडिलांना 'पोरकट' माणूस म्हटले पाहिजे. याउलट चेंडूंचे खेळ खेळण्याबरोबरच ते आपल्या मुलाला ग्रंथालयात घेऊन जात असतील किंवा त्याच्यासोबत पुस्तकांच्या दुकानात जात असतील, तर अशा वडिलांना 'परिपक्व' माणूस किंवा 'सुज्ञ' माणूस म्हणता येईल. मुलांचा अभ्यास आणि खेळ या दोन बाबी परस्परसमावेशक आहेत हे वडिलांनी समजून घेतले पाहिजे. व दोन्हीमध्ये योग्य असे संतुलन साधले पाहिजे.

विशेष म्हणजे 'वाचनाची इच्छा नसलेले वडील' आपल्याला सर्व शैक्षणिक, आर्थिक स्तरांमध्ये आढळतात. गरीब कुटुंबातील तसेच उच्च शिक्षण घेतलेल्या कुटुंबातील आई आणि वडील यांच्यापैकी कोण किती प्रमाणात आपल्या मुलांना वाचून दाखवतात याबाबतचा एक तुलनात्मक अभ्यास केला गेला. या अभ्यासात आढळले, की गरीब आणि उच्चशिक्षित अशा दोन्ही प्रकारच्या कुटुंबांमध्ये मुलांना वाचून दाखवणाऱ्यांमध्ये वडिलांचे प्रमाण केवळ १५ टक्के होते तर आईचे प्रमाण ७६ टक्के होते आणि कुटुंबातील इतर व्यक्तींचे प्रमाण ९ टक्के होते.[१४] थोडक्यात, आपल्या मुलांना वाचून दाखवण्यामध्ये वडिलांचे योगदान खूपच कमी आहे. कॅलिफोर्निया राज्यातील मोडेस्टो येथे केलेल्या या संशोधनाला तसेच यासारख्या इतर संशोधनांना मोठ्या प्रमाणावर प्रसिद्धी देऊन आपण हे प्रमाण बदलू शकतो. मोडेस्टो येथील संशोधनात दिसून आले की (१) ज्या मुलांना त्यांचे वडील वाचून दाखवत होते, त्यांची वाचनातील कामगिरी अत्यंत कौतुकास्पद होती. आणि (२) ज्या मुलांचे वडील मनोरंजनात्मक वाचन करत होते ती मुले खूप वाचत होती. आणखी विशेष म्हणजे ज्या मुलांचे वडील मनोरंजनात्मक वाचन करत होते त्या मुलांना कमी मनोरंजनात्मक वाचन करणाऱ्या किंवा मनोरंजनात्मक वाचन अजिबात न करणाऱ्या वडिलांच्या मुलांपेक्षा खूप अधिक गुण मिळाले होते. यातील वडिलांचे सर्वेक्षण केले तेव्हा आढळले की त्यातील केवळ १० टक्के वडिलांना ते लहान असताना त्यांच्या वडिलांनी वाचून दाखवले होते.[१५]

थोडक्यात, मुलांच्या वाचन उपक्रमात आणि शिक्षणामध्ये अधिक प्रमाणात सहभागी होण्यासाठी वडिलांना प्रोत्साहित करणे गरजेचे आहे. हे कसे करता येईल? या पुस्तकातील सदरचे प्रकरण वडिलांना वाचायला देऊन हा उद्देश साध्य करता येईल का? त्यांनी हे संपूर्ण पुस्तक वाचावे असे मी म्हणणार नाही. अर्थात त्यांना हे संपूर्ण पुस्तक वाचायचे असेल तर जरूर वाचू द्या. परंतु कमीतकमी सदरचे एक प्रकरणतरी त्यांना वाचायला सांगू या. शिवाय पुढचे एक प्रकरणही त्यांना वाचायला सांगावे असे मला वाटते. याची दोन कारणे आहेत. एक तर ते या पुस्तकातील सर्वांत लहान प्रकरण आहे. आणि दुसरे कारण हे की एक उत्सुक, तळमळीचा आणि उत्तम वाचक होण्यासाठी

माझ्या वडिलांनी, काही रहस्यमय वाचन साहित्याने आणि श्रीमंतांसाठीच्या एका मॅगझीनने मला कशी प्रेरणा दिली याची माहिती या प्रकरणात दिली आहे.

कोणती पुस्तके वाचावीत याबाबत वडिलांच्या मनामध्ये संभ्रम असेल, तर या पुस्तकाच्या शेवटी दिलेल्या 'वाचून दाखवण्यासाठी उपयुक्त पुस्तकांच्या यादी' मधून त्यांना वाचनासाठी पुस्तके निवडता येतील. वाचण्याची आवड नसणाऱ्या व्यक्तीमध्ये वाचनाची आवड निर्माण करणे हा या पुस्तकांचा हेतू आहे. इंग्रजीचे प्राध्यापक निर्माण करणे हा या यादीतील पुस्तकांचा हेतू नाही. आपल्याकडे इंग्रजीचे प्राध्यापक मोठ्या प्रमाणावर उपलब्ध आहेत परंतु आदर्श पुरुष वाचकांचामात्र खरोखरच तुटवडा आहे.

जर तुम्ही खूप वाचन केलेले वडील नसाल, तर कमीतकमी तुमच्या पुढील पिढीच्या कल्याणासाठीतरी तुमच्यात बदल घडवून आणा आणि वाचायला सुरुवात करा. सुरुवातीला तुमच्या मुलांसोबत चित्रांच्या पुस्तकांचे वाचन करा. आणि नंतर टप्प्याटप्प्याने कथा, कादंबऱ्या वाचा. वाचनाची सुरुवात करण्यासाठी मी तुम्हाला पुढील चार चित्रांच्या पुस्तकांची शिफारस करेन: कोलिन मॅकनॉटन यांचे *कॅप्टन अब्दुल्स् पायरेट स्कूल,* बेन हिल्लमन यांचे *हाऊ फास्ट इज इट?,* मार्क टीग यांचे *द सिक्रेट शॉर्टकट* आणि मारा बर्गमन यांचे *स्निप स्नॅप! व्हाट्स दॅट?* आणखी थोडे जास्त आव्हानात्मक आणि संभाषणाला प्रोत्साहन देणारे वाचन करायचे आहे का? मग तुम्ही डेव्हिड मॅकी यांचे *सिक्स मेन* नावाचे पुस्तक वाचा. हे छत्तीस पानांचे एक छोटेसे पुस्तक आहे. या पुस्तकातील कथेची सुरुवात अशी होते : ''खूप खूप दिवसांपूर्वीची गोष्ट आहे. एका गावात सहा पुरुष राहत होते. त्यांना असे ठिकाण/गाव शोधायचे होते की जेथे त्यांना शांततेत राहून काम करता येईल. जगातील अशा ठिकाणाचा शोध घेण्यासाठी ते निघाले होते.'' वर्तमानपत्राच्या मुखपृष्ठावर किंवा टीव्हीवरील संध्याकाळच्या बातम्यांमध्ये जसा आकर्षक मजकूर असतो, तसाच मजकूर या पुस्तकाच्या राहिलेल्या भागात दिलेला आहे. मला खातरी आहे की वर नमूद केलेली पुस्तके वाचल्यावर तुमची पहिली प्रतिक्रिया असेल, ''मी लहान असताना अशा प्रकारची पुस्तकं कोठे होती?'' तुम्हाला क्रीडाविषयक पुस्तके वाचायला आवडतात का? पान क्रमांक २७६ वर क्रीडाविषयक निवडक पुस्तकांची यादी दिली आहे. चित्रमय असलेली ही पुस्तके अतिशय आकर्षक आहेत आणि शक्यता आहे की ही पुस्तके तुम्हाला तुमच्या लहानपणी वाचायला मिळाली नसतील. थोड्या मोठ्या मुलांना जॉन रेनॉल्ड्स गार्डिनर यांचे *स्टोन फॉक्स* हे पुस्तक वाचायला आवडेल. तसेच तुम्हाला गॅरी पॉलसेन यांचे *हॅचेट* हेही पुस्तक आवडेल. *अंकल जॉन्स् बाथरूम रीडर फॉर किड्स् ओन्ली* हे पुस्तक तुम्ही कोठेही वाचू शकता. ही आणि अशी पुस्तके वाचल्यावर तुमच्या लक्षात येईल, की गेली अनेक वर्षे तुम्ही

कोणत्या महान सुखापासून वंचित राहिला आहात. डेव्हिड लुबर यांचा *गाईज रीड: फनी बिझनेस* नावाचा एक विनोदी कथासंग्रह आहे. हा कथासंग्रह विशेष करून मुलांसाठी लिहिला आहे. या कथासंग्रहातील 'किड अपिल' ही लघुकथा तुम्ही वाचलेली नाही याबद्दल मी तुमच्याबरोबर पैज लावू शकतो. या कथेतील एक परिच्छेद पुढीलप्रमाणे आहे:

निष्ठा, धैर्य यासारखी अनेक वैशिष्ट्ये असतात की ज्यामुळे एखादी व्यक्ती आपली खास मित्र बनू शकते. ड्वाइट हा माझा असाच एक अत्यंत निष्ठावान मित्र. एवढा निष्ठावान, की मी काहीही केले तरी तो माझ्याविरुद्ध कधीही तक्रार करत नसे. एकदा त्याने चेरी कुल-एड या मिश्र पेयाची सहा पाकिटे शाळेच्या नवीन फिशपाँडमध्ये ओतली. त्याबद्दल त्याला सहा आठवड्यांची कैद झाली. परंतु हे कृत्य करण्यासाठी त्याला आमची मदत झाली होती हे ड्वाइटने कधीच शाळेच्या मुख्याध्यापकांना आणि पोलिसांना सांगितले नाही. मी शपथेवर सांगतो, आम्हाला असे वाटत होते की त्या फिशपाँडमध्ये मासे नव्हते. त्यातल्या त्यात हे बरे होते, की त्या वेळी त्या फिशपाँडमध्ये केवळ दोनच मासे होते. व जोपर्यंत या दोन माशांनी उलटे पडून त्यांचे पोट आम्हाला दाखवले नव्हते, तोपर्यंत ते सर्व मासे ठीक आहेत असे आम्हाला वाटत होते. हे सर्व जवळपास डॉ. स्युसच्या कथेसारखे होते. एक मासा, दोन मासे, लाल मासा, मेलेला मासा.[१६]

वडिलांनो, जेव्हा तुम्ही तुमच्या लहान मुलांना वाचून दाखवता, तेव्हा बालपण अनुभवण्याची तुम्हाला आणखी एक संधी मिळते: कारण लहान असताना तुम्हाला जी पुस्तके वाचायला मिळाली नव्हती, ती पुस्तके आता तुम्हाला वाचायला मिळतात. या पुस्तकांचा तुम्ही आता म्हणजे मोठेपणी आनंद घेऊ शकता. लहान मुलांना पुस्तके वाचून दाखवताना कदाचित ड्वाइटसारखा तुमचा एखादा लहानपणीचा मित्र तुम्हाला त्या पुस्तकात भेटू शकतो. लहान मुलांना पुस्तके वाचून दाखवणे हा शिकवणीचाच एक प्रकार आहे असेही तुम्ही समजू शकता. विशेष म्हणजे या शिकवणीमध्ये तुम्ही तुमच्या विद्यार्थ्यांना मायेने बिलगू शकता, जवळ घेऊ शकता.

१०. एका अतिउत्साही बालकाचा वाचनप्रवास

मुलाचे वडील, पाच सेंटचे एक पुस्तक, काही रहस्यमय वाचन साहित्य आणि एक तरुण शिक्षक यांच्यामुळे या पुस्तकाचा कसा जन्म झाला याची ही अत्यंत मनोरंजक आणि उद्बोधक कथा.

माझे वडील माझ्यासाठी जे काही करत होते, हे किती महत्त्वाचे आहे हे त्यांना माहीत असेल असा विचार करणे उत्तम. परंतु ते त्यांना माहीत असेल असे मात्र मला वाटत नाही. दुर्दैवाने मी हे त्यांना विचारण्यापूर्वीच ते देवाघरी गेले होते. मी लहान असताना आम्ही एका अपार्टमेंटमध्ये राहत होतो. आमचा फ्लॅट दुसऱ्या मजल्यावर होता. लहानपणी मी एक अतिशय चुळबुळ्या, उचापती, किंवा अतिशय सक्रिय, आणि म्हटले तर खोडकर असा मुलगा होतो. माझ्या बंडखोरपणाचा आमच्या कुटुंबाला आणि अपार्टमेंटमधील इतर रहिवाशांनाही बऱ्याच वेळा त्रास होत असे. परिणामत: अपार्टमेंटमधील अनेक रहिवाशांनी माझ्याविरुद्ध तक्रारी केल्या होत्या. माझ्या अशा स्वभावामुळे आम्ही हा फ्लॅट सोडून जावा असे त्यांना वाटत होते. माझे वडील मात्र आमच्याविरुद्धची परिस्थिती आणखी बिघडू नये यासाठी प्रयत्न करत होते. सुदैवाने माझ्यापेक्षा कितीतरी अधिक प्रमाणात माझ्या आई-वडिलांना पसंत करणारे खूप लोक त्या अपार्टमेंटमध्ये होते. आणि केवळ त्यामुळेच आम्ही त्या अपार्टमेंटमध्ये अजून टिकून होतो. माझ्या आई-वडिलांच्या स्वभावाकडे पाहून माझ्याविरुद्धची तक्रार काही प्रमाणात सौम्य होत असे.

माझ्या वडिलांना ऑफिसमधून घरी येतायेता रात्र होत असे. ते एका कारखान्यामध्ये विक्री विभागात नोकरीला होते. आणि त्या विभागातील ते एकमेव पदवीधर होते. ज्याप्रमाणे तुरुंगातील अधिकारी कैद्यांना एकमेकांकडे सोपवतात, त्याप्रमाणे माझे वडील घरी आले की 'हं, घ्या याला' असे म्हणत माझी आई मला

त्यांच्याकडे सुपूर्द करत असे. ''तुझ्यासारख्या अतिउत्साही मुलाला काय म्हणावे यासाठी योग्य अशी संज्ञा त्या काळात आम्हाला माहीत नव्हती. परंतु जर अशी संज्ञा माहीत असती, तर तू एखाद्या अतिसक्रियता दर्शवणाऱ्या जाहिरातीतील मुलगा शोभून दिसला असतास!'' असे माझ्या आईने मला पुढे खूप वर्षांनंतर सांगितले होते.

कालांतराने माझ्या वडिलांनी मला शांत करण्याचा एक मार्ग शोधला. त्यांनी मला वाचून दाखवायला सुरुवात केली. यामुळे मी शांतही झालो आणि माझी एकाग्रताही वाढली. ग्रंथालयातून आणलेली चित्रांची पुस्तके ते मला वाचून दाखवत असत. परंतु बहुतांश वेळा त्यांना जे आवडायचे, तेच ते मला वाचून दाखवायचे. यामध्ये विशेष करून संध्याकाळचे वर्तमानपत्र आणि *शाटर्डे इव्हिनिंग पोस्ट* या मॅगझीनचा समावेश असे. वडील दररोज रात्री वाचून दाखवत असत त्यामुळे वाचून दाखवणे ही आमच्या घरातील एक परंपरा झाली होती. नियमितपणे वाचून दाखवण्याचा एवढा चांगला परिणाम झाला, की मी चार वर्षांचा असतानाच आम्ही रोज रात्री कॉमिक्स वाचायला लागलो. पुढे पुस्तके माझ्या आणि माझ्या भावाच्या जीवनाचे अविभाज्य भाग होऊन गेली. कोणतेही शुभकार्य असले की आम्ही लोकांना पुस्तके भेट देऊ लागलो. आणि आमच्या दृष्टीने ही सर्वोत्तम भेट होती.

सुरुवातीच्या काळात वडील मला अल कॅप्प यांचे *लि'ल अबनेर* हे कॉमिक्स वाचून दाखवत असत. हे कॉमिक्स वर्तमानपत्रात छापलेले असायचे. सुरुवातीला मला या कॉमिक्समधील व्यंग आणि विनोद समजत नसे. म्हणून वडील मला ते समजावून देत असत. पुढे हळूहळू मला त्यातील व्यंग आणि विनोद समजायला लागला. एवढेच नाही तर या कॉमिक्समधील डॅगवुड आणि त्याचा मालक मिस्टर डिथर्स यांच्यातील नातेही माझ्या लक्षात आले. *लि'ल अबनेर*मुळेच मला *मॅड* नावाचे मॅगझीन वाचण्याचा छंद लागला. *शाटर्डे इव्हिनिंग पोस्ट* या मासिकाच्या कव्हरसाठी नॉरमन रॉकवेल व्यंगचित्र काढत असत. पुढे खूप वर्षांनंतर एकदा मी मॅसॅचुसेट्स राज्यातील बर्कशायर हिल येथील नॉरमन रॉकवेल संग्रहालयाला भेट देत होतो. *शाटर्डे इव्हिनिंग पोस्ट* या मॅगझीनच्या कव्हरवर रॉकवेल यांनी काढलेली व्यंगचित्रे पाहण्यामध्ये आणि त्यांचे अर्थ लावण्यामध्ये माझ्या लहानपणी मी आणि माझे वडील किती मग्न होत होतो हे मला वृद्ध नॉरमन रॉकवेल यांना सांगायचे होते. परंतु त्यांना भेटू इच्छिणाऱ्या लोकांची खूप मोठी रांग माझ्यामागे होती त्यामुळे तेव्हा मला ते त्यांना सांगता आले नाही. परंतु मला त्यांना ते सांगायची मनापासून इच्छा होती.

रोज रात्री मला वाचून दाखवल्याचा सर्वांत मोठा फायदा काय झाला, तर वाचन काय असते हे मला समजायला लागले. पहिल्या इयत्तेत असतानाच मला जाणवायला

लागले होते, वाचन ही एक अत्यंत उपयुक्त गोष्ट आहे. फ्लॅशकार्डचा वापर करायचा असेल किंवा एखादे वर्कशीट पूर्ण करायचे असेल किंवा इतर काहीही साध्य करायचे असेल, तर त्यासाठी वाचन उपयुक्त ठरते याची जाणीव मला पहिल्या इयत्तेत असतानाच व्हायला लागली होती.

वाचनाच्या उपयुक्ततेची अशी जाणीव होत असतानाची आणि पहिल्या इयत्तेत जाण्यापूर्वीची खूप लक्षात राहिलेली अशी माझी एक आठवण आहे. ही आठवण एका दुपारची आहे जेव्हा मी माझ्या सर्वांत जुन्या साहित्यिक मित्राला भेटलो होतो. हा साहित्यिक मित्र म्हणजे एक पुस्तक आहे. व त्याचे नाव आहे *ज्यूनियर लिटरेचर.* या मित्राचा माझ्या संपूर्ण घरात वावर असतो. अगदी आतासुद्धा, म्हणजे हे पुस्तक लिहीत असतानाही माझा हा मित्र माझ्या आसपासच आहे. या पुस्तकाच्या कव्हरवर लाल पेन्सिलने पाच सेंटस् असे लिहिले होते. ही त्या पुस्तकाची किंमत होती. ज्यूनियर हायस्कूलच्या विद्यार्थ्यांसाठी लिहिलेले हे इंग्रजीचे क्रमिक पुस्तक होते. व ते माझ्या जन्माच्या दहा वर्षे आधी प्रकाशित झालेले होते. या पुस्तकामध्ये अनेक नामांकित लेखकांच्या कथा आणि कविता छापलेल्या होत्या. जसे की फ्रॉस्ट, लाँगफेलो, ट्वेन, व्हिट्टियर यांच्यासह जोनाथन स्विफ्ट,अ‍ॅनाटोल फ्रान्स, विल्यम क्यूलेन ब्रायंट, थिओडर रुझवेल्ट, इत्यादी.

सामान्यपणे विद्यार्थ्यांना क्रमिक पुस्तके वाचण्याचा कंटाळा असतो. त्यामुळे ज्यूनियर आणि सिनियर हायस्कूलमधील बहुतांश विद्यार्थी *जुनियर लिटरेचर* हे क्रमिक पुस्तक वाचायला फारसे उत्सुक नसत. परंतु १९४६ च्या त्या विशिष्ट दिवशी मात्र या पुस्तकांबाबत काही वेगळेच घडले. तेव्हा मी न्यू जर्सी राज्यातील यूनियन या गावातील कनेक्टिकट फार्मस् एलिमेंटरी स्कूलमध्ये बालवाडीच्या वर्गात शिकत होतो. शाळेच्या शेजारीच एक सार्वजनिक ग्रंथालय होते. त्या दिवशी शाळा सुटल्यावर मी नेहमीप्रमाणे घरी जात होतो. अचानक माझे लक्ष सार्वजनिक ग्रंथालयाच्या हिरवळीवर मांडलेल्या टेबलांकडे गेले. आणि मी आश्चर्याने उद्गारलो, 'वा किती छान!' कारण ग्रंथालयाच्या हिरवळीवर फक्त टेबल नव्हते तर त्या टेबलांबर पुस्तके होती. आणि अत्यंत सुखकारक भाग हा होता, की ती पुस्तके चक्क सवलतीच्या दरात विक्रीसाठी उपलब्ध होती. ग्रंथालयाच्या आवारामध्ये सवलतीच्या दरामध्ये पुस्तकांची विक्री होत असलेली मी माझ्या आयुष्यात प्रथमच पाहत होतो. सध्याच्या काळातमात्र बहुतेक सार्वजनिक ग्रंथालये त्यांच्या सोईनुसार किंवा दर वर्षाला अशा प्रकारचे ग्रंथ प्रदर्शन किंवा ग्रंथ महोत्सव आयोजित करत असतात. ग्रंथालयाच्या आवारामध्ये पुस्तकांची विक्री पाहून मी सुरुवातीला थोडा गोंधळून गेलो. कारण मला वाटले, की हे लोक ग्रंथालयाची पुस्तके

विकत आहेत. या गोंधळातसुद्धा एक गोष्ट मात्र निश्चित होती: माझ्या अगदी समोर एक पुस्तक होते. ज्याचे शीर्षक मला वाचता येत नव्हते आणि त्यातील ६१३ पानेही वाचता येत नव्हती. आणि तरीही मला ते पुस्तक पाहिजेच होते. आनंदाची गोष्ट ही होती की ते पुस्तक फक्त पाच सेंटला उपलब्ध होते.

मला हे पुस्तक का पाहिजे होते? पहिले कारण हे होते की त्या पुस्तकाच्या कव्हरवर तीन चाच्यांचे चित्र होते. व ते चित्र अत्यंत उठावदारपणे छापलेले होते. दुसरे म्हणजे या पुस्तकाच्या आतही चित्रे होती. यामध्ये चाचे, राजे, तिरंदाज, तलवारबाजी करणारे इत्यादींची चित्रे होती. शिवाय दु:खात बुडालेल्या तरुणींचीही चित्रे होती. आणि तिसरे म्हणजे या पुस्तकाची किंमत खूप कमी होती. अगदी एका कॉमिक्सच्या पुस्तकाएवढीच या पुस्तकाची किंमत होती. माझे घर तेथून दोन घरांच्या पलीकडे होते. मी धावतच घरी आलो. आईकडून पाच सेंटचे नाणे मिळवले आणि धावतच पुस्तक विक्रीच्या ठिकाणी परतलो. कारण ते पुस्तक विकले जाईल अशी मला भीती वाटत होती. सुदैवाने ते पुस्तक अजून तेथेच होते. मी चटकन ते खरेदी केले. मी एकट्याने खरेदी केलेले माझ्या आयुष्यातील ते पहिले पुस्तक होते.

पुढील काही वर्षांमध्ये *ज्यूनियर लिटरेचर* या पुस्तकामध्ये आणि माझ्यामध्ये अत्यंत आपुलकी असलेल्या शेजाऱ्यांसारखे ऋणानुबंध निर्माण झाले. अर्थात सुरुवातीला आमची फार जवळीक नव्हती. परंतु तरीही या पुस्तकाच्या सान्निध्यात राहायला मला आवडायचे. हे पुस्तक इतर पुस्तकांपेक्षा वेगळे आहे हे मला सुरुवातीलाच जाणवले होते. कारण या पुस्तकातील आशय अत्यंत भारदस्त होता. मी जसाजसा परिपक्व होत गेलो, तसेतसे आम्ही परस्परांच्या अधिक जवळ येत गेलो. जेव्हा ग्रंथालय बंद झालेले असायचे आणि माझ्याकडील सर्व पुस्तके वाचून संपलेली असायची, तेव्हा मी या माझ्या मित्रामधील म्हणजेच *ज्यूनियर लिटरेचर* मधील हाताला येईल त्या पानावरील काही वाक्ये/परिच्छेद वाचत असे. मी हायस्कूलमध्ये जाईपर्यंत मला माहीत नव्हते, की *ज्यूनियर लिटरेचर* हे एक क्रमिक पुस्तक आहे. आणि जेव्हा मला हे माहीत झाले, तोपर्यंत आमच्यामध्ये अत्यंत घनिष्ठ मैत्री झाली होती.

पूर्णपणे माझ्या मालकीचे, माझे स्वत:चे असे ते पहिलेच पुस्तक होते. समुद्रावरील चाचे आणि सरदार इत्यादींची सहसी कृत्ये, उत्कंठा वाढवणारे प्रसंग, अनुरूप अशी चित्रे यामुळे हे पुस्तक अत्यंत आकर्षक झाले होते. थोडक्यात, ती एक 'मुलग्यांसाठीची वस्तू' होती असेच तुम्हाला वाटले असते. सदर पुस्तकाच्या या वैशिष्ट्यांमुळेच पुढे मी कॉमिक्सकडे खूप आकर्षित झालो. आणि माझ्या एकाही मित्राकडे नव्हती एवढी कॉमिक्स मी संकलित केली होती. माझ्या मित्रांना भरभरून वाचायला देता येतील एवढी कॉमिक्स

माझ्याकडे जमा झाली होती. मी सातवीत जाईपर्यंत आमच्या कुटुंबाकडे स्वत:चे घर नव्हते आणि माझे बाबा त्यांच्या आयुष्यात उशिरापर्यंत नवीन कारही घेऊ शकले नव्हते. परंतु एक गोष्ट मात्र आमच्या घरात मुबलक प्रमाणात उपलब्ध होती. ती म्हणजे पुस्तके आणि इतर वाचनसाहित्य. दुसऱ्या शब्दात सांगायचे, तर आमचे घर ज्ञानकोश, वर्तमानपत्रे, मॅगझीन्स अशा प्रकारच्या मुद्रित वाचनसाहित्याने ओसंडून वाहत होते. आमच्या घरी किती वाचनसाहित्य घेतले जायचे याचा अंदाज पोस्टमनच्या तक्रारीवरून येतो. एकदा पोस्टमनने माझ्या वडिलांना सांगितले, केली की त्याच्या मार्गावरील इतर कोणत्याही नागरिकांपेक्षा माझी आई कितीतरी अधिक मॅगझीन्स मागवत होती. व ती मॅगझीन्स वाहतावाहता त्याचे कंबरडे मोडले आहे अशी त्याची गोड तक्रार होती. दररोज आमच्या घरी पोष्टाद्वारे मॅगझीन्स येत असत तसेच पुस्तकांचे कॅटलॉगही येत असत. त्यामुळे वाचायला शिकण्याच्या खूप आधीपासूनच ट्रिलिज कुटुंबातील मुले पुस्तके, मॅगझीन्स आणि पुस्तकांच्या याद्या चाळत होती. व त्यामुळे त्यांना लहान वयातच पुस्तकांबद्दल खूप काही माहीत झाले होते; त्यांना पुस्तकांबद्दल जाण आली होती.

माझ्या वर्तनातील बदलाविषयी थोडे : हळूहळू माझ्यातील बंडखोरपणा, अतिउत्साहीपणा कमी झाला. मी शांत झालो. अर्थात, माझ्या आईचीमात्र माझ्याबद्दलची तक्रार होतीच. तिच्या म्हणण्यानुसार मी 'बाहेर देवदूत आणि घरात सैतान' होतो. आणि तिचे हे म्हणणे बरोबरच होते.

मी शांत झालो होते हे बरेच झाले. कनिक्टिकट फार्मस येथे बालवाडीचे वर्ष संपल्यावर पहिल्या इयत्तेसाठी मी शहराच्या दुसऱ्या टोकाला असलेल्या सेंट मायकल पारिश स्कूलमध्ये दाखल झालो. ते वर्ष होते १९४७. दुसरे महायुद्ध नुकतेच संपले होते. व त्यामुळे बहुतांश शाळा विद्यार्थ्यांनी गजबजल्या होत्या; गर्दीने ओसंडून वाहत होत्या. माझ्या वर्गातही प्रंचड गर्दी आणि गोंधळ होता. माझा वर्ग कसा होता पहा : एक वर्ग, सिनियर एलिझाबेथ फ्रान्सिस नावाची एक डॉमिनिकन शिक्षिका आणि ९४ विद्यार्थी. साहाय्यक शिक्षक नव्हता? नाही, अजिबात नव्हता. वर्गातील शिक्षिकेच्या डोळ्यात काच वितळून जाईल एवढा प्रचंड राग आणि वर्गासमोरील भिंतीवर येशू प्रभूची प्रतिमा होती. खरे तर या परिस्थितीत वर्गातील शिक्षिकेला येशूची अत्यंत जरूरी होती.

वर्गातील आमची शिक्षिका विद्यार्थ्यांना फ्लॅशकार्ड दाखवून बाराखड्या म्हणून दाखवत होती आणि तिच्यापाठोपाठ आम्ही त्या बाराखड्या म्हणत होतो. हे सर्व वर्गातील इतर विद्यार्थ्यांना आवडत होते की नाही हे मला माहीत नाही. परंतु मला मात्र ते सर्व कंटाळवाणे वाटले. पण काय करणार? काहीतरी मजेदार घडण्याची मी वाट पाहत होतो. *द शाटर्डे इव्हिनिंग पोस्टसारखे* काहीतरी वाचून दाखवले जावे असे मला वाटत

होते. आणि शेवटी एकदाचा माझ्या आनंदाचा तो क्षण आला. शिक्षिकेने आम्हाला वाचून दाखवायला सुरुवात केल्याचा तो क्षण होता. विशेष म्हणजे शिक्षिकेने आम्हाला चित्राची पुस्तके वाचून दाखवली नाहीत. खरे तर डिक आणि जेनसारखी उत्तम चित्रांची असंख्य पुस्तके असताना ती का वाचून दाखवत नव्हती हे मात्र मला समजत नव्हते. चित्रांच्या पुस्तकांऐवजी शिक्षिकेने आम्हाला गोष्टींची पुस्तके वाचून दाखवायला सुरुवात केली. आम्हाला ती पुस्तके खूप आवडली. एवढी आवडली, की मधल्या सुट्टीची वेळ झाली, तरी आणखी एक गोष्ट वाचून दाखवा अशी विद्यार्थी विनंती करू लागले.

वर्गामध्ये विद्यार्थी-शिक्षक यांचे अतिशय व्यस्त प्रमाण होते. तसेच कधीकधी वर्गात थोडीशी कटकटही व्हायची. परंतु तशाही परिस्थितीत मी वाचायला शिकलो. ढोबळमानाने पाहिले, तर ते दिवस माझ्या जीवनातील अत्यंत मजेदार दिवस होते, आनंदाचे दिवस होते. आणि दिवसेंदिवस मला अधिकाधिक चांगली पुस्तके वाचायला मिळू लागली होती. चवथीमध्ये आम्हाला अवांतर वाचनासाठी शिफारस केलेले जॅक लंडन यांचे *कॉल ऑफ द वाईल्ड* हे तर खूपच चांगले पुस्तक होते. हे पुस्तक मला खूपच आवडले होते. मी आतापर्यंत वाचलेले ते सर्वोत्तम पुस्तक होते.

बॉब लिपसाइट हे तरुणांसाठी कथा, कादंबऱ्या लिहितात. त्यांच्या मतानुसार पुरुषांची आणि विशेष करून मुलांची आवड निश्चित करण्यासाठी जे अनेक घटक कारणीभूत असतात, त्यामध्ये स्पर्धा या घटकाचा वाटा खूप मोठा असतो.[१] माझ्यामध्ये वाचनाची आवड निर्माण करण्यामध्ये स्पर्धा हा घटक अत्यंत मोलाची भूमिका बजावणार होता. कसे ते मी स्पष्ट करतो. मी आधी सांगितल्याप्रमाणे मी सेंट मायकल या शाळेत शिकत होतो. या शाळेत शारीरिक शिक्षणाचा तास नव्हता आणि खेळाडूंचे संघही नव्हते. त्यामुळे आम्ही न्यू जर्सी राज्यातील नॉर्थ प्लेनफिल्ड येथील आमच्या स्वत:च्या पहिल्या घरामध्ये रहायला जाईपर्यंत मी एकाही संघामध्ये खेळलेलो नव्हतो. आम्ही पूर्वी राहत होतो त्या ठिकाणच्या इमारतीतील आम्ही सर्व लहान मुले स्वंयस्फूर्तपणे इमारतीच्या मागील भागामध्ये काही खेळ खेळत असू. अर्थातच एखाद्या संघातर्फे खेळणाऱ्या खेळाडूंना असतो, तसा युनिफॉर्म, एकाच रंगाच्या आणि डिझाईनच्या टोप्या, सामन्यांवर लक्ष ठेऊन निर्णय देणारे पंच किंवा प्रशिक्षक यासारखे संघटित स्वरूप दिसेल असे आमच्याकडे काहीच नव्हते.

परंतु आमचे नवीन घर जेथे होते, त्या नॉर्थ प्लेनफिल्ड भागातील परिस्थिती मात्र वेगळी होती. या भागातील प्रत्येक मुलगा क्रीडास्पर्धेत भाग घेत होता. या मुलांना त्यांच्या शारीरिक शिक्षणाच्या तासाला हॅरोल्ड बड पोर्टरसारखे भक्कम शिक्षक खेळांचे प्रशिक्षण द्यायचे. पुढे हे शिक्षक माझे आदर्श नायक आणि मित्र झाले. पूर्वी मी ज्या

शाळेत होतो, तेथे मला अशा प्रकारचे प्रशिक्षण उपलब्ध नव्हते व त्यामुळे खेळामध्ये माझी कामगिरी जेमतेमच होती. टीव्हीवर क्रीडास्पर्धा पाहणे एवढेच ते काय माझ्या हातात होते. आणि त्या वेळेस केवळ सहाच टीव्ही वाहिन्या अस्तित्वात होत्या आणि त्यावर क्रीडास्पर्धांचे कार्यक्रम खूप कमी दाखवले जायचे. त्यामुळे खेळासंबंधी मला जेवढे ज्ञान मिळायला हवे होते किंवा जे क्रीडाकौशल्य माझ्याकडे असायला हवे होते, ते मला मिळत नव्हते. याची भरपाई मी कशी करणार होतो?

अगदी याच वेळेस हेन्री लुस अवतरला. जणू काही मला मदत करण्यासाठीच तो अवतरला होता. हेन्री लुस हा *टाईम्स* आणि *लाईफ* या मॅगझीन्सचा संस्थापक होता. याच लुसने नुकतेच *स्पोर्टस् ईलस्ट्रटेड* नावाचे एक क्रीडाविषयक साप्ताहिक सुरू केले होते. *टाईम्स* आणि *लाईफ* या मॅगझीन्सप्रमाणे हे साप्ताहिकसुद्धा अत्यंत लोकप्रिय होईल असा लोकांना विश्वास होता. मला नंतर माहीत झाले, की हॅम्पटन्स आणि ग्रीनविच येथील श्रीमंत क्रीडाप्रेमी मित्रांना प्रभावित करण्यासाठी लुस या मॅगझीनचा वापर करत होता. या नवीन मॅगझीनने त्याचे ते मित्र प्रभावित झाले की नाही हे मला माहीत नाही. परंतु त्या काळातील युवकांना हव्या असलेल्या प्रकारचे ते मॅगझीन होते हे मात्र खरे. माझ्यासारख्या तरुणांची क्रीडाविषयक माहितीची गरज तर हे मॅगझीन पूर्ण करत होतेच. शिवाय तरुणांना हव्या असणाऱ्या डिओड्रंट आणि दाढीच्या क्रिमच्या जाहिरातीही यामध्ये छापलेल्या असत. याचा अर्थ हे मॅगझीन प्रौढांसाठी होते. म्हणून या मॅगझीनमधील सर्व माहिती शंभर टक्के सत्य असते असे मला वाटायचे. थोडक्यात, यातील माहिती गोष्टींसारखी काल्पनिक नसते असा माझा समज होता. अर्थात या मॅगझीनच्या वाचकांना हे आधीच माहीत होते. या सर्व वैशिष्ट्यांमुळे लवकरच माझ्याबरोबर माझा लहान भाऊसुद्धा हे मॅगझीन वाचायला लागला.

स्पोटस् ईलस्ट्रटेड या मॅगझीनची अशी कितीतरी वैशिष्ट्ये होती, की जी आम्हाला आमच्या लहानपणी माहीत नव्हती. हे मॅगझीन प्रामुख्याने हॅम्पटन भागातील रहिवाशांना डोळ्यासमोर ठेवून तयार केलेले असल्यामुळे यातील माहिती ही प्रामुख्याने श्रीमंत लोकांना डोळ्यासमोर ठेवून दिलेली असायची असे आपल्याला म्हणता येईल. या मॅगझीनच्या विविध अंकांच्या कव्हर्सवरील चित्रे पाहिली की तुम्हाला या मॅगेझीनचा श्रीमंतांकडील कल लक्षात येईल. या मॅगेझीनच्या जुन्या अंकाची कव्हर्स तुम्हाला पुढे दिलेल्या वेबसाईटवर पहायला मिळतील (http://sportsillustrated.cnn.com/vault/article/home/m/1/index.htm). घोड्यांच्या शर्यती, गोल्फ, टेनिस, कुत्र्यांचे प्रदर्शन, बॉलिंग, बैलांच्या लढती, घोड्यांची अडथळ्याची शर्यत, जहाजांच्या शर्यती इत्यादी खेळांविषयीची चित्रे तुम्हाला या मॅगझीनच्या कव्हरवर आढळतील. १९५४ मध्ये या मॅगझीनने फॅशनसंबंधीचे

सतरा लेख प्रकाशित केले होते तर बास्केटबॉलसंबंधीचे केवळ सहा लेख प्रकाशित केले होते. यावरून वरील गोष्टीला पुष्टी मिळते. या मॅगझीनमध्ये बैलांच्या लढती, घोड्यांची अडथळ्याची शर्यत, जहाजांच्या शर्यती या प्रकारच्या खेळांची आणि क्रिडास्पर्धांची माहिती छापलेली असायची. परंतु या सर्वांना खेळ किंवा क्रीडास्पर्धा म्हणता येईल का असा प्रश्न मला आणि माझ्या भावाला पडायचा. कारण बेसबॉल आणि बास्केटबॉल एवढे दोनच खेळ असतात असे आम्हाला वाटायचे. परंतु आमचा हा चुकीचा समज होता. वरील दोन खेळांशिवाय इतरही अनेक खेळ, क्रीडास्पर्धा असतात हे या मॅगझीनमुळे आम्हाला समजले. म्हणून जर खरोखरचा खेळाडू व्हायचा असेल, तर हे मॅगझीन वाचणे आवश्यक आहे असे आम्हाला वाटायला लागले होते.

स्पोर्टस् ईलस्ट्रटेड हे मॅगझीन आकर्षक व्हावे यासाठी उत्तम लेख लिहू शकतील असे लेखक प्रकाशकांनी नेमलेले होते. विशेषत: हॅम्पटनमधील नागरिक प्रभावित होतील असे लेखन करणारे हे लेखक होते. यामध्ये हरबर्ट वॉरेन विंड, जॉन अंडरवुड, जॉन जेराल्ड हॉलंड, व्हिटनी टॉवर यासारख्या अत्यंत मनोरंजक आणि आकर्षक तसेच भपकेदार लेखन करणाऱ्या लेखकांचा समावेश होता. या लेखकांना एवढी प्रसिद्धी मिळाली, की पुढे अनेक वर्षे हे लोक संपन्नतेच्या वलयात वावरत होते. त्यांचे लेखन खरोखरच प्रभावी होते. याचा आपल्याला पुढील परिच्छेदावरून अंदाज येईल. *स्पोर्टस् ईलस्ट्रटेडकडे* लेखक म्हणून रुजू होण्यापूर्वी विंड हे *द न्यू यॉर्कर* या साप्ताहिकाकडे वार्ताहर होते. मास्टर्स गोल्फ स्पर्धा कशी विकसित होत गेली याबद्दल विंड यांनी केलेले वर्णन किती आकर्षक होते पहा :

१९३४ मध्ये सुरू झालेल्या आणि अगदी अल्पावधीतच अत्यंत लक्षणीय ठरलेल्या मास्टर्स गोल्फ या प्रतिष्ठित आणि प्रामाणिक स्पर्धेमुळे आता राष्ट्रीय पातळीवरच्या इतर अनेक स्पर्धा झाकोळल्या गेल्या आहेत; १९०३ मध्ये सुरू झालेल्या जागतिक बेसबॉल स्पर्धेएवढीच खळबळ या स्पर्धेनेही माजवली आहे व त्या स्पर्धेएवढीच लोकप्रियता मास्टर्स गोल्फला मिळायला लागली आहे; तसेच १८७५ मध्ये सुरू झालेल्या केंटकी डर्बीला एक परिपूर्ण अभिजात राष्ट्रीय खेळ म्हणून जी प्रतिष्ठा लाभली होती, जी पसंती मिळत होती, तेवढीच प्रतिष्ठा आणि पसंती लोक आता मास्टर्स गोल्फ स्पर्धेलाही देऊ लागले आहेत.

तुम्ही मोजले की नाही हे मला माहीत नाही पण मी सांगतो, वरील वाक्य ८० शब्दांचे बनलेले आहे. आणि सामान्यपणे तेरा वर्षांच्या वाचकाला ते झेपणारे नाही. परंतु तरीही व्यवसायिक गोल्फपटू बेन हॉगनबद्दल अधिक जाणून घेण्यासाठी एवढे मोठे वाक्य वाचून ते समजून घेण्याचा त्रास सहन करायला मी तयार होतो. हा मुद्दा महत्त्वाचा

आहे. कारण मुलांच्या बाबतीत त्यांची व्यक्तिगत आवड हीच त्यांची सर्वांत मोठी प्रेरणा असते. मग ही आवड कशाचीही असू शकते. ती क्रीडास्पर्धेची आवड असू शकते, तसेच ती गाडी दुरुस्त करण्याचीही असू शकते. एखाद्याला रेसिंगची आवड असू शकते किंवा युद्ध, संगीत, संगणक यापैकीही कशाची आवड असू शकते. विशेष म्हणजे लहान मुलांचे कोणत्याही गोष्टीचे आकर्षण किंवा त्याबाबतची आवड फार कमी काळ टिकते. म्हणून लहान मुलांला ज्या कोणत्या गोष्टीचे आकर्षण किंवा आवड जेव्हा वाटते, तेव्हाच त्याला त्या गोष्टीबाबत अधिक माहिती उपलब्ध करा. त्याच्या आवडीचे योग्य वेळी जतन करा, संवर्धन करा, परिपूर्ति करा.

स्पोर्टस् ईलस्ट्रटेडच्या लेखकांनीच मला लेखन शिकवले असे मला वाटते. त्यांना मी माझे लेखनाचे प्रशिक्षकच समजतो. ज्या व्यक्तींबरोबर किंवा शब्दांबरोबर लोक राहतात, त्या व्यक्तींचा किंवा शब्दांचा संबंधित लोकांवर कोणत्यातरी प्रकारचा प्रभाव पडतोच. अर्थात, खूप चांगले साहित्य वाचल्यावरसुद्धा काही लोक दर्जाहीन लिहितात हेही खरे आहे. हे मान्य करू या डिकिन्सचे साहित्य वाचलेला वाचक अगदी डिकिन्ससारखेच दर्जेदार लेखन करू शकेल असे नाही. परंतु अशा वाचकांना डिकिन्सचे लेखन आणि दर्जाहीन लेखन यातील फरक मात्र नक्की समजतो. सर्वोत्तम साहित्य वाचायला मिळाले, तर त्याचा वाचकावर खातरीने सकारात्मक परिणाम होतो. विशेषत: असे सर्वोत्तम साहित्य त्या वाचकाने स्वेच्छेने वाचले असेल, तर त्याचा त्या वाचकावर अधिक प्रभाव पडतो.

आयुष्यात पहिल्यांदा माझे नाव छापून आले ते *स्पोर्टस् ईलस्ट्रटेड* या मॅगझीनच्या २८ नोव्हेंबर १९५५च्या अंकात. हॅपी नॉल कंट्री क्लबला १० डॉलर्स देऊन अमेरिकन ऑलिंपिक संघाला मदत करणाऱ्यांच्या यादीमध्ये माझे नाव छापून आले होते. या मॅगझीनमध्ये एक कादंबरी मालिकेच्या स्वरूपात म्हणजेच क्रमश: दोन वर्षे छापली जात होती. *लाईफ अॅट हॅप्पी नॉल* हे या कादंबरीचे नाव होते. महान समाज विश्लेषक आणि कादंबरीकार जे. पी. मार्कवाँड ही कादंबरी लिहीत होते. या कादंबरीमध्ये मार्कवाँड यांनी एका काल्पनिक स्थानिक क्रीडा मंडळाच्या सदस्यांच्या कटकारस्थानाचे उपहासात्मक वर्णन केले आहे. मी तेव्हा चौदा वर्षांचा होतो. या कादंबरीमध्ये ठासून भरलेले ते टीकात्मक सामजिक समालोचन मला समजत होते का? नाही. परंतु श्रीमंत लोक कसे डावपेच खेळतात, कटकारस्थाने करतात हे मला या क्रमश: प्रकाशित होत असलेल्या कादंबरीमुळे थोडे-थोडे समजायला लागले होते. तसेच माझ्या रहस्यांपेक्षा त्यांची रहस्ये किती वेगळी होती याचीही मला जाणीव होत होती. कादंबरीत वर्णन केलेल्या कावेबाजपणाला तुम्ही क्रीडा मंडळाबाबतचा 'रहस्यमय मसाला' म्हणू शकता. ही कादंबरी वाचून एक प्रकारे

मी तो मसाला अधाश्यासारखा मटकावत होतो.

मुलांना वाचायला आवडणाऱ्या वाचनसाहित्याचा आणखी एक प्रकार आहे. तो म्हणजे रहस्य कथा किंवा गुपिते सांगणाऱ्या कथा. विशेषत: अशा प्रकारची रहस्ये आणि गुपिते, की जी माझ्या वयातील मुलांना माहीत होऊ नयेत असे प्रौढांना वाटत असते. खरे तर अशाच प्रकारच्या रहस्यांचे माझ्या वयातील मुलांना अधिक आकर्षण असते. या आकर्षणामुळेच तर डोनाल्ड पॉवेल विल्सन यांचे *माय सिक्स कनव्हिक्टस्: ए सायकॉलॉजिस्टस् थ्री इयर्स इन फोर्ट लिव्हनवर्थ* हे पुस्तक मी वाचायचे ठरवले. तेव्हा मी नवव्या इयत्तेत होतो. हे पुस्तक मिळवण्यासाठी मी नॉर्थ प्लेनफिल्ड सार्वजनिक ग्रंथालयातील प्रौढांसाठीच्या पुस्तक विभागात जाऊन धडकलो. आणि त्या पुस्तकाच्या कव्हरवरील चित्र पाहिल्याबरोबर माझी खातरी झाली की या पुस्तकामध्ये अत्यंत रहस्यमय असे काहीतरी आहे. खरे तर मला अद्याप एकाही मानसशास्त्रज्ञाबद्दल किंवा गुन्हेगाराबद्दल माहिती नव्हती. परंतु त्या पुस्तकात अशी कितीतरी रहस्ये, गुपिते होती की जी त्या वयात मला माहीत होणे योग्य नव्हते.

कॅलिफोर्निया येथील प्राध्यापक जो स्टॅन्चफिल्ड यांनी एकदा मला सांगितले होते, की मुलींना वाचनाची प्रेरणा बाह्य जगाकडून मिळते. त्यामुळेच तर त्यांच्या मित्र-मैत्रिणी, आई आणि शिक्षक वाचत असलेली पुस्तके मुलींना वाचायला आवडतात. याउलट मुलांची वाचनप्रेरणा आंतरिक असते. त्यामुळेच तर मुले त्यांना स्वत:ला ज्या विषयांमध्ये रस असतो तीच पुस्तके वाचतात. स्टॅन्चफिल्ड यांच्याशी मी सहमत आहे. कारण इतरांना जे आवडते त्यापेक्षा स्वत:ला जे आवडते त्यामध्येच मुले अधिक रमतात. मुलांच्या या मानसिकतेला तुम्ही स्वार्थीपणा म्हणा नाहीतर व्यावहारिकपणा म्हणा. परंतु हेच सत्य आहे. मला *कनव्हिक्टस्* हे पुस्तक आवडण्याचे हेच तर कारण होते. हे पुस्तक वाचण्याबाबतची माझी आंतरिक भावना होती, आवड होती. विशेष म्हणजे या पुस्तकामुळे माझे संपूर्ण जीवन बदलणार होते.

माझ्या अपेक्षेप्रमाणे *कनव्हिक्टस्* मध्ये अनेक रहस्ये आणि गुपिते उघड केलेली होती. मी हे पुस्तक जेव्हा वाचत होतो, त्याच काळात मिस्टर अलविन आर. श्मिड्ट नावाचे नवीन शिक्षक आम्हाला इंग्रजी शिकवण्यासाठी शाळेत रुजू झाले होते. व आल्याबरोबरच त्यांनी आम्हा सर्व विद्यार्थ्यांना ग्रंथ परीक्षण लिहायला सांगितले होते. मी सध्या वाचत असलेल्या *कनव्हिक्टस* या पुस्तकाचेच परीक्षण लिहायचे ठरवले. यापूर्वी मी कधीच ग्रंथपरीक्षण लिहिले नव्हते त्यामुळे हे माझे पहिलेच ग्रंथपरीक्षण होते. आणि मी प्रथमच प्रौढांसाठीच्या पुस्तकाचे परीक्षण लिहीत होतो याची मला जाणीव होती. परीक्षण लिहून दिल्यानंतर काही दिवसांनी श्मिड्ट यांनी मला बोलावून घेतले

आणि मला एक सीलबंद पॉकिट दिले. व ते माझ्या पालकांकडे द्यायला सांगितले.

एखाद्या गोष्टीवर अंतर्मुख होऊन खूप विचार करण्याची तेव्हा मला फारशी सवय नव्हती. परंतु श्मिड्ट यांनी माझ्या पालकांसाठी दिलेले पत्राचे पाकिट पाहून मात्र माझ्या मनात नको नको ते विचार यायला लागले. नुकत्याच परीक्षा झालेल्या असल्यामुळे शिक्षकांनी दिलेले पत्र घरी घेऊन जात असताना मला विशेष भीती वाटत होती. एका पानाचे ते पत्र वाचून झाल्यावर घडी करून परत पाकिटात ठेवत आई म्हणाली 'तुझे बाबा घरी आले की आपण या पत्राबद्दल बोलू.' आता मात्र माझी खातरी झाली की त्या पत्रामध्ये काहीतरी भंयकर असले पाहिजे.

रात्रीचे आमचे जेवण होईपर्यंत आई काहीच बोलली नाही. जेवणानंतर आईने माझ्या भावंडांना खोलीतून बाहेर जाण्यास सांगितले. ते बाहेर गेल्यावर माझ्या आईने ते पत्र बाबांकडे दिले. ते पत्र वाचत असताना मी अत्यंत लक्षपूर्वक त्यांच्या चेहऱ्यावरील भाव न्याहाळत होतो. त्यांच्या डोळ्यात अश्रू होते. आता मला कोणत्यातरी भयंकर संकटाला तोंड द्यावे लागणार असे वाटून मी अधिकच घाबरलो. वाचून झाल्यावर वडिलांनी ते पत्र माझ्याकडे दिले :

मला तुम्हाला सांगायचे आहे की प्रथम सत्रात जिमची इंग्रजीच्या पहिल्या पेपरमधील कामगिरी सर्वोत्तम राहिली आहे. त्याचा दृष्टिकोनही खूप सकारात्मक आहे. जिमबरोबर काम करायला मला खूप आनंद वाटत आहे. आणि अभ्यासातील त्याची ही प्रगती तो टिकवून ठेवेल याची मला खातरी आहे. लेखन आणि संभाषणामध्ये तो त्याचे विचार अत्यंत स्पष्टपणे व्यक्त करतो. वर्गातील विद्यार्थ्यांसाठी तो एक प्रेरणास्रोत आहे.

तुमच्या दोघांचेही खूप अभिनंदन.

तुमचा विश्वासू
ए. आर. श्मिड्ट

पत्राच्या वरील प्रसंगापर्यंत मी नऊ वर्षे शाळेत जात होतो. परंतु या नऊ वर्षांमध्ये एकाही शिक्षकाने एकदाही अशा प्रकारचे पत्र पाठवले नव्हते. आता भूतकाळात वळून पाहताना माझ्या मनात विचार येतो : केवळ दोन वर्षांचा अनुभव असलेले श्मिड्ट हे असे शिक्षक होते, की जे विद्यार्थ्यांसाठी 'ईश्वरी देणगी मिळालेला आणि प्रतिभावान' अशा प्रकारचे शब्द वापरत होते. आश्चर्याची बाब ही होती, की अशा प्रकारचे शब्द त्यानंतर वीस वर्षांनी शिक्षण व्यवस्थेत प्रचलित झाले. तुमचे उत्पादन व्यवस्थित कार्य करत आहे हे उत्पादकांना पत्राने कळवण्याची सभ्यता आणि समज श्मिड्ट यांच्याकडे होती.

माझ्या या शिक्षकाला आणि त्यांच्या पत्राला मी कधीही विसरू शकणार नाही. कारण पहिल्यांदाच माझ्या कुटुंबाबाहेरील एक व्यक्ती मी विशेष आहे, प्रतिभावान आहे

असा विचार व्यक्त करत होती. हे पत्र मी माझ्या हृदयात जपून ठेवले होते. ते शैक्षणिक वर्ष संपल्यावर मी मॅसॅचुसेट्स येथील शाळेत गेलो. मला पत्रकारिता हा विषय अभ्यासू द्यावा असे श्री श्मिड्ट यांनी स्वत:हून माझ्या नवीन शाळेला कळवले होते. पुढच्या एका वर्षानंतर श्री श्मिड्ट दुसऱ्या जिल्ह्यात बदलून गेले आणि तेव्हापासून आमचा संपर्क राहिला नाही. १९७५ मध्ये एके दिवशी माझी विधवा आई आणि मी गाडीतून जात असताना मी तिला विचारले, ''आई मी न्यू जर्सी येथे असताना तुला आणि बाबांना पत्र पाठवलेले ते शिक्षक तुला आठवतात का?''

क्षणभर आई काहीच बोलली नाही. आणि मग शांतपणे म्हणाली, ''तो प्रसंग मी कधीच विसरणार नाही.'' पुढे आणखी थोडा वेळ आम्ही श्मिड्ट यांच्याबद्दल बोलत राहिलो. आता ते कोठे असतील याबद्दलही आम्ही उत्सुकता व्यक्त केली. आणि मग तो विषय तेथेच सोडून दिला. पुढच्या दिवशी मी आईकडे गेलो आणि पाहतो तर काय, श्मिड्ट यांनी वीस वर्षांपूर्वी लिहिलेले मूळ पत्र हातात घेऊन आई उभी होती. जी गोष्ट मी माझ्या हृदयात जपून ठेवली होती तीच गोष्ट आईने कुटुंबाचा मौल्यवान वारसा म्हणून तिच्या कपाटामध्ये जपून ठेवली होती. ते पत्र आता मी माझ्या कपाटाच्या खणामध्ये अत्यंत जपून ठेवले आहे.

श्मिड्ट यांनी लिहिलेल्या पत्राबद्दलच्या सर्व घटनांचा मी येथे अत्यंत विस्ताराने उल्लेख केला आहे त्याची अनेक कारणे आहेत. जसे की, त्यांनी वर्गातील माझ्या लेखनाचे आणि बोलण्याचे जे कौतुक केले त्यामुळे युवा वयामध्ये माझी आदर्श प्रतिमा तयार होऊ शकली. श्मिड्ट यांनी माझ्या घरी पाठवलेल्या त्या पत्राने जो परिणाम साधला होता, तो गुणपत्रिकेवरील गुणांनी कधीच साधला नसता. विशेष म्हणजे श्मिड्ट यांच्याकडे खूप काही पदव्या नव्हत्या आणि वयाने लहान असल्यामुळे त्यांना शिकवण्याचा खूप अनुभवही नव्हता. परंतु एखाद्या महान शिक्षकांकडे असू शकेल असा एक अत्यंत मौल्यवान खजिना त्यांच्याकडे होता. अदृष्य असलेला हा खजिना काय होता तर त्यांच्या विद्यार्थ्यांना त्यांच्याबद्दल असलेली प्रचंड आपुलकी आणि आदर. त्यांच्यासाठी विद्यार्थी कोणतीही संकटे झेलायला तयार असत. दुर्दैवाने, शिक्षकांच्या अशा गुणांचे मूल्यमापन करू शकेल अशी कोणतीही यंत्रणा सध्या उपलब्ध नाही. खरे तर शिक्षकांकडील अशा प्रकारचे गुण अत्यंत प्रभावी असतात, परिणामकारक असतात. विशेष म्हणजे अत्यंत महागड्या प्रशिक्षणाद्वारे अशा प्रकारचे गुण शिक्षकांमध्ये विकसित करता येत नाहीत.[२]

पुढे खूप वर्षांनी मी आणि श्मिड्ट भेटलो. तेव्हा माझ्या या पुस्तकाची पहिली आवृत्ती प्रकाशित झाली होती. आनंदाची बाब ही होती, की ती आवृत्ती मी माझ्या मुलांसह श्री श्मिड्ट यांना अर्पण केली होती. 'तुझ्या या अर्पणपत्रिकेमुळे गेल्या तीस

वर्षातील माझ्या शिक्षणकार्याचा गौरव झाला आहे.' अशा शब्दांत त्यांनी त्यांचा आनंद व्यक्त केला होता. पुढे खूप वर्षांनंतर क्रॅनफोर्ड, न्यू जर्सी येथे त्यांच्या निवृत्तीनिमित्त एक समारंभ आयोजित करण्यात आला होता. त्या समारंभाला मी मुद्दाम हजर राहिलो होतो. या समारंभाच्या दुसऱ्याच दिवशी वाचन या विषयावर कार्यशाळा घेण्यासाठी मी न्यू हॅम्पशायर येथील एका छोट्याशा गावामध्ये गेलो होतो. कार्यशाळेत सुमारे पंचवीस शिक्षक सहभागी झाले होते. श्मिड्ट यांचा माझ्यावर जो प्रभाव पडला होता, त्याबाबत मी कार्यशाळेत उल्लेख केला. कार्यशाळेच्या मधल्या सुट्टीत एक तरुण शिक्षक माझ्याकडे आला आणि म्हणाला, 'मी क्रॅनफोर्डचाच रहिवासी आहे. तेथेच मी लहानाचा मोठा झालो. माझे शिक्षणही तेथेच झाले आहे. महत्त्वाचे म्हणजे आठवीमध्ये श्मिड्ट यांनी मला शिकवले आहे. आणि त्यांच्यामुळेच मी शिक्षक झालो आहे.'

शाळेच्या व्यवस्थापनामध्ये व्यावसायिक तत्त्वांचे उपयोजन करण्याविषयी सध्या खूप चर्चा केल्या जात आहेत. तसेच विद्यार्थ्यांनी मिळवलेल्या गुणांआधारे त्यांच्या शिक्षकांची कार्यक्षमता मोजण्याबद्दलही अलीकडे खूप चर्चा होत आहेत. परंतु या प्रकारच्या विचारांचा आणि प्रथांचा शिक्षकी पेशावर मात्र अत्यंत विपरीत परिणाम होत आहे. अशा प्रकारच्या प्रथांमुळे आपण चांगल्या शिक्षकांना मुकत आहोत. कमी गुन्हेगारी असेल, तर अधिक पगार अशा तत्त्वाने तुम्हाला मोबदला दिला जाणार आहे असे आपण पोलिसांना सांगितले तर काय होईल कल्पना करा. असे केले तर माझ्या मतानुसार अमेरिकेच्या शहरी भागात नोकरी करायला एकही पोलीस तयार होणार नाही. सर्व पोलीस ग्रामीण भागामध्येच नोकरी करायला उत्सुक असतील. जेव्हाजेव्हा मी शिक्षकांचे मूल्यमापन करण्याच्या पद्धतींबद्दल वाचतो, तेव्हातेव्हा मी विद्यार्थ्यांवरील श्मिड्ट यांच्या प्रभावाबद्दल विचार करतो. त्यांचा प्रभाव तुम्ही विद्यार्थ्यांनी मिळवलेल्या गुणांआधारे कसा मोजू शकाल?

तर, ही कथा होती एका लहान मुलाच्या वाचनप्रवासाची. या वाचनप्रवासात मी एकटा नव्हतो हे तुमच्या लक्षात आले का? माझे कुटुंबीय, ग्रंथालये आणि शिक्षक हे माझ्या वाचनप्रवासातील सहप्रवासी होते. आणि या प्रवासाद्वारे मी इच्छित स्थळी सुखरूप पोहोचलो आहे याची या सर्व सहप्रवाशांनी खातरी करून घेतली होती. लहान मुलांमध्ये वाचनाची सवय निर्माण करण्याचे, वाचनाची आवड रुजवण्याचे अनेक मार्ग आहेत. परंतु एकच मार्ग सर्वांना उपयुक्त ठरेल असे नाही. अर्थात मुलांमध्ये वाचन सवय रुजवण्यासाठी, ती वृद्धिंगत करण्यासाठी अनेक लोक विविध प्रकारे प्रयत्न करत असतात. यामध्ये दररोज वाचून दाखवणाऱ्यांचा, अतिशय दर्जेदार असे वाचनसाहित्य मुबलक प्रमाणात उपलब्ध करणाऱ्यांचा आणि वाचनासाठी प्रेरणा देणाऱ्यांचा समावेश होतो.

विशेष म्हणजे आपला वाचन प्रवास सुखकर करण्यामध्ये परीक्षांचे काहीही योगदान नसते.

माया अॅन्जेलू या एक अमेरिकन लेखिका, कवयित्री, नायिका आणि गायिका आहेत. त्यांनी सांगितल्याप्रमाणे तुम्ही लोकांना काय म्हणाला होता हे ते विसरतील, त्यांच्यासाठी तुम्ही काय केले होते तेही लोक विसरतील परंतु त्यांच्यामध्ये तुम्ही जी संवेदना, जाणीव निर्माण केलेली असते, ती मात्र लोक कधीही विसरत नाहीत.

सर्वोत्कृष्ट पालक, शिक्षक आणि वाचन यामुळे आपल्यामध्ये जी संवेदना, जी जाणीव निर्माण होते त्यामुळेच आपले जीवन बदलते. आपण स्त्री किंवा पुरुष कोणीही असलात, तरी ही संवेदना आणि जाणीवच आपल्या चिरकाल स्मरणात राहते.

वाचून दाखवण्यासाठी उपयुक्त पुस्तकांची यादी

यादीतील माहिती व तिचा क्रम

या यादीतील प्रत्येक नोंदीमध्ये प्रथम पुस्तकाचे नाव दिले आहे. त्यापुढे लेखकाचे नाव दिले आहे. त्यानंतर कंसामध्ये प्रकाशकाचे नाव, प्रकाशन वर्ष, व पृष्ठसंख्या दिली आहे. सर्वांत शेवटी कोणत्या इयत्तेतील मुलांसाठी ते पुस्तक उपयोगाचे आहे.

चौकोनामध्ये दिलेल्या पुस्तकांच्या नावांपुढे वापरलेल्या संक्षेपांची यादी	
Antologies (संग्रह)	= (a)
Fairytales and Folktales (परीकथा आणि लोककथा)	= (f)
Novels (गोष्टीची मोठी पुस्तके)	= (n)
Picture books (चित्रांची पुस्तके)	= (p)
Poetry (बालगीते, कविता)	= (po)
Short novels (गोष्टीची छोटी पुस्तके)	= (s)

पुस्तकाच्या या भागाची अनुक्रमणिका

शब्दविरहित पुस्तके (wordless books)
पुढचा शब्द काय असेल याबाबत अंदाज करता येणारी पुस्तके (Predictable books)
संदर्भ पुस्तके (Reference books)
चित्रांची पुस्तके (Picture books)
गोष्टींची छोटी पुस्तके (Short novels)
गोष्टींची मोठी पुस्तके (Novels)
बालगीते, कविता (Poetry)
कथासंग्रह (Anthologies)
परीकथा आणि लोककथा (Fairytales and Folktales)

शब्दविरहित (चित्रांची) पुस्तके (wordless books)

या पुस्तकांमध्ये केवळ चित्रे आहेत; यामध्ये एकही शब्द नाही. या प्रत्येक पुस्तकामध्ये संपूर्ण गोष्ट क्रमवार छापलेल्या चित्रांच्या माध्यमातून सांगितलेली आहे. ज्या मुलांना अजून अक्षरओळख झालेली नाही ती लहान मुले तसेच प्रौढ व्यक्ती (निरक्षर आणि अर्धसाक्षर प्रौढसुद्धा) ही पुस्तके वाचू शकतात. प्रौढ व्यक्ति अशा पुस्तकातील विविध चित्रे पाहून गोष्टीतील कथानक सांगू शकतात.

1. Ah-choo by Mercer Mayer (Dial, 1975)
2. A ball for daisy by Chris Raschka (Farrar, 2011)
3. Ben's dream by Chris Van Allsburg (Houghton Mifflin, 1982)
4. A boy, a dog and frog by Mercer Mayer (Dial, 1967)
5. Deep in the forest by Brinton Turkle (Dutton, 1976)
6. Flostam by David Wienser (Clarion, 2006)
7. Frog goes to dinner by Mercer Mayer (Dial, 1974)
8. Frog on his own by Mercer Mayer (Dial, 1973)
9. Frog, where are you? By Mercer Mayer (Dial, 1969)
10. Good dog, Carl by Alexandra Day (Green Tiger, 1985)
11. Peter Spier's Rain by Peter Spier (Doubleday, 1982)
12. Sector 7 by David Wienser (Clarion, 1997)
13. The silver pony by Lynd Ward (Houghton Mifflin, 1973)
14. The snowman by Raymond Briggs (Randon House, 1978)
15. Times flies by Eric Rohmann (Crown, 1994)
16. Tuesday David Wienswer (Clarion, 1991)
17. Unspoken: a story of the underground railroad by Henry Cole (Scholastic, 2012)

पुढचा शब्द काय असेल याबाबत अंदाज करता येणारी पुस्तके (Predictable books)

हीही चित्रांचीच पुस्तके असतात. परंतु यामध्ये शब्दांची किंवा ओळींची पुनरावृत्ती केली जाते. पुनरावृत्तीमुळे मुले हळूहळू सुरुवातीचा शब्द वाचून दाखवला, की त्यानंतरचा शब्द काय असेल याबाबत अंदाज करायला लागतात. व अशा प्रकारे ते वाचनाच्या प्रक्रियेत सहभागी व्हायला लागतात.

1. Are you my mother? By P. D. Estman (Random House 1960)
2. Brown bear, brown bear, what do you see? By Bill Martin Jr. (Henry Holt, 1983)
3. Chicka chicka boom boomi by Bill Marin Jr. and John -rchambault (Simon Schuster, 1989)

4. Chicken soup with rice by Maurice Sendak (Harper, 1962)
5. Do you want to be my friend? By Eric Carle (Putnam ,1971)
6. Drummer hoff by Barbara Emberley (Prentice-Hall, 1967)
7. Duck in the truck by Jez Alborough (Harper, 2000)
8. The Flea's Sneeze by Lynn Downey (Henry Holt, 2000)
9. Goodnight moon by Margaret Wise Brown (Harper, 1947)
10. The House that jack built by Jeanette Winter (Dial, 2000)
11. I know an old lady who swallowed a pie by Alison Jackson (Duttton, 1997)
12. If you give a mouse a cookie by Laura Numeroff (Harper, 1985)
13. The important book by Margaret Wise Brown (Harper, 1949)
14. Jack and Jill's treehouse by Pamela Duncan Edwards (Katherine Tegen Books 2008)
15. The little old lady who was not afraid of anything by Linda Willams (Crowell, 1986)
16. Millions of cats by Wanda Gag (Putnam, 1977)
17. The napping house by Audrey Wood (Harcourt Brace, 1984)
18. Pierre: a cautionary tale by Maurice Sendak (Harper, 1962)
19. Rolie polie olie by Willam Joyce (Harper, 1999)
20. Snip snap! What's that? By Mara Bergman (Greenwillo, 2005)
21. Ten little fingers and ten little toes by Mem Fox (Harcourt, 2008)
22. This is the House that was Tidy and neat by Teri Sloat (Henry Holt, 2005)
23. This is the van that dad cleaned by Lisa Campbell Ernst (Simon Schuster, 2005)
24. Tikki Tikki Tembo by Arlene Mosel (Holr, 1968)
25. The very hungry caterpillar by Eric Carle (Philomel, 1969)
26. We're going on a bear hunt by Michael Rosen (Atheneum, 1992)
27. The wheels on the bus by Maryann Kovalski (Little, Brown, 1987)

संदर्भ पुस्तके (Reference books)

1. How animals live: the amazing world of animals in the world by Bernard Stonehouse and Esther Bertram; John Francis, Illus. (Scholastic, 2004, 96 pages) Grades K and up.
2. Scholastic children's encyclopedia (Scholastic, 2004, 710 pages) Grades 2-6
3. The worst-case of scenario survive -o-pedia Jr. edition by David Borgenight, Molly Smith, Brendan Walsh and Robin Epstein (Chronicle, 2011, 141 pares) Grades 3 and up

चित्रांची पुस्तके (Picture books)

1. Aesop's fables by Jerry Pinkey (North-South, 2000, 85 pages) Grades 2-5
2. Alexander and the terrible, horrible, no good, very bad day by Judith Viorst; Ray Cruz, Ills. (Atheneum, 1972, pages 34) Grades K and up
3. All about alfie (series) by Shirley Hughes (Bodley Head, 2011, pages 128) Grades pre S-1
4. Andrew Henry's meadow by Doris Burn (Philomel, 2012; ebook, pages 48) Grades K-2
5. April and esme, tooth fairies by Bob Graham (Candlewick, 2010, pages 32) Grades Pre S-K
6. Arthur's chicken pox (series) by Marc Brown (Little Brown, 1994, 28 pages) Grades pre S-1
7. Aunt Minnie McGranahan by Mary Skillings Prigger; Betsy Lewin, Illus (Clarion 1994) Grades K-2
8. Baby brains by Simon James, (Candelwick, 2004, pages 24) Grades Pre S-1
9. Bella and stella come home by Ania Denise; Christopher Denise, ills (Philonel, 2010, pages 36) Grades Pre S-K
10. Bella, the last mule and Gee's bend by Calvin Alexander Ramsey and Bettye Stroud; John Hollyfield, Illus (Candlewick, 2011, pages 32. Grades 1-4
11. Benny and penny in the big no-no! by Geoffrey Hayes (Toon/Candlewick, 2009, pages 30) Grades Pre S-K
12. The biggest bear by Lynd Ward (Houghton Mifflin, 1952, pages 80) Grades K-3
13. Boys of steel: the creators of superman (non-fiction) by Marc Tyler Nobleman: Ross Macdonald, Illus. (Knopf, 2008, pages 32) Grades 3-7
14. Brave Irene by William Steig (Farrar, Straus Giroux, 1986, pages 28) Grades K-5
15. Brown bear, brown bear, what do you see? By Bill Martin Jr.; Eric Carle, Illus (Henry Holt, 1993; ebook, pages 24) Grades Pre S-K
16. A bus called heaven by Graham Rob (Candlewick, 2011, pages 140) Grades Pre S-1
17. Captain Abdul's pirate school by Colin Mcnaughton (Candlewick, 1994, 32 pages) Grades 1-5
18. The carpenter's gift by David Ruble; Jim Lamarche, Illus. (Random House, 2011, ebook, pages 44) Grades K-4
19. A chair for my mother by Vera B. Williams (Greenwillow, 1982, pages 30) Grades K-3

20. Chewy Louie by Howie Schnelder (Raising Moon, 2000, ebook, pages 32) Grades Pre S-K
21. Cludy with a chance of meatballs by Judi Barrett; Ron Barrett, Illus. (Atheneum, 1978, pages 28) Grades Pre S-5
22. The complete adventures of Peter rabbit by Beatrix Potter (Puffin, 1984, pages 96) Grades Pre S-1
23. Corduroy by Bon Freeman (Viking, 1968, ebook, pages 32) Grades Pre S-2
24. A day's work by Eve Bunting; Ronald Himler, Illus. (Clarion, 1994, ebook, pages 30) Grades K-4
25. The dinosaurs of waterhouse, Hawkins (non-fiction) by Barbara Kerley; Brian Selznick, Illus. (Scholastic, 2011, pages 48) Grades 1 and up
26. Don't want to go! by Shirley Hughes (Candlewick, 2010, pages 32) Grades Pre S-K

जिम ट्रीलीज यांची आवडती बालगीते. काठिण्य पातळीच्या चढत्या क्रमानुसार रचना

1. The neighborhood mother goose (p) by Nina Crews
2. Ten little fingers and ten little toes (p) by Mem Fox
3. Over in the meadows by Olive A. Wadsworth
4. Chicka Chicka boom boom by Bill Martin Jr.
5. The napping house (p) by Audrey Wood
6. The wheels on the bus by Marynn Kovalski
7. Where's my truck? By Karen Beaumont
8. King jack and dragon by Peter Bently
9. This is the house that was tidy and neat by Teri Sloat
10. Duck in the truck by Jez Alborough
11. Sheep in a jeep by Nancy Shaw
12. Jesse Bear, what will you wear? by Nancy White Carlstrom
13. The day the babies crawled away by Peggy Rathmann
14. Shoe baby by Joyce Dunbar
15. Snip snap! What's that? By Mara Bergman
16. Madeline by Ludwig Bemelmans
17. Micawber by John Lithgow
18. The recess queen by Alexis O'Neill
19. Kermit the hermit by Bill Peet
20. If I ran the zoo (p) by Dr. Seuss
21. Casey at the bat by Ernest L Thayer; Ill. by C. F. Payne
22. Who swallowed Harold by Susan Pearson

---

27. Eddie:Harold's little brother (non-fiction) by E D Koch and Pat Koch Thaler; James Warhola, Illus. (Putnam, 2005, pages 28) Grades 1-3

28. Elsie's bird by Jane Yolen; David Small, Illus. (Philomel, 2010, pages 34) Grades K-3
29. Encounter by Jane Yolen; David Shannon, Illus. (Harcourt Brace, 1992, ebook, pages 30) Grades 3-7
30. Erandi's braids by Antonio Hernandez Madrigal; Tomie Depaola, Illus. (Putnam, 1999, pages 30) Grades Pre S-2
31. The enerything book by Denise Fleming (Henry Holt, 2000, pages 64) Useful for infants and toddlers
32. Franklin and Winston: a Christmas that changed the world (non-fiction) by Douglas Wood; Barry Moser, Illus. (Candlewick, 2011, pages 36) Grades 4 and up
33. Froggy gets dressed (series) by Jonathan London; Frank Remkiewicz, Illus. (Viking, 2000, pages 32) Grades Pre S-K
34. Full, full, full of love by Trish Cooke; Paul Howard, Illus. (Candlewick, 2003, 24 pages) Grades Pre S-K
35. Goodnight moon by Margaret Wise Brown: Clement Hurd, Illus. (Harper, 1947, pages 30) Useful for infants and toddlers
36. Gossie (series) by Olivier Dunrea (Houghton Mifflin, 2002, ebook, pages 30) Useful for infants and toddlers
37. The great fuzz frenzy by Susan Stevens Crummel; Janet Stevens, Illus. (Harcourt Brace, 2005, ebook,pages 56 Grades Pre S-1
38. Harvesting hope; the story of Cesar Chavez (non-fiction) (Harcourt Brace, 2003, pages 48) Grades 1-4
39. Henry's freedom box (non-fiction) by Ellen Levine; Kadir Nelson, Illus. (Scholastic, 2007, pages 40) Grades 2 and up

जिम ट्रीलीज यांची मैत्री या विषयाची आवडती पुस्तके

1. The carpenter's gift by David Rubel
2. Chester's way by Kevin Henkes
3. Danitra Brown, class clown by Nikki Grimes
4. A day's work by Eve Bunting
5. Erandi's Braids by Antonio H. Madrigal
6. Evie & Margie by Bernard Waber
7. The lemonade club by Patricia Polacco
8. Marshall Armstrong is new to our school by David Mackintosh
9. Marven of the Great North Woods by Kathryn Lasky
10. Nora's Ark by Natalie Kinsey-Warnock
11. Otis and Otis and tornado by Loren Long
12. Someday loves you, Mr. Hatch by Eileen Spinelli
13. Uncle Jed's barbershop by Margaree King Mitchell
14. Wallace's lists by Barbara Bottner and Gerlad Kruglik
15. Worst friends by Suzanne Tripp Jurmain

40. High as a hawk: a brave girl's histgoric climb (non-fiction)by T.-. Barron; Ted Lewin, Illus. (Philomel, 2004, pages 30) Grades 1-3
41. A house of the woods by inga Moore (Candlewick, 2011, pages 42) Grades Toddlers to K
42. The house on the east 88th street (series) by Bernard Waber (Houghton Mifflin, 1962, pages 48) Grades Pre S-3
43. How big is it (non-fiction) by Ben Hillman (Scholastic, 2007 and 2008, pages 48) Grdes K-4
44. I am so strong by Mario Ramos (Gecko/Learner, 2011, pages 28) Grades Toddler to K
45. I stink! By Kate and Jim Mcmullan (Harper 2002, pages 32) Grades Pre S-2
46. If I ran the zoo by Dr. Seuss (Random House, 1950 pages 54) Grades Pre S-4
47. If you give a mouse a cookie by Laura Numeroff; Felicia Bond, Illus. (Haper, 1985, pages 30)
48. Ira sleeps over by Bernard Waber (Houghton Mifflin, 1972, pages 48) Grades K-6
49. The island of the skog by Steven Kellogg (Dial, 1973, pages 32) Grades Pre S-2
50. Johnny on the spot by Edward Sorel (Simmon Schuster, 1998, pages 28 Grades 1 and up
51. The king and the seed by Eric Maddern; Paul Hess, Illus. (Frances Lincoln, 2009) Grades K-2
52. The legend of the Bluebonnet Retold by Tomie Depaola (Putman, 1984, pages 30) Grades Pre S-4
53. The library lion by Michelle Knudsen; Kevin Hawkes, Illus (Candlewick, 2006, pages 48) Grades Pre S-K
54. Lilly's purple plastic purse by Hevin Henkes (Greenwillow, 1996 pages 30) Grades Pre S-1
55. The little house by Virginia Lee Burton (Houghton Mifflin, 1942, 40 pages) Grades Pre S-3
56. The little old lady who was not afraid of anything by Linda Williams; Megan Lloyd, Illus. (Harper, 1988 pages 28) Grades Pre S-1
57. Little red riding hood Retold by Trina Schart Hyman (Holiday, 1983, pages 32) Grades Pre S-3
58. Lost and found: three dog stories by Jim Lamarche (Chronicle, 2009 pages 42) Grades Pre S-K
59. Lousy rotten stinkin' grapes by MirgiePalatini; Barry Moser, Illus (Simon Schuster, 2009, pages 28). Grades K-3
60. The luck of the loch ness monster by -. W. Flaherty; Scott Magoon, Illus (Houghton Mifflin, 2007, ebook, pages 34). Grades K-3

61. Madeline (series) by Ludwig Bemelsans (Viking, 1939, pages 30). Grades K-3
62. Make way for ducklings by Robert McCloskey (Viking, 1941, pages 62). Grades Pre S-2
63. Marshall Armstrong is new to our school by David Mackintosh (Abramas, 2001, pages 30). Grades Pre S-1
64. Marven of the Great North woods by Kathryn Lasky; Kevin Hawkes, Illus. (Harcourt Brace, 1997 pages 36). Grades K-4
65. Me and momma and big John by Mara Rocklife; Willam low, Illus. (Candlewick, 2012, pages 32). Grades K-2, 1-3
66. Micawber by John Lithgow; C. F. Payne, Illus. (Simon Schuster, 2002, pages 24). Grades Pre S-2
67. Mighy Jackie: the stike-out queen (non-fiction) by Marissa Moss; C.F. Payne, Illus (Simon Schuster, 2004). Grades 1-4
68. Mike Mulligan and his steam shovel by Virginia Lee Burton (Houghton Mifflin, 1939, ebook pages 42). Grades K-4
69. The minpins by Roald Dahi; Patrick Benson, Illus (Viking, 1991, pages 47). Grades K-4
70. Mirette on the high wire by Emily Arnold Mccully (Putnam, 1992, pages 30). Grades K-2
71. Miss Nelson is missing! (series) by harry Allard; James Marshall, Illus (Houghton Mifflin, 1977, pages 32). Grades Pre S-4
72. Molly Bannaky (nonfiction) by Alice Mcgill; Chris K Soentpiet, Illus (Houghton Mifflin, 1999, pages 32). Grades 3-8
73. Molly's pilgrim by Barbara Cohen; Daniel Mark Duffy, Illus (Morrow, 1983 pages 41). Grades 1-4
74. My brother Martin: a sister remembers (non-fiction) by Christine King Farris; Chris Soenpiet, Illus (Simon Schuster, 2003 pages 30). Grades 1-5
75. The mysterious tadpole by Steven Kellogg (Dial, 1977, pages 30). Grades Pre S-4
76. Naming liberty by Jane Yolen; Jim Burke, Illus (Philomel, 2008, pages 30). Grades 2-5
77. The napping house by Audrey Wood; Don Wood, Illus (Harcourt Brace, 1984, pages 28). Grades Toddler to Pre S
78. The neighborhood mother goose photographed by Nina Crews (Dutton, 1989, ages 64). Grades Infants to Pre S
79. Nurse, soldier, spy: the story of Sarah Edmonds, a civil war hero (non-fiction) by Marissa Moss; Hohn Hendrix, Illus (Abrams, 2011, pages 48). Grades 3-5

80. Odd boy out: young Albert Einsterin (non-fiction) by Don Brown (Houghton Mifflin, 2004, pages 30). Grades 2-7
81. An orange for Frankie by Patricia Polacco (Philomel, 2004, pages 40). Grades K and up
82. Otis by Loren Long (Philomel, 2009, pages 36). Grades Pre S-1
83. The perfect bear by Billian Shields; Bary Blythe, Illus (Simon Schuster, 2008 pages 26). Grades Pre S-K
84. Peter and the winter sleepers by Rick de Hass (North-South, 2011, pages 26). Grades Pre S-K
85. The pied piper of Hamelin by Michael Morpurgo; Emma Chichester Clark, Illus (Candlewick, 2011, pages 64). Grades K-5
86. Pink and say by Patricia Polacco (Philomel, 1994, pages 48). Grades 3 and up
87. Please, baby, please by Spike Lee and Tonya Lewis Lee: kadir Nelson, Illus (Simon Schuster, 2002). Useful to Infants and Toddler
88. Pop! The invention of bubble gum (non-fiction) by Meghan Mccarthy (Simon Schuster, 2010 e-book, pages 32). Grades K-2
89. The poppy seeds by Clyde Robert Bulla (Puffin, 1994 pages 34). Grades K-2
90. Pop's bridge by Eve Bunting; C. F. Payne, Illus (Harcourt Brace, 2006, ebook, 32 pages). Grades K-2
91. Regards to the man in the moon by Ezra Jack Keats (Four Winds, 1991, pages 32). Grades Pre S-3
92. Richard Wright and the library card (non-fiction) by William Miller: Gregory Christie, illus) (Lee Low, 1999, pages 32). Grades 2-5
93. Rikki-Tikki-Tavi by Rudyard Kipling; adapted and illustrated by Jerry Pinkney (Morrow, 1997, pages 44). Grades K-4
94. The rough-face firl by Rafe Martin; David Shannon, Illus. (Puffin, 1998). Grades 1-4
95. The secret shortcut (series) by fMark Teague (Scholastic, 1996, pages 32). Grades Pre S-K
96. The seven silly eaters by Mary Ann Hoberman; Maria Frazee, Illus (Harcourt Brace, 1997, pages 38). Grades K-3
97. The silver pony by Lynd Ward (Houghton Mifflin, 1973, pages 176). Grades Pre S-4
98. Six men by David Mckee (North-South, 2011, pages 36). Grades K and up
99. Snip snap! What's that? By Mara Bergman; Nick Maland, Illus (Greenwillow, 2005, Pages 30). Grades Pre S-K

100. Somebody loves you, Mr. Hatchby Eileen Spinelli; Paul Yalowith, Illus. (Simon Schuster, 1991, pages 30) Grades K and up
101. The story of little Babaji by Helen Bannerman; Bred Barchellno, Illus. (Harper, 1996, pages 68)
102. The story of Ruby Bridges (nonfiction) by Robert Coles: George Ford, Illus. (Scholastic, 1995, pages 26). Grades 1-5
103. The supper hungry dinosaur by Martin Waddell; Leonie Lord, Illus. (Dial, 2009, pages 32). Grades Tod-Pre K

क्रीडाविषयक चित्रांची पुस्तके

1. All-star! Honus Wagner and the most famous baseball card ever by Jane Yolen
2. America's champion swimmer: Gertrude Ederle by David -. Adler
3. Baseball saved us by Ken Mochizuki
4. Brothers at bat by Audrey Vernick
5. Casey at the bat by Earnest Thayer (C.F. Payne, Illus.)
6. Eddie, Harold's little brother by Ed Koch and Pat Koch Thaler
7. The greatest skating race by Louise Borden
8. Major Taylor: champion Cyclist by Lesa Cline-Ransome
9. Mighty Jackie: the strike-out queen by Marissa Moss
10. A nation's hope: the story of boxing legend Joe Louis by Matt de la Pena
11. Oliver's game by Matt Tavares
12. Roberto Clemente by Jonah Winter
13. Salt in his shoe: Michael Jordan in pursuit of dream by Deloris Jordan and Roslyn M² Jordan
14. Shoeless Joe and black besty by Phil Bildner
15. Teammates by Peter Golenbock
16. There goes Ted Williams by Matt Tavares
17. Wilma unlimited: how Wilma Rudolph became the world's fatest woman by Kathleen Krull

---

104. Sylvester and the magic pebble by William Steig (Simon Schuster, 1969, pages 3). Grades pre S-4
105. Ten little fingers and ten little toes by Mem Fox: Helen Oxenbury, Illus. (Harcourt, 2008, pages 36). Grades Info-Tod
106. Thank you Sarah: the woman who saved thanksgiving (non-fiction) by Laurie Halse Anderson; Matt Faulkner, Illus. (Scholastic, 2002, pages 40). Grades K-3

107. There's going to be a baby by John Burningham: Helen Oxenbury, Illus. (Candlewick, 2010, pages 46) Grades Pre S-K
108. Thomas' Snowsuit by Robert Munsch: Michael Martchenko, Illu. (-nnick, 1985, pages 24). Grades Pre S-4
109. Tikki Tikki Temboby Arlene Mosel: Blair Lent, Illus. (Henry Holt, 1968, pages 40) Grades Pre S-3
110. Tintin in Tibet (comic book) by Herge (Little, Brown, 19075, pages 62). Grades 2-4
111. The boat by Randal de Seve; Loren Long, Illus. (Philomel, 2007, pages 32). Grades Pre S-K
112. The true story of the three little pigs by John Scieszka; Lane Smith, Illus. (Viking, 1989, pages 28). Grades K and up
113. The ugly duckling by Hans Christian Andersen; Robert Ingpen, Illus. (Penguin, 2005, pages 34). Grades 1 and up
114. The very hungry caterpillar by Eric Carle (Philomel, 1969, pages 38). Grades Tod-1
115. Wagon wheels by Barbara Brenner; Don Bolognese, Illus. (Harper, 1993, pages 64). Grades K-2
116. We're going on a bear hunt by Michael Rosen; Helen Oxenbury, Illus. (Atheneum, 1992, pages 32). Grades Tod-K
117. When Jessie came across the sea by Amy Hest; P. J. Lynch, Illus. (Candlewick, 1997, pages 32). Grades 1-5
118. Where the wild things are? by Maurice Sendak (Harper, 1963, pages 28). Grades K-3
119. Where's my teddy (series) by Jez Alborough (Candlewick, 1997, pages 24). Grades Pre S-K
120. Where's my truck? by Karen Beaumont; David Catrow, Illus. (Dial, 2011, pages 30). Grades Tod-Pre S
121. Where's Waldo? (Series) by Martin Handford (Little, Brown, 1987, pages 26). Grades Pre S-4
122. The whingdingdilly by Bill Peet (Houghton Mifflin, 1970 pages 60). Grades Pre S-5
123. The wolf who cried boy by Bob Hartman; Tim Raglin, Illus. (Putnam, 2002, pages 30). Grades K-3
124. The wretched stone by Chris Van Allsburg (Houghton Mifflin, 1991 pages 30). Grades Pre 2-7
125. You can do it, Sam (series) by Amy Hest, Anita Jeram, Illus. (Candlewick, 2003, pages 28). Grades Tod-Pre S

गोष्टीची छोटी पुस्तके (Short novels)

जिम ट्रीलीज यांची आवडती गोष्टीची छोटी पुस्तके
1. Two times the fun by Beverly Cleary
2. Look out, Jeremy Bean! by Alice Schertle
3. Junie B. Jones and the stupid smelly bus by Barbara Park
4. The chalk box kid by Clyde Robert Bulla
5. Dinosaurs before dark by Mary Pope Osborne
6. My father's dragon by Ruth Stiles Gannett
7. Most Monty by Johanna Hurwitz
8. The stories Julian Tells by Ann Cameron
9. Chocolate fever by Robert Kimmel Smith
10. James and the giant peach by Roald Dahl
11. The water horse by Dick King-Smith

1. Baseball in April by Gary Soto (Harcourt Brace, 1990, pages 107). Grades 6 and up
2. Be a perfect person in just three days! by Stephen Manes (Yearling, 1996, pages 76). Grades 2-5.
3. The bear's house by Marilyn Sachs (iUniverse, 2008, pages 82). Grades 4-6
4. The best Christmas pageant ever by Barbara Robinson (Harper, 1972, pages 80). Grades 2-6
5. A blue-eyed daisy by Cynthia Rylant (Simon Schuster, 1985; e-book, pages 99). Grades 4-8
6. Cam Jansen: the mystery of the dinosaur bones (series) by David Adler (Puffin, 1997, pages 56, ebook). Grades 1-3
7. Chocolate fever by Robert K Smith (Dell, 1978, pages 94). Grades 1-3
8. Dinosaurs before dark (series) by Mary Pope Osborne (Random House, 1992, pages 76). Grades K-2
9. The friendship by Mildred Taylor (Dial, 1987, pages 53). Grades 4 and up
10. Frindle by Andrew Clements (Simon Schuster, 1996, pages 105). Grades 3-6
11. Gooney bird greene (series) by Lois Lowry (Houghton Mifflin, 2002, pages 88). Grades K-2
12. The half-a-moon Inn by Paul Fleischman (Harper, 1980, pages 88). Grades 2-6
13. Herbie jones (series) by Suzy Kline (Putman, 1985, pages 95). Grades 1-4
14. The hundred dress by Eleanor Estes (Harcourt Brace, 1994, pages 78). Grades 3-6

सध्या आउट-ऑफ-प्रिंट असलेली परंतु अत्यंत छान पुस्तके.
अर्थात ही पुस्तके तुम्हाला सार्वजनिक ग्रंथालयात तसेच वेबवरही मिळू शकतील.

गोष्टीची छोटी पुस्तके

1. Four miles to pinecone by Joan Hassler (Grades 6 and up)
2. Stargone John by Ellen Kindt McKenzie (Grades 2-4)
3. Wildfire! By Elizabeth Starr Hill (Grades 1-3)
4. Wingman by Daniel Manus Pinkwater (Grades 2-5)

गोष्टीची मोठी पुस्तके

1. The button boat by Gendon and Kathryn Swarthout (Grades 3-5)
2. The dog days of Arthur Cane by T. Ernesto Bethancourt (Grades 4-7)
3. The hero from otherwhere by Jay Williams (Grades 4-7)
4. Holding me here by Pam Conrad (Grades 6 and up)
5. Humbug mountain by Sid Fleischman (Grades 3-5)
6. A likely lad by Gillian Avery (Grades 4-5)
7. Me and Caleb by Franklyn Meyer (Grades 4-7)
8. Rasmus and vagabond by Astrid Lindgren (Grades 2-5)
9. Run by William Sleator (Grades 5-7)
10. Stars in my crown by Joe David Brown (Grades 5 and up)

15. Junie B. Jones and the stupid smelly bus (series) by Barbara Park (Random House, 1992; ebook, pages 70). Grades K-1
16. Keeper of the doves by Betsy Byars (Viking, 2002; ebook, pages 121). Grades 3-6
17. Kindred souls by Patricia Maclachlin (Harper, 2012, pages 117). Grades 2-5
18. Lafcadio, the lion who shot back by Shel Silverstein (Harper, 1963, pages 90). Grades 2-6
19. Lawn boy by Gary Paulsen (Wendy Lamb Books, 2007; ebook, pages 96). Grades 4-7
20. Leon's story (nonfiction) by Leon Walter Tillage (Farrar, Straus and Giroux, 1997, pages 105). Grades 2-6
21. The littles (series) by John Peterson (Scholastic, 1970, pages 80). Grades 1-4
22. Look out, Jeremy Bean! by Alice Schertle; David Slonim, Ills. (Chronicle, 2009, pages 60

23. Mike Harte was here by Barbara Park (Knopf, 1995; ebook, pages 88). Grades 3-5
24. Missy violet and me by Barbara Hathaway (Houghton Mifflin, 2004, pages 100). Grades 5-8
25. The monster's ring (magic shop series) by Bruce Coville (Pantheon, 1982, pages 87). Grades 2-4
26. Mostly Monty by Johanna Hurwitz (Candlewick, 2007, pages 96). Grades K-2
27. My father's dragon (series) by Ruth Gannett (Knopf, 1948, pages 78). Grades K-2
28. On my honor by Marion Dane Bauer (Clarion, 1986; ebook, pages 90). Grades 5-9
29. Owls in the family by Farley Mowat (Little, Brown, 1961, pages 108). Grades 2-6
30. Pearl verses the world by Sally Murphy; Heather Potter, Illus. (Candlewick, 2011, pages 73). Grades 2-5
31. The reluctant dragon by Kenneth Grahame; Ernest H. Shepard, Illus. (Holiday House, 1989, pages 57). Grades 2-4
32. The rifle by Gary Paulsen (Harcourt Brace, 1995, pages 104). Grades 6 and up
33. Rip-roaring Russell (Russell and Elisa series) by Johanna Hurwitz (Marrow, 1983, page 96). Grades K-2
34. Shoeshine girl by Clyde Robert Bulla (Harper, 1989, pages 84). Grades 1-4
35. Skinnybones by Barbara Park (Knopf, 1982; ebook, pages 112). Grades 3-5
36. The SOS file by Betsy Byars, Betsy Duffey, and Laurie Myers (Henry Holt, 2004, pages 72). Grades 1-3
37. Soup (series) Robert Newton Peck (Knopf, 1974, ebook, pages 96). Grades 4-6
38. Stone fox by John R. Gardner (Crowell, 1980; ebook, pages 96). Grades 1-7
39. The stories Julian tells (series) by Ann Cameron (Pantheon, 1981; ebook, pages 72). Grades K-3
40. The stray by Kick King-Smith (Dell, 2002, pages 139). Grades 1-4
41. Two times the fun by Beverly Cleary (Harper, 2005; ebook, pages 92). Grades Pre S-K
42. The Whipping boy by Sid Fleischman (Greenwillow, 1986, pages 90). Grades 3-6

43. Who was Steve Jobs? (non-fiction series) by Pam Pollack and Meg Belvisio; John O'Brien, Illus. (Grosset and Dunlap, 2012, pages 100). Grades 2-5

गोष्टीची मोठी पुस्तके (Novels)

1. Adam canfield of the Slash by Michael Winerip (Candlewick, 2005, e-book, pages 326). Grades 4-6
2. The adventures of Pinocchio by Carlo Collodi; Roberto Innocenti, ill. (Knopf, 1988, e-book, pages 144). Grades 4-6
3. The bad beginning (series) by Lemony Snicket (Harper, 1999, e-book, pages 162). Grades 4-6
4. Bambi by Felix Salten (Aladdin, 1988, e-book, pages 191). Grades 4-6

जिम ट्रीलीज यांची आवडती गोष्टीची मोठी पुस्तके

1. Big red by Jim Kjelgaard
2. Call of the wild by Jack London
3. A dog called Kitty by Bill Wallace
4. Foxy by Helen Griffith
5. Hurry home, Candy by MeindertDeJong
6. Kavik the wolf dog by Walt Morey
7. Lassie come-home by Erick Knight
8. Old yeller by Fred Gipson
9. Shiloh by Phyllis Naylor
10. Stone fox by John Reynolds Gardiner
11. Where the red fern grows by Wilson Rawls
12. Woodsong by Gary Paulsen

---

5. Because of Winn-Dixie by Kate Dicamillo (Candlewick, 2000, e-book, pages 182). Grades 4-6
6. Black beauty by Anna Sewell; Charles Keeping, Illus. (Farrar, Straus and Giroux, 1990; ebook, pages 214). Grades 4-8
7. Bridge to terabithia by Katherine Paterson (Crowell, 1997; ebook, pages 128). Grades 4-7
8. Bud, not buddy by Christopher Paul Curtis (Delacorte, 1999; ebook, pages 243). Grades 4-8
9. Caddie Woodlawn by Carol Ryrie Brink (Simon and Schuster, 1935, pages 286). Grades 4-6
10. The call of the wild by Jack London (Multiple publishers; ebook, pages 126). Grades 6 and up

11. The cay by Theodore Taylor (Doubleday, 1969; ebook, pages 144). Grades 2-6
12. Charlotte's web: 50th anniversary edition. By E. B. White; Garth Williams, Illus. (Harper, 2002, pages 213). Grades K-4
13. The city of ember by Jeanne Duprau (Random House, 2003; ebook, pages 288). Grades 4-7
14. City of orphans by Avi (Atheneum, 2011; ebook, pages 350). Grades 5-8
15. Claudette Colvin: twice toward justice (nonfiction) by Phillip Hoose (Macmillan, 2009; ebook, pages 124). Grades 7 and up
16. Close to famous by Joan Bauer (Viking, 2011; ebook, pages 250). Grades 7-9
17. Danny, the champion of the world by Roald Dahl (Knopf, 1975, pages 196). Grades 3-5
18. Darby by Jonathon Scott Fuqua (Candlewick, 2002, pages 240). Grades 2-4
19. A day no pigs would die by Robert Newton Peck (Knopf, 1972; ebook, pages 150). Grades 6 and up
20. Dear Mr. Henshaw by Beverly Cleary (Morrow, 1983; ebook, pages 134). Grades 3-6
21. Deltora quest: the forest of silence (series) by Emily Rodda (Scholastic, 2000, pages 131). Grades 1-5
22. Dream of night by Heather Henson (Atheneum, 2010; ebook, pages 218). Grades 4-8
23. Dugout rivals by Fred Bowen (Peachtree, 2010, pages 128). Grades 3-5
24. A family apart (series) by Joan Lowery Nixon (Bantam, 1987, pages 162). Grades 3-7
25. Finding buck McHenry by Alfred Slote (Harper, 1991, pages 250). Grades 3-6
26. Freak the mighty by Rodman Philbrick (Scholastic, 1993, pages 165) Grades 6-9
27. From the mixed-up files of Mrs. Basil E. Frankweiler by E. L. Konigsburg (Macmillan, 1967; ebook, pages 62). Grades 4-7
28. Gentle Ben by Walt Morey (Dutton, 1965, pages 192). Grades 3-6
29. The girl with the silver eyes by Willo Davis Roberts (Aladdin, 2011, pages 181). Grades 4-8
30. Good old boy by Willie Morris (Yoknapatawpha, 1981, pages 128). Grades 5-8
31. The great Turkey walk by Kathleen Karr (Scholastic, 1998, pages 199). Grades 4-8
32. Harry Potter and the sorcerer's stone (series) by J. K. Rowling (Scholastic, 1998; ebook, pages 309). Grades 2-8

33. Hatchet: 20th anniversary edition (series) by Gary Paulsen (Bradbury, 2007; ebook, pages 195). Grades 6 and up
34. Holes by Louis Sachar (Farrar, Straus and Giroux, 1998; ebook, pages 233). Grades 4-8
35. Homer price by Robert Mccloskey (Viking, 1943, pages 160). Grades 2-5
36. I was a rat! By Philip Pullman; Kevin Hawkes, Illus. (Dell, 2002, pages 75). Grades 3-5
37. In the years of the Boar and Jackie Robinson by Bette Rao Lord (Harper, 1984, pages 169). Grades 1-5
38. Incident at the Hawk's Hill by Allan W. Eckert (Little, Brown, 1971, pages 174). Grades 6 and up
39. The Indian in the cupboard (series) by Lynne Reid Banks (Doubleday, 1981; ebook, pages 182). Grades 2-6
40. Inventing Elliot by Graham Gardner (Dial, 2004, pages 181). Grades 9 and up
41. James and the giant peach by Roald Dahl (Knopf, 1961, pages 120). Grades K-6
42. Journey to the river sea by Eva Ibbotson (Viking Penguin, 2001; ebook, pages 299). Grades 4-7
43. Kaspar the titanic cat by Michael Murpurgo; Michael Foreman, Illus. (Harper, 2012, pages 200). Grades 2-5
44. Kensuke's kingdom byMichael Murpurgo (Scholastic, 2003, pages 164). Grades 3-5
45. The kid who invented the Popsicle (non-fiction) by Don L. Wulffson (Puffin, 1999, pages 128). Grades 1-5
46. Killing Mr. Griffin by Lois Duncan (Little, Brown, 1978; ebook, pages 224). Grades 7 and up
47. The land I lost by Huynh QuangNhuong (Harper, 1982, pages 126). Grades 2-6
48. Lassie come-home by Erick Knight (Spare Fish, 2007, pages 200). Grades 4 and up
49. Lily's crossing by Patricia Reilly Giff (Delacorte/Dell, 1997; ebook pages 180). Grades 3-6
50. The Lion, the witch and the wardrobe (Narnia series) by C. S. Lewis (HarperCollins, 1950; ebook, pages 186). Grades 3-6
51. The Lion's paw by Robb White (A. W. Ink, 1946, pages 243). Grades 4-7
52. Listening for lions by Gloria Whelan (Harper, 2005; ebook, pages 194). Grades 3-8
53. Loser by Jerry Spinelli (HarperCollins, 2002; ebook, pages 218). Grades 4 and up
54. Luptia Manana by Patricia Beatty (Harper, 2000, pages 192). Grades 4-8

55. Malcolm at midnight by W. H. Beck; Brian Lies, Illus. (Houghton Mifflin, 2012, pages 265). Grades 2-4
56. Maniac Magee by Jerry Spinelli (Little, Brown, 1990, pages 184). Grades 5-9
57. Martin the warrior (Redwall series) by Brian Jacques (Philomel, 1994, pages 376). Grades 4-7
58. The midnight fox by Betsy Byars (Viking, 1968, pages 160). Grades 4-6
59. The mighty Miss Malone by Christopher Paul Curtis (Wendy Lamb Books, 2012, pages 320). Grades 5-8
60. Mimi by John Newman (Candlewick, 2011, pages 186). Grades 4-8
61. Mockingbird by Kathryn Erskine (Putnam, 2010; ebook, pages 235). Grades 6 and up
62. The moon over high street by Natalie Babbitt (Scholastic, 2012, pages 148). Grades 6 and up
63. The mouse and the motorcycle (series) by Beverly Cleary (Morrow, 1965; ebook, pages 158). Grades K-2
64. Mr. Popper's penguins by Richard and Florence Atwater; Robert Lawson, Illus. (Little, Brown, 1938; ebook, pages 140).
Grades 2-4
65. Mr. Tucket (series) Gary Paulsen (Dell, 1997; ebook, pages 166). Grades 2-8
66. Mrs. Frisby and the rats of NIMH (series) by Robert C. O'Brien (Atheneum, 1971, pages 232). Grades 4-6
67. My brother Sam is dead by James Lincoln Collier and Christopher Collier (Simon and Schuster, 1974, pages 251). Grades 5 and up
68. My side of the mountain by Jean Craighead George (Dutton, 1959, pages 178). Grades 3-8
69. Nothing but the truth: a documentary novel by Avi (Orchard, 1991, pages 177). Grades 7 and up
70. Nothing to fear by Jackie French Koller (Harcourt Brace, 1991, pages 279). Grades 4 and up
71. Number the stars by Lois Lowry (Houghton Mifflin, 1989; ebook, pages 137). Grades 4-7
72. Otto of the silver hand by Howard Pyle (Dover, 1967; ebook; pages 132). Grades 5-8
73. Peppermints in the parlor by Barbara Brooks Wallace (Atheneum, 1980; ebook, pages 198). Grades 3-7
74. The pinballs by Betsy Byars (Harper, 1977; pages 136). Grades 5-7
75. Plague year by Stephanie S. Tolan (Fawcett, 1991; ebook, pages 198). Grades 7 and up
76. Poppy (series) by Avi (Orchard, 1995; ebook, pages 160). Grades K-4

77. Ramona the pest (series) by Beverly Cleary (Morrow, 1968; ebook, pages 144). Grades K-4
78. Roll of thunder, hear my cry (series) by Mildred Taylor (Dial, 1976, pages 276). Grades 5 and up
79. Rules of the road by Joan Bauer (Putnam/Puffin, 1998, pages 201). Grades 6 and up
80. Sarah Bishop by Scott O'Dell (Houghton Mifflin, 1989; ebook, pages 184). Grades 5 and up
81. Scorpions by Walter Dean Myers (Harper, 1988; ebook, pages 216). Grades 7 and up
82. The secret garden by Frances Hodgson Burnett; Inga Moore, Illus. (Candlewick, 2007; ebook, pages 278). Grades 2-5
83. Sideways stories from wayside school by Louis Sachar (Random House, 1990, pages 124). Grades 2-5
84. The sign of the beaver by Elizabeth George Speare (Houghton Mifflin, 1983; ebook, pages 135). Grades 3 and up
85. Slake's limbo by Felice Holman (Atheneum, 1984, pages 117). Grades 5-8
86. The star of Kazan by Eva Ibbotson (Dutton, 2004; ebook, pages 405). Grades 2-5
87. Strombreaker (Alex Rider series) by Anthony Horowitz (Philomel, 2000; ebook, pages 234). Grades 5-8
88. Stuart little by E. B. White (Harper, 1945, pages 130). Grades K-3
89. Tales of a fourth-grade nothing by Judy Blume (Dutton, 1972; ebook, pages 120). Grades 3-5
90. Thank you, Jackie Robinson by Barbara Cohen (Lothrop, 1988, pages 126). Grades 5-7
91. Theodore Boone: Kid lawyer (series) by John Grisham (Dutton, 2010; ebook, pages 263). Grades 6-9
92. Toliver's secret by Esther Wood Brady (Crown, 1988, pages 166). Grades 3-5
93. The true confessions of Charlotte Doyle by Avi (Orchard, 1990, pages 215). Grades 4 and up
94. Tuck everlasting by Natalie Babbitt (Farrar, Straus and Giroux, 1975; ebook, pages 124). Grades 4-7
95. The twenty-one balloons by William Pene Du Bois (Viking, 1947; ebook, pages 80). Grades 4-6
96. Understood Betsy by Dorothy Canfield Fisher (Henry Holt, 1999; ebook, pages 229). Grades 2-5
97. The water horse by Dick King-Smith (Dell Yearling, 2001, pages 120). Grades K-2
98. Weasel by Cynthia Defelice (Atheneum, 1990, pages 119). Grades 2-6

99. A week in the woods by Andrew Clements (Simon and Schuster, 2002; ebook, pages 190). Grades 3-6
100. When the Tripods came (Tripods series) by John Christopher (Dutton, 1988, pages 151). Grades 5 and up
101. When the whistle blows by Fran Cannon Slayton (Philomel, 2009; ebook, pages 162). Grades 6 and up
102. Where the red fern grows by Wilson Rawls (Doubleday, 1961; ebook, pages 212). Grades 3 and up
103. Wolfrider: a tale of terror by Avi (Aladdin, 2000, pages 224). Grades 7 and up
104. The wonderful wizard of Oz by L. Frank Baum (numerous publishers; ebook, pages 260). Grades 1 and up
105. The year of Miss Agnes by Kirkpatrick Hill (Aladdin, 2002; ebook, pages 128). Grades 2-5

बालगीते, कविता (Poetry)

1. The cremation of Sam McGee by Robert W. Service; Ted Harrison, ill (Kids Can Press, 1987, e-book, pages 32). Grades 4 and up
2. Danitra Brown, class clown by Nikki Grimes; E.B. Lewis, ill (HarperCollins, 2005, pages 32). Grades 4-7
3. Dirt on my shirt by Jeef Foxworthy; Steve Bjorkman, ill (HarperCollins, 2008, pages 28). Grades K-3
4. Honey, I love by Eloise Greenfield; Diane and Leo Dillon, ill (Harper, 1976, pages 42). Grades Pre S-3
5. If you're not here, please raise your hands: Poems about school by KalliDakos; G. Brian Karas, ill. (Simon Schuster, 1990, e-book, pages 64). Grades 1-8
6. I've lost my hippopotamus by Jack Prelutsky; Jack Urbanovic, Illus. (Greenwillow, 2012, pages 140). Grades K-4
7. The neighborhood sing-along Photographed by Nina Crews (HarperCollins, 2011, pages 64). Grades Tod-K
8. Oh, how Sylvester can pester! By Robert Kinerk; DrazenKozjan, Illus. (Simon and Schuster, 2011; ebook, pages 26). Grades K-3
9. Poems I wrote when no one was looking by Alan Katz; Edward Koren, Illus. (McElderry, 2001, pages 145). Grades 1-5
10. The Random House book of poetry for children selected by Jack Prelutsky; Arnold Lobel, Illus. (Random House, 1983, pages 248). Grades K-5
11. Read-aloud rhymes for the very young collected by Jack Prelutsky; Mark Brown, Illus. (Knopf, 1986, pages 88). Grades Tod-K
12. Where the sidewalk ends by Shel Silverstein (Harper, 1974, pages 164). Grades K-8

कथासंग्रह (Anthologies)

1. Guys read: thriller edited by Jon Scieszka; Brett Helquist, ill (Walden Pond Press, 2011, e-book, pages 288). Grades 4-6
2. Hey! Listen to this:stories to read aloud by Jim Trelease (Penguin, 1992, pages 410). Grades K-6
3. Read all about it by Jim Trelease (Penguin, 1993, pages 487). Grades 5 and up
4. Scary stories to tell in the dark collected by Alvin Schwartz; Stephen Gammell, ill (Lippincott, 1981, pages 112). Grades 4-6
5. Uncle John's Bathroom reader for Kids only! By the bathroom readers' institute (Bathroom Raders Press, pages 324). Grades 4-6

परीकथा आणि लोककथा (Fairytales and Folktales)

1. Household stories by the brothers Grimm Translated by Lucy Crane; Walter Crane, ill. (Dover, 1963; e-book; pages 269). Grades 2 and up
2. Mightier than the sword: world folktales for strong boys Collected and told by Jane Yolen (Harcourt Brace, 2003, pages 100). Grades 3-6
3. The people could fly: American black folktales by Virginia Hamilton; Leo and Diane Dillon, ill (Knopf, 1985, pages 174). Grades 3-6
4. Rapunzel Adapted by Paul O. Zelinsky (Dutton, 1997, pages 32). Grades 1-6
5. Red ridin' in the hood and other Cuenton by Patricia Santos Marcantonio; Renato Alarcao, ill (Farrar, Straus Giroux, 2005, pages 181). Grades 4 and up
6. Snow white by the Brothers Grimm; Charles Santore, Illus. (Simon and Schuster, pages 32). Grades K-2
7. Treasured classics Illustrated by Michael Hague (Chronicle, 2011, pages 132). Grades K-2

जिम ट्रीलीज यांच्या आवडत्या परीकथा

1. Beasty red hoodie by Gail Carson Levine
2. Beware of boys by Tony Blundell
3. Cinder- Elly by Frances Minters
4. Cindy Ellen: a wild Western Cinderella by Susan Lowell
5. The cowboy and the black-eyed pea by Tony Johnston
6. The giant and the beanstalk by Diane Stanley
7. The gingerbread girl by Lisa Campbell Ernst
8. Goldie and the three bears by Diane Stanley
9. Goldilocks and the three dinosaurs my Mo Willems
10. Goldilocks returns by Lisa Campbell Ernst

11. I am so strong by Mario Ramos
12. I was a rat! (n) by Philip Pullman
13. Jim and the beanstalk by Mary Pope Osborne
14. Little lit: folklore and fairy tale funnies edited by Art Spiegelman and Francoise Mouly (comic book)
15. Little red riding hood: a newfangled prairie tale Lisa Campbell Ernst
16. Nobody asked the pea by John Warren Stewig
17. The paper bag princess by Robert Munsch
18. The principal's new clothes by Stephanie Calmenson
19. Rumpelstiltskin's daughter by Diane Stanley
20. Sleeping ugly by Jane Yolen
21. Somebody and the three blairs by Marilyn Tolhurst
22. The three little aliens and the big bad robot by Margaret M² cNamara and Mark Fearing
23. The three little wolves and the big bad pig by Eugene Trivizas
24. The true story of the three little pigs by John Scieszka
25. The ugly truckling by Bob Hartman
26. The wolf's story by toby Forward

टिपा

प्रस्तावना

1. *A Nation at Risk: The Imperative for Educational Reform,* National Commission on Excellence in Education, 1983, Superintendent of Documents, U.S. Government Printing Office, Washington, DC 20402, http://www.casb.org/_literature_91465/ERC-N ationatRisk.
2. This was highly flawed thinking, because the Japanese economic bubble burst by 1991, leading to what became known as "the lost decade." The collapse had nothing to do with its schools, but much to do with corporate greed.
3. Tamar Lewin, "College May Become Unaffordable for Most in U.S.," *New York Times,* December 3, 2008.
4. "College Students' Borrowing Hits an All-time High," *Morning Edition,* National Public Radio, November 3, 2011.
5. *The State of America's Children 2011, Report* (p. 330) (Washington, DC: Children's Defense Fund, 2011), http://www.childrensdefense.org/child-research-data-publications/state-of-americas-children -2011 /.
6. Michael Winerip, "Off to College, Perfect Score in Hand," *New York Times,* August 20, 2003.
7. An allusion to the fictional town of Mudville from Ernest Thayer's poem, "Casey at the Bat," http://en.wikipedia.org/wiki/Casey_at_the_Bat.
8. Claudia Wallis, "How to Make a Better Student," *Time,* October 19, 1998, pp. 78-96, plus phone interview.
9. Michael Hout and Stuart W. Elliott, *Incentives and Test-Based Accountability in Education,* National Research Council, National Academies Press, 2011, Washington, DC 20001. See also Jonathan Kantrowitz, "Current Test-Based Incentive Programs Have Not Consistently Raised Student Achievement," May 26,2011, http://educationresearchreport.blogspot.com/ 2011/05/current-test-based-incentive-programs.html; and Valerie Strauss,"Report: Test-Based Incentives Don't Produce Real Student Achievement," *The Answer Sheet* (blog), *Washington Post,* May 28, 2011, http://www.washingtonpost.com/blogs/answer-sheet/post/report-test-based-incentives-dont-produce-

real-student-achievement/2011/05/28/AG39wXDH_blog.html.
10. June Kronholz, "Preschoolers' Prep," *Wall Street Journal,* July 12, 2005. See also "Growing Tutoring Business in the U.S.," Part 1, *Morning Edition,* National Public Radio, June 6, 2005; "Tutoring Industry Grows Due to No Child Left Behind Act," *Morning Edition,* National Public Radio, June 7, 2005; Mary C. Lord, "Little Scholars Big Business as More Parents Seek to Give Kids an Edge; Learning Centers Thrive," *Boston Globe,* April 10, 2005; and Susan Saulny, "A Lucrative Brand of Tutoring Grows Un-checked," *New York Times,* April 4, 2005.
11. Alina Tugend, "Rethinking College Prep Costs in Tough Times," *New York Times,* February 28, 2009, http://www.nytimes.com/2009/02/28/your-money/paying-for-college/28shortcuts.html.
12. Wendy Mogel, "The Dark Side of Parental Devotion: How Camp Can Let the Sun Shine," *Camping Magazine,* January/February 2006, http://www.acacamps.org/campmag/0601darkside. See also Wendy Mogel, *The Blessings of a B Minus: Using Jewish Teachings to Raise Resilient Teenagers* (New York: Scribner, 2010).
13. "Schools Drop Nap Time for Testing Preparation," Associated Press, *Atlanta Journal-Constitution,* October 3, 2003.
14. Dirk Johnson, "Many Schools Putting an End to Child's Play," *New York Times,* April 7, 1998. The quote is from former Atlanta schools superintendent Benjamin O. Canada.
15. Kim Severson, "Systematic Cheating Is Found in Atlanta's School System," *New York Times,* July 6, 2011, www.nytimes.com/2011/07/06/education/06atlanta.html. See also Heather Vogell, "Investigation into APS Cheating Finds Unethical Behavior Across Every Level," *Atlanta Journal-Constitution,* July 6, 2011; Valerie Strauss, "Shocking Details of Atlanta Cheating Scandal," *The Answer Sheet* (blog), *Washington Post,* July 7, 2011, http:// www.washingtonpost.com/blogs/ answer-sheet/post/shocking-details-of-atlanta-cheating-scandal/2011/07/06/gIQAQPhY2H_blog. html; and Maureen Downey, "State Report on Dougherty: 'Acceptance of Wrongdoing and a Pattern of Incompetence That Is a Blight on the Community,'" *Get Schooled* (blog), *Atlanta Journal-Constitution,* December 20, 2011, http://blogs.ajc.com/get-schooled-blog/2011/12/20/state-report- on-dougherty-acceptance-of-wrongdoing-and-a-pattern-of-incompetence- that-is-a-blight-on-the-community/.
16. David Bornstein, "Hard Times for Recess," *New York Times,* April 4, 2011, http://opinionator.blogs.nytimes.com/2011/04/04/hard-times-for -recess/. Bornstein cites more than 250 studies that find a clear connection between adequate recess time and better academic scores, along with improved social and emotional indicators for children. See also J. R. Ruiz, F. B. Ortega et al., "Physical Activity, Fitness, Weight Status, and Cog-

nitive Performance in Adolescents," *Journal of Pediatrics* 157 no. 6 (2010): 917-22; and Gretchen Reynolds, "How Exercise Fuels the Brain," *well* (blog), *New York Times,* February 22, 2012, http://well.blogs.nytimes.com/2012/02/22/how-exercise-fuels-the-brain/.
17. Sara Rimer, "Less Homework, More Yoga, from a Principal Who Hates Stress," *New York Times,* October 29, 2007, http://www.nytimes.com/2007/10/29/education/29stress.html.
18. Winnie Hu, "Busy Students Get a New Required Course: Lunch," *New York Times,* May 24, 2008. More often than not these students catch the "busy-busy" virus from their parents. When a *New York Times* essay described the malady as largely self-infected, it struck such a loud chord with readers (more than 800 online comments), it quickly became the *Times'* most frequently e-mailed story; see http://opinionator.blogs.nytimes.com/2012/06/30/the-busy-trap/.
19. Kate Zernike, "Ease Up, Top Universities Tell Stressed Applicants," *New York Times,* December 7, 2000.
20.. Since their first attempt in 1956 (Dwight Eisenhower over Adlai Stevenson), the only election miscalculation by U.S. schoolchildren was in 1992, George H. W. Bush versus Bill Clinton. See also http://www.reuters.com/article/2008/09/18/idUS171414+18-Sep-2008+PRN20080918. *Weekly Reader* ceased publication in 2012 after 110 years as a classroom tradition.
21. Jay Mathews, "Let's Have a 9-Hour School Day," *Washington Post,* August 16, 2005.
22. Using weekdays, weekends, and summers, the KIPP charter schools extend the school day by 70 percent. See Caroline Hendrie, "KIPP Looks to Re-create School Success Stories," *Education Week,* October 30, 2002. See also Jay Mathews, "Study Finds Big Gains for KIPP Charter Schools Exceed Average," *Washington Post,* August 11, 2005.
23. Julian E. Barnes, "Unequal Education," *Newsweek,* March 29, 2004, pp. 67–75.
24. William Johnson, "Confessions of a 'Bad' Teacher," *New York Times,* March 4, 2012; Michael Winerip, "Hard-Working Teachers, Sabotaged When Student Test Scores Slip," *New York Times,* March 5, 2012.
25. Lesley Mandel Morrow, "Home and School Correlates of Early Interest in Literature," *Journal of Educational Research* 76, no. 4 (1983): 221–30.
26. Leonard Pitts Jr., "My First Reader Started Me Down Path to Award," *Miami Herald,* April 9, 2004.
27. Jim Trelease offers a free single-page brochure for parents at his Web site that tells the story of Mrs. Pitts and her Pulitzer-winning son, as well as the triumphant saga of Mrs. Sonya Carson and her brain-surgeon son, Ben, in their rise from poverty. The brochure, "Two Families Every Parent

Should Meet," highlights the efforts of these two parents and what other parents can learn from them. It is available at http://www.trelease-on-reading.com/brochures.html.
28. Jerry West, Kristin Denton, and Elvira Germino-Hausken, *America's Kindergarteners: Findings from the Early Childhood Longitudinal Study, Kindergarten Class of 1998-99, Fall 1998,* Office of Educational Research and Improvement, NCES 2000-070 (Washington, DC: U.S. Department of Education,2000).
29. Martha J. Bailey and Susan M. Dynarski, "Gains and Gaps: Changing Inequality in U.S. College Entry and Completion." Cambridge, MA:National Bureau of Economic Research, Working Paper No. 17633, 2011, http://www.nber.org/papers/w17633.
30. There may be a small percent who make it on their own, but without at least one encouraging family member or teacher, they are rarities. Two recent volumes have followed the trail of four such college graduates, detailing the extraordinary luck and support they received from near strangers. See *A Hope in the Unseen: An American Odyssey from the Inner City to the Ivy League* by Ron Suskind; and *The Pact: Three Young Men Make a Promise and Fulfill a Dream* by Sampson Davis, George Jenkins, Rameck Hunt, and Lisa Frazier Page.
31. The brochures can be found online at http://www.trelease-on-reading.com/brochures.html; they are intended for use by nonprofit groups only.
32. On April 5, 2010, Dick Gordon of American Public Media's radio program *The Story* interviewed Jim Trelease about the time Abigail Van Buren ("Dear Abby") wrote up his book and their subsequent dinner together. The show can be heard online at http://thestory.org/archive/the_story_1008_The_Woman_Behind_the_Mask.mp3/view; it is the second interview under "The Woman Behind the Mask," with a play or download option at the bottom of the page. Jim's interview with *The Story* about having coffee with longtime Dodger announcer Vin Scully can be found at http://thestory.org/archive/the_story_Gay_Bashing.mp3/view, near the bottom of the page.
33. Adriana Lleras-Muney, "The Relationship Between Education and Adult Mortality in the United States," *Review of Economic Studies* 72, no. 1 (2005), http://www.econ.ucla.edu/alleras/research/papers/mortality-revision2.pdf; Gina Kolata, "A Surprising Secret to a Long Life: Stay in School," *New York Times,* January 3, 2007.
34. Mary A. Foertsch, *Reading In and Out of School,* Educational Testing Service/Education Information Office (Washington, DC: U.S. Department of Education, May 1992); Keith E. Stanovich, "Does Reading Make You Smarter? Literacy and the Development of Verbal Intelligence," *Advances in Child Development and Behavior* 24 (1993): 133-80, http://

www.ncbi.nlm.nih.gov/pubmed/8447247; and Anne Cunningham and Keith Stanovich, "Reading Can Make You Smarter!" *Principal,* November/December 2003, pp. 34-39, http://gse.berkeley.edu/faculty/aecunningham/Readingcanmakeyousmarter!.pdf.

35. Richard C. Anderson, Elfrieda H. Hiebert, Judith A. Scott, and Ian A. G. Wilkinson, *Becoming a Nation of Readers: The Report of the Comission on Reading,* U.S. Department of Education (Champaign-Urbana, IL: Center for the Study of Reading, 1985). See also Diane Ravitch and Chester Finn, *What Do Our 17-Year-Olds Know?* (New York : Harper & Row, 1987).

36. "Students Cite Pregnancies as a Reason to Drop Out," Associated Press, *New York Times,* September 14, 1994.

37. Michael Greenstone and Adam Looney, "Where Is the Best Place to Invest $102,000—In Stocks, Bonds, or a College Degree?" The Hamilton Project/Brookings Institution, November 9, 2011, http://www.brookings.edu/papers/2011/0625_education_greenstone_looney.aspx. See chart here. See also Melissa Lee, "When It Comes to Salary, It's Academic," *Washington Post,* July 22, 1994.

38. "Trends in Reading Scores by Parents' Highest Level of Education," in M. Perie, R. Moran, and A. D. Lutkus, *NAEP 2004 Trends in Academic Progress: Three Decades of Student Performance in Reading and Mathematics,* U.S. Department of Education, Institute of Education Sciences, National Center for Education Statistics (Washington, DC: U.S. Government Printing Office, 2005), pp. 36-38.

39. Kolata, "A Surprising Secret to a Long Life." See also James P. Martin, "The Impact of Socioeconomic Status on Health over the Life-Course," *Journal of Human Resources* 42, no. 4 (2007): 739-64; Katherine Bouton, "Eighty Years Along, a Longevity Study Still Has Ground to Cover," *New York Times,* April 19, 2011; Howard S. Friedman and Leslie R. Martin, *The Longevity Project: Surprising Discoveries for Health and Long Life from the Landmark Eight-Decade Study* (New York: Hudson Street Press, 2011); Eugene Rogot, Paul D. Sorlie, and Norman J. Johnson, "Life Expectancy by Employment Status, Income, and Education in the National Longitudinal Mortality Study," *Public Health Reports* 107, no. 4 (1992) : 457-61; Jack M. Guralnik et al., "Educational Status and Active Life Expectancy Among Older Blacks and Whites," *New England Journal of Medicine* 329, vol. 2 (1993): 110-16; and E. Pamuk et al., *Health, United States, 1998: Socio-economic Status and Health Chartbook* (Hyattsville, MD: National Center for Health Statistics, 1998).

40. Students scoring A's, B's, or C's don't drop out. The ones who cannot read well enough to achieve those grades are the most likely to withdraw. It is the very rare performer who quits while still hitting home runs.

41. See note 35 and chart.
42. Jake Cronin, *The Path to Successful Reentry: The Relationship Between Correctional Education, Employment and Recidivism,* University of Missouri Columbia, Institute of Public Policy, Report 15-2011, http://ipp.missouri.edu/Publications/281. Also Paul E. Barton and Richard J. Coley, "Captive Students: Education and Training in America's Prisons," Educational Testing Service (Princeton, NJ: ETS Policy Information Center, 1996); Ian Buruma, "What Teaching a College-Level Class at a Maximum-Security Correctional Facility Did for the Inmates–and for Me," *New York times Magazine,* February 20, 2005.
43. These figures vary in the literature. See Barton and Coley, "Captive Students" and the National Institute for Literacy (NIFL), *Correctional Education Facts,* http://lincs.ed.gov/facts/archive/Correctional.
44. Edward B. Fiske, "Can Money Spent on Schools Save Money That Would Be Spent on Prisons?" *New York Times,* September 27, 1989; National Institute for Literacy, *Correctional Education* Facts; (n.43) Cronin, *The Path to Sucessful Reentry.*
45. Cronin, *The Path to Successful Reentry.*
46. Greenstone and Looney, "Where Is the Best Place to Invest"; David Leonhardt, "Even for Cashiers, College Pays Off," *New York Times,* June 26, 2011.
47. Chris Farrell, "A College Degree Is Still Worth It," *Bloomberg Businessweek,* March 20, 2011, http://www.businessweek.com/investor/content/mar2011/pi20110318_071224.htm.
48. Start with Diane Ravitch, *The Death and Life of the Great American School System: How Testing and Choice Are Undermining Education* (New York: Basic Books, 2010). In a 2012 essay ("How Much Testing?") on Ravitch's blog, Prof. Stephen Krashen offers an excellent summary of testing needs, results, and liabilities, http://dianeravitch.net/2012/07/25/stephen-krashen-how-much-testing/.
49. Michael Winerip, "10 Years of Assessing Students with Scientific Exactitude," *New York Times,* December 19, 2011, http://www.nytimes.com/2011/12/19/education/new-york-city-student-testing-over-the-past-decade.html.
50. Roach's experience can be found at http://www.washingtonpost.com/blogs/answer-sheet/post/revealed-school-board-member-who-took-standardized-test/2011/12/06/gIQAbIcxZO_blog.html; a public service video featuring interviews with Roach and honor students who have failed Florida's state reading test can be seen at http://teacher.ocps.net/daniel.stanley/Site/FCAT_PSA.html. See also what happens when two Ph.D.s take the New York third-grade Language Arts practice test: Anne Stone and Jeff Nichols, "Dear Governor: Lobby to Save a Love of

Reading," *New York Times SchoolBook* (blog), January 20, 2012, http://www.nytimes.com/schoolbook/2012/01/20/dear-governor-lobby-to-save-a-love-of-reading/. When the celebrated essayist and novelist Naomi Shihab Nye tried to answer the questions about her own essay used in the tenth-grade Texas state exam, she came up empty on three of the five questions; see Rick Casey, "Author Used in TAKS Flunks Test," *Houston Chronicle,* February 27, 2005, http://www.chron.com/news/casey/article/Casey-Author-used-in-TAKS-flunks-test-1643105.php.

१. मुलांना का वाचून दाखवावे?

1. M. Perie, R. Moran, and A. D. Lutkus, *NAEP 2004 Trends in Academic Progress: Three Decades of Student Performance in Reading and Mathematics,* U.S. Department of Education, Institute of Education Sciences, National Center for Education Statistics (Washington, DC: U.S. Government Printing Office, 2005).
2. Victoria J. Rideout, Ulla G. Foehr, and Donald F. Roberts, *Generation M2: Media in the Lives of 8- to 18-Year-Olds* (Menlo Park, CA: The Henry J. Kaiser Family Foundation Study, publication #8010, 2010), p. 30, http://www.kff.org/entmedia/8010.cfm.
3. "American Time Use Survey–2010 Results," Table 11, Bureau of Labor Statistics, U.S. Department of Labor, http://www.bls.gov/news.release/atus.nr0.htm.
4. Tom Bradshaw, Bonnie Nichols, Kelly Hill, and Mark Bauerlein, *Reading at Risk: A Survey of Literary Reading in America,* Research Division, Report No. 46 (Washington, DC: National Endowment for the Arts, 2004), http://www.nea.gov/pub/ReadingAtRisk.pdf.
5. National Household Education Survey (NHES), National Center for Education Statistics (Washington, DC: U.S. Government Printing Office, 1999).
6. B. D. Rampey, G. S. Dion, and P. L. Donahue, *NAEP 2008 Trends in Academic Progress* (NCES 2009-479). U.S. Department of Education, Institute of Education Sciences, National Center for Education Statistics (Washington, DC: U.S. Government Printing Office, 2009).
7. Stephen Krashen, "Reading for Pleasure," *Language Magazine,* December 2011. Krashen argues there has been no decline in reading by students; it's just been transferred from print to digital. Be that as it may, it has not raised the scores an iota. I argue in chapter 7 that it has damaged the scores by "continuous partial attention."
8. "U.S. Teen Mobile Report: Calling Yesterday, Texting Today, Using Apps Tomorrow," *NielsenWire* (blog), October 14, 2010, http://blog.nielsen.com/nielsenwire/online_mobile/u-s-teen-mobile-report-calling-yesterday

-texting-today-using-apps-tomorrow/; Katie Hafner, "Texting May Be Taking a Toll," *New York Times,* May 25, 2009; and Amanda Lenhart, *Teens and Mobile Phones,* Pew Internet & American Life Project, April 20, 2010, http://www.pewinternet.org/~/media//Files/Reports/ 2010/PIP-Teens-and-Mobile-2010-with-topline.pdf. See chapter 7 for more on this.

9. Nicholas Carr, *The Shallows: What the Internet Is Doing to Our Brains* (New York: W. W. Norton, 2010), pp. 133-35.
10. Laura Rogerson Moore, "On the Same Page," *NAIS Independent School Magazine* online feature, Winter 2008, http://www.nais.org/publications/is-magazinearticle.cfm?ItemNumber=150424. The average college enrollee has spent only three hours a week reading anything for high school: see "Getting Students Ready for College: What Student Engagement Data Can Tell Us," the High School Survey of Student Engagement (Bloomington: Indiana University Press, 2005), http://www.indiana.edu/~ceep/hssse/images/Gettining%20Students%20Ready%20for%20College%20-%202005.pdf.
11. Andrew Sum et al., *Getting to the Finish Line: College Enrollment and Graduation, A Seven Year Longitudinal Study of the Boston Public Schools Class of 2000,* Center for Labor Market Studies (Boston: Northeastern University Press, 2008).
12. Lisa W. Foderaro, "CUNY Adjusts Amid Tide of Remedial Students," *New York Times,* March 4, 2011.
13. M. D. R. Evans, Jonathan Kelley, Joanna Sikorac, and Donald J. Treimand, "Family Scholarly Culture and Educational Success: Books and Schooling in 27 Nations," *Research in Social Stratification and Mobility 28,* no. 2 (2010): 171-97, http://www.sciencedirect.com/science/article/pii/S0276562410000090. See also http://www.rodneytrice.com/sfbb/articles/home.pdf.
14. Richard C. Anderson, Elfrieda H. Hiebert, Judith A. Scott, and Ian A. G. Wilkinson, *Becoming a Nation of Readers: The Report of the commission on Reading,* U.S. Department of Education (Champaign-Urbana, IL: Center for the Study of Reading, 1985), p. 23. *Becoming a Nation of Readers* is still in print. Copies can be obtained by contacting Brenda Reinhold at the University of Illinois-Champaign, College of Education, 217-244-4613, reinhold@illinois.edu. Cost: $7.50, plus handling fee of $2.50 and shipping.
15. Ibid., p. 51.
16. Keith E. Stanovich, "Matthew Effects in Reading: Some Consequences of Individual Differences in the Acquisition of Literacy," *Reading Research Quarterly* 21, no. 4 (1986): 360-407; Richard Anderson, Linda Fielding and Paul Wilson, "Growth in Reading and How Children Spend

Their Time Outside of School," *Reading Research Quarterly* 23, no. 3 (1988): 285-303.
17. *The Nation's Report Card: Reading 2011* (NCES 2012-457), Institute of Education Sciences, U.S. Department of Education (Washington, DC: National Center for Education Statistics, 2011), p. 2.
18. See page 121.
19. Jeanne S. Chall and Vicki A. Jacobs, "The Classic Study on Poor Children's Fourth-Grade Slump," *American Educator* 27, no. 1 (2003), http://www.aft.org/newspubs/periodicals/ae/spring2003/hirschsbclassic.cfm.
20. Gordon Rattray Taylor, *The Natural History of the Brain* (New York: Dutton, 1979), pp. 59-60.
21. Stanovich, "Matthew Effects in Reading"; Anderson, Fielding, and Wilson, "Growth in Reading and How Children Spend Their Time Outside of School"; Richard L. Allington, "Oral Reading," in *Handbook of Reading Research*, P. David Pearson, ed. (New York: Longman, 1984), pp. 829-64; Warwick B. Elley and Francis Mangubhai, "The Impact of Reading on Second Language Learning," *Research Quarterly* 19, no. 1 (1983): 53-67; Irwin Kirsch, John de Jong, Dominique LaFontaine, Joy McQueen, Juliette Mendelovits, and Christian Monseur, *Reading for Change: Performance and Engagement Across Countries–Results from PISA 2000*, Organisation for Economic Co-operation and Development (OECD), http://www.oecd.org/ dataoecd/ 43/54/33690904. pdf; Foertsch, *Reading In and Out of School.*
22. Warwick B. Elley, *How in the World Do Students Read?* (Hamburg: International Association for the Evaluation of Educational Achievement, 1992). This document has been available as a PDF file from ERIC (Education Resources Information Center), http://www.eric.ed.gov/PDFS/ED360613.pdf. However, in 2012 security concerns at ERIC caused them to block access to most PDFs until they could be secured. Once that is done, the above url should work.
23. *The Nation's Report Card: Reading 2009* (NCES 2010-458). U.S. Department of Education, Institute of Education Sciences, National Center for Education Statistics. (Washington, DC: U.S. Government Printing Office, 2009).
24. Sabrina Tavernise, "Poor Dropping Further Behind Rich in School," *New York Times,* February 10, 2012.
25. Sarah Ransdell, "There's Still No Free Lunch: Poverty as a Composite of SES Predicts School-Level Reading Comprehension," *American Behavioral Scientist,* July 14, 2011, http://abs.sagepub.com/content/early/2011/07/14/0002764211408878.abstract?papetoc. For other research on the crippling role of poverty in children's learning, see David C. Berliner, "Sorting Out the Effects of Inequality and Poverty, Teachers and Schools,

on America's Youth," in *Educational Policy and the Socialization of Youth for the 21st Century,* ed. S. L. Nichols (New York: Teachers College Press, 2013); Patrice L. Engel, Lia C. H. Fernald, Harold Alderman, Jere Behrman, Chloe O'Gara, Aisha Yousafzai, Meena Cabral de Mello et al., "Strategies for Reducing Inequalities and Improving Developmental Outcomes for Young Children in Low-Income and Middle-Income Countries," *The Lancet* 378, no. 9799 (2011): 1339-53, http://www.thelancet.com/journals/lancet/article/PIIS0140-6736(11)60889-1/fulltext; Helen F. Ladd and Edward B. Fiske, "Class Matters. Why Won't We Admit It?" *New York Times,* December 12, 2011; and Sam Dillon, "Districts Pay Less in Poor Schools, Report Says," *New York Times,* December 1, 2011. Also worth looking at is the work of Michael Marder, a physics professor at the University of Texas, whose "hobby" is investigating the impact of poverty on school scores throughout the United States. He has created astounding visualization charts that can be seen at http://uteachweb.cns.utexas.edu/Marder/Visualizations.

26. LynNell Hancock, "Why Are Finland's Schools Successful?" *Smithsonian,* September 2011, p. 94. See also Jenny Anderson, "From Finland, a Story of Educational Success in Going Against the Tide," *New York Times,* December 13, 2011; "The Finland Phenomenon: Inside the World's Most Surprising School System," *The Best of Our Knowledge* 1090, WAMC Radio, Public Broadcasting, Albany, NY, http://www.publicbroadcasting.net/wamc/news. newsmain?action=article&ARTICLE_ID=1821173; Lizette Alvarez, "Suutarila Journal: Educators Flocking to Finland, Land of Literate Children," *New York Times,* April 9, 2004; Sean Coughlan, "Education Key to Economic Survival: Finland Has Often Been Hailed as One of the Most Successful Education Systems in Europe," *BBC News,* November 23, 2004, http://news.bbc.co.uk/l/hi/education/4031805.stm.
27. *PISA 2009 Results: Learning Trends: Changes in Student Performance Since 2000* (Volume 5), Organisation for Economic Co-operation and Development(OECD), 2010, p. 27, http://dx.doi.org/10.1787/9789264091580-en.
28. Michael Winerip, "Military Children Stay a Step Ahead of Public School Students," *New York Times,* December 12, 2011.
29. Elley, *How in the World Do Students Read?*
30 Ina V. S. Mullis, Michael O. Martin, Eugene J. Gonzalez, and Ann M. Kennedy, *PIRLS 2001 International Report: lEA's Study of Reading Literacy Achievement in Primary School in* 35 *Countries* (Chestnut Hill, MA: International Association for the Evaluation of Educational Achievement/International Study Center, Boston College, 2003), p. 95.
31. Kristen Denton and Jerry West, *Children's Reading and Mathematics*

Achievement in Kindergarten and First Grade (Washington, DC: U.S. Department of Education, NCES, 2002), pp. 16, 20, http://nces.ed.gov/pubs2002/2002125.pdf.

32. Ibid.
33. L. B. Gambrell, "Creating Classroom Cultures That Foster Reading Motivation," *Reading Teacher* 50, no. 1 (1996): 14-25.
34. Adriana G. Bus, Marinus H. van IJzendoorn, and Anthony D. Pellegrini, "Joint Book Reading Makes Success in Learning to Read: A Meta-analysis on Intergenerational Transmission of Literacy," *Review of Educational Research* 65, no. 1 (1995): 1–21.
35. Warwick B. Elley, "Vocabulary Acquisition from Listening to Stories," *Reading Research Quarterly* 24 (1989): 174–87.
36. Mullis, Martin, Gonzalez, and Kennedy, *PIRLS 2001 International Report;* Francesca Borgonovi and Guillermo Montt, "Parental Involvement in Selected PISA Countries and Economies," OECD Education Working Papers, No. 73 (2012), pp. 18-19,58, http://dx.doi.org/10.1787/5k990rk0jsjj-en; and *Let's Read Them a Story! The Parent Factor in Education,* OECD/PISA report (2012), http://www.oecd.org/document/48/0,3746,en_2649_35845621_50282672_1_1_1_1,00.html.
37. OECD, *PISA 2009 Results: Overcoming Social Background: Equity in Learning Opportunities and Outcomes, Vol. II* (2010), p. 95, http://dx.doi.org/10.1787/9789264091504-en.
38. For more on monastic table reading, see Eric Hollas, "Food for Thought: Monastic Table Reading," *Abbey Banner,* Spring 2003, pp. 10-11.
39. International Reading Association, "Reign of the Reader," *Reading Today.* December 2001/January 2002, p. 30; Gary R. Mormino and George E. Pozzetta, *The Immigrant World of Ybor City: Italians and Their Latin Neighbors in Tampa,* 1885–1985 (Gainesville: Florida Sand Dollar Books, University Press of Florida, 1998); Edward Rothstein, "Connections: What It Takes to Bring Tears to an Unsentimental Reader's Eyes," *New York Times,* June 15, 2002; "Reading 2: Ybor City's Cigar Workers," *ParkNet,* National Park Service, http://www.cr.nps.gov/nr/twhp/wwwlps/lessons/51ybor/51facts2.htm.
40. Miguel Barnet, "Rolling by the Book," *Cigar Aficionado,* June 2008, pp. 193-95, http://www.cigaraficionado.com/webfeatures/show/id/3155#.
41. Elton G. Stetson and Richard P. Williams, "Learning from Social Studies Textbooks: Why Some Students Succeed and Others Fail," *Journal of Reading* 36, no. 1 (1992): 22-30.
42. Sam Dillon, "Schools Cut Back Subjects to Push Reading and Math," *New York Times,* March 26, 2006.
43. Jerry West, Kristin Denton, and Elvira Germino-Hausken, *America's Kindergartners: Findings from the Early Childhood Longitudinal Study,*

Kindergarten Class of 1998-99, Fall 1998, Office of Educational Research and Improvement, NCES 2000-070 (Washington, DC: U.S. Department of Education, 2000). The narrow background knowledge of the poor is explored movingly by Samuel G. Freedman as he follows a group of former inmates, now group-home residents, on a trip to a bookstore, a first-time experience for many—see Samuel G. Freedman, "Tasting Freedom's Simple Joys in the Barnes & Noble," *New York Times*, August 2, 2006, http://www.nytimes.com/2006/08/02/education/02EDUCATION.html.

44. Betty Hart and Todd Risley, *Meaningful Differences in the Everyday Experience of Young American Children* (Baltimore, Brookes Publishing, 1996). For a downloadable six-page condensation of the book: Betty Hart and Todd R. Risley, "The Early Catastrophe: The 30 Million Word Gap by Age 3," *American Educator* (American Federation of Teachers), Spring 2003, http://www.aft.org/pdfs/americaneducator/spring2003/TheEarlyCatastrophe.pdf. This can be freely disseminated to parents, according to the AFT Web site. See also Ginia Bellafante, "Before a Test, a Poverty of Words," *New York Times*, October 7, 2012, p. MB; and Paul Chance, "Speaking of Differences," *Phi Delta Kappan*, March 1997, pp. 506-7.

45. George Farkas and Kurt Beron, "Family Linguistic Culture and Social Reproduction: Verbal Skill from Parent to Child in the Preschool and School Years," paper delivered March 31, 2001, to annual meetings of the Population Association of America, Washington, DC, http://www.eric.ed.gov:80/ERICWebPortal/contentdelivery/servlet/ERICServlet?accno=ED453910. Also Karen S. Peterson, "Moms' Poor Vocabulary Hurts Kids' Future," *USA Today*, April 12, 2001.

46. This is printed at the bottom of the article: "Articles may be reproduced for noncommercial personal or educational use only; additional permission is required for any other reprinting of the documents." That entire spring issue is an easy-to-understand treasure of research on children's language and reading comprehension, free for downloading at http://www.aft.org/pdfs/americaneducator/spring2003/TheEarlyCatastrophe.pdf.

47. M. Suzanne Zeedyk, "What's Life in a Baby Buggy Like?: The Impact of Buggy Orientation on Parent-Infant Interaction and Infant Stress," National Literacy Trust, University of Dundee, Dundee, Scotland (2008), http://www.literacytrust.org.uk/assets/0000/2531/Buggy_research.pdf. See also M. Suzanne Zeedyk, "One Ride Forward, Two Steps Back," *New York Times*, March 2, 2009.

48. Donald P. Hayes and Margaret G. Ahrens, "Vocabulary Simplification for Children: A Special Case for 'Motherese,'" *Journal of Child Language*

15 (1988): 395-410. One departure from the Hayes-Ahrens study is the deterioration of television's vocabulary since their original study. Tom Shachtman, in a thirty-year study of the *CBS Evening News,* found its language level had dropped from complex sentences with abstract words in 1963 to simple declarative sentences with few abstractions or rare words in 1993; in other words, from post-high school level down to junior high school level. His study also found daytime talk shows to be on the language level of ten-year-olds. See Tom Shachtman, *The Inarticulate Society: Eloquence and Culture in America* (New York: Free Press, 1995), pp. 115-42.

49. Caroline Hendrie, "Chicago Data Show Mixed Summer Gain," *Education Week,* September 10, 1999, pp. 1, 14. See also Diane Ravitch, "Summer School Isn't a Solution," *New York Times,* March 3, 2000.

50. *Time,* February 1, 1988, pp. 52-58. See also Mark D. O'Donnell, "Boston's Lewenberg Middle School Delivers Success," *Phi Delta Kappan,* March 1997, pp. 508-12. The *Kappan* article describes how O'Neill didn't affect just the language arts curriculum. He also spearheaded a physical rebirth in the school and a remarkable six-week physical education program built around Project Adventure, an intense climbing regimen. There is also a detailed description of O'Neill's adventures with an often inept school department and an obstructionist custodial union, and the resulting triumph of the school. For his work at Lewenberg, O'Neill was named one of the inaugural recipients of the Heroes in Education award, presented by *Reader's Digest* to educators with original and effective methods.

51. Howard W. French, "Tokyo Dropouts' Vocation: Painting the Town," *New York Times,* March 12, 2000: "In the place of the nose-to-the-grindstone ethic of long study hours and single-minded focus on exams and careers that helped build postwar Japan, the motto of the current 15- to 18-year-olds seems to be that girls and boys just want to have fun." Since 1997, Japan has seen its school dropout rate increase by 20 percent. See also Norimitsu Onishi, "An Aging Island Embraces Japan's Young Dropouts," *New York Times,* June 6, 2004; and Miki Tanikawa, "Free to Be," *New York Times,* January 12, 2003.

52. David Snowdon, *Aging with Grace: What the Nun Study Teaches Us About Leading Longer, Healthier, and More Meaningful Lives* (New York: Bantam, 2001), pp. 117-18; Kathryn P. Riley, David A. Snowdon, Mark F. Desrosiers, and William R. Markesbery, "Early Life Linguistic Ability, Late Life Cognitive Function, and Neuropathology: Findings from the Nun Study," *Neurobiology of Aging* 26, no. 3 (2005): 341-47. See also Pam Belluck, "Nuns Offer Clues to Alzheimer's and Aging," *New York Times,* May 7, 2001.

२. मुलांना वाचून दाखवायला केव्हा सुरू आणि बंद करावे?

1. These remarks were made during an interview (September 3, 1979) with Dr. Brazelton conducted by John Merrow for Options in Education, a coproduction of National Public Radio and the Institute for Educational Leadership of George Washington University.
2. Anthony J. DeCasper and Melanie J. Spence, "Prenatal Maternal Speech Influences Newborns' Perception of Speech Sounds," *Infant Behavior and Development* 9, no. 2 (1986): 133-50.
3. Marjory Roberts, "Class Before Birth," *Psychology Today,* May 1987, p. 41: Sharon Begley and John Carey, "The Wisdom of Babies," *Newsweek,* January 12, 1981, pp. 71-72.
4. Birgit Mampe, Angela D. Friederici, Anne Christophe, and Kathleen Wermke, "Newborns' Cry Melody Is Shaped by Their Native Language," *Current Biology* 19, no. 23 (2009): 1994-97.
5. Dorothy Butler, *Cushla and Her Books* (Boston: Horn Book, 1980).
6. Alice Ozma, *The Reading Promise: My Father and the Books We Shared* (New York: Grand Central Publishing, 2011). You can find book recommendations for creating your own streak at Ozma's Web site, http://www.makeareadingpromise.com/streak.html. See also Michael Winerip, "A Father-Daughter Bond, Page by Page," *New York Times,* March 21, 2010; and "Father-Daughter Reading Streak Lasts Nearly 9 Years," *Weekend Edition Saturday,* National Public Radio, June 18, 2011, http://www.npr.org/2011/06/18/137223191/father-daughter-reading-streak-lasts-nearly-9-years.
7. LynNell Hancock, "Why Are Finland's Schools Successful?" *Smithsonian,* September 2011, p. 94. See also "The Finland Phenomenon," WAMC Radio; Lizette Alvarez, "Educators Flocking to Finland, Land of Literate Children," *New York Times,* April 9, 2004; Coughlan, "Education Key to Economic Survival"; Gerald W. Bracey, "American Students Near the Top in Reading," *Phi Delta Kappan,* February 1993, pp. 496-97. You'll find everything you need to know about the Finnish reading philosophy in the following: Leonard B. Finkelstein, "Finland's Lessons: Learning Thrives in a Land Where It Is Respected," *Education Week,* October 18, 1995, p. 31; Viking Brunell and Pirjo Linnakylä, "Swedish Speakers' Literacy in the Finnish Society," *Journal of Reading,* February 1994, pp. 368-75; Pirjo Linnakylä, "Subtitles Prompt Finnish Children to Read," *Reading Today* (October/November 1993), p. 3l.
8. Elley, *How in the World Do Students Read?*
9. John Merrow, *Options in Education,* National Public Radio, September 3, 1979.

10. David Elkind, *The Hurried Child: Growing Up Too Fast Too Soon,* 3rd ed. (Cambridge, MA: Perseus/DaCapo, 2001).
11. Dolores Durkin, *Children Who Read Early* (New York: Teachers College, 1966); Margaret M. Clark, *Young Fluent Readers* (London: Heinemann, 1976). See also Anne D. Forester, "What Teachers Can Learn from 'Natural Readers,'" *Reading Teacher* 31, no. 2 (1977): 160-66.
12. Ina V. S. Mullis, Michael O. Martin, Eugene J. Gonzalez, and Ann M. Kennedy, *PIRLS 2001 International Report: lEA's Study of Reading Literacy Achievement in Primary School in* 35 *Countries,* (Chestnut Hill, MA: International Association for the Evaluation of Educational Achievement, International Study Center, Boston College, 2003), http://pirls.bc.edu/isc/publications.html.
13. Ina V. S. Mullis, John A. Dossey, Jay R. Campbell, Claudia A. Gentile, Christine Sullivan, and Andrew Latham, *NAEP* 1992 *Trends in Academic Progress, Office of Educational Research and Improvement* (Washington, DC: U.S. Department of Education, 1994). See also Paul E. Barton and Richard J. Coley, *America's Smallest School: The Family* (Princeton, NJ: Educational Testing Service, Policy Information Center, 1992), pp. 12-19, http://www. ets.org/Media/Education_Topics/pdf/5678_PERCReport_School.pdf.
14. Ibid., pp. 105-24.
15. Andrew Biemiller, "Oral Comprehension Sets the Ceiling on Reading Comprehension," *American Educator,* Spring 2003, http://www.aft.org/newspubs/periodicals/ae/spring2003/hirschsboral.cfm.
16. Nell K. Duke, "For the Rich It's Richer: Print Experiences and Environments Offered to Children in Very Low- and Very High-Socioeconomic Status First-Grade Classrooms," *American Educational Research Journal 37,* no. 2 (2000): 441-78.
17. Jerome Kagan, "The Child: His Struggle for Identity," *Saturday Review,* December 1968, p. 82. See also Steven R. Tulkin and Jerome Kagan, "Mother-Child Interaction in the First Year of Life," *Child Development,* March 1972, pp. 31-41.
18. Further examples of "concept-attention span" can be found in Kagan, "The Child: His Struggle for Identity," p. 82.
19. Norman Herr, "Internet Resources to Accompany the Sourcebook for Teaching Science: Television and Health," California State University, Northridge, http://www.csun.edu/science/health/docs/tv&health.html.
20. Morrow, "Home and School Correlates of Early Interest in Literature." See page xviii for chart on this study.
21. Anderson et al., *Becoming a Nation of Readers,* p. 51.

22. G. Robert Carlsen and Anne Sherrill, *Voices of Readers: How We Come to Love Books* (Urbana, IL: National Council of Teachers of English, 1998), http://www.eric.ed. gov/PD FS/ED29 5136. pdf.
23. In the interest of fairness, four different factors were taken into account by reading specialist Kathy Nozzolillo in determining the Harris-Jacobson reading level for the script: semantic difficulty, syntactic difficulty, vocabulary, and sentence length.
24. Biemiller, "Oral Comprehension." See also Thomas G. Devine, "Listening: What Do We Know After Fifty Years of Research and Theorizing?" *Journal of Reading,* January 1978, pp. 296-304.
25. The original dust jacket copy for *The Cat in the Hat* included the words "Many children ... will discover for the first time that they don't need to be read to anymore," as noted in Judith and Neil Morgan's *Dr. Seuss and Mr. Geisel* (New York: Random House, 1995), p. 155.
26. Carl B. Smith and Gary M. Ingersoll, "Written Vocabulary of Elementary School Pupils," ERIC document ED323564, pp. 3-4.
27. John Holt treated this concept at length in "How Teachers Make Children Hate Reading," *Redbook,* November 1967.
28. Stephen Krashen, *The Power of Reading,* 2nd ed. (Portsmouth, NH: Libraries Unlimited and Heinemann, 2004). See also William Powers, John Cook, and Russell Meyer, "The Effect of Compulsory Writing on Writing Apprehension," *Research in the Teaching of English* 13, no. 3 (1979): 225-30; and Harry Gradman and Edith Hanania, "Language Learning Background Factors and ESL Proficiency," *Modern Language Journal* 75, no. 1 (1991): 39-51.
29. Deborah Salahu-Din, Hillary Persky, and Jessica Miller, The Nation's Report Card: Writing 2007 (NCES 2008-468), National Center for Education Statistics, Institute of Education Sciences, U.S. Department of Education (Washington, DC: NCES, 2008).
30. Arthur N. Applebee, Judith A. Langer, Ina V. S. Mullis, Andrew S. Latham, and Claudia A. Gentile, *NAEP 1992 Writing Report Card,* Educational Testing Service (Washington, DC: U.S. Department of Education, 1994). This document is now available from ERIC, http://www.eric.ed. gov/ERICWebPortal/contentdelivery/servlet/ERICServlet?accno= ED370119. See also Dana Gioia, ed., *To Read or Not to Read: A Question of National Consequence: Executive Summary,* Research Report no. 47, (Washington, DC: National Endowment for the Arts, 2007), p. 13.
31. Jacques Barzun, *Begin Here* (Chicago: University of Chicago Press, 1991), pp. 114-16. Barzun is one of the grand old men of American letters (author of thirty books, including a National Book Award finalist, *From Dawn to Decadence: 500 Years of Western Cultural Life,* at age ninety-two) and former dean of graduate faculty and provost of Columbia University. He

is a renowned authority in education and philosophy, to say nothing of detective fiction and baseball, whose advice should never be taken lightly.

32. Eric R. Kandel, James H. Schwartz, and Thomas M. Jessell, eds., *Principles of Neural Science,* 3rd ed., Center for Neurobiology and Behavior, College of Physicians and Surgeons of Columbia University and the Howard Hughes Medical Institute (Norwalk, CT: Appleton & Lange, 1991): "The visual system is the most complex of all the sensory systems. The auditory nerve contains about 30,000 fibers, but the optic nerve (visual) contains one million, more than all the dorsal root fibers entering the entire spinal cord!"

33. Dillon, "Schools Cut Back Subjects."

34. Daniel Goleman, *Emotional Intelligence* (New York: Bantam, 1995).

35. In 2011, twenty teens from Great Neck, Long Island, New York, were accused of paying as much as $3,500 to older students to take their SAT exams. Although parents of the students claimed no knowledge of the cheating, I do wonder where the high school seniors got $3,500 in loose change for the payoffs. Since Great Neck is one of the state's more affluent suburbs (long considered the backdrop for Fitzgerald's *The Great Gatsby),* I'm guessing the parents were very good tippers for family chores like dishwashing, vacuuming, and leaf raking.

36. Paul K. Piff et al., "Higher Social Class Predicts Increased Unethical Behavior," *PNAS* (2012), www.pnas.org/content/early/2012/02/21/1118373109.full.pdf+html; Jennifer E. Stellar et al., "Class and Compassion: Socioeconomic Factors Predict Responses to Suffering," *Emotion* 12, no. 3 (2012): 449-59, http://www.apa.org/pubs/journals/releases/EMO-class-and-compassion.pdf; and Gerben A. van Kleef et al., "Power, Distress, and Compassion Turning a Blind Eye to the Suffering of Others," *Psychological Science,* 19, no. 12 (2008): 1315-21, http://socrates.berkeley.edu/~keltner/publications/vankleef.2008.pdf.

37. Irwin Kirsch, John de Jong, Dominique LaFontaine, Joy McQueen, Juliette Mendelovits, and Christian Monseur, *Reading for Change: Performance and Engagement Across Countries,* pp. 106-10, OECD, http://www.oecd.org/dataoecd/43/54/33690904.pdf.

38. Annie Murphy Paul, "Your Brain on Fiction," *New York Times* Sunday Review, March 18, 2012. See also Maja Djikic, Keith Oatley et al., "On Being Moved by Art: How Reading Fiction Transforms the Self," *Creativity Research Journal* 21, no. 1 (2009): 24-29, http://dx.doi.org/10.1080/10400410802633392; and Raymond Mar, Keith Oatley et al., "Bookworms Versus Nerds: Exposure to Fiction Versus Non-Fiction, Divergent Associations with Social Ability, and the Simulation of Fictional Social Worlds," *Journal of Research in Personality* 40, no. 5 (2006): 694-712.

३. वाचून दाखवण्यातील पायऱ्या

1. "Three Core Concepts in Early Development," video, Center on the Developing Child, Harvard University, http://developingchild.harvard.edu/resources/multimedia/videos/.
2. "Early Childhood Adversity, Toxic Stress, and the Role of the Pediatrician," policy statement from American Academy of Pediatrics, 2012, http://pediatrics.aappublications.org/content/129/1 /e224 .full.html. See also Nicholas D. Kristof, "A Poverty Solution That Starts with a Hug," *New York Times* Sunday Review, January 7, 2012; L. Alan Sroufe, "Ritalin Gone Wrong," *New York Times* Sunday Review, January 29, 2012; Paul Tough, "The Poverty Clinic," *The New Yorker,* March 21, 2011, pp. 25-32.
3. Dr. Shonkoff's eighty-one-minute lecture video on this subject for the State of Washington in 2010, "Leveraging an Integrated Science of Development to Strengthen the Foundations of Health, Learning, and Behavior," can be found online (video at the top of the page) at www.casey.org/resources/events/earlylearning/wa/speakers/shonkoff.htm.
4. Peter W. Jusczyk and Elizabeth A. Hohne, "Infants' Memory for Spoken Words," *Science,* September 26, 1997, pp. 1984-85.
5. Anthony J. DeCasper and Melanie J. Spence, "Prenatal Maternal Speech Influences Newborns' Perception of Speech Sounds," *Infant Behavior and Development* 9, no. 2 (1986): 133–50. See also Gina Kolata, "Rhyme's Reason: Linking Thinking to Train the Brain?" *New York Times,* February 19, 1995.
6. "The Experience of Touch: Research Points to a Critical Role," *New York Times Science Times,* February 2, 1988.
7. Linda Lamme and Athol Packer, "Bookreading Behaviors of Infants," *Reading Teacher* 39, no. 6 (1986): 504–9; Michael Resnick et al., "Mothers Reading to Infants: A New Observational Tool," *Reading Teacher* 40, no. 9 (1987): 888-94.
8. Warwick B. Elley, "Vocabulary Acquisition from Listening to Stories," *Reading Research Quarterly* 24, no. 2 (1989): 174-87.
9. Keith E. Stanovich, "Matthew Effects in Reading: Some Consequences of Individual Differences in the Acquisition of Literacy," *Reading Research Quarterly,* Fall 1986, pp. 360-407.
10. Joannis K. Flatley and Adele D. Rutland, "Using Wordless Picture Book to Teach Linguistically/Culturally Different Students," *Reading Teacher* 40, no. 3 (1986): 276-81; Donna Read and Henrietta M. Smith, "Teaching Visual Literacy Through Wordless Picture Books," *Reading Teacher* 35, no. 8 (1982): 928-52; J. Stewig, *Children and Literature* (Chicago: Rand Mc-Nally, 1980), pp. 131-58.
11. Foertsch, *Reading In and Out of School.*

12. Anderson, Fielding, and Wilson, "Growth in Reading."
13. Nell K. Duke, "For the Rich It's Richer: Print Experiences and Environments Offered to Children in Very Low- and Very High-Socioeconomic Status First-Grade Classrooms," *American Educational Research journal* 37, no. 2 (2000): 441-78.
14. Personal e-mail correspondence.
15. Moore, "On the Same Page."
16. Patricia Greenfield and Jessica Beagles-Roos, "Radio vs. Television: Their Cognitive Impact on Children of Different Socioeconomic and Ethnic Groups," *Journal of Communication* 38, no. 2 (1988): 71-92.
17. Robertson Davies, *One Half of Robertson Davies* (New York: Viking, 1977), p. 1.
18. Nancy Pearl, *Book Lust: Recommended Reading for Every Mood, Moment, and Reason* (Seattle: Sasquatch Books, 2003); and Nancy Pearl, *More Book Lust: Recommended Reading for Every Mood, Moment, and Reason* (Seattle: Sasquatch Books, 2005).
19. Personal interview.
20. Personal e-mail correspondence.
21. Ibid.
22. David McCullough, "The Course of Human Events," Jefferson Lecture, May 15, 2003, http://www.neh.gov/whoweare/mccullough/lecture.html.

५. स्वयंवाचन : वाचून दाखवण्याचा नैसर्गिक साथीदार

1. Report of the National Reading Panel: *Teaching Children to Read: An Evidence-Based Assessment of the Scientific Research Literature on Reading and Its Implications for Reading Instruction-the Summary Report* (Washington, DC: National Institute of Child Health and Human Development, NIH, Publication 00-4754, 2000), p. 13. Available online at http://www.nichd.nih.gov/publications/nrp/upload/smallbook_pdf.pdf.
2. The NRP's own scientific standards have come under severe attack since the report was issued, the most notable being Steven L. Strauss, "Challenging the NICHD Reading Research Agenda," *Phi Delta Kappan,* February 2003, pp. 438-42. See also Joanne Yatvin, "Babes in the Woods: The Wanderings of the National Reading Panel," *Phi Delta Kappan,* January 2002, pp. 364-69; and James Cunningham, "The National Reading Panel Report," *Reading Research Quarterly* 36, no. 3 (2001): 326-35.
3. Stephen Krashen, "More Smoke and Mirrors: A Critique of the National Reading Panel Report on Fluency," *Phi Delta Kappan,* October 2001, pp. 119-23. See also Stephen Krashen, "Is In-School Free Reading Good for Children? Why the National Reading Panel Report Is (Still) Wrong," *Phi Delta Kappan,* February 2005, pp. 444-47; Cunningham, "The National

Reading Panel Report"; Elaine M. Garan, *Resisting Mandates: How to Triumph with the Truth* (Portsmouth, NH: Heinemann, 2002), pp. 22-24; and Stephen Krashen, *Free Voluntary Reading* (Santa Barbara, CA: Libraries Unlimited, 2011).

4. Stanovich, "Matthew Effects in Reading." See also Richard L. Allington, "Oral Reading," in *Handbook of Reading Research*, P. David Pearson, ed. (New York: Longman, 1984), pp. 829-64; Elley and Mangubhai, "The Impact of Reading on Second Language Learning"; and Foertsch, *Reading In and Out of School*.
5. Kirsch et al., *Reading for Change*.
6. Elley, *How in the World Do Students Read?*
7. P. L. Donahue, K. E. Voelki, J. R. Campbell, and J. Mazzeo, *NAEP 1998 Reading Report Card for the Nation and States* (Washington, DC: U.S. Department of Education, Office of Educational Research and Improveme National Center for Education Statistics, 1999). See also Ina V. S. Mullis et al., *NAEP 1992 Trends* in *Academic Progress, ETS*/Office of Educational Research and Improvement, http://www.eric.ed.gov/PDFS/ED378237.pdf; also found in *America's Smallest School: The Family*, Educational Testing Service, http://www.ets.org/Media/Education_Topics/pdf/5678_PER CReport_School. pdf.
8. Wilbur Schramm, *The Process and Effects of Mass Communication* (Urbana: University of Illinois Press, 1954). See also Wilbur Schramm, "How Communication Works," in *The Process and Effects of Mass Communication*, 6th ed., Wilbur Schramm, ed. (Urbana: University of Illinois Press, 1965), pp.3-26; more online at http://web.archive.org/web/20030505143554 and http://www.ciadvertising.org/studies/student/99_fall/theory/lazarski/Paper%20Leck%20htm.htm.
9. Alan Neuharth, "Why Newspapers Are More Popular in Asia," *USA Today*, June 3, 2005. See also Alan Neuharth, "Why Are Newspapers So Popular in Japan?" *USA Today*, November 26, 2004.
10. Jason Singer, "Lonesome Highways: In Japan, Big Tolls Drive Cars Away," *Wall Street Journal*, September 15, 2003.
11. Howard W. French, "The Rising Sun Sets on Japanese Publishing," *New York Times Book Review*, December 10, 2000.
12. S. Jay Samuels, "Decoding and Automaticity: Helping Poor Readers Become Automatic at Word Recognition," *Reading Teacher* 41, no. 8 (1988):756-60. See also Anderson, Fielding, and Wilson, "Growth in Reading."
13. Anderson et al., *Becoming a Nation of Readers*, p. 119.
14. Mark Sadoski, "An Attitude Survey for Sustained Silent Reading Programs," *Journal of Reading* 23, no. 8 (1980): 721-26.

15. Richard Allington is the author of *Big Brother and the National Reading Curriculum: How Ideology Trumped Evidence* (Portsmouth, NH: Heinemann, 2002) and *What Really Matters for Struggling Readers: Designing Research Based Programs* (Boston: Allyn & Bacon, 2012).
16. Richard Allington, "If They Don't Read Much, How They Gonna Get Good," *Journal of Reading* 21 (1977): 57–61.
17. Anderson, Fielding, and Wilson, "Growth in Reading," p. 152.
18. Edward Fry and Elizabeth Sakiey, "Common Words Not Taught in Basal Reading Series," *Reading Teacher* 39, no. 5 (1986): 395-98.
19. Timothy A. Keller and Marcel Just, "Altering Cortical Connectivity: Remediation-Induced Changes in the White Matter of Poor Readers," *Neuron* 64, no. 5 (2009): 624-31. See also Jon Hamilton, "Reading Practice Can Strengthen Brain 'Highways,'" *All Things Considered*, National Public Radio, December 9, 2009, http://www.npr.org/templates/story/story.php?storyId=121253104.
20. Personal correspondence.
21. Robert A. McCracken and Marlene J. McCracken, "Modeling Is the Key to Sustained Silent Reading," *Reading Teacher* 31, no. 4 (1978): 406-8. See also Linda B. Gambrell, "Getting Started with Sustained Silent Reading and Keeping It Going," *Reading Teacher* 32, no. 3 (1978): 328-31.
22. Barbara Heyns, *Summer Learning and the Effects if Schooling* (New York: Academic Press, 1978). See also Doris R. Entwistle and Karl L. Alexander, "Summer Setback: Race, Poverty, School Composition, and Mathematics Achievement in the First Two Years of School," *American Sociological Review* 57, no. 1 (1992): 72-84; Barbara Heynes, "Schooling and Cognitive Development: Is There a Season for Learning?" *Child Development* 58, no. 5 (1987): 1151-60; Larry J. Mikulecky, "Stopping Summer Learning Loss Among At-Risk Youth," *Journal of Reading* 33, no. 7 (1990): 516-21; Harris Cooper, Barbara Nye, Kelly Charlton, James Lindsay, and Scott Greathouse, "The Effects of Summer Vacation on Achievement Test Scores: A Narrative and Meta-Analytic Review," *Review of Educational Research* 6, no. 3 (1996): 227-68; Richard L. Allington and Anne McGill-Franzen, "The Impact of Summer Setback on the Reading Achievement Gap," *Phi Delta Kappan*, September 2003, pp. 68-75; Richard L. Allington, Anne McGill-Franzen, Gregory Camilli, Lunetta Williams et al., "Addressing Summer Reading Setback Among Economically Disadvantaged Elementary Students," *Reading Psychology* 31, no. 5 (2010): 1–17; Richard Allington and Anne McGillFranzen, "Got Books?" *Educational Leadership*, April 2008, pp. 20–23; James S. Kim and Thomas G. White, "Teacher and Parent Scaffolding of Voluntary Summer Reading," *Reading Teacher* 62, no. 2 (2008): 116–25. The "summer gap" was explored by American RadioWorks (American Public Media) in

its podcast of May 27, 2011, http://download.publicradio.org/podcast/americanradioworks/podcast/arw_4_48_summerslide.mp3.
23. Jimmy Kim, "Summer Reading and the Ethnic Achievement Gap," *Journal of Education for Students Placed at Risk* (JESPAR) 9, no. 2 (2004): 169-88. See also Debra Viadero, "Reading Books Is Found to Ward Off 'Summer Slump,'" *Education Week*, May 5, 2004."
24. Paul E. Barton, *Parsing the Achievement Gap*, http://www.ets.org/Media/Research/pdf/PICPARSINGII.pdf.
25. Greg Toppo, "Poor, Minority Kids Face Long Odds in Education," *USA Today*, November 24, 2003.
26. Jay R. Campbell, Catherine M. Hombo, and John Mazzeo, *NAEP 1999 Trends in Academic Progress: Three Decades of Student Performance*, U.S. Department of Education (Washington, DC: National Center for Education Statistics, 2000), http://nces.ed.gov/nationsreportcard/pubs/main 1999/2000469.asp. For international comparison, see Kirsch et al., *Reading for Change*.
27. Stephen Krashen, "Does Accelerated Reader Work?" *Journal of Children's Literature* 29, no. 2 (2003): 16-30, http://www.sdkrashen.com/articles/does_accelerated_reader_work/. See also Krashen, *Free Voluntary Reading*, pp. 45–52; and Steven Ross, John Nunnery, and Elizabeth Goldfeder, "A Randomized Experiment on the Effects of Accelerated Reader/Reading Renaissance in an Urban School District: Preliminary Evaluation Report," University of Memphis (Memphis, TN: Center for Research in Educational Policy, 2004), http://research.renlearn.com/research/pdfs/322.pdf; and John Nunnery and Steven Ross, "The Effects of the School Renaissance Program on Student Achievement in Reading and Mathematics," *Research in the Schools* 14, no. 1 (2007): 40–59, http://www.memphis.edu/crep/pdfs/Effects_of_School-Renaissance-Journal-Article.pdf/.
28. Linda M. Pavonetti, Kathryn M. Brimmer, and James F. Cipielewski, "Accelerated Reader: What Are the Lasting Effects on the Reading Habits of Middle School Students Exposed to Accelerated Reader in Elementary Grades?" *Journal of Adolescent and Adult Literacy* 46, no. 4 (2002). See also Jean M. Stevenson and Jenny Webb Camarata, "Imposters in Whole Language Clothing: Undressing the Accelerated Reader Program," *Talking Points* 11, no. 2 (2000): 8-11. I don't agree with everything in this article, but there are some points that are very valid.
29. Susan Straight, "Reading by the Numbers," *New York Times Book Review*, August 30, 2009.
30. John T. Guthrie, "Contexts for Engagement and Motivation in Reading," in M. L. Kamil, P. B. Mosenthal, P. D. Pearson, and R. Barr, eds., *Handbook of Reading Research: Volume III* (New York: Erlbaum, 2000), pp. 403-22,

http://www.readingonline.org/articles/handbook/guthrie/. See also M. Csikszentmihalyi, "Literacy and Intrinsic Motivation," *Daedalus* 119, no. 2 (1990): 115-40.
31. Kirsch et al., *Reading for Change.*
32. "The Man with Two Brains," *New York Times,* October 9, 1989.
33. Stephen D. Krashen and Kyung-Sook Cho, "Acquisition of Vocabulary from the Sweet Valley Kids Series: Adult ESL Acquisition," *Journal of Reading* 37, no. 8 (1994): 662-67. Similar results were accomplished in the Sponce English Language Program at the University of Southern California, using Harlequin romances. See also Rebecca Constantino, "Pleasure Reading Helps, Even If Readers Don't Believe It," *Journal of Reading* 37, no. 6 (1994): 504–5.
34. Carlsen and Sherrill, *Voices of Readers;* and Krashen, *The Power of Reading,* pp. 91-110.
35. Viking Brunell and Pirjo Linnakylä, "Swedish Speakers' Literacy in the Finnish Society," *Journal of Reading* 37, no. 5 (1994): 368-75.
36. Leslie Campbell and Kathleen Hayes, "Desmond Tutu," interview from *The Other Side's Faces of Faith,* pp. 23-26.
37. Arthur Schlesinger Jr., "Advice from a Reader-Aloud-to-Children," *New York Times Book Review,* November 25, 1979. For the most up-to-date summary of the Tintin experience, see Charles McGrath, "An Innocent in America," *New York Times,* January 3, 2012.
38. Sid T. Womack and B. J. Chandler, "Encouraging Reading for Professional Development," *Journal if Reading* 35, no. 5 (1992): 390-94.
39. Stanley I. Mour, "Do Teachers Read?" *Reading Teacher* 30, no. 4 (1977): 397-401. This study was somewhat skewed in favor of teachers because the subjects were more motivated professionally as graduate students. If anything, the results would be worse with teachers not as professionally involved. Included in the numbers were 202 females and 22 males, 6 counselors, 6 principals, 5 supervisors; most of the teachers (145) were elementary level. See also Kathleen Stumpf Jongsma, "Just Say Know!" *Reading Teacher* 45, no. 7 (1992): 546-48.
40. Tom Bradshaw, Bonnie Nichols, Kelly Hill, and Mark Bauerlein, *Reading at Risk: A Survey of Literary Reading in America,* National Endowment for the Arts (Washington, DC: NEA, Research Division, Report no. 46, 2004), http://www.nea.gov/pub/readingatrisk.pdf; Nicholas Zill and Marianne Winglee, *Who Reads Literature?* (Cabin John, MD: Seven Locks Press, 1990). This item is now available as a free PDF download from ERIC (Education Resources Information Center) using the ERIC search ED302812, http:// www.eric.ed.gov/.
41. Cheryl B. Littman and Susan S. Stodolsky, "The Professional Reading of High School Academic Teachers," *Journal of Educational Research* 92,

no. 2, November 1998, p. 75. The 51 percent who did professional reading regularly were also more apt to belong to professional associations linked to their teaching area. The survey group averaged fifteen years of teaching, with 63 percent holding graduate degrees. Science teachers led all disciplines, with 61.8 percent reading at least one journal, while social studies trailed the faculty at 36.4 percent.

42. I borrowed the "date" analogy from the novelist Kurt Vonnegut Jr., who when asked if you could actually teach a person how to write replied indignantly that such teaching is the job of an editor, the person who teaches the writer how to behave on "a blind date with a total stranger," the reader. See Kurt Vonnegut Jr., "Despite Tough Guys, Life Is Not the Only School for Real Novelists," *New York Times,* May 24, 1999.
43. D. T. Max, "The Oprah Effect," *New York Times Magazine,* December 26, 199.
44. From personal correspondence and interview.

६. घरातील तसेच शाळेतील पुस्तकांची उपलब्धता आणि मुलांची वाचन आवड

1. Lesley Mandel Morrow, "Home and School Correlates of Early Interest in Literature," *Journal of Educational Research.* 76, no. 4 (1983): 221–30.
2. David E. Sanger, "The Price of Lost Chances" *New York Times Special Section* "The Reckoning," September 11, 2011.
3. Susan B. Neuman and Donna Celano, "Access to Print in Low-Income and Middle-Income Communities: An Ecological Study of Four Neighborhoods," *Reading Research Quarterly* 36, no. 1 (2001): 8–26; and Susan B. Neuman, Donna C. Celano, Albert N. Greco, and Pamela Shue, *Access for All: Closing the Book Gap for Children in Early Education* (Newark, DE: International Reading Association, 2001).
4. Nell K. Duke, "For the Rich It's Richer: Print Experiences and Environments Offered to Children in Very Low- and Very High-Socioeconomic Status First-Grade," *American Educational Research Journal* 37, no. 2 (2000): 441–78.
5. Krashen, *The Power of Reading.* See also Stephen Krashen, "Our Schools Are Not Broken: The Problem Is Poverty," Commencement Address, Graduate School of Education and Counseling, Lewis and Clark College, Portland, OR, June 5, 2011, http://www.sdkrashen.com/articles/Our_schools_are_not_broken.pdf; video for the speech, http://graduate.lclark.edu/live/news/12363 -commencement-speaker-stephen-krashen - questions.
6. Jeff McQuillan, *The Literary Crisis: False Claims, Real Solutions* (Portsmouth, NH: Heinemann, 1998).
7. Richard Allington, Sherry Guice, Kim Baker, Nancy Michaelson, and Shouming Li, "Access to Books: Variations in Schools and Classrooms,"

Language and Literacy Spectrum, Spring 1995, pp. 23–25. Also Richard L. Allington and Sherry Guice, "Something to Read: Putting Books in Their Desks, Backpacks, and Bedrooms," in Phillip Dreyer, ed., *Vision and Realities in Literacy: Sixtieth Yearbook of the Claremont Reading Conference* (Claremont, CA: Claremont Reading Conference, 1996), p. 5.

8. Keith Curry Lance, Marcia J. Rodney, and Christine Hamilton-Pennell, *How School Librarians Help Kids Achieve Standards: The Second Colorado Study,* Colorado State Library, Colorado Department of Education; Keith Curry Lance, Lynda Welborn, and Christine Hamilton-Pennell, *The Impact of School Media Centers on Academic Achievement,* Colorado Department of Education. See also Christine Hamilton-Pennell, Keith Curry Lance, Marcia J. Rodney, and Eugene Hainer, "Dick and Jane Go to the Head of the Class," *School Library Journal* 46, no. 4 (2000): 44–47.
9. Sarah Sullivan, Bonnie Nichols, Tom Bradshaw, and Kelli Rogowski, *To Read or Not To Read: A Question of National Consequence,* Research Report no. 47 (Washington. DC: National Endowment for the Arts, 2007), pp. 72-74, http://www.nea.gov/research/toread.pdf. See also Campbell, Hombo, and Mazzeo, *NAEP 1999 Trends in Academic Progress.*
10. Mullis et al., *PIRLS 2001 International Report.* See also Evans et al., "Family Scholarly Culture."
11. Elley, *How in the World Do Students Read?* See also Patricia Koskinen, Irene Blum, Stephanie Bisson et al., "Book Access, Shared Reading, and Audio Models: The Effects of Supporting the Literacy Learning of Linguistically Diverse Students in School and at Home," *Journal of Educational Psychology* 92, no. 1 (2000): 23–36.
12. James C. Baughman, "School Libraries and MCAS Scores," paper presented at library symposium, Graduate School of Library and Information Science, Simmons College, Boston, MA, October 26, 2000, http://web.simmons.edu/~baughman/mcas-school-libraries/. Another study found "access to books in school and public libraries was a significant predictor of 2007 fourth-grade NAEP reading scores, as well as the difference between grade 4 and grade 8 2007 NAEP reading scores"; Stephen Krashen, Syying Lee, and Jeff McQuillan, "Is the Library Important? Multivariate Studies at the National and International Level," *Journal of Language and Literacy Education* 8, no. 1 (2012): 26-38, http://jolle.coe.uga.edu/wp-content/uploads/*2012/06/ls-the*-Library-Important. pdf.
13. R. Constantino and Stephen Krashen, "Differences in Print Environment for Children in Beverly Hills, Compton, and Watts," *Emergency Librarian* 24, no. 4 (1997): 8–9. See also Stephen Krashen, "Bridging Inequity with Books," *Educational Leadership,* January 1998.

14. Many of Krashen's findings and recommendations can be found in Stephen Krashen, *Every Person a Reader: An Alternative to the California Task Force Report on Reading,* distributed by ALTA Book Center, 14 Adrian Ct., Burlingame, CA 94010, telephone (800) ALTA-ESL, online at www.languagebooks.com/books/every_person_a_reader.html. See also Krashen, *The Power if Reading.*
15. Kathleen Kennedy Manzo, "California Continues Phaseout of Whole Language Era," *Education Week,* July 9, 1997.
16. "Statistics About California School Libraries," California Department of Education, http://www.cde.ca.gov/ci/cr/lb/schoollibrstats08.asp.
17. James Ricci, "A Saving Grace in the Face of Our School Library Scandal," *Los Angeles Times Magazine,* November 12, 2000. See also Douglas L. Achterman, "Haves, Halves, and Have-Nots: School Libraries and Student Achievement in California," University of North Texas UNT Digital Library, http://digital.library.unt.edu/ark:/67531/metadc9800/.
18. Duke, "For the Rich It's Richer."
19. Greg Toppo, "Poor, Minority Kids Face Long Odds in Education," *USA Today,* November 24, 2003.
20. See Chapter 5, page 89.
21. Allington et al., "Addressing Summer Reading Setback." See also Allington and McGill-Franzen, "Got Books?" pp. 20-23; Cooper et al., "The Effects of Summer Vacation on Achievement Test Scores"; and Kim and White, "Teacher and Parent Scaffolding of Voluntary Summer Reading." The "summer gap" was explored by American RadioWorks in its podcast of May 27, 2011, http://download.publicradio.org/podcast/americanradioworks/podcast/arw_4_48_summerslide.mp3.
22. Ted Widmer, "Lincoln's Other Mother," *Opinionator* (blog), *New York Times,* January 29, 2011, http://opinionator.blogs.nytimes.com/2011/01/29/lincolns-other-mother.' Widmer is a former speechwriter for President Bill Clinton and director of the John Carter Brown Library at Brown University. His essay details Lincoln's eighteen-hour journey to say good-bye to his stepmother before departing for Washington to begin his first term as president. Four years after his assassination, she was buried in an unmarked grave in the black dress he brought her on that farewell visit. Fifty-five years later a local Lions Club put a marker on the grave, something Widmer noted was more than due- "for if Lincoln saved the Union, she saved him, and for that alone she's entitled to a decent respect. Measured by the usual yardsticks of wealth and distinction, her own life may not have made much of a dent in the historical record. But at just the right moment, she encountered a small motherless boy, and helped him to become Abraham Lincoln."

23. Evans et al., "Family Scholarly Culture." See also http://www.rodney trice.com/sfbb/articles/home.pdf.
24. Allington et al., "Addressing Summer Reading Setback."
25. Vin Crosbie, "What Newspapers and Their Web Sites Must Do to Survive," *USC Annenberg Online Journalism Review,* 2004, http://www.ojr.org/ojr/business/1078349998.php.
26. "Americans Spending More Time Following the News," Pew Research Center for the People and the Press, September 2010, http://people-press.org/2010/09/12/americans-spending-more-time-following-the-news/.
27. Noam Cohen, "The Final Bell Rings for *Weekly Reader,* a Classroom Staple," *Media Decoder* (blog), *New York Times,* July 24, 2012, http://media decoder. blogs. nytimes. *com/20 12/07/24/*the- final- bell- rings- for - weekly- reader-a-classroom-staple/.
28. David Carr, "The Lonely Newspaper Reader," *New York Times,* January 1, *2007,* http://www.nytimes.com/2007/01/01/business/media/01carr.html.
29. Leo Burnett Worldwide, "Save the Troy Library: Adventures in Reverse Psychology," YouTube video, 2:53, November 15, 2011, http://www.youtube.com/watch?v=nw3zNNO5gX0. See also "Leo Burnett Worldwide Takes Home 23 Awards on the First Day of Cannes," PR Newswire, http:// www.prnewswire.com/news-releases/ leo-burnett-worldwide-takes-home-23-awards-on-the-first-day-of-cannes-159605035.html.
30. Figures for Enfield Public Library, Enfield, Connecticut, Henry Dutcher, director, 2011.
31. Hector Tobar, "The Disgraceful Interrogation of L.A. School Librarians," *Los Angeles Times,* May 13, 2011, http://articles.latimes.com/2011/may/13/local/la- me-0513-tobar-20110513.
32. Anna Jane Grossman, "Is Junie B. Jones Talking Trash?" *New York Times,* July 26, 2007, http://www.nytimes.com/2007/07/26/fashion/26junie.html.
33. Jack Hitt, "The Theory of Supermarkets," *New York Times Magazine,* March 10, 1996.
34. Robin Fields and Melinda Fulmer, "Markets' Shelf Fees Put Squeeze on Small Firms," *Los Angeles Times,* January 29, 2000.
35. Jann Sorrell Fractor et al., "Let's Not Miss Opportunities to Promote Voluntary Reading: Classroom Libraries in the Elementary School," *Reading Teacher* 46, no. 6 (1993): 476-84.
36. Mary B. W. Tabor, "In Bookstore Chains, Display Space Is for Sale," *New York Times,* January 15,1996.
37. Julie Bosman, "To Lure 'Twilight' Teenagers, Classic Books Get Bold Looks," *New York Times,* June 28, 2012.

38. Jonathan Yardley, *Our Kind of People: The Story of an American Family* (New York: Weidenfeld & Nicholson, 1989), p. 288.
39. Catherine Sheldrick Ross, "If They Read Nancy Drew, So What? Series Book Readers Talk Back," *Library and Information Science Research* 17, no. 3 (1995): 201-36. This research won the American Library Association's research award in 1995. A shortened version appears in *School Library Media Quarterly,* Spring 1996, pp. 165-71. See also Suzanne M. Stauffer, "Developing Children's Interest in Reading." *Library Trends* 56, no. 2 (2007): 402-42.
40. Roger Kimball, "Closing Time? Jacques Barzun on Western Culture," New Criterion, June 2000; www.newcriterion.com/articles.cfm/jacques-barzun-at-100-3697.
41. Ross, "If They Read Nancy Drew, So What?"
42. Carlsen and Sherrill, *Voices of Readers: How We Come to Love Books.*
43. David A. Bell, "The Bookless Library," August 2,2012, *The New Republic,* www.tnr.com/article/ books-and-arts/magazine/david-bell-future -bookless-library.
44. Seth Godin, "The Future of the Library," *Seth Godin's Blog,* May 16, 2011,http://sethgodin.typepad.*coml* seths_ blog/*2011/05/*the-future-of-the-library.html.
45. Jason Boog, "eBook Revenues Top Hardcover," *Galleycat* (blog), Mediabistro, June 15, 2012, http://www.mediabistro.com/galleycat/ ebooks-top-hardcover-revenues-in-q1_b53090.
46. Matt Richtel and Julie Bosman, "For Their Children, Many E-Book Fans Insist on Paper," *New York Times,* November 20, 2011.
47. Julie Bosman, "A Children's Story Series: Will a Game Help Books?" *New York Times,* December 20, 2011.
48. Audrey Watters, "School Libraries Struggle with E-Book Loans," *Mind/ Shift* (blog), KQED Public Radio, September 15, 2011, http://mindshift .kqed. org/2011/09/school-libraries-struggle-with-e-book-loans/.
49. The original spoof page is at http://zapatopi.net/treeoctopus/.
50. Donald Leu, David Reinking, Julie Coiro et al., "Defining Online Reading Comprehension: Using Think Aloud Verbal Protocols to Refine a Preliminary Model of Internet Reading Comprehension Processes," presented at the Annual Meeting of the American Educational Research Conference, Chicago, April 9, 2007, http://docs.google.com/ Doc?id=dcbjhrtq_l0djqrhz; and Beth Krane, "Researchers Find Kids Need Better Online Academic Skills." *UConn Advance,* November 13, 2006, http.//advance.uconn.edu/2006/061113/06111308.htm. See also "Pacific Northwest Tree Octopus," Wikipedia, http://en.wikipedia.org/wiki/ Pacific_Northwest_tree_octopus.

51. Steve Kolowich, "What Students Don't Know," *Inside Higher Ed* (blog), August 22, 2011, http://www.insidehighered.com/news/2011/08/22/erial_study _ of_student_research_habits_at_illinois_ university _libraries_reveals_alarmingly_poor_information_literacy_and_skills. See also Lynda M. Duke and Andrew D. Asher, eds., *College Libraries and Student Culture: What We Now Know* (Chicago: ALA Editions, 2011).
52. A built-in "detector" would be deep background knowledge, usually achieved through extensive reading, something largely lacking in today's youth.
53. Julie Bosman, "After 244 Years, Encyclopaedia Britannica Stops the Presses," *Media Decoder* (blog), *New York Times,* March 13, 2012, http://mediadecoder. blogs. nytimes. com/2012/03/13/after- 244-years-encyclopaedia-britannica-stops-the-presses/.
54. Jim Giles, "Special Report Internet Encyclopaedias Go Head to Head," *Nature* 438 (December 15, 2005), http://www.nature.com/nature/journal/v438/n7070/full/438900a.html. See also Dan Goodin, "'Nature': Wikipedia Is Accurate," Associated Press, December 14, 2005, http://www.usa today.com/tech/news/2005-12-14-nature-wiki_x.htm; and Rebecca J. Rosen, "Does Wikipedia Have an Accuracy Problem?" *The Atlantic,* February 16, 2012, http://www.theatlantic.com/technology/archive/2012/02/does-wikipedia-have-an-accuracy-problem/253216/.
55. Bill Keller, "Steal This Column," *New York Times,* February 6, 2012.

७. लहान मुलांचे डिजिटल लर्निंग: फायदे आणि तोटे

1. Dalton Conley, "Wired for Distraction: Kids and Social Media," *Time,* March 19, 2011.
2. "Textbook Weight in California: Analysis and Recommendations," California State Board of Education (2004), http://www2.cde.ca.gov/be/ag/ag/may04item21.pdf.
3. "Download Free Books from Gutenberg.org to Kindle on iPad," YouTube video, 2:02, January 21, 2011, http://www.youtube.com/watch?v=NHon EWPN2x8.
4. http://www.pbs.og/wgbh/americanexperience/films/memphis/.
5. Khan Academy is an extremely popular online free turtoring service consisting of more than 3,300 math, science, and history tutorials. See Clive Thompson, "How Khan Academy Is Changing the Rules of Education," *Wired,* August 2011. See also Steve Kolowich, "The Problem Solvers," *Inside Higher Ed* (blog), December 7, 2011, http://www.insidehighered.com/news/2011/12/07/khan-academy-ponders-what-it-can-teach-higher-education-establishment; Erin Klein, "New iPad App Lets Any Teacher Be Like Sal Khan," *Edudemic* (blog), December 21, 2011, http://edudemic

.com/2011/12/educreations/; "Khan Academy: The Future of Education?" *60 Minutes* video, 13:27, March 11, 2012, http://www.cbsnews.com/video/watch/?id=7401696n; and "Salman Khan of Khanacademy.org," *Charlie Rose* video, 22:00, May 4, 2011, http://www.clicker.com/tv/charlie-rose/salman-khan-of-khanacademy-org-1740074/.

6. Jim Sadwith, "Meeting Salinger," interview by Dick Gordon, *The Story*, American Public Media, July 9, 2009, http://thestory.org/archive/the_story_812_Meeting_Salinger.mp3/view.
7. Kara Yorio, "Author Signings Are Going Digital," *The Record*, June 3, 2012, http://www.northjersey.com/arts_ entertainment/156881955 _Author_signings_are_going_digital.html.
8. Noam Cohen, "A Digital Critique of a Famous Autobiography," *New York Times*, May 9, 2011.
9. Jan M. Noyes and Kate J. Garland, "Computer- vs. Paper-Based Tasks: Are They Equivalent?" *Ergonomics* 51, no. 9 (2008): 1352-75, http://www.princeton.edu/~sswang/Noyes_Garland_computer_vs_paper.pdf.
10. Mark Changizi, "The Problem with the Web and E-Books Is That There's No Space for Them," *Nature, Brain, and Culture* (blog), *Psychology Today*, February 7, 2011, http://www.psychologytoday.com/blog/nature-brain-and-culture/201102/the-problem-the-web-and-e-books-is-there-s-no-space-them. See also Maia Szalavitz, "Do E-Books Make It Harder to Remember What You Just Read?" *Time Healthland*, March 14, 2012, http://healthland.time.com/2012/03/14/do-e-books-impair-memory/; Lorien Crow, "Are E-Books Bad for Your Memory?" *Mobiledia*, March 15, 2012, http://www.mobiledia.com/news/133298.html; and Kate Garland and Jan Noyes, "Attitudes and Confidence Towards Computers and Books as Learning Tools: A Cross-Sectional Study of Student Cohorts," *British Journal of Educational Technology* 36, no. 1 (2005): 85-91.
11. In a 2009 study for Britain's Royal Mail, an MRI study was done to see if there were differences in how the brain processed paper images versus digital images (normal and scrambled images). Among the findings were that paper images stimulated more response in brain areas that processed visual and spatial information, as well as areas involving emotional responses. Both brain areas enhance later recall of information. Conclusion: "Physical material is more 'real' to the brain. It has a meaning, and a place .... Tangible materials leave a deeper footprint in the brain" than do the virtual. "Using Neuroscience to Understand the Role of Direct Mail," Millward Brown and Bangor University, 2009, http://www.millwardbrown. com/Libraries/ MB_Case_Studies Downloads/ MillwardBrown_CaseStudy_Neuroscience.sflb.ashx.
12. Tamar Lewin, "For Many Public Universities, Fight at Virginia Is All Too Familiar," *New York Times*, June 26, 2012. See also Tamar Lewin,

"Universities Reshaping Education on the Web," *New York Times,* July 17, 2012.
13. Cathy N. Davidson, *Now You See it: How the Brain Science of Attention Will Transform the Way we Live, Work, and Learn* (New York: Viking, 2011). For a short video presentation by Davidson, see "Shifting Atrention," You Tube video, 2:49, August 16, 2011, http://www.youtube.com/watch?v=eG3HpEN9Y8E. See also "Cathy N. Davidson on Evolving Education;' *Spark* (blog), CBC Radio, September 2, 2011, www.cbc.ca/spark/2011/09/full-interview-cathy-n-davidson-on-evolving-education/.
14. Nate Stulman, "The Great Campus Goof-off Machine," *New York Times,* March 15, 1999.
15. Winnie Hu, "Seeing No Progress, Some Schools Drop Laptops," *New York Times,* May 4, 2007. See also Matt Richtel, "Wasting Time Is New Divide in Digital Era," *New York Times,* May 30, 2012.
16. Stephanie Reitz, "Many Schools Adding iPads, Trimming Textbooks," Associated Press, *Springfield Republican,* September 4, 2011.
17. Matt Richtel, "In Classroom of Future, Stagnant Scores," *New York Times,* September 3, 2011.
18. Mark Dynarski, Roberto Agodini et al., *Effectiveness of Reading and Mathematics Software Products: Findings from the First Student Cohort,* Washington, DC: U.S. Department of Education, Institute of Education Sciences (2007), http://ies.ed.gov/ncee/pdf/20074006.pdf; Daniel Sheehan, Catherine Maloney, and Fanny Caranikas-Walker, "Evaluation of the Texas Technology Immersion Pilot: Final Outcomes for a Four-Year Study (2004-08)," Austin, Texas: Texas Center for Educational Research (2009), www.tcer.org/research/etxtip/documents/y4_etxtip_final.pdf; What Works Clearinghouse, "Effectiveness of Reading and Mathematics Software Products: Findings for Two Student Cohorts," U.S. Department of Education, Institute of Education Sciences, http://ies.ed.gov/ncee/wwc/pdf/quick_reviews/rms_032310.pdf; and Barbara Means, Yukie Toyama, Robert Murphy, Marianne Bakia, and Karla Jones, "Evaluation of Evidence-Based Practices in Online Learning: A Meta-Analysis and Review of Online Learning Studies," Washington, DC: U.S. Department of Education, Office of Planning, Evaluation, and Policy Development (2010), http://www2.ed.gov/rschstat/eval/tech/evidence-based-practices/finalreport.pdf.
19. Trip Gabriel and Matt Richtel, "Inflating the Software Report Card," *New York Times,* October 9, 2011.
20. Center for Research on Education Outcomes (CREDO), "Charter School Performance in Pennsylvania," Stanford University (2011), http://credo.stanford.edu/. See also John Tulenko, "Online Public Schools Gain Popularity, but Quality Questions Persist," PBS Newshour video, 13:21,

February 23, 2012, http://www. pbs.org/newshour/bb/education/jan-june12/cyber schools_02-23.html.
21. Valerie Strauss, "Whose Children Have Been Left Behind? Framing the 2012 Ed Debate," *Answer Sheet* (blog), *Washington Post,* January 3,2012, quoting Dr. Diane Ravitch, education historian, speaking at a December 2011 national education conference in Washington, http://www.washingtonpost.com/blogs/answer-sheet/post/whose-children-have-been-left-behind-framing-the-*2012-ed-debate/2012/01/02/gI* QAz3nDXP_blog.html.
22. Walter Isaacson, *Steve Jobs* (New York: Simon & Schuster, 2010), pp. 553-54.
23. Matt Richtel, "A Silicon Valley School That Doesn't Compute," *New York Times,* October 23,2011. Richtel's article came almost a year after a lengthier piece ran in *San Francisco* Magazine with more details of Silicon Valley familes' philosophy on education, including genuine concerns that some of the gadgets are plain bad for children; see Dan Fost, "Tech Gets a Time-out," *San Francisco,* March 2010, http://www.modernluxury.com/san-francisco/story/tech-gets-time-out; and Rehema Ellis, "The Waldorf Way: Silicon Valley School Eschews Technology over iPads," *NBC News,* November 30, 2011, http://dailynightly.msnbc.msn.com/_news/2011/11/30/9118340-the-waldorf-way-silicon-valley-school-eschews-technology.
24. "U.S. Teen Mobile Report: Calling Yesterday, Texting Today, Using Apps Tomorrow," *NielsenWire* (blog), October 14, 2010, http://blog.nielsen.com/nielsenwire/online_mobile/u-s-teen- mobile- report- calling-yesterday-texting-today-using-apps-tomorrow/. See also Katie Hafner, "Texting May Be Taking a Toll," *New York Times,* May 25, 2009; and Amanda Lenhart, "Teens, Cell Phones and Texting," Pew Research Center's Internet and American Life Project, April 20, 2010, http://www.pewinrernet.org/~/media/Files/Reports/20/01/PIP-Teens-and- Mobile-2010-with-topline.pdf.
25. Rideout, Foehr, and Roberts, *Generation M2.*
26. Eyal Ophir, Clifford Nass, and Anthony D. Wagner, "Cognitive Control in Media Multitaskers," Depts. of Communication and Psychology and Neurosciences, Stanford University, Stanford, CA, July 20, 2009, http://www.pnas.org/icontent/early/2009/08/21/0903620106.full.pdf+html.
27. Marcel Adam Just, Timothy A. Keller, and Jacquelyn Cynkar, "A Decrease in Brain Activation Associated with Driving When Listening to Someone Speak," *Brain Research* 1205 (2008): 70-80, http://www.distraction.gov/resea rch/PD F- Files/carnegie- mellon. pdf.
28. William Deresiewicz, "The End of Solitude," *Chronicle of Higher Education,* January 30, 2009, http://chronicle.com/article/The-End-of-Solitude/3708.

29. M. Csikszentmihalyi and K. Sawyer, "Creative Insight: The Social Dimension of a Solitary Moment," in R. Sternberg and J. Davidson, eds., *The Nature of Insight* (Cambridge, MA: MIT Press, 1996), pp. 329-61.
30. Jonah Lehrer, "The Virtues ofDaydreaming," *Frontal Cortex* (blog), *The New Yorker,* June 5, 2012, http://www.newyorker.com/online/blogs/frontal-cortex/2012/06/the-virtues-of-daydreaming.html.
31. Marc Berman, Stephen Kaplan, and John Jonides, "The Cognitive Benefits of Interacting with Nature," *Psychological Science* 19, no. 12 (2008): 1207-12. See also Eric Jaffe, "This Side of Paradise: Discovering Why the Human Mind Needs Nature," *Observer,* May/June 2010, http://www.psychologicalscience.org/observer/getArticle.cfm?id=2679.
32. Matt Richtel, "Digital Devices Deprive Brain of Needed Downtime," *New York Times,* August 24, 2010, http://www.nytimes.com/2010/08/25/technology/25brain.html. See also Loren Frank, one of the neuroscientists doing research on downtime and learning among rats, can be heard in an interview on WNYC at http://www.wnyc.org/shows/bl/2010/aug/26/open-phones-mental-down-time/.
33. Hafner, "Texting May Be Taking a Toll."
34. Nicholas Carr, *The Shallows: What the Internet Is Doing to Our Brains,* (New York: W. W. Norton, 2010), pp. 122, 127-30. If true, this doesn't bode well for districts like Munster, Indiana, which converted all of its grade 5-12 curriculum to laptop-accessible versions; see Alan Schwarz, "Out with Textbooks, In with Laptops for an Indiana School District," *New York Times,* October 19, 2011.
35. Torkel Klingberg, *The Overiflowing Brain: Information Overload and the Limits of Working Memory,* trans. Neil Betteridge (Oxford: Oxford University Press, 2009), pp. 72-75. See also Julie Bosman and Matt Richtel, "Finding Your Book Interrupted ... By the Tablet You Read It On," *New York Times,* March 5, 2012.
36. Klingberg, *The Overflowing Brain,* pp. 129-31.
37. Ibid., pp. 133-35.
38. Martin Langeveld, "Print Is Still King: Only 3 Percent of Newspaper Reading Actually Happens Online," *Nieman Journalism Lab* (blog), April 13, 2009, http://www.niemanlab.org/2009/04/print-is-still-king-only-3-percent-of-newspaper-reading-actually-happens-online/. See also Ryan Chittum, "Print Newspapers Still Dominate Readers' Attention," *The Audit* (blog), *Columbia Journalism Review,* July 30, 2009, http://www.cjr.org/the_audit/newspapers_time_spent.php; and Hal Varian, "Newspaper Economics: Online and Offline," *Google Public Policy Blog,* Google, March 9, 2010, http://googlepublicpolicy.blogspot.com/2010/03/newspaper-economics-online-and-offline.html.
39. Bob Sutton, "Larry Page, My Wife's Lament, and Reading on Books vs.

Screens," *Work Matters* (blog), comment by Karole Sutherland, February 23, 2012, http://bobsutton.typepad.com/my_weblog/2012/02/larry-page-my-wifes-lament-and-reading-on-books-vs-screens.html.

८. टेलिव्हिजन आणि ऑडिओ वाचनसाहित्य : शिक्षणाला पूरक आहे की मारक आहे?

1. Jim Trelease offers a free single-page brochure for parents at his Web site that tells the story of Ben Carson, along with the story of Pulitzer Prize-winning journalist Leonard Pitts Jr. and his mother. Despite the ravages of American poverty, Mrs. Pitts did enough of the right things (as did Mrs. Carson) to raise a son who became one of the nation's top newspaper columnists. The brochure highlights the efforts of these two parents and what other parents can learn from them. Titled "Two Families Every Parent Should Meet," it is available at http://www.trelease-on-reading.com/bro chures.html.
2. Rideout, Foehr, and Roberts, *Generation M2.*
3. Alan L. Mendelsohn, Samantha B. Berkule, Suzy Tomopoulos et al., "Infant Television and Video Exposure Associated with Limited Parent-Child Verbal Interactions in Low Socioeconomic Status Households," *Archives of Pediatrics and Adolescent Medicine* 162, no. 5 (2008): 411-17.
4. Dimitri A. Christakis, Frederick J. Zimmerman, David L. DiGiuseppe, and Carolyn A. McCarty, "Early Television Exposure and Subsequent At-tentional Problems in Children," *Pediatrics* 113, no. 4 (2004): 708-13, http://www.aap.org/advocacy/releases/tvapriI.pdf. See also Joseph Shapiro, "Study Links TV, Attention Disorders in Kids," *Morning Edition,* National Public Radio, April5, 2004, http://www.npr.org/templates/story/story.php?storyId=1812501.
5. Linda Carroll, "The Problem with Some 'Smart Toys': (Hint) Use Your Imagination," *New York Times,* October 26, 2004. See also Tamar Lewin, "See Baby Touch Screen. But Does Baby Get It?" *New York Times,* December 15, 2005, p. 1.
6. Tamar Lewin, "No Einstein in Your Crib? Get a Refund," *New York Times,* October 24, 2009.
7. Dina L. G. Borzekowski and Thomas N. Robinson, "The Remote, the House, and the No.2 Pencil," *Archives of Pediatrics and Adolescent Medicine* 159 (2005): 607-13.
8. Rideout, Foehr, and Roberts, *Generation M2,* pp. 15-16.
9. Ibid.
10. Ibid., p. 4.
11. Judith Owens et al., "Television-Viewing Habits and Sleep Disturbance in School Children," *Pediatrics* 104, no. 3 (1999): 552.

12. Pam Belluck, "Reason Is Sought for Lag by Blacks in School Effort," *New York Times,* July 4, 1999. See also Debra Viadero, "Even in Well-off Suburbs, Minority Achievement Lags," *Education Week,* March 15, 2000; Debra Viadero and Robert C. Johnston, "Lifting Minority Achievement: Complex Answers," *Education Week,* April 5, 2005; Debra Viadero, "Lags in Minority Achievement Defy Traditional Explanations," *Education Week,* March 22, 2000; and Abigail Thernstrom and Stephan Thernstrom, *No Excuses: Closing the Racial Gap in Learning* (New York: Simon & Schuster, 2004).
13. Rideout, Foehr, and Roberts, *Generation M2,* p. 5. See also Donald Roberts, Ulla G. Foehr, Victoria Rideout, and Mollyann Brodie, *Kids and Media @ the New Millennium* (Menlo Park, CA: The Henry J. Kaiser Family Foundation, 1999).
14. Robert J. Hancox, Barry J. Milne, and Richie Poulton, "Association of Television Viewing During Childhood with Poor Educational Achievement," *Archives of Pediatrics and Adolescent Medicine* 159, no. 7(2005) :614-18.
15. Tom Shachtman, *The Inarticulate Society: Eloquence and Culture in America* (New York: Free Press, 1995), pp. 115-35.
16. Stuart Webb and Michael P. H. Rodgers, "Vocabulary Demands of Television Programs," *Language Learning* 59, no. 2 (2009): 335-66.
17. Patricia A. Williams, Edward H. Haertel, Geneva D. Haertel, and Herbert J. Walberg, "The Impact of Leisure-Time Television on School Learning: A Research Synthesis," *American Educational Research Journal* 19, no. 1 (1982): 19-50.
18. Rideout, Foehr, and Roberts, *Generation M2.*
19. The brochure can be found in the list available at http://www.trelease-on-reading.com/brochures.html.
20. Rideout, Foehr, and Roberts, *Generation M2,* p. 39.
21. Ibid., p. 2.
22. Arthur M. Schlesinger Jr., *A Life in the Twentieth Century* (Boston: Houghton Mifflin, 2000).
23. Kirsch et al., *Reading for Change.* See also "OECD Pisa 2003 Results: Young Finns Still at the OECD Top," Finland's Ministry of Education (2003): http://www.oecd.org/dataoecd/1/60/34002216.pdf.
24. Hancock, "Why Are Finland's Schools Successful?" See also "The Finland Phenomenon"; Anderson, "From Finland, a Story of Educational Success"; Alvarez, "Suutarila Journal: Educators Flocking to Finland"; Coughlan, "Education Key to Economic Survival."
25. Elley, *How in the World Do Students Read?*

26. Susan B. Neuman and Patricia Koskinen, "Captioned Television as 'Comprehensible Input': Effects of Incidental Word Learning from Context for Language Minority Students," *Reading Research Quarterly* 27, no. 1 (1992): 95-106; P. S. Koskinen, R. M. Wilson, C. J. Jensema, "Using Closed-captioned Television in the Teaching of Reading to Deaf Students," *American Annals of the Deaf* 131 (1986): 43-46; Patricia S. Koskinen, Robert M. Wilson, Linda B. Gambrell, and Susan B. Neuman, "Captioned Video and Vocabulary Learning: An Innovative Practice in Literacy Instruction," *Reading Teacher 47*, no. 1 (1993) 36-43; Robert J. Rickelman, William A. Henk, and Kent Layton, "Closed-captioned Television: A Viable Technology for the Reading Teacher," *Reading Teacher* 44, no. 8 (1996): 598-99.
27. Anderson, "From Finland, a Story of Educational Success."
28. Helen Aron, "Bookworms Become Tapeworms: A Profile of Listeners to Books on Audiocassette," *Journal of Reading* 36. no. 3 (1992): 208-12.
29. Peter Osnos, "The Coming Audio Books Boom," *The Atlantic,* September 27, 2011, http://www.theatlantic.com/entertainment/archive/2011/09/the-coming-audiobooks-boom/245729/.

९. मुलामध्ये वाचनाची आवड निर्माण करण्यातील वडिलांची भूमिका

1. Jack Jennings, *Can Boys Succeed in Later Life If They Can't Read as Well as Girls?* (Washington, DC: Center on Education Policy, 2011).
2. Naomi Chudowsky and Victor Chudowsky, *Are There Differences in Achievement Between Boys and Girls?* (Washington, DC: Center on Education Policy, 2010), p. 6.
3. David Kohn, "The Gender Gap: Boys Lagging," *60 Minutes,* February 11, 2009, http://www.cbsnews.com/stories/2002/10/31/60minutes/main527678.shtml. See also Kevin Wack and Beth Quimby, "Boys in Jeopardy at School," *Portland Press Herald,* March 18, 2010, http://www.pressherald.com/archive/boys-in-jeopardy-at-school_2008-02-07.html.
4. U.S. Census Bureau, *Educational Attainment in the United States: 2009,* http://www.census.gov/hhes/socdemo/education/. See also Hanna Rosin, "The End of Men," *The Atlantic,* July/August, 2010, http://www.theatlantic.com/magazine/archive/2010/07/the-end-of-men/8135/.
5. Tom Chiarella, "The Problem with Boys ... Is Actually a Problem with Men," *Esquire,* July 1, 2006, http://www.esquire.com/features/ESQ0706SOTAMBOYS_94.
6. Jay Mathews, "Are Boys Really in Trouble?" *Washington Post,* June 27, 2006, http://www.washingtonpost.com/wp-dyn/content/article/2006/06/27/AR2006062700638.html.
7. Wack and Quimby, "Boys in Jeopardy at School."

8. There is a whole cottage industry helping affluent families organize their disorganized boys; see Alan Finder, "Giving Disorganized Boys the Tools for Success," *New York Times,* January 1, 2008.
9. Thomas L. Friedman, *The World Is Flat* (New York: Farrar, Straus & Giroux, 2005); Thomas L. Friedman, "It's a Flat World, After All," *New York Times Magazine,* April 3, 2005. See also "For Workers, 'The World Is Flat,'" an interview with Friedman on *Fresh Air,* National Public Radio, April 14, 2005, http://www.npr.org/templates/story/story.php?storyId=4600258.
10. Rosin, "The End of Men." See also Thomas L. Friedman, "Average Is Over," *New York Times,* January 25, 2012.
11. Thomas L. Friedman, "Pass the Books, Hold the Oil," *New York Times,* March 11, 2012.
12. Doug Lederman, "Winning Football, Falling Grades," *Inside Higher Ed* (blog), December 20, 2011, http://www.insidehighered.com/news/2011/12/20/football-teams-win-male-students-grades-lose. See also Jason Lindo, Isaac Swensen, and Glen Waddell, "Are Big-time Sports a Threat to Student Achievement?" Working Paper No. 17677, National Bureau of Economic Research, December 2011, http://www.nber.org/papers/w17677.
13. See http://www.trelease-on-reading.com/wilt.html.
14. Clyde C. Robinson, Jean M. Larsen, and Julia H. Haupt, "Picture Book Reading at Home: A Comparison of Head Start and Middle-class Preschoolers," *Early Education and Development* 6, no. 3 (1995): 241-52.
15. Janelle M. Gray, "Reading Achievement and Autonomy as a Function of Father-to-Son Reading" (Master's thesis, California State University, Stanislaus, CA, 1991). See also the study of thirty men from blue-collar families. Half stayed blue-collar when they grew up and the other half became college professors; fathering made the difference: Olga Emery and Mihaly Csikszentmihalyi, "The Socialization Effects of Cultural Role Models in Ontogenetic Development and Upward Mobility," *Child Psychiatry and Development and Human Development* 12, no. 1 (1981): 3-18.
16. David Lubar, "Kid Appeal," quoted from Jon Scieszka, ed., *Guys Read: Funny Business* (New York: Walden Pond Press, 2010).

१०. एका अतिउत्साही बालकाचा वाचनप्रवास

1. Robert Lipsyte, "Boys and Reading: Is There Any Hope?" *New York Times Book Review,* August 19, 2011.
2. Johnson, "Confessions of a 'Bad' Teacher." See also Winerip, "Hard-Working Teachers."

संदर्भसूची

Adams, Marilyn Jager. *Beginning to Read: Thinking and Learning About Print–A Summary.* Champaign-Urbana: University of Illinois, Center for the study of Reading, 1990.

Allington, Richard. *Big Brother and the National Reading Curriculum: How Ideology Trumped Evidence.* Portsmouth, NH: Heinemann, 2002.

Anderson, Richard C., Elfrieda H. Hiebert, Judith A. Scott, and Ian A. G. Wilkinson. *Becoming a Nation of Readers: The Report of the Commission on Reading.* Champaign-Urbana: University of Illinois, Center for the Study of Reading, 1985.

Applebee, Arthur N., Judith A. Langer, Ina V. S. Mullis, Andrew S. Latham, and Claudia A. Gentile. *NAEP 1992 Writing Report Card.* Educational Testing Service. Washington, DC: U.S. Department of Education, 1994. http://www.eric.ed.gov/ERICWebPortal/contentdelivery/servlet/ERIC-Servlet?accno=ED370119.

Bae, Yupin, Susan Choy, Claire Geddes, Jennifer Sable, and Thomas Snyder. *Trends in Educational Equity of Girls and Women.* Washington, DC: U.S. Government Printing Office, 2000.

Barton, Paul E. *Parsing the Achievement Gap: Baselines for Tracking Progress.* Princeton, NJ: Educational Testing Service, 2003.

Barton, Paul E., and Richard J. Coley. *America's Smallest School: The Family.* Princeton, NJ: Educational Testing Service, 1992. http://www.ets.org/Media/Education_Topics/pdf/5678_PERCReport_School.pdf.

—. *Captive Students: Education and Training in America's Prisons.* Princeton, NJ: Educational Testing Service, Policy Information Center, 1996.

Barzun, Jacques. *Begin Here.* Chicago: University of Chicago Press, 1991.

Beatty, Alexandra S., Clyde M. Reese, Hilary R. Persky, and Peggy Carr. *NAEP 1994 U.S. History Report Card.* Washington, DC: U.S. Department of Education, Office of Educational Research and Improvement, 1994.

Berliner, David C., and Bruce J. Biddle. *The Manufactured Crisis.* Reading, MA: Addison-Wesley, 1996.

Bradshaw, Tom, Bonnie Nichols, Kelly Hill, and Mark Bauerlein. *Reading at Risk: A Survey of Literary Reading in America.* Washington, DC: National Endowment for the Arts, Research Division, Report No. 46, 2004.

Bruer, John T. *The Myth of the First Three Years.* New York: Free Press/Simon & Schuster, 1999.

Bruner, Jerome S., Allison Jolly, and Kathy Sylva, eds. *Play–Its Role in Development and Evolution.* New York: Penguin, 1976.

Butler, Dorothy. *Cushla and Her Books.* Boston: Horn Book, 1980.

Cain, Susan. *Quiet: The Power of Introverts in a World That Can't Stop Talking.* New York: Crown, 2012.

Campbell, Jay R., Catherine M. Hombo, and John Mazzeo. *NAEP 1999 Trends in Academic Progress: Three Decades if Student Performance.* U.S. Department of Education. Washington, DC: National Center for Education Statistics, 2000. Also available at http://nces.ed.gov/nationsreportcard.

Carlsen, G. Robert, and Anne Sherrill. *Voices of Readers: How We Come to Love Books.* Urbana, IL: National Council of Teachers of English, 1988. http://www.eric.ed.gov/PDFS/ED295136.pdf.

Carr, Nicholas. *The Shallows: What the Internet Is Doing to Our Brains.* New York: W. W. Norton, 2010.

Carson, Ben. *Gifted Hands: The Ben Carson Story.* Grand Rapids, MI: Zondervan, 1990.

Cazden, Courtney B. *Child Language and Education.* New York: Holt, Rinehart and Winston, 1972.

Children's Defense Fund, *The State of America's Children 2011 Report.* Washington, DC, 2011. http://www.childrensdefense.org/child-research-data-publications/state-of-americas-children-2011/.

Clark, Margaret M. *Young Fluent Readers.* London: Heinemann, 1976.

Coley, Richard J. *An Uneven Start: Indicators of Inequality in School Readiness.* Princeton, NJ: ETS, Policy Information Center, 2002.

Davidson, Cathy N. *Now You See it: How the Brain Science of Attention Will Transform the Way We Live, Work, and Learn.* New York: Viking, 2011.

Davies, Robertson. *One Half of Robertson Davies.* New York: Viking, 1977.

Davis, Sampson, George Jenkins, Rameck Hunt, and Lisa Frazier Page. *The Pact: Three Young Men Make a Promise and Fulfill a Dream.* New York: Riverhead, 2003.

Denton, Kristen, and Jerry West. *Children's Reading and Mathematics Achievement in Kindergarten and First Grade.* Washington, DC: U.S. Department of Education, NCES, 2002. http://nces.ed.gov/pubsearch/pubsinfo.asp?pubid=2002125.

Donahue, Patricia L., Kristin E. Voelki, Jay R. Campbell, and John Mazzeo. *NAEP 1998 Reading Report Card for the Nation and the States.* Washington, DC: U.S. Department of Education, NCES, 1999.

Dreyer, Phillip, ed. *Vision and Realities* in *Literacy: Sixtieth Yearbook of the Claremont Reading Conference.* Claremont, CA: Claremont Reading Conference, 1996.

Durkin, Dolores. *Children Who Read Early.* New York: Teachers College, 1966.
Dynarski, Mark, Roberto Agodini et al. *Effectiveness of Reading and Mathematics Software Products: Findings from the First Student Cohort.* Washington, DC: U.S. Department of Education, Institute of Education Sciences, 2007.
Elkind, David. *The Hurried Child: Growing Up Too Fast Too Soon.* 3rd ed. Cambridge, MA: Perseus/DaCapo, 2001.
Elley, Warwick B. *How in the World Do Students Read?* Hamburg: International Association for the Evaluation of Educational Achievement, 1992. Available from ERIC at http://www.eric.ed.gov/. Use ERIC search # ED360613.
Ferguson, Ronald F. *What Doesn't Meet the Eye: Understanding and Addressing Racial Disparities in High-Achieving Suburban Schools.* Northern Central Regional Educational Laboratory, 2002.
Foertsch, Mary A. *Reading In and Out of School.* Educational Testing Service/ Education Information Office. Washington, DC: U.S. Department of Education, 1992.
Friedmian, Howard S., and Leslie R. Martin. *The Longevity Project: Surprising Discoveries for Health and Long Life from the Landmark Eight-Decade Study.* New York: Hudson Street Press, 2011.
Friedman, Thomas L. *The World Is Flat.* New York: Farrar, Straus & Giroux, 2005.
Garan, Elaine M. *In Defense of Our Children: When Politics, Profit, and Education Collide.* Portsmouth, NH: Heinemann, 2004.
—. *Resisting Mandates.* Portsmouth, NH: Heinemann, 2002.
Gawande, Atul. *The Checklist Manifesto: How to Get Things Right.* New York: Metropolitan Books, 2009.
Goleman, Daniel. *Emotional Intelligence: Why It Can Matter More Than IQ.* New York: Bantam, 1995.
Goodman, Kenneth, Patrick Shannon, Yvonne Freeman, and S. Murphy. *Report Card on Basal Readers.* New York: Richard Owen, 1988.
Gopnik, Alison, Andrew N. Meltzoff, and Patricia K. Kuhl. *The Scientist in the Crib.* New York: Morrow, 1999.
Graff, Harvey. *The Literacy Myth.* San Diego, CA: Academic, 1979.
Hart, Betty, and Todd Risley. *Meaningful Differences in the Everyday Experience of Young American Children.* Baltimore, MD: Brookes Publishing, 1996.
Heyns, Barbara. *Summer Learning and the Effects of Schooling.* New York: Academic Press, 1978.
Hodgkinson, Harold L. *The Same Client: The Demographics of Education and Service Delivery Systems.* Washington, DC: Institute of Educational Leadership, 1989.
Hout, Michael, and Stuart W. Elliott. *Incentives and Test-Based Accountability*

in Education. National Research Council. Washington, DC: National Academies Press, 2011.

Institute of Education Sciences, U.S. Departrnent of Education. *The Nation's Report Card: Reading 2011* (NCES 2012-457). Washington, DC: National Center for Education Statistics, 2011.

Isaacson, Walter. *Steve Jobs.* New York: Simon & Schuster, 2010.

Kamil, M. L., P. B. Mosenthal, P. David Pearson, and R. Barr, eds. *Handbook of Reading Research.* Vol. 3. New York: Erlbaum, 2000.

Kandel, Eric R., James H. Schwartz, and Thomas M. Jessell, eds. *Principles of Neural Science.* 3rd ed. Center for Neurobiology and Behavior, College of Physicians and Surgeons of Columbia University and the Howard Hughes Medical Institute. Norwalk, CT: Appleton & Lange, 1991.

Kirsch, Irwin, John de Jong, Dominique LaFontaine, Joy McQueen, Juliette Mendelovits, and Christian Monseur. *Reading for Change: Performance and Engagement Across Countries–Results from Pisa 2000.* Organisation for Economic Co-operation and Development (OECD). http://www.oecd.org/dataoecd/43/54/33690904.pdf.

Klingberg, Torkel. *The Overflowing Brain: Information Overload and the Limits of Working Memory.* Oxford: Oxford University Press, 2009.

Kohn, Alfie. *Punished by Rewards: The Trouble with Gold Stars, Incentive Plans, A's, Praise, and Other Bribes.* Boston: Houghton Mifflin, 1993.

Krashen, Stephen. *Free Voluntary Reading.* Santa Barbara, CA: Libraries Unlimited, 2011.

—. *The Power of Reading.* 2nd ed. Portsmouth, NH: Libraries Unlimited and Heinemann, 2004.

—. *Writing: Research: Theory and Applications.* Torrance, CA: Laredo Publishing Company, 1984.

Kubey, Robert, and Mihaly Csikszentmihalyi. *Television and the Quality of Life.* Hillsdale, NJ: Erlbaum, 1990.

Lance, Keith Curry, Lynda Welborn, and Christine Hamilton-Pennell. *The Impact of School Media Centers on Academic Achievement.* Englewood, CO: Libraries Unlimited, 1993.

Lance, Keith Curry, Marcia J. Rodney, and Christine Hamilton Pennell. *How School Librarians Help Kids Achieve Standards: The Second Colorado Study.* Denver: Colorado State Library, 2000.

Lee, E., and David T. Burkam. *Inequality at the Starting Gate: Social Background Differences in Achievement as Children Begin School.* Washington, DC: Economic Policy Institute, 2002.

Marmot, Michael. *The Status Syndrome: How Social Standing Affects Our Health and Longevity.* New York: Times Books, 2004.

McQuillan, Jeff. *The Literary Crisis: False Claims, Real Solutions.* Portsmouth, NH: Heinemann, 1998.

Mogel, Wendy. *The Blessings of a B Minus: Using Jewish Teachings to Raise Resilient Teenagers.* New York: Scribner, 2010.

Mormino, Gary R., and George E. Pozzetta. *The Immigrant World of Ybor City: Italians and Their Latin Neighbors in Tampa, 1885-1985.* Gainesville: Florida Sand Dollar Books/University Press of Florida, 1998.

Mullis, Ina V. S., J. R. Campbell, and A. E. Farstrup. *NAEP 1992 Reading Report Card for the Nation and States.* Washington, DC: National Center for Education Statistics, U.S. Government Printing Office, 1993. http://timss.bc.edu/pirls2001i/PIRLS2001_Pubs_TrR.html.

Mullis, Ina, John A. Dossey, Jay R. Campbell, Claudia A. Gentile, Christine O'Sullivan, and Andrew Latham. *NAEP 1992 Trends in Academic Progress.* Washington, DC: Office of Educational Research and Improvement, U.S. Department of Education, 1994.

Mullis, Ina, Michael O. Martin, Eugene J. Gonzalez, and Ann M. Kennedy. *PIRLS 2001 International Report: lEA's Study if Reading Literacy Achievement in Primary School in 35 Countries.* Chestnut Hill, MA: International Association for the Evaluation of Educational/International Study Center, Boston College, 2003. http://pirls.bc.edu/isc/publications.html.

National Assessment of Educational Progress. *Literacy: Profiles of America's Young Adults.* Princeton, NJ: Educational Testing Service, 1987.

National Center for Education Statistics. *National Household Education Survey.* Washington, DC: U.S. Government Printing Office, 1999.

National Commission on Excellence in Education, Superintendent of Documents. *A Nation at Risk: The Imperative for Educational Reform.* Washington, DC: U.S. Government Printing Office, 1983. http://www2.ed.gov/pubs/NatAtRisk/index.html.

National Reading Panel. *Report of the National Reading Panel: Teaching Children to Read: An Evidence-Based Assessment of the Scientific Research Literature on Reading and Its Implications for Reading Instruction; Reports of the Subgroups.* Washington, D.C.: National Institute of Child Health and Human Development, NIH, Publication 00-4754, 2000.

National Survey of Student Engagement. *Fostering Student Engagement Campuswide–Annual Results 2011.* Bloomington: Indiana University Center for Postsecondary Research, 2011. http://nsse.iub.edu/NSSE_2011_Results/pdf/NSSE_2011_AnnualResults.pdf.

Neuman, Susan B., Donna C. Celano, Albert N. Greco, and Pamela Shue. *Access for All: Closing the Book Gap for Children in Early Education.* Newark, DE: International Reading Association, 2001.

Nichols, S. L., ed. *Educational Policy and the Socialization of Youth for the 21st Century.* New York: Teachers College Press, 2013.

Nielsen Media Research. *2000 Report on Television: The First 50 Years.* New York: Nielsen Media Research, 2000.

Niles, J. A., and L. A. Harris. *New Inquiries in Reading Research and Instruction.* Rochester, NY: National Reading Conference, 1982.

OECD. *PISA 2009 Results: Overcoming Social Background, Equity in Learning Opportunities and Outcomes (Volume II).* PISA, OECD Publishing, 2010. http://dx.doi.org/10.1787/9789264091504-en.

Ogbu, John U. *Black American Students in an Affluent Suburb: A Study of Academic Disengagement.* Mahwah, NJ: Erlbaum, 2003.

Ozma, Alice. *The Reading Promise: My Father and the Books We Shared.* New York: Grand Central, 2011.

Pamuk, E., D. Makuc, K. Heck, C. Reuben, and K. Lockner. *Health, United States, 1998: Socioeconomic Status and Health Chartbook.* Washington, DC: U.S. Government Printing Office, 1998.

Pearl, Nancy. *Book Lust: Recommended Reading for Every Mood, Moment, and Reason.* Seattle: Sasquatch Books, 2003.

—. *More Book Lust.* Seattle: Sasquatch Books, 2005.

Pearson, P. David, ed. *Handbook of Reading Research.* New York: Longman, 1984.

Perie, M., R. Moran, and A. D. Lutkus. *NAEP 2004 Trends in Academic Progress: Three Decades of Student Performance in Reading and Mathematics.* U.S. Department of Education, Institute of Education Sciences, National Center for Education Statistics. Washington, DC: U.S. Government Printing Office, 2005.

Pratt, Rebecca et al. *The Condition of Education 2000.* Washington, DC: U.S. Department of Education, NCES, 2000.

Rampey, B. D., G. S. Dion, and P. L. Donahue. *NAEP 2008 Trends in Academic Progress* (NCES 2009-479). U.S. Department of Education, Institute of Education Sciences, National Center for Education Statistics. Washington, DC: U.S. Government Printing Office, 2009.

Ravitch, Diane. *The Death and Life of the Great American School System: How Testing and Choice Are Undermining Education.* New York: Basic Books, 2010.

Rideout, Victoria J., Elizabeth A. Vandewater, and Ellen A. Wartella. *Zero to Six: Electronic Media in the Lives of Infants, Toddlers, and Preschoolers.* Menlo Park, CA: The Henry J. Kaiser Family Foundation, 2003. http://www.kff.org.

Rideout, Victoria J., Ulla G. Foehr, and Donald F. Roberts. *Generation M2: Media in the Lives of 8- to18-Year-Olds.* Menlo Park, CA: The Henry J. Kaiser Family Foundation, 2010. http://www.kff.org.

Roberts, Donald F., Ulla G. Foehr, and Victoria Rideout. *Generation M: Media in the Lives of 8-18-Year-Olds.* Menlo Park, CA: The Henry J. Kaiser Family Foundation, 2005.

Roberts, Donald F., Ulla G. Foehr, Victoria Rideout, and Mollyann Brodie. *Kids and Media @ the New Millennium.* Menlo Park, CA: The

Henry J. Kaiser Family Foundation, 1999.

Schlesinger, Arthur M. Jr. *A Life in the Twentieth Century.* Boston: Houghton Mifflin, 2000.

Schramm, Wilbur. *The Process and Effects of Mass Communication.* Urbana: University of Illinois Press, 1954.

Schramm, Wilbur, ed. *The Process and Effects of Mass Communication,* 6th ed. Urbana: University of Illinois Press, 1965.

Shachtman, Tom. *The Inarticulate Society: Eloquence and Culture in America.* New York: Free Press, 1995.

Snow, Catherine E., M. Susan Burns, and Peg Griffin, eds. *Preventing Reading Difficulties in Young Children.* Washington, DC: National Academy Press, 1998.

Snowdon, David. *Aging with Grace: What the Nun Study Teaches Us About Leading Longer, Healthier, and More Meaningful Lives.* New York: Bantam, 2001.

Stoll, Clifford. *Silicon Snake Oil.* New York: Doubleday, 1995.

Sum, Andrew et al. *Getting to the Finish Line: College Enrollment and Graduation, A Seven Year Longitudinal Study of the Boston Public Schools Class of 2000.* Center for Labor Market Studies. Boston: Northeastern University Press, 2008.

Susskind, Ron. *A Hope in the Unseen: An American Odyssey from the Inner City to the Ivy League.* New York: Random House, 1999.

Taylor, Gordon Rattray. *The Natural History of the Brain.* New York: Dutton, 1979.

Thernstrom, Abigail, and Stephan Thernstrom. *No Excuses: Closing the Racial Gap in Learning.* New York: Simon & Schuster, 2004.

Underhill, Paco. *Why We Buy: The Science of Shopping.* New York: Simon & Schuster, 1999.

U.S. Department of Education. *Trends in Educational Equity of Girls and Women.* Washington, DC: National Center for Education Statistics, 2000.

Vernez, Georges, Richard Krop, and C. Peter Ryde. *Closing the Education Gap: Benefits and Costs.* Santa Monica, CA: Rand Corporation, 1999.

West, Jerry, Kristin Denton, and Elvira Germino-Hausken. *America's Kindergartners: Findings from the Early Childhood Longitudinal Study, Kindergarten Class of 1998-99, Fall 1998.* Washington, DC: U.S. Department of Education, NCES, 2000.

Yardley, Jonathan. *Our Kind of People: The Story of an American Family.* New York: Weidenfeld & Nicholson, 1989.

Zill, Nicholas, and Marianne Winglee. *Who Reads Literature?* Cabin John, MD: Seven Locks Press, 1990. This is now available online from ERIC (Education Resources Information Center) using the ERIC search # ED302812, at http://www.eric.ed.gov/.

डॉ. राजेंद्र कुंभार

अनुवादक परिचय

डॉ. राजेंद्र कुंभार हे गेल्या ३० वर्षांपासून ग्रंथालय व माहितीशास्त्र विषयाचे शिक्षक म्हणून कार्यरत आहेत. त्यांपैकी २० वर्षांहून अधिक काळ ते नाशिक येथील नामांकित अशा एच.पी.टी. महाविद्यालयात शिकवत होते. गेल्या १० वर्षांपासून ते सावित्रीबाई फुले पुणे विद्यापीठाच्या ग्रंथालय व माहितीशास्त्र विभागामध्ये अध्यापन करत आहेत. ग्रंथालय व माहितीशास्त्राच्या विविध पैलूंवर त्यांनी आत्तापर्यंत १८ पुस्तकं आणि ७०हून अधिक लेख मराठी व इंग्रजी भाषेत लिहिले आहेत. त्यांनी विविध विद्यापीठांमध्ये आणि महाविद्यालयांमध्ये १००हून अधिक व्याख्याने दिली आहेत. 'संशोधन पद्धती' तसेच 'वाचन' या विषयांचा त्यांचा विशेष अभ्यास आहे. 'वाचनाचे महत्त्व' आणि 'मुलांना वाचून दाखवणे' या विषयांवर ते व्याख्याने व कार्यशाळा आयोजित करत असतात. या विषयांवरील त्यांची व्याख्याने व कार्यशाळा विद्यार्थी, शिक्षक आणि पालकांसाठी उपयुक्त असतात. डॉ. राजेंद्र कुंभार यांना 'kumbharrajendra@yahoo.co.in' या ई-मेलवर तसेच ९४२२७५८३८७ या फोन नंबरवर संपर्क साधता येईल.

www.ingramcontent.com/pod-product-compliance
Lightning Source LLC
Chambersburg PA
CBHW071312150426
43191CB00007B/602
* 9 7 8 8 1 8 4 8 3 6 9 4 3 *